हरवलेले सुशासन

Good Governance : Never On India's Radar

लेखक
माधव गोडबोले

अनुवाद
सुजाता गोडबोले

VISHWAKARMA
PUBLICATIONS **VP**

हरवलेले सुशासन

GOOD GOVERNANCE : NEVER ON INDIA'S RADAR

First Published by Rupa Publications India PVT. LTD.

प्रथमावृत्ती – एप्रिल २०१५
© **माधव गोडबोले**

ISBN 978-93-83572-41-0

प्रकाशक
विश्वकर्मा पब्लिकेशन्स
२८३, बुधवार पेठ, सिटी पोस्टाजवळ, पुणे ४११००२.
दूरध्वनी: +९१-२०-२०२६ ११५७, २४४४ ८९८९
ई मेल: info@vpindia.co.in
वेबसाईट : www.vpindia.co.in

अनुवाद :
सुजाता गोडबोले

मुखपृष्ठ व अक्षरजुळणी :
मेघनाद देवधर
विश्वकर्मा पब्लिकेशन्स

लेखकासंबंधी

माधव गोडबोले (जन्म १५ ऑगस्ट १९३६) यांनी अमेरिकेतील विल्यम्स कॉलेज मधून विकासाचे अर्थशास्त्र या विषयात एम्.ए. व मुंबई विद्यापीठातून अर्थशास्त्र या विषयात एम्.ए. व पी.एच्.डी. या पदव्या मिळवल्या. १९५९ साली त्यांनी भारतीय प्रशासकीय सेवेत (आय्.ए.एस्.) प्रवेश केला व मार्च १९९३ मध्ये केंद्र शासनाचे गृह सचिव व न्याय सचिव असताना स्वेच्छानिवृत्ती घेतली. तत्पूर्वी त्यांनी केन्द्र शासनात पेट्रोलियम व नैसर्गिक वायू सचिव व नगरविकास मंत्रालयाचे सचिव म्हणून काम केले होते. तसेच त्यांनी महाराष्ट्र शासनात प्रधान वित्त सचिव व अध्यक्ष, महाराष्ट्र राज्य वीज मंडळ, यासारख्या पदांवरही काम केले होते. त्यांनी मनिला, फिलिपाईन्स, येथील आशियाई विकास बँकेत पाच वर्षे काम केले.

आतापर्यंत त्यांनी इंग्रजी व मराठीत १९ पुस्तके लिहिली आहेत. त्यातील ११ इंग्रजी आहेत. 'चांगले शासन हा मूलभूत हक्क मानला जावा' यासाठी त्यांनी सर्वोच्च न्यायालयात एक जनहित याचिका दाखल केली होती.

त्यांच्या आठ मराठी पुस्तकांपैकी सहा पुस्तकांत वेळोवेळी प्रसिद्ध झालेले लेख संकलित करण्यात आले आहेत. या संग्रहांना वैचारिक लेखनासंबंधीची चार पारितोषिके मिळाली आहेत: महाराष्ट्र साहित्य परिषद पुणे यांनी २००० साली दिलेला वैचारिक लिखाणासाठीचा विश्वनाथ गोखले पुरस्कार; २००४ साली 'नवी आव्हाने– कालबाह्य मानसिकता' या पुस्तकासाठी महाराष्ट्र साहित्य परिषदेने दिलेला शि.म. परांजपे पुरस्कार; याच पुस्तकासाठी २००४ साली

स्नेहवर्धन प्रकाशनतर्फे देण्यात आलेला डॉ. वि.भि.कोलते समीक्षामित्र ग्रंथश्रेष्ठता पुरस्कार; आणि २००६ साली 'सत्ता आणि शहाणपण' या पुस्तकासाठी देण्यात आलेला स.मा.गर्गे पुरस्कार. 'जवाहरलाल नेहरूंचे नेतृत्व– एक सिंहावलोकन' हे त्यांचे आठवे मराठी पुस्तक मे २०१४ मध्ये प्रकाशित झाले.

ते अनेक वृत्तपत्रांत व नियतकालिकांत लेखन करतात. त्यांचे लेख अनेक इंग्रजी व मराठी लेख संग्रहांतही प्रसिद्ध झाले आहेत.

सेवानिवृत्तीनंतर त्यांनी अनेक शासकीय समित्यांचे अध्यक्ष म्हणूनही काम केले. जम्मु व काश्मीर सरकारची आर्थिक सुधारणा समिती, महाराष्ट्र सरकारची आजारी सहकारी साखर कारखानेविषयक समिती, एन्रॉन विद्युत प्रकल्प चौकशी समिती व ऊर्जा क्षेत्र सुधारणा समिती, राज्याचा अर्थसंकल्प पारदर्शी व सहज समजण्याजोगा बनवण्यासाठीची एक–सदस्यीय समिती, आंध्र प्रदेश सरकारची सुशासन समिती, व केन्द्र शासनाची आंतरराष्ट्रीय सीमा व्यवस्थापन समिती, या त्यापैकी काही आहेत.

डॉ. माधव गोडबोले यांची ग्रंथ संपदा

मराठी

१. जवाहरलाल नेहरूंचे नेतृत्व– एक सिंहावलोकन; राजहंस प्रकाशन, पुणे
   २०१४

२. लोकपालाची मोहिनी; राजहंस प्रकाशन, पुणे, २०११

३. सुशासन हे दिवास्वप्नच !; श्रीविद्या प्रकाशन, पुणे, २००९

४. सत्ता आणि शहाणपण; श्रीविद्या प्रकाशन, पुणे, २००५

५. नवी आव्हाने, कालबाह्य मानसिकता; श्रीविद्या प्रकाशन, पुणे, २००३

६. प्रशासनाचे पैलू– खंड २; श्रीविद्या प्रकाशन, पुणे, २०००

७. प्रशासनाचे पैलू– खंड १; श्रीविद्या प्रकाशन, पुणे, १९९९

८. नव्या दिशा, बदलते संदर्भ; श्रीविद्या प्रकाशन, पुणे, १९९८

इंग्रजी ग्रंथांची मराठी भाषांतरे

१. भारताच्या संसदीय लोकशाहीची अग्निपरीक्षा; राजहंस प्रकाशन, पुणे, २०१२

२. फाळणीचे हत्याकांड– एक उत्तरचिकित्सा; राजहंस प्रकाशन, पुणे, २००७

३. अपुरा डाव; देशमुख आणि कंपनी, पुणे, १९९८

इंग्रजी

1. The God Who Failed: An Assessment of Jawaharla Nehru's Leadership, Rupa & Co., New Delhi, 2014

2. Good Governance: Never On India's Radar, Rupa & Co., New

Delhi, 2014

3. India's Parliamentary Democracy on Trial, Rupa & Co., New Delhi, 2011

4. The Judiciary and Governance in India, Rupa & Co., New Delhi, 2008

5. The Holocaust of Indian Partition: An Inquest, Rupa & Co., New Delhi, 2006

6. Public Accountability and Transparency--The Imperatives of Good Governance, Orient Longman, New Delhi, 2003

7. The Changing Times--A Commentary on Current Affairs, Orient Longman, New Delhi, 2000

8. Unfinished Innings--Recollections and Reflections of a Civil Servant, Orient Longman, New Delhi, 1996

9. Rural Employment Strategy--A Quest in the Wilderness, Himalaya Publishing House, Mumbai, 1990

10. Public Expenditures in Maharashtra--A Case For Expenditure Strategy, Himalaya Publishing House, Mumbai, 1989, and

11. Industrial Dispersal Policies--A Case Study of Maharashtra, Himalaya Publishing House, Mumbai, 1978.

सुजाता गोडबोले - अल्प परिचय

सुजाता गोडबोले यांनी इंग्रजी व फ्रेंच हे विषय घेऊन पुणे विद्यापीठाची बी. ए. ही पदवी व त्यानंतर फ्रेंच व भाषाशास्त्र या विषयात एम. ए. ही पदवी मुंबई विद्यापीठातून संपादन केली. तसेच १९७१-७२ व १९८० साली फ्रेंच सरकारची अभ्यासवृत्ती मिळवून फ्रेंच भाषेचा व भाषा शिकविण्याच्या पद्धतींचा फ्रान्समध्ये विशेष अभ्यास केला. त्यांनी अनेक वर्षे मुंबई व दिल्लीतील शैक्षणिक संस्थांमध्ये फ्रेंच भाषेचे अध्यापन केले.

आकाशवाणीच्या दिल्ली व मुंबई केंद्रांवरून काही काळ नैमित्तिक वृत्तनिवेदक म्हणून मराठी बातम्या देण्याचे कामही त्यांनी केले. त्या दिल्लीच्या नॅशनल असोसिएशन फॉर द ब्लाइंड या संस्थेच्या दोन वर्षे मानद उपाध्यक्ष होत्या. त्यांनी दृष्टीहीन विद्यार्थ्यांसाठी अनेक पुस्तके वाचून ध्वनिमुद्रितही केली आहेत.

डॉ. माधव गोडबोले यांच्या द होलोकॉस्ट ऑफ इंडियन पार्टिशन - ॲन इन्क्वेस्ट या इंग्रजी पुस्तकाचा त्यांनी केलेला मराठी अनुवाद *फाळणीचे हत्याकांड - एक उत्तरचिकित्सा* याला नाशिक सार्वजनिक वाचनालयातर्फे स्वातंत्र्यवीर वि. दा सावरकर पुरस्कार एप्रिल २००८ मध्ये प्रदान करण्यात आला. तसेच डॉ. माधव गोडबोले यांच्या पुस्तकाचा त्यांनी केलेला *भारताच्या संसदीय लोकशाहीची अग्निपरीक्षा* या मराठी अनुवादास महाराष्ट्र राज्य साहित्य आणि संस्कृति मंडळाचा अनुवादासाठीचा तर्कतीर्थ लक्ष्मणशास्त्री जोशी पुरस्कार फेब्रुवारी २०१४ मध्ये मिळाला आहे.

सुजाता गोडबोले यांनी अनुवादित केलेली इतर पुस्तके

१. ग गणिताचा– गणितातील गमती, लेखक– अरविंद गुप्ता, मनोविकास प्रकाशन, २०१४.

२. गांधीजींचे असामान्य नेतृत्त्व, लेखक– ॲलन नाझरेथ, राजहंस प्रकाशन, २०१४.

३. मुलं नापास का होतात?, लेखक–जॉन होल्ट, मनोविकास प्रकाशन, २०१३.

४. भारताच्या संसदीय लोकशाहीची अग्निपरीक्षा, लेखक– माधव गोडबोले, राजहंस प्रकाशन, २०१२.

५. फाळणीचे हत्याकांड– एक उत्तरचिकित्सा, लेखक–माधव गोडबोले, राजहंस प्रकाशन, २००७.

६. शोधांच्या कथा, लेखक– आयझॅक असिमॉव्ह, प्रत्येकी ६ पुस्तकांचे सहा संच, मनोविकास प्रकाशन, २००८ व २०१२.

७. To Catch A thief by Dr Gangadhar Gadgil, Sahitya Academy, 1997.

८. The Cosmic Explosion by Dr Jayant Naralikar, Sahitya Academy, 1992.

माझ्या आनंदाचा पेला काठोकाठ भरणाऱ्या
अदिती, मनन, गायत्री आणि तारिणी
या माझ्या नातवंडांसाठी

मनोगत

सुधीर तेलंग यांचे एक मर्मभेदी व्यंगचित्र *द हिंदुस्थान टाइम्स* या वृत्तपत्रात प्रकाशित झाले होते, त्यात महात्मा गांधी उद्विग्नपणे म्हणताना दाखविले होते की, ''देशपिता या पदाचा मी राजीनामा देत असून देशाच्या सद्यस्थितीची नैतिक जबाबदारी माझी नाही ''.

६६ वर्षांपूर्वी देश स्वतंत्र झाल्यापासून, संयुक्त पुरोगामी आघाडी (युपीए १ आणि युपीए २) च्या सोनिया गांधींच्या नेतृत्वाखालील सरकारचा कार्यकाळ विचारात घेतला, तर ४५ वर्षांहून अधिक काळ देशाची सूत्रे नेहरू–गांधी कुटुंबाकडे आहेत. अलीकडच्या काळात देशाचा कारभार अतिशय खालावला आहे यात शंका नाही. स्वातंत्र्यापासूनच्या काळातील युपीएचे सरकार हे सर्वाधिक भ्रष्ट आहे असे अनेकांचे मत आहे. हे काही अंशी खरे असले, आणि काही अंशी तो राजकीय विरोधाचा भाग असला, तरीही स्वातंत्र्योत्तर काळात सुशासनाची कसोटी भारत कधीच यशस्वीपणे पार पाडू शकला नाही हे मान्य करावेच लागेल, अगदी जवाहरलाल नेहरूंच्या पंतप्रधानपदाच्या कारकिर्दीत देखील. लोकशाही आणि धर्मनिरपेक्षता या दोन मोठ्या देणग्या नेहरूंनी दिल्या आणि त्यामुळेच देश एकसंध राहिला आहे यात शंका नाही, परंतु त्यांनी सुशासनाचा वारसा काही मागे ठेवला नाही.

काही लोकांचे असे म्हणणे आहे की भ्रष्टाचार हा एक नवा रोग आहे आणि खुल्या अर्थव्यवस्थेची सुरुवात व जागतिकीकरण यांच्या नव्या प्रयोगांचा तो एक परिणाम

आहे. वास्तविक हे खरे नाही. स्वातंत्र्यानंतर थोड्याच कालावधीत भ्रष्टाचार हा संसदेत व कॉंग्रेस पक्षाच्या बैठकांमध्ये चर्चेचा विषय बनला होता. १९६३ साली भ्रष्टाचार थोपविण्यासाठी के. संथानम यांच्या अध्यक्षतेखाली एक समिती नेमण्यात आली होती. या समितीची कार्यकक्षा विस्तृत आणि सर्वसमावेशक होती. परंतु समितीच्या बहुतेक सर्व शिफारशी कागदावरच राहिल्या. वरिष्ठ स्तरावरील भ्रष्टाचाराच्या चौकशा करण्यासाठी अनेक चौकशी आयोग नेमण्यात आले. यात तामिळनाडूचे मुख्यमंत्री के. करुणानिधी, पंजाबचे मुख्यमंत्री प्रतापसिंग कैरॉं यांच्या चौकशीचे आयोग, केंद्र सरकारमधील वित्तमंत्री टी. टी. कृष्णम्माचारी यांच्या विरोधातील न्यायमूर्ती एम. सी. छगला यांचा मुंध्रा चौकशी आयोग, कर्नाटकचे मुख्यमंत्री देवराज अर्स यांच्या चौकशीसाठी नेमण्यात आलेला ग्रोव्हर चौकशी आयोग, नगरवाला प्रकरणाची चौकशी करण्यासाठी नेमलेला न्यायमूर्ती पी. जगनमोहन रेड्डी चौकशी आयोग, हरयाणाचे मुख्यमंत्री बन्सी लाल यांच्या चौकशीसाठी नेमलेला न्यायमूर्ती पी. जगनमोहन रेड्डी चौकशी आयोग ही केवळ वानगीदाखल दिलेली काही उदाहरणे आहेत. अर्थात, सरकार भ्रष्टाचार निपटून काढण्यासाठी कटीबद्ध आहे असा जनतेला विश्वास वाटावा या दृष्टीने या आयोगांचा काहीच उपयोग झाला नाही.

कोणत्याही पक्षाचे सरकार असले तरी सुशासन हे कोणत्याच सरकारचे उदिष्ट नव्हते, अर्थातच त्याचा वेध घेण्याचा कोणीच प्रयत्न केला नाही. आणीबाणीच्या काळात इंदिरा गांधी सरकारने ९ ऑगस्ट १९७५ रोजी राज्यघटनेच्या ३६१ व्या कलमात सुधारणा करण्यासाठी ४१ वे घटनादुरुस्ती विधेयक राज्य सभेत सादर केले. या विधेयकाच्या उद्दिष्टांनुसार, पंतप्रधान, राष्ट्रपती व राज्यांचे राज्यपाल यांना त्यांनी आपल्या अधिकारात पार पाडलेल्या कर्तव्यांबाबत किंवा त्यांच्या कोणत्याही कृतीबाबत कायद्याचे संरक्षण असावे असे प्रस्तावित करण्यात आले होते. त्याचप्रमाणे ते पदावरून पायउतार झाल्यावरदेखील पूर्वलक्षी प्रभावाने हे संरक्षण त्यांना मिळण्याची तरतूद करण्यात आली होती. राज्यसभेने हे विधेयक

त्याच दिवशी पारित केले, परंतु सुदैवाने ते लोकसभेत विचारासाठी घेता आले नाही आणि पाचवी लोकसभा विसर्जित झाल्याने ते आपोआप व्यपगत (लॅप्स) झाले.[१] राष्ट्रपती आणि राज्यपाल यांचा दैनंदिन कारभारात सहभाग व सत्ता नसल्याने या घटनादुरुस्तीने वास्तविक पाहता केवळ पंतप्रधानांनाच निरंकुश सत्ता मिळणार होती व त्यामुळे त्या सनदशीर मार्गाने हुकुमशहाच (कॉन्स्टिट्युशनल डिक्टेटर) बनल्या असत्या. हे विधेयक जर पारित झाले असते, तर सुशासनाची संकल्पना कायमची नष्ट झाली असती आणि या महत्त्वाच्या पदावरील व्यक्तीला आपल्या मनाप्रमाणे हवा तसा कारभार करण्यास मोकळीक मिळाली असती. अशा तऱ्हेचे कायद्याचे संरक्षण मुख्यमंत्र्यांना व इतरांनाही मिळावे अशीही मागणी करण्यात आली असती.

पुस्तकाचा आवाका व प्रकरणांची मांडणी

या विषयाचा आवाका बराच मोठा आहे. खरे पाहता, 'सुशासन' याची व्याख्या करताना ही संकल्पना केवळ सरकारच्या कारभारापुरती व सार्वजनिक क्षेत्रासाठी मर्यादित न ठेवता त्यात खाजगी उद्योगधंदे, मोठे उद्योगसमूह, सहकारी संस्था, माध्यमे, स्वयंसेवी संस्था (एनजीओ) इत्यादिंचाही समावेश करावयास हवा.[२] जे सत्ता राबवितात, ते त्याबाबत उत्तरदायीही असलेच पाहिजेत असा नियमच करण्याबाबत समाज म्हणून आपण आग्रह धरायला हवा. या दृष्टीकोनातून पाहिले असता, भारतातील सुशासनाची दुरवस्था ही सरकारखेरीज इतर क्षेत्रात आधिक्याने नजरेस येते. मोठे उद्योगसमूह, शिक्षण क्षेत्र, सहकारी संस्था, माध्यमे, क्रीडाक्षेत्र, बँका व वित्तसंस्था, व्यावसायिक संघटना वगैरेंमधील असंख्य घोटाळे पाहिले असता हे सहज लक्षात येते. यापैकी काही पैलूंची चर्चा मी माझ्या पब्लिक अकाउंटेबिलिटी ॲड ट्रान्स्परन्सी: द इंपेरिटिव्हज ऑफ गुड गव्हर्नन्स या २००३ साली प्रकाशित झालेल्या पुस्तकात केली होती.[३] देशाच्या आर्थिक व

वित्तीय प्रशासनात झपाट्याने होणारी अधोगतीही चिंता करण्यासारखी असली, तरी या पुस्तकात तिचा परामर्श घेतलेला नाही कारण तो एक फार मोठा विषय असल्याने त्यासाठी एक वेगळे पुस्तकच लिहावे लागेल.

या पुस्तकात सुशासनाचे ध्येय साध्य करण्यासाठी सरकार व सार्वजनिक क्षेत्रातील जे विषय मला महत्त्वाचे वाटतात, त्यांवरच मी लक्ष केंद्रित केले आहे. धोरणांमध्ये बदल केले असते, तर देशाच्या कारभारात कसा मोठा बदल घडला असता, हे यात दाखविण्यात आले आहे. यात एकूण सहा प्रकरणे आहेत. पहिले प्रकरण ही प्रस्तावना असून त्यात विषयाचा आवाका देण्यात आला आहे. 'सुशासनाचा गाभा' या दुसऱ्या प्रकरणात सुशासन या जागतिक संकल्पनेची चर्चा केली आहे. त्यात भारताच्या संदर्भातील विशेष परिमाणांचाही परामर्श घेण्यात आला आहे. 'प्रशासनातील वाढती दरी' या तिसऱ्या प्रकरणात काही विशिष्ठ क्षेत्रातील खालावलेल्या परिस्थितीची चर्चा करण्यात आली आहे. 'सुशासनाचा काही पुरावा आहे का?' या चौथ्या प्रकरणात सुशासनाच्या सहा समस्याग्रस्त क्षेत्रांचा विचार करण्यात आला आहे. अशा प्रकारे या समस्येचे स्वरुप व गांभीर्य समोर आले असता, त्यापुढील दोन प्रकरणांत त्यांच्यावरील तोडग्यांची चर्चा केली आहे. 'राजकीय इच्छाशक्ती असली की मार्ग सापडतो' या पाचव्या प्रकरणात काही महत्त्वाच्या मुद्यांवर करावयाच्या कारवायांकडे लक्ष वेधण्यात आले आहे. 'लोकशाहीची खरी शक्ती म्हणजे तिच्या संस्था' या सहाव्या प्रकरणात ज्या सात क्षेत्रांमध्ये तातडीने सुधारणा करण्याची गरज आहे त्यांचा उहापोह करण्यात आला आहे.

काही महत्त्वाच्या मजकुराकडे व मुद्यांकडे लक्ष वेधण्यासाठी मुद्दाम *तिरपा टाइप* वापरण्यात आला आहे.

ऋणनिर्देश

या पुस्तकासाठी दिल्लीत संशोधन करीत असताना श्री. देवराज व श्री. सरबजीत सिंग यांनी केलेल्या सहाय्याबद्दल मी त्यांचा ऋणी आहे. काहीसे औपचारिक वाटले, तरी सततच्या प्रोत्साहनाबद्दल आणि संयमाबद्दल मी माझी पत्नी सुजाता हिचे मनापासून आभार मानू इच्छितो. तिची मदत व सहनशीलता पाठिशी नसती, तर हे पुस्तक पूर्ण होऊच शकले नसते. त्याचप्रमाणे माझी कन्या मीरा गोडबोले कृष्णमूर्ती हिने पुस्तकाचा मसुदा वाचून मला उपयुक्त व नेमक्या सूचना केल्याबद्दल मी तिचा ऋणी आहे. संपादक पूनम ठाकूर यांनी बारकाईने केलेल्या संपादकीय संस्कारांबद्दल मी त्यांचा आभारी आहे. पुस्तकाच्या प्रकाशनाची जबाबदारी पार पाडण्याचे नेतृत्व स्वीकारलेल्या रितु वाजपेयी–मोहन यांच्या परिश्रमाबद्दल मी त्यांचा आभारी आहे. शेवटी रुपा आणि कंपनीचे श्री. आर. के. मेहरा व श्री. कपिश मेहरा यांनी तत्परतेने व सुबक स्वरुपात हे पुस्तक प्रकाशित केल्याबद्दल मी त्यांचा ऋणी आहे. यात काही चुका किंवा त्रुटी राहिल्या असल्यास ती माझी जबाबदारी आहे हे मी नमूद करू इच्छितो.

माधव गोडबोले

ऑगस्ट २०१३

तळटीपा

१. कश्यप सुभाष सी., *हिस्टरी ऑफ द पार्लमेंट ऑफ इंडिया*, खंड ४, शिप्रा पब्लिकेशन्स, दिल्ली, १९९७, पृष्ठे १०४-०५

२. उदाहरणार्थ, कोलकत्यातील एका मोठ्या उद्योगसमूहाच्या मालकीच्या ॲडव्हान्स्ड मेडीकेअर अँड रिसर्च इन्स्टिटयूट च्या इस्पितळात डिसेंबर २०११ मध्ये लागलेल्या भीषण आगीत ८७ रुग्ण आणि ४ कर्मचारी मरण पावले, हे लक्षात घेण्याजोगे उदाहरण आहे. या संस्थेने अनेक नियमांचे उल्लंघन केले होते आणि अधिकाऱ्यांनी दिलेल्या धोक्याच्या सूचनांकडेही दुर्लक्ष केले होते.

३. गोडबोले माधव, *पब्लिक अकांउटेबिलिटी अँड ट्रान्सपरन्सी: द इंपेरिटिव्हज ऑफ गुड गव्हर्नन्स*, ओरिएंट लाँगमन, नवी दिल्ली, २००३.

अनुक्रमणिका

	मनोगत	xiii
१.	प्रस्तावना	१
२.	सुशासनाचा गाभा	३७
३.	प्रशासनातील वाढती दरी	८३
४.	सुशासनाचा काही पुरावा आहे का ?	१८९
५.	राजकीय इच्छाशक्ती असली की मार्ग सापडतो	३०३
६.	लोकशाहीची खरी शक्ती म्हणजे तिच्या संस्था	३६३
७.	संदर्भ ग्रंथसूची	४४५

१

प्रस्तावना

स्वराज्य मिळाल्यावर सुराज्य मिळायला हवे
– महात्मा गांधी

प्रस्तावना

१९४९ साली घटना परिषदेत राज्यघटना पारित करून तिचा स्वीकार करण्यासाठी घटना परिषदेचे अध्यक्ष या नात्याने डॉ. राजेंद्र प्रसाद यांनी द्रष्टेपणाने पुढील विधान केले होते:

राज्यघटनेत कोणत्याही तरतुदी असोत वा नसोत, देशाचा कारभार कसा चालवला जातो यावरच देशाचे कल्याण अवलंबून असेल. ज्या व्यक्ती हे शासन चालवतील, त्यांच्यावरच ते अवलंबून असेल. कोणत्याही देशाच्या लायकीप्रमाणेच सरकार मिळते असे नेहमीच म्हटले जाते... जनतेने निवडून दिलेले प्रतिनिधी कर्तृत्ववान, सुसंस्कृत आणि सचोटीचे असतील, तर घटनेत दोष असले तरीही ते तिचा वापर उत्तम पद्धतीनेच करतील. त्याची वानवा असेल, तर घटना देशाला वाचवू शकणार नाही. अखेर, राज्यघटना ही एखाद्या यंत्राप्रमाणे निर्जीव आहे. ती ज्यांच्या ताब्यात असेल आणि जे तिचा वापर करतील, तशीच ती बनेल, आणि इतर कशाहीपेक्षा सर्वप्रथम देशाचे हित समोर ठेवतील अशा प्रामाणिक लोकांची भारताला आज सर्वाधिक गरज आहे (लोकसभा सचिवालय १९८५:५).

घटनासमितीचे अध्यक्ष डॉ. बाबासाहेब आंबेडकर यांनीही नोव्हेंबर १९४९ मध्ये

घटनापरिषदेतील त्यांच्या भाषणात असेच विचार मांडले होते:

> राज्यघटना कितीही चांगली असली, तरी ती राबविणारे जर वाईट असतील तर ती वाईटच ठरेल. राज्यघटना जरी कितीही वाईट असली, तरी ती राबविणारे जर चांगले असतील, तर ती चांगलीच ठरेल. घटना कशी राबविली जाते हे तिच्या स्वरुपावरून ठरत नाही. घटना फक्त विधानमंडळ, शासनव्यवस्था व न्यायसंस्था ही राज्यशासनाची तीन अंगे देऊ शकते. या तीनही अंगांचे काम, हे लोकप्रतिनिधी आणि त्यांनी निर्माण केलेले राजकीयपक्ष आपल्या इच्छेनुसार आणि राजकारणासाठी त्यांचा कसा वापर करतात, यावर अवलंबून राहील. भारतातील जनता आणि त्यांचे पक्ष कसे वागतील हे कसे सांगता येईल ?... म्हणून जनता आणि राजकीय पक्ष कसे वागतील हे कळल्याखेरीज राज्यघटनेबाबत मत बनविण्यात काहीच अर्थ नाही (मुखर्जी २००७:२११).

कल्पना व वास्तव

राज्यघटनेच्या जनकांनी व्यक्त केलेली भीती किती खरी होती हे गेल्या सहा दशकांत दिसून आले. ऑगस्ट – सप्टेंबर १९९७ मध्ये संसदेच्या सुवर्णमहोत्सवी अधिवेशनात याकडे प्रकर्षाने लक्ष वेधण्यात आले होते. देशासाठी महत्त्वाच्या असणाऱ्या विषयांची चर्चा करण्यासाठी २२ तासांची सर्वात अधिक काळ चाललेली बैठक म्हणून यात एक नवाच उच्चांक गाठण्यात आला. लोकसभेची बैठक शनिवारी ११ वाजता सुरू झाली ती रविवारी सकाळी ८ वाजून २४ मिनिटांपर्यंत चालू होती. या मॅरॅथॉन बैठकीत एकूण २२५ सदस्यांनी चर्चेत भाग घेतला.[१] या चर्चेत ९१ सदस्यांनी भाषणे केली, तर ११ सदस्यांनी आपली भाषणे लिखित स्वरुपात दिली आणि ती वाचल्याचे जाहीर करण्यात आले (*टाइम्स ऑफ इंडिया*, १ सप्टेंबर १९९७). सभापती पी. ए. संगमा यांचे भाषण सर्वात महत्त्वाचे ठरले, त्यात त्यांनी भ्रष्टाचार, गरिबी, रोगराई व कमतरता यांच्याविरुद्ध 'दुसरा स्वातंत्र्यलढा' सुरू करण्याचे जोरदार आवाहन केले. संगमांच्या या आवाहनाला सर्व राजकीय पक्षांच्या सदस्यांनी व नेत्यांनी पाठिंबा देऊन या विषयांचा खंबीरपणे व निश्चयाने सामना करून देशाचा चेहरा मोहरा बदलून

टाकण्याचा निर्धार जाहीर केला.

इंडियन नॅशनल काँग्रेसच्या शताब्दी महोत्सवात मुंबई येथे केलेल्या आपल्या ओजस्वी भाषणात 'मिस्टर क्लीन' अशी प्रतिमा असणाऱ्या राजीव गांधींनी आपल्या पक्षातील 'सत्तेच्या ठेकेदारांवर' उघडपणे कठोर टीका केल होती. ते म्हणाले, 'काँग्रेसच्या सामान्य कार्यकर्त्यांच्या पाठिंब्यावर स्वार होऊन जनतेच्या चळवळीचे रुपांतर त्यांनी मूठभर लोकांच्या हाती सत्ता असणाऱ्या सरंजामशाहीत केले आहे'. या एकमेकांना सहाय्य करणाऱ्या कंपूंचा केवळ नायनाट करण्याचे आश्वासन देऊन ते थांबले नाहीत, तर राजकीय पक्ष आणि हितसंबंधितांचे साटेलोटे मोडून काढण्याचा निर्धारही त्यांनी यावेळी व्यक्त केला. भ्रष्टाचार केवळ सहनच केला जातो असे नसून ते नेतृत्वाचे एक परिमाण मानले जाते अशीही त्यांनी टिप्पणी केली. इंदर मल्होत्रा यांनी म्हटल्याप्रमाणे, 'ही वचने जर पाळली असती, तर बहुधा सर्वश्रेष्ठ राजकीय सुधारक म्हणून राजीव यांचे नाव घेतले गेले असते. परंतु, दुर्दैवाने यातील कोणतेच वचन पाळले गेले नाही किंवा त्याचा परत कधी उल्लेखही करण्यात आला नाही' (मल्होत्रा १९९१:४६). 'पंतप्रधानपदाची वाट पाहणाऱ्या' राहुल गांधींनी परत एकदा असेच उद्गार काढले आहेत.

या सर्व कल्पना आणि वल्गना केवळ कागदावरच राहिल्या आणि दोन लक्षवेधी बाबी सोडल्यास देशाच्या कारभारात काहीच फरक पडला नाही. एक म्हणजे, मोबाईल फोन (भ्रमणध्वनि) –केंद्र सरकारने याला 'जीवनावश्यक सुविधा' (लाइफलाइन इन्फ्रास्ट्रक्चर) म्हटले आहे– याचा रोटी, कपडा आणि मकान या तीन जीवनावश्यक गरजांमध्ये समावेश करण्यात आला आहे. आणि दुसरे म्हणजे भारताने अंतराळ व क्षेपणास्त्र तंत्रज्ञानात केलेली नेत्रदीपक प्रगती आणि चंद्राकडे पाठविलेले चांद्रयान. आता तर मानवासहित एक यान चंद्राकडे पाठविण्याची आपली तयारी सुरू आहे. लांब पल्ल्याचा क्षेपणास्त्रांची क्षमता असणाऱ्या जगातील मोजक्या देशांच्या गटात भारताचा आता समावेश झाला आहे. सुखराम आणि २जी स्पेक्ट्रम घोटाळ्यांनी देशाला हादरवून सोडले असले, तरीही दूरसंचार क्षेत्र (टेलिकम्युनिकेशन) खाजगी उद्योगधंद्यांसाठी खुले करण्याने मोबाईल फोनचा प्रसार झाला. अंतराळ व क्षेपणास्त्र तंत्रज्ञानातील प्रगती देखील सरकारने विज्ञान व तंत्रज्ञानाला प्रोत्साहन देण्याने व शास्त्रज्ञांच्या पुढाकाराने आणि त्यांच्या समर्पित भावनेने काम करण्यानेच घडून आली.

परंतु, इतर अनेक क्षेत्रातील परिस्थिती मात्र दयनीय आहे. भारताचे वर्णन अद्यापही 'व्यवस्थित चालणारे अराजक' आणि 'गोंधळाचे व्यवस्थापन' असेच केले जाते. सोली सोराबजी यांनी म्हटल्याप्रमाणे, 'लोकशाही या शब्दाइतका दुसऱ्या कोणत्याच शब्दाचा इतका धादांत गैरवापर करण्यात आलेला नाही' (सोराबजी २००६: ११). *द हिंदु* या वृत्तपत्राचे माजी संपादक जी. के. रेड्डी यांनी लिहिले आहे की नव्याने स्वतंत्र झालेल्या देशांतील लोकशाहीच्या संदर्भातील बीबीसी वरील एका चर्चेत भाग घेताना ऑक्स्फर्डच्या एका विद्वानांनी असा अद्‌भुत विचार मांडला की उष्ण हवामानात थंड डोक्याने व बारकाईने विचार आणि चर्चा करण्याची गरज असलेली संसदीय लोकशाही पद्धत तगू शकत नाही (भाग्यलक्ष्मी १९९२: ३). हा विचार जर मान्य करायचा असेल, तर भारताला हवामानबदलाचे स्वागतच करावे लागेल!

लंडन स्कूल ऑफ इकनॉमिक्सने २०१२ साली केलेल्या एका अभ्यासात असे अनुमान काढले आहे की भारत कधीच महासत्ता बनू शकणार नाही, कारण त्याच्या प्रगतीवर अंतर्गत बांधणीतील कच्चे दुवे, सर्वत्र पसरलेला भ्रष्टाचार, कमकुवत नेतृत्व, आत्यंतिक सामाजिक विषमता, अती धार्मिकता आणि अंतर्गत सुरक्षिततेला असलेला धोका या सर्वांचा विपरीत, नकारात्मक परिणाम होतो. या परिस्थितीसाठी संस्थात्मक दुर्बलतेला दोष देण्यात आला होता. यात आश्चर्य वाटण्याजोगे काही नाही, कारण एका लोकप्रिय संकेतस्थळावर २००४ मध्ये संयुक्त पुरोगामी आघाडीचे (युपीए) सरकार आल्यापासूनच्या ९३ घोटाळ्यांची यादी देण्यात आली आहे (बालचंद्रन २०१३).

मंत्रीमंडळ पद्धतीचे सरकार केवळ नावापुरतेच

कोणत्याही लोकशाहीत प्राथमिक गरज असते ती सशक्त मंत्रीमंडळ पद्धतीची आणि सामूहिक जबाबदारीच्या तत्त्वाचे पालन करण्याची. या संदर्भात १ ऑगस्ट १९५२ रोजी तत्कालिन पंतप्रधान जवाहरलाल नेहरू यांनी अजमेर सरकारमधील एक मंत्री बालकृष्ण कौल यांना जे लिहिले होते त्याकडे लक्ष वेधणे उचित ठरेल:

> ...अजमेरमधील आतापर्यंतचे काम पाहता मला वाटते की प्रत्येक मंत्री आपल्या विभागात काय हवे ते करतो. हे कोठेही अर्थातच चुकीचे आहे...

मंत्रीमंडळ हा एक संघ आहे, केवळ काही व्यक्तींचा गट नव्हे. म्हणून, प्रत्येक महत्त्वाच्या बाबीविषयी प्रत्येक पायरीवर संपूर्ण विचारविनिमय होणे आवश्यक आहे. इतर मंत्री काय करतात त्याची जबाबदारी प्रत्येक मंत्र्यावर असते. यालाच सामूहिक जबाबदारी म्हणतात (जवाहरलाल नेहरू मेमोरियल फंड १९९६: ४७४–७५).

भारत सरकार (कारभाराचे नियम) १९६१, यात कोणती प्रकरणे मंत्रीमंडळापुढे आणावीच लागतील ते नमूद करण्यात आले आहे. नियम १२ मध्ये म्हटले आहे की, 'जरूर वाटल्यास एखाद्या प्रकरणी किंवा एखाद्या प्रकारच्या प्रकरणांमध्ये या नियमांना अपवाद करावयाचे ठरविण्याचे स्वेच्छाधिकार पंतप्रधान त्यांची इच्छा असल्यास वापरू शकतात'. मंत्रीमंडळाची संमती न घेतलेली काही महत्त्वाची प्रकरणे येथे उधृत करणे उचित ठरेल. १९५५ साली संयुक्त राष्ट्रसंघाच्या सुरक्षा समितीतील कायमचे स्थान भारताला अमेरिका व सोव्हिएत रशिया यांनी संयुक्तपणे देऊ केले होते, परंतु *सिलेक्टेड वर्क्स ऑफ जवाहरलाल नेहरू* (खंड २९) यात निर्देशित केल्याप्रमाणे नेहरूंनी त्याचा स्वीकार केला नाही आणि ते स्थान प्रथम चीनला दिले जावे असे म्हटले. गेल्या अनेक वर्षांपासून सुरक्षा समितीत कायमचे स्थान मिळविण्याचा भारताचा प्रयत्न चालू आहे हे सर्वांनाच माहित आहे.[२] म्हणून हे स्थान नाकारण्याचा निर्णय धक्कादायक वाटतो. हा निर्णय मंत्रीमंडळाने घेतला होता की नेहरूंनी स्वतःच त्यांच्या चीनच्या प्रेमापोटी घेतला होता हे समजण्यास मार्ग नाही; पण बहुधा दुसरी शक्यता असावी असे वाटते. इंदिरा गांधी व राजीव गांधींच्या काळात मंत्रीमंडळ केवळ नावापुरतेच होते आणि मंत्रीमंडळात महत्त्वाच्या विषयांवर देखील फारशी चर्चा होतच नसे. आता हे विधान लिंगभेदावर आधारित आहे असे वाटेल पण इंदिरा गांधींच्या राजवटीत असे म्हटले जात असे की मंत्रीमंडळात त्या एकट्याच पुरुष होत्या (द ओन्ली मॅन इन द कॅबिनेट). जेष्ठ मंत्रीदेखील क्वचितच कधी स्वतंत्र मत मांडीत असत. आणीबाणी लादण्याचा अतिशय महत्त्वाचा निर्णयही मंत्रीमंडळाच्या संमतीवाचूनच घेण्यात आला होता हे प्रसिद्धच आहे. २५ जून १९७५ ला राष्ट्रपतींना पाठविलेल्या पत्रात त्या म्हणतात, *'उद्या सकाळी मी मंत्रीमंडळाला याची माहिती देईन'(संमती घेईन, नव्हे)* (भारत सरकार १९७८:२५). (येथे व इतरत्रही लक्ष वेधण्यासाठी मी *तिरपा टाइप* वापरला आहे.) आणि त्यांनी नेमके तेच

केले. फकरुद्दिन अली अहमद, या 'रबर स्टँप' राष्ट्रपतींनी अधिसूचनेवर सही करण्यापूर्वी या महत्त्वाच्या त्रुटीबद्दल त्यांना काही विचारण्याचे धाडस केले नाही. राजीव गांधींच्या पंतप्रधानपदाच्या काळात इंदिरा गांधींच्या हत्येप्रकरणी नेमण्यात आलेल्या ठक्कर आयोगाचा अहवाल दाबून ठेवण्याचा निर्णय मंत्रीमंडळात चर्चा न होताच घेण्यात आला होता. कुप्रसिद्ध अब्रुनुकसानीच्या विधेयकाबाबतही हेच घडले होते (लिमये १९८९: १६६–६७). मुसलमान महिला (घटस्फोट प्रकरणातील हक्कांचे संरक्षण) विधेयक, १९८६, संसदेत मांडण्यापूर्वी मंत्रीमंडळाची संमती घेण्यात आली नव्हती हे मी या पुस्तकात इतरत्र लिहिले आहे. १९९० च्या दशकातील बाबरी मशिदीच्या वादळी आंदोलनकाळात मशिदीचा विध्वंस होईपर्यंत हा विषय संपूर्ण मंत्रीमंडळासमोर कधीच मांडण्यात आला नव्हता.

युपीए सरकारच्या कार्यकाळातील २जी, राष्ट्रकुल क्रीडास्पर्धा, कोलगेट आणि यांसारखे अनेक मोठे घोटाळे हे त्या बाबी संमतीसाठी मंत्रीमंडळापुढे ठेवण्यात न आल्यानेच घडले. या संदर्भात मंत्रीमंडळ सचिव, वित्तसचिव व संबंधित खात्यांच्या सचिवांसारख्या वरिष्ठ अधिकाऱ्यांनी ही महत्त्वाची आवश्यकता संबंधित मंत्र्यांच्या व पंतप्रधानांच्या नजरेला आणून दिली होती की नाही हे समजण्यास मार्ग नाही.

अर्थात मंत्रीमंडळ किंवा मंत्रीमंडळाच्या समित्यांपुढे मांडण्यात आलेल्या विषयांवर विचारपूर्वक निर्णय घेतला जाईल याची खात्री देता येत नाही हे आपल्याला अनुभवाने दाखवून दिले आहे. पाचव्या वेतन आयोगाच्या अहवालावर घेण्यात आलेला निर्णय हे याचे एक उत्तम उदाहरण आहे. इंदरकुमार गुजराल पंतप्रधान असणारे संयुक्त आघाडीचे सरकार त्यावेळी सत्तेत होते व केंद्र सरकारच्या कर्मचाऱ्यांच्या संघटनांनी धमकी दिलेला संप करू नये म्हणून त्यांच्याशी चर्चा करण्यासाठी मंत्रीमंडळाची समिती नियुक्त करण्यात आली होती. कर्मचाऱ्यांच्या सर्व मागण्या मंत्रीमंडळाच्या या उपसमितीने मान्य केल्या इतकेच नव्हे, तर बैठकीच्या अखेरीस त्यांच्या आणखी काही मागण्यांचा विचार करावयाचा आहे का असे कर्मचाऱ्यांनाच विचारण्यात आले! त्यांच्यावर करण्यात आलेल्या खैरातीमुळे कर्मचारी एवढे खूष होते की त्यांनी मंत्र्यांचे आभार मानले व सांगितले की आता त्यांच्या काहीही मागण्या शिल्लक नव्हत्या! वेतन आयोगाने शिफारस केलेल्या उच्च

वेतनश्रेण्या तर यावेळी देण्यात आल्याच, पण काही बाबींमध्ये आणखी सुधारणा देखील करण्यात आल्या. असे करताना, सरकारी कर्मचाऱ्यांच्या संख्येत हळू हळू ३० टक्क्यांपर्यंत कपात करण्यात यावी व त्यांच्या उत्पादकतेत सुधारणा व्हावी यांसारख्या वेतन आयोगाच्या इतर शिफारशी मात्र बासनात बांधून ठेवण्यात आल्या! या बेजबाबदार निर्णयाने वेतन व निवृत्तीवेतनावरील सरकारचा खर्च १९९१-९४ मधील ४८,३२३ कोटींवरून वाढून १९९९-२००० मध्ये १,३३,३८१ कोटी रुपयांवर गेला. महसुली तूट सर्वसाधारण देशांतर्गत उत्पादिताच्या ४.३ टक्क्यांवरून ६.३ टक्क्यांवर पोचली आणि वित्तीय तूट ८.३ वरून ९.५ टक्क्यांवर गेली. याचा खरा झटका तर पुढेच होता! तत्कालिन मंत्रीमंडळ सचिव टी.एस.आर. सुब्रमणियन यांनी लिहिले आहे की पी. चिदंबरम यांनी व्यक्तीश: या खैरातीला आक्षेपही घेतला नाही आणि मंत्रीमंडळाच्या उपसमितीच्या या कृतीला विरोध म्हणून त्यात भागच घेतला नाही (सुब्रमणियन २००४: ३१६-२०). युपीए २ च्या सरकारमध्ये वित्तमंत्री असणाऱ्या चिदंबरम यांनी स्पष्ट बोलण्याचे किंवा राजीनामा देण्याचे धैर्यही दाखविले नाही!

पंतप्रधान पद्धतीचे सरकार

जवाहरलाल नेहरूंचे एक लहानसे वैयक्तिक सचिवालय होते. लाल बहादुर शास्त्रींच्या पंतप्रधानपदाच्या काळात पंतप्रधान कार्यालय व मंत्रीमंडळ सचिवपदाच्या एकत्रीकरणाला बराच विरोध करण्यात येऊन ती कल्पना अखेर सोडून देण्यात आली. इतर सर्वच बाबींप्रमाणे इंदिरा गांधी अधिक शक्तीशाली होत्या. याचे एक द्योतक म्हणजे पंतप्रधान कार्यालय (पीएमओ) व पंतप्रधानांच्या निवासस्थानातील कार्यालय आणि त्यातील 'राजवाड्यातील रक्षक (पॅलेस गार्डस)' अधिकाधिक प्रकाशात येऊन आपले वर्चस्व प्रस्थापित करू लागले आणि त्यायोगे मंत्रीमंडळ सचिव, मंत्रालये व अधिकारी वर्ग यांचा सहभाग कमी होऊ लागला. वास्तविक, पंतप्रधान कार्यालय हे सरकारमधील सरकार म्हणून काम करू लागले व मंत्रीमंडळ सचिवालयाला अंधारात ठेऊन त्यांच्याकडील अनेक जबाबदाऱ्या त्यांनी बहुतांशी स्वत:कडेच घेतल्या. बी.के. नेहरू यांनी म्हटल्याप्रमाणे 'एल.के. झा यांच्या काळापासून पंतप्रधानांकडे सर्व सत्ता

एकवटण्यास सुरुवात झाली आणि पंतप्रधान कार्यालय वरचढ सरकार बनू लागले' (बी.के. नेहरू १९९७:४२१). यामुळे अर्थातच निर्णय प्रक्रिया राजकीय बनू लागली व वैयक्तिक लागेबांधे, आवडी निवडी, विचारधारा आणि तदर्थता वगैरेंचा त्यात प्रवेश झाला असे बी. एन. टंडन यांनी *पीएमओ डायरी* या आपल्या पुस्तकात नमूद केले आहे. राजीव गांधींच्या काळात पंतप्रधान कार्यालय महत्त्वाची भूमिका बजावत असे व बरेचदा मंत्रीमंडळ सचिवालयाला डावलले जात असे, असे बी. जी. देशमुख यांनी म्हटले आहे. राज्यमंत्री अरुण सिंग यांची संरक्षण मंत्रालयात बदली होईपर्यंत काही काळ ते महत्त्वाची भूमिका बजावीत असत. पंतप्रधानांच्या निवासस्थानातील कार्यालयाचा सर्व कारभारात सहभाग असे; एम.एल. फोतेदार व कॅप्टन सतीश शर्मा यांचा त्यात महत्त्वाचा सहभाग होता. अरुण नेहरू जरी गृहमंत्रालयात राज्यमंत्री असले, तरी त्यांचा मोठाच प्रभाव होता (देशमुख २००४:१४२). पुस्तकात यानंतर नमूद केल्याप्रमाणे या कुप्रथा अद्यापही चालूच आहेत. पंतप्रधान कार्यालयामार्फत पंतप्रधानांच्या हाती झालेले सत्तेचे केंद्रीकरण हे मंत्रीमंडळ पद्धत खालावत जाण्याचे कारण आहे असे के. सुब्रम्हण्यम यांचे म्हणणे योग्यच आहे. यामुळे शासनाच्या निर्णय प्रक्रियेत व कार्यक्षमतेत अडथळा निर्माण होतो. मंत्रीमंडळ पद्धतीचे अध्यक्षीय पद्धतीत अलगदपणे रुपांतर करण्यासाठीचा हा अतिशय प्रभावी व सुयोग्य मार्ग ठरविण्यात आला (सुब्रम्हण्यम १९९४).

काही कटू सत्ये

ब्रिटनच्या माजी पंतप्रधान मार्गरेट थॅचर यांनी एकदा म्हटले होते की, 'देशांतील नैसर्गिक साधनसंपत्तीच्या प्रमाणावरून त्या देशाची श्रीमंती ठरत नाही. तसे असते, तर रशिया जगातील सर्वात श्रीमंत देश ठरला असता... जपान, स्विट्झर्लंड, हाँगकाँग, तैवान, सिंगापूर वगैरेंकडे नैसर्गिक साधनसंपत्ती नसूनही आज त्यांची जगातील अत्यंत वैभवशाली देशांमध्ये गणना होते' (थॅचर १९९५). या उघड सत्याचा विचार करून स्वत:ला काही कठीण आणि गैरसोयीचे प्रश्न विचारण्याची वेळ आता येऊन ठेपली आहे.

न्यायसंस्थेने अनेक वेळा म्हटले आहे की मंत्र्यांनी विश्वस्त म्हणून काम केले

पाहिजे आणि सर्व निर्णय हे पारदर्शी असायला हवेत. मंत्री व आमदार–
खासदारांनी स्वतःच्या फायद्यासाठी कायदा आपल्या हातात घेतल्याची अनेक
उदाहरणे दाखवून देता येतील. १९९३ साली तत्कालिन पर्यावरण मंत्री कमल
नाथ यांनी हिमाचल प्रदेशातील कुलु मनालीच्या खोऱ्यातील वनजमीन आपल्या
स्पॅन मोटेल्स साठी मंजूर करून घेतली इतकेच नव्हे, तर या जमिनीचे पुरापासून
संरक्षण व्हावे म्हणून चक्क बिआस नदीचा प्रवाहच बदलून टाकला हे आपल्याला
आठवत असेलच. सर्वोच्च न्यायालयाने याबाबत त्यांच्यावर ताशेरे ओढले आहेत.
१९९७ साली तत्कालिन पेट्रोलियम मंत्री सतीश शर्मा यांनी केलेल्या ७८ पेट्रोल
पंपांच्या वाटप प्रकरणी दिल्ली उच्च न्यायालयाने त्यांना दोष दिला होता.   यात
कर्नाटकचे माजी मुख्यमंत्री व पंतप्रधान एच. डी. देवेगौडा यांची सून, कुख्यात
चंद्रास्वामी यांचे बंधू आणि केंद्रीय कायदा सचिवांच्या पत्नीला पेट्रोल पंप देण्यात
आले होते. हे पेट्रोल पंप परत घेण्यात येऊन त्यांची लिलावात विक्री करण्यात
यावी असे न्यायालयाने आदेश दिले होते. २००२ साली राष्ट्रीय लोकशाही
आघाडीच्या (एनडीए) सरकारच्या काळातही पेट्रोलियम मंत्री राम नाईक यांनी
मंजूर केलेल्या ३,७६० पेट्रोल पंप व गॅस एजन्सींबाबतही असाच मोठा वाद झाला
होता. २००६ साली महाराष्ट्र सरकारमधील वनमंत्री स्वरूप सिंग नाईक व
वनसचिव अशोक खोत यांना सर्वोच्च न्यायालयाचे आदेश धुडकावून तान्सा
राखीव जंगलात लाकूड कापण्याच्या व लाकूड उद्योगाच्या कारखान्यांना
परवानगी देण्याबाबत एक महिन्याची साध्या कैदेची शिक्षा सुनावण्यात आली
होती.

कोणत्याही कायद्याचा आदर राखला जायचा असेल, तर त्याची अंमलबजावणी
प्रामाणिकपणे आणि कठोरपणे केली जाणे आवश्यक असते याची जाणीवच
राजकीय नेत्यांना आणि आमदार– खासदारांना असलेली दिसत नाही. १८५७ ते
१९४७ या हिंदुस्थानातील ब्रिटिश राजवटीच्या ९० वर्षांच्या काळात त्यांनी
४००हून अधिक कायदे केले होते. राष्ट्रीय पोलिस आयोगाने आपल्या दुसऱ्या
अहवालात (१९७९) मुद्दाम लक्ष वेधले आहे की १९४७–५७, १९५७–६७ आणि
१९६७–७७ या तीन दशकांत संसदेने अनुक्रमे ६९२, ५९७ आणि ६७२ इतके
कायदे पारित केले (भारत सरकार १९७९: ६). स्वातंत्र्यानंतरच्या ६६ वर्षांत
संसदेने केवळ केंद्र सरकारमध्ये जवळ जवळ ५००० कायदे पारित केले. त्यातील

फारच थोड्यांची प्रत्यक्ष अंमलबजावणी केली जाते. सरकारी कारभाराच्या या पैलूकडे नेहमीच दुर्लक्ष केले जाते.

भारताच्या सर्वसाधारण अंतर्देशीय उत्पादितापैकी सुमारे ३३ टक्के रक्कम केंद्रातील व स्थानिक पातळीवरील सरकारी खर्चासाठी वापरली जाते. शिवाय अनेक सामाजिक व आर्थिक क्षेत्रातील सर्वसमावेशक वाढीसाठीही सरकारला हस्तक्षेप करावा लागतो. म्हणून सरकारी खर्चाची कार्यक्षमता व परिणामकारकता अतिशय महत्त्वाची ठरते. त्यामुळे अर्थसंकल्पातील अशा खर्चाच्या केवळ व्ययाबाबत न बोलता त्यातून मिळणाऱ्या फायद्यांचीही चर्चा करणे गरजेचे आहे. सरकारी प्रशासनाची कार्यक्षमता आणि उत्पादकता ही यातच खऱ्या अर्थाने दिसून येते.

स्वातंत्र्यलढ्याच्या काळात हिंदुस्थानचा कारभार चालविणाऱ्या इंडियन सिव्हिल सर्व्हिस (आयसीएस) या सेवेबद्दल नेहरूंच्या मनात आत्यंतिक नाराजी होती. उर्मट, उद्दाम आणि जनमताचा अनादर करणारे अशा विशेषणांनी ते त्या सेवेचा उल्लेख करीत असत. जोपर्यंत आयसीएस सेवेतील वर्चस्वाची भावना भारतीय प्रशासकीय सेवेतून व इतर सार्वजनिक सेवांमधून नाहीशी होत नाही, तोपर्यंत नवी व्यवस्था अस्तित्वात येऊ शकणार नाही असे नेहरूंचे मत होते. आयसीएस या सेवेचे संपूर्ण उच्चाटन करणे हे राष्ट्रीय सरकारचे पहिले व सर्वाधिक महत्त्वाचे कार्य असेल असे एप्रिल १९४० मध्ये जाहीर करण्यापर्यंत त्यांची मजल गेली होती (कश्यप २००३: १८९). तथापि, स्वातंत्र्यानंतर नेहरूंच्या या विचारसरणीत बदल झाला आणि आयसीएस व आयपी (इंडियन पोलिस) या सेवांच्या जागी आलेल्या अखिल भारतीय सेवांनी त्यांच्या काळात प्रमुख सल्लागाराचे आणि कारभार चालविण्याचे काम केले.

नेहरूंनी वसाहतवादी पद्धतीच्या कारभाराचा पूर्णपणे अंगिकार केला हे एस.एस. गिल यांनी अधोरेखित केले आहे. भारताच्या राज्यघटनेने भारत सरकार कायदा, १९३५, हा कुप्रसिद्ध कायदा जरी नाहीसा केला असला, तरी त्यातील २३५ कलमांचा आपल्या राज्यघटनेत समावेश करण्यात आला. न्यायसंस्था व राज्यकारभाराच्या नियमांची जुनी चौकट जशीच्या तशी स्वीकारण्यात आली. त्यामुळे राष्ट्रीय नेत्यांना अभिप्रेत असणारा संपूर्ण बदल सत्तांतरानंतर कोठेच

दिसला नाही यात आश्चर्य वाटण्याचे कारण नाही (गिल १९९६:३०).

तार्झि व्हिताची या परदेशी पत्रकाराने जवाहरलाल नेहरूंना त्यांच्या मृत्यूच्या तीन वर्षे अगोदर विचारले होते की त्यांच्या मते त्यांचे सर्वात मोठे अपयश कोणते? त्यावर बराच विचार करून नेहरूंनी उत्तर दिले की, 'मी प्रशासनात बदल करू शकलो नाही. अद्यापही ते वसाहतवादीच आहे' (कपूर २००५:११९). दिल्लीतील 'कारभाराच्या जंगलात' ते हरवून जात असत असे नेहरूंनी स्वतःच मान्य केले होते. मंत्रालयांनी प्रशासकीय सुधारणांचा अभ्यास करावा यासाठी त्यांनी सर्वतोपरी प्रयत्न केला. २४ ऑगस्ट १९५५ रोजी गृहमंत्र्यांना पाठविलेल्या एका टिप्पणीत त्यांनी सेवाशर्तींबाबतच्या विसंगती व असमंजसपणाबद्दल लिहिले होते व त्याची एक प्रत मंत्रीमंडळ सचिवांनाही पाठवली होती. त्यांनी म्हटले होते, *'या जुन्या नियमांमुळे सेवांमधील जातीव्यवस्था कायम राखली जात आहे, हे हितावह नाही. निदान आपण याला तोंड देऊन ती संपविण्याचा प्रयत्न करायला हवा. दुर्दैवाने आपल्या घटनेने काही हमी देऊन ठेवल्या आहेत'* (जवाहरलाल नेहरू मेमोरिअल फंड २००१: १५८–५९). १८ सप्टेंबर १९५५ ला मंत्रीमंडळ सचिवांना त्यांनी पाठविलेल्या टिप्पणीत त्यांचे वैफल्य स्पष्ट दिसते:

> मी अनेक वेळा सरकारच्या वरिष्ठ सेवांसंबंधीच्या काही नियमांतील हास्यास्पद तरतुदींकडे मंत्रीमंडळाचे व गृह मंत्रालयाचे लक्ष वेधले आहे. गेली अनेक वर्षे कोणत्या ना कोणत्या स्वरुपात हा प्रश्न विचाराधीन आहे. मी टिप्पण्या लिहिल्या आणि काही वेळा हा विषय मंत्रीमंडळापुढेही नेला. प्रत्येक वेळी हा विषय विचाराधीन असल्याचे सांगण्यात आले. काहीही निर्णय न होता हा विषय अविरत विचाराधीन राहतो हे आश्चर्यकारक आहे (जवाहरलाल नेहरू मेमोरिअल फंड २००२: २९५)

९ डिसेंबर १९५५ रोजी आंध्र प्रदेश सरकारच्या मुलकी सेवांसमोर भाषण करताना नेहरूंनी या सेवांच्या नव्या जबाबदारीवर सविस्तर भाष्य केले (जवाहरलाल नेहरू मेमोरिअल फंड २००२:२५५). गृहमंत्री गोविंद वल्लभ पंत यांना २६ फेब्रुवारी १९५६ रोजी पाठवलेल्या पत्रात, प्रशासन व प्रशासकीय सेवांच्या सुधारणेच्या प्रश्नाचा विचार करण्यासाठी एक आयोग नेमून एस. राधाकृष्णन यांना त्याचे

अध्यक्ष नेमावे, अशी सूचना केली होती (जवाहरलाल नेहरू मेमोरिअल फंड २००३: १४३–४६). प्रशासनाची पद्धत व मानसिकता वसाहतवादी राहिल्याबद्दल एका मर्यादेपलीकडे नेहरूंना त्याबाबत जबाबदार धरता येणार नाही. मंत्री व वरिष्ठ अधिकाऱ्यांचे या प्रश्नाकडे झालेले दुर्लक्ष व त्यांचा यासंबंधीचा अनुत्साह याकडे त्याचा दोष जातो.

देशाला स्वातंत्र्य मिळाले त्यावेळी पॉल ॲपलबी या अमेरिकेतील सुप्रसिद्ध व्यवस्थापनतज्ज्ञांचे मत होते की भारत सरकार हे अतिशय पुढारलेले सरकार आहे. भारत सरकारने त्यांना आपल्याकडील शासनव्यवस्थेचा अभ्यास करून त्यात कार्यक्षमतेच्या दृष्टीने काही सुधारणा सुचविण्याची विनंती केली होती. १९५३ साली दिलेल्या आपल्या अहवालात ॲपलबींनी म्हटले होते, ‘माझे सर्वसामान्यपणे असे मत झाले आहे की भारत सरकार हे आता जगातील सुमारे डझनभर अतिशय पुढारलेल्या सरकारांपैकी एक आहे’(भारत सरकार १९५३:८). ॲपलबींनी ’आता‘ या शब्दावर जोर दिला होता हे योग्यच होते, कारण भविष्य अजून उलगडावयाचे होते आणि ते प्रशासनापेक्षा राजकीय नेतृत्वावर अधिक अवलंबून असणार होते. भविष्याबद्दल ॲपलबींनी व्यक्त केलेली चिंता खरी होती हे उघडच आहे. १९५९ साली त्यांनी दिलेल्या आणखी एका अहवालात मुद्दाम नमूद केले होते की, ‘पंतप्रधान व काही इतर मंत्र्यांत उच्च प्रतीची संस्थात्मक नेतृत्व क्षमता असणे व निदान वरिष्ठ स्तरावरील अधिकारी हे जगातील कोणत्याही उत्तम अधिकाऱ्यांच्या तोडीचे असणे ही भारताच्या दृष्टीने अतिशय भाग्याची गोष्ट आहे’ (भारत सरकार १९५९: ४१).

त्याकाळापासून मात्र प्रशासनाची झपाट्याने अधोगती होत गेली. अंतर्गत आणीबाणीच्या १९७५–७७ या काळातील सरकारी अधिकाऱ्यांची व न्यायसंस्थेची ‘बांधिलकी’ असण्याच्या तात्पुरत्या फायद्यांच्या घृणास्पद धोरणांचा पाठपुरावा केला गेल्यामुळे आणि राज्यघटनेचा मूलभूत ढाचा बदलण्याच्या करण्यात आलेल्या प्रयत्नामुळे त्याला कायम स्वरुपी बाधा आली आणि सरकारी यंत्रणांचे नीतीधैर्य व स्वरूप खालावले जाऊन त्यात भरच पडली. उदाहरणार्थ, ‘सर्वोच्च न्यायालयाचे न्यायमूर्ती पी. एन. भगवती यांनी इंदिरा गांधी १९८० साली परत निवडून आल्यावर त्यांना पाठवलेला अभिनंदनाचा संदेश, तसेच एका खंडपीठाची कृतीशीलता यावर न्यायमूर्ती तुळजापूरकर यांनी गंभीर

ताशेरे ओढले' (देसाई १९८६:१७४).

तत्कालिन राष्ट्रपती झैल सिंग व पंतप्रधान राजीव गांधी यांच्यात जे तीव्र मतभेद निर्माण झाले होते त्यांचा उल्लेख करणे योग्य ठरेल, कारण त्यावरून देशातील त्यावेळच्या प्रशासनावर प्रकाश पडतो. चौकशी आयोगाचा अहवाल सरकारने त्यांच्यापासून दडवून ठेवला अशी त्यांची गंभीर तक्रार होती. त्यांनी लिहिले होते:

> अलीकडेच सरकारला सादर झालेल्या काही चौकशी आयोगांचे अहवाल नजरेखालून घालण्याची माझी इच्छा असल्याचे माझ्या सचिवालयाने गृह मंत्रालयाला निदान तीन वेळा तरी लेखी कळवून देखील ते मला देण्यात आले नव्हते याकडे मी पंतप्रधानांचे लक्ष वेधले... अनेक वेळा माझ्या मनात असा विचार आला की जर ते देशाच्या राष्ट्रपतींना अशी वागणूक देत असतील, तर सामान्य माणसाचे काय होत असेल. पंतप्रधानांनी सांगितले की माझ्या विनंतीचा विचार करण्यात येत आहे, हे ऐकून मी व्यथित झालो... गुप्तवार्ता विभागाचे अहवाल व राजदूतांचे अहवाल मला दिले जात नसल्याबाबत मी पंतप्रधानांना सांगितले की महत्त्वाची माहिती माझ्यापासून दडवून ठेवण्यात येत असूनही 'अडचणी' निर्माण न करता मी माझी कर्तव्ये पार पाडण्याचा प्रयत्न करीत होतो व राज्यघटना सुरळीतपणे राबविली जात होती... ठक्कर आयोगाच्या अहवालाबाबतचे राजीव गांधींचे वक्तव्य अस्वस्थ करणारे होते. त्यांनी असा दावा केला की न्यायमूर्ती ठक्कर यांचा अहवाल मंत्रीमंडळालाही दाखविण्यात आला नव्हता, म्हणून तो राष्ट्रपतींना दाखविण्याची गरज नव्हती (सिंग १९९७: २३०,२३३,२५०).

राजेंद्र प्रसाद राष्ट्रपती व जवाहरलाल नेहरू पंतप्रधान असण्याच्या काळात निर्माण झालेल्या परिस्थितीशी तुलना केली असता यातील तीव्र फरक लक्षात येतो. नेहरूंनी राष्ट्रपतींची क्षमा मागितल्यावर ते प्रकरण तेथेच मिटले होते.

हितसंबंधितांची भांडवलशाही (क्रोनी कॅपिटॅलिझम)

वरिष्ठ सरकारी अधिकारी, राजकारणी, उद्योगपती आणि गुन्हेगार यांच्यातील अभद्र युती मुळापासून रुजल्याने भारत आता एक 'बनाना रिपब्लिक' होत आहे

का याबद्दल गंभीर शंका उपस्थित केल्या जाऊ लागल्या आहेत.[३] हितसंबंधितांची भांडवलशाही हा शासनाचा भागच बनली आहे. पंतप्रधानपदासाठी निवड झालेले देवेगौडा यांना युनायटेड ब्रुवरीजच्या मद्यसाम्राज्याचे अध्यक्ष विजय मल्ल्या यांच्यासमवेत रिलायन्स उद्योगसमूहाच्या विमानातून दिल्ली ते बंगलोर असा प्रवास करून दिल्लीला परत येण्यास काहीच संकोच वाटला नाही. त्यांचाच धडा कर्नाटकचे मुख्यमंत्री जे. एच. पटेल व उपमुख्यमंत्री सिद्दरामैय्या यांनी गिरवला आणि एसार समूहाच्या विमानातून बंगलोर ते दिल्ली प्रवास केला, त्या काळात या दोन शहरांदरम्यान व्यापारी विमान कंपन्यांची दररोज कमीत कमी सात तरी नियमित उड्डाणे होत असत. बोफोर्स प्रकरणात आरोपी असणारे प्रकाश हिंदुजा यांच्यासोबत पंतप्रधान देवेगौडा व वित्तमंत्री पी. चिदंबरम यांनी वर्ल्ड इकॉनॉमिक फोरमच्या वार्षिक बैठकीदरम्यान दावोसमध्ये एका हॉटेलात जेवण घेतल्याचे वृत्त होते (*लोकसत्ता*, ३ फेब्रुवारी १९९७). राष्ट्रीय लोकशाही आघाडी (एनडीए) सरकारही काही वेगळे नव्हते, अटल बिहारी वाजपेयींच्या पंतप्रधान कार्यालयाला 'आर एच (रिलायन्स व हिंदुजा) पॉझिटिव्ह' म्हटले जात असे. तत्कालिन टेलिकम्युनिकेशन मंत्री प्रमोद महाजन यांच्यामार्फत खंबीर पाठिंबा मिळविलेली हितसंबंधियांची भांडवलशाही काही नवी नव्हती, ती पुरातनकाळापासून चालत आलेली होती. राजीव गांधी, चंद्र शेखर, पी.व्ही. नरसिंह राव व देवेगौडा या माजी पंतप्रधानांनी खाजगी कामासाठी भारतीय वायुसेनेच्या विमानांचा वापर केल्याबद्दल त्यांच्याकडून १३.५७ कोटी रुपये वसूल करण्यात यावेत अशी सार्वजनिक हित याचिका एका सतर्क नागरिकाने दिल्ली उच्च न्यायालयात दाखल केली होती ही विशेष लक्षात घेण्याजोगी बाब आहे. न्यायसंस्थेची कृतीशीलता ही कार्यकारी व वैधानिक घटकांनी आपली जबाबदारी पार न पाडल्यामुळे निर्माण झालेल्या परिस्थितीचा पुरावा आहे आणि नाईलाज म्हणूनच सामान्य नागरिकांना अशा तऱ्हेने न्यायालयाकडे धाव घ्यावी लागते ही असामान्य घटना आहे, याची पुस्तकात पुढे चर्चा करण्यात आली आहे.

देशाच्या सामाजिक व सांस्कृतिक व्यवस्थेला लागलेल्या या किडीकडे फारसे गांभीर्याने पाहिले जात नाही ही विशेष काळजी करण्याची बाब आहे. बँक घोटाळा प्रकरणी प्रमुख आरोपी असलेल्या हर्षद मेहताला मुंबईच्या एका महाविद्यालयात पाहुणा व्याख्याता नेमण्यात आले होते ही धक्कादायक गोष्ट होती. चारा

घोटाळ्यातील कुप्रसिद्ध लालु प्रसाद यादव यांची न्यायालयाने जामीनावर सुटका केल्यानंतर पाटण्याच्या तुरुंगापासून मुख्यमंत्र्यांच्या निवासस्थानापर्यंत (तेथे त्यांची पत्नी रहात असे) हत्तीवरून मिरवणूक काढण्यात आली होती. ज्या खासदारांना न्यायालयाने दोषी ठरविले होते, परंतु ज्यांची अपिले वरिष्ठ न्यायालयात प्रलंबित आहेत अशा खासदारांचे सदस्यत्त्व बरखास्त करता येणार नाही कारण त्यामुळे सरकार अस्थिर होण्यचा धोका संभवतो असे प्रतिज्ञापत्र केंद्र सरकारने सर्वोच्च न्यायालयात दाखल केले यावर विश्वास ठेवणे कठीण जाते. सुदैवाने पुढे चर्चा केल्याप्रमाणे सर्वोच्च न्यायालयाने लोकप्रतिनिधी कायद्यातील ही सुधारणा घटनाबाह्य ठरविली.

मध्यान्हीचा अंधार

ऊर्जा क्षेत्रातील सुधारणा हा अनेक वर्षांपासून सर्वच सरकारांसाठी विकासाचा एक महत्त्वाचा विषय ठरला आहे परंतु या बाबतीतील परिस्थिती मात्र फारच निराशाजनक आहे. पूर्वीची विद्युत महामंडळे आणि त्यांची फेररचना करण्यात आल्यानंतरच्या विद्युत वितरण कंपन्यांना मोठा तोटा सहन करावा लागत आहे. जागतिक बँकेने पुरस्कृत केल्याप्रमाणे विद्युत महामंडळांचे ऊर्जा निर्मिती, वहन व वितरण असे तीन भागात विभाजन व खाजगीकरण केल्याने त्यांच्या समस्यांत भर पडली आहे. या महत्त्वाच्या क्षेत्रातील प्रशासनाच्या अपयशाकडे लक्ष वेधण्यासाठीच या गुंतागुंतीच्या विषयाचा थोडक्यात उल्लेख केला आहे.

या संदर्भात, २०१२ साली दोन वेळा आंतरराज्यीय वीजवहनात आलेल्या मोठ्या अडथळ्यांमुळे त्याची जगभर चर्चा झाली होती त्याकडेही लक्ष वेधणे गरजेचे आहे. सरकारच्या या अपयशाबाबत अनेक महत्त्वाच्या वृत्तपत्रांनी यावर संपादकीयांतून टीका केली होती. त्यापैकी काही पुढे दिली आहेत (२ऑगस्ट २०१२):

द न्यूयॉर्क टाइम्स : ‘अंधाऱ्या मंगळवारच्या आपत्तीच्या चित्रपटाची सर्व लक्षणे: ५० लाखाहून अधिक लोक विजेविना अंधारात. आगगाड्या लोहमार्गावर थांबल्या. खाणकामगार जमिनीखाली खाणीत अडकले. उपनगरी वाहतूक ठप्प. राजधानीत वाहतूक कोंडी. उभरती आर्थिक सत्ता असे ज्या देशाचे वर्णन केले

जाते त्यासाठी अंधाऱ्या मंगळवारच्या– *मोठ्या प्रमाणावर वीज बंद झाल्याच्या दुसऱ्याच दिवशी हे घडले*– या नामुष्कीने भारतापुढील गुंतागुंतीच्या समस्यांची आठवणच करून दिली गेली: अपुऱ्या सोयीसुविधा, विजेची मोठी कमतरता आणि, अनेक टीकाकारांच्या मते, सरकारी कृतीची व नेतृत्वाची वानवा.'

द गार्डियन: 'खुल्या निवडणुका होत असल्याने राजकारण्यांना मूलभूत सुविधा पुरविण्याची गरज वाटत नाही– केस वाळवण्याच्या यंत्रातून आलेल्या गरम वाऱ्यासारखा उन्हाळा असणाऱ्या भारतात, जगातील दर २० लोकांमधील एकाला, आधुनिक जगाची जीवनदायिनी असलेल्या विजेशिवाय, रहावे लागावे हे दुर्दैवी आहे. आणि त्यानंतर दुसऱ्याच दिवशी जगातील १२ लोकांपैकी एकाला अशा प्रकारे विजेपासून वंचित रहावे लागावे हा निष्काळजीपणाही अक्षम्यच आहे... भारताच्या वाढीसाठी अत्यावश्यक असणारी ऊर्जेची कमतरता हा भारतातील एक मोठा अडथळा आहे. चीनमधील निवडून न आलेले नेते, हुकुमशाही कायदेशीररित्या मान्य ठरावी म्हणून जनतेला वीज, पाणी, रस्ते यांसारख्या भौतिक सुविधा पुरविण्याची काळजी घेतात हा विरोधाभास आहे. याउलट भारतात लोकशाहीमुळे नेमके उलटच घडते: ज्यांनी त्यांना निवडून दिले त्या जनतेला मूलभूत सुविधा उपलब्ध करून न देण्यासाठी खुल्या निवडणुका ही त्यांना एक सबब मिळते.'

द वॉल स्ट्रीट जर्नल: 'आभासी दिवसाचा कळस म्हणजे पंतप्रधानांनी ऊर्जामंत्र्यांना बढती दिली: जो देश स्वत:ला उभरती जागतिक सत्ता म्हणवतो, त्यासाठी ही एक मोठीच नामुष्कीची बाब होती. देशातील मूलभूत सोयीसुविधा किती तकलादू आहेत त्याचे भारतासाठी व जगासाठी हे एक प्रदर्शन झाले. ज्या परदेशी कंपन्यांनी भारतातील जुनाट रस्ते, बंदरे व विजेचे जाळे या त्यांच्या व्यवसायांसाठी मोठ्या अडचणी मानल्या होत्या त्यांच्यासाठी हे चित्र अधिकच वाईट झाले... इलेक्ट्रॉनिक माध्यमात या आभासी दिवसाची हीच बातमी वरचेवर दाखविण्यात येत होती की – अर्थात ज्यांच्याकडे अद्याप वीज होती त्यांच्यासाठीच हे प्रसारण सुरू होते– पंतप्रधान मनमोहन सिंग यांनी ज्या ऊर्जामंत्री सुशिल कुमार शिंदे यांच्या देखरेखीखाली हा विजेचा खेळखंडोबा झाला होता, त्यांना प्रत्यक्षात बढती दिली. शिंदे यांना गृहमंत्रीपद देण्यात आले...'

द वॉशिंग्टन पोस्ट: 'प्रशासनात सुधारणेअभावी उज्वल भविष्याची आशा नष्ट झाली. चीन या शेजारी देशाच्या तुलनेत वाढत्या अर्थव्यवस्थेला पाठबळ देण्यासाठी मूलभूत सोयीसुविधा पुरविण्यात भारताला आलेले अपयश या घटनेने अधोरेखित होण्याची भीती वाढली. देशाच्या प्रशासनात जरी नाट्यपूर्ण सुधारणा झाली नाही तरीही देशातील व्यावसायिक वृत्ती आणि चैतन्यमय खाजगी क्षेत्र यामुळे देशाचे भविष्य उज्वल बनू शकेल ही उरली सुरली आशाही नष्ट झाली... मूलभूत सोयीसुविधांच्या अभावाबरोबरच भारताच्या नेहमीच्या दोषांमध्येही या आघाताचे मूळ शोधता येईल: राजकारणातील लोकानुनय, सर्वत्र बोकाळलेला भ्रष्टाचार, सरकार व सार्वजनिक क्षेत्रातील ढिसाळ कारभार, कायद्याची कमकुवत अंमलबजावणी आणि अनेक उद्योगांची गळचेपी करणारे असंख्य निर्बंध.'

द फायनॅन्शियल टाइम्स ऑफ लंडन: 'या आठवड्यात प्रचंड प्रमाणावरील विजेच्या खंडामुळे देशाच्या अर्थव्यवस्थेला खीळ बसली, कारभार ठप्प झाला... भारताच्या सार्वजनिक ऊर्जाक्षेत्रातील संस्थांवर ३ ट्रिलियन रुपयांचे कर्ज आहे याचे आश्चर्य वाटण्याचे कारण नाही. येत्या तीन वर्षांत यात तिपटीने वाढ होईल अशी अपेक्षा आहे... कोणत्याही अर्थव्यवस्थेसाठी विजेचा पुरवठा अत्यावश्यक असतो, विशेषत: भारतासारख्या वाढीचा दावा करणाऱ्यांसाठी. दूरगामी सुधारणा झाल्याखेरीज भारताला अंधारातच चाचपडावे लागेल.'

वीजवहनाच्या जाळ्यातील या प्रचंड मोठ्या व्यत्ययानंतर लगेच ऊर्जामंत्री सुशीलकुमार शिंदे यांना गृहमंत्रीपदी बढती देण्यात आली. देशातील सुशासनाची युपीए सरकारला किती पर्वा आहे हे यावरून लक्षात येते.

गंगा नदीची सफाई करण्यासाठी काही वर्षांत मिळून कोट्यवधी रुपयांचा खर्च करण्यात आला असला, तरी त्याची अंमलबजावणी संतापजनक आहे. यमुना नदीच्या संबंधातील कार्यक्रमाची अंमलबजावणीही अशाच प्रकारे करण्यात आली आहे. सर्वोच्च न्यायालयाने या अंमलबजावणीत होणाऱ्या विलंबाबाबत अनेक वेळा ताशेरे ओढले आहेत. परंतु या नद्यांमधील प्रदूषण अद्यापही पूर्वी होते तसेच आहे.' पंतप्रधानाना अशा कामांसाठी वेळ काढता येत नसेल, व कामावर नीट देखरेख ठेवता येत नसेल, तर त्यांच्या अध्यक्षपदाखाली अशा प्रकारच्या समित्या नेमण्याचा काय उपयोग आहे?' असा प्रश्न सर्वोच्च न्यायालयाने विचारला ते

योग्यच आहे.

शहरी भागातील सुशासनाची झपाट्याने खालावणारी परिस्थितीही काळजी करावी अशीच आहे. केवळ मोठ्या महानगरपालिका व मोठी शहरे यांच्यापुरतीच ही समस्या मर्यादित नसून लहान शहरांतही या समस्येने गंभीर स्वरुप धारण केले आहे. प्राथमिक सोयीसुविधांचा अभाव, अवैध बांधकामे, घसरते जीवनमान, बांधकाम व्यावसायिक, राजकारणी, गुन्हेगार आणि स्थानिक संस्थांमधील कर्मचारी यांच्यातील अभद्र युती आणि स्थानिक संस्थांचा प्रभावहीन कारभार या सर्वच शहरांपुढील समस्या आहेत. अनेक राज्यांमध्ये अनधिकृत बांधकामे नियमित करण्याचे कायदे करण्यात आले आहेत त्यामुळे इतरांनाही तसे करण्यास प्रोत्साहन मिळते. दिल्ली, ठाणे, उल्हासनगर, भिवंडी ही अनधिकृत बांधकामे नियमित करण्यात आली असल्याची केवळ काही उदाहरणे आहेत. महाराष्ट्र सरकारने अतिरिक्त मुख्य सचिव स्वाधीन क्षत्रिय यांच्या अध्यक्षतेखाली नेमलेल्या वरिष्ठ अधिकाऱ्यांच्या समितीने बेमुर्वतपणे अशी शिफारस केली आहे की सर्व महापालिका क्षेत्रातील फेब्रुवारी २०१३ पर्यंतची सर्व अनधिकृत बांधकामे दंड आकारून नियमित केली जावीत!

एम. जे. अँटनी यांनी 'मश्रुमिंग इल्लिगॅलिटीज' या लेखात सर्वोच्च न्यायालयाच्या तीन निकालांची चर्चा केली आहे. हे तीन निकाल देशाच्या तीन निरनिराळ्या भागांतील असले, तरी त्यातील परिस्थिती मात्र एकसारखीच आहे. सर्वोच्च न्यायालयाने भिवंडीतील अवैध बांधकामांबद्दलच्या *महेंद्र महाडिक वि. सुभाष कानिटकर* या प्रकरणी दोन मुद्यांवर भर दिला आहे. अशा बांधकामांना 'नियमित करण्याच्या' व 'प्रशमित' (कंपाउंडिंग) करण्याच्या नावाखाली परवानगी देण्यात येऊ नये असे ठाम मत त्यांनी मांडले आहे. सुरुवातीलाच बांधकामांना परवानगी देणारी संबंधित सरकारी दप्तरातील कागदपत्रे तपासण्याचा हक्क बाधित नागरिकांना मिळालाच पाहिजे असेही त्यांनी नमूद केले आहे. इतर अनेक क्षेत्रांप्रमाणेच, न्यायसंस्थेने माहितीच्या अधिकाराची येथेही तरफदारी केली आहे आणि आमदार–खासदार व अधिकारी वर्ग मात्र हा अमूल्य अधिकार नागरिकांना देण्याची टाळाटाळ करीत आहेत. *फ्रेंड्स कॉलनी वि. ओरिसा सरकार* या आणखी एका प्रकरणी सर्वोच्च न्यायालयाने अनधिकृत बांधकाम नियमित करण्यासाठी व प्रशमित करण्यासाठी/आपसात मिटविण्यासाठी

परवानगी दिल्याबद्दल महापालिकेला दोषी ठरवून ताशेरे ओढले आहेत. न्यायालयाने म्हटले आहे की केवळ अपवादात्मक परिस्थितीतच अशी परवानगी दिली जावी. परंतु आता हाच नियम झाल्याबद्दल न्यायालयाने खेद व्यक्त केला. एम.आय बिल्डर्स *लिमिटेड. वि. राधेय शाम* या तिसऱ्या प्रकरणात अलाहाबाद उच्च न्यायालयाचा निर्णय कायम करताना सर्वोच्च न्यायालयाने म्हटले, 'आतापर्यंतच्या अनेक निर्णयांत या न्यायालयाने असे मत व्यक्त केले आहे की कोणत्याही बांधकाम व्यावसायिकाचे अथवा कोणत्याही व्यक्तीचे बांधकाम अवैध असल्यास त्याबाबत सूट दिली जाऊ नये. या निर्णयाने आता जवळ जवळ कायद्याचीच जागा घेतली आहे... परवानगी शिवाय केलेले बांधकाम जर अवैध असेल आणि प्रशमित करण्याजोगे नसेल, तर ते पाडण्यात आले पाहिजे. याशिवाय दुसरा मार्ग नाही... न्यायालयाची विवेकबुद्धी प्रसंगपरवशतेवर अवलंबून असू शकत नाही' (अँटनी २००५). मुंबई उच्च न्यायालयाने पिंपरी चिंचवड महानगरपालिकेच्या क्षेत्रातील १.२५ लाख अनधिकृत बांधकामे पाडून टाकण्याचा आदेश दिला. कठोर प्रयत्न करून देखील २०१२ पर्यंत महानगरपालिकेला केवळ ३५० बांधकामे पाडण्यात यश आले. न्यायालयाच्या आदेशाचे पालन कसे करावे हे महानगरपालिकेला समजेनासे झाले आहे (*लोकसत्ता*, ११ ऑगस्ट २०१३).

राजधानी दिल्ली तर ज्यापद्धतीने अवैध बांधकामे होत आहेत व अतिक्रमण केले जात आहे त्यामुळे अधिकाधिक कुप्रसिद्ध होत आहे. अनेक वर्षांपासून राजकारण्यांनी बांधकाम व्यवसायातील गुंडांशी हातमिळवणी करून ३६४ खेड्यांच्या आसपास १२०० हून अधिक अनधिकृत वसाहती स्थापन केल्या आहेत. दिल्लीच्या एक कोटीहून अधिक लोकसंख्येपैकी ५५ टक्क्यांहून अधिक जनता १,२१८ अनधिकृत वसाहतींमध्ये, ४५ झोपडपट्यांमध्ये व ६८५ गलिच्छ वस्त्यांमध्ये राहत असल्याचा अंदाज आहे. दिल्ली सरकारने ८९५ अनधिकृत वसाहती नियमित केल्या असून ४५ पुनर्वसन वसाहतींतील रहिवाशांना मालकी हक्क दिले आहेत (*जीफाइल्स* २०१३: ३७–३८). दिल्ली उच्च न्यायालयाने महानगरपालिकेला अवैध बांधकामे पाडून टाकण्याचे, सार्वजनिक जमिनीवरील अतिक्रमण उठविण्याचे व निवासी भागातून व्यावसायिकांचे उच्चाटन करण्याचे आदेश दिले होते. हे प्रकरण नंतर सर्वोच्च न्यायालयाकडे नेण्यात आल्यावर अशा सर्व प्रकरणी कठोर कारवाई करण्यात यावी असे आदेश दिले होते. तथापि,

यावर गदारोळ होऊन त्याला इतका विरोध करण्यात आला की सरकारने दिल्लीचा मुख्य आराखडा (मास्टर प्लॅन) बदलून अतिक्रमणे व अनधिकृत बांधकामे मुख्य आराखड्यातच नियमित आहेत असे दर्शविण्याचे ठरविले. अतिक्रमणे हटविण्याच्या प्रयत्नावर अशा प्रकारे पाणी फिरविल्याबद्दल सर्वोच्च न्यायालयाने दिल्ली सरकारची कानउघाडणी केली. त्यानंतर स्थानिक प्राधिकरणांनी घाईने कृती करू नये यासाठी संसदेने एक कायदा पारित केला. यावरही सर्वोच्च न्यायालयाने कठोर टीका केली (पहा, गोडबोले २००८: २९६-९७). सर्व राजकीय पक्षांच्या प्रत्यक्ष सहभागाने कायद्यातील तरतुदी व मास्टर प्लॅन कसा धुडकावण्यात आला याचे हे एक नमुनेदार उदाहरण आहे.

ही उदाहरणे केवळ नमुन्यादाखल देण्यात आली आहेत. इतर अनेक क्षेत्रांतही अशा प्रकारच्या समस्या दिसून येतात. सबळ राजकीय इच्छाशक्ती असल्याखेरीज अशा प्रकारच्या गुंतागुंतीच्या समस्यांना कायमची उत्तरे शोधणे शक्य होणार नाही. परंतु, त्याचाच अभाव असल्याने प्रशासकीय इच्छाशक्तीदेखील झपाट्याने कमी होत आहे.

भ्रष्टाचाराचा शाप

भ्रष्टाचाराचा नायनाट करणे हा सुशासनाचा अविभाज्य भाग मानला जातो. भ्रष्टाचार नाहीसा करणे गरजेचे असल्याबद्दल देशातील सर्वांचेच आज एकमत होताना दिसते. भ्रष्टाचाराविरुद्ध अण्णा हजारे, बाबा रामदेव, श्री श्री रविशंकर आणि फारशा माहित नसलेल्या काही स्वयंसेवी संस्थांनी सुरू केलेल्या आंदोलनांना जनतेचा मोठ्या प्रमाणावरील पाठिंबा व जनतेचा त्यातील सहभाग पाहता राजकीय पक्षांनी त्याकडे दुर्लक्ष केल्यास त्याचे दुष्परिणाम त्यांना भोगावे लागतील हे स्पष्ट झाले. निदान वरवर तरी भ्रष्टाचार निर्मूलनाला त्यांचा पाठिंबा असल्याचे दाखविण्याचा त्यांचा प्रयत्न असल्याचे दिसते. त्यांची ही बांधिलकी किती खरी आहे हे केवळ काळच सांगू शकेल.

अलीकडच्या काळात केवळ भारतातच नव्हे, तर जगभरात भ्रष्टाचार निर्मूलन हा एक काळजीचा विषय झाला आहे. २००७ च्या अखेरीपर्यंत जगातील १०४ देशातील सरकारांनी संयुक्त राष्ट्रसंघाच्या भ्रष्टाचाराविरुद्धच्या संकेताला रूकार

दिला होता किंवा त्याचे समर्थन केले होते. हा करार १४ डिसेंबर २००५ रोजी ३८ देशांनी समर्थन दिल्यानंतर अस्तित्वात आला. मे २०११ मध्ये याचे समर्थन करणारा भारत हा काही शेवटच्या देशांपैकी एक होता. संयुक्त राष्ट्रसंघाच्या विकास कार्यक्रमाने (युएनडीपी) आपल्या अहवालात अधोरेखित केले होते की 'भ्रष्टाचाराचा मनापासून सामना करणे हे आज राजकीय दृष्ट्या पूर्वीपेक्षा अधिक महत्त्वाचे ठरले आहे' (युएनडीपी २००८: १४९–५०). पूर्वी आपल्या देशातील उद्योग समूहांनी विकसनशील देशांतील अधिकाऱ्यांना लाच दिली तर श्रीमंत देश त्याकडे बहुधा दुर्लक्ष करीत असत. परंतु अमेरिकेतील परदेशातील भ्रष्ट मार्गांचा अवलंब करण्यास प्रतिबंध करण्याच्या कायद्यानुसार व्यवसाय मिळविण्यासाठी जगभरातील सरकारी अधिकाऱ्यांना लाच देण्यास मनाई करण्यात आली आहे. आर्थिक सहकार व विकास संघटनेतील (ओइसिडी) देशांनी जी मानके ठरविली आहेत, त्यांचे त्या देशातील उद्योग–व्यवसायांना जगभर पालन करावे लागते. कंपन्या परदेशात लाच देताना आढळल्यास त्यांच्यावर त्यांच्या देशात खटला दाखल केला जाऊ शकतो. सिमेन्स या जर्मनीतील मोठ्या अभियांत्रिकी समूहाने लाचखोरीचे अनेक गुन्हे कबूल केल्यानंतर त्यांना १.६ अब्ज अमेरिकी डॉलर इतका दंड भरावा लागला, त्या प्रकरणाचा वृत्तांत अत्यंत लक्षवेधी आहे. लाचखोरीची प्रकरणे व्हेनेझुएला, आर्जेंटिना, इराक, चीन, बंगलादेश आणि व्हिएटनाम अशी जगभर पसरलेली होती. त्यांचा निपटारा करण्याच्या प्रकरणातून भारताला धडा घेण्यासारखा आहे: व्यवस्थापनाची पुनर्रचना करणे, सर्वांना त्याची माहिती देणे, वरपासून खालपर्यंत वातावरण तयार करणे, अग्रक्रमाने पूर्तता करणे, नवी चौकट तयार करणे आणि भागीदारी निर्माण करणे. 'सिमेन्स निव्वळ बांधणीकडून मूल्यांकडे जात होते हे स्पष्टच होते' (*इकॉनॉमिक टाइम्स*, १९ एप्रिल २०१२). उद्योगसमूहांच्या लाचखोरीविरोधातील लढा अमेरिकेत अधिक जोमदार बनला आहे असे जागतिक बँकेचे म्हणणे आहे. इतर देशांत व्यवसाय मिळविण्यासाठी ७८ उद्योगसमूहांविरुद्ध लाच दिल्याचे आरोप असल्याने अमेरिकेत त्यांची चौकशी चालू आहे. गेल्या चार वर्षांत एकूण ५८ कंपन्यांनी एकत्रितपणे ३.७४ अब्ज अमेरिकी डॉलर लाचखोरीच्या आरोपाखाली दंड म्हणून भरले (*इकनॉमिक टाइम्स*, १२ मार्च २०१२). युएनडीपीच्या अहवालात एकविचाराने कृती करावी अशी तीन क्षेत्रे निर्देशित करण्यात आली आहेत–

पोलिस, समाजसेवा व नैसर्गिक साधनसंपत्ती. भारताचा अनुभव पाहता ही क्षेत्रे किती महत्त्वाची आहेत हे सहज लक्षात येईल. ज्या प्रकारच्या भ्रष्टाचाराचा गरिबांवर सर्वाधिक बोजा पडतो तो कमी करण्याचे मार्ग सरकारांनी शोधावेत अशी या अहवालात कळकळीची मागणी करण्यात आली आहे ते योग्यच आहे.

संयुक्त राष्ट्रसंघाचा भ्रष्टाचारविरोधी करार (युएनसीएसी) हा भ्रष्टाचाराच्या विरोधातील कायदेशीररित्या बंधनकारक असणारा पहिलाच करार आहे. यानुसार देशांतर्गत कायदे, संस्था व प्रथा यांच्याशी निगडीत भ्रष्टाचारविरोधात विस्तृत व तपशीलवार कारवाई करणे सरकारवर बंधनकरक ठरते. त्यातून गुन्हेगारीकरणाला आळा बसावा, कायद्याची अंमलबजावणी, आंतरराष्ट्रीय सहकार्य, मालमत्ता परत मिळविणे, तंत्रज्ञानविषयक मदत, माहितीची देवघेव व कारवाईची प्रणाली निश्चित करणे यांना चालना मिळून त्यात वाढ व्हावी असे ध्येय ठरविण्यात आले आहे (*द अदर साइड*, मे २०११:४१).

१९९६ साली काँग्रेस पक्षाने भ्रष्टाचार थोपविण्याचे मार्ग सुचविण्यासाठी स्वतंत्र उच्चाधिकार आयोग नेमण्याचे व पंतप्रधान आणि मुख्यमंत्रीही ज्याच्या अखत्यारीत येतील असा लोकपाल नेमण्याचे आश्वासन आपल्या निवडणूक जाहीरनाम्यात दिले होते. तसेच गुन्हेगार व राजकारणी यांच्यातील अभद्र युती नष्ट करण्याचे आणि देशाच्या सामाजिक, राजकीय व प्रशासकीय चौकटीवर वर्चस्व असणाऱ्या संघटीत गुन्हेगारीवर ताबा मिळविण्याचेही आश्वासन दिले होते. विधानमंडळांचे व स्थानिक स्वराज्य संस्थांतील सर्व सदस्य पदग्रहण करताना व पद सोडतांना आपली मालमत्ता जाहीर करतील असेही वचन देण्यात आले होते (*टाइम्स ऑफ इंडिया*, १३ एप्रिल १९९६). २००४ सालापासून काँग्रेस पक्ष परत सत्तेत आहे पण त्यांनी १९९६ साली दिलेली वचने पाळली नाहीत इतकेच नव्हे, तर ते आता भ्रष्टाचाराने बरबटले आहेत.

मे १९९७ मध्ये कार्यक्षम व उत्तरदायी प्रशासनावरील मुख्यमंत्र्यांच्या परिषदेत भ्रष्टाचाराच्या विविध पैलूंवर बरीच चर्चा करण्यात येऊन सर्व स्तरांवरील भ्रष्टाचाराला आळा घालण्यासाठी करावयाच्या कृतीचा एक कालबद्ध कार्यक्रम संमत करण्यात आला होता. या परिषदेत एक नऊ कलमी कार्यक्रम आखण्यात आला होता, त्यात भ्रष्ट अधिकाऱ्यांना सेवेतून तातडीने कमी करण्यासाठी नियम

व कायद्यांत बदल करणे याचा समावेश होता. अशा बदलांची शिफारस करण्यासाठी सहा महिन्यांहून अधिक काळ जाऊ नये म्हणून मुख्यमंत्र्यांची एक उपसमिती नेमण्यात आली. एका वृत्तपत्राने (*लोकसत्ता,* २६ मे १९९७) आपल्या संपादकीयात म्हटले होते की, १,००० कोटींच्या चारा घोटाळ्यात आरोपी असलेल्या लालू प्रसाद यादव या बिहारच्या तत्कालिन मुख्यमंत्र्यांना भ्रष्टाचाराबाबत चिंता व्यक्त करताना पाहणे हा एक विनोदच होता. हे वचनही फक्त कागदावरच राहिले आहे हे सांगायला नकोच.

न्यायसंस्थेतील भ्रष्टाचार तर सर्वोच्च पातळीपर्यंत पोचलेला आहे. माजी कायदामंत्री व वरिष्ठ अधिवक्ता शांती भूषण यांनी सर्वोच्च न्यायालयात दाखल केलेल्या प्रतिज्ञापत्रात दावा केला आहे की सर्वोच्च न्यायालयाच्या आठ माजी मुख्य न्यायमूर्तींनी शंकास्पद व चुकीचे निकाल दिले आहेत (*आउटलुक,* ४ ऑक्टोबर २०१०: ३०-३३). अलीकडच्या काळात आय. के. सबरवाल व के. जी. बालकृष्णन या सर्वोच्च न्यायालयाच्या निदान दोन तरी माजी मुख्य न्यायमूर्तींविरुद्धही गंभीर स्वरुपाचे आरोप करण्यात आले आहेत. सर्वोच्च न्यायालयाचे न्यायमूर्ती व्ही. आर. कृष्णा अय्यर, पी. बी. सावंत व सर्वोच्च न्यायालयाचे माजी मुख्य न्यायमूर्ती कै. जे. एस. वर्मा यांसारख्या अत्यंत आदरणीय न्यायमूर्तींनी, तसेच अनेक सुप्रसिद्ध वकिलांनी, अनेक सामाजिक कार्यकर्त्यांनी व वरिष्ठ सरकारी अधिकाऱ्यांनी सबरवाल यांच्या न्यायालयातील गैरव्यवहारांची संपूर्ण चौकशी करण्याची मागणी केली आहे (*इकॉनॉमिक अँड पोलिटिकल वीकली,* १३ ऑक्टोबर २००७: ४०९९). सर्वोच्च न्यायालयाचे माजी मुख्य न्यायमूर्ती जे. एस. वर्मा, व न्यायमूर्ती व्ही. आर. कृष्णा अय्यर यांनी तर मागणी केली होती की राष्ट्रीय मानवाधिकार आयोगाचे अध्यक्ष न्यायमूर्ती के. जी. बालकृष्णन यांना, त्यांच्या मुलीने व जावयाने संशयास्पद मार्गाने संपत्ती जमा केल्याच्या कारणास्तव, त्यांच्या पदाचा राजीनामा देण्यास सांगण्यात यावे. गाझियाबादच्या भविष्यनिर्वाह निधी घोटाळ्यात सर्वोच्च न्यायालयाचे एक न्यायमूर्ती व उच्च न्यायालयातील १३ न्यायमूर्तींचा इतर काही व्यक्तींसमवेत सहभाग असल्याचे वृत्त आहे (*आउटलुक,* १० नोव्हेंबर २००८). सर्वोच्च न्यायालयाचे तत्कालिन मुख्य न्यायमूर्ती एस. पी. भरुचा यांनी सार्वजनिकरित्या अशी खंत व्यक्त केली होती की किमान २० टक्के न्यायाधीश तरी भ्रष्टाचारी

असल्याने त्यांचा शोध घेऊन त्यांना काढून टाकण्यात यावे. न्यायमूर्ती जी. बी. पटनाइक यांनी ज्या दिवशी सर्वोच्च न्यायालयाचे मुख्यन्यायमूर्तीपद ग्रहण केले त्याच दिवशी वक्तव्य केले की भ्रष्टाचारामुळे न्यायसंस्थेची प्रतिमा काही प्रमाणात डागळली आहे. सर्वोच्च न्यायालयाचे मुख्य न्यायमूर्ती व्ही. एन. खरे यांनी स्पष्टपणेच म्हटले की, 'खालच्या न्यायालयांत भ्रष्टाचार बोकाळला आहे' (*आउटलुक*, ९ जुलै २०१२: १६). आणखी एका मुलाखतीत ते म्हणाले की कनिष्ठ न्यायालयातील भ्रष्टाचाराला आळा घालण्याचे अधिकार मुख्य न्यायमूर्तींना नाहीत, 'त्यांना असे अधिकार देण्यात यावेत. त्यांच्याकडे असे कोणते अधिकार आहेत? या परिस्थितीवर मी कसा काय काबू मिळवावा?' (*टाइम्स ऑफ इंडिया*, २४ फेब्रुवारी २००४).त्यानंतर सर्वोच्च न्यायालयाच्या अनेक न्यायमूर्तींनी अशीच भावना व्यक्त केली होती, परंतु काही न्यायाधीशांविरुद्ध कारवाई करण्यात आली असली, तरी भ्रष्टाचार चालूच आहे. कनिष्ठ स्तरावरील न्यायसंस्थेत भ्रष्टाचार वाढण्याचे मुख्य कारण म्हणजे न्यायप्रविष्ट प्रकरणे प्रचंड प्रमाणावर प्रलंबित असणे. निरनिराळ्या स्तरावरील प्रलंबित खटल्यांची संख्या सुमारे ३ कोटी असल्याचा अंदाज आहे, १९५७ साली अशा प्रकरणांची संख्या केवळ १.६४ लाख होती.[४] भारतीय वकील परिषदेने (बार कौन्सिल ऑफ इंडिया) उच्च न्यायालयातील ज्या न्यायाधीशांचे नातेवाईक त्यांच्याच न्यायालयात वकिली करतात अशा १३१ न्यायाधीशांची एक यादीच केली आहे. उच्च न्यायालयांची जर ही परिस्थिती असेल, तर खालच्या न्यायालयांत काय परिस्थिती असेल याची कल्पनाच केलेली बरी (*इकॉनॉमिक टाइम्स*, ३० जुलै २००३). बी. ए. मासोदकर व बी. जी. कोळसे पाटील या मुंबई उच्च न्यायालयातील दोन न्यायाधीशांनी तर न्यायालयातून थेट राजकारणात उडी घेऊन निवडणूक लढविली. मुंबई उच्च न्यायालयाच्या नागपूर खंडपीठातील न्यायाधीश भाऊसाहेब वहाणे यांनी तर सार्वजनिकरित्या असे जाहीर केले की तिसऱ्या आघाडीने जर एकमताने त्यांना तिकीट देण्याचे ठरविले, तर ते लोकसभेची निवडणूक लढवतील (*लोकसत्ता*, ६ एप्रिल १९९६). त्यांच्या दुर्दैवाने आणि आपल्या सुदैवाने त्यांना तिकीट मिळाले नाही. उच्च न्यायालयातील न्यायाधीशाचे पद भूषविणाऱ्या व्यक्तीने जर अशा तऱ्हेने राजकारणात लुडबुड केली तर, 'न्यायसंस्थेच्या बांधीलकी' ची ही संकल्पना जर

मुळातच उखडून टाकली नाही तर काय होईल याची एक झलकच यावरून दिसून येते. या पार्श्वभूमीवर राष्ट्रीय न्यायिक आयोग आणि न्यायालयांचे उत्तरदायित्त्व राखण्याची यंत्रणा स्थापन करण्याचे प्रस्ताव दोन दशकांहून अधिक काळ प्रलंबित आहेत हे अस्वस्थ करणारे आहे. या विषयावर सहमती घडवून आणण्यासाठी राजकीय इच्छाशक्ती नाही हे उघडच आहे.

प्रतिष्ठित धार्मिक क्षेत्रेही भ्रष्टाचारापासून दूर राहिलेली नाहीत. तिरुपतीचे श्री वेंकटेश्वराचे मंदिर, मुंबईतील सिद्धीविनायक मंदिर, पुट्टपार्तीचा सत्य साईबाबा न्यास, आणि अहमदनगर जिल्ह्यातील शिर्डीचे साईबाबा मंदिर यांचा यात समावेश होतो. अनेक वक्फ मंडळे व गुरुद्वारा यांचीही परिस्थिती अशीच आहे. यासाठी या ठिकाणी करण्यात आलेल्या राजकीय नेमणुका कारणीभूत आहेत. या मंदिर आणि न्यासांतील कर्मचारी व पदाधिकाऱ्यांना अनेक वेळा जनतेच्या रोषाला सामोरे जावे लागले आहे. उदाहरणच द्यायचे झाले, तर देशातील सर्वात श्रीमंत असणारे देवस्थान म्हणजे तिरुपतीचे श्री वेंकटेश्वर मंदीर एका महिन्याच्या आत सर्व तऱ्हेच्या भ्रष्टाचारापासून मुक्त केले जाईल असे जाहीर आश्वासन आंध्र प्रदेशचे तत्कालिन मुख्यमंत्री चंद्राबाबू नायडू यांना द्यावे लागले (*हिंदुस्थान टाइम्स*, ६ जानेवारी १९९७).

उच्च न्यायालयांनी अनेक वेळा वैतागाने आणि हताश होऊन झपाट्याने खालावत जाणाऱ्या परिस्थितीबाबत जी वक्तव्ये केली आहेत, त्यावरून या प्रश्नाने किती गंभीर स्वरुप धारण केले आहे हे सहज लक्षात येईल. बँक अधिकाऱ्यांमधील भ्रष्टाचाराचे निर्मूलन करण्यासाठी शिस्तीची धोरणे अवलंबिण्यात आली नाहीत, तर सर्वोच्च न्यायालयाने बँक व्यवसायाचे राष्ट्रियीकरण रद्द करण्याचा इशारा दिला होता. बँक व्यवसाय व सेवा यात 'भयंकर प्रमाणात भ्रष्टाचार बोकाळला असून' भ्रष्ट कर्मचारी व अधिकारी यांच्या भ्रष्ट वर्तणुकीचा नैसर्गिक कल रोखण्यासाठी पावले उचलणे गरजेचे आहे असेही मत न्यायालयाने व्यक्त केले होते (*टाइम्स ऑफ इंडिया*, १३ मार्च १९९७). चारा घोटाळ्याशी संबंधित भ्रष्टाचाराच्या प्रकरणांच्या चौकशीचे प्रयत्न थोपविण्याचा उघड प्रयत्न करण्याचे जे दावे करण्यात येत होते, त्याबद्दल चिंता व्यक्त करून पाटणा उच्च न्यायालयाने म्हटले होते की परिस्थिती जर अशीच राहिली, तर भ्रष्टाचाराच्या बाबतीत भारत लवकरच प्रथम क्रमांकाचा देश गणला जाईल (*टाइम्स ऑफ इंडिया*, २४ मे

१९९७). एका दशकानंतर चारा घोटाळ्यावरील अपील ऐकून घेताना सर्वोच्च न्यायालयाने मत व्यक्त केले होते की, 'सर्वांनाच देश लुटायचा आहे; काही जणांना जवळच्या खांबावर फाशी देणे हाच देशातील भ्रष्टाचार नष्ट करण्याचा एक उपाय दिसतो. कायदा आम्हाला तसे करू देत नाही, पण शक्य असते तर आम्हाला तसे करायला आवडले असते' (*इंडियन एक्स्प्रेस*, ८ मार्च २००७). अति महत्त्वाच्या व्यक्तींच्या निवसस्थानाबद्दलच्या प्रकरणाची सुनावणी ऐकत असताना ५ ऑगस्ट २००८ रोजी सर्वोच्च न्यायालयाचे न्यायमूर्ती म्हणाले की, 'संपूर्ण सरकारी यंत्रणाच भ्रष्ट आहे, मग ते केंद्र सरकार असो वा राज्य सरकारे असोत. वरिष्ठ अधिकारी विचारच करीत नाहीत, किंबहुना त्यांना विचार करताच येत नाही... परमेश्वर देखील या देशाला सुधारू शकणार नाही... आपल्या देशाचे स्वत्त्वच नाहीसे झाले आहे.' आणखी एका प्रकरणामध्ये सर्वोच्च न्यायालयाने म्हटले होते, 'यात तर काम करून घेण्यासाठी फटकेच मारण्याची गरज आहे' (नुरानी २००८:६२).

ट्रान्स्परन्सी इंटरनॅशनल ने २०११ साली भ्रष्टाचारानुसार जगातील देशांची वर्गवारी ठरविण्यासाठी २८ देशांचे सर्वेक्षण केले, त्यात भारताचा क्रमांक १९ वा लागला यात काहीच उत्साहवर्धक नाही. चीन आणि रशिया यांची कामगिरी आपल्यापेक्षा अधिक वाईट होती, त्यांचे क्रमांक अनुक्रमे २७ व २८ असे होते. यात विकसित व विकसनशील देशांतील व्यवसायांतील ३००० कार्यकारी अधिकाऱ्यांचे सर्वेक्षण करण्यात आले होते. यापूर्वीच्या २००८ सालच्या सर्वेक्षणानंतर भारताच्या गुणांत ०.७ ने सुधारणा होऊन ते ७.५ झाले. कोणत्याही देशाने केलेली ही सर्वाधिक सुधारणा होती, तरीही भारत अद्याप या उतरंडीच्या तळाशीच आहे असे ट्रान्स्परन्सी इंटरनॅशनलने म्हटले आहे. भारताचे गुण जागतिक सरासरी ७.८ यापेक्षा कमीच होते (*इंडियन एक्स्प्रेस*, ३ नोव्हेंबर २०११). २००७ साली भारताचा क्रमांक ७२ वा, २०१० साली ८७ वा होता, तो २०११ साली भ्रष्टाचाराच्या संदर्भात १८३ देशांमध्ये ९५ वा झाला (*इंडियन एक्स्प्रेस*, २ डिसेंबर २०११).

लाचखोरीचा प्रादुर्भाव सर्वत्र झाला असल्याने, सर्वच उमेदवार व सर्वच राजकीय पक्ष डागळलेले आहेत, म्हणून मतदारांच्या दृष्टीने लाचखोरी हा निवडणुकीसाठी मुद्दाच ठरणार नाही अशी एक खरी भीती व्यक्त केली जाते. २०१४ सालच्या

लोकसभेच्या निवडणुकीत तरी असे घडू नये अशी फक्त आशाच व्यक्त करता येते.

उभरणारी प्रादेशिक सत्ता असा भारताचा आता अधिकाधिक स्वीकार होऊ लागला आहे. बाराव्या पंचवार्षिक योजनेसाठी (२०१२–१७) योजना आयोगाने वार्षिक वाढीचा दर ८ टक्के राखण्याचे उद्दिष्ट ठरविले आहे. योजनेच्या उर्वरित काळात अर्थव्यवस्थेच्या वाढीचा वेग ९ टक्के राहिला तरच ८ टक्के वाढीचे उद्दिष्ट गाठता येईल. अर्थव्यवस्थेची अलीकडे झपाट्याने खालावलेली स्थिती पाहता हे घडण्याची शक्यता फारच कमी आहे. तथापि, काही कठीण निर्णय घेतल्याखेरीज व शासनाच्या गुणवत्तेत लक्षात येण्याजोगी सुधारणा झाल्याखेरीज वाढीच्या दरात फारशी सुधारणा होईल असे दिसत नाही. वित्तीय तूट, महसुली तूट, विश्वासाची कमतरता, कमकुवत प्रतिमा, विश्वासार्हतेतील तूट, जाणीवेतील त्रुटी वगैरेंच्या जोडीने आता 'शासनातील त्रुटी'(गव्हर्नन्स डेफिसिट) असा एक नवा शब्दप्रयोग आजकाल वापरला जाताना दिसतो. भ्रष्टाचाराचे निर्मूलन हा ही तूट कमी करण्यातील एक महत्त्वाचा घटक आहे.

तुलनेचे इतर मुद्दे

ग्लोबल फायनॅन्शियल इंटेग्रिटी (जागतिक वित्तीय सचोटी)ने जाहीर केलेल्या एका अहवालानुसार २००१–२०१० दरम्यान काळ्या पैशाच्या स्वरुपातील १२३ अब्ज अमेरिकी डॉलरचा तोटा सहन करावा लागल्याने बाधीत देशांच्या क्रमवारीत भारताचा ८वा क्रमांक येतो (*इंडियन एक्स्प्रेस*, १९ डिसेंबर २०११).

आंतरराष्ट्रीय मालमत्ता बाजाराच्या संदर्भात पारदर्शकतेच्या निकषांनुसार भारताचा क्रमांक अगदी तळाशी होता. मालमत्तेच्या बाजारातील क्रमवारी ठरविण्यासाठी पुढील पाच घटकांचा विचार केला जातो: खाजगी व सार्वजनिक कारवाईचे निर्देशांक, बाजारातील मूलभूत संशोधनाची गुणवत्ता, विश्वासार्ह वित्तीय अहवालाची उपलब्धता, संचालक, व्यवस्थापक व गुंतवणुकदार /भागधारक यांच्यातील एकवाक्यता आणि व्यवहारांवर असणारे कर व निर्बंध.

ह्युमन डेव्हलपमेंट रिपोर्ट (मानवी विकास अहवाल) ने २०११ साली १८७ देशांमध्ये भारताला १३४ वा क्रमांक दिला होता, २००४ साली हा क्रमांक १२७,

तर २००८ साली तो १३२ होता. मानवी विकास अहवालानुसार भारताचे मूल्य
०.५४७ ठरते– यात १ ही किंमत सर्वाधिक असून शून्य हे सर्वात कमी मूल्य
आहे– जागतिक सरासरी ०.६८२ याहूनही हे कमी आहे. भारताचे जागतिक मूल्य
व क्रमांक यात जरी काहीशी सुधारणा झाली असली, तरी 'ब्रिक्स' देशांशी तुलना
करता आपला क्रमांक सर्वात शेवटचा येतो– ब्राझिल (८४), रशिया (६६), चीन
(१०१), दक्षिण आफ्रिका (१२३). मानवी विकास अहवालाच्या संदर्भात चीनची
झपाट्याने वाढ झाली आहे– १९८० पासून दरवर्षी १.७३ टक्के या दराने, तर
भारताचा हा दर होता १.५१ टक्के (*इंडियन एक्स्प्रेस*, ३ नोव्हेंबर २०११).

इंटरनॅशनल फायनान्स कॉर्पोरेशन (आंतरराष्ट्रीय वित्त महामंडळ) ने २००९ साली
प्रसारित केलेल्या 'डुइंग बिझनेस रिपोर्ट' नुसार करारांची न्यायालयामार्फत किंवा
इतरत्रही अंमलबजावणी करवून घेण्यासाठी भारत हा सर्वात कठीण देश आहे.
१२२ हा भारताचा क्रमांक नेपाळ व बंगलादेशच्याही खाली आहे.

वर्ल्ड इकनॉमिक फोरमच्या २००८ च्या 'ग्लोबल कॉंपेटिटिव्हनेस रिपार्ट'
(जागतिक स्पर्धात्मकता अहवाल) नुसार अपुऱ्या सोयीसुविधा, अकार्यक्षम
सरकारी यंत्रणा व मजूरविषयक कठीण कायद्यांमुळे भारत ५० व्या स्थानावर
असून त्याची चीनशी तुलनाच होऊ शकत नाही.

जागतिक भ्रष्टाचार जाणिवेच्या निर्देशांकानुसार २००४ चा भारताचा क्रमांक ७२
वरून घसरून २००८ मध्ये तो ८५ झाला. पूर्वी भारताच्या बरोबरीने असणाऱ्या
चीनने मात्र आपले ७२ वे स्थान टिकवून ठेवले. २००९ सालच्या युनिडो
अहवालात भारत ५४ व्या स्थानावर (२००० सालच्या ५१ वरून घसरून) आहे.
'कॉंपेटिटिव्ह इंडस्ट्रीयल परफॉर्मन्स इंडेक्स' (स्पर्धात्मक औद्योगिक कृती
निर्देशांक) मध्ये तो चीनहून २८ स्थाने खाली आहे.

'इंडेक्स ऑफ इकनॉमिक फ्रीडम' (आर्थिक स्वातंत्र्य निर्देशांक) २००९ नुसार,
बंधनात अडकलेली न्यायव्यवस्था, अतिरेकी निर्बंध, व बहुतांशी खुला नसलेला
अशी संभावना केली जात असलेला १२३ व्या स्थानावरील भारत गॅबोन या
देशाच्याही मागे आहे.[५] त्यामुळे जागतिक स्तरावर पोचण्यासाठी भारतापुढे
असलेल्या शासन सुधारण्याच्या प्रचंड आव्हानाची तीव्रता लक्षात येते.

नाहीरेंचे जग

भारताची विभागणी स्पष्टपणे दोन जगांमध्ये झालेली आहे- बरीच जाहीरात करण्यात आलेला 'चमकता भारत' (शायनिंग इंडिया), यात वरवर चमचम करणारा, पाश्चिमात्य राहणीचा, उधळपट्टीची जीवनशैली असणारा समाजाचा हिस्सा येतो तर मागे राहिलेला, भारत या नावाने ओळखल्या जाणाऱ्या देशाच्या दुसऱ्या भागात गरीब, वंचित, कुपोषित, अर्धपोटी, दुर्लक्षित आणि मुख्य परीघाबाहेरील, सामान्यत: ग्रामीण भागात व शहरातील झोपडपट्टीत राहणारा समाजाचा हिस्सा येतो. या दोन जगातील दरी सदैव वाढतच आहे.

या 'मागे पडलेल्या' भारताच्या शासनाची चिंता दिवसेंदिवस वाढत आहे. उदाहरणच द्यायचे तर संयुक्त राष्ट्रसंघाच्या मानवी हक्कांसंबंधी काम करणाऱ्या गटाने २०१२ साली असा अहवाल दिला होता की विकास प्रकल्पांमुळे स्वातंत्र्यानंतर भारतात ६ ते ६.५ कोटी लोक विस्थापित झाले होते. योजना आयोगातील तज्ज्ञ गटाने म्हटले आहे की देशाच्या लोकसंख्येत ८.०८ टक्के जनता आदिवासी असली, तरी विविध प्रकल्पांमुळे विस्थापित झालेल्या लोकांतील त्यांचे प्रमाण ४० टक्के आहे. त्याचप्रमाणे, विस्थापितांतील दलितांचे प्रमाण २० टक्के आहे, तर इतर मागासवर्गीयांचे हे प्रमाण २० टक्के आहे. त्यांच्या पुनर्वसनाचे प्रमाण अत्यल्प आहे. योजनाबद्ध विकासाने विस्थापित झालेल्यांपैकी फक्त एक तृतियांशांचेच पुनर्वसन झाले आहे (भारत सरकार २००८: १५). एकेकाळी स्वत:च्या जमिनीवर स्वाभिमानाने शेती करणारे हे लोक आता रोजंदारीने काम करणारे मजूर झाले असून अत्यंत हीन दर्जाचे जीवन जगत आहेत. त्यामुळे एकूण अंतर्देशीय उत्पादित हे सर्वसमावेशक नसून, उलट त्याला एकूण विस्थापित उत्पादित म्हणणेच अधिक योग्य ठरेल याकडे सर्मा यांनी लक्ष वेधले आहे (सर्मा २०१३: ४–५).

युपीए सरकारने २००८ साली खूप गाजावाजा करून शेतकऱ्यांचे कर्ज माफ करण्याची जी योजना जाहीर केली होती तिची अंमलबजावणी करण्यातील विलंबही असाच धक्कादायक आहे. एखाद्या योजनेची कार्यवाही बँकांच्या मार्फत करण्याने रकमेचे वाटप सहजतेने होते असे खात्रीने म्हणता येत नाही हेच यावरून दिसून येते. नियंत्रक व महालेखापरीक्षकांनी १,००,००० बँक खात्यांचे परीक्षण

केले असता असे दिसून आले की अपात्र शेतकऱ्यांचा फायदा व्हावा म्हणून कागदपत्रांमध्ये फेरफार करण्यात आले होते, काही पात्र शेतकऱ्यांना मिळावयास हवी त्याहून कमी रक्कम देण्यात आली होती, तर इतर काही जणांना अधिक रक्कम देण्यात आली होती, काही बँकांनी सेवा पुरविण्यासाठी चुकीचे शुल्क वसूल केले होते आणि बऱ्याच शेतकऱ्यांना कर्जमाफी किंवा कर्जातून सूट दिल्याची प्रमाणपत्रे मिळाली नव्हती. या योजनेतील एकूण ३.४५ कोटी पात्र शेतकऱ्यांपैकी दहा जणातील एकाला या कर्जमाफीचा फायदा मिळाला नव्हता असे केंद्रीय वित्त मंत्रालयानेच मान्य केले आहे.

अतीव गरिबी व भुकेचे निर्मूलन करणे, प्राथमिक शिक्षण सर्वांपर्यंत पोचविणे, लिंगभेद नाहीसा करून स्त्रियांचे सबलीकरण करणे, बालमृत्युदर कमी करणे, गरोदर महिलांच्या आरोग्यात सुधारणा करणे, एचआयव्ही/एड्स, मलेरिया व इतर रोगांचा सामना करणे, पर्यावरणपूरक वातावरणाचा पाठपुरावा करणे आणि विकासासाठी जागतिक सहकार्य विकसित करणे, अशा या सहस्त्रकाच्या सुरुवातीला निर्धारित करण्यात आलेल्या उद्दिष्टांची पूर्तता २०१५ पर्यंत होणे अपेक्षित होते, त्या संदर्भातील भारताची कामगिरी निराशाजनक आहे.

डोक्यावरून मैला वाहून नेण्याची भारतातील अमानवी प्रथा बदलण्यासाठी केलेले अपुरे प्रयत्न देशाला शरमेने मान खाली घालायला लावणारे आहेत. एका अंदाजानुसार अद्याप सुमारे ३ लाख लोक असे काम करीत आहेत. नियंत्रक व महालेखापरीक्षकांच्या २००३ सालच्या याबाबतच्या अहवालात यावर ताशेरे ओढण्यात आले आहेत. अखेरचा पर्याय म्हणून सर्वोच्च न्यायालयात याविषयी एक जनहित याचिका दाखल करण्यात आली आहे. परंतु, अशा प्रकारच्या इतर बाबींप्रमाणेच काही कार्यवाही करण्यासाठी राजकीय इच्छाशक्तीचा अभाव आहे.

एखादी समस्या आहे असे मान्य केल्याखेरीज त्यावर तोडगा शोधता येत नाही. वेठबिगारी ही अशीच एक समस्या आहे. बहुतेक राज्ये वेठबिगारी अस्तित्वात असल्याचे मान्यच करीत नाहीत. त्यामुळे अनेक उच्च न्यायालयांत व सर्वोच्च न्यायालयातही याविषयी सार्वजनिक हितयाचिका दाखल करण्यात आल्या आहेत. तिवारी यांनी लिहिले आहे, 'न्यायालयाच्या हस्तक्षेपामुळे वेठबिगारीच्या प्रश्नाकडे परत एकदा लक्ष वेधले जाऊन वेठबिगारी मजूर शोधले जाणे, व त्यांची

सुटका आणि पुनर्वसन यांना चालना मिळाली आहे. मुख्यत: सर्वोच्च न्यायालयाच्या निकालांमुळे व वक्तव्यांमुळे वेठबिगारी पद्धती (निर्मूलन) कायदा (१९७६) ची सर्वव्यापी व्याख्या बनविण्यात आली' (तिवारी २०११: ९९-१००).

असंघटित व्यापारउद्योग क्षेत्राच्या राष्ट्रीय आयोगाचे अध्यक्ष अर्जुन सेनगुप्ता यांनी आपला अहवाल १५ मे २००५ रोजी पंतप्रधानांना सादर करताना त्यासोबत पाठवलेल्या पत्रात असंघटित/अनौपचारिक रोजगाराची व्याख्या करताना म्हटले आहे: 'तात्पुरते किंवा कौटुंबिक कामगार; असंघटित क्षेत्रातील किंवा घरगुती कामे करणारे स्वयंरोजगार; आणि संघटित वा असंघटित क्षेत्रातील मालकांकडून कोणतीही सुरक्षा सुविधा न मिळणारे कामगार'. अर्थव्यवस्थेतील या व्याख्येत बसणाऱ्या कामगारांची संख्या ९१ टक्क्यांहून अधिक आहे. असंघटित/अनौपचारिक कामगारांच्या सामाजिक सुरक्षेची समस्या अक्षमतेमुळे किंवा कमतरतेमुळे आणि प्रतिकूल परिस्थितीला सामोरे जावे लागण्याच्या धोक्यातून निर्माण होते. यातून फार मोठी सामाजिक किंमत चुकवावी लागते आणि त्याकडे म्हणावे तितके लक्ष दिले जात नाही (भारत सरकार २००५). या अहवालाचा पाठपुरावा करण्यासाठी काही कृती करण्यात आली असल्यास ती गोपनीय ठरविण्यात आली असावी कारण ती जनतेसाठी उपलब्ध नाही!

कुपोषण ही भारतातील मूक आणीबाणीची परिस्थिती आहे. महाराष्ट्रातील गडचिरोली, नंदुरबार व मेलघाट आणि ओडिशातील कालाहंडी, बोलंगीर, नुआपारा, कोरापुत, मलकंगिरी वगैरे आदिवासी प्रदेशातील बालकांच्या कुपोषणाची परिस्थिती इतकी धक्कादायक आहे की उच्च न्यायालयांना व सर्वोच्च न्यायालयाला आपण होऊन (सुओ मोटु) किंवा सजग नागरिकांनी दाखल केलेल्या याचिकांमुळे, 'सरकारने हस्तक्षेप करून याबाबत कालबद्ध कारवाई करावी', असे आदेश द्यावे लागले. याचा काही विशिष्ट मर्यादेपर्यंतच उपयोग झाला आहे. *अजेंडा* या नियतकालिकानुसार 'भारतातील अर्धी अधिक बालके व एक तृतियांश जनता कुपोषित आहेत. कर्नाटकातील रायचूर जिल्ह्यात ४,५०० हून अधिक बालके अत्यंत कुपोषित असून गेल्या दोन वर्षांत २,६८९ बालके कुपोषणाने मृत्यूमुखी पडली, तेथे परिस्थिती आहे तशीच ठेवण्यात हितसंबंध गुंतलेले आहेत' (शहिना २०१२:३१). २००५ ते २०१० या काळात

कुपोषणाच्या संदर्भात १२९ देशांमध्ये भारताचा क्रमांक शेवटून दुसरा होता. दरवर्षी भारतातील ३,००,००० नवजात अर्भके जन्मापासून २४ तासांच्या आत मरण पावतात. जगातील ही सर्वाधिक आकडेवारी असून एकूण मृत्यूंपैकी हे प्रमाण २९ टक्के भरते. २००८-०९ ते २०११-१२ या दरम्यान महाराष्ट्रातील बालमृत्युच्या दरात फारसा फरक पडलेला नाही. एप्रिल २०१२ ते जानेवारी २०१३ या काळात कुपोषणाने ४००० हून अधिक बालके मृत्यूमुखी पडली त्याबद्दल उच्च न्यायालयाने महाराष्ट्र सरकारवर ताशेरे ओढले आहेत. यापैकी ३,०६० बालके ० ते १ या वयोगटातील होती व राहिलेली ९४० मुले १ ते ६ वर्षे वयोगटातील होती. एकूण मृत्यूंपैकी १,०२५ मृत्यू नंदुरबार जिल्ह्यातील होते (*लोकसत्ता*, ४ मे २०१३). राजकीय आणि प्रशासकीय इच्छाशक्तीचा अभाव हे अद्यापही यामागील प्रमुख कारण आहे. पंतप्रधान मनमोहन सिंग यांनी भारताच्या याबाबतीतील कामगिरीबाबत खंत व्यक्त करून ही देशाच्या दृष्टीने लाजिरवाणी बाब असल्याचे म्हटले आहे. २०११ ते जुलै २०१३ पर्यंत एकूण १०६ तक्रारी आल्या होत्या. १६ राज्यांतील मध्यान्ह भोजन योजनेच्या गैरव्यवस्थापनाने ही बाब आणखी एकदा अधोरेखित करण्यात आली. जुलै २०१३ मध्ये बिहार राज्यातील छाप्रा येथील दुर्घटना सर्वाधिक शोकांत म्हणावी लागेल, यात २३ शाळकरी मुले मृत्यू पावली. उत्तर प्रदेश, बिहार, हरयाणा, मध्य प्रदेश व पश्चिम बंगाल या राज्यांमध्ये याबाबतीत पराकोटीचे दुर्लक्ष झालेले दिसते. यावरून व्यवस्थापनातील संपूर्ण हलगर्जीपणा नजरेस येतो.

जागतिक बँकेच्या जागतिक भूक निर्देशांकानुसार २०१२ साली सर्वेक्षण केलेल्या ७९ देशांत भारताचा क्रमांक ६५ होता. पाकिस्तान व नेपाळची कामगिरी देखील भारतापेक्षा चांगली होती. १९९६ साली भारताचा भूक निर्देशांक २२.६ होता तो २०१२ साली २२.९ पर्यंत वाढला. मानवी विकास निर्देशांकात भारताचा क्रमांक १७७ देशांत १२८ पर्यंत खाली आला यात अभिमान वाटण्याजोगे काहीच नाही.

अमर्त्य सेन व जीन ड्रेझ यांच्या अलीकडेच प्रकाशित झालेल्या 'ॲन अनसर्टन ग्लोरी- इंडिया अँड इट्स कॉन्ट्राडिक्शन्स' यामधून विल्यम डॅलरिंपल यांनी उधृत केले आहे की, 'भारताच्या आर्थिक विकासाचा वेग झपाट्याने वाढला असला, तरी सामाजिक निदर्शकांनुसार तो नेपाळ व बंगलादेशपेक्षाही कमी आहे. ब्राझीलचा आर्थिक विकासाचा वेग कमी असला, तरी गरिबी निर्मूलनात त्यांची

कामगिरी अधिक चांगली आहे. ब्रिक (ब्राझील, रशिया, इंडिया व चीन) देशांमध्येही भारत वेगळा पडतो. भारताचे दरडोई अंतर्देशीय उत्पादित चीनच्या अर्ध्याहून, ब्राझीलच्या एक तृतियांशापेक्षा व रशियाच्या एक चतुर्थांशापेक्षाही कमी आहे.'

या पुस्तकातील हा सर्वात धक्कादायक भाग आहे. 'जगातील कोणत्याही देशापेक्षा भारतात दरवर्षी अधिक बालके मरण पावतात: अतिसारासारख्या सहज टाळता येण्यासारख्या आजाराने पाच वर्षाखालील १७ लाख बालके दगावतात. त्यांतील जी पाच वर्षांपर्यंत जगतात, त्यांच्यापैकी ४८ टक्के मुलांची वाढ योग्य पोषणाअभावी खुंटलेली असते: भारतातील बालकांचे कुपोषण एरिट्रियापेक्षादेखील अधिक आहे.'

या संदर्भात सेन व ड्रेझ म्हणतात, 'याबाबतीत दक्षिण आशियातील परिस्थिती आफ्रिकेतील सहारा प्रदेशाच्या कामगिरीपेक्षा कितीतरी वाईट आहे. दक्षिण आशियातील ४० टक्क्यांहून अधिक बालकांचे (भारतातील हे प्रमाण याहूनही थोडे अधिक आहे) वजन जागतिक आरोग्य संघटनेने ठरवून दिलेल्या प्रमाणाहून कमी आहे, आफ्रिकेतील सहारा प्रदेशातील हे प्रमाण २५ टक्के आहे.'

त्याचप्रमाणे, कोणत्याही सरकारने आपल्या नागरिकांसाठी पुरवावयाच्या मूलभूत आरोग्यविषयक सुविधांमध्ये लहान मुलांचे लशीकरण याचा अंतर्भाव करावयास हवा, परंतु, भारतात केवळ ४३.५ टक्के बालकांचेच पूर्णपणे लशीकरण करण्यात येते तर बंगलादेशातील हेच प्रमाण ७३.१ टक्के आहे. 'सामाजिक निदर्शकांनुसार पाकिस्तानचा एक अपवाद वगळल्यास भारत दक्षिण आशियातील सर्व देशांच्या मागे पडत आहे. उदाहरणार्थ, १९९० साली भारत व बंगलादेशातील आयुर्मान सारखेच होते, पण आज भारतातील ६५ वर्षांऐवजी बंगलादेशात ते ६९ वर्षे आहे. तसेच १९९० साली बालमृत्यूदर बंगलादेशात भारताहून २० टक्के अधिक होता, परंतु बंगलादेशात यात झपाट्याने घट होऊन आता २०११ साली तो भारताहून २५ टक्क्याने कमी आहे.'

आफ्रिकेतील सहारा प्रदेशातील २५ देशांपैकी फक्त ८ देशांची लशीकरणाची आकडेवारी भारताइतकीच वाईट आहे. भारतातील प्रौढ साक्षरतेचे प्रमाण ६५ टक्के हे जगातील सर्वात कमी नसले तरी ते मलावी व सुदान इतके आहे. तुलनेने

चीनमधील प्रौढ साक्षरतेचे प्रमाण ९१ टक्के आहे. 'ही परिस्थिती इतकी वाईट आहे की, सामाजिक असमानतेचे स्वरूप व व्याप्ती यामुळे भारतातील लोकशाही खालावत आहे', असे म्हणण्यापर्यंत सेन व ड्रेझ यांची मजल जाते.

शिक्षणात सुधारणा होण्याने यातील बऱ्याचशा समस्या सोडविता येतील. ते म्हणतात की मानवी क्षमतांचा विकास हे देखील एक उद्दिष्ट असू शकते व विकासाचा वेग वाढविण्यासाठीही त्याचा उपयोग होऊ शकतो हा धडाच तथाकथित आशियाई देशांच्या आर्थिक विकासाच्या उदाहरणावरून न शिकल्याने भारताची कामगिरी फारशी उंचावू शकली नाही. जपान या विचारसरणीचा आद्य प्रवर्तक होता, १८६८ साली मैजी राजवटीचे पुनरुज्जीवन झाल्यानंतर संपूर्ण समाज काही दशकात साक्षर व शिक्षित बनविण्याचा त्यांनी निश्चय केला होता. त्या सुधारणेचे एक नेते किडो ताकायोशी यांनी स्पष्ट केले होते की आमचे लोक आजच्या अमेरिकन किंवा युरोपीय लोकांहून निराळे नाहीत; हा केवळ शिक्षणाचा किंवा शिक्षणाच्या अभावाचा परिणाम आहे.

भारतीयांनाही याचे महत्त्व समजते, परंतु परिणामकारक सार्वत्रिक शिक्षण लक्षावधी लोकांच्या आवाक्यापलीकडेच आहे. खाजगी क्षेत्र उत्तम प्रतीचे असू शकते, पण सरकारी शाळांचा- सर्वसामान्य भारतीय नागरिकांसाठी त्याच उपलब्ध असतात- दर्जा दयनीय असतो (डॅलरिंपल २०१३).

भविष्यवेध

लिस्टर विद्यापीठातील प्राध्यापक ॲड्रियन व्हाइट यांनी जगातील लोकांच्या समाधानी असण्याचा एक अभ्यास केला होता. त्यावरून असे दिसून आले की भारतीय लोक जगात सर्वात अधिक असमाधानी असून भारत १२५ व्या स्थानावर आहे. त्यांच्या मते समाधान हे आरोग्य, संपत्ती आणि शिक्षणावर अवलंबून असते. या तीनही निदर्शकांत भारत सर्वांच्या मागे राहतो (मिश्रा, दास, साहू २००९: १४२). वरवर पाहता असे सर्वसामान्य विधान मान्य करणे कठीण असले, तरी यातील मूलभूत विचार लक्षात घेण्याजोगा आहे.

या पार्श्वभूमीवर पंतप्रधान मनमोहन सिंग यांची 'विकासाचे फायदे वंचितांनाही

मिळावेत आणि गरीब व श्रीमंतांमधील दरी कमी करण्यासाठी' एक सामाजिक जाहीरनामा विकसित करण्यात यावा ही विनंती मोठ्या उद्योगसमूहांच्या प्रतिनिधींनी नाकारावी हे धक्कादायक आहे. भारतीय उद्योग महासंघाच्या (सीआयआय) वार्षिक महासभेत २४ मे २००७ रोजी त्यांनी धोक्याची सूचना दिली होती की वाढते उत्पन्न व संपत्तीतील असमानतेचे रूपांतर देशभरातील लोकांच्या उत्पन्नाच्या पातळीतील वाढीत झाले नाही, तर समाजात अशांतता निर्माण होईल. परंतु याकडे थंडपणे दुर्लक्ष करण्यात आले! माध्यमांतील मोठ्या उद्योगसमूहांनी तर त्यांच्यावर हल्लाच चढविला, एका मोठ्या वृत्तपत्राने आपल्या संपादकीयात 'श्रीमंतांच्या मनात भीती निर्माण करण्याबद्दल' त्यांना दोष दिला आणि एका विश्लेषकाने तर अशी खंत व्यक्त केली की 'आपल्या देशातील असमानता वाढत होती ती भांडवलशाहीमुळे नसून भांडवलशाहीचा पुरेसा प्रसार न झाल्याने होती' (*इकॉनॉमिक अँड पोलिटिकल वीकली*, ९ जून २००७:२१३१).

ज्यांचे वर्णन 'भारतातील जन्माने नशीबवान ठरलेले' लोक असे वॉरन बफे यांनी केले आहे, ते लोकच भारतावर नजिकच्या भविष्यकाळात हुकमत चालवीत असतील, देशभरात सर्वत्र राजकीय घराणेशाही पसरली आहे- नेहरू-गांधी, काश्मीरमध्ये अब्दुल्ला, तामिळनाडूत करुणानिधी, मुंबईचे ठाकरे, बिहारमध्ये लालु व त्यांचे कुटुंबीय, महाराष्ट्रातील बारामतीचे पवार, कर्नाटक हे आपले घरचेच राज्य मानणारे गौडा, लखनौमधील मुलायम आणि कंपनी, आंध्र प्रदेशातील एनटीआर/चंद्राबाबू आणि वायएसआर कुटुंबीय, तामिळनाडूचे रामदोस, पंजाबचे बादल, हरयानाचे चौताला, मेघालयातील संगमा, राजस्थानातील पायलट, मध्य प्रदेशातील सिंदिया ही केवळ काही उदाहरणे आहेत. त्यांना दूरदृष्टी असली, तर त्यानुसारच भारतात काही घडेल वा घडणार नाही.

जॉर्ज संतायन यांनी म्हटल्याप्रमाणे 'ज्यांना भूतकाळ आठवत नाही त्यांना त्याच चुका परत करण्याचा शाप आहे'. माझा असा विश्वास आहे की भारताला भविष्यात या मळलेल्या वाटेवरून जाण्याची गरज नाही. म्हणून मी या पुस्तकात आरसा दाखवून पुढील मार्गही दर्शविण्याचा प्रयत्न केला आहे. सुदैवाने, सुशासन ही संकल्पना अलीकडच्या काळात राजकीय पक्षांनी आपल्या शब्दकोशाचा एक भाग म्हणून स्वीकारली आहे. २०१४ साली येऊ घातलेल्या लोकसभेच्या

निवडणुकीत हा एक महत्त्वाचा मुद्दा होण्याचीही शक्यता आहे. स्वातंत्र्यानंतर प्रथमच सुशासनाचे वचन देऊन राजकीय पक्ष मतदारांना आपल्याकडे वळविण्याचा प्रयत्न करीत आहेत.

चीन, जपान आणि दक्षिण अमेरिकेतील सत्ता ग्रहण केलेल्या नव्या पिढीच्या नेतृत्वाने नवा मार्ग कसा चोखाळावा याचे उदाहरण घालून दिले आहे. भारतातही तसे करणे कठीण असू नये. या पुस्तकात दाखविले आहे त्याप्रमाणे अशा शक्यता अमर्याद आहेत.

टीपा

१. याप्रकारची आणखी एकच घटना म्हणजे १९६२ सालच्या चीनच्या आक्रमणानंतर लोकसभेत झालेली त्याविषयीची चर्चा ६ दिवस चालली. १५० हून अधिक सदस्यांनी यात भाग घेतला.

२. कृष्ण मेनन यांच्या विरोधामुळे संयुक्त राष्ट्रसंघाच्या महासचिवपदासाठी बी. के. नेहरू यांचे नाव पुरस्कृत करण्यात आले नाही.

३. बनाना रिपब्लिक ही संज्ञा रिपब्लिक ऑफ अँच्युरिया या काल्पनिक देशासाठी वापरण्यात आली होती. ही गुलामगिरीवर आधारित हुकुमशाही मोठ्या प्रमाणावरील शेतीच्या उत्पादनावर, विशेषत: केळीच्या मळ्यांवर, आधारित असून त्यातून मिळणाऱ्या अवैध फायद्यासाठी (किकबॅक्स) शोषण करीत असे. बनाना रिपब्लिक ही एक व्यापारी संकल्पना असून सरकार आणि सरकारच्या मर्जीतील काही मक्तेदार यांच्यातील परस्पर हितसंबंधांमधून सरकारी जमिनीच्या खाजगी वापरातून मिळालेला नफा हा खाजगी मिळकत ठरे आणि त्यावरील कर्ज मात्र सरकारी जबाबदारी मानली जात असे.

(पहा: http://en.wikipedia.org/wiki/banana republic)

४. पंतप्रधान जवाहरलाल नेहरू यांच्या १८ सप्टेंबर १९५७ च्या कायदे मंत्र्यांच्या परिषदेतील भाषणानुसार, कृष्णा अय्यर (१९९३: ११०–१२) यात उधृत केलेले.

५. इंडिया टुडे, ६ एप्रिल २००९, भारत सरकार (२००९: ४) यात उधृत केलेले.

२

सुशासनाचा गाभा

कायदे सर्वांना सारखेच लागू झाले पाहिजेत. सरकारच्या कृतींनाही कायदे लागू झाले पाहिजेत आणि ते तसे लागू होताना दिसले पाहिजेत.

– तत्वज्ञ हायेक

शासन म्हणजे काय

शासन या शब्दाचा अर्थ खूपच व्यापक असून ज्या तऱ्हेने अधिकारांचा वापर केला जातो व ज्यानुसार समाजातील व्यवहार घडतात त्या सर्व पैलूंचा यात समावेश होतो. वेब्स्टरच्या शब्दकोशातील याच्या व्याख्येनुसार याचा अर्थ, 'कृती व व्यवहार यांच्यावर ताबा ठेवणे, त्यांचे दिग्दर्शन करणे किंवा त्यांच्यावर मोठा प्रभाव असणे; अधिकारवाणीने केलेले दिग्दर्शन वा ताबा'; तर ऑक्सफर्ड शब्दकोशानुसार या शब्दाचा अर्थ आहे, 'शासनाची कृती, शासन चालविण्याची पद्धत अथवा वस्तुस्थिती, प्रभाव, ताबा'.

विनीता राय यांनी असे स्पष्टीकरण दिले आहे की गव्हर्नन्स (शासन) हा शब्द 'कुबेरनाओ' या ग्रीक शब्दापासून आला असून त्याचा अर्थ आहे, दिशा देणे आणि ग्रीक तत्त्ववेत्ता प्लेटो याने प्रथमच हा शब्द अलंकारिकरित्या वापरला. आर्थिक, राजकीय व प्रशासकीय अधिकार यांचा देशाच्या व्यवस्थापनासाठी सर्व स्तरांवर करण्यात आलेला वापर अशी याची व्याख्या करण्यात आली आहे. यात नागरिक व सरकार यांनी आपले हित, कायदेशीर अधिकार व कर्तव्ये यांच्या मांडणीसाठी व अंमलबजावणीसाठी आणि त्यात द्वंद्व निर्माण झाल्यास ते मिटविण्यासाठी

निर्माण केलेल्या यंत्रणा, प्रक्रिया व संस्था यांचा समावेश होतो (राय २०११: १५६).

शासन या संज्ञेचा अर्थ निरनिराळ्या प्रकारे समजून घेण्यात आला आहे (भारत सरकार:११५). 'देशाच्या आर्थिक व सामाजिक साधनसामग्रीचे व्यवस्थापन करण्यासाठी वापरण्यात येणाऱ्या अधिकाराची पद्धत' अशी जागतिक बँकेने व्याख्या केली आहे. जागतिक बँकेने शासनाचे तीन स्वतंत्र पैलू मानले आहेत: (१) राजकीय राजवटीचे स्वरूप; (२) देशाच्या आर्थिक व सामाजिक साधनसामग्रीचा देशाच्या विकासासाठी करावयाच्या व्यवस्थापनासाठी वापरावयाची अधिकाराची यंत्रणा; आणि (३) धोरणे बनविणे, त्यांची कार्यवाही करणे आणि जबादाऱ्या पार पाडण्यासाठी असलेली सरकारची क्षमता.

संयुक्त राष्ट्रसंघाचा विकास कार्यक्रम (युएनडीपी) शासनाकडे 'देशाच्या कारभाराच्या राजकीय, आर्थिक व प्रशासकीय व्यवस्थापनासाठी सर्व पातळ्यांवर राबविण्यात येणारे अधिकार' या अर्थाने पाहतो. यात नागरिक व त्यांचे गट यांनी आपले हित, कायद्याने दिलेल्या हक्कांचा उपभोग, व कर्तव्ये आणि त्यात प्रत्यवाय निर्माण झाल्यास तो नाहीसा करण्यासाठीची यंत्रणा, प्रक्रिया व संस्था या सर्वाचा समावेश होतो.

आर्थिक सहकार्य व विकास संस्था (ऑर्गनायझेशन फॉर इकॉनॉमिक कोऑपरेशन अँड डेव्हलपमेंट- ओइसीडी) यांच्या व्याख्येनुसार शासन या संकल्पनेत राजकीय अधिकारांचा वापर आणि समाजाच्या आर्थिक व समाजिक विकासासाठी साधनसामग्रीच्या व्यवस्थापनासाठी समाजाचे नियमन करणे अंतर्भूत आहे. या व्यापक व्याख्येत आर्थिक व्यवस्थापन व फायद्यांचे वाटप करण्यासाठीची यंत्रणा कार्यरत असण्यासाठी आवश्यक ती परिस्थिती निर्माण करण्यासाठीच्या सार्वजनिक अधिकारांची अंमलबजावणी तसेच राज्यकर्ते व प्रजा यांच्यातील नात्याचे स्वरुप या बाबी येतात.

जागतिक शासनाबाबतच्या आयोगाचे (कमिशन ऑन ग्लोबल गव्हर्नन्स) असे मत आहे की व्यक्ती आणि संस्थात्मक स्तरावर खाजगी तसेच सार्वजनिक कारभाराचे सामाईक व्यवस्थापन करण्याची पद्धत म्हणजे शासन. ही एक कायम चालत राहणारी प्रक्रिया असून याद्वारे वेगवेगळ्या परस्परविरोधी बाबींमध्ये सामंजस्य

निर्माण करून सहकार्य करता येते. यात कार्यवाही पूर्ण करण्याची क्षमता असणाऱ्या औपचारिक संस्था व राजवटी तसेच जनतेने व संस्थांनी मान्य केलेल्या अनौपचारिक व्यवस्था अथवा ज्या आपल्या हिताचे रक्षण करतील असा लोकांचा विश्वास असतो अशा व्यवस्थांचा समावेश होतो.

मानवतावादी शासन म्हणजे मानवी विकासाला वाहून घेतलेले शासन हा विचार 'महबुब अल हक ह्युमन डेव्हलपमेंट सेंटर'ने अधोरेखित केला आहे. याद्वारे सर्व जनतेच्या, विशेषत: स्त्रिया, मुले व गरिबांच्या मूलभूत गरजा भागविणे सरकारला, सुजाण समाजाला (सिव्हिल सोसायटी) व खाजगी क्षेत्राला शक्य व्हायला हवे. सरकार, सुजाण समाज व खाजगी क्षेत्रातील मानवी विकासाच्या कार्यक्रमांत लोकांना परिणामकारकरित्या सहभागी होता आले पाहिजे.

वरील सर्व व्याख्यांमध्ये वेगवेगळ्या मुद्यांना महत्त्व देण्यात आले असले, तरी सर्वसाधारणपणे शासन या संज्ञेत, स्वतंत्रपणे अथवा सामूहिकरित्या आणि सरकारमध्ये, खाजगी क्षेत्रात किंवा सहकार अथवा स्वयंसेवी क्षेत्रात, मानवी व्यवहार केल्या जाणाऱ्या सर्व प्रक्रिया, संस्था आणि कायदे व नियम समाविष्ट केले जातात. या सर्वांचा सामुदायिक कल्याणावर परिणाम होत असतो.

जगातील विकसित आणि विकसनशील देशातही सुशासन हा आता कळीचा शब्द झाला आहे. २८ सप्टेंबर १९९६ रोजी जागतिक बँकेच्या आफ्रिकेतील गव्हर्नरांनी बँकेचे अध्यक्ष जेम्स डी. वोल्फेन्सॉन यांना एक धोक्याचा इशारा देणारा अहवाल सादर केला. त्यात म्हटले होते:

> आफ्रिकेच्या स्वातंत्र्यानंतरच्या पिढीने त्यांच्या अनुभवावरून जर एक धडा उघडपणे लक्षात घेतला असेल तर तो आहे सुशासन स्थापन करण्याचे महत्त्व... आफ्रिकेतील जवळ जवळ प्रत्येक देशाने गेल्या तीस वर्षात त्यांची क्षमता खालावत गेल्याचे पाहिले आहे; स्वातंत्र्य मिळाले त्यावेळी बहुतेकांची क्षमता आता आहे त्यापेक्षा अधिक चांगली होती... अत्यावश्यक नसणाऱ्या क्षेत्रांत सरकारी अधिकाऱ्यांची संख्या फार मोठी होती, तर अतिशय महत्त्वाच्या क्षेत्रात पुरेसे मनुष्यबळ उपलब्ध नव्हते. सरकारी अधिकाऱ्यांचे राजकियीकरण झाले असून त्यांच्यात व्यावसायिकतेचा अभाव दिसून येतो (क्लिटगार्ड १९९७: ५.१ व ५.२).

भारताच्या परिस्थितीची जाण असणाऱ्यांना हे सर्व ओळखीचेच वाटेल.

सुशासनाचे काही पैलू जगभर मान्यता पावले आहेत, तर काहींना फक्त काही देशातच मान्यता मिळाली आहे असे लक्षात येते. जगभरात मान्यता पावलेल्या पहिल्या प्रकारात भ्रष्टाचारमुक्त कारभार, सार्वजनिक उत्तरदायित्व, पारदर्शकता, कायद्याचे राज्य– कायद्यासमोर सर्वजण समान असणे व कायद्याचे सर्वांना समान संरक्षण मिळणे– जनतेच्या तक्रारींकडे सहृदयतेने पाहिले जाणे, सरकारातील सहभाग, अपेक्षित निर्णय प्रक्रिया, जनतेच्या गरजांना प्रतिसाद देणे व नागरिकांप्रती मैत्रीची भावना असणे या सर्वांचा समावेश होतो. यापैकी प्रत्येक बाब ही सुशासनासाठी महत्त्वाचा घटक असून त्यामुळे सुशासनाच्या गुणवत्तेत परिणामकारक वाढ होते असे दिसून येते.[१] ज्या घटकांचा काहींनीच स्वीकार केला आहे, सर्वांनी नाही, त्यांत मानवी हक्कांचा आदर, माहितीचा अधिकार, खाजगी गुप्ततेचा अधिकार (राइट टु प्रायव्हसी), रोजगाराचा अधिकार, शिक्षणाचा अधिकार, निवाऱ्याचा अधिकार वगैरेंचा समावेश होतो. या घटकांद्वारे जीवनाच्या गुणवत्तेत सुधारणा होते व मानवी अस्तित्वाला प्रतिष्ठा मिळते.

मत मांडता येणे व उत्तरदायित्व, राजकीय स्थैर्य, परिणामकारक सरकार, गुणवत्तापूर्ण अंमलबजावणी, कायद्याचे राज्य आणि भ्रष्टाचारावर नियंत्रण या बाबी जागतिक बँकेने सुशासनासाठी महत्त्वाचे निदर्शक मानल्या आहेत. राजकीय स्थैर्य आणि गुणवत्तापूर्ण अंमलबजावणी या महत्त्वाच्या पैलूंना येथे अधोरेखित करण्यात आले आहे असे दिसून येते. ख्रिश्चन रोलंड यांनी असे विधान केले आहे की भारत व चीन यांच्या क्रमवारीवरून दिसून येते की 'त्यांचे कार्य केवळ सामान्य प्रतीचे मानता येईल... १९९६ ते २००५ मध्ये भारताचा सुशासनाचा निर्देशांक अगदी नाममात्र सुधारला आहे आणि त्याच काळात चीनमध्ये तर तो अधिक खालावला आहे' (रोलंड २०११:१५८–५९).

डी. एच. पै पाणंदीकर यांनी असे निदर्शनास आणून दिले आहे की हेरिटेज फाउंडेशन ने एकत्रित केलेल्या व *वॉल स्ट्रीट जर्नल* ने प्रकाशित केलेल्या आर्थिक स्वातंत्र्याच्या निर्देशांकानुसार १५० देशांच्या गटात भारताचा क्रमांक १२० आहे. या क्रमवारीत आपण काय केले आहे यापेक्षा काय केले नाही हे दाखविण्यात आले आहे. पाणंदीकरांनी नमूद केले आहे की आर्थिक स्वातंत्र्य हे

१० महत्त्वाच्या क्षेत्रातील स्वातंत्र्याच्या एकत्रित आढाव्यावरून मोजले जाते. यात करप्रणाली, सरकारी हस्तक्षेप, अर्थव्यवस्थापन, भांडवली स्रोत व परदेशी गुंतवणूक, बँकिंग, वेतन व किंमत, मालमत्तेचा अधिकार आणि काळ्या बाजारातील व्यवहार या बाबींचा समावेश होतो. या अभ्यासातून प्रकर्षाने लक्षात येणारी गोष्ट म्हणजे ज्या देशांत आर्थिक स्वातंत्र्य उच्च पातळीवर होते, त्यांचे राहणीमानही उच्च दर्जाचे होते (पै पाणंदीकर १९९७).

दुसऱ्या प्रशासन सुधारणा आयोगाने सुशासनाचा गाभा थोडक्यात पुढीलप्रमाणे वर्णिला आहे:

- कायद्याची अंमलबजावणी पारदर्शक, अपेक्षित, समन्यायी व विश्वासार्ह पद्धतीने राबविली जाणे कायद्याचे राज्य या संकल्पनेत अध्याहृत आहे ;
- प्रशासनाच्या प्रत्येक पातळीवर उत्तरदायित्व असणे ;
- निरंकुश स्वेच्छाधिकार कमीत कमी असणे ;
- नागरिक सर्वात महत्त्वाचा मानणे ;
- सरकारची उभारणी बळकट नैतिक पायावर आधारित असणे ; आणि
- प्रत्येक निर्णय योग्य पातळीवर घेतला जाण्यासाठी आवश्यक ते अधिकार त्या त्या पातळीवर सोपविले जाणे (राय २०११: १५७).

बऱ्याच वेळा विकास व गरिबी निर्मूलन यासाठीच्या संस्थांची उभारणी करण्याची सरकारची क्षमता याचा उल्लेख सुशासन असा केला जातो. आपण या संकुचित दृष्टीकोनातून याकडे पाहिले किंवा यापूर्वी दिल्याप्रमाणे व्यापक व्याख्या विचारात घेतली, तरीही सुशासनाच्या उद्दिष्टापासून भारत अद्याप फार दूर आहे हे मान्य करावेच लागेल.

सुदैवाने, गेल्या काही वर्षांत, निवडणुकीतील विजयाच्या दृष्टीने देखील सुशासनाचा सत्ताधारी राजकीय पक्षांना फायदा मिळताना दिसतो. सामान्यत: सत्ताधारी पक्षाऐवजी दुसऱ्या पक्षाला निवडून देण्याकडे असलेला कल (अँटी इन्कंबन्सी) देखील बाजूला सारलेला दिसून येतो. अलीकडील काळात

सुशासनाच्या पाठबळावर आंध्र प्रदेश, छत्तीसगढ, दिल्ली, ओडिशा, मध्य प्रदेश व सिक्कीम अशा अनेक राज्यांमध्ये सत्तेत असलेली सरकारे परत निवडून आली आहेत.

'सुशासन' या संज्ञेचा जरी भारताच्या राज्यघटनेत उल्लेख नसला, तरी घटनेतील अनेक तरतुदींचा एकत्रितपणे विचार केला असता त्यात ही व्यापक संकल्पना अधोरेखित केली असल्याचे लक्षात येते. राज्यघटनेत असे नमूद करण्यात आले आहे की जनतेच्या कल्याणासाठी राष्ट्रातील सर्व संस्था जनतेला आवश्यक ते संरक्षण देऊन सामाजिक, आर्थिक व राजकीय न्यायावर आधारित असा समाज निर्माण करण्यासाठी सर्वतोपरी प्रयत्न करतील. (१) समानतेचा अधिकार; (२) सात स्वातंत्र्ये- भाषण व अभिव्यक्ति स्वातंत्र्य, नि:शस्त्रपणे व शांततेने एकत्र येण्याचे स्वातंत्र्य, संघ किंवा संघटना स्थापन करण्याचे स्वातंत्र्य, देशात कोठेही मोकळेपणाने विहार करण्याचे स्वातंत्र्य, कोठेही राहण्याचे वा वास्तव्य करण्याचे स्वातंत्र्य, संपत्ती मिळविण्याचे, धारण करण्याचे वा तिची विल्हेवाट लावण्याचे स्वातंत्र्य आणि कोणताही व्यवसाय वा उद्योगधंदा करण्याचे स्वातंत्र्य; (३) जीवनाचा व व्यक्तीगत स्वातंत्र्याचा अधिकार; (४) कोणताही धर्म पाळण्याचे स्वातंत्र्य; (५)शोषण न होण्याचे स्वातंत्र्य; (६) संस्कृति व शिक्षणाचा अधिकार; (७) मालमत्तेचा अधिकार आणि (८) घटनेमार्फत न्याय मिळविण्याचा अधिकार. राज्यघटनेत राज्यकारभाराची दिशादर्शक तत्त्वेही देण्यात आली आहेत, त्यांचे उल्लंघन झाल्यास त्याविरुद्ध न्यायालयात जाता येत नसले तरी देशाच्या कारभारासाठी ती मूलभूत मानली गेली आहेत.

मूलभूत हक्क आणि मार्गदर्शक तत्त्वे यांचा एकत्रितपणे विचार केल्यास सुशासनाचे सर्व घटक यात अंतर्भूत झालेले दिसून येतात. कलम १३(२) यात नमूद करण्यात आले आहे की मूलभूत हक्कांशी सुसंगत नसणारे सर्व कायदे व शासनाचे आदेश घटनाबाह्य म्हणून आपोआप रद्द ठरतील. त्यात म्हटले आहे, 'यात देण्यात आलेले अधिकार नाहीसे होतील वा त्यांचा संकोच होईल असा कोणताही कायदा सरकारने करू नये आणि या कलमाचा अधिक्षेप करून जर कायदा करण्यात आला, तर ज्या भागाने अधिक्षेप होत असेल, तो भाग रद्द ठरविला जाईल'. राज्यघटनेने निर्माण केलेल्या सजग लोकशाही संस्थांचे जाळे व कलम ३२ अन्वये मूलभूत अधिकारांचे पालन होत आहे यावर लक्ष ठेवण्यासाठी सर्वोच्च

न्यायालयाला देण्यात आलेले विशेष अधिकार हे भारतीय राज्यघटनेचे बलस्थान आहे. घटनेने बहाल केलेल्या कोणत्याही मूलभूत हक्काचे उल्लंघन झाल्यास देशातील कोणीही नागरिक त्याविरुद्ध सर्वोच्च न्यायालयात थेट दाद मागू शकतो हे आपल्या राज्यघटनेचे खास वैशिष्ठ्य आहे. हा अधिकारही घटनेने दिलेल्या मूलभूत अधिकाराचा भाग असून तो घटनेच्या मूलभूत ढाच्याचा भाग मानण्यात आला आहे हे लक्षात घेणे देखील महत्त्वाचे आहे. आजवरच्या उच्च न्यायालयांच्या व सर्वोच्च न्यायालयाच्या हस्तक्षेपामुळे मूलभूत अधिकार हे देशातील गोर–गरीब व हालअपेष्टांचे जीवन जगणाऱ्या मागासवर्गीयांसाठी आधारभूत ठरले आहेत हे अधोरेखित करणे महत्त्वाचे आहे.

एन. आर. माधव मेनन यांनी भर देऊन म्हटले आहे की:

> घटनेचे 'मूलभूत घटक' हे संसदेने सुधारणा करण्याच्या आवाक्याबाहेर ठेवून, कलम २१ व कलम १४ यांच्या संदर्भातील 'योग्य ती प्रक्रिया' ही महत्त्वाच्या कार्यवाहीचा भाग म्हणून अंतर्भूत करण्याने आणि घटनेच्या तिसऱ्या भागात स्पष्टपणे नमूद न केलेले अनेक अधिकार व स्वातंत्र्ये अध्याहृत मानून सर्वोच्च न्यायालयाने मूलगामी बदल घडवून आणले आहेत... आज 'भारतीय नागरिकांना' घटनेने दिलेले हक्क व अधिकार उपभोगण्यासाठी जगातील सर्वात शक्तिशाली न्यायव्यवस्था त्यांच्या पाठीशी उभी आहे (मेनन २००६: ५९).

मूलभूत ढाच्याच्या तत्त्वामुळे, आणीबाणीच्या काळात घडले त्याप्रमाणे, आता भारताला संपूर्ण एकाधिकारशाहीची भीती राहिलेली नाही. 'घटनाकारांनी बरीच चर्चा व विचार करून 'योग्य प्रक्रियेचा' समावेश घटनेत केला नसला', तरी सर्वोच्च न्यायालयाने या संकल्पनेचा समावेश करण्याने व 'अर्थ लावण्याच्या' (इंटरप्रिटेशन) प्रथेमुळे किती दूरगामी परिणाम झाले आहेत याकडे सर्वोच्च न्यायालयातील सुप्रसिद्ध वकील अंध्यारुजिना यांनी मुद्दाम लक्ष वेधले आहे (द *इंडियन ॲडव्होकेट* २००३: ९). परिणामस्वरुप, सरकारच्या एखाद्या कृतीला घटनेच्या कलम २१ अन्वये आव्हान देण्यात आल्यास, ती 'योग्य, न्याय्य व रास्त' असून, स्वेच्छानुसारी (आर्बिट्ररी), लहरी आणि जुलमी नसल्यासच तिचे समर्थन केले जाऊ शकते.

तथापि, घटनेने नागरिकांना बहाल केलेल्या काही महत्त्वाच्या अधिकारांच्या अंमलबजावणीबाबत सरकार हयगय करीत आहे. घटना पारित झाल्यानंतर ४४ वर्षांनी सर्वोच्च न्यायालयाने दखल घेऊन शिक्षणाच्या बाबतीत कारवाई करणे भाग पाडले (*उन्निकृष्णन वि.आंध्र प्रदेश सरकार*, एआयआर १९९३ एससी २१७८). पाच न्यायाधिशांच्या या खंडपीठातील दोन न्यायमूर्तींच्या मते या विषयी निकाल देण्याची गरज नव्हती. परंतु इतर तीन न्यायमूर्तींनी असे मत व्यक्त केले की किमान प्राथमिक पातळीवर तरी शिक्षणाचा हक्क हा मूलभूत अधिकार आहे. न्यायालयाने असेही नमूद केले की कलम ४५ अन्वये मुलांना मोफत व सक्तीचे शिक्षण देण्याची तरतूद करण्यासाठी देण्यात आलेली दहा वर्षांची मुदत टळूनही बराच अवधी झाला होता. सर्वोच्च न्यायालयाने १९९३ साली दिलेला आदेश संसदेने घटनादुरुस्तीद्वारे शिक्षणाचा अधिकार मूलभूत हक्क म्हणून २००२ साली अधिकृतरित्या मान्य केल्यानंतरच अस्तित्वात आला (पाल २००६: ११७-१८). दिल्ली उच्च न्यायालयाने २००४ साली दिलेल्या एका महत्त्वाच्या निकालाद्वारे दिल्ली सरकारला दिल्लीतील १,६०० खाजगी शाळांना २० टक्के जागा गरीब मुलांना मोफत उपलब्ध करून देण्याचा आदेश दिला त्याचा येथे उल्लेख करणे निश्चितच उचित ठरेल.

केवळ न्यायालयांनी पुढाकार घेऊन व कारवाईचे आदेश देण्यानेच वृत्तपत्र स्वातंत्र्य, खाजगी बाबी गोपनीय राखण्याचा अधिकार, परदेश गमनाचे स्वातंत्र्य व अधिकार, आताच उल्लेख केलेला शिक्षणाचा अधिकार आणि अमानुष शिक्षा किंवा हीन दर्जाची वागणूक यापासून स्वातंत्र्य मिळविण्याचा अधिकार यांना मूलभूत अधिकारांचा दर्जा प्राप्त झाला आहे (सोराबजी २००७: ७).

कलम १४ अन्वये कायद्यासमोर समानता असण्याचा अधिकार नागरिकांना आणि नागरिक नसलेल्यांनाही उपलब्ध आहे. धर्म, वंश, जात, लिंग किंवा जन्मठिकाण यांच्या आधारे भेदभाव न केला जाण्याचा अधिकार कलम १५ अन्वये आणि रोजगाराची समान संधी मिळण्याचा कलम १६ नुसार मिळालेला अधिकार यांद्वारे कलम १४ मधील समानतेची व्याख्या पूर्ण होते, ते मात्र केवळ भारतीय नागरिकांनाच उपलब्ध आहेत... अलीकडच्या काळात सरकार (स्टेट) या संकल्पनेतही आमूलाग्र बदल घडला असून 'अधिकाराचा बडगा उगारून जबरदस्ती करण्याची यंत्रणा' या एकाच दृष्टीने त्याकडे पाहता येत नाही. 'इतर

अधिकार' या संज्ञेची व्याप्ती वाढवून न्यायाधीशांनी समानतेची हमी अधिक अर्थपूर्ण व परिणामकारक केली आहे... कोणाही व्यक्तीचे जीवन व व्यक्तीगत स्वातंत्र्य यावर कायद्याने नेमून दिलेल्या प्रक्रियेखेरीज इतर कोणत्याही मार्गाने बंधने आणता येणार नाहीत असे कलम २१ मध्ये नमूद केले आहे त्याचा अर्थ अशी बंधने किंवा संकोच करणारी प्रक्रिया ही वाजवी, रास्त आणि न्याय्य असायला हवी असे सर्वोच्च न्यायालयाने म्हटले आहे (चंद्रचूड १९८९: ९,२०).

अलीकडच्या काळात आर्थिक उदारीकरणाचे पर्व सुरू झाल्यापासून कायद्याचे राज्य या संकल्पनेकडे दुर्लक्ष करण्यासाठी बराच दबाव आणला जातो हे अस्वस्थ करणारे आहे. एनडीए सरकारमधील तत्कालिन माहिती तंत्रज्ञान व निर्गुंतवणूक मंत्री अरुण शौरी हे एरवी विद्वान व प्रगतीशील मानले जात असले, तरी व्यवसायातील विकासासाठी उद्योजकांनी कायद्याच्या मर्यादेचे उल्लंघन केले पाहिजे असे जाहीर करण्यापर्यंत त्यांची मजल गेली होती. दूरसंचार क्षेत्रात रिलायन्स इन्फोकॉमने आपल्या फायद्यासाठी अस्तित्वात असलेले नियम ज्या तऱ्हेने बदलले त्याचे ते कौतुक करीत होते. शौरींनी वर असेही म्हटले की धिरुभाई अंबानींसारख्या व्यक्तींवर काहीच बंधने असू नयेत. उद्योजकांना शौरींनी अशा प्रकारे कायदे मोडण्यास प्रोत्साहन द्यावे हे धक्कादायक तर होतेच शिवाय याने सुशासनाच्या कल्पनेलाही तडा जातो. प्रत्येकाने जर हाच मार्ग चोखाळावयाचे ठरविले, तर त्यातून किती गोंधळ उडेल याची कल्पनाच केलेली बरी. अगोदरच आपल्याकडे हितसंबंधीय भांडवलशहा खूपच आहेत.

सरकारमधील स्वेच्छानुसारी निर्णयाचे एक उदाहरण येथे देणे योग्य ठरेल. इंदिरा गांधी नॅशनल सेंटर फॉर आर्टस या न्यासाच्या घटनेत काही बदल घडवून आणण्याच्या विरोधात दिल्ली उच्च न्यायालयात एक जनहित याचिका दाखल करण्यात आली असताना खंडपीठाने सोनिया गांधींना या न्यासाचे अध्यक्षपद देण्याबाबत नाराजी व्यक्त केली होती. खंडपीठाने विचारले होते, 'माजी पंतप्रधानांची विधवा असण्याने कला व संस्कृतीच्या क्षेत्रातील तज्ज्ञ बनून, सरकारने असे अधिकार दिल्याखेरीज त्या या न्यासाच्या अध्यक्ष कशा काय बनू शकतात... केवळ काही सुप्रसिद्ध व्यक्तींचा यात समावेश आहे म्हणून या न्यासास सवलती देण्यात याव्यात असा याचा अर्थ होत नाही' (*फ्रंटलाइन*, २४ डिसेंबर १९९९: ३५).

भारत सरकारने गृह मंत्रालयातर्फे (आंतरराज्य परिषदेचे सचिवालय) २००४ साली सुशासनासंबंधी एक संकल्पना निबंध तयार करण्याचे ठरविले होते. यात सुजाण समाजाचा सहभाग, निवडणूक सुधारणा, आर्थिक सुधारणा, राजकोषीय सुधारणा, कामगारविषयक सुधारणा, नागरिक केंद्रस्थानी मानण्याबाबतच्या सुधारणा, ग्रामीण विकेंद्रीकरण, शहरी भागातील सुधारणा, ई–शासन वगैरे नेहमीच्याच बाबींचा परामर्श घेण्यात आला होता. त्यात सरकारने विकासाला अधिक प्रोत्साहन द्यावे, नागरिकांना केंद्रस्थानी मानून अधिक कार्यक्रम आखावेत यासाठी तातडीच्या कारवाईचा मार्ग स्वीकारावा असे सुचविण्यात आले होते. परंतु, बहुतेक सर्व कृतींप्रमाणे ते ही तेवढ्यावरच राहिले!

आंतरदेशीय तुलना व भारत

देशा देशांमधील शासनाची तुलना करण्यासाठी आंतरराष्ट्रीय स्तरावर तुलनेचे अनेक मुद्दे ठरविण्यात आले आहेत. यापैकी बहुतेक सर्व मुद्यांच्या संदर्भात भारताची कामगिरी गेल्या काही वर्षांत लक्षात घेण्याजोगी खालावली आहे ही गंभीर चिंतेची बाब आहे. या मुद्यांमध्ये मानवी विकास निर्देशांक, स्वातंत्र्य निर्देशांक, अपारदर्शकतेचा निर्देशांक, भ्रष्टाचार निर्देशांक, लाचखोरीविषयक निर्देशांक, सुजाण समाजातील संघटनांमधील पारदर्शकता व भ्रष्टाचार निर्देशांक, अर्थसंकल्पातील पारदर्शकता, वेतन व भ्रष्टाचार, लिंगभेद व भ्रष्टाचार, शासन व भ्रष्टाचार, शासन व विकास आदींचा समावेश करण्यात आला आहे. यापैकी काहींचा उहापोह आपण या पुस्तकाच्या प्रस्तावनेत केला आहे. स्थावर मालमत्ता, भांडवली बाजार, नियमन यंत्रणा इत्यादि क्षेत्रांतील कार्य व त्यातील पारदर्शकतेबाबतचे निर्देशांकही विकसित करण्यात आले आहेत. हाँगकाँगस्थित 'द पोलिटिकल अँड इकनॉमिक रिस्क कन्सल्टन्सी' ने २००९ साली आशियातील १२ देशांचे सर्वेक्षण केले. त्यांना असे दिसून आले की भारतातील नोकरशाही सर्वाधिक संथ गतीने चालते आणि एखादे काम करून घेण्यासाठी त्यांच्याकडे जाणे हा एक अत्यंत निराशाजनक अनुभव आहे (*सकाळ* ४ जून २००९:९). वर्ल्ड इकॉनॉमिक फोरमच्या २००१ सालच्या दावोसमधील वार्षिक बैठकीत प्राइस वॉटर हाऊस कूपर यांनी एक नवा निर्देशांक सादर केला. त्यात

३५ देशांतील आर्थिक, कायदेविषयक आणि नैतिक पारदर्शकतेचा व्यवसायावर व भांडवलाच्या किंमतीवर पडणारा प्रभाव मोजण्यात आला आणि त्याला त्यांनी नाव दिले अपारदर्शकता (ओपेसिटी) निर्देशांक किंवा 'ओ घटक'. व्यवसायाला देण्यात येणारे कायद्याचे संरक्षण, व्यापक आर्थिक धोरणे, उद्योगसमूहांतील माहितीचे आदान–प्रदान, भ्रष्टाचार आणि सरकारी निर्बंध या सर्व क्षेत्रातील पारदर्शकतेच्या अभावाने भांडवलाच्या उभारणीत नेमकी किती वाढ होते हे यावरून ठरविता येते. स्पष्ट, अचूक, औपचारिक व सर्वत्र मान्य असणाऱ्या प्रथांचा अभाव अशी अपारदर्शकतेची व्याख्या करण्यात आली आहे (*पब्लिक आय* २००१: ५). या दृष्टीने देखील भारतास सुधारणा करण्यास मोठाच वाव आहे.

१९९३ साली बँक घोटाळा प्रकरणी नेमण्यात आलेल्या संयुक्त संसदीय समितीने (जेपीसी) देशातील प्रशासनाच्या परिस्थितीबाबत काय म्हटले होते त्याचा विचार करणे उचित ठरेल:

'या संपूर्ण घटनेचे अनेक पैलू आहेत: कार्यात्मक पैलूचा संबंध बँका, दलाल, सार्वजनिक क्षेत्रातील उद्योगधंदे व मंत्रालये यांच्याशी संबंधित आहे. येथे उत्तरदायित्वाचा अभाव होता, केलेल्या चुकीबाबत क्वचितच शिक्षा होत असे आणि अंमलबजावणी न करण्याचे वातावरण सर्वत्र फैलावले होते. जबाबदारी घेणे व देखरेख ठेवणे या दोन पैलूंबाबतही समितीला गंभीर चिंता वाटते. वरपासून खालपर्यंत देखरेख ठेवण्यात अपयश आले हे उघड आहे आणि यापुढील प्रकरणांत त्यांचा तपशील देण्यात आला आहे. यातून निर्माण झालेल्या आणखी एका वाईट परिणामाबद्दल समितीला अतिशय काळजी वाटते. समितीने पुरावे गोळा करण्यासाठी अनेक तास खर्ची घातले व साक्ष देण्यासाठी अनेक साक्षीदार समितीसमोर हजर झाले, परंतु झालेल्या चुकीची जबाबदारी क्वचितच कोणी स्वतःवर घेतली. शिवाय संपूर्ण सरकारी यंत्रणेत एक अतिशय घातक प्रथा दिसून आली, ती म्हणजे आपल्यावरील जबाबदारी हाताखालच्या अधिकाऱ्यांच्या स्तरावर ढकलून देणे आणि याची समितीला सर्वाधिक चिंता वाटते. सरकारी यंत्रणेतील कणखरपणाचा अभाव सरकारला कमकुवत बनवितो. यामुळे समितीला या घटनेच्या तिसऱ्या पैलूवर– नैतिक पैलूवर– थोडक्यात भाष्य करणे भाग पडले आहे. कोणतीही यंत्रणा केवळ

नियमांनुसार चालू शकत नाही, अर्थात नियम मोडले जात असतील तर ती चालू शकणार नाही; पण त्याहून अधिक महत्त्वाचे म्हणजे एखाद्या यंत्रणेत नैतिकताच नसेल, काय योग्य व काय अयोग्य हे समजण्याची सर्वसाधारण क्षमताच नसेल, विशेषतः सार्वजनिक निधी सोपविला असताना आपल्या जबाबदारीची जाणीवच नसेल, तर ती यंत्रणा चालू शकणार नाही'' (लोकसभा सचिवालय १९९३: ८).

कदाचित विशेष चांगल्या पद्धतीने लिहिले नसले तरी मी हे लांबलचक अवतरण मुद्दाम उधृत केले आहे कारण संसदेची शक्तिशाली समितीदेखील प्रशासनाच्या अपयशासमोर कशी हतबल होते हे यावरून दिसून येते. या पुस्तकातील चर्चेवरून ही परिस्थिती गेल्या २० वर्षांत कशी अधिकच खालावली आहे हे स्पष्ट होईल.

मार्टिन जॅक यांनी अधोरेखित केले आहे की:

चीन हे विकसनशील देशाचे एक वैशिष्ट्यपूर्ण उदाहरण आहे यात शंकाच नाही. गेल्या तीस वर्षांहून अधिक काळ दरसाल सुमारे १० टक्के या दराने त्याचा विकास होत असून अंदाजे ६० कोटी जनतेला त्यांनी गरिबीपासून मुक्त केले आहे. या कामगिरीमुळे विकसनशील देशांमध्ये चीनला मानाचे स्थान मिळाले आहे... चीनच्या सरकारची तीन बलस्थाने आहेत– व्यूहरचनेच्या दृष्टीने विचार करण्याची क्षमता, मूलभूत सोयीसुविधांबाबतचे असामान्य कौशल्य आणि त्यांच्या सरकारची नजरेत भरण्याजोगी कार्यक्षमता. पाश्चिमात्य प्रथेनुसार लोकशाहीवर भर देण्यात येतो, तर सरकारच्या कार्यक्षमतेला चीनमध्ये लोकशाहीइतकेच महत्त्व दिले जाते व त्याचा गुणवत्तेशी जवळचा संबंध जोडला जातो (जॅक २०१३).

तथापि, वेगाने फैलावणाऱ्या भ्रष्टाचाराच्या रोगाची चीनच्या यंत्रणेलाही बाधा झाल्याचे म्हटले जाते.

उमा लेले यांनी असे निदर्शनास आणून दिले आहे की जागतिक बँकेच्या शासनाच्या निर्देशांकानुसार २१० देशांचे सहा प्रकारांत वर्गीकरण करण्यात आले आहे. 'ज्या उत्तरांवर ही क्रमवारी आधारित आहे त्यांच्या प्रतिनिधित्वामध्ये जरी दोष असले, तरी देशांची तुलनात्मक क्रमवारी २.१ या तक्त्यात दिली आहे ती केवळ सुरुवात आहे व वाजवी असावी असे दिसते. मत मांडता येणे व

उत्तरदायित्व यांमध्ये २१० देशांमध्ये चीनचा क्रमांक २०० वा आहे, तर भारताचा आहे ८६. कायद्याचे राज्य या प्रकारात चीनचा क्रमांक १२६, तर भारताचा १०० आहे. भ्रष्टाचार रोखण्याच्या दृष्टीने भारताचा क्रमांक १३६, तर चीनचा आहे १४९. तथापि, राजकीय स्थैर्य, सरकारची परिणामकारकता व नियमनाची गुणवत्ता यात मात्र चीनचा क्रम भारताच्या वरचा आहे (तक्ता २.१). मोठ्या प्रमाणावरील सोयीसुविधा, पाण्याखाली येणाऱ्या क्षेत्राचा विकास व नियमन यावर अवलंबून असणारे चीनचे पाण्याविषयीचे विशिष्ठ धोरण परिणामकारक ठरण्यासाठी चीनचे शेवटचे तीन पैलू अत्यंत महत्त्वाचे ठरले आहेत. नेमक्या याच क्षेत्रांत भारताचे जलविषयक धोरण काळाच्या ओघात आपली परिणामकारकता गमावून बसले आहे... तंत्रज्ञान, मूलभूत सोयीसुविधा, निधी व संस्थांचे उत्तरदायित्व यांसाठी एकात्मिक धोरणाचा विकास करण्याच्या बाबतीत भारत मागे पडत चालला आहे असे आमचे म्हणणे आहे. चीनचा नमुना अनुसरणे भारताला जरी शक्य नसले, तरी या तुलनेतून पाण्याच्या नियमनासंबंधी भारतासमोर केवढी मोठी आव्हाने उभी आहेत यावर प्रकाश पडण्यास मदत होते. विशेषत: भूजलाच्या वापराबाबतच्या समस्या आणि शेतीच्या उत्पादनातील घसरता विकासदर पाहता हे अधिकच महत्त्वाचे ठरते. या धोरणाकडे आता जणू युद्धपातळीवर लक्ष देण्याची गरज निर्माण झाली आहे' (लेले, क्लुसिआ, गोस्वामी २०१३:११–१२).

भारतात प्रचलित असलेली लोकशाही पद्धत ही भारताच्या प्रशासनातील खालावलेल्या कार्यक्षमतेला मुख्यत: कारणीभूत आहे. वास्तविक पाहता, हुकुमशाही, एकाधिकारशाही किंवा कोणतीही अधिकारशाही याच्याशी तुलना करता लोकशाहीमध्ये सर्व पातळ्यांवर सुशासन प्रस्थापित होण्यास मदत व्हायला हवी. ज्या तऱ्हेने भारतातील लोकशाही ही एक प्रकारचे विडंबन बनली आहे तो भारतातील लोकशाहीचा मोठा दोष आहे. कोणत्याही दिवशीचे वृत्तपत्र उघडले तर हे दिसून येते. त्यातील अर्ध्याहून अधिक बातम्या जनतेचे असमाधान, तक्रारी, गाऱ्हाणी आणि याबाबत विचार करून त्यावर काही परिणामकारक तोडगा काढण्यास असमर्थ ठरलेले प्रशासन पाहून आलेले हताशपण यांनीच भरलेल्या असतात. भारतात आता शहरीकरण वेगाने होत असल्याने हे अधिक अस्वस्थ करणारे आहे. २०५० सालापर्यंत भारताची ५५ टक्के लोकसंख्या शहरांत रहात असेल असा अंदाज आहे. परंतु यासाठी गुंतागुंतीच्या धोरणाची, संस्थांची व

Table 2.1
Worldwide governance indicators for Brazil, China, India, Indonesia, South Africa and the US

	Voice and accountability		*Political stability and absence of violence/ terrorism*		*Government effectiveness*		*Regulatory quality*		*Rule of law*		*Control of corruption*	
Country	Estimate	Rank	Estimate	Rank	Estimate	Rank	Estimate	Rank	Estimate	Rank	Estimate	Rank
Brazil	0.50	76	-0.04	113	-0.01	95	0.17	94	0.01	94	0.17	79
China	-1.64	200	-0.70	157	0.12	84	-0.20	116	-0.46	126	-0.67	149
India	0.41	86	-1.20	183	-0.03	97	-0.34	127	-0.08	100	-0.56	136
Indonesia	-0.08	112	-0.82	165	-0.24	113	-0.33	124	-0.65	146	-0.68	152
South Africa	0.57	72	0.02	109	0.37	75	0.44	73	0.10	87	0.03	86
United States	1.13	30	0.54	76	1.41	25	1.49	18	1.59	20	1.25	31

Source : The World Bank (2011).
Note : Estimate of governance ranges from approximately -2.5 (weak) to 2.5 (strong) governance performance.

कार्यक्रमांची फेररचना व पुनर्बांधणी करणे आमच्या राज्यकर्त्यांच्या आवाक्यातून निसटूनच गेले आहे. उदाहरणार्थ, प्रस्तावनेत उल्लेख करण्यात आलेला मुंबई, दिल्ली, कोलकता, पुणे, ठाणे, उल्हासनगर, नवी मुंबई, पिंपरी चिंचवड आणि पुणे कँन्टोन्मेंट यांसारख्या शहरांतील अनधिकृत बांधकामाची समस्या प्रचंड आहे. अगदी अलीकडच्या काळातील धक्कादायक उदाहरण म्हणजे मुंबईतील वरळी येथे १९८१ ते १९८९ च्या दरम्यान सात बहुमजली इमारती बांधण्यात आल्या, हे अपवादात्मकरित्या घडले असेल, असे मानण्याचे काहीच कारण नाही. येथे बिल्डरला फक्त सहा मजले बांधण्यास परवानगी देण्यात आली होती, पण एका इमारतीत त्याऐवजी २० मजले तर दुसरीत १७ मजले आहेत (*इंडियन एक्स्प्रेस*, ३ मे २०१३). वरच्या मजल्यांवरील सदनिका विकत घेणाऱ्या ग्राहकांना हे बांधकाम अनधिकृत असल्याची पूर्ण कल्पना होती, पण काहीही चालवून घेणारे प्रशासन हे बांधकामही नियमित करून देईल अशी त्यांना आशा होती! एका वृत्तानुसार मुंबईतील ४० टक्के इमारतींना बृहन्मुंबई महानगरपालिकेकडून पूर्णत्वाचा दाखला मिळाला नसूनही त्यात लोक रहात आहेत (*सकाळ*, ४ मे २०१३). दोन दशकांहून अधिक काळ लोटल्यानंतर २०१३ साली सर्वोच्च न्यायालयाने हे अधिकचे मजले पाडून टाकण्याचे आदेश दिले! परंतु ज्यांनी या बांधकामास प्रथम परवानगी दिली त्या अधिकाऱ्यांविरुद्ध काही कारवाई केली असल्यास त्याचा मात्र कोठेच उल्लेख नाही. अशा प्रचंड समस्येकडे लक्ष देण्याची राजकीय इच्छाशक्तीच नाही. त्याऐवजी ते नियमित करण्यावरच भर दिला जातो, म्हणून इतर भ्रष्टाचारी मंडळींना हा सोपा मार्ग अनुसरण्यास प्रोत्साहन मिळते.

बिहारमधील छाप्रा महानगरपालिकेची निवडणूक घेण्यास चार वर्षांहून अधिक विलंब झाल्याने याबाबत पाटणा उच्च न्यायालयात एक जनहित याचिका दाखल करण्यात आली. न्यायालयाला याचा इतका राग आला की अशा समस्येचे उत्तर शोधण्यासाठी न्यायसंस्थेकडे येण्याऐवजी त्यांनी रस्त्यावर उतरून क्रांती करण्याचा मार्ग स्वीकारावा असा सल्ला न्यायालयाने दिला. न्यायाधीशांनी पुढे असेही म्हटले की राज्य सरकारला जर लोकशाही चालविता येत नसेल, तर न्यायसंस्था दरवेळी एक धक्का देईल अशी अपेक्षा करू नये (*इंडियन एक्स्प्रेस*, ५ ऑगस्ट १९९९). बहुतेक सर्व शहरी भागांची परिस्थिती इतकी

धक्कादायकरित्या खालावलेली आहे की संबंधित संस्थांचे काम जर सध्याच्या पद्धतीनेच चालू राहिले तर २०५० साली भारताची परिस्थिती कशी असेल याची कल्पनाच करवत नाही. या पार्श्वभूमीवर राज्यघटनेचा आढावा व त्यात सुधारणा करण्यासाठी नेमलेल्या राष्ट्रीय आयोगाची (एनसीआरडब्ल्यूसी) 'शहरीकरणासाठी एक नवीन राष्ट्रीय आयोग स्थापन करण्यात यावा' ही शिफारस पूर्णपणे दुर्लक्षिली गेली याचा खेद होतो. आत्यंतिक गरिबी, हालअपेष्टा, कुपोषण, मोठा बालमृत्युदर, शेतकऱ्यांच्या आत्महत्या वगैरेंमुळे ग्रामीण भागातील परिस्थिती तर अधिकच वाईट असून त्यावरून शासनाचे अपयश प्रकर्षाने दिसून येते.

ग्रामीण व शहरी भागातील स्थानिक स्वराज्य संस्थांना विकेंद्रीकरण करून अधिकार प्रदान करण्यासाठी करण्यात आलेल्या अनुक्रमे ७३ व ७४ व्या घटनादुरुस्तीकडे लक्ष वेधणेही उचित ठरेल. बहुतेक राज्य सरकारे या सुधारणांची अंमलबजावणी करण्यास विशेष उत्सुक नाहीत. ज्या ठिकाणी त्यांची अंमलबजावणी करण्यात आली आहे, तेथे त्यांचे कार्य फारसे चांगले झालेले नाही. या सुधारणांमधील तरतुदी या प्रत्यक्ष परिस्थिती लक्षात घेण्याऐवजी, तात्त्विक दृष्टीने आणि राजकीयदृष्ट्या योग्य असाव्यात म्हणून करण्यात आल्या आहेत. या सुधारणांकडे नव्या दृष्टीने पाहण्याची गरज आहे.

याच्याच अनुषंगाने केंद्र सरकारने १९९०च्या दशकात खासदारांच्या स्थानिक विकास योजना (एमपीएलएडीएस) या नावाने सुरू केलेल्या आणखी एका योजनेचा विचार करणे आवश्यक आहे. या योजनेअंतर्गत सध्या दरवर्षी प्रत्येक खासदाराला आपल्या मतदारसंघातील विकास कामांसाठी ५ कोटी रुपये उपलब्ध होतात. हे औदार्य राज्यसभेच्या खासदारांनाही उपलब्ध आहे, यात नामनिर्देशित केलेल्या ज्या सदस्यांना आपला असा कोणताही मतदारसंघ नाही, त्यांचाही समावेश होतो. केंद्र सरकारचे हे 'विवाद्य' उदाहरण पाहून राज्य सरकारांनी अशाच प्रकारच्या योजना विधान मंडळे व विधान परिषदेच्या सदस्यांसाठी तसेच महानगरपालिका व नगरपालिका, जिल्हापरिषदा व पंचायत समित्यांच्या सदस्यांसाठीही सुरू केल्या आहेत. बृहन्मुंबई महानगरपालिकेच्या प्रत्येक सदस्याला दरवर्षी आपल्या प्रभागाच्या विकासासाठी १.४५ कोटीची भरभक्कम रक्कम मिळते, तर नामनिर्देशित सदस्याला दरवर्षी ३५ लाख रुपये

मिळतात! (*लोकसत्ता*, २२ फेब्रुवारी २००८). पाश्चिमात्य देशातील कोणत्याही लोकशाहीत अशी योजना अस्तित्वात नाही. दुर्दैवाने, या योजनेला अनेक सार्वजनिक हित याचिकांद्वारे आव्हान देण्यात आले असता, सर्वोच्च न्यायालयाने ते 'शक्तिगत' (इंट्रा व्हायरस) असल्याचा निकाल दिला. या योजनेविषयी अनेक सबळ कारणांनी प्रश्नचिन्ह उपस्थित करता येते. यातील सर्वात महत्त्वाचा आक्षेप असा आहे की निवडणुकीतील सर्व उमेदवार समपातळीवर असावेत या तत्त्वाला याने हानी पोचते. तसेच विधिमंडळ आणि सरकार/शासन यांच्यातील फारकतीच्या तत्त्वालाही याने बाधा येते. परंतु निवडून आलेल्या लोकप्रतिनिधींच्या हितसंबंधांपुढे या मुद्यांचा सरकारवर व विधिमंडळ सदस्यांवर काहीच परिणाम झाला नाही. सर्वोच्च न्यायालयानेही याची दखल घेण्यास नकार दिल्याने ही योजना रद्द करण्यासाठी जनतेचा दबाव वाढविण्याची गरज आहे, नितिश कुमार सरकारने बिहारमध्ये ते केले आहे. राज्यघटनेचा आढावा व त्यात सुधारणा करण्यासाठी नेमलेल्या राष्ट्रीय आयोगाने (एनसीआरडब्ल्यूसी) आणि प्रशासकीय सुधारणांसाठी नेमण्यात आलेल्या दुसऱ्या आयोगाने देखील ही योजना रद्द करण्याची शिफारस केली आहे.

महाराष्ट्रातील विशेषत: पाटबंधारे व पाणी पुरवठा क्षेत्रातील सरकारी खर्चाच्या परिणामकारकतेबाबत अलीकडे जो मोठा वाद उफाळला होता तो डोळ्यांत अंजन घालणारा होता. पाटबंधारे व पाणी पुरवठ्याच्या योजनांसाठी अमाप खर्च करूनही त्यातून मिळालेला फायदा व परिणाम नगण्य होता. नियंत्रक व महालेखापरीक्षक (सी अँड एजी) यांनी २०१३ साली महाराष्ट्र राज्याच्या वित्त व्यवस्थेसंबंधी सादर केलेल्या अहवालात म्हटले होते की राज्यातील २४२ पाटबंधारे प्रकल्पांचा खर्च काही वर्षात २६,६१७ कोटी रुपयांनी वाढून आकाशाला भिडला, पण त्यातील एकही प्रकल्प पूर्ण झाला नाही (*इंडियन एक्स्प्रेस*, १९ एप्रिल २०१३). २०११ साली केलेल्या महाराष्ट्रातील प्राथमिक शाळांतील उपस्थितीच्या पडताळणीत असे आढळले की नोंदवहीत दाखविली होती त्यापेक्षा प्रत्यक्षातील हजेरी ही ४० टक्क्यांपेक्षाही कमी होती. यावरून शून्याधारित अर्थसंकल्पाचे महत्त्व अधोरेखित होते. १९८६ साली मुख्यमंत्री शंकरराव चव्हाण यांच्या नेतृत्वाखाली मी प्रमुख वित्तसचिव असताना यात पुढाकार घेणारे महाराष्ट्र हे पहिलेच राज्य होते. या योजनेनुसार कार्यान्वित

असणाऱ्या सर्व कार्यक्रमांची व योजनांची दरवर्षी नव्याने तपासणी करून त्यांच्यासाठी अर्थसंकल्पात तरतूद केली जाणे अपेक्षित होते. अनुत्पादक योजना बंद करून तो निधी अधिक उत्पादक योजनांकडे वर्ग केला जावा हे याचे उद्दिष्ट होते. याचा परिणाम होऊन दोन वर्षांच्या आत कालबाह्य झालेल्या योजना बंद करण्याने ३०० कोटी रुपयांची बचत झाली व त्यातील कर्मचाऱ्यांना दुसरीकडे वळविता आले. हे यश डोळ्यांसमोर असूनही, राजकीय दबावामुळे त्यांच्यानंतर आलेल्या शरद पवार सरकारने १९८९ साली शून्याधारित अर्थसंकल्पाला तिलांजली दिली— अशा प्रकारच्या पुढाकारांचे नेहमी होते तेच झाले, महत्त्वाच्या आर्थिक सुधारणा धुडकावून लावण्यात आल्या.

माहितीचा अधिकार

२००५ साली करण्यात आलेला माहितीच्या अधिकाराचा कायदा हा सुशासनाच्या झगड्यातील एक महत्त्वाचा टप्पा मानावा लागेल. या कायद्यान्वये नागरिकांच्या सर्वप्रकारच्या माहितीच्या अधिकाराला मान्यता देण्यात आली आहे. कायद्यात नेमकेपणाने नमूद केलेल्या विशिष्ट विषयांखेरीज इतर सर्व बाबतीत अर्जदार माहिती मागू शकतो. जी माहिती विधिमंडळ सदस्यांना नाकारता येत नाही, ती नागरिकांनाही उपलब्ध करून द्यावी लागते. त्यामुळे शासकीय गोपनियतेच्या कायद्याच्या कार्यवाहीवरही काही प्रमाणात निर्बंध आले आहेत. निरनिराळ्या कार्यालयांवर ठरावीक कालावधीने आपण होऊन माहिती प्रसारित करणे आवश्यक ठरविण्यात आले हे देखील या दिशेने उचललेले योग्य पाऊल ठरले आहे. सर्वोच्च न्यायालयाने मूलभूत ठरविलेल्या माहितीच्या अधिकारामुळे जनतेच्या सबलीकरणात व भ्रष्टाचाराविरुद्धच्या लढ्यात गुणात्मक फरक पडला आहे. या कायद्याखाली मिळविण्यात आलेल्या माहितीने अनेक मोठे घोटाळे उघडकीस आले आहेत. त्यामुळे सरकारमधील अनेकांचा या कायद्याखालील तरतुदींना विरोध आहे हे आश्चर्य वाटण्याजोगे नाही. सर्वोच्च न्यायालयाचे तत्कालिन मुख्य न्यायमूर्ती के. जी. बालकृष्णन यांनी असा पवित्रा घेतला होता की सर्वोच्च न्यायालयाचे न्यायमूर्ती हे 'काटेकोर अर्थाने' लोकसेवक (पब्लिक सर्व्हंट) नसून, 'घटनात्मक अधिकारी' असल्याने ते माहितीच्या अधिकाराच्या

कक्षेत येत नाहीत. घटनात्मक अधिकारी हे लोकसेवक आहेत की नाहीत हा खरा प्रश्न आहे. परंतु, सर्वोच्च न्यायालयाने स्वत:च याबाबतीत याविरुद्ध दृष्टीकोन मांडला होता: २५ जुलै १९९१ रोजी पाच न्यायमूर्तींच्या खंडपीठाने ४;१ अशा बहुमताने निर्णय दिला होता की भ्रष्टाचार प्रतिबंध कायद्याच्या कलम २ च्या संदर्भात उच्च वा सर्वोच्च न्यायालयाचे न्यायाधीश लोकसेवक आहेत (एए, २५ एप्रिल २००८).

राष्ट्रपती ए.पी.जे. अब्दुल कलाम यांनी माहितीच्या अधिकाराच्या महत्त्वाच्या कायद्याला मान्यता देताना पंतप्रधानांना पाठवलेल्या टिप्पणीत अधोरेखित केलेल्या मुद्यांकडे लक्ष वेधणे आगत्याचे आहे. त्यांनी म्हटले होते की: (१) पंतप्रधान व राष्ट्रपती यांच्यातील पत्रव्यवहार/चर्चा गोपनीय ठेवण्यात यावी; (२) राष्ट्रपती भवनातील कागदपत्रांना विशेषाधिकार असावेत; आणि (३) वरिष्ठ अधिकाऱ्यांनी केलेल्या अधिकृत टिप्पण्या या कायद्याच्या कक्षेबाहेर ठेवण्यात याव्यात, अन्यथा निर्णय प्रक्रियेत अडथळा निर्माण होईल (*इंडियन एक्स्प्रेस*, २५ जून २००५). यावरून जगाचा प्रवास कोणत्या दिशेने चालला आहे हे लक्षात न घेण्याची आपली जुनीच मानसिकता दिसून येते! याचाच एक भाग म्हणून अद्यापही फाइलमध्ये केलेल्या टिप्पण्यांसंबंधीची माहिती उघड करावी लागू नये या दृष्टीने प्रयत्न करण्यात येत आहेत. माहितीच्या अधिकारामुळे अधिकारी व मंत्री आपली स्पष्ट मते मांडण्यास धजावणार नाहीत आणि निर्णयप्रक्रियेवर याचा विपरीत परिणाम होईल हे ठसविण्यासाठी एक मोहीमच उघडण्यात आली होती. मला स्वत:ला यात काहीच अर्थ दिसत नाही कारण फाइलमध्ये केलेल्या टिप्पण्या कालांतराने जनतेसमोर येणार आहेत अशी खात्री असल्यावर तर अधिकाऱ्यांना आपले स्पष्ट मत निर्भीडपणे नोंदविण्यास प्रोत्साहन मिळेल असे माझे मत आहे. परंतु, माहितीच्या अधिकारान्वये मिळणाऱ्या स्वातंत्र्यावर निर्बंध घालण्यात यावेत असा प्रयत्न होताना दिसत आहे. पंतप्रधान मनमोहन सिंग यांनीही या विषयावर भाष्य करून फाइलमधील टिप्पण्या या अधिकाराच्या कक्षेत न आणण्याच्या सुधारणेला पाठिंबा दिला आहे. 'माहितीच्या अधिकारामुळे शासनाच्या चर्चेने निर्णय घेण्याच्या प्रक्रियेवर परिणाम होऊ नये' असा धोक्याचा इशारा त्यांनी दिला आहे. सुदैवाने, जनमताच्या दबावाखाली हे प्रयत्न सोडून देण्यात आले.

भविष्यात असे प्रयत्न परत केले जात नाहीत यासाठी डोळ्यात तेल घालून लक्ष

ठेवणे आवश्यक आहे. उदाहरणार्थ, काही उच्च न्यायालयांनी या कायद्याखाली बनविलेले नियम हे त्या कायद्याच्या मूळ उद्दिष्टांशी सुसंगत नाहीत. अलाहाबाद उच्च न्यायालयाचे २००६ साली बनविलेले नियम हे इतर सर्व उच्च न्यायालयांनी बनविलेल्या नियमांपेक्षा अधिक जाचक होते, त्यांत अर्जासाठी ५०० रुपये ही अवाजवी फी आकारण्यात येणार होती आणि माहितीच्या प्रत्येक पानासाठी १५ रुपये असा भरमसाठ दर ठरविण्यात आला होता. कॉमन कॉज या दिल्लीतील स्वयंसेवी संस्थेने २०१२ साली सर्वोच्च न्यायालयात एक जनहित याचिका दाखल करून यापासून सुटका मिळण्यासाठी व माहितीच्या अधिकाराखाली (फी व खर्चाविषयीचे नियम),२००६, अन्वये केंद्र सरकारने बनविलेले नियम सर्वोच्च न्यायालयातही वापरात आहेत, तेच अलाहाबाद उच्च न्यायालयाने व त्यांच्या दुय्यम न्यायालयांनीही अंगिकारावेत असे आदेश देण्याची विनंती केली आहे.[२] 'द ज्युडिशियरी अँड गव्हर्नन्स इन इंडिया' या माझ्या पुस्तकासाठी २००७ साली संशोधन करीत असताना, काही मुद्यांविषयी माहिती मिळविण्यासाठी मी सर्व उच्च न्यायालयांना पत्रे पाठविली होती. आंध्र प्रदेश उच्च न्यायालयाने ही विनंती माहितीच्या अधिकार कायद्याखाली मागण्यात आली आहे असे मानावयाचे ठरविले व या अर्जासोबत २५ रुपये किंमतीचा कोर्ट फी स्टँप चिकटवून अर्ज करावयास सांगितले. त्यावेळी पुण्यात २५ रुपये किंमतीचा कोर्ट फी स्टँप उपलब्ध नव्हता, म्हणून मी या पत्रावर ५० रुपये किंमतीचा शिक्का मारून घेतला (फ्रँकिंग), कारण शिक्क्यासाठीची ती कमीत कमी रक्कम होती; आणि उच्च न्यायालयाकडे माहिती पाठविण्याची परत एकदा विनंती केली. तथापि, उच्च न्यायालयाने मला कळविले की २५ रुपयांचा कोर्ट फी स्टँप लावल्याखेरीज माहिती देता येणार नाही! अखेर हताश होऊन मी हा प्रयत्न सोडून दिला. दिल्ली उच्च न्यायालयाचे माहितीच्या अधिकाराखालील नियम, २००६, यामधूनही अनेक समस्या निर्माण होतात (गोडबोले २००८: १३९,४०६). यावरून स्पष्ट होते की केवळ कायदा करणे पुरेसे नसून त्याचे नियम व आशय यांची अंमलबजावणी करण्याची इच्छा असायला हवी आणि त्यासाठी मानसिकतेतही बदल होणे गरजेचे आहे.

विधानमंडळात कार्यरत नसतील, अशा सर्व कालावधीसाठी खासदार व आमदार 'लोकाधिकारी' (पब्लिक अथॉरिटी) मानले जावेत ही दुसऱ्या प्रशासकीय

सुधारणा आयोगाने केलेली शिफारस योग्यच आहे (भारत सरकार २००७:१७६). स्थानिक विकास योजनांच्या अंमलबजावणीसाठी आमदार–खासदारांना राज्याच्या तिजोरीतून मिळणाऱ्या मोठ्या निधीचा विचार करता हे विशेष महत्त्वाचे ठरते.

माहितीच्या अधिकाराच्या कायद्याचा आवाका संकुचित व्हावा यासाठी कायम प्रयत्न करण्यात येत आहेत. कोणतेही समर्थनीय कारण नसताना केंद्रीय अन्वेषण ब्युरोला (सीबीआय) या कायद्यातून वगळण्यात आले आहे. एखाद्या प्रकरणाची चौकशी चालू असताना त्याविषयीची माहिती जनतेसमोर उघड केली जाऊ नये हे समजण्यासारखे आहे, परंतु ज्या प्रकरणी, पुरावा उपलब्ध नाही यासारख्या कारणांमुळे ती प्रकरणे जर केंद्रीय अन्वेषण ब्युरोने बंद केली असतील, किंवा न्यायालयात जर केंद्रीय अन्वेषण ब्युरो ही प्रकरणे हरले असेल, तर ती माहिती जनतेपासून लपविण्याचे काहीच कारण नाही. अशा प्रकरणांच्या अभ्यासातून केंद्रीय अन्वेषण ब्युरोची काम करण्याची पद्धत, त्यांच्यावर येणारा राजकीय किंवा इतर प्रकारचा दबाव, त्यांना बऱ्याचदा मिळणारा चुकीचा किंवा हितसंबंधितांची पाठराखण करणारा कायदेशीर सल्ला अशासारख्या बाबी समोर येऊ शकतील. सजग नागरिकांच्या अशा काटेकोर परीक्षणातूनच केंद्रीय अन्वेषण ब्युरोच्या कामात सुधारणा होऊ शकेल.

लोकाधिकाऱ्यांनी माहितीच्या अधिकाराच्या कायद्याचा फार उदारपणे अर्थ लावण्याची गरज नाही असे सर्वोच्च न्यायालयाने म्हटले असल्याचे सांगितले जाते ते आश्चर्यकारक आहे. त्याचा परिणाम म्हणून कर्मचारी विभागाने १६ सप्टेंबर २०११ रोजी सर्व मंत्रालयांना व राज्य सरकारांना पाठविलेल्या पत्रकान्वये असे सूचित केले की माहितीच्या अधिकाराखाली दिल्या गेलेल्या उत्तरांतून त्यांनी 'निष्कर्ष' काढू नये वा काही 'गृहीत' धरू नये किंवा त्यावर मत प्रदर्शित करू नये आणि त्यावर सल्लाही देऊ नये. यात असेही म्हटले आहे की 'माहिती अधिकाऱ्याने माहिती निर्माण करण्याची अपेक्षा नाही, किंवा त्याने माहितीचा अर्थ लावू नये, अर्जदाराने समोर आणलेल्या समस्यांवर उपाय शोधू नये किंवा तात्पुरत्या गृहीत धरलेल्या प्रश्नांची उत्तरेही देऊ नयेत' (*इंडियन एक्स्प्रेस*, ४ ऑक्टोबर २०११). जनतेच्या, जनतेने आणि जनतेसाठी चालविलेल्या राज्याचे हे स्वरूप बरेच काही सांगून जाते!

देशातील सचोटीबाबतची सर्वोच्च संस्था, केंद्रीय दक्षता आयुक्त (सेंट्रल व्हिजिलन्स कमिशनर–सीव्हीसी) यांनी २००२ साली घेतलेल्या पुच्छगामी भूमिकेकडे विशेष लक्ष वेधणे आवश्यक आहे. १९८९ सालच्या संरक्षणाशी संबंधित खरेदी व्यवहारांबाबत संसदेतील गदारोळानंतर एनडीए सरकारने त्यांना त्याविषयी परीक्षण करण्याची विनंती केली होती. तत्कालिन केंद्रीय दक्षता आयुक्त, एन. विठ्ठल यांनी ५०० अत्यंत गोपनीय फाइल्सचे परीक्षण केल्याचे सांगितले जाते, परंतु त्यांनी सरकारला अशी शिफारस केली की त्यांचा अहवाल जाहीर केला जाऊ नये, इतकेच नव्हे, तर तो सार्वजनिक लेखा समितीलाही (पब्लिक अकाउंटस कमिटी–पीएसी) दाखवण्यात येऊ नये. परिणामी, तो अहवाल पाहण्याची सार्वजनिक लेखा समितीची मागणी सरकारने मान्य केली नाही. याला काहीच अर्थ नव्हता आणि प्रमुख दक्षता आयुक्तांनी या प्रकरणाचे परीक्षण करण्यातून काहीच साध्य झाले नाही. यामुळे केवळ सरकारी अधिकाऱ्यांचीच नव्हे, तर घटनेखाली नेमण्यात आलेल्या अधिकाऱ्यांची देखील सर्वप्रथम याबाबतीतील मानसिकता बदलण्याची आणि सार्वजनिक उत्तरदायित्व व पारदर्शकता याबाबत त्यांना संवेदनशील बनविण्याचीही गरज आहे.

माहिती आयुक्तांनी दिलेल्या अनेक पुरोगामी व प्रगतीशील निर्णयांकडे लक्ष वेधणे उचित ठरेल. अशा एका निर्णयाद्वारे भारतीय रिझर्व्ह बँक व काही व्यापारी बँकांना त्यांची मोठी कर्जे बुडविणाऱ्यांची नावे उघड करण्यास सांगण्यात आले, ही माहिती जनतेपासून दडविण्यात येत होती. जून २०१३ मधील आणखी एका ऐतिहासिक निर्णयाद्वारे केंद्रीय महिती आयुक्तांनी काँग्रेस, भारतीय जनता पक्ष, मार्क्सवादी कम्युनिस्ट पक्ष, कम्युनिस्ट पार्टी ऑफ इंडिया, राष्ट्रवादी काँग्रेस पक्ष व बहुजन समाज पक्ष या देशातील महत्त्वाच्या सहा राजकीय पक्षांना माहितीच्या अधिकाराच्या कक्षेत आणून त्यांना माहिती अधिकारी नेमण्याचे व या कायद्याखाली विचारण्यात आलेली माहिती आपण होऊन सहा आठवड्यांच्या आत उपलब्ध करण्याचे आदेश दिले. भारतात राजकीय पक्षांसाठी वेगळा कायदा नसल्याने या निर्णयाने देशातील राजकीय व सामाजिक जीवन स्वच्छ व पारदर्शी होण्यास मदत होईल. राजकीय पक्षांसाठी कायदा करण्याच्या दृष्टीने लवकर पावले उचलावीत अशी सर्वोच्च न्यायालयानेही शिफारस केली आहे. परंतु अपेक्षेप्रमाणेच, सामान्य जनतेला सबल करण्यासाठी माहितीच्या अधिकाराचा

कायदा करण्याचे श्रेय घेणाऱ्या काँग्रेस पक्षाने 'प्रमुख माहिती आयुक्तांचा हा आदेश हे माहितीच्या कायद्याचा फारच असाधारण अर्थ लावणारे आहे' आणि माहिती आयुक्तांचा असा 'धारिष्ट्याचा विचार (अॅडवेंचरिस्ट अॅप्रोच)' लोकशाहीतील संस्थांना हानीकारक ठरेल, अशी कारणे देऊन त्याला विरोध केला आहे. सीताराम केसरी काँग्रेस पक्षाचे अनेक वर्षे कोषाध्यक्ष असताना असे म्हटले जात असे की, 'ना खाता ना वही, जो केसरी कहे वही सही', त्या पार्श्वभूमीवर याचे आश्चर्य वाटत नाही. तथापि, मार्क्सवादी कम्युनिस्ट पक्ष व कम्युनिस्ट पार्टी ऑफ इंडिया यांनीही यास 'प्रतिगामी' म्हणून काँग्रेस पक्षाला साथ द्यावी याचे आश्चर्य वाटते. वैचारिकदृष्ट्या प्रगतीशील असणाऱ्या इंडियन एक्स्प्रेससारख्या वृत्तपत्राने आपल्या संपादकीयात केंद्रीय माहिती आयुक्तांच्या निर्णयाला विरोध करावा हे आश्चर्यकारक आहे. सरकारने केंद्रीय माहिती आयुक्तांचा हा निर्णय निष्प्रभावित (सुपरसीड) ठरविण्यासाठी माहिती अधिकाराच्या कायद्यात दुरुस्ती करण्याचे ठरविले आहे. बहुतेक सर्व राजकीय पक्ष याला पाठिंबा देतील आणि हे विधेयक संसदेत पारित होईल. त्यानंतर सुजाण समाज याविरुद्ध सर्वोच्च न्यायालयाकडे दाद मागेल हे अटळ आहे. केंद्रीय माहिती आयुक्तांचा हा निर्णय अखेर न्यायालयात कायम केला जाईल अशी आपण आशा करूया.

सरकारने नेमलेल्या अनेक समित्यांचे अहवाल देखील जनतेला उपलब्ध करून दिले जात नाहीत. संसदेत अनेक वेळा मागणी करून देखील अरुण सिंग समितीचा संरक्षणविषयक खर्चाचा अहवाल गोपनीयच ठेवण्यात आला आहे. केंद्रीय माहिती आयुक्तांनी हा अहवाल जनतेला उपलब्ध करून दिला जावा असे आदेश दिले आहेत. आश्चर्य म्हणजे संरक्षण मंत्रालयाने हा अहवाल गहाळ झाला आहे असे विधान केले आहे! २जी घोटाळ्यासंबंधीची बरीचशी माहिती, या कायद्याखाली अर्ज दाखल केल्यानंतरच बाहेर आली.

केंद्रीय अन्वेषण ब्युरो व अंमलबजावणी संचालनालय (एन्फोर्समेंट डिरेक्टोरेट) यांसारख्या केंद्रीय पोलिस यंत्रणांकडून तपासात विलंब होण्याचा मी याआधी उल्लेख केला होता. बोफोर्स प्रकरण हे याचे एक असाधारण उदाहरण आहे. चौकशीसाठी व असंख्य परदेश वाऱ्यांवर शेकडो कोटी रुपये उधळल्यानंतर क्वात्रोची यांच्याविरुद्ध काहीच पुरावा नाही असे न्यायालयापुढे सांगताना केंद्रीय

अन्वेषण ब्युरोला जराही संकोच वाटला नाही. काही वर्षांपूर्वी क्वात्रोची यांची लंडन व इतर काही ठिकाणची बँक खाती गोठविण्यात आली होती ती मोकळी करण्याची केंद्रीय अन्वेषण ब्युरोने न्यायालयासमोर विनंती केली. ही परिस्थिती जर बदलायला हवी असेल, तर केंद्रीय अन्वेषण ब्युरोला माहिती अधिकाराच्या कक्षेत आणणे गरजेचे आहे, म्हणजे ज्या प्रकरणांची चौकशी बंद करण्यात आली आहे किंवा आरोपींना न्यायालयाने निर्दोष म्हणून सोडून दिले आहे, त्या प्रकरणांसंबंधीची कागदपत्रे नागरिकांना पाहता येतील. केंद्रीय अन्वेषण ब्युरो आणि अंमलबजावणी संचालनालयासारख्या यंत्रणांच्या कामकाजावर याने परिणामकारकरित्या वचक ठेवता येईल.

सरकारमधील गोपनियतेचे वेड अद्याप तसेच चालू आहे. उदाहरणार्थ, पाकिस्तानबरोबरची तीन युद्धे व १९६२ साली चीनबरोबर झालेले युद्ध यांचा अधिकृत इतिहास इतक्या वर्षांनंतरही गोपनीय राखण्याचे काहीच कारण नाही. तिन्ही सैन्यदलांचे प्रमुखही या युद्धांच्या इतिहासावरून भविष्यात काही धडे घेता यावेत या कारणासाठी ते उघड केले जावेत अशी मागणी करीत आहेत. इंदिरा गांधींच्या राजवटीत पुरण्यात आलेल्या कालकुपीत कशाचा समावेश आहे हे देखील अत्यंत गुप्त ठेवण्यात आले आहे. भारताच्या आजवरच्या इतिहासाचे करण्यात आलेले चित्रण जे भविष्यकाळात पाहिले जाणार आहे, ते सत्यावर आधारित आहे की नाही हे जनतेला न दाखविण्याचे काहीच कारण नाही. देशाच्या सीमांच्या व्यवस्थापनासाठी भारत सरकारने नेमलेल्या कृती दलाचा मी अध्यक्ष होतो. आम्ही अशी शिफारस केली होती की आमचा हा अहवाल जनतेसाठी खुला करण्यात यावा म्हणजे त्यायोगे या विषयीच्या कार्यवाहीमध्ये सामान्य जनता अधिक सजगपणे सहभागी होऊ शकेल. अंतर्गत सुरक्षाविषयक कृती दलाचे अध्यक्ष होते सध्याचे जम्मु व काश्मीरचे राज्यपाल एन. एन. वोरा, त्यांनीही अशीच शिफारस केली होती. परंतु तत्कालिन एनडीए सरकारने हे दोन्ही अहवाल खुले न करण्याचे ठरविले. पश्चिम घाट पर्यावरण समितीचे अध्यक्ष माधव गाडगीळ यांनी अशी शिफारस केली होती की त्यांचा अहवाल संबंधित राज्यांमध्ये स्थानिक भाषेत उपलब्ध करून तो सर्व ग्रामसभांसमोर ठेवून त्यांची त्यावरील विचारांती बनविलेली मते अजमावली जावीत. तथापि, केंद्र सरकारने प्रथम हा अहवाल दाबून ठेवला आणि जेव्हा तो उघड करणे भाग पडले, तेव्हाच तो जाहीर

केला. केंद्र व राज्य सरकारांनी तो जनतेसाठी स्थानिक भाषेत उपलब्ध करून देण्यास नकार दिला (गाडगीळ २०१३: ५२–५४). २०१३ साली उत्तराखंडमध्ये महापूर, ढगफुटी व प्रचंड प्रमाणावरील दरडी कोसळण्यामुळे झालेली वाताहत ही जरी काही प्रमाणात नैसर्गिक कारणांमुळे झाली असली, तरी पर्यावरण रक्षणाकडे झालेल्या दुर्लक्षामुळे तिचे स्वरुप अधिक गंभीर झाले हे नि:संशय. यापासून जर धडा घेतला नाही, तर पश्चिम घाटाबाबतही असाच धोका संभवू शकतो.

अलाहाबाद उच्च न्यायालयात दाखल करण्यात आलेल्या एका जनहित याचिकेमार्फत सोनिया गांधींचे जावई रॉबर्ट वद्रा यांच्या जमिनीच्या व्यवहारांबाबतची कागदपत्रे पाहण्यासाठी मगितली असता, ती आपल्याकडे विश्वस्त या नात्याने असल्याकारणाने ती उपलब्ध करून देण्यास पंतप्रधान कार्यालयाने नकार दिला!(*लोकसत्ता* १३ जून २०१३). यावरून पंतप्रधानांचे कार्यालय हे सोनिया गांधींच्या १०, जनपथवरील कार्यालयाचा विस्तारित कक्ष असल्याच्या भीतीला दुजोरा मिळतो.

यावरून आपण शासकीय गोपनियतेचा कायदा तसाच चालू ठेवण्याच्या प्रश्नाकडे वळूया. राष्ट्रीय सुरक्षा आणि संरक्षण विषयक काही बाबी गोपनीय राखाव्या लागतील यात शंका नाही, परंतु त्यांच्या कक्षेत येणाऱ्या बाबी काळजीपूर्वक निश्चित कराव्या लागतील. दुसरा प्रशासकीय सुधारणा आयोग तसेच एच. डी. शौरी यांच्या अध्यक्षतेखालील माहितीच्या अधिकाराची समिती यांसारख्या अनेक समित्यांनी या विषयाची चर्चा केली आहे. प्रेस कौन्सिल ऑफ इंडियानेही याविषयी काही महत्त्वाच्या शिफारशी केल्या आहेत. या सर्वांचा विचार करून १९२३ सालच्या शासकीय गोपनियतेच्या कायद्याचे निरसन करण्यासाठीची पावले उचलण्याची वेळ आता येऊन ठेपली आहे. राष्ट्रीय सुरक्षा कायद्यात शासकीय गोपनियतेसंबंधी एका नव्या भागाचा अंतर्भाव केला जावा आणि 'ज्या माहितीमुळे देशाचे सार्वभौमत्त्व व एकसंधता, राज्यांची सुरक्षा, परदेशांशी असणारे आर्थिक व व्यापारविषयक मैत्रीपूण संबंध यावर विपरीत परिणाम होईल अशा बाबी आणि देशाच्या सुरक्षेसंदर्भातील विज्ञान व तंत्रज्ञान यांच्या संदर्भातील सांकेतिक गुप्तलिपी, परवलीचा शब्द, नकाशे व योजना, प्रारुपे, लेख, टिप्पण्या किंवा निर्बंधित स्थानांसंबंधीची कागदपत्रे आदींचा समावेश केला जावा' (भारत सरकार २००६: ५८). यामुळे सरकारी कामकाज खुले होईल आणि त्याची

परिणामकारकता व उत्तरदायित्व यात सुधारणा होईल.

माहिती अधिकार कायद्याचा आजपर्यंतचा अनुभव पाहता सरकारी कामकाजात उत्तरदायित्व आणि पारदर्शकता येण्यासाठी त्याने मोठीच मदत झाली आहे असे म्हणता येईल. सध्या तरी शासनाचा विचार करताना प्रामुख्याने सरकार आणि सरकारी यंत्रणांचाच विचार केला जातो. परंतु यापूर्वी म्हटल्याप्रमाणे, समाजाच्या इतर क्षेत्रातील खालावलेले प्रशासनही काळजी करण्यासारखे आहे. यात खाजगी क्षेत्र, सहकार क्षेत्र, राजकीय पक्ष, प्रसार माध्यमे, स्वयंसेवी संस्था, कामगार संघटना, क्रीडासंघटना वगैरेंचा समावेश करता येईल. उदाहरणार्थ, सट्टा आणि मॅच फिक्सिंग सारख्या घोटाळ्यांमुळे क्रिकेट कंट्रोल बोर्ड (बीसीसीआय) सारख्या संघटनांची कार्यपद्धती कशी सदोष आहे हे दिसून आले आहे. अनेक राजकीय पक्षांचे राष्ट्रीय स्तरावरील नेते त्याच्या संचालक मंडळात असूनही त्यापैकी कोणालाही या विषयावर भाष्य करण्याचे धाडस करावेसे वाटले नाही. राहुल द्रविडचा एक अपवाद वगळल्यास इतर आजी–माजी क्रिकेटपटूंविषयीही हेच म्हणता येईल. भारतीय ऑलिंपिक संघटनेच्या (आयओए) कुप्रसिद्ध कार्यपद्धतीमुळे आंतरराष्ट्रीय संघटनेने भारताची मान्यता काही काळासाठी रद्द केली होती हे देशासाठी लांच्छनास्पद होते. भारतीय हॉकी संघटनाही अशीच वादाच्या भोवऱ्यात सापडली होती. भारताने संस्थानिकांचे तनखे रद्द केले आणि संस्थाने बरखास्त करण्यात त्याला यशही आले, परंतु निरनिराळ्या संघटनांची ही 'संस्थाने' मात्र कायम भरभराटीतच चालू आहेत. म्हणूनच माहितीच्या अधिकाराचा कायदा या सर्वांनाच लागू करण्याची वेळ आता आली आहे. जनतेचे अशा प्रकारे सबलीकरण करण्यानेच लोकशाही आणि तिची कार्यवाही बळकट होऊ शकेल.

सध्या तरी देशभरातील बहुतेक सर्व माहिती आयुक्त व प्रमुख माहिती आयुक्तांची पदे ही निवृत्त सरकारी अधिकाऱ्यांनाच देण्यात आली आहेत. नोकरशाहीच्या बाहेरील व्यक्तींनी ही पदे भूषविली असण्याची उदाहरणे क्वचितच दिसतात (ढाका २०१०: १९५). इतर क्षेत्रातील प्रामाणिक व चारित्र्यवान व्यक्तींना या पदांवर न नेमण्याचे काहीच कारण दिसत नाही. त्यामुळे या कायद्याची विश्वासार्हता, सार्वजनिक उत्तरदायित्व आणि परिणामकारकता यात भरच पडेल.

फौजदारी न्यायव्यवस्था व मानवी हक्कांबाबतची उदासिनता[३]

न्यायमूर्ती सुजाता मनोहर म्हणतात:

> आपल्या देशातील मानवी हक्कांबाबतच्या विधितत्त्वमीमांसेचे प्रवर्तक न्यायमूर्ती पी. एन. भगवतींनी मानवी हक्कांबाबत पुढील विधान केले आहे. ते म्हणतात, 'मानवी हक्क हे मानवी समाजाइतकेच पुरातन आहेत, कारण प्रत्येक व्यक्तीच्या स्वत:मधील अंगभूत मानवतेचे सादरीकरण करण्याच्या गरजेतून ते निर्माण झाले आहेत. ते अल्पजीवी नाहीत, स्थळ, काळ व परिस्थितीनुसार त्यात बदल होत नाही. तात्त्विक लहर किंवा राजकीय फॅशन यातून ते निर्माण झालेले नाहीत. मानवी परिस्थितीच्या सत्यातून त्यांचा उदय झाला आहे. त्यांच्या मूळ स्वरुपामुळेच ते मूलभूत आणि काढून न घेता येण्याजोगे आहेत' (मनोहर २०१३:६२).

तथापि, भारतात दररोज मानवी हक्कांची सतत व गंभीर पायमल्ली होताना दिसते. कायद्याने बडगा उगारल्याखेरीज मानवी हक्कांचे उल्लंघन कमी होणार नाही हे सांगायलाच नको. ही काही अलंकारिकतेने मांडण्याची बाब नाही. सार्वजनिक धोरणाचा महत्त्वाचा घटक म्हणून याकडे पाहिले जाणे गरजेचे आहे. गेल्या काही वर्षांत कायद्याबद्दलचा आदर लक्षात येण्याजोगा कमी झाला आहे हे मान्य करायला हवे. कायद्याच्या अंमलबजावणीचीही कोणाला भीती वाटत नाही. २००१ सालच्या अल्पवयीनांवरील बलात्काराच्या (२,११३ प्रकरणे) घटनांत २०११ मध्ये ३३६ टक्क्यांनी वाढ झाली (७,११२ प्रकरणे). यात बालसुधारगृहातील व तत्सम संस्थांमधील मुलांवर होणाऱ्या अत्याचारांचा समावेश आहे.

याबाबत नेहमी म्हटले जाते की राजकीय आणि पैशाच्या बळाचा वापर करून तुम्ही कशातूनही– खुनाच्या गुन्ह्यातूनही– सहीसलामत बाहेर पडू शकता. अशा परिस्थितीत पहिला बळी जातो तो मानवी हक्कांचा. कायद्याचे महत्त्व जर पुनर्स्थापित करावयाचे असेल, तर कायद्याचे राज्य निर्माण करणाऱ्या संस्थांचे सबलीकरण व पुनरुज्जीवन करावे लागेल. सर्वोच्च न्यायालयाने म्हटले आहे की कलम २१ मध्ये अध्याहृत असलेल्या प्रक्रियेत रास्तपणाची संकल्पना दिसून आली पाहिजे. न्यायमूर्ती भगवतींच्या मते 'ही प्रक्रिया 'योग्य, रास्त व न्याय्य'

असायला हवी, स्वेच्छानुसारी, लहरी किंवा जुलमी असता कामा नये; नाहीतर त्याला प्रक्रिया म्हणता येणार नाही व कलम २१ मधील अटींचे समाधानकारक पद्धतीने पालन झाले असे म्हणता येणार नाही' (शर्मा १९९५:९९).

राज्यघटनेच्या कलम २१ खाली देण्यात आलेल्या संरक्षणात खटल्याचा जलद गतीने निकाल लागण्याचा हक्क सर्वोच्च न्यायालयाने मान्य केला आहे. दुर्दैवाने ही सर्व मते केवळ कागदावरच राहिली आहेत आणि न्यायालयातील प्रलंबित प्रकरणांची संख्या आता ३ कोटीवर जाऊन पोचली आहे. यापैकी सुमारे ७० टक्के प्रकरणे फौजदारी असून राहिलेली दिवाणी आहेत. वृत्तपत्रातील एका बातमीनुसार मुंबईतील गोदरेज कारखान्यातील दंग्याच्या प्रकरणी दाखल करण्यात आलेल्या फौजदारी खटल्याच्या अपीलावर निकाल देण्यास मुंबई उच्च न्यायालयाला २२ वर्षे लागली. बँक घोटाळा, बोफोर्स यासारख्या अनेक फौजदारी प्रकरणांकडे संपूर्ण देशाचे लक्ष वेधले गेले होते, त्यांच्याबाबतही असेच घडले. प्रकरण ३ मध्ये याची सविस्तर चर्चा केली आहे. दुर्दैवाने उच्च न्यायालये व सर्वोच्च न्यायालयही न्यायव्यवस्थेच्या प्रशासनाबाबतची माहिती देणारा त्यांचा वार्षिक अहवाल प्रसिद्ध करीत नाहीत. या महत्त्वाच्या त्रुटीची दखल घेतली जाणे गरजेचे आहे. सर्वोच्च न्यायालयाच्या सात न्यायमूर्तींच्या घटनापीठाने, एप्रिल २००२ मध्ये दोन वर्षांहून अधिक काळ प्रलंबित राहिलेली सर्व फौजदारी प्रकरणे बंद केली जावीत हा याच न्यायालयाचा आधीचा निकाल रद्द केला, त्याकडे फौजदारी खटले मोठ्या प्रमाणावर प्रलंबित असण्याच्या पार्श्वभूमीवर लक्ष देणे अगत्याचे आहे. या कायद्यातील संबंधित कलमांमध्ये सुधारणा होईपर्यंत फौजदारी खटल्यातील आरोपी वर्षानुवर्षे तुरुंगात खितपत पडतील असाच याचा अर्थ होतो. भारतातील अत्यंत सुप्रसिद्ध वकील कै. एन. ए. पालखीवाला यांचे म्हणणे योग्यच आहे, ते म्हणतात:

> भारतात जितक्या प्रदीर्घ काळापर्यंत खटले चालतात तसे खटले चालणारा जगाच्या पाठीवरील एकही देश मला माहीत नाही. कायदा गाढव नसेल, पण भारतात तो गोगलगाय मात्र नक्कीच आहे, आणि आपल्या देशात खटले ज्या गतीने चालतात, त्याला गोगलगायींच्या प्रदेशात देखील गरजेपेक्षा संथच मानले जाईल. कायद्याने आंधळे असावे, परंतु त्याने लंगडेदेखील असण्याचे काहीच कारण नाही: इथे तर चालता येत नसल्याप्रमाणे तो नुसताच

अडखळत असतो (पालखीवाला १९९४: २१६).

भारतात दर १० लाख लोकांमागे १०-१२ न्यायाधीश असतात, तर विकसित देशांत हेच प्रमाण दर १० लाखांमागे ५० असते. आणि त्या देशांत ७ ते १० टक्क्यांपर्यंत खटलेच न्यायालयात येतात. बाकीचे आपसात समझोता करूनच (आउट ऑफ कोर्ट सेटलमेंट) सोडविले जातात.

यासंबधीचा आणखी एक महत्त्वाचा मुद्दा आहे तो जुने कालबाह्य झालेले कायदे बदलण्याचा. केंद्र सरकारने नेमलेल्या एका आयोगाने दाखवून दिले आहे की केंद्र सरकारचे १,२०० हून कायदे कालबाह्य झालेले आहेत आणि ते पूर्णपणे रद्द करण्याची वा त्यात सुधारणा करण्याची आवश्यकता आहे. बहुतेक राज्यसरकारांनी तर अशा कालबाह्य झालेल्या कायद्यांचा आढावा घेण्यास सुरुवातही केलेली नाही ही एक प्रकारची थट्टाच आहे. अनेक वेळा असे दिसून आले आहे की कायद्याखाली देण्यात आलेली शिक्षा आणि दंडाची रक्कम इतकी नाममात्र आहे की गुन्हेगारांवर त्याचा काहीच परिणाम होत नाही. पोलिसांनी बराच वेळ व मनुष्यबळाचा वापर करून गुन्ह्याची संपूर्ण चौकशी करणे बरेच खर्चिक असते आणि त्यातून गुन्हा शाबित झाल्यावरही जर काहीशे रुपयांचा नाममात्र दंड किंवा काही दिवसांची साध्या तुरुंगवासाची शिक्षा होणार असेल, तर हे सर्व प्रयत्न वाया गेल्यासारखेच होतात. त्यासाठी कायद्यात बदल व सुधारणा करून वचक बसेल अशी शिक्षा देण्याची तरतूद करायला हवी. त्याचप्रमाणे पहिला गुन्हा आणि सराईत गुन्हेगार यांच्यातही कायद्याने फरक करायला हवा.

भारतातील न्याययंत्रणेचे वैशिष्ठ्य म्हणजे कोणत्याही वेळी असणारी खटले दाखल झालेल्या, न्यायचौकशीअधिन (अंडर ट्रायल) आरोपींची मोठी संख्या. देशातील अशा आरोपींची संख्या सुमारे दोन लाखांवर आहे. उपेंद्र बक्षी यांनी भर देऊन म्हटले आहे की, 'कैदी हे व्यक्ती नाहीतच, घटनेने प्रदान केलेले मूलभूत हक्क ते तुरुंगात असल्याने त्यांना उपलब्ध नाहीत या विचाराला सुप्रसिद्ध *गोपालन* प्रकरणात बराचसा न्यायालयीन पाठिंबा मिळाला होता' (बक्षी १९८२: २०९). तथापि, त्यानंतर *हुसेनारा खातून वि. बिहार सरकार* या प्रकरणाने न्यायसंस्थेत मोठाच इतिहास घडला. धागमवार यांनी म्हटल्याप्रमाणे, सर्वोच्च न्यायालयाने न्यायचौकशीअधिन असलेल्यांना दिलासा देणारे अनेक

तात्पुरते आदेश दिले (धागमवार १९९७: १६६–८१). गुन्हा शाबित झाल्यास जास्तीत जास्त जितकी शिक्षा होऊ शकली असती त्याहूनही अधिक काळ तुरुंगात काढला असल्यास त्यांची सुटका करून त्यांच्यावरील खटले रद्द करणे; काही विशिष्ठ अटींचे पालन केल्यास वैयक्तिक जात मुचलक्यावर, जामीनावर सुटका करणे; (सर्वोच्च न्यायालयाच्या घटनापीठाने एप्रिल २००२ मध्ये हा निकाल रद्द केला); दोन वर्षांत आरोपपत्र दाखल न केल्या गेलेल्या कैद्यांना सोडून देणे; जे कैदी वकील देऊ शकत नव्हते त्यांचा हक्क म्हणून त्यांना कायदेशीर मदत देणे; संरक्षक ताब्यात (प्रोटेक्टिव्ह कस्टडी) असणाऱ्या स्त्रिया व मुलांना, ते बळी अथवा साक्षीदार असले तरी, वैयक्तिक हमीपत्रावर सोडणे; आरोपींना जलद गतीने न्याय मिळवून देणे ही सरकारची जबाबदारी असल्याने आर्थिक वा प्रशासकीय अडचणी हे समर्थनीय कारण न मानणे; वगैरेंचा यात समावेश होतो. तथापि धागमवार यांना असे दिसून आले की बिहार सरकारला सर्वोच्च न्यायालयाच्या या आदेशांचे पालन करण्याची इच्छा नव्हती. त्यामुळे 'न्यायालय आपण होऊन याहून अधिक काही करू शकत नाही. न्यायालयाने विचारपूर्वक, धैर्याने आणि दूरदृष्टीने आखून दिलेला मार्ग अनुसरण्यात आला नाही, तर त्याची जबाबदारी पूर्णपणे आपलीच आहे' हे त्यांनी अधोरेखित केलेले विधान योग्यच आहे.

पुरेशा मनुष्यबळाच्या व तुरुंगातील देखरेखीच्या अभावी आणि पोलिसांचे चौकशी व पाठपुराव्याकडे झालेले दुर्लक्ष या कारणांनी न्यायचौकशीअधिन कैद्यांना अनेक वर्षे तुरुंगात खितपत पडावे लागते. शिवाय भारतातील जामीनाची प्रचलित पद्धत मालमत्तेवर आधारित असल्याने आरोपींना जामीन मागण्यातही अडचणी येतात. राष्ट्रीय मानवाधिकार आयोगाने (एनएचआरसी) अधोरेखित केले आहे की:

> संपूर्ण देशाचा विचार करता २००६ साली देशातील तुरुंगांमध्ये क्षमतेपेक्षा ४४.२ टक्के अधिक कैदी होते, तर ३१ डिसेंबर २००४ ला हीच संख्या ३९ टक्के इतकी होती. झारखंड, छत्तीसगढ, बिहार, गुजरात, दिल्ली, मध्य प्रदेश, उत्तर प्रदेश, सिक्कीम आणि ओडिशा या ९ राज्यांत अधिकृत क्षमतेपेक्षा ते ५२ ते २१६ टक्के अधिक होते... झारखंडचा (२१६.३ टक्के) यात पहिला क्रमांक असून छत्तीसगढ (११४.९ टक्के) दुसऱ्या क्रमांकावर, बिहार (१०७.१ टक्के) आणि गुजरात (१००.२ टक्के) अशी त्यांची क्रमवारी लागते... सात राज्ये

> आणि केंद्रशासित प्रदेशातील तुरुंगात असलेल्या एकूण कैद्यांपैकी ८० टक्क्यांहून अधिक कैदी न्यायचौकशीअधिन होते (भारत सरकार २००६-०७: १९५).

राष्ट्रीय गुन्हे अभिलेख कार्यालयानुसार (नॅशनल क्राइम रेकॉर्डस ब्युरो) उत्तर प्रदेशात २०११ सालच्या अखेरीस सर्वाधिक न्यायचौकशीअधिन कैदी (५४,०६२) होते. बिहारमधील २३,४१७ कैद्यांमुळे ते दुसऱ्या क्रमांकावर होते व त्यांच्या खालोखाल मध्य प्रदेश, महाराष्ट्र व पश्चिम बंगालचा क्रमांक होता. राष्ट्रीय मानवाधिकार आयोगाचे माजी अध्यक्ष वेंकटचेलैय्या यांनी भारतीय तुरुंगांचे वर्णन 'शिक्षार्थ कचराकुंड्या' (पिनल डस्टबिन) असे केले आहे ते योग्यच आहे.

निवृत्त पोलिस अधिकाऱ्यांच्या एका गटाने आपल्या अहवालात या संदर्भात केलेली एक शिफारस विशेष लक्षवेधी आहे. त्यांनी सुचविले आहे की, जुगार, मद्यपान, वेश्याव्यवसाय यांसारख्या पारंपारिकरित्या गुन्हे मानल्या जाणाऱ्या बाबींना यापुढे गुन्हे मानले जाऊ नये, म्हणजे पोलिसांना अशा गुन्ह्यांच्या ऐवजी इतर गंभीर गुन्ह्यांकडे अधिक लक्ष देता येईल. त्याऐवजी समाजाची जशी प्रगती होईल तसे समाजातील या वाईट गोष्टींबाबत समाजशिक्षणाद्वारे सजगता निर्माण करण्यावर भर देणे आवश्यक आहे. अगोदरच कामाच्या रगाड्यात बुडून गेलेल्या फौजदारी न्यायव्यवस्थेवर अशा गुन्ह्यांचे ओझे आणखी वाढवू नये.

फौजदारी न्यायव्यवस्थेत सुधारणा करण्यासाठी नेमण्यात आलेल्या समितीने (न्यायमूर्ती व्ही. एस. मलीमथ समिती) आपल्या २००३ साली सादर केलेल्या अहवालात प्रलंबित खटल्यांचे प्रचंड प्रमाण आणि गुन्हेगारांना शिक्षा होण्याचे अत्यल्प प्रमाण या भारतातील फौजदारी न्यायव्यवस्थेपुढील दोन गंभीर समस्यांचा सामना करण्यासाठी अनेक दूरगामी शिफारशी केल्या आहेत (भारत सरकार २००३). न्यायव्यवस्थेची गुणवत्ता सुधारण्यासाठी समितीच्या मते दोन बाबींकडे विशेष लक्ष देण्याची आवश्यकता आहे, त्या आहेत न्यायाधीशांसाठी विशेष पात्रता निर्धारित करणे आणि न्यायसंस्थेसाठीच्या प्रशिक्षण संस्थांमधील प्रशिक्षणाची गुणवत्ता सुधारणे. समितीने फौजदारी खटल्यांत नेहमी दिल्या जाणाऱ्या खोट्या साक्षींचाही परामर्श घेतला आहे. इतर अनेक समित्यांच्या

अहवालांप्रमाणेच या समितीच्या अहवालावरही अनेक वर्षांत म्हणावी अशी काहीच कारवाई झाली नाही.

मानवी हक्कांचे महत्त्व प्रस्थापित करण्यासाठी राष्ट्रीय मानवाधिकार आयोगाची (एनएचआरसी) निर्मिती हे एक महत्त्वाचे पाऊल मानावे लागेल. अनेक राज्यांनी देखील असे आयोग स्थापन केले आहेत. तथापि, या आयोगांवर कोणाला नेमावे याबाबत तातडीने पुनर्विचार होणे गरजेचे आहे. हे आयोग म्हणजे निवृत्त न्यायाधीश (व पोलिस अधिकारी) यांच्यासाठीच राखून ठेवण्यात आले आहेत. देशातील मानवाधिकारांचे संरक्षण करण्याची जबाबदारी केवळ निवृत्त न्यायाधीशांवरच सोपविता येते असे जणू गृहीतच धरण्यात आलेले दिसते. सुप्रसिद्ध स्वयंसेवी संस्था (एनजीओ) आणि या क्षेत्रात कार्यरत असणाऱ्या इतर व्यक्ती आणि इतर निरनिराळ्या क्षेत्रातील चारित्र्यवान समाजमान्य व्यक्तींनाही या आयोगांवर नेमण्यात आले, तर जनतेचा त्यातील सहभाग वाढेल आणि अशा व्यक्तींच्या प्रत्यक्ष कामातील अनुभवाचाही आयोगाला लाभ होईल. त्याचप्रमाणे आलेल्या तक्रारींची चौकशी करण्याच्या बाबतीतही तेच म्हणता येईल. सध्या अशी चौकशी केवळ पोलिस अधिकाऱ्यांमार्फतच केली जाते, परंतु हे कामही स्वयंसेवी संस्था, व्यावसायिक आणि अन्य क्षेत्रात कार्यरत असणाऱ्या प्रामाणिक व चारित्र्यवान व्यक्तींकडेही सोपविता येईल. यामुळे आयोगांच्या कामकाजावरील लोकांचा विश्वास वाढेल.

न्यायसंस्थेची क्रियाशीलता (ॲक्टिव्हिझम) व सुशासन[४]

दोन दशकांहून अधिक काळापासून न्यासंस्थेच्या क्रियाशीलतेबाबत न्यायसंस्थेत, सरकारमध्ये आणि जनतेतही जोरदार चर्चा केली जात आहे. सुरुवातीला जे या कल्पनेचे जोरदार समर्थन करीत असत, त्यांच्यापैकी बऱ्याच जणांचा याबाबत भ्रमनिरास झाला असून ते आता या कल्पनेचे टीकाकार बनले आहेत. पण याच्याविरुद्धही घडले आहे. जे न्यायसंस्थेच्या क्रियाशीलतेवर टीका करीत असत ते आता तिला पाठिंबा देऊ लागले आहेत. कोणत्या स्तरापर्यंत न्यायसंस्थेच्या क्रियाशीलतेला लोकशाही व्यवस्थेत स्थान असायला हवे याची आपण आता साधक बाधक मुद्दे विचारात घेऊन चर्चा करूया.

आपल्या राजघटनेत विधानमंडळ, न्यायसंस्था व प्रशासन या सत्तेच्या तीन घटकांना संपूर्णतया नसले, तरी सामान्यपणे एकमेकांपासून वेगळे ठेवण्याच्या तत्त्वाला मान्यता देण्यात आली आहे. यापैकी कोणताही एक घटक दुसऱ्याच्या कार्यक्षेत्रात पुढाकार घेऊन ढवळाढवळ करेल अशी आपल्या घटनाकारांनी कल्पनाही केली नसेल. परंतु न्यायसंस्थेकडून आढावा घेतला जाणे हे न्यायसंस्थेचे कामच आहे, त्याची आणि न्यायसंस्थेच्या क्रियाशीलतेची गफलत केली जाऊ नये. वास्तविक न्यायसंस्थेचे स्वातंत्र्य आणि न्यायसंस्थेकडून घेतला जाणारा आढावा हा सर्वोच्च न्यायालयाने घटनेचा 'मूलभूत ढाचा' असल्याचे जाहीर केले आहे.

न्यायसंस्थेच्या क्रियाशीलतेचा विचार करताना राज्यघटनेच्या कलम ३२ व २२६ चा विचार करावा लागतो. ही कलमे पाहिली असता उच्च न्यायालयांची व सर्वोच्च न्यायालयांची घटनेने निर्धारित केलेली कर्तव्ये आणि न्यायसंस्थेची क्रियाशीलता यांच्यातील सीमारेषा अगदी पुसट असल्याचे दिसून येते. सर्वसामान्य व्यक्तीच्या दृष्टीकोनातून पाहिले असता, मूलभूत हक्क आणि राज्यकारभाराची मार्गदर्शक तत्त्वे असणारी प्रकरणे घटनेच्या केंद्रस्थानी आहेत. मूलभूत हक्कांबाबत न्यायालयांकडे दाद मागता येते, परंतु मार्गदर्शक तत्त्वांबाबत तसे करता येत नाही. ही तत्त्वे देशाच्या कारभारासाठी मूलभूत मानण्यात आली असून कायदे करताना ते या मार्गदर्शक तत्त्वांनुसारच आहेत याची खात्री करून घेणे आवश्यक आहे. तथापि, सर्वोच्च न्यायालयाने आता मार्गदर्शक तत्त्वे व मूलभूत हक्क यांच्याकडे समान दृष्टीने पाहण्यास सुरुवात केली आहे.

राज्यघटनेच्या कलम ३२ मध्ये मूलभूत हक्कांचे उल्लंघन होत असल्यास त्यावर काय उपाययोजना करावी हे नमूद केले आहे. कलम ३२(१) नुसार 'या भागात प्रदान करण्यात आलेल्या हक्कांच्या हमीसाठी योग्य मार्गाने सर्वोच्च न्यायालयाकडे दाद मागण्याचा अधिकार देण्यात येत आहे'. हा देखील मूलभूत हक्क असून मूलभूत हक्काचे उल्लंघन होत असल्यास त्याबाबत न्याय मिळवून देणे हे सर्वोच्च न्यायालयाचे कर्तव्य आहे. कलम ३२(२) अन्वये सर्वोच्च न्यायालयास मूलभूत हक्कांच्या अंमलबजावणीसाठी *हेबियस कॉर्पस*, *मँडॅमस*, प्रतिबंध, *को वॉरंटो* आणि *सेर्टिओरारी* या पद्धतीचे योग्य वाटतील ते रिट, आज्ञा किंवा आदेश देण्याचे अधिकार देण्यात आले आहेत. कलम ३२(४) मध्ये नमूद करण्यात आले

आहे की 'घटनेत इतरत्र तशी तरतूद केली असल्याखेरीज या कलमान्वये प्रदान करण्यात आलेले मूलभूत हक्क निलंबित करता येणार नाहीत'. सर्वोच्च न्यायालयाने कलम ३२ हे घटनेच्या मूलभूत ढाच्याचा भाग असल्याचे सांगून घटनेत दुरुस्ती करूनही ते काढून घेता येणार नाहीत असे जाहीर केले आहे हे लक्षात घेणे महत्त्वाचे आहे.

कलम २२६ हे उच्च न्यायालयांच्या समवर्ती हक्कांबाबत असून त्यांचा विशिष्ठ प्रकारच्या रिटशी संबंध आहे. कलम २२६(१) मध्ये नमूद केले आहे की:

> कलम ३२ मध्ये काहीही म्हटले असले तरी, प्रत्येक उच्च न्यायालयास, त्यांच्या अधिकारक्षेत्रात येणाऱ्या प्रदेशासाठी, कोणाही व्यक्ती, अधिकारी वा गरजेप्रमाणे त्यांच्या अधिकार क्षेत्रातील कोणत्याही सरकारविरुद्धही भाग तीन (मूलभूत हक्क) मध्ये प्रदान करण्यात आलेल्या हक्कांच्या अंमलबजावणीसाठी किंवा इतर कोणत्याही कारणासाठी *हेबियस कॉर्पस, मँडॅमस,* प्रतिबंध, *को वॉरंटो* आणि *सर्टिओररी* या पद्धतीचे योग्य वाटतील ते रिट, आज्ञा किंवा आदेश देण्याचे अधिकार देण्यात आले आहेत.

या पार्श्वभूमीवर न्यायसंस्थेच्या क्रियाशीलतेची उत्पत्ती कशी झाली हे पाहणे स्वारस्यपूर्ण ठरेल. १९७० साली इंदिरा गांधींनी न्यायसंस्था परिवर्तनास अनुकूल नसणारी, अडथळे निर्माण करणारी, प्रतिगामी, जनसामान्यांच्या विरोधी आणि भांडवलशहांच्या बाजूकडे झुकणारी आहे, अशी टीका करण्याची मोहीमच उघडल्यामुळे वरिष्ठ न्यायसंस्थेने बचावात्मक पवित्रा घेतला असे म्हणता येईल. *केशवानंद भारती* आणि संस्थानिकांचे तनखे बंद करण्याच्या प्रकरणांतील सर्वोच्च न्यायालयाच्या निकालांवर सत्ताधारी काँग्रेस पक्ष आणि संसदेतील त्यांचे साथीदार असणारे डावे पक्ष यांनी कठोर टीका केली होती. अशा परिस्थितीत न्यायसंस्थेची प्रतिक्रिया म्हणून अनेक न्यायाधिशांचे असे मत झाले की न्यायसंस्थेची प्रतिमा उजळ करण्याची गरज निर्माण झाली आहे (गोडबोले २००८: २१९). सर्वप्रथम गुजरात उच्च न्यायालयाने एका जनहित याचिकेला प्रोत्साहन दिले आणि त्यानंतर सर्वोच्च न्यायालयाने व इतर उच्च न्यायालयांनीही ही पद्धत उचलून धरली. यासाठी न्यायालयांनी नव्या व नाविन्यपूर्ण कार्यपद्धतींचा अंगिकार केला. यापैकी सर्वात महत्त्वाचे म्हणजे वर्षानुवर्षे चालत आलेले *लोकस*

स्टँडाय चे तत्त्व त्यांनी शिथिल केले. त्यामुळे एखाद्या व्यक्तीवरील किंवा गटावरील अन्यायाविरुद्ध कोणालाही न्यायालयाकडे दाद मागता येणे शक्य झाले. औपचारिक पद्धतीने अर्ज करण्याची आता गरज राहिली नाही. न्यायालयाच्या नोंदणी शाखेकडे एक पोस्टकार्ड पाठवूनही न्यायालयाकडे दाद मागता येऊ लागली. अर्जदारास न्यायालयात उपस्थित राहून स्वत: आपले म्हणणे मांडता येणे शक्य झाले, त्यासाठी वकील देण्याची गरज राहिली नाही. पुरावा दाखल करण्यासंबंधीचे नियमही शिथिल करण्यात आले. जनहित याचिका ही कोणा प्रतिस्पर्ध्याविरुद्धचा खटला न मानता न्यायालयाने समस्येवर तोडगा शोधण्यासाठी मदत करावी यासाठी केलेली याचिका आहे असे मानण्यात येऊ लागले.

काही सार्वजनिक हितयाचिकांवर न्यायालयाने दिलेल्या निर्णयांमुळे देशाच्या समाजजीवनात व शासनात मोठ्या प्रमाणात फरक झाला आहे. उदाहरणादाखल काहींचा येथे उल्लेख करीत आहे. एक, दिल्ली उच्च न्यायालयाचा *ॲसोसिएशन ऑफ डेमॉक्रॅटिक रिफॉर्मस वि. भारत सरकार* (एआयआर २००१ डेल १२६) यावरील निकाल व त्या अपीलावर सर्वोच्च न्यायालयाने जून २००२ मध्ये दिलेला निकाल यामुळे राज्य विधानमंडळ किंवा संसदेच्या निवडणुकीतील उमेदवारास निवडणुकीसाठी अर्ज दाखल करतानाच त्याची गुन्हेगारी पार्श्वभूमी असल्यास त्याविषयी माहिती देणे बंधनकारक करण्यात आल्याने सार्वजनिक जीवन स्वच्छ होण्यास व मतदारांचे सबलीकरण होण्यास मोठीच मदत झाली आहे. संसदेत सर्वच राजकीय पक्षांनी याला कसून विरोध केला असतानाही न्यायालयांनी निवडणूक आयोगामार्फत याची अंमलबजावणी केली ही विशेष लक्षवेधी घटना आहे. याचा परिणाम म्हणून निवडणुकीसाठी उमेदवारी अर्ज दाखल करताना प्रत्येक उमेदवारास आपली व आपल्यावर अवलंबून असणाऱ्या कुटुंबातील सदस्यांची मालमत्ता व कर्जे, आणि गुन्हेगारी पार्श्वभूमी असल्यास, न्यायालयाने दोषी ठरविलेली प्रकरणे, न्यायालयात दाखल झालेली आरोपपत्रे वगैरेंची माहिती देणे बंधनकारक आहे. यावरून मतदारांना उमेदवाराची विश्वासार्हता तपासून घेण्यास मदत होते. दोन, आवश्यक ते कायदे करण्यासाठी योग्य वेळी विधानमंडळासमोर जाण्याऐवजी अध्यादेश काढण्याची वृत्ती केंद्र व राज्यशासने या दोन्हींमध्ये फैलावली आहे. अध्यादेश परत परत जारी करण्यात

बिहार राज्य आघाडीवर होते, त्यांनी २५६ अध्यादेश १ ते १४ वर्षांच्या काळासाठी वापरात ठेवले होते. *डी. सी. वाधवा वि. बिहार सरकार* (एआयआर १९८७ एससी ५७९) यावर सर्वोच्च न्यायालयाने दिलेल्या निर्णयाने ही प्रथा बंद करण्यात आली. तीन, कलम ३५६ चा गैरवापर करून बहुतेक वेळा केवळ राजकीय कारणासाठी राज्य सरकार बरखास्त करून राष्ट्रपती राजवट लागू करण्यामुळे केंद्र व राज्ये यांच्यातील संबंध तणावाचे बनत असत. घटना समितीत भाषण करताना डॉ. बाबासाहेब आंबेडकरांनी म्हटले होते की हे कलम क्वचितच वापरले जाईल आणि ते केवळ कागदावरच राहील अशी त्यांना आशा होती. परंतु, अलीकडच्या काळापर्यंत परिस्थिती याच्या उलटच होती. अनेक वर्षे केंद्र सरकार आपल्या मनाला येईल त्याप्रमाणे याचा वापर करीत असे. हा 'राजकीय निर्णय' असल्याने तो न्यायालयाच्या आवाक्याबाहेर असल्याचे मानले जात असे. तथापि, *एस. आर. बोम्माई वि. भारत सरकार* (१९९४, ३ एससीसी १) यात राष्ट्रपतींचे 'समाधान' (सॅटिस्फॅक्शन) झाले असण्याचा व त्यांच्या अधिकाराचा मुद्दा समोर आला. यापूर्वी, *राजस्थान सरकार वि. भारत सरकार* (१९७७ ३ एससीसी ५९२) मध्ये न्यायालयाने असा निर्णय दिला होता की हे 'समाधान' अप्रामाणिकपणाने, किंवा संबंध नसलेल्या व मुद्याला सोडून असणाऱ्या कारणांवर आधारित असेल, तर त्याचे परीक्षण करणे न्यायालयाच्या कार्यक्षेत्रात येते. कलम ३५६(१) खाली करण्यात आलेली कारवाई योग्य व पुरेशा कारणानुसार करण्यात आली आहे किंवा नाही ही बाब न्यायालयाकडे दाद मागण्याजोगी नाही असे मानले गेल्यामुळे बहुतेक न्यायाधीश कोणत्याही परिस्थितीत कलम ३५६(१) अन्वये 'समाधाना'चे परीक्षण करता येईल असे मानण्यास तयार नव्हते. दोन न्यायमूर्तींचे मत होते की 'हे 'समाधान' अप्रामाणिकपणाने, किंवा संबंध नसलेल्या व मुद्याला सोडून असणाऱ्या कारणांवर आधारित असेल, तर त्याचे परीक्षण करणे न्यायालयाच्या कार्यक्षेत्रात येते, कारण अशा परिस्थितीत राष्ट्रपतींचे ज्याबाबत समाधान होणे अपेक्षित आहे, ते झालेले नसेल.' *एस.आर.बोम्माई* प्रकरणात न्यायिक आढाव्याचा आवाका आणखी वाढवण्यात आला. नऊ न्यायमूर्तींच्या पीठाने एकमताने निकाल दिला की कलम ३५६ खालील राष्ट्रपतींचे अधिकार न्यायिक आढाव्याच्या कक्षेत येतात. न्यायालयाने असेही नमूद केले की कलम ३५६ खालील अधिकार जरी वैयक्तिक

समाधानावर आधारित असले तरी ती केवळ एक बाब आहे, तेवढेच कारण पुरेसे होऊ शकत नाही. त्या कलमात नमूद केलेली परिस्थिती प्रत्यक्षात अस्तित्वात असेल, तरच राष्ट्रपतींचे त्याबाबत समाधान होऊ शकेल. अशी कृती करणे इष्ट आहे का आणि ते गरजेचे आहे का याचा विचार करणे ही राष्ट्रपतींची जबाबदारी आहे (द इंडियन लॉ इन्स्टिटट्यूट १९९४, पुनर्मुद्रण: १२७–२९). न्यायालयाच्या या निर्णयाने केंद्र व राज्य शासनांच्या संबंधांवर महत्त्वाचा परिणाम होऊन त्यांच्यातील तणावाचे एक महत्त्वाचे कारण नाहीसे झाले. डॉ. आंबेडकरांच्या कल्पनेप्रमाणे प्रथमच कलम ३५६ केवळ कागदावरच राहिले (डेड लेटर). २००७ साली उत्तर प्रदेशात राष्ट्रपती राजवट आणण्याचे केंद्राचे प्रयत्न यशस्वी झाले नाहीत, त्याचे एक कारण म्हणजे सर्वोच्च न्यायालयाने २००५ साली बिहारमध्ये राज्य विधिमंडळ पुनर्जीवित करण्यास मान्यता दिली नसली तरी राष्ट्रपती राजवट आणण्यास मान्यता दिली नव्हती. परंतु, ज्या राज्यपालांनी राष्ट्रपती राजवट आणण्याची शिफारस केली होती, त्यांना राजीनामा द्यावा लागला. चार, राज्यघटनेतील तरतुदींचा नवा अर्थ लावून सर्वोच्च न्यायालयाने आपली कार्यकक्षा बरीच वाढवून घेतली होती. त्यामुळे आता सर्वोच्च न्यायालय ठरवेल तसाच भारतीय राज्यघटनेचा अर्थ असतो असे म्हटले तर त्यात अतिशयोक्ति होणार नाही. त्याशिवाय, वरिष्ठ न्यायसंस्थेत करावयाच्या न्यायाधिशांच्या नेमणुका सर्वोच्च न्यायालयाने आपल्या समितीकडे पूर्णपणे वर्ग करून घेतल्या नसत्या. पाच, न्यायालयाने घटनेच्या कलम १२ च्या कक्षेत विस्तार करून घेतला आहे. या कलमामध्ये 'सरकार' (स्टेट) च्या व्याख्येत भारत सरकार, भारतीय संसद, प्रत्येक राज्यातील सरकार व त्यांची विधिमंडळे आणि भारत सरकारच्या आधीन असणाऱ्या देशातील सर्व स्थानिक संस्था व कार्यालये यांचा समावेश करण्यात आला आहे. तथापि, गेल्या काही वर्षांत या व्याख्येची व्याप्ती वाढविण्यात आली असून त्यात आता विमा कंपन्या, राष्ट्रियीकृत बँका, विमान वाहतूक उद्योग, विद्युत मंडळे इत्यादिंचाही अंतर्भाव करण्यात आला आहे. कोणतेही प्राधिकरण/उद्योग सरकारचे एक अंग वा घटक आहे असे जाहीर करण्यात आले की ते मूलभूत अधिकारांच्या कक्षेत येऊन त्यांचे निर्णय वा कृती यांना मूलभूत अधिकारांच्या संदर्भात न्यायालयात आव्हान देणे शक्य होते. तसेच त्यांना प्रशासनाची शिस्त व कायदा लागू होतो व ते उच्च न्यायालयांच्या व सर्वोच्च

न्यायालयांच्या कार्यकक्षेत येतात. सहा, *केशवानंद भारती वि. केरळ सरकार,* (एआयआर १९७३ एससी १४६१) यात दिलेल्या आपल्या नवा पायंडा पाडणाऱ्या निकालाद्वारे कलम ३६८ चा नवा व नाविन्यपूर्ण अर्थ लावून असे जाहीर केले की घटनादुरुस्तीचे संसदेचे अधिकार घटनेच्या मूलभूत ढाच्याद्वारे मर्यादित करण्यात आले आहेत. न्यायालयाने 'मूलभूत ढाचा' याचे या निकालात संदर्भासहित संपूर्ण स्पष्टीकरण दिले नाही परंतु संसदीय लोकशाही व न्यायिक पुनरावलोकन (ज्युडिशियल रिव्यू) यांसारख्या काही पैलूंचेच शिथिलीकरण केले. यानंतरच्या काही प्रकरणांमध्ये मूलभूत ढाच्याच्या व्याख्येत, घटनेचे वर्चस्व; संघराज्याची संकल्पना; धर्मनिरपेक्षता; अधिकारांचे विलगीकरण; मुक्त व रास्त निवडणुका; समानतेचे तत्त्व, समानतेचे प्रत्येक अंग नव्हे, परंतु समान न्यायाचे तत्त्व; न्यायिक पुनरावलोकन; सार्वभौम, लोकशाही गणराज्य; आणि कलम ३२, १६, १४१ व १४२ अन्वये सर्वोच्च न्यायालयाला देण्यात आलेले अधिकार यांचा समावेश करण्यात आला. इंदिरा गांधी सरकारने आपल्या मनास येईल त्याप्रमाणे आणि बरेच वेळा आपल्या राजकीय गरजांनुसार घटनेत जे स्वेच्छानुसारी बदल केले ते पाहता, सत्ताधारी काँग्रेस आणि त्यांच्या डाव्या मित्रपक्षांना ते कितीही आवडले नसले तरीही, संसदेच्या घटनादुरुस्त्यांवर घालण्यात आलेल्या बंधनांचे जनतेने मनापासून स्वागत केले. सात, घटना परिषदेने 'योग्य त्या कायदेशीर प्रक्रियेनुसार' हे शब्द वापरण्याचे विचारपूर्वक टाळून त्याऐवजी 'कायद्याने घालून दिलेल्या प्रक्रियेखेरीज' या शब्दांचा वापर केला असला तरीही सर्वोच्च न्यायालय अनेक प्रकरणांमध्ये 'योग्य प्रक्रिया' (ड्यू प्रोसेस) या संकल्पनेचा परिणामकारकरित्या स्वीकार करण्याकडे झुकल्याचे दिसून येते. सोली सोराबजी यांनी भर देऊन सांगितले आहे की न्यायसंस्थेच्या क्रियाशीलतेमुळे आणि नाविन्यपूर्ण पद्धतीने विचार केल्यामुळेच काही स्वातंत्र्यांना मूलभूत हक्कांचा दर्जा प्राप्त झाला आहे (सोराबजी २००७: ७). आठ, सर्वोच्च न्यायालयाने बेकायदेशीर स्थलांतरीत ठरविण्याचा न्यायाधिकरण कायदा १३ जुलै २००५ रोजी घटनाबाह्य म्हणून रद्द ठरविल्यामुळे (*सर्बानंद सोनोवाल वि. भारत सरकार व इतर,* (२००५, ५ एससीसी ६६५)) व केंद्र सरकारने देशाच्या सीमांचे रक्षण करण्याकडे दुर्लक्ष केल्याबद्दल ताशेरे ओढल्यामुळे बंगलादेशातून आलेल्या स्थलांतरितांच्या अनियंत्रित लोंढ्याविरुद्ध चळवळ

करणाऱ्यांना यामुळे मोठाच नैतिक पाठिंबा मिळाला.

न्यायसंस्थेच्या क्रियाशीलतेमुळे पोलिसांकडून केले जाणारे अत्याचार कमी होण्यास, पोलिसांशी झालेल्या तथाकथित चकमकीतील मृत्यूंच्या चौकशीला चालना देण्यास, वेठबिगार मजुरांविरुद्ध कारवाई करण्यास, आदिवासींच्या हिताचे रक्षण, 'पर्यावरणास हानी करणाऱ्याने त्याची किंमत चुकवली पाहिजे' हे तत्त्व घालून देण्याने, कामाच्या ठिकाणी महिलांचे लैंगिक शोषण होऊ नये यासाठी मार्गदर्शक तत्त्वे घालून देणे (*विशाखा वि. राजस्थान सरकार,* १९९७(६, एससीसी २४१०)) वगैरेंसाठी मोठीच मदत झाली आहे.

परंतु, ही केवळ एक बाजू झाली. याचबरोबर दुसऱ्या बाजूने न्यायसंस्थेच्या क्रियाशीलतेमुळे काही नकारात्मक परिणाम झाला आहे का यावर नजर टाकणेही अगत्याचे आहे. सर्वात पहिली आणि महत्त्वाची चिंता म्हणजे न्यायसंस्थेच्या क्रियाशीलतेमुळे सरकारच्या तीन घटकांमधील अधिकारांच्या फारकतीच्या तत्त्वाला धक्का पोचला आहे. वरिष्ठ न्यायसंस्थेच्या एका विभागाने तर याआधी उल्लेख करण्यात आल्याप्रमाणे, घटनेखाली आपल्याला मिळालेल्या अधिकारांचा इतका ऐसपैस अर्थ लावला आहे की कार्यकारी निर्णय प्रक्रिया इतकेच नव्हे, तर विधानमंडळांच्या कार्यात हस्तक्षेप करण्यास त्यांनी मागेपुढे पाहिले नाही. लोकसभेचे माजी सभापती सोमनाथ चॅटर्जी यांनी परखडपणे म्हटले आहे की, 'सार्वजनिक कार्याचे व्यवस्थापन करण्याची जबाबदारी घटनेने ज्यांच्यावर सोपविली आहे, आणि ज्यासाठी ते जनतेला जबाबदार आहेत, त्यांना ती जबाबदारी पार पाडू दिली जावी' (चॅटर्जी २००७: ९). याचे गांभीर्य लक्षात आणून देण्यासाठी केवळ काहीच उदाहरणे पुरेशी आहेत. सर्वोच्च न्यायालयाने मागणी केली होती की, इतर मागासवर्गीयांसाठी (ओबीसी) आरक्षणाच्या संदर्भात नेमलेल्या संसदेच्या स्थायी समितीने आपला अहवाल संसदेसमोर सादर करण्यापूर्वीच बंद लिफाफ्यात घालून सर्वोच्च न्यायालयाला द्यावा. यात संसदेच्या कार्यपद्धतीचे गंभीर उल्लंघन होते. संसदेने एखादा कायदा पारित केल्यानंतरच त्याच्या घटनात्मक वैधतेचा न्यायसंस्था विचार करू शकेल. अपेक्षेनुसार, संसदेचे कामकाज पूर्ण होण्यापूर्वीच त्यातील न्यायालयाचा हस्तक्षेप कोणालाच आवडला नाही व त्याविरुद्ध बरीच टीका करण्यात आली. अखेर न्यायालयाला आपला आदेश मागे घ्यावा लागला व १७ ऑक्टोबर २००६ रोजी न्यायालयाने

सरकारला कळविले की समितीचा अहवाल संसदेसमोर सादर करण्यात आल्यानंतरच तो न्यायालयापुढे सादर केला जावा.

जी बाब संसदेसमोर किंवा राज्यांच्या विधिमंडळासमोर असेल, त्यात सर्वोच्च न्यायालयाने ढवळाढवळ करू नये अशी अपेक्षा आहे. तथापि, उत्तर प्रदेश व झारखंडच्या विधान सभा अध्यक्षांना विधिमंडळाच्या बैठका कधी व कशा बोलावण्यात येणार आहेत, त्या कशा प्रकारे घेतल्या जाणार आहेत, या बैठकांसाठी कोण निरीक्षक असतील, या बैठकांतील कामकाजाचे चित्रीकरण करण्यात यावे वगैरे विचारण्याने न्यायालयाने हा नियम अनेक वेळा मोडला आहे. यातून विधानमंडळांच्या स्वातंत्र्याबाबत गंभीर प्रश्न निर्माण झाले आहेत. त्याचप्रमाणे सर्वोच्च न्यायालयाच्या आदेशांना न जुमानण्याचे विधानसभा अध्यक्षांनी ठरविल्यास कशी परिस्थिती निर्माण होईल व त्याचे काय परिणाम होतील याबाबतही अनेक प्रश्न उपस्थित करण्यात आले आहेत. परंतु या विधानसभांनी घाईने अशी पावले उचलली नाहीत व समंजसपणे ते एक पाऊल मागे सरले याबद्दल त्यांचे कौतुकच करायला हवे.

दिल्ली सरकारने दिल्लीतील विजेच्या कमतरतेचा सामना करण्यासाठी काय कारवाई करण्याचे ठरविले होते याबाबत सर्वोच्च न्यायालयात सुनावणी घेतली जाण्यामुळे बराच वाद निर्माण झाला होता. हे न्यायालयांचे काम कसे काय होऊ शकते याबाबत सरकारी वकिलांनी प्रश्न उपस्थित केले होते. यात आपल्या पवित्र्याचा विचार करण्याऐवजी न्यायालयाने सरकारी वकिलांबद्दल नाराजी व्यक्त केल्याने त्यांना या प्रकरणातून दूर करण्यात आले. जंगलांबाबत सल्लागार समितीची नेमणूक हा सर्वोच्च न्यायालय व सरकार यांच्यातील वादाचा आणखी एक विषय होता. या समितीवर नेमणूक करण्यासाठी सरकारने जी नावे सुचविली होती त्यांना सुजाण समाजाने आक्षेप घेतल्यामुळे न्यायालयाला ती योग्य वाटली नाहीत. अशा प्रकारची समिती नेमण्याचे काम कार्यकारी अंगाच्या कार्यकक्षेत स्पष्टपणे येत असतानाही न्यायालयाने त्यात ढवळाढवळ केली. सरकारी गोदामात सडत असणारे धान्य सरकारने गरिबांना फुकट वाटावे या सर्वोच्च न्यायालयाच्या ऑगस्ट २०१० च्या निर्णयावरही सरकारने प्रश्नचिन्ह उभे केले आहे. पंतप्रधान मनमोहन सिंग यांनी म्हटले होते की न्यायालयाने सरकारच्या धोरणांमध्ये ढवळाढवळ करू नये आणि या बाबी सरकारवर सोडून देणे उचित

ठरेल. ऑगस्ट २०१० मधील आणखी एका निकालाद्वारे सर्वोच्च न्यायालयाने सैन्यदलांसाठी एक वेगळा वेतन आयोग नेमण्याचा विचार करावा असे सांगितले.

विधानमंडळाने एखादा कायदा पारित केला की त्याच्या अंमलबजावणीसाठी सरकार विधानमंडळाला जबाबदार असते. परंतु, काही वर्षांपासून कायद्याच्या अंलबजावणीवर लक्ष ठेवण्याचे काम न्यायालये करू लागली आहेत. या कामासाठी न्यायालये विशेषाधिकार असणाऱ्या समित्या नेमत असून त्या केवळ न्यायालयालाच उत्तरदायी आहेत, विधानमंडळ किंवा सरकारला नाही. २००६–०७ साली दिल्लीतील अतिक्रमण दूर करण्यासाठी, निवासी इमारतींचा व्यापारी कारणासाठी होणारा वापर थांबविण्यासाठी आणि दिल्लीचा मास्टर प्लॅन कायम ठेवला जात आहे हे पाहण्यासाठी दिल्ली उच्च न्यायालयाने व सर्वोच्च न्यायालयाने या कारवायांमध्ये प्रत्यक्ष सहभाग घेतला होता. अनेक आठवडे दिल्लीत गोंधळाची परिस्थिती निर्माण झाली, शांतता व सुव्यवस्थेचे प्रश्न निर्माण झाले आणि काही भागात तर पोलिसांना गोळीबारही करावा लागला. जनतेचा विरोध व क्रोध शमविता न आल्याने, सरकारने दिल्ली नियम (विशेष तरतूद) कायदा, २००६, पारित करून काही भाग अनिवासी ठरविण्याची पळवाट शोधली आणि दिल्लीच्या मास्टर प्लॅनची कार्यवाही दोन वर्षांसाठी गोठविण्याचे ठरविले. न्यायालयाने यावर नाराजी व्यक्त केल्यावर मोठेच शाब्दिक वादळ उठले आणि हा कायदा न्यायालयाच्या कार्यकक्षेबाहेर ठेवण्यासाठी तो घटनेच्या नवव्या सूचीत घालण्याची सरकारने धमकी देण्यापर्यंत मजल गेली. यावरून न्यायालयाची क्रियाशीलता कोणत्या थरापर्यंत जाऊ शकते व सरकारही त्याला कसे उत्तर देते हे दिसून आले.

अर्थात, जनहितासाठी, सामाजिक सुव्यवस्थेसाठी, जीवनाची गुणवत्ता सुधारण्यासाठी आणि कायद्याचे राज्य स्थापन करण्यासाठी न्यायालयांनी घेतलेले काही निर्णय हे लोकानुनयाच्या मागे लागलेल्या निवडून आलेल्या सरकारने कधीच घेतले नसते हे सत्यही मान्य करायला हवे. १९९६ मध्ये घेतलेला एक निर्णय रात्री १० ते सकाळी ६ या वेळात ध्वनिवर्धकांचा वापर आणि सार्वजनिकरित्या मोठ्याने गाणी वाजवण्यावर बंधन घालून ध्वनी प्रदूषण रोखण्याबाबतचा होता. राजकीय पक्षांनी सातत्याने मागणी केल्याने न्यायालयाने ही बंधने काहीशी शिथिल करण्याचे मान्य केले आणि राज्य सरकार व स्थानिक

अधिकाऱ्यांना वर्षातील जास्तीत जास्त दहा सणासुदीचे दिवस ठरवून यातून सूट जाहीर करण्यास मान्यता दिली. अशाच आणखी एका महत्त्वाच्या निर्णयाद्वारे कोणत्याही निर्णयाविरुद्ध राजकीय पक्षांना संपूर्ण 'बंद' जाहीर करण्यास मनाई करण्यात आली. केरळसारख्या राज्यात तर अशा 'बंद'मुळे सार्वजनिक जीवनच धोक्यात आले होते. राजस्थानमधील गुर्जरांचे आंदोलन ही नि:संशय 'राष्ट्रीय शरमेची' बाब आहे असे सर्वोच्च न्यायालयाने म्हटले होते. न्यायालयाने असाही निकाल दिला की बंदच्या वा आंदोलनांच्या काळातील सार्वजनिक मालमत्तेचे नुकसान व हानी ही संबंधित राजकीय पक्षाकडून वा संघटनेकडून नुकसान भरपाई म्हणून वसूल केली जावी. अर्थात या निर्णयांमुळे काही राजकीय पक्षांना अतिशय राग आला हे निराळे सांगायला नको.

काही वेळा काही मंडळी जनहित याचिकांचा व्यक्तीगत हेवेदाव्यांसाठी किंवा विरुद्ध पक्षाला त्रास देण्यासाठी गैरवापर करतात असे दिसून आले आहे. न्यायालयांनीच त्यांचे वर्णन 'पब्लिसिटी इंटरेस्ट लिटिगेशन' (जाहीरातीसाठी दाखल केलेली याचिका) किंवा 'पैसे इंटरेस्ट लिटिगेशन' (पैशासाठी दाखल केलेली याचिका) असे केले आहे. सर्वोच्च न्यायालय व उच्च न्यायालयांनी अशा प्रकरणांची गंभीर दखल घेऊन त्यात जबरदस्त दंड ठोठावून दाव्याचा खर्चही देण्याचे आदेश दिले आहेत. परंतु सार्वजनिक हित याचिकांच्या समस्येची व्याप्ती अद्याप स्पष्ट झालेली नाही. दरसाल दाखल करण्यात आलेल्या जनहित याचिका, त्यापैकी किती निकाली निघाल्या, किती प्रलंबित आहेत वगैरे माहिती उपलब्ध नाही. काही याचिका वर्षानुवर्षे प्रलंबित आहेत. सर्वोच्च न्यायालय व उच्च न्यायालयांतून यासंबंधीची माहिती एकत्रित करण्यासाठी मी एक सर्वेक्षण करण्याचा प्रयत्न केला होता, परंतु न्यायालयांच्या असहकाराच्या वृत्तीमुळे काहीच माहिती उपलब्ध झाली नाही. तथापि, जवळ जवळ दररोज वृत्तपत्रात येणाऱ्या न्यायालयांच्या अनेकविध निकालांवरून असे दिसते की उच्च न्यायालयांचा बराच वेळ या कामांसाठी खर्ची पडत असावा. काही याचिकांमध्ये न्यायालयांनी डझनावारी सुनावण्या घेतल्या आहेत. न्यायालयांतील इतर प्रलंबित प्रकरणांचा वाढता आकडा पाहता ही बाब विशेष चिंतेची ठरते.

अलीकडच्या काही वर्षांत जनहित याचिकांमध्ये न्यायालयांनी दिलेल्या काही निर्णयांमुळे राजकारणी मंडळी, व विशेषत: सत्ताधारी मंडळी अतिशय नाराज

आहेत. न्यायालयांनी काही वरिष्ठ नेत्यांबाबतच्या भ्रष्टाचार व इतर गंभीर गुन्ह्यांच्या प्रकरणांमध्ये चौकशीचे आदेश दिले हे यामागील एक महत्त्वाचे कारण आहे. यापैकी काही प्रकरणांत तर चौकशी करणाऱ्या यंत्रणांना त्यांच्या कामाच्या प्रगतीचा अहवाल सरकारकडे न देता तो न्यायालयांकडेच द्यावा असेही आदेश देण्यात आले. याने राजकीय नेतृत्त्वाचे धाबेच दणाणले. काही महत्त्वाचे प्रकल्प व करारांच्या बाबतीत सरकारने घेतलेल्या निर्णयांमध्ये पारदर्शकतेचा अभाव असल्याबद्दलही न्यायालयाने नाराजी व्यक्त केली आहे. अशा निकालांचे जनतेने उत्साहाने स्वागत केले असून त्यामुळे राज्यकर्ते मात्र अस्वस्थ झाले आहेत. म्हणून न्यायालयांच्या याचिका दाखल करून घेण्याच्या अधिकारांवर मर्यादा घालण्यात यावी अशी मागणी केली जाताना दिसते. सर्वोच्च न्यायालयाने याबाबत काही मार्गदर्शक तत्त्वे घालून देण्यात स्वारस्य दाखविले नसले, तरी गेल्या दशकातील केंद्रातील सर्वच सरकारांनी या कल्पनेचा विचार केलेला दिसतो. तथापि, न्यायालयांचे अधिकार घटनेतील तरतुदींनुसार प्रदान करण्यात आले असल्याने आणि ते घटनेच्या मूलभूत ढाच्याचा भाग असल्याने, कायदेशीररित्या न्यायालयांच्या अधिकारांवर बंधने घालता येत नाहीत. याला पर्याय म्हणून न्यायालयात याचिका दाखल करण्यासाठीच्या स्टँप ड्युटीत वाढ करण्याचा सरकारने विचार केला. परंतु, प्रसिद्धीमाध्यमे, सुजाण समाज आणि कार्यकर्त्यांनी याला कसून विरोध केला. निवडून आलेले सरकार, मग ते कोणत्याही पक्षाचे असले, तरी आपल्या कार्यवाहीला न्यायालयाच्या परीक्षणापासून दूर ठेवण्यासाठी कोणत्या थरापर्यंत जाईल हे पाहणे स्वारस्यपूर्ण ठरेल.

सार्वजनिक हित याचिकेच्या इतरही काही पैलूंचा येथे उल्लेख करणे उचित ठरेल. या याचिकांच्या प्रत्यक्ष अनुभवावरून असे दिसते की यात कोणी प्रतिपक्ष नसतो असे नाही. बहुतेक प्रकरणांमध्ये सरकार अथवा संबंधित यंत्रणा यांना जोरदार विरोध करताना दिसतात. सार्वजनिक हित याचिका दाखल करून घेण्याच्या अटींमध्ये स्पष्टता नाही. सर्वच सार्वजनिक हित याचिका समाजातील गरीब व दुर्लक्षित घटकांशी संबंधित नसतात. सामान्यतः सार्वजनिक हित याचिका या सरकारबाबतच्या जनतेच्या तक्रारींबाबत असतात आणि मतांचे राजकारण किंवा इतर काही हितसंबंधांमुळे राजकीय पक्षांना त्याबाबत कार्यवाही करण्याची इच्छा नसते. त्यांचे निराकरण करून घेण्यासाठी सुजाण समाजाला आणि स्वयंसेवी

संस्थांना न्यायालयाखेरीज इतर कोणताच मार्ग उपलब्ध नसतो. अनेक प्रकरणांमध्ये निकाल देताना न्यायालयांनी सुजाण समाजाचे प्रतिनिधी आणि स्वयंसेवी संस्थांनाही त्यात समाविष्ट करून घेतले आहे. लोकशाही निर्णयप्रक्रियेत सहभागी होण्याची एक संधी या दृष्टीने त्यांनीही याचे स्वागत केले आहे. तथापि, काही प्रकरणांमध्ये सरकारने सुजाण समाजाचे व न्यायालयाचे याबाबतीतील प्रयत्न मोडून पाडण्यात यश मिळविले आहे. अशा प्रकारचे एक सुप्रसिद्ध उदाहरण म्हणजे निवडून आलेले लोकप्रतिनिधी, मंत्री, वरिष्ठ अधिकारी आणि इतरांच्या कार्यावर नजर ठेवण्यासाठी लोकपालाची नेमणूक करणे. असा प्रस्ताव ४० वर्षाहून अधिक काळापासून संसदेत प्रलंबित असल्याने दिल्लीच्या कॉमन कॉज या स्वयंसेवी संस्थेने सर्वोच्च न्यायालयात याबाबत एक जनहित याचिका दाखल केली. सरकारने याबाबत आपले म्हणणे न्यायालयासमोर मांडावे म्हणून न्यायालयाने जवळ जवळ ३० नोटिसा पाठवल्या, परंत त्यावरही सरकारने काहीच हालचाल न केल्याने अखेर न्यायालयाने ती याचिकाच फेटाळून लावली!

देशाच्या दैनंदिन जीवनावर न्यायालयांच्या क्रियाशीलतेचा कसा परिणाम झाला आहे याकडे एक नजर टाकणे इष्ट ठरेल. यापूर्वी म्हटल्याप्रमाणे सार्वजनिक जीवनाच्या अनेक पैलूंवर याचा परिणाम झालेला स्पष्ट दिसतो. त्याचबरोबर अनेक प्रकरणात निराशाच पदरी पडली आहे. उदाहरणार्थ, अनेक कोटी रुपये अक्षरश: वाहून गेले असले तरी देखील गंगा व यमुना या नद्यांची सफाई करण्याच्या सर्वोच्च न्यायालयाच्या आदेशाचा काहीच परिणाम झालेला नाही. न्यायालयानेही आपली निराशा व उद्विग्नता अनेक वेळा व्यक्त केली आहे. आणखी एक निराशाजनक प्रकरण म्हणजे सर्वोच्च न्यायालयाने आदेश दिल्यानंतरही फार काळापासून प्रतिक्षेत असलेल्या पोलिस सुधारणा. न्यायालयाने २२ सप्टेंबर २००६ रोजी स्पष्ट व कालबद्ध कारवाई करण्याचे आदेश दिले असूनही राज्यसरकारांनी याबाबत काहीच कारवाई केली नाही. अखेर न्यायालयाने आपल्या एका निवृत्त न्यायाधिशांच्या अध्यक्षतेखाली, राज्यांना भेटी देऊन तेथील सरकारांशी चर्चा करून कालबद्ध कार्यक्रम ठरविण्यासाठी एक समिति नेमली. प्रत्येक राज्यात याच प्रकारचे निर्णय घेण्यात आले असून ते ही केवळ कागदावरच राहिले आहेत. काही प्रकरणांमध्ये न्यायालयांचा अवमान (कंटेम्प्ट ऑफ कोर्ट) झाल्याबाबतचा दावा दाखल करता येऊ शकतो, परंतु डझनावारी

प्रकरणांमध्ये दरवेळी असे करता येणे कसे शक्य होईल? यात सर्वोच्च न्यायालय व उच्च न्यायालयांच्या संस्थात्मक प्रतिष्ठेचा प्रश्न येतो. शासनाच्या परिणामशून्यतेबाबत सरकार व न्यायसंस्था यांची जनमानसातील प्रतिमा जर सारखीच झाली, तर एका महत्त्वाच्या संस्थेचे मूल्य कायमचे खची केल्यासारखे होईल.

यातून आपण सार्वजनिक उत्तरदायित्त्व आणि पारदर्शकता या सुशासनाच्या दोन महत्त्वाच्या मुद्यांकडे वळूया. सुशासन प्रस्थापित होण्यासाठी कायदेशीर व संस्थात्मक ढाचा तयार करण्यासाठी परिणामकारक पावले उचलण्यात आली नाहीत, तर न्यायालयांची क्रियाशीलता ही केवळ तात्पुरती मलमपट्टी ठरण्याचा धोका संभवतो. न्यायालयाच्या अवमानाचा कायदा हा जरी न्यायालयीन अधिकारांचा, प्रतिष्ठेचा व सत्तेचा आधार असला, तरी त्यावर कायम विसंबून राहता येणार नाही.

आतापर्यंतच्या चर्चेत आपण पाहिले आहे की अनेक ज्वलंत प्रश्नांच्या व समस्यांच्या निराकरणासाठी जनतेने सर्वोच्च व उच्च न्यायालयांचे दरवाजे ठोठावले आहेत. यापैकी काही प्रकरणांमध्ये न्यायालयांच्या क्रियाशीलतेबाबत काही घटकांकडून त्यांच्यावर टीकाही करण्यात आली आहे. परंतु सरकार व सरकारी कार्यालयांनी वेळीच योग्य ती पावले उचलली असती, तर ही वेळ आली नसती. जनहित याचिका दाखल कराव्या लागणे ही सुशासनाची एक कसोटी मानता येईल. अशा बाबींमध्ये न्यायालयांकडे धाव घ्यावी लागू नये हे उत्तम. परंतु इतर सर्व दारे बंद असली, आणि अन्य मार्ग उपलब्ध नसेल, तर जनतेला न्यायालयांकडे दाद मागण्यावाचून गत्यंतर नसते. भारताच्या राज्यघटनेने जनतेसाठी उपलब्ध करून दिलेला हा एक उत्तम पर्याय आहे, आणि सुशासन लोकांपर्यंत पोचवण्यासाठी आपल्याकडे क्रियाशील न्यायसंस्था आहे हे आपले भाग्यच मानले पाहिजे.

टीपा

१. सेतुसमुद्रम कालवा प्रकरणामध्ये भारतीय पुरातत्त्व सर्वेक्षण विभागातर्फे सर्वोच्च न्यायालयात दाखल करण्यात आलेल्या प्रतिज्ञापत्रात, श्रीराम कथीच

अस्तित्वात नव्हता, आणि रामाच्या सांगण्यावरून रामसेतू बांधण्यात आल्याचा ऐतिहासिक पुरावा उपलब्ध नाही, असे म्हणणे यावरून केंद्र सरकारची असंवेदनशीलता स्पष्ट दिसून येते. याबाबत जनतेकडून तीव्र प्रतिक्रिया व विरोध व्यक्त झाल्यावर सरकारने घाईघाईने हे प्रतिज्ञापत्र मागे घेतले.

२. कॉमन कॉज, रिट पिटिशन (सिव्हिल) क्र. १९४ ऑफ २०१२, खंड ३१, क्र. ३, जुलै–सप्टेंबर २०१२, पृष्ठे ७–१६.

३. गोडबोले (२००४: ८२–९६) यावर अंशत: आधारित.

४. गोडबोले (२०१०: ८–१५) यावर आधारित.

३

प्रशासनातील वाढती दरी

ज्यांना आपला भूतकाळ आठवत नाही त्यांना त्याच चुका परत करण्याचा
शाप मिळतो
जॉर्ज सँतायना

राज्यघटनेच्या कार्याचा आढावा घेण्यासाठी नेमलेल्या राष्ट्रीय आयोगाने
(एनसीआरडब्ल्यूसी) म्हटले आहे:

सुरुवातीच्या काळात घटनेत करण्यात आलेल्या तरतुदींप्रमाणे शासनाचे
कामकाज सामान्यपणे समाधानकारकरित्या होत असे... तथापि, कालांतराने
त्यातील त्रुटी स्पष्ट झाल्या आणि समाजाच्या प्रगतीसाठी व कल्याणासाठी
बनविलेल्या धोरणांद्वारे घटनेत नमूद केलेल्या अपेक्षांची पूर्ती न करता
आल्याने सरकारभोवतीचे वलय नाहीसे झाले. साध्यासुध्या अपेक्षांचीही
पूर्तता होऊ शकली नाही... आजच्या परिस्थितीत एकूण कामकाजाबद्दल
पूर्णपणे भ्रमनिरास झाला आहे असे म्हणता येईल. घटनेने निर्माण केलेल्या
संस्थांचे हे अपयश आहे की त्या संस्थांमध्ये कार्यरत असणाऱ्या व्यक्तींचे हे
अपयश आहे याची चर्चा करण्यात काहीच अर्थ नाही.[१]

या विषयाचा आवाका फारच विस्तृत आहे, परंतु पृष्ठांच्या मर्यादेमुळे, देशातील
सातत्याने खालावत जाणाऱ्या परिस्थितीचा कल दर्शविणाऱ्या काही अतिशय
अस्वस्थ करणाऱ्या उदाहरणांवरच मी लक्ष केंद्रित करणार आहे. या पुस्तकाच्या
शीर्षकाचे औचित्यही त्याने अधोरेखित होते.

जातीय व वांशिक हिंसाचार

आपण जरी धर्मनिरपेक्ष समाज असल्याचा कितीही दावा करीत असलो, तरी देशात वेळोवेळी अनेक गंभीर स्वरुपाच्या जातीय दंगली उफाळून आल्या आहेत. १९६८ व १९७० मध्ये गुजरात, महाराष्ट्र, उत्तर प्रदेश व बिहारमध्ये मोठ्या प्रमाणावर जातीय दंगली झाल्या. मीरत, अलाहाबाद, अहमदाबाद, जबलपूर, भागलपूर, मालेगाव, भिवंडी, जळगाव आणि रांची येथे झालेल्या भीषण दंगलीमध्ये मोठ्या प्रमाणावर जीवित व वित्तहानी तर झालीच आणि त्याखेरीजही गेल्या काही वर्षांत देशभरात अनेक जातीय दंगलींचा भडका उडाला. १८ सप्टेंबर १९६९ रोजी अहमदाबाद मधील एका फार मोठ्या दंगलीत ४३४ जण मारले गेले. जाळपोळ व लूटमारीत ९८ दुकाने, १६६ घरे आणि सात धार्मिक स्थळे आगीच्या भक्षस्थानी पडली. ही दंगल गुरातमधील इतर भागात पसरल्यावर आणखी ३८ लोक मृत्युमुखी पडले. इंदिरा गांधींच्या हत्येनंतर १९८४ सालच्या दिल्लीतील शीखविरोधी दंगलीत सुमारे ३००० लोक मारले गेले; बाबरी मशीद पाडण्यात आल्यानंतर त्याची प्रतिक्रिया म्हणून डिसेंबर १९९२ व जानेवारी १९९३ मध्ये उफाळलेल्या दंगली; आणि गुजरातमधील गोध्रा येथील २००२ सालची दंगल या सर्वात मोठ्या जातीय दंगली म्हणता येतील. भारताच्या वैविध्यपूर्ण समाजावरील हा मोठाच कलंक आहे.

दिल्लीतील शीखविरोधी दंगल

२७ चौकशी समित्या आणि आयोगांनंतरही १९८४ सालच्या दंगलींसाठी विशेष महत्त्वाच्या कोणालाही जबाबदार धरून शिक्षा करण्यात आलेली नाही. तीन प्रसिद्ध खासदारांचा यात सहभाग असल्याचे मानले जात असे त्यापैकी एच.के.एल. भगत आता हयात नाहीत. जगदीश टायटलर यांना नुकतेच निर्दोष जाहीर करण्यात आले आणि सज्जन कुमार यांचे प्रकरण अद्याप न्यायालयात आहे. सर्वोच्च न्यायालयाचे माजी प्रमुख न्यायमूर्ती एस. एम. सिक्री; राष्ट्रकुल संघटनेचे माजी सचिव व अलीगढ मुस्लिम विद्यापीठाचे माजी कुलगुरु बद्रुद्दिन तायबजी; माजी परराष्ट्र सचिव राजेश्वर दयाल; माजी राज्यपाल आणि गृह व संरक्षण सचिव गोविंद नारायण; माजी गृहसचिव टी.सी.ए. श्रीनिवास वरधन यांच्या उच्चाधिकार

नागरी आयोगाने आपला अहवाल जानेवारी १९८५ मध्ये सादर केला. आयोगाने इतर गोष्टींबरोबर असेही म्हटले होते की:

आयोगासमोर आलेल्या लोकांपैकी अनेकांनी सत्ताधारी काँग्रेस पक्षातील विशिष्ट राजकीय नेत्यांची नावे परत परत आणि स्पष्टपणे घेतली. यात बरखास्त करण्यात आलेल्या संसदेतील सत्ताधारी पक्षाचे अनेक खासदार, दिल्ली महानगर परिषदेतील व दिल्ली महानगरपालिकेतील अनेक सदस्यांचा समावेश होता... हिंसाचाराला चिथावणी देण्याचे, रॉकेल व इतर ज्वालाग्राही पदार्थांच्या पुरवठ्याची व्यवस्था करण्याचे आणि शीखांची घरे निर्देशित करण्याचे आरोप त्यांच्यावर करण्यात आले होते... दिल्ली पोलिसांची कर्तव्यातील अक्षम्य कसूर व संपूर्ण अपयश यांचा आम्ही उल्लेख केला आहे. त्या दुर्दैवी पाच दिवसांत काहींनी चिथावणी दिली तर काहींनी गुन्हेगारी कृत्यांत सक्रिय सहभागही घेतला असे आरोपही करण्यात आले आहेत. ज्या अधिकाऱ्यांनी असे गुन्हे केले आहेत त्यांच्यावर कायद्यानुसार खटले दाखल करण्यात यावेत. कर्तव्यातील कसूर किंवा दुर्लक्ष यासाठी विभागीय चौकशीनंतर जरब बसेल अशी शिक्षा देणे गरजेचे आहे. योग्य त्या ठिकाणी गरजेप्रमाणे घटनेच्या कलम ३११ मधील तरतुदींचा वापर केला जावा (गोडबोले १९९६: ३२८).

इतर जातीय दंगलींच्या वेळी करता आले त्याप्रमाणे केंद्र सरकारला या दंगलीसाठी इतर कोणाला दोषी ठरविणे शक्य नव्हते कारण त्यावेळी दिल्लीतील पोलिस आणि कायदा व सुव्यवस्थेची जबाबदारी केंद्र सरकारकडेच होती. १९९१ ते १९९३ या कालावधीत मी गृहसचिव असताना दोषींवर आरोप दाखल करण्याचे सर्व प्रयत्न राजकीय ढवळाढवळीमुळे अडचणीत आले. माझ्या आत्मकथनपर पुस्तकात याची सविस्तर माहिती दिली आहे. त्या परिस्थितीत अद्याप काहीच फरक पडलेला नाही. पंतप्रधान मनमोहन सिंग यांनी सरकारच्या वतीने याबद्दल संसदेत दिलगिरी व्यक्त केली ही एकच दिलासादायक घटना होती, परंतु ही भयानक शोकांतिका आणि जीवितहानी पाहता हे अर्थहीन होते आणि पुरेसेही नव्हते.

बाबरी मशिदीशी संबंधित दंगली

गेल्या काही वर्षांतील हिंदु आणि मुसलमान या दोघांमधील वाढता जातीयवाद व आक्रमकता यामुळे होणाऱ्या जीवितहानीत मोठ्या प्रमाणावर वाढ झाली आहे. भारतीय जनता पक्षाने राम मंदिराच्या उभारणीसाठी सुरू केलेया रथ यात्रा व करसेवेमुळेही जातीय तणाव वाढले. सप्टेंबर–नोव्हेंबर १९८९ मधील शीलापूजनामुळे ७९ जातीय चकमकी झाल्या, त्यात ५०५ जणांनी प्राण गमावले, तर ७६८ लोक जखमी झाले. ऑगस्ट–नोव्हेंबर १९९० च्या करसेवेदरम्यान जातीय हिंसाचाराच्या ३०४ घटनांमध्ये ४४२ जण मारले गेले आणि १,९३६ जखमी झाले. बाबरी मशिदीच्या विध्वंसानंतर जातीय दंगलींमध्ये देशाच्या निरनिराळ्या भागात मोठ्या प्रमाणावर जाळपोळ व लूटमार झाली, त्यात २,०२६ लोक मृत्युमुखी पडले आणि ६,९५७ जखमी झाले (गोडबोले १९९६: ४११–१२).

बाबरी मशिदीच्या विध्वंसानंतर झालेल्या दंगलींचा मुंबईला सर्वाधिक फटका बसला कारण तेथील राज्य सरकारकडे राजकीय इच्छाशक्तीच शिल्लक राहिली नव्हती. मुंबईतील मोठ्या प्रमाणावरील हिंसाचार, विध्वंस आणि दहशतीला शिवसेना प्रामुख्याने जबाबदार होती. न्यायमूर्ती श्रीकृष्ण चौकशी आयोगाने म्हटले आहे:

> या देशाला शाप असलेल्या जातीय दंगली या कधीही बऱ्या न होणाऱ्या अपस्माराच्या झटक्याप्रमाणे आहेत, त्याची लक्षणे बराच काळ दडलेली असली, तरी ती परत परत उफाळून येतात. वेळोवेळी सुचविण्यात आलेल्या निरनिराळ्या उपायांनी लक्षणांवर तात्पुरती उपाययोजना आणि मलमपट्टी केली, पण या रोगावर कायमचा उपाय शोधला नाही... आयोगासमोर आलेल्या मोठ्या प्रमाणावरील पुराव्यावरून सत्य प्रकर्षाने समोर येते की मानवामधील पशु कितीही आटोक्यात ठेवण्याचा प्रयत्न केला तरी तो बाहेर येण्याच्या प्रयत्नातच असतो; रंग, वंश आणि धर्म यावरून निर्माण होणारे संघर्ष, वाद आणि चीड हे केवळ बहाणे आहेत (महाराष्ट्र सरकार १९९८: ३, ४८).

यावरील कार्यवाहीच्या अहवालात शिवसेना– भाजपच्या सरकारने म्हटले होते:

पोलिस प्रशासन व दंगलींची परिस्थिती परिणामकारकरित्या हाताळण्यासाठी आयोगाने केलेल्या बहुतेक सर्व शिफारशी सरकारने मान्य केल्या आहेत. परंतु यातील काही निष्कर्ष पक्षपाती, पूर्वग्रहदूषित आणि एखाद्या विशिष्ट व्यक्तीला किंवा समाजाला दोषी ठरविण्यासाठी काढण्यात आले आहेत असे सरकारचे मत आहे. म्हणून सरकारला अशी रास्त भीती वाटते की या जखमा भरून येण्याऐवजी पाच वर्षांनंतर त्या पुन्हा उघडल्या जातील आणि चिघळू लागतील. म्हणून वर देण्यात आलेल्या कारणांमुळे सरकार आयोगाने काढलेल्या निष्कर्षांशी सहमत होऊ शकत नाही (महाराष्ट्र सरकार १९९८: २३).

२००२ सालातील गुजरातमधील दंगली

२७ फेब्रुवारी २००२ रोजी अयोध्येहून येणाऱ्या साबरमती एक्स्प्रेसमधून करसेवक प्रवास करीत होते. एस ६ क्रमांकाच्या त्यांच्या डब्यावर मुसलमान जमावाने गोध्रा येथे हल्ला केला असा आरोप केला जातो. या मुद्याबाबत दुमत आहे. एका मतानुसार आगगाडीच्या या डब्याला मुसलमानांनी आग लावली, पण दुसऱ्या म्हणण्याप्रमाणे मुसलमानांचा यात काहीच संबंध नव्हता, आणि एका प्रवाशाबरोबर ज्वालाग्राही साहित्य होते त्यामुळे किंवा विजेच्या शॉर्ट सर्किटमुळे आग लागली. परंतु ही दंगल केवळ गोध्रातच नव्हे, तर इतर शहरांतही झपाट्याने पसरली आणि त्यात २००० लोक मृत्युमुखी पडले, शिवाय मुसलमान महिलांवर मोठ्या प्रमाणात अत्याचार करण्यात आले आणि मालमत्तेची हानी व लुटालूटही करण्यात आली हे सत्य आहे.

मुख्यमंत्री नरेंद्र मोदी व राज्य सरकार यांनी याकडे नुसता कानाडोळा केला असे नव्हे, तर त्याला चिथावणी दिली असा आरोप केला जात असल्याने गोध्रा प्रकरण इतरांहून वेगळे मानले जाते. उच्च न्यायालय व सर्वोच्च न्यायालयातही अनेक याचिका दाखल करण्यात येऊनही आतापर्यंत हे आरोप सिद्ध झालेले नाहीत. चौकशी आयोग गुजरात सरकारने नेमला होता की केंद्र सरकारने किंवा जागरुक नागरिकांच्या वतीने याआधारे या आयोगांचे निष्कर्ष पूर्णतः परस्परविरोधी होते.

यापैकी नागरिकांच्या वतीने नेमण्यात आलेल्या लवादात सर्वोच्च न्यायालयातील

दोन निवृत्त न्यायमूर्ती व्ही.आर. कृष्णा अय्यर व न्यायमूर्ती पी.बी. सावंत आणि मुंबई उच्च न्यायालयाचे निवृत्त न्यायाधीश होस्बेट सुरेश यांचा समावेश होता. त्यांनी आपला अहवाल २१ नोव्हेंबर २००२ रोजी सादर केला. कठोर शब्दांत लिहिलेल्या या अहवालात इतर गोष्टींबरोबरच त्यांनी अशी शिफारस केली होती की:

> भारताने 'जातिसंहार करारा'वर सही करून त्याला मान्यता दिली असल्याने केंद्र सरकारने त्याच्या अंमलबजावणीसाठी नवा कायदा करावा आणि ज्यांनी जातीय कत्तलींमध्ये खून, लैंगिक हिंसाचार, लूट किंवा विध्वंस अशा प्रकारच्या गुन्ह्यात वा त्याची योजना बनविण्यात सहभाग घेतला असेल त्यांच्यावर खटले भरून शिक्षा देण्यासाठी त्याचा वापर करावा. लवादाचा असा निष्कर्ष आहे की हे सरकार पुरस्कृत गुन्हे म्हणजे जातिसंहार आणि मानवतेविरुद्ध करण्यात आलेले गुन्हेच आहेत. म्हणूनच 'जातिसंहार करारा'त म्हटल्याप्रमाणे योग्य तो कायदा करण्याची आवश्यकता आहे (जागरुक नागरिकांचा लवाद २००२: १६९).

या भयंकर शोकांतिकेनंतर काही महिन्यांतच लवादाने सादर केलेल्या या अहवालाशी तुलना करता गुजरात सरकारने नेमलेल्या द्विसदस्यीय नानावटी-मेहता आयोगाला २० व्या वेळी ३१ डिसेंबर २०१३ पर्यंत मुदतवाढ देण्यात आली आहे (*सकाळ*, ३ जुलै २०१३). गोध्रा दंगलीनंतर देशभरात गदारोळ उठला, परंतु, तत्कालिन पंतप्रधान अटल बिहारी वाजपेयी यांनी मोदींना केवळ त्यांच्या राजधर्माची आठवण करून देण्यातच समाधान मानले. परंतु सर्वोच्च न्यायालयाचे अशा वक्तव्यांनी समाधान झाले नाही. सर्वोच्च न्यायालयाचे तत्कालिन मुख्य न्यायमूर्ती व्ही. एन. खरे यांनी एका मुलाखतीत सांगितले की, 'गुजरात सरकार व त्यांच्या अभियोगांवर आता माझा विश्वास राहिलेला नाही. कलम ३५६ वापरावे असे मी म्हणत नाही. तुम्ही जनतेचे संरक्षण करून दोषींना शिक्षा दिली पाहिजे. राजधर्म म्हणजे दुसरे काय आहे? दोषींवर खटले करू शकत नसाल तर तुम्ही पदत्याग करावा... आम्ही मूढ प्रेक्षक बनणार नाही. उच्च न्यायालयासमोर सरकार स्तब्ध राहिले, तर आम्हाला हस्तक्षेप करावा लागेल' (*टाइम्स ऑफ इंडिया*, १४ मार्च २००४).

राष्ट्रीय मानवाधिकार आयोगाचे तत्कालिन अध्यक्ष न्यायमूर्ती जे.एस. वर्मा यांनी अशी शिफारस केली होती की केंद्र सरकारने गुजरातमध्ये कलम ३५५ चा वापर करावा, म्हणजे घटनेतील तरतुदींप्रमाणे कारभार चालविणे राज्य सरकारला शक्य होण्यासाठी राज्यांचे परचक्रापासून व अंतर्गत अशांततेपासून राज्यांचे रक्षण करणे, ही केंद्र सरकारची जबाबदारी ठरते:

> 'आम्ही याचे परीक्षण करीत आहोत' असे मला सांगण्यात आले होते, पण काहीच करण्यात आले नाही... राष्ट्रीय मानवाधिकार आयोगाशी गुजरात सरकारने सहकार्य केले असे न्यायमूर्ती नानावटींनी म्हणावे याचा मला धक्का बसला. राष्ट्रीय मानवाधिकार आयोगाच्या शिफारशींची अंमलबजावणी करण्यात आलेल्या अपयशातून त्यांनी सरकारला दोषमुक्त करावे हे सार्वजनिक माहितीच्या विरुद्ध आहे... मी पंतप्रधानांना ३ जानेवारी २००३ रोजी पाठविलेले पत्र पहावे, त्यानंतर १५ दिवसांच्या आतच मी कार्यभार सोडला. या पत्रात गुजरात दंगलीतील बळींना न्याय मिळवून देण्यासाठी व परिस्थितीत सुधारणा घडवून आणण्यासाठी दोषींना शोधून त्यांना शिक्षा करणे असे अजून बरेच काही करण्याची आवश्यकता आहे' (*आउटलुक*, १३ ऑक्टोबर २००८: १४,१६).

भारतीय जनता पक्षाच्या २०१४ सालच्या निवडणुक प्रचार समितीचे प्रमुख म्हणून मोदींची नेमणूक झाली आहे आणि बहुधा पंतप्रधानपदाचे उमेदवार म्हणूनही त्यांचे नाव जाहीर होण्याची शक्यता असताना, अद्यापही गोध्राचे भूत मोदींच्या आणि भाजपच्या मानगुटीवर बसलेले आहे. दंगल आटोक्यात आणण्यासाठी त्यांच्या सरकारचे प्रयत्न तोकडे पडले म्हणून मोदी निदान दिलगिरी तरी व्यक्त करतील अशी अनेकांची अपेक्षा होती, परंतु त्यांनी स्पष्टपणे तसे न करण्याचे ठरविले आहे. मुख्यमंत्र्यांच्या कृतीबाबतची ही एक दु:खद टिप्पणी म्हणता येईल.

दूरदृष्टीने विचार करता

प्रश्नाचे गांभीर्य लक्षात येण्यासाठी मी उदाहरणादाखल काही घटनांचाच उल्लेख केला आहे. या दंगलींमागील समान कारणांचे आणि प्रशासकीय अपयशांचे

विश्लेषण केले तर काही अस्वस्थ करणारे पैलू समोर येतात. **एक**, हिंदू आणि मुसलमान या दोघांमध्येही जातीयवाद आहे हे नाकारता येणार नाही. परंतु, हिंदुंमधील जातीयवाद अधिक काळजी करण्यासारखा आहे कारण त्यांच्या प्रचंड बहुमतामुळे अल्पसंख्याकांचे संरक्षण करणे ही मुख्यत्वे त्यांचीच जबाबदारी आहे. **दोन**, शांतता व सौहार्द्रपूर्ण वातावरणाचा भंग करणाऱ्यांना इतरांवरही जरब बसेल अशी कडक शिक्षा दिली पाहिजे. प्रत्यक्षात याच्या उलटच घडते हे अनेक वेळा दिसून आले आहे. **तीन**, मोठ्या प्रमाणावर व गंभीर स्वरुपाचे जातीय दंगे होऊन त्यात मोठ्या प्रमाणावर जीवित व वित्तहानी झाल्यास राज्य सरकार बरखास्त करून राष्ट्रपती राजवट लागू करण्यास ते पुरेसे कारण मानले जावे. एकाही प्रसंगी असे घडलेले नाही. डिसेंबर १९९२ मध्ये बाबरी मशिदीचा विध्वंस झाल्यानंतर शांतता व सुव्यवस्थेकडे दुर्लक्ष केल्याचे कारण दाखवून मध्य प्रदेश, हिमाचल प्रदेश व राजस्थानमधील भारतीय जनता पक्षाची सरकारे बरखास्त करण्यात आली, पण महाराष्ट्रात सर्वाधिक दंगली होऊनही ते काँग्रेसचे सरकार असल्याने बरखास्त करण्यात आले नाही. अशा प्रकारच्या पक्षपाती वागणुकीने चुकीचा राजकीय संदेश दिला जातो. **चार**, दंगलींची चौकशी करण्यासाठी नेमलेल्या समित्या व आयोगांच्या अहवालांवर सामान्यतः काहीच कारवाई करण्यात आलेली नाही. मुंबईतील दंगलींची चौकशी करण्यासाठी नेमण्यात आलेल्या न्यायमूर्ती बी.एन. श्रीकृष्ण आयोगाचा अहवाल प्रसिद्ध केला जाऊ नये यासाठी शिवसेना-भाजप सरकारने आटोकाट प्रयत्न केले, अखेर मुंबई उच्च न्यायालयाला तो अहवाल प्रसिद्ध करण्यासाठी आदेश द्यावे लागले, मग त्यावर कारवाई करणे तर दूरच होते. या आयोगाने ५०० हून अधिक साक्षीदार तपासले होते, परंतु दंगलीच्या काळात दाखल करण्यात आलेले बहुतेक सर्व गुन्हेगारी खटले आयोगाचा अहवाल येण्यापूर्वी अचानक बंद करण्यात आले. **पाच**, पोलिस दलातील जातीयवादाचाही या संदर्भात उल्लेख करायला हवा, श्रीकृष्ण आयोगानेही त्याचा उल्लेख केला आहे. आयोगाने ३१ पोलिस अधिकाऱ्यांचा 'दंगलींत, जातीय घटनांत किंवा जाळपोळ व लुटालुटीत सक्रिय सहभाग घेतल्याचा' नावनिशीवार उल्लेख केला आहे (*महाराष्ट्र सरकार* १९९८: ५४-५५). मी माझ्या आत्मनिवेदनात्मक पुस्तकात लिहिले आहे:

सामान्यतः उत्तर प्रदेशातील पोलिस दल, विशेषतः उत्तर प्रदेश सशस्त्र पोलिस

दल, जातीयवादी व पूर्वग्रहदूषित असल्याची त्यांची ख्याती होती... बहुसंख्य समाजाला त्यांच्याकडून मिळणारी वागणूक पूर्वग्रदूषित असल्याच्या तक्रारी अनेक वेळा करण्यात आल्या होत्या. गृहमंत्र्यांनी (शंकरराव चव्हाण) त्यांच्या उत्तर प्रदेशच्या भेटीदरम्यान उत्तर प्रदेश सशस्त्र पोलिस दल बरखास्त करण्याबद्दल जाहीर वक्तव्य केले होते, पण त्यावर अत्यंत विरोधी प्रतिक्रिया व्यक्त झाल्यामुळे अशा प्रकारच्या परिस्थितीत जसे करण्याची त्यांची सवय होती, त्याप्रमाणे घाईघाईने त्यांनी आपले विधान मागे घेतले. उत्तर प्रदेश सशस्त्र पोलिस दल बरखास्त करणे सोपे झाले नसते, परंतु केंद्रीय राखीव पोलिस दलातील जलद कृती दलाच्या धर्तीवर ते बहुधार्मिक बनविण्याची निश्चितच आवश्यकता होती. तसेच त्यांच्या मानसिकतेत बदल घडवून आणण्यासाठी त्यांचे विशेष प्रशिक्षण करणेही गरजेचे होते (गोडबोले १९९६: ३६१–६२).

पोलिस दलातील अशा प्रकारचा जातीयवादी कल बाबरी मशिदीच्या विध्वंसापूर्वी आणि दिल्ली, मुंबई, भिवंडी, मालेगाव, गोध्रा, आणि अहमदाबाद वगैरे ठिकाणच्या दंगलींपूर्वीही दिसून आला होता. ही परिस्थिती सुधारण्यासाठी काहीच पावले उचलण्यात आली नाहीत. **सहा,** जातीय दंगलींचा उद्रेक, किंवा खरेतर कोणत्याही कारणाने घडणाऱ्या दंगली, हे स्पष्टपणे सरकारचे अपयश आहे आणि त्या कसोटीवर भारताचे अपयश नजरेत भरण्यासारखे आहे.

वांशिक हिंसाचार

वांशिक हिंसाचार हा भारताला मिळालेला आणखी एक शाप आहे. या तऱ्हेच्या काही घटना तर इतक्या घृणास्पद आहेत की त्या कायम लक्षात ठेवायला हव्यात. कारण जेव्हा अशा गोष्टी जनतेच्या कायम लक्षात असतील, तेव्हाच या सडणाऱ्या सामाजिक रोगावर टिकाऊ उपाय शोधला जाऊ शकेल. एरवी परत एखादा उद्रेक होईपर्यंत राजकीय नेते या समस्येकडे डोळेझाक करण्यातच धन्यता मानतात.

१८ फेब्रुवारी १९८३ रोजी आसाममधील नेली जिल्ह्यातील १४ बंगाली भाषिक मुसलमान खेड्यांना वेढा घालण्यात येऊन हजारो गावकऱ्यांची कत्तल करण्यात

आली व त्यांची घरे-दारे जाळून टाकण्यात आली. स्वतंत्र भारतातील ही सर्वात भीषण कत्तल होती. यात ३,००० बंगाली मुसलमान मरण पावले तर २,२५,९५१ जण निर्वासित बनले. या निर्वासितांनी लावलेल्या पाटीवर लिहिले होते, 'आम्हाला वाचवा. आमच्याच भूमीत आम्ही असुरक्षित आणि निर्वासित झालो आहोत.' या प्रकरणी ६६८ प्राथमिक माहिती अहवाल (एफआयआर) दाखल करण्यात आले होते पण अनेक प्रकरणे जुजबी चौकशी करून किंवा चौकशी न करताच बंद करण्यात आली. १९८५ सालच्या आसाम करारानंतर सरकारच्या विनंतीवरून फौजदारी संहितेच्या (सीआरपीसी) कलम ३२१ खालील सर्व खटले न्यायालयातून मागे घेण्यात आले! २०१२ सालच्या सर्वदूर पसरलेल्या संघर्षांनंतर आसामचे मुख्यमंत्री तरुण गोगोई म्हणाले, 'कोठे काय घडते ते समजतच नाही. राज्यात होणारे संघर्ष, मग ते कोक्राझार, कार्बी अँगलाँग किंवा दिमा हसाओ असो' (*इंडियन एक्स्प्रेस*, ८ ऑगस्ट २०१२: ९).

बोडो भागात गेली अनेक वर्षे हिंसाचार अधून मधून चालूच असतो. १९९३ साली बोडोंबरोबर करण्यात आलेला पहिला करार हा गृहमंत्रालयातील तत्कालिन अंतर्गत सुरक्षा राज्यमंत्री राजेश पायलट यांचे महत्त्व वाढविण्यासाठीच करण्यात आला होता, त्याला मंत्रीमंडळाची मान्यता घेण्यात आली नव्हती आणि गृहमंत्रालयाच्या सल्ल्याविरुद्धच त्यांनी हा सदोष करार केला होता. आसाममधील बिगर आदिवासी गट आणि आसाम सरकारही या कराराच्या बाजूने नव्हते. मी माझ्या आत्मनिवेदनपर पुस्तकात म्हटले आहे की, 'या करारावरील शाई देखील वाळण्यापूर्वीच तो मोडीत निघाला आणि त्यासाठी काळजीपूर्वक आणि तपशीलवार करण्यात आलेली सर्व तयारी वाया गेली. बोडो सुरक्षा दल... परत सक्रीय झाले आणि त्या भागात दहशतीचे राज्य परत सुरू झाले. या करारावर सही करण्याच्या प्रसंगी व त्यानिमित्ताने करण्यात आलेल्या ७ मार्च १९९३ च्या सोहळ्यात 'द प्लेन्स ट्रायबल्स कौन्सिल ऑफ आसाम'ने सहभाग घेतलाच नाही.' *इंडियन एक्स्प्रेस* ने आपल्या ३१ मे १९९४ च्या संपादकीयात लिहिले होते, 'बोडोलँड हा स्वायत्त प्रदेश व परिषद निर्माण करण्याची तरतूद करणारा बोडो करार सुरुवातीपासूनच अतिशय सदोष होता आणि अनेक तज्ज्ञांच्या मते त्या भागातील लोकवस्ती पाहता तो अंमलबजावणी करता येण्याजोगा नव्हता' (गोडबोले १९९६: २८). त्यात नंतर करण्यात आलेल्या

दुरुस्त्या तर आणखीच अनर्थकारक होत्या. २०१२ साली उफाळलेल्या हिंसाचारात ४,००,००० लोकांनी आपले घरदार गमावले. त्याआधीच्या हिंसाचारात बेघर झालेले १,८०,००० जण जवळ जवळ पाच वर्षांपासून सहाय्य छावण्यात राहत होते. आसामचे मुख्यमंत्री तरुण गोगोई यांच्यामते आर्थिक विकास हे या समस्येवरील उत्तर आहे. हे मूळ मुद्यापासून दूर जाण्यासारखे आणि स्पष्ट असणारीच गोष्ट परत सांगण्यासारखे आहे.

बंगलादेशातून होणाऱ्या बेकायदेशीर स्थलांतरितांच्या समस्येकडे पुरेशा गांभीर्याने पाहिले जाऊ नये यासाठी मुद्दाम प्रयत्न केला जात आहे. बोडो ट्रायबल कौन्सिलच्या प्रदेशात राहणाऱ्या बिगर बोडोंना असे वाटते की त्यांच्याबाबत पक्षपात केला जात असून त्यांच्याकडे दुर्लक्ष केले जाते. काँग्रेस नेतृत्त्वाला यातून काही शहाणपण सुचलेले दिसत नाही. दिग्विजय सिंग या काँग्रेसच्या प्रमुख सचिवांनी परखडपणे म्हटले होते की, 'बोडो कराराचे पुनरावलोकन करणे गरजेचे आहे. बोडो आदिवासी प्रदेशातील बिगर बोडो रहिवाशांना सत्तेत रास्त वाटा देण्यात यावा. त्यांच्यातील आणि मुसलमानांमधील वांशिक दरी आपण भरून काढली पाहिजे, काही ठिकाणी तर हा भेदभाव अगदी टोकाला गेलेला दिसतो. ३,००,००० निर्वासितांचे पुनर्वसन करणे हे आपल्यापुढील आव्हान आहे' (*इंडियन एक्स्प्रेस*, ५ ऑगस्ट २०१२: ६). यात निर्वासितांची संख्या मुद्दामच कमी दाखविण्यात आली आहे हे स्पष्ट असले, तरी निदान समस्या आहे हे तरी मान्य करण्यात आले आहे. तथापि, या समस्येचे निराकरण करण्यासाठी पुढे काहीच प्रगती झालेली नाही. स्वातंत्र्यानंतरच्या पहिल्या काही वर्षांच्या काळात उत्तर प्रदेशाचे मुख्यमंत्री व केंद्र सरकारमध्ये गृहमंत्री असणाऱ्या गोविंद वल्लभ पंत यांच्या 'ठंडा करके खाओ' या तत्त्वाचा प्रभाव अद्याप ओसरलेला दिसत नाही.

केंद्र व राज्य सरकार यांच्यातील संबंध

राज्यात असणारी विरोधी पक्षांची सरकारे घटनेतील कलम ३५६ चा गैरवापर करून वरचेवर बरखास्त करणे हे केंद्र शासन व राज्य सरकारे यांच्यातील संघर्ष वाढण्याचे एक महत्त्वाचे कारण आहे. ए.जी. नुराणी म्हणतात, 'कलम ३५६ हे १९३५ सालच्या हिंदुस्थान सरकारच्या कायद्यातील, कलम ४५ अन्वये जशी

गव्हर्नर जनरलची राजवट केंद्र सरकारवर लागू करता येत असे त्याचप्रमाणे गव्हर्नरची राजवट लागू करण्यासाठी असलेल्या कुप्रसिद्ध कलम ९३ वर आधारित असून, कलम ३५६ हे (अखेरच्या वापरासाठी राखून ठेवण्यात आलेली तरतूद असण्याऐवजी) प्रथम करावयाचा उपाय म्हणूनच वापरले जात आहे' (नुराणी २000: २६0–६१). घटना परिषदेतही या कलमाचा गैरवापर केला जाईल अशी भीती व्यक्त करण्यात आली होती. चर्चेला उत्तर देताना बाबासाहेब आंबेडकरांनी ४ ऑगस्ट १९४९ रोजी इतर गोष्टींबरोबरच म्हटले होते:

> (आणीबाणीच्या काळात वापरायच्या) या कलमाचा दुरुपयोग होण्याची किंवा राजकीय कारणासाठी ते वापरले जाण्याची शक्यता मी पूर्णपणे नाकारत नाही. परंतु केंद्र सरकारला राज्यसरकारांवर अधिकार गाजविण्यासाठी देण्यात आलेल्या घटनेतील प्रत्येक तरतुदीबाबतच हा आक्षेप घेता येईल आणि या पुस्तकात दाखवून दिले आहे त्याप्रमाणे तसे करण्यात आलेही आहे ... *अशा कलमांचा प्रत्यक्षात कधी वापर केला जाणार नाही आणि ती केवळ कागदावरच राहतील अशी अपेक्षा करणेच योग्य ठरेल.* (इथे व इतरत्र विशेष भर देण्यासाठी *तिरपा टाइप* वापरला आहे)

केंद्र व राज्य सरकार संबंधविषयक आयोगाने (१९८८) स्पष्टपणे अशी शिफारस केली होती की, 'राज्यातील घटनात्मक कारभाराची यंत्रणा मोडकळीस येण्यापासून थोपविण्यासाठी किंवा ती परत प्रस्थापित करण्यासाठी उपलब्ध असलेले इतर सर्व पर्याय निरुपयोगी ठरल्यास अखेरचा उपाय म्हणून अत्यंत टोकाच्या परिस्थितीतच कलम ३५६ चा क्वचित प्रसंगी वापर केला जावा. कलम ३५६ मधील तरतूद लागू करण्यापूर्वी राज्य पातळीवर या संकटाचा सामना करण्याचे पूर्णपणे प्रयत्न केले जावेत' (भारत सरकार १९८८:१५).

राज्यघटनेचा स्वीकार झाल्याच्या पहिल्या वर्षापासूनच या कलमाच्या मोठ्या प्रमाणावरील गैरवापराला सुरुवात झाल्याचे पुढील काही उदाहरणांवरून दिसून येईल. ग्रॅन्व्हिल ऑस्टिन यांनी लिहिले आहे:

> राष्ट्रपती राजवटीचा पहिलाच वापर हा घटना समितीतील इच्छेच्या अगदी दुसऱ्या टोकाचा होता आणि तो काँग्रेस पक्षातील अंतर्गत वादविवादातून निर्माण झाला होता. १९५१ साली पंजाब सरकारला विधान मंडळात बहुमत

> होते आणि राज्यपालांनी राष्ट्रपती राजेंद्र प्रसाद यांना घटनात्मक यंत्रणा मोडकळीस आल्याचा जो अहवाल पाठवला होता तो अधिकृत कपोलकल्पित अहवाल होता. शिवाय, केंद्राने, राज्यपालांनी नव्हे, राष्ट्रपतींना हे पत्र पाठवण्यात पुढाकार घेतला होता. काँग्रेस संसदीय पक्षाचे नेते, पंतप्रधान नेहरू यांनी राजेंद्र प्रसादांच्या विरोधाला न जुमानता मुख्यमंत्री गोपिचंद भार्गव यांना बहुमत असूनही राजीनामा देण्याचे आदेश दिले. शांतता व सुव्यवस्थेची परिस्थिती खालावत असल्याचा नेहरूंचा दावा होता, पण त्यांनी प्रसादांपुढे असा मुद्दा मांडला की भार्गव यांची वर्तणूक सरळ नव्हती आणि पक्षांनी त्यांच्या सदस्यांना त्याबाबत मार्गदर्शन करणे टाळता येण्याजोगे नव्हते, यावरून निराळाच निष्कर्ष निघतो... राज्यपालांचे पद प्रथमच, पण अखेरचे नव्हे, काँग्रेस पक्ष आणि राज्यघटना यांच्या संघर्षात चिरडले गेले होते आणि त्यात मर्यादित संघराज्य आणि प्रातिनिधिक लोकशाही यांचा बळी गेला. नेहरूंनी देशासमोर एक वाईट उदाहरण ठेवले असे बहुतेकांचे मत झाले (ग्रॅन्व्हिल १९९९: ६०६-७).

नेहरूंच्या काळातील कलम ३५६ च्या वापराचा आणखी एक प्रसंग म्हणजे योग्य रितीने निवडून आलेले केरळातील कम्युनिस्ट सरकार केंद्राने बरखात केले तो. डी. आर. सरदेसाई यांनी अधोरेखित केले आहे की:

> काँग्रेस पक्षाने सर्वांना आपल्याकडे 'ओढून घेण्याच्या' पूर्वापार चालत आलेल्या पद्धतीतून राजकारणातील आपले पुढारीपण शाबूत ठेवण्यासाठी संघराज्य टिकवून ठेवण्याच्या नियमांचेदेखील उल्लंघन केले ही खरोखर खेदाची बाब आहे. याचा परिणाम असा झाला की *नेहरूंच्या काळात कोणत्याही राज्यातील बिगर काँग्रेसचा मुख्यमंत्री आपला कार्यकाळ पूर्ण करू शकला नाही*... नेहरूंनी राष्ट्रपती राजवटीच्या तरतुदीचा वापर फक्त काही वेळाच (सहा) केला आणि तो ही त्यांच्या पक्षातील दबावामुळेच केला. वास्तविक त्यांच्या पक्षानेच 'पक्षबदलाच्या राजकरणाच्या' प्रक्रियेची सुरुवात केली, त्यांचे हितसंवर्धन करणाऱ्या नेत्याच्या (गॉड फादर) नजरेखाली त्यांची भरभराट झाली आणि पक्ष बदलून आलेल्यांना काहीतरी राजकीय आमिष देऊन आपल्यात सामावून घेण्याची पद्धत रूढ केली (सरदेसाई व मोहन १९९२: २३४-३५).

त्यानंतर आलेल्या काँग्रेस पक्षाच्या किंवा इतर राजकीय पक्षांच्या सरकारांनीही रास्त पद्धतीने निवडून आलेली सुमारे १०० राज्यसरकारे अशा तऱ्हेने बरखास्त करण्याची ही 'वैभवशाली' परंपरा चालूच ठेवली. काही प्रकरणांमध्ये कलम ३५६ चा वापर विशेष तणावपूर्ण ठरला. उदाहरणार्थ, १९८८ साली एस.आर. बोम्मई यांचे कर्नाटकातील सरकार बरखास्त करण्यासाठी करण्यात आलेल्या कलम ३५६ च्या वापरानंतरच या कलमाच्या वापरावर बंधन घालणारा सर्वोच्च न्यायालयाचा सुप्रसिद्ध निर्णय देण्यात आला; उत्तर प्रदेशातील कल्याण सिंग यांचे सरकार १९९७ साली बरखास्त केले होते, परंतु जनतेच्या विरोधामुळे हा आदेश मागे घेण्यात आला; १९९९ साली बिहारमधील राबडी देवी सरकार बरखास्त करण्याचे विधेयक राज्यसभेत पारित होऊ शकले नाही म्हणून राष्ट्रपती राजवट लागू करण्याचा आदेश मागे घ्यावा लागला. परंतु, जेव्हा याचा वापर केवळ समर्थनीयच नव्हे, तर स्वागतार्ह ठरला असता, अशा दोन प्रसंगी मात्र त्याचा विसर पडला होता. पहिला प्रसंग होता डिसेंबर १९९२ मध्ये बाबरी मशिदीच्या विध्वंसापूर्वीचा आणि दुसरा होता गुजरातमधील फेब्रुवारी २००२ च्या गोध्राच्या हत्याकांडानंतरचा. या दोन्ही प्रसंगी केवळ तात्पुरत्या राजकीय फायद्यावर नजर ठेवून केंद्रातील अनुक्रमे काँग्रेस व भारतीय जनता पक्षाच्या सरकारांनी त्याकडे कानाडोळा केला. १९८४ सालच्या दिल्लीतील शिखांच्या विरोधातील दंगलीच्या वेळी, केंद्र सरकारच दिल्लीतील शांतता व सुव्यवस्थेला जबाबदार होते, परंतु, केंद्र सरकार राष्ट्रपती राजवटीखाली आणण्याची घटनेत तरतूदच नाही!

नेहरूंच्या याबाबतच्या अदूरदर्शी धोरणाने देशाच्या संघराज्याचा पाया हादरवून टाकण्याची अशी सुरुवात होईल याची त्यांना कल्पनाही आली नसणार. केवळ विरोधी पक्षांची सरकारे असणाऱ्या राज्यांतच नव्हे, युपीए (संयुक्त पुरोगामी आघाडी) चे घटक असणाऱ्या राज्य सरकारांमध्येही केंद्र सरकारबाबत कायमच अविश्वासाची भावना बळावलेली दिसून येते. त्यामुळे केंद्र सरकारच्या कार्यक्षेत्रातील कोणत्याही वाढीला त्यांचा विरोध दिसून येतो, मग तो केंद्रीय अन्वेषण ब्युरो (सीबीआय), रेल्वे सुरक्षा बल, राष्ट्रीय दहशतवादविरोधी केंद्र (एनसीटीसी) असो, वा दहशतवाद व जातीय दंगलींच्याबाबत कायदा करणे असो किंवा लोकायुक्ताबाबत केंद्रीय कायदा करणे असो. याचा आणखी एक उघड

दिसणारा परिणाम म्हणजे राज्य विधीमंडळांनी पारित केलेल्या कायद्यांना राष्ट्रपतींची संमती देण्यासाठी केंद्र सरकारकडून केली जाणारी अक्षम्य दिरंगाई.

ऑस्टिन यांनी म्हटले आहे की १९५९ मध्ये केरळात राष्ट्रपती राजवट लागू करण्यात आल्यानंतर सुप्रसिद्ध घटनातज्ज्ञ बी. शिवा राव यांनी तत्कालिन काँग्रेस अध्यक्ष इंदिरा गांधींना असे सुचविले होते की 'राष्ट्रपतींच्या अशा निर्णयाला बळकटी देण्यासाठी एक 'सल्लागार मंडळ' नेमता येईल म्हणजे अशा प्रकारच्या निर्णयांबाबत केंद्रातील सत्ताधारी पक्षाच्या मंत्रीमंडळाच्या सल्ल्यानेच राष्ट्रपतींनी असा निर्णय केला असेल अशी शंकाही जनतेच्या मनात निर्माण होणार नाही (ग्रॅन्व्हिल १९९९:६०७). अपेक्षेप्रमाणेच या सल्ल्याकडे कोणीच लक्ष दिले नाही. शिवाय इंदिरा गांधींनी त्यांच्या पंतप्रधानपदाच्या लांबलचक कारकिर्दीत या तरतुदीचा इतका उघड गैरवापर केला होता हे पाहता त्यांनी अशा प्रकारचा शहाणपणाचा सल्ला मानला असता अशी शक्यताही नव्हती.

सर्वोच्च न्यायालयाचे माजी मुख्य न्यायमूर्ती के. सुब्बा राव यांनी लिहिले आहे की, 'ज्या राज्यांमध्ये पराभव झाला होता त्यांत सत्ता परत मिळविण्यासाठी केंद्रीय मंत्रीमंडळ... व... काँग्रेसपक्ष यांचे हस्तक असल्याप्रमाणे राज्यपाल व राष्ट्रपती यांनी राष्ट्रपती राजवट लागू करण्याचा आदेश देण्याचे काम केले, असे म्हटले जाते' (ग्रॅन्व्हिल १९९९:६०७). याबाबतची आकडेवारी हेच स्पष्ट करते. १९५१ ते १९८७ च्या दरम्यान ५७ वेळा राष्ट्रपती राजवट लागू करण्यात आली होती (यात जनता व इंदिरा-काँग्रेस सरकारांनी अनुक्रमे १९७७ व १९८० मध्ये मोठ्या प्रमाणावर राज्य सरकारे बरखास्त केली होती त्यांचा समावेश नाही), त्यापैकी २३ न टाळता येण्याजोगी होती, १५ प्रकरणांमध्ये सरकार स्थापनेचा दावा करणाऱ्या इतरांना त्यांची शक्ती अजमावण्याची संधी न देता करण्यात आली होती आणि १३ प्रकरणी मंत्रीमंडळे बहुमतात असताना ती बरखास्त करण्यात आली होती असे सरकारिया आयोगाचे मत होते (सरकारिया आयोग १९८८: १८६-८९). याचाच अर्थ सुमारे ५० टक्के प्रकरणात केंद्र सरकारच्या इच्छेखातर राष्ट्रपती राजवट लागू करण्यात आली होती.

सुदैवाने, *एस.आर. बोम्मई वि. भारत सरकार* या निकालात सर्वोच्च न्यायालयाने म्हटले आहे की घटनेच्या कलम ३५६ अन्वये लागू करण्यात

आलेली राष्ट्रपती राजवट संपूर्णपणे न्यायालयांच्या कक्षेबाहेर आहे असे म्हणता येत नाही. याबाबतीतील राष्ट्रपतींचे समाधान हे वस्तुनिष्ठ माहितीवर आधारित असले पाहिजे, शिवाय ही वस्तुनिष्ठ माहिती राज्यपालांच्या अहवालावर अथवा इतर ठिकाणांहून मिळालेल्या माहितीवर किंवा दोन्हींवर आधारित असावी आणि त्यावरून घटनेतील तरतुदींनुसार राज्याचा कारभार चालविता येत नाही असे दिसून आले असावे. परिणामी, कलम ३५६ अन्वये लागू करण्यात आलेल्या राष्ट्रपती राजवटीची वैधता न्यायसंस्थेत तपासली जाऊ शकते व त्यासाठी ज्या महितीचा आधार घेतला गेला ती माहिती न्यायालय तपासू शकते किंवा ती माहिती प्रसंगोचित होती अथवा नाही किंवा हा निर्णय सत्तेचा गैरवापर करून घेण्यात आला होता का हे परीक्षण न्यायालयाच्या कक्षेत येते (लक्ष्मीनाथ २००२: २९-९५).

सर्वोच्च न्यायालयाचे असे स्पष्ट निर्देश असतानाही युपीए सरकारने २००६ साली बेदरकारपणे बिहार विधानसभा बरखास्त केली. मंत्रीमंडळाच्या बैठकीत मध्यरात्री हा निर्णय घेण्यात आला आणि त्यासाठी आवश्यक असणारी राष्ट्रपतींची मंजुरी मॉस्कोहून फॅक्सद्वारे मिळवण्यात आली. राज्यपाल बुटा सिंग यांनी 'विकृत' व 'वाईट हेतूने' हा बनावट अहवाल तयार केल्याबद्दल सर्वोच्च न्यायालयाने त्यांच्यावर गंभीर ताशेरे ओढले व म्हटले की, 'मंत्रीमंडळाने हा अहवाल म्हणजे काळ्या दगडावरील रेघ असे मानून त्याचा स्वीकार करण्यापूर्वी त्याची पडताळणी करणे आवश्यक होते'. सर्वोच्च न्यायालयाने स्पष्ट केले की राज्यपालांची गैरवर्तणूक थोपविण्यासाठी व घटनेच्या तत्त्वांचे उल्लंघन होत असल्यास न्यायालय त्यात हस्तक्षेप करेल आणि नितीश कुमार मुख्यमंत्री होऊ नयेत या एकाच कारणासाठी विधानसभा बरखास्त करण्याचा निर्णय घेण्यात आला होता (*इकॉनॉमिक टाइम्स*, २५ जानेवारी २००६). याचा परिणाम म्हणून बुटा सिंग यांना लाजिरवाण्या पद्धतीने राजीनामा द्यावा लागला. यापूर्वी नियमांना धरून चालणारे अशी ज्यांची ख्याती होती त्या राष्ट्रपती के. आर. नारायणन यांनी २१ ऑक्टोबर १९९७ रोजी मत्रीमंडळाचा सल्ला झुगारून उत्तर प्रदेशात राष्ट्रपती राजवट लागू करण्यास नकार दिला होता. याउलट, २१ एप्रिल १९८९ रोजी कर्नाटकात राष्ट्रपती राजवट लागू करण्याच्या संदर्भात सर्वोच्च न्यायालयाने १९९४ साली आर. वेंकटरामन यांच्यावर बोम्मई प्रकरणात ताशेरे ओढले होते आणि ते

योग्यच होते. वेंकटरामन यांचे आणखी दोन आदेशही रद्द करण्यात आले होते: एक होता नागालँडबाबत (१९८८) तर दुसरा मेघालयासंबंधी (१९९१) होता (नुराणी २०००:२६९). यावरून लोकशाहीत सत्तेचा समतोल राखण्यासाठी घ्यावयाच्या खबरदारींचे आणि सुशासनासाठी घटनेतील तरतुदींचे रक्षण करण्यासाठी सर्वोच्च न्यायालयाच्या कामगिरीचे महत्त्व अधोरेखित करावे तेवढे थोडेच आहे.

संस्थानिकांचे तनखे रद्द करणे

भारत स्वतंत्र झाला त्यावेळी देशाच्या ४७ टक्के प्रदेशात सुमारे ५४० संस्थाने अस्तित्वात होती आणि त्यात एकूण लोकसंख्येपैकी २८ टक्के जनता राहत होती. नेहरू व वल्लभभाई पटेल या दोघांनीही या संस्थानिकांना त्यांचे स्थान घटनेत अबाधित ठेवले जाईल असे वचन गंभीरपणे दिले होते आणि त्यानुसार राज्यघटनेत त्यांचे तनखे व अधिकार यांच्याबाबत २९१, ३६२, ३६६(२२) आणि ३६३ अशी चार कलमे समाविष्ट करण्यात आली होती. व्ही. पी. मेनन यांच्या सहकार्याने संस्थानांचे भारतात विलिनीकरण करून प्रथमच देश एकसंध बनविण्यात पटेल यशस्वी ठरले. त्यामुळे 'कालबाह्य झालेले तनखे व विशेषाधिकार' या नावाखाली तनखे बंद करण्याची काहीच आवश्यकता नव्हती. एम.व्ही. कामत यांनी निदर्शनास आणून दिले आहे की:

> एकूण ५५४ संस्थाने भारतात विलीन झाली त्यापैकी ४५० हून अधिक संस्थानांचे वार्षिक उत्पन्न १५ लाखांहून कमी होते. हैद्राबादच्या निझामाचा वार्षिक तनखा जरी ५० लाख रुपये इतका असला, तरी संस्थानाच्या महसुलाच्या २ टक्क्यांहून तो अधिक नव्हता. शिवाय वार्षिक १.२४ कोटी उत्पन्न असणाऱ्या आपल्या खाजगी मालमत्तेवर निझामाला पाणी सोडावे लागले होते आणि त्याबदल्यात त्याला दरसाल २५ लाख रुपयांची भरपाई देण्यात येत होती. मूळ करारात असे मान्य करण्यात आले होते की प्रत्येक वेळी नवा वारस येईल तेव्हा तनखा कमी केला जाईल. त्यामुळे, १९६७ पर्यंत (तनख्यांचा प्रश्न प्रकर्षाने समोर आला तेव्हा) तनखे मिळणाऱ्याची संख्या मूळच्या ६०० वरून २०० पर्यंत कमी झालीच होती. त्याचप्रमाणे त्यांना देण्यात येणारी रक्कमही १९४८ सालच्या २३ लाख पौंडावरून त्याच्या एक

तृतियांश झाली होती (कामत २००७:१४३).

जी.के. रेड्डी (१९७०) यांनी म्हटले आहे की संस्थानिक हे 'काँग्रेसच्या समाजवादाच्या लहरीचे प्रमुख बळी ठरले... फाळणीनंतरच्या गंभीर परिस्थितीत भारताचे नव्याने मिळालेले स्वातंत्र्य दृढ करण्यासाठी संस्थानिकांनी देशभक्तीची महत्त्वाची भूमिका निभावली होती... सध्याच्या बेगडी समाजवादाच्या दिवसांतही बाहेरच्या जगासाठी ते भारताच्या गूढतेच्या वलयाचे नसले तरी, जादुभऱ्या रम्य भूतकाळाचे प्रतीक आहेत' (भाग्यलक्ष्मी १९९२: ११-१२).

काहीही कारण नसताना संस्थानिकांना दिलेले गंभीर वचन अशा प्रकारे मोडणे याला समाजवादाचा आव आणण्याखेरीज दुसरे कोणतेच समर्थनीय कारण नव्हते (गोडबोले २००८:२२०-२९). वास्तविक एयर इंडिया या राष्ट्रीय विमानकंपनीचे प्रतीक म्हणून महाराजा निवडण्यात आला त्यावेळीच महाराजाची मोहिनी स्पष्टपणे दिसून आली होती. प्रत्येक आमदार, खासदार आणि राजकीय पक्षांतील सर्व स्तरांवरच्या स्वतःला नेते मानणाऱ्यांना एक्स, वाय आणि झेड दर्जाची सुरक्षा मिळणे ही त्यांच्या प्रतिष्ठेचे प्रतीक बनल्यामुळे गेल्या काही वर्षांत तर ही परिस्थिती अधिकच हास्यास्पद बनली आहे. त्याकाळच्या 'तरुण तुर्कां'नी तर मोटारगाड्यांना देण्यात येणाऱ्या विशेष क्रमांकाची सुविधा देखील रद्द करावी अशी मागणी केली होती. २०१२ साली संसदेच्या स्थायी समितीने शिफारस केली होती की सर्व खासदारांच्या मोटारीवर लाल दिवा लावण्यात यावा. एकदा याला मान्यता दिली की अशीच मागणी सर्व आमदार, नगरपालिका सदस्य, जिल्हा परिषदांचे पदाधिकारी आणि इतरांकडूनही केली जाईल. वास्तविक आपण जरी संस्थाने, संस्थानिकांचे तुलनेने नाममात्र असणारे तनखे आणि त्यांचे विशेषाधिकार रद्द केले असले, तरी स्वतःचे महत्त्व वाढवून सदैव मिजाशीत वावरणारे हजारो महाराजे आपण निर्माण केले आहेत. पश्चिम दिल्लीत एका घरावर 'भारताच्या राष्ट्रपतींचे (प्रतिभा पाटील) नातेवाईक' अशी पाटीच लावण्यात आली आहे असे सांगितले जाते (*आउटलुक*, ७ मे २०१२: ९). या महान समाजवाद नावाच्या लबाडीचा असा एक ढोंगीपणाच केवळ शिल्लक राहिला आहे.

अंतर्गत आणीबाणीची घोषणा

राज नारायण यांनी इंदिरा गांधी यांच्या रायबरेलीतून झालेल्या निवडणुकीसंदर्भात केलेल्या याचिकेचा १२ जून १९७४ रोजी निकाल लागून त्यांचे खासदारपद रद्द ठरवण्यात आले. त्यानंतर लवकरच २५ जून १९७५ रोजी अंतर्गत आणीबाणीची घोषणा करण्यात आली. त्याने केवळ भारतातील जनतेलाच नव्हे, तर लोकशाही जगाला मोठाच धक्का बसला. शह आयोगाच्या मतानुसार, 'अगोदरच अस्तित्वात असलेल्या आणीबाणीच्या परिस्थितीत [बांगलादेशच्या युद्धापासून असलेल्या] आणखी एक आणीबाणी लादण्याच्या शक्यतेचा घटनेत विचारही करण्यात आलेला नाही'. पश्चिम बंगालचे मुख्यमंत्री सिद्धार्थ शंकर राय यांनी शह आयोगासमोर दिलेल्या साक्षीत असे सांगितले की आणीबाणीच्या घोषणेपूर्वीच दोन–तीन प्रसंगी इंदिरा गांधींनी त्यांना सांगितले होते की, 'भारताला एक धक्का मिळण्याची गरज आहे' (भारत सरकार १९७८: २३). इंदिरा गांधींच्या सुमारे ६७६ आघाडीच्या विरोधकांना तुरुंगात डांबून ठेवण्यात आले होते.

२१ जुलै १९७५ रोजी संसदेचे तातडीचे अधिवेशन सुरू झाले, त्यात सरकारने पहिल्याच दिवशी दोन्ही सदनांत प्रश्नोत्तराचा तास आणि खाजगी सदस्यांनी मांडलेले ठराव तसेच कामकाजाचे नियम निलंबीत करण्याचा ठराव मांडला म्हणजे या अधिवेशनात केवळ सरकारी कामकाजच करता येईल.

त्या काळात बी.के. नेहरू हे भारताने अध्यक्षीय पद्धतीचा स्वीकार करावा यासाठी प्रचार करीत होते. काँग्रेसच्या वरिष्ठ नेत्यांच्या याबाबतच्या प्रतिक्रिया जाणून घेण्याचा त्यांनी प्रयत्न केला असता त्यांना मिळालेली उत्तरे अविश्वसनीय होती. जगजीवन राम, स्वरण सिंग आणि यशवंतराव चव्हाण यांनी जरी वेगळे शब्द वापरले असले, तरी पंतप्रधानांना जर असा बदल हवा असेल, तर आमचा त्याला पाठिंबा असेल, असेच त्यांनी म्हटले. नेहरूंनी चपखलपणे म्हटले होते की, 'राजाच्या मते आता मध्यान्ह होती की मध्यरात्र, हे त्यांना अगोदर जाणून घ्यायचे होते'. पंजाबचे तत्कालिन मुख्यमंत्री आणि नंतर राष्ट्रपती झालेले ग्यानी झैल सिंग यांची प्रतिक्रिया होती, 'बिबीजींना जे हवे असेल, ते मला मान्य आहे'. हरयाणाचे मुख्यमंत्री बन्सी लाल यांचे उत्तर नमुनेदार होते, 'अरे नेहरू साहब, ये सब इलेक्शन फिलेक्शन का झगडा खतम करिये. मैं तो कहता हूँ कि बहेनजीको

प्रेसिडेंट फॉर लाइफ बना दिजिये, बाकी कुछ करनेकी जरुरत नही है' (नेहरू १९९७:५५८–५९). काँग्रेस अध्यक्ष डी.के. बारुआ यांनी घोषणा बनविली, 'इंडिया इज इंदिरा, अँड इंदिरा इज इंडिया'. महाराष्ट्राचे माजी मुख्यमंत्री ए. आर. अंतुले यांनी अध्यक्षीय पद्धतीचा स्वीकार करण्याची आवश्यकता यावर एक निबंध लिहून तो प्रसारित केला. पंतप्रधानांचे तत्कालिन सचिव पी. एन. धर यांनी म्हटले आहे की 'अंतुल्यांच्या या निबंधामुळे सर्वात वाईट काय झाले असेल, तर ते हे की संजय गांधींना आणखी वेगळीच कल्पना सुचली, त्यांच्या पित्तूंनी राज्यघटनेत सुधारणा करण्याची ही कल्पना उचलून धरली आणि एक नवी घटना परिषद निर्माण केली जावी अशी मोहीमच सुरू केली. कोणत्या ना कोणत्या स्वरुपात आणीबाणीची परिस्थिती चालूच ठेवली जावी या एक कलमी कार्यक्रमाखेरीज घटना परिषदेने आणखी काय करावे असा विचारही त्यांना शिवला नव्हता' (धर २००२: ३३७).

आणीबाणीच्या काळात काय घडत होते याबाबत नेहरू घराण्याचे नातेवाईक आणि इंदिरा गांधींचे निकटवर्ती बी. के. नेहरू काय म्हणतात हे पाहणे खचितच उद्‌बोधक ठरेल. इंदिरा गांधी आणि त्यांचे चिरंजीव संजय यांनी आणीबाणीतील कार्याचे कितीही गाजावाजा करून गोडवे गाईले, तरी त्याकाळची खरी परिस्थिती कशी होती यावर त्यातून प्रकाश पडतो:

> सर्वाधिक धोकादायक आणि आक्षेपार्ह काही असेल, तर ते हे होते की कायद्याचे राज्य या ऐवजी संजय गांधींचे राज्य ही संकल्पना अंमलात आणली जात होती... त्याच्या हाती निरंकुश सत्ता असण्याचे एकच कारण होते की तो आपल्या आईचा लाडका बाळ होता. मी ज्या भयकथा ऐकल्या, त्या केवळ भारताच्या लोकसंख्येची समस्या सोडविण्यासाठी त्यांनी शोधलेल्या अविश्वसनीय अशा बालिश, भोंगळ आणि जुलमी मार्गांबद्दलच नव्हत्या. अनेक प्रकारच्या परवानग्या देण्यासाठी सर्व प्रकारच्या व्यापाऱ्यांकडून खंडणीच्या स्वरुपात गोळा केलेल्या मोठ्या रकमांबद्दलही होत्या... काही वेळा गुन्हेगारीकडे झुकणारे हे आदेश कोणतेही प्रश्न न विचारता पाळले जात होते हे देशातील राजकीय नेतृत्त्वाला भूषणावह निश्चितच नव्हते. एकालाही यावरून राजीनामा देण्याचा किंवा निदान विरोध तरी करण्याचाही धीर झाला नाही... या मुलाच्या बाबतीत तर ती पूर्णपणे आंधळीच झाली होती... एका

> उनाड, अशिक्षित आणि अननुभवी मुलाने पुढील संपूर्ण वर्षभर देशाच्या नागरिकांवर जे जुलुम केले... त्याने लोकशाही सरकारच्या ज्या संस्था आणि जी सामाजिक प्रगती त्याच्या आजोबांनी अत्यंत काळजीपूर्वक घडवून आणली होती, त्यांना त्यांचे मूळ स्वरुप परत मिळवून देणे अशक्यच झाले... १९६९ सालच्या काँग्रेस पक्षाच्या फुटीपासून [वास्तविक या पुस्तकात दाखवून दिले आहे त्याप्रमाणे स्वातंत्र्य मिळाल्यापासूनच] भ्रष्टाचाराची जी कीड सामाजिक जीवनात पसरली होती, तिला आता इतका वेग आला की आता तर ती देशभरात पसरलेली सर्वमान्य प्रवृत्तीच झाली आहे आणि ती नष्ट करणे अशक्यच दिसते... संजयभोवतालच्या त्याच्यासारख्याच वृत्तीच्या मंडळींनी कायद्याचे राज्य ही संकल्पना मोडीतच काढली आणि निरंकुश सत्ता आपल्या हाती घेतली (नेहरू १९९७: ५६०–६१).

पाचव्या लोकसभेच्या काळात (१९७१–७६) घटनादुरुस्तीची १९ विधेयके पारित करण्यात आली. आतापर्यंतच्या कोणत्याही लोकसभेत इतक्या मोठ्या प्रमाणावर अशी विधेयके पारित करण्यात आली नव्हती. राज्यघटनेच्या इतिहासातील काही अतिशय महत्त्वाच्या व वादग्रस्त विधेयकांचा यात समावेश होतो व त्यावरून गंभीर वाद झाले (कश्यप १९९७: ६३).

आणीबाणीच्या काळात भारताने तोपर्यंत माहित नसलेले अनेक अत्याचार पाहिले. एस.एस. गिल यांनी लिहिले आहे:

> अखिल भारतीय रेल्वे कामगार संघटनेने लढाऊ समाजवादी नेते जॉर्ज फर्नांडिस यांच्या नेतृत्वाखाली पगारवाढ, महागाईभत्यात वाढ, वाढीव बोनस वगैरे मागण्यांसाठी एप्रिल १९७४ मध्ये संपाची नोटिस दिली. गुजरात व बिहारमधील आंदोलनांच्या पाठोपाठ आलेल्या या संपामुळे अन्नधान्य व इतर अत्यावश्यक सामुग्रीच्या दळणवळणात व्यत्यय येऊन देशात गोंधळाचे वातावरण निर्माण झाले असते. श्रीमती गांधींनी रागाने याविरुद्ध तडकाफडकी निर्णय घेऊन भारत सुरक्षा नियमांखाली हा संप बेकायदेशीर घोषित केला. आतापर्यंत कोणीच कामगारांशी इतक्या कठोरपणे वागले नव्हते. हजारो कामगारांना अटक करण्यात आली, निर्घृणपणे मारहाण करण्यात आली, घराबाहेर काढण्यात आले, आणि शेकडोंच्या संख्येने त्यांना कामावरून

काढून टाकण्यात आले. अशा प्रकारच्या दडपशाहीमुळे तीन आठवड्यांनंतर संप मागे घेण्यात आला. संपकऱ्यांची एकही मागणी मान्य करण्यात आली नाही (गिल १९९६: २७०).

दिल्लीतील तुर्कमान दरवाजा परिसरातील शोकांतिकेत आणीबाणीचे सर्वात ओंगळ व भीषण दर्शन झाले. अजमेरी दरवाजा, जामा मशीद आणि तुर्कमान दरवाजा या दिल्लीतील सर्वात जुन्या भागातील इमारती मोठ्या प्रमाणावर पाडून टाकण्याने अनेक शतकांपासून तेथे राहणाऱ्या रहिवाशांचे जीवन विस्कळीत झाले. त्यांनी अतिक्रमण केले नव्हते किंवा त्यांच्या इमारती अनधिकृतही नव्हत्या. गर्दीच्या वसाहती आणि गलिच्छ वस्त्यांचे हे डाग दूर करून संजय गांधींना दिल्लीचे सुशोभीकरण करायचे होते. शह आयोगाच्या अंदाजानुसार सुमारे १,५०,००० घरे व दुकाने पाडून टाकण्यात आली आणि त्याने ७,००,००० लोक बेघर झाले. त्या सर्वांची १५–२० किलोमीटर अंतरावरील नव्या पुनर्वसन वसाहतींमध्ये उचलबांगडी करण्यात आली. वाराणशीची परिस्थिती याहूनही बिकट होणार होती, परंतु कर्मधर्मसंयोगाने पुपुल जयकर या इंदिरा गांधींच्या निकटवर्ती मैत्रिणीने ही बाब त्यांच्या नजरेला आणून दिल्याने ते घडले नाही. परंतु इतर अनेक शहरांनी सुशोभीकरणाच्या नावाखाली मोठ्या प्रमाणावर इमारती पाडल्या जाणे व रहिवाशांचे जीवन विस्कळीत होणे याचा अनुभव घेतला.

तथापि, संजय गांधींचा लोकसंख्या नियंत्रित करण्यासाठी सक्तीने पार पाडावयाचा कुटुंब नियोजन शस्त्रक्रियांचा कार्यक्रम आणि त्यासाठी ठरवून दिलेली उद्दिष्टे गाठण्यातील घाई हे सर्वात मोठे संकट होते. संपूर्ण उत्तर भारतात आणि विशेषत: खेड्यांत या कार्यक्रमाने थैमान घातले होते. विधवा महिला, अविवाहित तरुण मुली व मुले आणि वृद्ध व्यक्तीही यातून सुटल्या नव्हत्या. जनतेचा रोष वाढल्याने अनेक ठिकाणी दंगली झाल्या. उत्तर प्रदेशातील मुझफ्फरपूर येथे पोलिसांनी केलेल्या गोळीबारात ४० लोक, तर सुलतानपूर जिल्ह्यात डझनभर लोक मारले गेले. कुटुंब नियोजनाच्या सदोष शस्त्रक्रियांमुळे शेकडो लोक मरण पावले (गिल १९९६: २८३–८५).

लोकसभेचा अवमान केल्याच्या प्रकरणी इंदिरा गांधींना भोगाव्या लागलेल्या तुरुंगवासास विरोध दर्शविण्यासाठी युथ काँग्रेसच्या एका कार्यकर्त्याने एका बोइंग

विमानाचे अपहरण केले. त्याचे बक्षिस म्हणून इंदिरा गांधींनी त्याला आमदार बनविले (*हिंदुस्थान टाइम्स*, २०,२१,२२ डिसेंबर १९७८). जनता सरकारने १९७७-७९ या काळात आणीबाणीतील राजवटीच्या विविध पैलूंची चौकशी करण्यासाठी सात आयोग स्थापन केले:

- आणीबाणीतील अतिरेकांची चौकशी करण्यासाठीचा न्यायमूर्ती जे.सी. शह आयोग;

- संजय गांधींच्या नियंत्रणाखालील मारुती ऑटोमोबाइल्स लिमिटेडच्या कारभाराची चौकशी करण्यासाठीचा न्यायमूर्ती ए.सी.गुप्ता आयोग;

- इंदिरा गांधींच्या नावाचा वापर करून भारतीय स्टेट बँकेतून ६० लाख रुपये काढून घेणाऱ्या नगरवाला यांच्या मृत्युमागील परिस्थितीची चौकशी करण्यासाठीचा न्यायमूर्ती पी. जगनमोहन रेड्डी आयोग;

- आंध्र प्रदेशचे तत्कालिन मुख्यमंत्री वेंगल राव व इतर मंत्री यांच्या विरोधातील भ्रष्टाचाराच्या आरोपांची चौकशी करण्यासाठीचा न्यायमूर्ती विमादलाल आयोग;

- कर्नाटकातील तत्कालिन मुख्यमंत्री देवराज अर्स व इतर मंत्री यांच्या विरोधातील भ्रष्टाचाराच्या आरोपांची चौकशी करण्यासाठीचा न्यायमूर्ती ए.एन. ग्रोव्हर आयोग;

- हरयाणाचे माजी मुख्यमंत्री व केंद्रातील संरक्षण मंत्री बन्सी लाल यांच्या विरोधातील भ्रष्टाचाराच्या आरोपांची चौकशी करण्यासाठीचा न्यायमूर्ती जगनमोहन रेड्डी आयोग; आणि

- मोरारजी देसाई व चरण सिंग यांच्या कुटुंबियांच्या विरोधातील भ्रष्टाचाराच्या आरोपांची चौकशी करण्यासाठीचा न्यायमूर्ती सी.ए. वैद्यलिंगम आयोग.

काँग्रेस पक्षाने हे चौकशी आयोग म्हणजे सूड उगवण्यासाठी त्यांच्यामागे मुद्दाम लावण्यात आलेले शुक्लकाष्ठ (विच हंट) अशी त्यांची संभावना केली. यापैकी शह चौकशी आयोग हा सर्वात अधिक महत्त्वाचा होता. इंदिरा गांधींनी या आयोगाच्या अधिकाराबाबतच प्रश्न उपस्थित केले, त्यांच्याशी सहकार्य केले नाही आणि आयोगाने विचारलेल्या प्रश्नांची उत्तरे देण्यासही नकार दिला. इतकेच नव्हे,

तर त्यांनी त्याबाबत मुद्दाम उपहासात्मक वक्तव्ये करून तो लोकांच्याही नजरेतून उतरावा यासाठी विशेष प्रयत्न केले. पुपुल जयकर यांनी लिहिले आहे की, 'इंदिरा गांधींना आयोगासमोर उपस्थित राहण्याची सक्ती करून जनता पक्षाच्या नेत्यांनी त्यांच्यासाठी एक मंचच उपलब्ध करून दिला होता हे त्यांच्या लक्षातच आले नाही. राजकीय रंगमंचाचा वापर करण्यात त्या चांगल्या कुशल होत्या आणि आता त्यांच्या स्वतःच्या व मुलाच्या बचावाचा प्रश्न असल्याने जोन ऑफ आर्कप्रमाणे त्यांनाही छळले जात असल्यासारखाच त्यांनी पवित्रा घेतला आणि एकही विधान मागे घेण्यास अथवा एखादे पाऊलही मागे हटण्यास नकार दिला' (जयकर १९८८:३५२).

सर्वप्रथम आणीबाणीचे प्रतीक ठरलेल्या कुप्रसिद्ध अंतर्गत सुरक्षा राखण्याच्या कायद्याचा (मेंटेनन्स ऑफ इंटर्नल सिक्युरिटी ॲक्ट, 'मिसा') आणि त्याच्या बेमुर्वतपणे केलेल्या गैरवापराचा थोडक्यात आढावा घेणे गरजेचे आहे. संसदेने २५ फेब्रुवारी १९५० रोजी पारित केलेल्या प्रतिबंधक स्थानबद्धता कायद्यात 'मिसा'चे बीज सापडते. मद्रास सरकारने मार्क्सवादी कम्युनिस्ट पक्षाचे नेते ए.के. गोपालन यांना फेब्रुवारी १९५० मध्ये प्रतिबंधक स्थानबद्धता कायद्याखाली अटक केली होती. या स्थानबद्धतेच्या वैधतेबाबत त्यांनी प्रश्न उपस्थित केल्यावर २२ फेब्रुवारी १९५१ रोजी त्यांना सोडून देण्यात आले आणि त्याच दिवशी राष्ट्रपतींनी मान्यता दिलेल्या प्रतिबंधक स्थानबद्धता कायद्याखाली त्यांना ताबडतोब परत अटक करण्यात आली (जवाहरलाल नेहरू मेमोरियल फंड १९९३: १५६).

स्वातंत्र्यलढ्याच्या काळात ब्रिटिशांनी प्रतिबंधात्मक अटक करण्याबाबत ज्या काँग्रेस पक्षाने त्यांच्यावर झोड उठविली होती, त्यांना सत्ता धारण केल्यानंतर मात्र गोपालन यांच्यासारख्यांना अटक करण्यासाठी तो कायदा आणि त्याचा वापर चालू ठेवण्यात काडीचाही संकोच वाटत नव्हता हे धक्कादायक आहे. जे.बी. कृपलानी यांनी त्याची तुलना रॉलॅट कायद्याशी केली होती आणि त्याला विरोध करण्यातूनच गांधीजींच्या नेतृत्वाखाली स्वातंत्र्यलढा उभा राहिला होता. तो कायदा परकीय सरकारने केला होता आणि आता आपले सरकार हा कायदा करीत आहे या विधानाला उत्तर देताना कृपलानी म्हणाले होते, 'परकी सत्ता काही काळच टिकते, पण आपल्या लोकांवर आपण केलेला जुलुम कायम राहतो' (कृपलानी २००४: ७५४). १९५१ च्या सुरुवातीला संसदेने दिलेल्या

मान्यतेनुसार काही दुरुस्त्या करण्यात आलेला हा कायदा १९५२ पर्यंत अस्तित्वात होता. या कायद्याला ३१ डिसेंबर १९५४ पर्यंत मुदतवाढ मागणारे विधेयक १९५२ साली संसदेसमोर आले. २ ऑगस्ट १९५२ च्या आपल्या लांबलचक आणि वाहवत गेलेल्या भाषणात पंतप्रधान जवाहरलाल नेहरूंनी या विधेयकाला जोरदार पाठिंबा देताना म्हटले की, 'या विधेयकाचा दृष्टीकोन केवळ योग्यच आहे असे नव्हे, तर तो लोकशाहीला अनुसरून देखील आहे'. विरोधी सदस्यांनी या कायद्याला देण्यात येणाऱ्या मुदतवाढीला आक्षेप घेताना म्हटले की देशद्रोह अथवा घातपाती कारवाया काही अशा गंभीर स्वरुपाच्या नव्हत्या की त्यासाठी नेहमीच्या कायद्यांतील तरतूद पुरेशी नव्हती. त्यांना यात 'हुकुमशाही प्रवृत्ती' दिसून येत होती आणि 'दुष्ट', 'पाशवी', 'दुर्गंधीयुक्त विधेयक' आणि 'काळा कायदा' अशी त्यांनी त्याची संभावना केली. हे विधेयक मांडण्यात आल्यावर काही विरोधी सदस्यांनी सभात्याग केला. मुदतवाढीला विरोध करताना ९ जुलै १९५२ रोजी श्यामाप्रसाद मुखर्जी म्हणाले की खटला न चालवता अटक करून ठेवणे हे लोकशाहीच्या तत्त्वांशी सुसंगत नसून ते तिरस्करणीय होते (जवाहरलाल नेहरू मेमोरियल फंड १९९६: ४५३–६६).

१९७१ साली एक अध्यादेश काढून 'मिसा' परत जारी करण्यात आला. त्याद्वारे देशाच्या सुरक्षेला, विशेषत: परकीय हस्तकांद्वारे करण्यात येणाऱ्या हेरगिरी आणि परचक्रापासून निर्माण झालेल्या धोक्यांशी यशस्वीपणे लढा देण्याच्या उघड कारणासाठी भारत सरकारला प्रतिबंधात्मक स्थानबद्धतेचे अधिकार देण्यात आले. सरकारने असे विस्तृत व सर्व समावेशक अधिकार स्वत:कडे घेण्याबाबत सर्व विरोधी पक्षांनी गंभीर चिंता व्यक्त केली होती, तरीही बंगलादेशातील घडामोडींच्या संदर्भात हा अध्यादेश जारी करण्यात आला होता. उदाहरणार्थ, अटल बिहारी वाजपेयी यांनी द्रष्टेपणाने १६ जून १९७१ रोजी लोकसभेत म्हटले होते की, 'ही पोलिसी राजवटीची सुरुवात असून तो लोकशाहीवरील कलंक आहे. हुकुमशाहीकडे जाणारे हे पहिले पाऊल आहे... हे अधिकार परदेशी हेरांविरुद्ध वापरण्याऐवजी ते राजकीय विरोधकांविरुद्धच वापरले जातील.' असेच विचार एल. के. अडवाणी, ज्योतिर्मोय बसू, अमृत नहाता, कृष्णा मेनन, पिलू मोदी, फ्रँक अँथनी आणि सोमनाथ चॅटर्जी यांसारख्या प्रसिद्ध नेत्यांनीही व्यक्त केले होते.

राष्ट्रपती फक्रुद्दिन अली अहमद यांनी २७ जून १९७५ रोजी दिलेल्या आदेशांन्वये, अटक केलेल्यांना कायद्याचे समान संरक्षण मिळविण्याचा, व्यक्तिगत स्वातंत्र्याचा व जीवनाचा आणि कारणाशिवाय अटक करून तुरुंगात डांबले जाण्याविरुद्ध घटनेद्वारे मिळालेला हक्क वापरून सुटका करून घेण्यास मनाई करण्यात आली. २९ जून १९७५ रोजी 'मिसा'मध्ये दुरुस्ती करून अटक केलेल्यांना विशिष्ट कालावधीत त्यांच्या अटकेची कारणे देण्याची तरतूद काढून टाकण्यात आली. तसेच निर्दयपणे 'मिसा'ला न्यायालयात आव्हान देता येऊ नये म्हणून (३९ व्या घटनादुरुस्ती अन्वये) हा कायदा घटनेच्या ९व्या सूचीत घालण्याचे विधेयक ७ ऑगस्ट १९७५ रोजी लोकसभेत मांडण्यात आले. 'मिसा'च्या नवव्या सूचीतील समावेशाचे समर्थन करताना कायदामंत्री एच.आर.गोखले यांनी निर्लज्जपणे असे विधान केले की, 'त्याचा केवळ घटनेत समावेश केला म्हणून काही तो कायमचा ठरत नाही. योग्य वेळी तो दुरुस्त करण्यापासून किंवा अगदी रद्द करण्यापासूनही कोणीच संसदेला थोपवू शकत नाही' (कश्यप १९९७:८५–८६). विरोधी पक्षांनी व्यक्त केलेली भीती किती वास्तववादी होती हे शह आयोगाने दाखवून दिले.

शाह चौकशी आयोग

शह आयोगाच्या चौकशीतून निष्पन्न झालेल्या काही बाबींमुळे देशातील प्रशासनाच्या परिस्थितीवर प्रखर प्रकाशझोत टाकला जातो म्हणून त्यांचा थोडक्यात उहापोह करणे उचित ठरेल. अंतरिम अहवाल(१) मध्ये आयोगाने म्हटले आहे:

- उच्च न्यायालयांना कुलुप लावण्याचे व सर्व वृत्तपत्रांची वीज तोडण्याचे आदेश देण्यात आले होते. श्रीमती गांधींना हे सांगितले असता त्यांनी ही कृती ताबडतोब थांबविण्यास सांगितले.
- मंत्रीमंडळातील एका वरिष्ठ मंत्र्यावर नजर ठेवणे आणि जगजीवन राम यांचा टेलिफोन चोरून ऐकण्याचे (टॅप) समर्थन करता आले नाही.
- सरकारतर्फे अगर सरकारमधील एखाद्या व्यक्तीतर्फे गुप्तवार्ता केंद्राचा (आयबी) उपयोग राजकीय स्वरुपाची हेरगिरी करण्यासाठी केला जात नाही

यावर लक्ष ठेवण्यासाठी सरकारने आवश्यक ती काळजी घेण्यासाठी योग्य अशी पद्धत शोधून काढावी. या बाबीवर लक्ष केंद्रित करण्यासाठी आणि योग्य वाटल्यास याबाबत जनतेचे मत अजमावण्यासाठी हा मुद्दा मांडण्यात आला आहे.

• 'मिसा' खाली मोठ्या प्रमाणावर करण्यात आलेल्या अटक व स्थानबद्धतांमध्ये या कायद्याचा गैरवापर होऊ नये म्हणून पुरविण्यात आलेल्या तरतुदींकडे दुर्लक्ष करण्यात आले होते आणि असंख्य प्रकरणांमध्ये स्थानबद्धतेमागील कारणे देण्यात आली नव्हती. काही प्रकरणांमध्ये तर अटकेमागील कारणे मागील तारखेने तयार करून अटक/स्थानबद्धता झाल्यानंतर अनेक दिवसांनी ती संबंधित व्यक्तीकडे पाठविण्यात आली होती, तर इतर अनेक वेळा अटकेसाठी देण्यात आलेल्या कारणांचा सत्य परिस्थितीशी काहीच संबंध नव्हता व काही प्रकरणांमध्ये पोलिसांनी जाणून बुजून खोटी कारणे दिली असतानाही न्यायदंडाधिकाऱ्यांना त्यावर स्वाक्षरी करण्यात कोणताही संकोच वाटला नव्हता. पोलिस व न्यायदंडाधिकाऱ्यांच्या संगनमताचा कारभार सुरू झाला होता (भारत सरकार १९७८: ३१).

अंतरिम अहवाल (२) मध्ये इतर अनेक गोष्टींबरोबर आयोगाने म्हटले होते:

• वृत्तपत्रांच्या स्वातंत्र्यावर गदा आणल्याने व विश्वासार्ह माहिती मिळणे बंद झाल्याने मनाला येईल त्याप्रमाणे अटक व स्थानबद्ध करण्याचे सत्र जोरात चालू झाले होते. विरोधी मतप्रदर्शन करण्यास मुभा राहिली नव्हती त्यामुळे लोकशाही मूल्यांची सामान्यतः वाताहत झाली होती. मनाला येईल त्याप्रमाणे व अरेरावीने कोणत्याही कारवाया बेमुर्वतखोरपणे केल्या जात होत्या. सुरुवातीला देशाला याचा मोठाच धक्का बसला, त्यानंतर त्याची मती गुंगच झाली आणि हे सर्व कोणत्या दिशेने चालले आहे आणि सरकार व त्यांचे अधिकारी काय करीत आहेत त्याचा पूर्ण प्रभाव लोकांच्या लक्षातच येईनासा झाला. एका रात्रीत सर्व स्तरांवर अनेक जुलुमशहा निर्माण झाले— या जुलुमशहांच्या हाती सत्ता येण्याचे एकच कारण होते, आणि ते म्हणजे सत्तास्थानाशी असलेली जवळीक... स्वतःचा बचाव करण्याची इच्छा हे एकच कारण त्यांच्या कारवायांमागे व वागणुकीमागे होते असे निरनिराळ्या

स्तरांवरील सरकारी अधिकाऱ्यांनी व पदाधिकाऱ्यांनी मान्य केले. समोर आलेल्या समस्येवर उपाय शोधताना कोणत्याही मार्गाचा अवलंब करून स्वत: टिकून राहणे हा अनेकांसाठी कळीचा मुद्दा बनला. 'मिसा' कायद्याखाली अटक होण्याची भीती इतकी सर्वव्यापी होती की या कायद्याचा प्रत्यक्ष उपयोग न करताही केवळ त्याच्या शक्यतेमुळेही लोकसेवक जुलुमाचा वापर करण्यास तयार झाले.

- सत्तेच्या केंद्रस्थानी असणाऱ्यांच्या हितसंवर्धनासाठी काम करण्यास तत्पर असणाऱ्या व्यक्तींची प्रशासनाचे नियम व प्रथा यांचे पूर्णपणे उल्लंघन करून महत्त्वाच्या पदांवर नेमणूक करण्याचा जाणीवपूर्वक प्रयत्न केला गेला.
- पोलिसांचा ज्याप्रकारे वापर केला गेला आणि त्यांनी ज्याप्रकारे आपला उपयोग करून घेतला जाण्यास अडकाठी केली नाही, त्यापैकी काहींचे हेतू शंका उपस्थित करण्याजोगे होते असे म्हणणे निश्चितच रास्त ठरेल, याकडे आयोग सरकारचे मुद्दाम लक्ष वेधू इच्छितो. काही पोलिस अधिकाऱ्यांची वर्तणूक अशी होती की ते जणू कोणत्याही सरकारी यंत्रणेला उत्तरदायीच नव्हते... पोलिस यंत्रणेला देशाच्या राजकारणापासून पूर्णपणे अलिप्त ठेवण्याच्या आवश्यकतेचा व शक्यतेचा सरकारने गांभीर्याने विचार करावा आणि कायद्याने त्यांच्याकडून ज्या कामाची अपेक्षा ठेवली आहे, केवळ तेवढेच काम त्यांच्याकडून करून घ्यावे.
- अखेर देशाचा चांगला अगर वाईट कारभार हा देशातील सरकारी अधिकाऱ्यांच्या कार्यक्षमतेवर आणि चारित्र्यावरच अवलंबून असेल. कोणत्याही शंकास्पद हेतूसाठीही केवळ बाहुले बनून काम करण्याची त्यांची तयारी असेल, तर तत्त्वशून्य पद्धतीने त्यांना राबवून घेणाऱ्यांची देशात कधीच कमतरता असणार नाही. सरकारी नोकरांच्या कारवायांवर सजगपणे, चौकसदृष्टीने आणि लोकहिताच्या दृष्टीकोनातून नजर ठेवणाऱ्या जनमताचा दबाव असणे याला पर्याय नाही.
- आयोगाला गुप्तवार्ता केंद्राच्या काही गुप्त कारवायांची आणि त्यांच्यावर काहीही अंतर्गत नियंत्रणे नसण्याच्या परिस्थितीची चिंता वाटते (भारत सरकार १९७८: १४०,१४२,१४४).

शह आयोगाने आपल्या अंतिम अहवालात काही महत्त्वाच्या निरीक्षणांकडे मुद्दाम लक्ष वेधले आहे (भारत सरकार १९७८: ३९, २२८, २२९, २३०, २३२, २३८).

- राजकीय स्थानबद्धता केवळ प्रतिबंधात्मक असावी, शिक्षा हा तिचा हेतू नसावा. आणीबाणीच्या काळात या पैलूकडे सोयीस्कररित्या दुर्लक्ष करण्यात आलेले दिसते.

- प्रशासनाने ज्या अधिकारांचा गैरफायदा घेतला व गैरवापर केला, त्यांत संपूर्ण देशातील जनतेवर सर्वाधिक परिणाम कशाचा झाला असेल, तर तो विविध स्तरांवरील अधिकाऱ्यांनी दुरुस्ती घडवून आणलेल्या 'मिसा' या कायद्याचा वापर करून अटकेचे जे सत्र चालविले होते त्याचा.

- न्यायदंडाधिकाऱ्यांच्या अधिकारांचा प्रत्यक्ष वापर करणाऱ्या अनेक जिल्हाधिकाऱ्यांनी व पोलिस आयुक्तांनी राजकारणी तसेच त्यांच्या वरिष्ठ अधिकाऱ्यांकडून वैयक्तिक अथवा राजकीय कारणांसाठी दिलेल्या आदेशांचे आज्ञाधारकपणे पालन केले.

- राज्यघटनेने घालून दिलेल्या राजकीय पद्धतीनुसार विभिन्न विचारधारांवर आधारित असलेल्या पक्षांकडून राज्य व केंद्र सरकारचा कारभार चालविला जाऊ शकतो. देशाच्या प्रादेशिक, राजकीय व आर्थिक एकसंधतेसाठी आवश्यक त्या घटकांचे नेहमी व सतत सबलीकरण करायला हवे, त्यांना धोका पोचता कामा नये. त्याचबरोबर हे ही लक्षात घेणे आवश्यक आहे की आणीबाणीच्या काळात ज्या अतिरेकी व अयोग्य घटना घडल्या त्या सर्व केवळ राजकीय पातळीवर घडल्या नव्हत्या. अनेक प्रकरणांमध्ये असे दिसून आले की तत्त्वहीन व अतिमहत्त्वाकांक्षी अधिकारी, सत्ताधाऱ्यांची मर्जी प्राप्त करून घेण्यासाठी जे केल्याने सत्ताधारी त्यांच्यावर खूष होतील असे त्यांना वाटे, अशा गोष्टी करीत असत.

- वरिष्ठ सेवांतील अधिकाऱ्यांनी राजकीय अलिप्तता राखण्याचा प्रयत्न करून त्याबाबत जनतेची खात्री पटेल अशी वर्तणूक ठेवल्याखेरीज लोकांचा त्यांच्या नि:पक्षपातीपणावर व रास्त निर्णयांवर विश्वास बसणार नाही.

- श्री आर.के. धवन, श्री आर.सी. मेहतानी, श्री नविन चावला आणि इतर काही

निम्न स्तरावरील व्यक्तींच्या हाती अमर्याद सत्ता असल्याचे जे पुरावे आयोगासमोर आले, त्याबद्दल आयोगाने चिंता व्यक्त केली आहे.

- संसदेतील व न्यायालयातील कामकाजालाही सेन्सॉरशिप लागू करण्यात आली होती. केवळ न्यायालयांचे निर्णय प्रसिद्ध करण्यासाठीच पूर्वपरवानगीची आवश्यकता होती असे नव्हे, तर निकाल कशाप्रकारे प्रसिद्धीला दिले जावेत याबाबतही आदेश देण्यात आले होते.

शह आयोगाने समारोपात जी निरीक्षणे नोंदवली होती त्यांच्याकडे विशेष प्रामुख्याने लक्ष वेधणे उचित ठरेल:

राज्यांतील मंत्र्यांची चौकशी करण्यासाठी केंद्र व राज्य सरकारांनी यापूर्वी नेमलेल्या काही चौकशी आयोगांच्या निष्कर्षांवरून आयोगाने नजर टाकली आहे. यात पुढील काही आयोगांचा समावेश आहे– पंजाबचे मुख्यमंत्री प्रताप सिंग कैरॉं यांची चौकशी करण्यासाठी नेमलेला श्री एस.आर.दास आयोग (१९६३–६४), जम्मू व काश्मीरचे माजी मुख्यमंत्री कै. बक्षी गुलाम मोहमद यांच्या वर्तणुकीची चौकशी करण्यासाठी नेमलेला श्री राजगोपाल अय्यंगार आयोग (१९६५–६७), बिहारमधील काही मंत्र्यांची चौकशी करण्यासाठी नेमलेला श्री वेंकटराम अय्यर आयोग (१९६७–७०), बिहारचे मुख्यमंत्री महामाया प्रसाद सिन्हांचे मंत्रीमंडळ व इतर काही मंत्री यांची चौकशी करण्यासाठी नेमलेला श्री मुधोळकर आयोग (१९६८–६९), गोविंदन नायर व टी.व्ही. थॉमस या केरळातील मंत्र्यांची चौकशी करण्यासाठी नेमलेला श्री ए.एन. मुल्ला आयोग (१९६९–७१) आणि ओरिसातील तेंडूच्या पानांच्या खरेदीची चौकशी करणारा श्री. जी.के. मित्तर आयोग. हे सर्व अहवाल वेळोवेळी सादर झाल्यानंतर त्यांचा परिणाम म्हणून मंत्री व सनदी अधिकारी यांच्या संबंधांबाबत काही कारवाई करण्यात आली असल्यास आयोगाला त्याची कल्पना नाही. तथापि, या सर्व अहवालांतील मंत्री व सनदी अधिकारी यांच्या संबंधांबाबतची प्रतिक्रिया एकच आहे ही वस्तुस्थिती आहे. अनेक अहवालांतील मंत्री व सनदी अधिकारी यांच्यातील परस्पर संबंधांवर प्रभाव असणाऱ्या रोगट पैलूंबाबत सर्वांचे जवळ जवळ एकमत आहे ही बाब प्रकर्षाने लक्षात येते. आणीबाणीपूर्वीदेखील निर्माण झालेल्या परिस्थितीसाठी

> आयोगांनी ज्या पैलूंना दोषी ठरविले होते, त्यात सुधारणा होण्यासाठी कोणतीही परिणामकारक उपाययोजना करण्यात आल्याचे दिसत नाही. या पार्श्वभूमीवर आणीबाणीच्या काळात, यापूर्वीच्या आयोगांनी वेळोवेळी शोधून काढलेल्या व दोषारोप केलेल्या प्रवृत्तींचा खेदकारकरित्या अधिकच परिपोष झाला असा निष्कर्ष काढणे सोपे होते. सरकारने ज्या शिफारशी स्पष्टपणे मान्य केल्या आहेत त्यांचाही पाठपुरावा करून अंमलबजावणी केली नाही, तर केवळ आयोग नेमणे पुरेसे नाही असे भर देऊन सांगणे हे आयोगांचे भारतीय नागरिकांप्रती असलेले कर्तव्य ठरते. मंत्री व सनदी अधिकारी यांच्या परस्पर संबंधांमध्ये निरनिराळ्या स्तरांवर आणि सरकारच्या निरनिराळ्या घटकांवर इष्ट तो परिणाम होईल अशा तऱ्हेच्या सुधारणा करण्यात आल्या नाहीत, तर या रोगाचे दुर्दैवी परिणाम या विशाल देशातील सामान्य जनतेला रस्तोरस्ती, गावोगावी, कारखान्यांमध्ये असे सर्वत्र भोगावे लागतील.

ही त्रिकालाबधित सत्ये मांडण्यात येऊन ३५ वर्षांहून अधिक काळ लोटला तरी त्याने काहीच फरक पडलेला नाही! दुर्दैवाने आज जर आणखी एखादी आणीबाणी जाहीर करण्यात आली, तर आणखी एक चौकशी आयोग असेच निष्कर्ष काढेल. यात एकच फरक होईल, तो म्हणजे १९७८ सालच्या ४४ व्या घटनादुरुस्ती कायद्यामुळे व्यक्तीस्वातंत्र्याचा व जीवनाचा, कलम २१ अन्वये घटनेने दिलेला अधिकार, आणीबाणीच्या काळातदेखील स्थगित करता येणार नाही, कारण आता तो घटनेच्या मूलभूत ढाच्याचा भाग बनला आहे.

१९८० साली इंदिरा गांधी परत सत्तेवर आल्याबरोबर शह आयोगाचा अहवाल सर्व मंत्रालयांतून मागे घेण्यात आला. भावी पिढ्यांना भारताची महिती मिळावी म्हणून पुरण्यात आलेल्या सुप्रसिद्ध 'कालकुपी'त या कुप्रसिद्ध कालखंडाबाबतचा शह आयोगाच्या किंवा इतर कोणत्याही आयोगाच्या अहवालाचा उल्लेखही असणार नाही हे उघडच आहे. वास्तविक, भारतात लोकशाही टिकून रहायची असेल, तर हा कालखंड विसरून चालणार नाही.

फली नरिमन यांनी म्हटले आहे: '[राज्यकारभाराच्या मार्गदर्शक तत्त्वांच्या अंमलबजावणीसाठी करण्यात आलेल्या कायद्यांना संरक्षण देण्यासाठी] १९७५ सालच्या आणीबाणीच्या काळात ४२ व्या घटना दुरुस्तीनुसार कलम ३१सी ची

जी व्याप्ती वाढविण्यात आली (त्यावेळी देशातील प्रसिद्ध विधिज्ञांनी व कायदेतज्ज्ञांनी त्याची स्तुती केली होती) ती घटनेचा एक भाग म्हणून कायम राहिली आहे. मिनर्व्हा मिलच्या प्रकरणात (१९८०) पाच न्यायमूर्तींच्या खंडपीठाने बहुमताने ती रद्द केली नसती तर केवळ संसदच नव्हे, तर वास्तवात कोणतेही राज्य विधिमंडळ नेहमीच्या कायद्यांचा वापर करूनही वृत्तपत्रांना सेन्सॉरशिप लागू करू शकले असते, आणि जनतेला कोणत्याही विषयावर, राज्यकारभाराच्या मार्गदर्शक तत्त्वांपैकी कोणत्या तरी तत्त्वाच्या अंमलबजावणीच्या नावाखाली पोलिसांकडून अगोदर परवानगी घेतल्यावाचून जाहीरपणे आपले मत व्यक्त करण्यास मनाई करू शकले असते. भारताच्या सर्वोच्च न्यायालयाने (किंवा निदान न्याधीशांनी बहुमताने) हे व्यक्तीस्वातंत्र्य वाचविण्यास आपल्याला मदत केली आहे, आणि त्यासाठी आम्ही वकिलांनी आणि नागरिकांनी न्यायालयाचे कायम ऋणी असायला हवे' (नरिमन १९९९-२०००:१९-२०).

अल्पकालीन जनता सरकार

अल्पकालीन जनता सरकार चौकशी आयोगांच्या अहवालांचा पाठपुरावा करून त्यावर काही कारवाई करण्यात अपयशी ठरले. मधु लिमये यांनी खेदाने म्हटले आहे ते योग्यच आहे:

> जनता सरकारने भ्रष्टाचार, वशिलेबाजी, सत्तेचा दुरुपयोग आणि अधिकारावर असणाऱ्या मंडळींनी कर्तव्याकडे केलेले दुर्लक्ष या सर्व काळ्या कृत्यांची चौकशी करण्यासाठी प्रचंड प्रयत्न करूनही अखेर त्यातून सकारात्मक असे काहीच निष्पन्न झाले नाही... काळजीपूर्वक तयार केलेले हे अहवाल सरकारच्या विभागांत आणि ग्रंथालयांत धूळ खात पडून आहेत. इंदिरा गांधी सत्तेवर परत आल्या तेव्हा [१९८०] त्यांच्या सरकारने जनता सरकारच्या चौकशी आयोगांचे सर्व अहवाल घाईघाईने पुरून टाकण्याचा निर्णय केला (लिमये १९९४:५०९).

अरुण शौरींनीही असाच निष्कर्ष काढला आहे, 'अशा प्रकारे कायदा आपले काम

करतो आणि सार्वजनिक जीवन सुधारण्याचा चौकशी आयोगांचा आणखी एक मार्ग नाहीसा होतो' (शौरी १९८०: २४,५१).

इंदिरा गांधींच्या दुसऱ्या कारकिर्दीत वरिष्ठ न्यायसंस्था सरकारच्या कह्यात ठेवण्यासाठी उच्च न्यायालयांच्या न्यायाधीशांच्या नेमणुका, अतिरिक्त न्यायाधीशांना मुदतवाढ न देणे, न्यायाधीशपदी नेमणूक करण्यासाठीच्या उमेदवारांच्या पार्श्वभूमीबाबत गुप्तवार्ता खात्याकडून आलेल्या अहवालांत फेरफार करणे, न्यायाधीशांच्या नेमणुका, बदल्या व बढती याबाबत सर्वोच्च न्यायालयाच्या प्रमुख न्यायमूर्तींना केवळ सल्लागाराची भूमिका देणे, तसेच सर्वोच्च न्यायालयाच्या मुख्य न्यायमूर्तींची नेमणूक करताना सेवाजेष्ठता डावलणे अशासारख्या त्यांच्या कृतींचे खिळवून ठेवणारे वर्णन अरुण शौरींनी केले आहे. इंदिरा गांधी व त्यांच्या अनुयायांनी वापरलेल्या अनेक क्लृप्त्यांनी विशेष न्यायालयांचा कायदा कसा कागदावरच राहिला यावरही या वर्णनाने प्रकाश टाकला आहे. विशेष न्यायालयाकडे नेण्यात आलेला प्रश्न आणीबाणी आणि त्यात घडलेल्या अतिरेकांचा होता, तो केवळ २१ प्राथमिक माहिती अहवालांपर्यंत (एफआयआर) कमी करण्यात आला, आणि अखेर त्यातून केवळ चारच खटले उभे राहिले. आता, सत्य परिस्थिती अशी होती की या फालतु प्रकरणांची न्यायालयाने चौकशी देखील केली नाही (शौरी १९८३: २४३–५०, २६६–६७,३८४).

गुन्हेगार, नोकरशहा व राजकारणी यांच्यातील अभद्र युती

यापुढील भागात आपण ज्या हवाला प्रकरणाची चर्चा करणार आहोत, त्याने एन.एन. व्होरा समितीने प्रकाशझोतात आणलेले मुद्देच अधोरेखित होतात (भारत सरकार १९९३). *या अत्यंत उच्चस्तरीय गोपनीय समितीचे काही सदस्य आपली मते स्पष्टपणे मांडण्याबाबत साशंक होते आणि सरकार खरोखरच अशा बाबींचा पाठपुरावा करणार होते यावर त्यांचा विश्वास बसत नव्हता हे लक्षवेधी होते.* समितीचे अध्यक्ष व गृहसचिव श्री व्होरा यांनी याबाबत दिलासा दिल्यानंतरच ते याविषयीची आपली मते मांडण्यास तयार झाले.

समितीतील चर्चेवरून असे दिसून आले की, *'गुन्हेगारांचे (माफिया) जाळे एक समांतर सरकारच चालवित होते, त्यामुळे सरकारला काही संदर्भच राहिला नव्हता. अनेक सरकारी यंत्रणा, राजकीय वर्तुळे, उद्योग व चित्रपट जगत यांच्याशी गुन्हेगारी जगाचे विस्तृत प्रमाणावर लागेबांधे प्रस्थापित झालेले होते. हे गुन्हेगारी जग आपले स्वत:चेच कायदे मानते. ज्याठिकाणी गुन्हेगारी वर्तुळाचे रुपांतर मोठ्या उद्योगात झाले आहे, त्या ठिकाणी त्यांची स्थावर जंगम मालमत्ता यांच्याबाबत तपशीलवार चौकशी करणे गरजेचे ठरेल.'*

'केंद्रीय अन्वेषण ब्युरोने १९८६ साली मुंबई शहर पोलिस आणि मुंबईच्या गुन्हेगारी जगाच्या साटेलोट्याचा एक अहवाल तयार केला होता' असे आढळून आले आहे. केंद्रीय अन्वेषण ब्युरोकडून एक नवा अहवाल तयार करून घेण्यात यावा आणि त्याच्या आधाराने काही योग्य ती प्रशासकीय पावले उचलणे फायद्याचे ठरेल असेही सुचविण्यात आले होते. 'गुन्हेगारी संघटनांच्या कारवायांची माहिती गोळा करण्यासाठी एक स्वतंत्र यंत्रणा निर्माण करणे गरजेचे आहे. मोठ्या शहरांमध्ये गुन्हेगारी संघटना आणि माफिया यांच्या उत्पन्नाचा मुख्य स्रोत आहे स्थावर मालमत्ता– सक्तीने जमीन किंवा इमारतींचा ताबा घेणे, त्यातील रहिवाशांना/भाडेकरूंना सक्तीने बाहेर काढून त्यांची मालमत्ता अगदी कमी किंमतीत हस्तगत करणे वगैरे. अशा गुन्हेगारी संघटनांच्या कारवायांना परिणामकारकरित्या तोंड देण्यासाठी सध्या अस्तित्वात असणाऱ्या कायद्यात दुरुस्त्या वगैरे करण्याची गरज आहे, त्यासाठी सध्याच्या कायद्यांचा आढावाही घ्यावा लागेल. १०–१५ प्रकरणांचा तपशीलवार अभ्यास केल्यास गुन्हेगारी जगातील माफियांच्या कारवायांना परिणामकारकरित्या तोंड देण्यासाठी कोणते प्रशासकीय/कायदेशीर बदल घडवून आणणे आवश्यक आहे याची माहिती मिळू शकेल. केंद्रीय अन्वेषण ब्युरोला त्यासाठी फार मोठा कालावधी लागणार नाही असे त्यांनी आश्वासनही दिले होते. उदाहरणार्थ, जर मिरचीची [माफिया] चौकशी केली, तर त्यांचे कोणाकोणाशी संबंध आहेत आणि त्यांना कोणाकडून आश्रय मिळत आहे या सर्वांवर प्रकाश पडेल. बँकांकडून मिळणारी मदतही यासाठी महत्त्वाची ठरेल.[२] सर्व मोठ्या रकमांचे व्यवहार आणि संशयास्पद खाती यांच्या माहितीचे अहवाल अंमलबजावणी खात्याला देणे

बँकेच्या व्यवस्थापकांसाठी सक्तीचे करता येऊ शकते. इंग्लंडमध्ये अशी प्रथा अस्तित्वात आहे.'

'सध्या प्रत्येक संबंधित संघटना/यंत्रणा आपले माहितीचे स्रोत गुप्त ठेवण्याबाबत तत्पर आहे आणि आपण जर संपूर्ण माहितीची देवाण घेवाण केली, तर आपली माहिती वेळेपूर्वीच फुटण्याने आपल्या कामकाजात अडथळे येतील अशी त्यांना भीती वाटते. म्हणून, निरनिराळ्या यंत्रणांना आपले काम करण्यासाठी आवश्यक ते पूर्ण स्वातंत्र्य दिले जावे, परंतु त्याचबरोबर त्यांच्याकडील सर्व माहिती एका समन्वय समितीकडे (नोडल एजन्सी) देणे त्यांना बंधनकारक करावे व या समन्वय समितीने या कामासाठी निर्धारित करण्यात आलेल्या यंत्रणेकडे सर्व माहिती सुपुर्द करावी यासाठी ताबडतोब एक संस्थात्मक यंत्रणा उभारण्यात यावी असे सुचविण्यात आले होते. यामुळे अशी समन्वय समिती निरनिराळ्या संस्थांना महत्त्वाचे धागेदोरे पुरवू शकेल आणि काही अवधीतच महत्त्वाची माहिती (डेटाबेस) एकत्रित होईल व तिचे विश्लेषण करून आणि आढावा घेऊन ती माहिती निर्धारित यंत्रणेकडे सोपविता येईल.'

गुन्हेगारी न्याययंत्रणेतील मोठ्या प्रमाणावरील त्रुटींकडेही समितीने लक्ष वेधले होते. 'सध्या अस्तित्वात असलेली पद्धत ही मुख्यत: व्यक्तीगत गुन्हे हाताळण्यासाठी बनविण्यात आली होती, आणि माफियांच्या कारवायांचा सामना करण्यासाठी ती पुरेशी ठरत नाही; आर्थिक गुन्ह्यांसाठी तरतूद करण्यात आलेले कायदे कमकुवत आहेत; माफियांच्या कारवायांद्वारे मिळविलेली मालमत्ता जप्त/सरकारजमा करण्यात असंख्य अडथळे येतात. ठरावीक कालावधीत प्रकरणे न्यायासनासमोर येत नाहीत. सरकारी वकिलांची कामगिरी अतिशय अपुरी असते. या सर्वांचा परिणाम म्हणजे दोषी ठरविले जाणाऱ्यांची टक्केवारी फारच खाली येते आणि अगदी मामुली शिक्षा दिली जाते.'

'महसूल विभागाच्या निरनिराळ्या क्षेत्रीय कार्यालयांतील अधिकाऱ्यांवर, बऱ्याच वेळा वरिष्ठ सरकारी अधिकारी/राजकीय नेते यांचा बहुधा गुन्हेगारी संघटना/माफियांच्या सांगण्यावरून, दबाव येतो. क्षेत्रीय स्तरावरील अधिकाऱ्यांना परिणामकारक संरक्षण दिल्याखेरीज ते अशा घटकांविरुद्ध कारवाई करून त्याचा पाठपुरावा करू शकणार नाहीत. गुन्हेगारी संघटनांनी प्रस्थापित

केलेले लागेबांधे नाहीसे करायचे असतील, तर कोणत्याही दबावाखाली न येता गुन्हेगारांना कठोर शासन करण्यानेच ते शक्य होईल. अंमली पदार्थांचा व्यापार व चोरटी आयात करणाऱ्यांचे जाळे जगभर पसरलेले असून त्यांचा दहशतवाद्यांशीही संबंध असतो. दहशतवादी देखील निरनिराळ्या देशांतून शस्त्रास्त्रे वगैरेंची खरेदी करण्यासाठी मोठ्या प्रमाणावर निधी गोळा करण्यासाठी अंमली पदार्थांच्या चोरट्या व्यापारात सामील होतात. अखेर, या अभद्र युतीचा प्रश्न देशाच्या सुरक्षिततेसाठी देखील फार महत्त्वाचा असून त्याचे स्वरूप राजकीय आहे हे मुद्दाम अधोरेखित करण्यात येत आहे.'

या विषयांचे परीक्षण करण्याची कृती अर्थातच मोठी धारिष्ट्याची होती, पण तोच याचा शेवट ठरला. ही बाब राजकीयदृष्ट्या किती संवेदनशील आणि कठीण आहे हे लक्षात आल्यावर सरकारने यापुढे कोणतेच पाऊल उचलले नाही. सरकारने याबाबत काही कारवाई करावी म्हणून संसदेनेही जनमताच्या दबावाचा पुरेसा रेटा निर्माण केला नाही. अशा प्रकारच्या सर्व प्रकरणांमध्ये होते त्याचप्रमाणे अखेर ही बाब सर्वोच्च न्यायालयाकडे न्यावी लागली. संबंधित हवाला प्रकरणाची यापुढच्या भागात चर्चा करण्यात आली आहे. न्यायालयाने १८ डिसेंबर १९९७ च्या आपल्या निकालात इतर अनेक गोष्टींबरोबर पुढील आदेश दिले:

> राजकारणी–नोकरशहा–गुन्हेगार यांची अभद्र युती असणाऱ्या प्रकरणांत एकत्रितपणे कारवाई करता यावी यासाठी गृहसचिवांच्या अध्यक्षतेखाली केंद्रीय प्रत्यक्ष कर मंडळाचे सदस्य (अन्वेषण), महसूल गुप्तवार्ता विभागाचे महानिर्देशक, अंमलबजावणी संचालनालयाचे संचालक, व केंद्रीय अन्वेषण ब्युरोचे संचालक हे सदस्य असणारी एक समन्वय समिती स्थापन करावी. या समन्वय समितीची महिन्यातून निदान एकदा तरी बैठक व्हावी. सुमारे एक वर्षापर्यंत समितीचे कामकाज व परिणामकारकता यादृष्टीने आढावा घेऊन आलेल्या अनुभवावरून त्यात सुधारणा करावी.[३]

हा निकाल डिसेंबर १९९७ मध्ये जाहीर करण्यात आला. याचा पाठपुरावा करण्यासाठी गेल्या १६ वर्षांत सरकारने काय कारवाई केली ते स्पष्ट होत नाही.

१९९७ साली प्रसिद्ध झालेल्या वृत्तानुसार सरकारने पंतप्रधानांचे प्रमुख सचिव एन.एन. व्होरा, तत्कालिन केंद्रीय दक्षता आयुक्त एस.व्ही. गिरी, आणि

पंतप्रधानांचे माजी प्रमुख सचिव बी. जी. देशमुख यांची एक समिती अशा प्रकरणांचा पाठपुरावा करण्यासाठी नेमली. ३० सप्टेंबर १९९७ रोजी *द हिंदु* मध्ये प्रकाशित झालेल्या माझ्या एका लेखात इतर बाबींबरोबरच मी भर देऊन लिहिले होते की:

> विद्यमान नोकरशहा, ते देखील देशातील सर्वोच्च पदावरील व्यक्तीबरोबर काम करीत असताना, इतक्या संवेदनशील व बऱ्याच वेळा राजकीयदृष्ट्या स्फोटक प्रकरणांमध्ये स्वतंत्रपणे काम करू शकेल याबद्दल संदेह वाटतो. श्री देशमुख हे टाटा कंपनीत संचालक म्हणून कार्यरत आहेत. ते टाइम्स बँकेचे अध्यक्ष असल्याचेही वृत्त आहे. काही प्रकरणांमध्ये टाटांवरही ताशेरे ओढण्यात आले आहेत. एका मोठ्या उद्योग समुहाच्या पूर्णवेळ नोकरीत असणारी व्यक्ती राजकारणी- नोकरशहा- गुन्हेगार यांच्या अभद्र युतीसंबंधीच्या उच्चस्तरीय समितीची सदस्य असावी का हा विवाद्य मुद्दा आहे. आदर्श परिस्थितीत अशी प्रकरणे हाताळणारी संस्था घटनात्मक दर्जाची असावी आणि तिच्या सदस्यांनी पूर्ण वेळ काम करावे (गोडबोले २०००: ७३-७४)

आजही माझे तेच मत आहे. अलीकडच्या काळात डझनावारी घोटाळे उघडकीस येत असताना या अभद्र युतीची समस्या अधिकच गंभीर झाली आहे. परंतु सरकारवर आता कशाचाच परिणाम होत नाही आणि याबाबत काही करण्याची राजकीय इच्छाशक्तीच राहिलेली नाही.

हवाला प्रकरण

१९९१ च्या सुरुवातीला, अत्यंत महत्त्वाचे म्हणावेत अशा ११५ राजकारणी व नोकरशहा यांना गुप्तपणे देण्यात आलेल्या रकमांबाबतची नोंद असणाऱ्या जैन डायरीची बातमी पसरली. पाच वर्षांनंतर संजय कपूर यांच्या *बॅड मनी, बॅड पॉलिटिक्स: द अन्टोल्ड हवाला स्टोरी* या पुस्तकातून या प्रकरणात अभिप्रेत असणारा पूर्ण अर्थ स्पष्ट झाला (*संडे*, २१-२७ एप्रिल १९९६). या प्रकरणाशी संबंधित रकमा परकीय स्रोतांमधून हवालाच्या चोरट्या मार्गाने आल्या

होत्या. शरद यादव आणि देवी लाल या दोन राजकारण्यांनी तरी अशा रकमा त्यांना, केवळ 'राजकीय हेतूसाठी', मिळाल्याचे मान्य केले होते. ६७ राजकारणी व नोकरशहा अशा मुख्यतः लोकसेवकांना दोन वर्षांत सुमारे ६५ कोटी रुपये देण्यात आले होते (*फ्रंटलाइन*, २७ जून १९९७). भ्रष्टाचार रोखण्यासाठी नेमण्यात आलेल्या संथानम समितीने १९६३ साली सादर केलेल्या आपल्या अहवालातही सिराजुद्दीन प्रकरणात जप्त करण्यात आलेल्या डायऱ्यांमध्ये फार मोठ्या रकमा मंत्र्यांना आणि अधिकाऱ्यांना देण्यात आल्याच्या नोंदी सापडल्या होत्या, त्याकडे लक्ष वेधले होते. याआधी उल्लेख करण्यात आलेल्या व्होरा समितीने नजरेस आणलेल्या अभद्र युतीची ही चमकदार उदाहरणे आहेत. दोषींना शिक्षा करणे किती कठीण होते हे ही यावरून दिसून आले.

ही बाब एका सार्वजनिक हितयाचिकेद्वारे सर्वोच्च न्यायालयापुढे नेण्यात आली होती व त्या निकालाने बरेच दिवस खळबळ उडवून दिली होती.[४] याला राजकारणाचे गुन्हेगारीकरण असे म्हणण्यात आले होते आणि ते योग्यच होते. न्यायालयाचे काही महत्त्वाचे निष्कर्ष आणि आदेश, जे कागदावरच राहिले आहेत, त्यांचा उल्लेख करणे इष्ट ठरेल: न्यायालयाने असे निरीक्षण नोंदवले आहे की, 'गुन्ह्यांची चौकशी आणि त्याबाबत चालविण्यात येणारा खटला याबाबत गुन्हेगारांच्या प्रतिष्ठेनुसार निरनिराळे वर्गीकरण करण्याची कायद्यात तरतूद नाही.' कोणी कितीही उच्चपदावर असले, तरी कायदा सर्वांच्या वरच्या स्तरावर आहे आणि व्यक्तीच्या जीवनातील प्रतिष्ठेनुसार तो व्यक्तींमध्ये फरक मानत नाही हे न्यायालयाने प्रामुख्याने अधोरेखित केले.

केंद्रीय अन्वेषण ब्युरोचे आणि इतर चौकशी यंत्रणांचे स्वातंत्र्य व स्वायत्तता यांचा न्यायालयाने सांगोपांग विचार केला. न्यायालयांची महत्त्वाची निरीक्षणे पुढीलप्रमाणे होती:

या यंत्रणांच्या कामकाजासाठी मंत्री हा अखेर संसदेला उत्तरदायी असतो आणि या यंत्रणांमधील अधिकाऱ्यांमध्ये शिस्त राखण्यासाठी त्यांच्या विरुद्ध असलेल्या तक्रारी योग्य त्या अधिकाऱ्यांपर्यंत पोचवण्याचे अधिकारही मंत्र्याकडे आहेत याबद्दल दुमत होण्याचे काहीच कारण नाही... तथापि, मंत्री कोणत्याही विशिष्ट प्रकरणात चौकशीच्या कामात किंवा खटल्यात

> ढवळाढवळ करणार नाहीत व त्याबाबतीत संबंधित अधिकारी कायद्याने दिलेल्या आदेशानुसारच काम करण्याच्या कायद्याच्या आदेशाचे पालन करतील, या मंत्र्यांच्या अधिकारांबरोबर आलेल्या जबाबदारीचेही ते पालन करतील अशी अपेक्षा आहे.

लॉर्ड डेनिंग यांनी एका प्रकरणात दिलेला धोक्याचा इशारा सर्वोच्च न्यायालयाने उधृत केला आहे:

> देशातील प्रत्येक पोलिस शिपायाप्रमाणे पोलिस आयुक्तही कार्यकारी घटकापासून पूर्णपणे स्वतंत्र असला पाहिले असे मत मांडताना मला जराही संकोच वाटत नाही. सेक्रेटरी ऑफ स्टेटने दिलेल्या आदेशांचे पालन करणे त्यांच्यासाठी बंधनकारक नाही... प्रत्येक चीफ कॉन्स्टेबलप्रमाणेच पोलिस आयुक्तांनीही देशातील कायद्याची अंमलबजावणी करणे हे त्यांचे कर्तव्य आहे असे मी मानतो... परंतु हे काम करताना तो केवळ कायद्याशिवाय कोणाचाही नोकर नाही... त्याचे उत्तरदायित्व कायद्याप्रती, आणि केवळ कायद्याप्रतीच असले पाहिजे.

सर्वोच्च न्यायालयाच्या या मनाई हुकुमाचे पुढे काहीच झाले नाही हे सर्वज्ञात आहे. २०१३ सालच्या कोलगेट (कोळसा घोटाळा) प्रकरणात सर्वोच्च न्यायालयानेच केंद्रीय अन्वेषण ब्युरोला अनेक स्वामी असणारा 'पिंजऱ्यातील पोपट' असे म्हटले होते हे आपल्याला आठवत असेलच.

सर्वोच्च न्यायालयाचा आणखी एक महत्त्वाचा आदेश असा होता की केंद्रीय अन्वेषण ब्युरो (सीबीआय) पूर्ण कार्यक्षमतेने काम करीत आहे हे पाहण्याची जबाबदारी केंद्रीय दक्षता आयुक्तांवर असावी आणि केंद्रीय अन्वेषण ब्युरोच्या कामावर देखरेख करण्याची जबाबदारीही केंद्रीय दक्षता आयुक्तांकडे सोपवलेली असावी. न्यायालयाने आपल्या आदेशांत पुढे असेही म्हटले होते की केंद्रीय अन्वेषण ब्युरोने ते चौकशी करीत असलेल्या प्रकरणांची माहिती; चौकशीची प्रगती; आणि ज्या प्रकरणांमध्ये आरोपपत्र दाखल करण्यात आले होते त्यांची व त्यातील प्रगतीची माहितीही केंद्रीय दक्षता आयुक्तांना द्यावी. तथापि केंद्रीय दक्षता आयुक्तांना असे अधिकार देण्याची सरकारची तयारी नव्हती. केंद्रीय दक्षता आयुक्तांनी आपल्या कामावर देखरेख करावी हे केंद्रीय अन्वेषण ब्युरोलाही नको

होते. याचा परिणाम म्हणजे केंद्रीय अन्वेषण ब्युरोचे काम रडत खडत चालू आहे आणि आपल्या सोयीप्रमाणे सरकारची त्यातील ढवळाढवळही चालू आहे.

यापूर्वी उल्लेख करण्यात आलेल्या एन. एन. व्होरा समितीच्या अहवालाचा पाठपुरावा करण्याचा आणखी एक महत्त्वाचा आदेशही सर्वोच्च न्यायालयाने दिला होता. राजकारणी व नोकरशहांच्या कार्यपद्धतीचा कळीचा व अत्यंत महत्त्वाचा आणि चिंताजनक मुद्दाही परत एकदा दुर्लक्षित करण्यात आला आहे हे उघडच आहे.

प्रकरण ५ मध्ये मी 'कायद्याचे राज्य' या तत्त्वाचा बळी जाऊ नये यासाठी एक स्वतंत्र व कार्यक्षम अंमलबजावणी यंत्रणा असण्याच्या आवश्यकतेचा उल्लेख केला आहे. राजकीय दृष्ट्या संवेदनशील आरोप असणाऱ्या प्रकरणांच्या चौकशीसाठी व त्यांच्यावरील खटल्यांसाठी अमेरिकेत ज्याप्रमाणे विशेष किंवा स्वतंत्र सल्लागाराची व्यवस्था आहे तशी यंत्रणा आपल्याकडेही निर्माण करण्यात यावी अशी सूचना 'ॲमिकस क्युरे'ने (न्यायालयाचे मित्र) हवाला प्रकरणात केली होती, परंतु दुर्दैवाने सर्वोच्च न्यायालयाने त्या शिफारशीचा स्वीकार केला नाही. न्यायालयाने असे मत व्यक्त केले की:

> अशी कडक पावले उचलण्याची वेळ अद्याप आलेली नाही असे आमचे मत आहे. या याचिका दाखल करण्यात आल्यापासून आतापर्यंत जे घडले आहे ते विचारात घेता आणि या निकालात जे आदेश देण्यात येत आहेत ते पाहता, चौकशी यंत्रणा अधिक चांगल्या प्रकारे काम करतील अशी आम्हाला आशा आहे आणि तसा आमचा विश्वास आहे. ज्यांची चौकशी करावयाची आहे त्या व्यक्ती कितीही प्रसिद्ध आणि उच्च पदस्थ असल्या, तरीही अंमलबजावणी यंत्रणांमधील अधिकाऱ्यांनी, आपले काम ज्या स्वतंत्रपणे करणे अपेक्षित आहे तसे करण्यासाठी आवश्यक ते धैर्य आता दाखवावे.

या निकालपत्रावरील शाई वाळण्यापूर्वीच या सर्व अपेक्षा फोल ठरल्या आहेत. तेव्हापासूनच्या सर्व राजकीयदृष्ट्या संवेदनशील प्रकरणांमध्ये चौकशी यंत्रणा व खटले चालविणाऱ्या यंत्रणांनी आपल्या कामात कसूरच केली आहे. ज्यात कायद्याचे वर्चस्व दिसून आले आहे असे एकही उदाहरण शोधूनही सापडत नाही.

सहसचिव व त्यावरील दर्जाच्या अधिकाऱ्यांविरुद्ध काही कारवाई सुरू करण्यापूर्वी

सरकारची परवानगी घेणे आवश्यक करणारी तरतूद सर्वोच्च न्यायालयाने एका विशेष आदेशाद्वारे (सिंगल डायरेक्टिव्ह) रद्द केली होती. परंतु संबंधित कायद्यातच जरूर ती दुरुस्ती करून राष्ट्रीय लोकशाही आघाडीच्या (एनडीए) सरकारने ते पूर्वीची तरतूद चालू ठेवली.

म्हणजेच या प्रसिद्ध हवाला प्रकरणामुळे याविषयी जनमत तयार होण्याशिवाय दुसरा कोणताच हेतू साध्य झाला नाही हे स्पष्टच दिसून येते, अर्थात त्याचा काय उपयोग होईल हा प्रश्न अलाहिदा. परंतु, बहुतेक सर्व सार्वजनिक हित याचिकांचा संस्थात्मक बदल घडवून आणण्याच्या दृष्टीने विचार केला असता त्याचा काहीच परिणाम झालेला दिसत नाही. अखेर हवाला प्रकरणातील डायऱ्या न्यायालयापुढे पुरावा म्हणून दाखल करून घेण्यासच नकार दिल्यामुळे त्यातून काहीच निष्पन्न झाले नाही. उपरोधाची बाब म्हणजे हे प्रकरण फेटाळताना विशेष न्यायाधीश व्ही. बी. गुप्ता यांनी भर देऊन सांगितले की, 'भ्रष्टाचाराने देशाच्या नैतिकतेचाच ऱ्हास झाला आहे आणि ती परत मिळविणे हे आपले आद्यकर्तव्य असायला हवे' (*टाइम्स ऑफ इंडिया*, १७ मे १९९७). भाषणाच्या अखेरीस नेहमीच येणारे वाक्य! या प्रकरणात गोवले गेल्यापासून १८ महिन्यांनी लालकृष्ण अडवानी आणि जैन बंधूंना दिल्ली उच्च न्यायालयाचे न्यायाधीश मोहमद शमिम यांनी निर्दोष जाहीर केले. त्याचप्रमाणे व्ही.सी. शुक्लांनाही निर्दोष ठरविण्यात आले (*संडे*, ४-१० मे १९९७). '*हर्षदसे बडा घोटाला सीबीआयने दबा डाला*' हा वृत्तपत्रांचा मथळा होता. सर्वोच्च न्यायालयाचे मुख्य न्यायाधीश जे.एस. वर्मा हवाला खंडपीठाचे अध्यक्ष होते, त्यांनी चौकशी यंत्रणांनी गलथानपणे चौकशी केल्याबद्दल त्यांच्यावर जाहीरपणे ताशेरे ओढले. वर्मा म्हणाले की केवळ केंद्रीय अन्वेषण ब्युरोला स्वायत्तता देणे पुरेसे नव्हते. व्यवस्थितपणे चौकशी करण्याची त्यांची इच्छाच नव्हती. केंद्रीय प्रशासकीय लवादासमोर केलेल्या विधानात केंद्रीय अन्वेषण ब्युरोचे सहसंचालक बी.आर. लाल यांनी म्हटले होते की केंद्रीय अन्वेषण ब्युरोचे तत्कालिन संचालक के. विजय रामा राव यांच्या ढवळाढवळीमुळे, राजीव गांधी व नरसिंह राव यांचा संबंध असल्याचे जैन बंधूंच्या साक्षीत समोर आले होते, त्याचा पाठपुरावा करता आला नाही व चौकशीस विलंब लागला (*सकाळ*, १४ ऑक्टोबर १९९७). जैन बंधूंवर घालण्यात आलेल्या छाप्यांत ५८ लाख रुपये रोख, १० लाखांची अल्पबचतपत्रे, २०,००० अमेरिकी डॉलर रोख अणि इतर

महत्त्वाची कागदपत्रे जप्त करण्यात आली (*सकाळ*, २१ ऑगस्ट १९९५). परंतु, इतर अनेक प्रकरणांप्रमाणेच या प्रकरणालाही (अ)शांतपणे मूठमाती देण्यात आली. उच्च न्यायालयांमध्ये यावर अपिल दाखल करण्यात आले नाही. तसेच कोणत्याही अधिकाऱ्याविरुद्ध काही विभागीय कारवाई देखील करण्यात आली नाही.

बोफोर्स- अनेक अनुत्तरीत प्रश्न,

ए.बी. बोफोर्स या कंपनीने हॉविट्झर बंदुकांच्या व्यवहारात भारतातील राजकारणी, नोकरशहा आणि मध्यस्थांना १,४३७ कोटी रुपये लाच म्हणून दिली असल्याचे स्वीडिश रेडियोवर १६ एप्रिल १९८७ रोजी सांगण्यात आल्यानंतर बोफोर्स घोटाळा सर्वतोमुखी झाला. त्यानंतर जानेवारी १९९७ मध्ये स्वित्झर्लंडमधील न्याय मंत्रालयाचे अधिकारी मायकेल आँद्रे फेल्स यांनी सांगितले की भारताला दिलेल्या कागदपत्रांमध्ये १९८६ सालच्या बोफोर्स हॉविट्झर व्यवहारात लाच दिली गेली होती हे दर्शविणारा भरपूर पुरावा होता (*हिंदुस्थान टाइम्स*, २४ जानेवारी १९९७). १९८७ साली बोफोर्सची कागदपत्रे फोडणारे स्वीडनचे पोलिस प्रमुख स्टेन लिंड्स्टॉर्म यांनी स्पष्टपणे सांगितले की, 'भारतातील कोणीही बोफोर्स व्यवहाराची खरी चौकशी करणाऱ्यांपैकी कोणाचीही भेट घेतली नाही...याची तुम्ही कल्पना तरी करू शकाल का' (*आउटलुक*, ७ मे २०१२:९). ज्यांनी बोफोर्स करारासंबंधी वाटाघाटी केल्या, ते मार्टिन आर्डबो यांनी याबाबत शब्दही उच्चारलेला नाही. केंद्रीय अन्वेषण ब्युरोने त्यांच्याशी, किंवा वास्तविक कंपनीतील इतर कोणाशीही, संपर्क साधण्याचा प्रयत्नही केला नाही (*इंडियन एक्स्प्रेस*, ३ सप्टेंबर १९९५). चित्रा सुब्रमण्यम द्युएला यांनी लिहिले आहे की:

> भारतातील या व्यवहाराची चौकशी करणारे स्वीडनचे पोलिस प्रमुख स्टेन लिंड्स्टॉर्म अशी ओळख पटलेल्या, 'स्टिंग', या माझ्या स्त्रोताने मला दिलेल्या माहितीवरून व कागदपत्रांवरून भारतातील अधिकाऱ्यांनी सांगितलेली असत्ये उघडी पडली... स्वीडिश सरकारनेही भारताला सारवासारव करण्यास मदत केली... २५ वर्षांनंतर कोणत्याही तऱ्हेने विचार

> केला तरी तेच प्रश्न समोर येतात: १९८६ साली स्विस बँकेत ४ कोटी ७५ लाख देण्याइतके एई सर्व्हिसेस मार्फत क्वात्रोची यांनी काय काम केले? एई सर्व्हिसेसच्या करारात कार्यकक्षा आणि कोणत्या आधिकाराने काम करावयाचे हे दिलेले नाही (ह्युएला २०१२: २६-२७).

स्टॉकहोममध्ये सीमा मुस्तफांना दिलेल्या मुलाखतीत स्टेन लिंड्स्टॉर्म यांनी सहा प्रश्न उभे केले होते, ते आजही महत्त्वाचे आहेत: बोफोर्सच्या अधिकाऱ्यांची क्वात्रोची यांच्याशी कोणी ओळख करून दिली? हॉवित्झर व्यवहार त्यांच्या मनासारखा पार पडला नाही तर बोफोर्सने त्यांना काही मोबदला देण्याची गरज नाही हे विधान त्यांनी कशाच्या आधारे केले होते? बोफोर्सनी त्यांना पैसे का दिले? एई सर्व्हिसेस या त्यांच्या कंपनीने कोणत्या सेवा देऊ केल्या होत्या? सोनिया गांधी व क्वात्रोची यांचे काय संबंध आहेत? बोफोर्सचे प्रमुख मार्टिन आर्डोबो गांधींच्या ज्या विश्वस्त वकिलांना जिनिव्हामध्ये भेटले ते कोण आहेत? (मुस्ताफा २०११: १४).

गेल्या अनेक वर्षांत देशातील दूरवरच्या ग्रामीण भागातही बोफोर्स हा शब्द अलंकारिकरित्या भ्रष्टाचारासाठी वापरला जाऊ लागला आहे. पूर्वी जसे 'दालमे कुछ काला है' म्हणत असत, तसे आता 'इसमे कुछ बोफोर्स है' असे म्हटले जाते.

या काळात केंद्रीय मंत्र्यांच्या ज्या 'अविश्वसनीय' कारवाया चालत, त्या ऐकूनच कोणालाही दम लागेल. 'पंतप्रधानांच्या सर्व निकटवर्तीयांमध्ये आपली निष्ठा दाखविण्याची अहमअहमिका लागलेली असे. नरसिंह राव सरकारमधील परराष्ट्र व्यवहार मंत्री माधवसिह सोळंकी यांनी स्वित्झर्लंडच्या भेटीवर असताना बोफोर्स प्रकरणाची चौकशी थांबविली जावी असे एक अनधिकृत टिप्पण तेथील परराष्ट्र मंत्र्यांकडे दिले, मुत्सद्यांच्या जगातील अशा प्रकारचे हे पहिलेच उदाहरण होते! राजीव गांधींच्या मंत्रीमंडळातील परराष्ट्र व्यवहार खात्याचे व सर्वात वरिष्ठ मंत्री नरसिंह राव यांनी न्यायालयासमोर अशी विनंती केली की, व्ही.पी. सिंग याच्याविरुद्ध सेंट किट्स प्रकरणी कथित खोटा पुरावा निर्माण करणे वगैरेसारख्या त्यांच्या कृतींवर कारवाई केली जाऊ नये कारण त्या त्यांनी राजीव गांधी व/किंवा त्यांच्या कार्यालयाच्या सांगण्यावरून केल्या होत्या. बोफोर्ससाठी नेमण्यात

आलेल्या संयुक्त संसदीय समितीचे अध्यक्ष बी. शंकरानंद यांनी या घोटाळ्याबाबत सारवासारव करण्यात महत्त्वाची कामगिरी बजावली. खुशमस्कऱ्यांची ही संस्कृति सर्वत्र फैलावली होती. महाराष्ट्रात शिवसेना – भाजप युतीच्या काळात बाळासाहेब ठाकरे 'रिमोट कंट्रोल' असताना मुंबईत एक चुटका सांगितला जात असे. महाराष्ट्राच्या मुख्यमंत्र्यांना कोणीतरी विचारले, 'दोन अधिक दोन किती?' त्यांचे उत्तर होते, 'खरे तर चार, पण मी बाळासाहेबांना विचारून सांगतो'. याच्या दिल्लीच्या आवृत्तीतील उत्तर होते, 'कोणी विचारले आहे?' (गोडबोले २०००: १०५–०८). ज्या अधिकाऱ्यांनी सरकारच्या खोटेपणावर पांघरूण घातले, त्यांना नंतर राज्यपालपद देण्यात आले किंवा एखादे महत्त्वाचे पद भूषविण्यासाठी परदेशी पाठविण्यात आले हे सर्वांनाच माहित आहे.

बोफोर्स प्रकरणाच्या २८ वर्षांच्या प्रवासाचा इतिहास म्हणजे जगातील आठवे आश्चर्यच आहे. बोफोर्स प्रकरणाची चौकशी अलीकडच्या काळातील सर्वात अधिक काळ चाललेली, सर्वात खर्चिक चौकशी मानली जाते. अल्पकाळ टिकलेल्या व्ही. पी. सिंग सरकारचे अतिरिक्त सॉलिसिटर जनरल अरुण जेटली यांनी म्हटले आहे:

> ...पहिल्या अडीच वर्षांत भारत सरकार आणि त्याच्या यंत्रणांनी हे सर्व प्रकरण दडपण्याचा प्रयत्न केला... माझ्या मते डिसेंबर १९८९ ते नोव्हेंबर १९९० या ११ महिन्यांच्या काळातच चौकशीचा गांभीर्याने प्रयत्न केला गेला. आंतरराष्ट्रीय करार आणि दुहेरी गुन्ह्याच्या तत्त्वानुसार बोफोर्सच्या खात्यांची स्विट्झर्लंडमध्ये चौकशी करता येण्यासाठी प्रथम भारतात खटला दाखल केला जाणे गरजेचे होते, त्याचप्रमाणे याची व्याप्ती केवळ आयकर, महसूलाचा तोटा किंवा परकीय चलन विषयक कायद्यांचे उल्लंघन एवढ्यापुरती मर्यादित नसावी असे गृहित धरण्यात आले होते. ज्याला भारत व स्विट्झर्लंड या दोन्ही देशात गुन्हा मानले जाईल अशी परिस्थिती असायला हवी. राजीव गांधींच्या पंतप्रधानपदाच्या कारकिर्दीत केंद्रीय अन्वेषण ब्युरोने गुन्ह्याबाबतचा प्राथमिक अहवालही दाखल केला नाही. केवळ 'आम्ही आयकर व परकीय चलनविषयक कायद्यांच्या उल्लंघनाबाबत चौकशी करीत आहोत, आमच्याशी सहकार्य करा' अशा आशयाची पत्रेच ते स्विट्झर्लंडला पाठवीत राहिले. याला स्विट्झर्लंडकडून उत्तरादाखल म्हटले जाई की, 'तुम्ही चुकीचे प्रश्न

> विचारीत आहात; हा गुन्हेगारी खटला नसल्याने, आम्ही मदत करू शकत नाही'. नव्या सरकारने डिसेंबर १९८९ मध्ये पहिली गोष्ट कोणती केली असेल, तर लोकसेवकांना लाच दिली जाणे हा प्रमुख गुन्हा असल्याबाबत प्राथमिक अहवाल दाखल केला... ज्या दिवशी स्वित्झर्लंडने भारताला औपचारिकरित्या कळविले की [स्वित्झर्लंडमधील एका प्रकरणात] क्वात्रोची यांनी अपिल दाखल केले आहे, त्याच दिवशी त्यांनी संशयितरित्या देशाबाहेर पलायन केले (*टाइम्स ऑफ इंडिया*, १० फेब्रुवारी १९९७).

लुटुपुटीच्या चौकशीखातर कोट्यवधी रुपये खर्ची पडले आणि केंद्रीय अन्वेषण ब्युरो व कायदा मंत्रालयाच्या अधिकाऱ्यांनी अगणित परदेश वाऱ्या केल्या. एका क्षणी तर, या प्रकरणाचा प्राथमिक माहिती अहवाल दाखल करण्यात महत्त्वाची भूमिका बजावणारे केंद्रीय अन्वेषण ब्युरोचे माजी सहायक महानिरीक्षक के. माधवन यांना खात्री वाटत होती की यात आरोपींना दोषी ठरविले जाईल. प्राथमिक अहवाल दाखल करण्यासाठी नऊ वर्षे का लागली असे विचारले असता – १९९० साली दाखल करण्यात आलेल्या या प्राथमिक माहिती अहवालात राजीव गांधी यांचे नाव प्रथमच आणि एकदाच आरोपी म्हणून घालण्यात आले होते– माधवन यांनी केंद्रीय अन्वेषण ब्युरोच्या चौकशीत अडथळे आणण्याबाबत यात पाठोपाठच्या सरकारांना दोष दिला आहे व त्यात 'घटनेबाहेरील सत्तास्थानांच्या दबावाला बळी पडण्याचाही' समावेश होतो (*टाइम्स ऑफ इंडिया*, ३० ऑक्टोबर १९९९).

या संपूर्ण चौकशी दरम्यान केंद्रीय अन्वेषण ब्युरोची वर्तणूक संशयास्पद होती. त्यांच्याविरुद्ध चौकशी चालू असतानाही त्यांना अटक करण्याऐवजी ओट्टाव्हिओ क्वात्रोची यांना देशाबाहेर जाण्यास परवानगी देण्यात आली. त्यानंतरही इंटरपोलने ६ फेब्रुवारी २००७ रोजी आर्जेंटिनाची राजधानी ब्युएनास एअर्सकडे येत असताना क्वात्रोचींना मिसिओन प्रांतात अटक केली हे जाहीर करण्यास केंद्रीय अन्वेषण ब्युरोने भरपूर वेळ लावला. आर्जेंटिनाहून व नंतर मलेशियाहून त्यांना भारतात आणण्याची कारवाई करण्याचे प्रकरण केंद्रीय अन्वेषण ब्युरोने इतक्या गलथानपणे हाताळले की त्यात यश येणे शक्यच नव्हते. जानेवारी २००६ मध्ये अतिरिक्त सॉलिसिटर जनरल बी. दत्ता यांनी ब्रिटिश अधिकाऱ्यांना कळविले की

क्वात्रोची व त्यांच्या पत्नीच्या नावाने असलेली बँकेची जी दोन खाती गोठविण्यात आली होती, ती मोकळी करण्यास भारताची हरकत नव्हती, यासाठी त्यांनी केंद्रीय अन्वेषण ब्युरो व कायदा मंत्रालयाची संमती घेतली असणार हे उघडच आहे. क्वात्रोचींचे चिरंजीव मासिमो अनेक महिने भारतात होते आणि त्यांना येथे व्यवसाय करण्यास परवानगी देण्यात आली होती. यापूर्वी ४ फेब्रुवारी २००४ रोजी दिल्ली उच्च न्यायालयाने क्वात्रोचींसह सर्व आरोपींवरील लाच व भ्रष्टाचाराचे सर्व आरोप रद्द केले. याबाबत एनडीए किंवा युपीए या कोणत्याच सरकारने अपिल केले नाही हे विशेष! (*तेहेलका*, १० मार्च २००७). या प्रकरणाचा पाठपुरावा केला जाऊ नये याबाबत सर्वोच्च पातळीवर गुप्त समझोता झाला होता अशी वदंता होती त्याबाबत आश्चर्य वाटण्याचे काहीच कारण नाही. वाजपेयी पंतप्रधान असण्याच्या काळात पंतप्रधान कार्यालय हिंदुजांच्या बाबत पक्षपाती असल्याचे मानण्यात येत असे हे मी इतरत्र लिहिले आहे.

संयुक्त संसदीय समितीने यात सहभागी असणाऱ्या सर्वांना पूर्णपणे निर्दोष ठरवून या प्रकरणी सारवासारव केल्यानंतर या महाघोटाळ्याबाबतची जबाबदारी निश्चित केली जाण्याची शेवटची आशाही मावळली. संयुक्त संसदीय समितीने एकूण १४२ तास २५ मिनीटे चाललेल्या ५० बैठका घेतल्या- साक्षी नोंदविण्यासाठी ३०, गोपनीय कागदपत्रे तपासण्यासाठी ७ व अंतर्गत चर्चेसाठी १३- आणि एप्रिल १९८८ मध्ये आपला अहवाल सादर केला. लोकसभेने या अहवालाची ६० तास चर्चा केली. फेब्रुवारी १९९७ पर्यंतच्या १२ वर्षांत बोफोर्स घोटाळ्याची चर्चा करण्यात संसदेने २०२ तास व २५ मिनीटे घालवली परंतु हे कोडे काही अद्याप उलगडलेले नाही.

संयुक्त संसदीय समिती नेमण्याचा ठराव जेव्हा सरकारने संसदेत मांडला, तेव्हा विरोधी पक्षांनी अनेक सूचना केल्या होत्या. कोणाला, किती आणि केव्हा पैसे देण्यात आले याबाबतची सर्व माहिती ए.बी. बोफोर्स कंपनीकडूनच भारताला थेट मिळू शकते म्हणून संयुक्त संसदीय समिती नेमण्याचीच गरज नव्हती; या रकमांची माहिती स्विस बँकांकडूनच मागविली जावी; सर्वोच्च न्यायालयाच्या न्यायमूर्तींच्या अध्यक्षतेखाली स्वतंत्र लवाद नेमून त्यांच्याकडे चौकशीचे काम सोपवले जावे; बोफोर्सला त्यांनी कोणाला पैसे दिले त्यांची नावे ताबडतोब देण्यास सांगितले जावे आणि त्यांनी नकार दिल्यास करारच रद्द करावा; समितीमध्ये विरोधी पक्षांना व

गटांना अधिक प्रतिनिधित्त्व दिले जावे; समितीचे अध्यक्षपद समितीतील विरोधी पक्षाच्या सदस्याकडे असावे; मंत्र्यांची चौकशी करण्याचे अधिकार देखील समितीकडे असावेत; आणि सरकारी गोपनियतेचा कायदा समितीच्या कामकाजाच्या आड येऊ देता कामा नये, अशा अनेक सूचना त्यावेळी करण्यात आल्या होत्या. यातील अनेक सूचना सरकारने अमान्य केल्या. त्याचा परिणाम म्हणून बहुतेक विरोधी पक्षांनी संयुक्त संसदीय समितीवर बहिष्कार टाकला आणि त्याने सारवासारव करण्याचे काम सोपेच झाले.

ऑगस्ट १९९२ मध्ये बँक घोटाळ्याची चौकशी करण्यासाठी नेमण्यात आलेल्या संयुक्त संसदीय समितीला, मंत्र्यांना साक्षीसाठी बोलावण्याची परवानगी देण्यात आली होती हे येथे अधोरेखित करणे गरजेचे आहे. संयुक्त संसदीय समितीच्या अहवालात म्हटले आहे, 'लोकसभेच्या माननीय सभापतींनी... संमती देताना म्हटले की या प्रकरणाचे असामान्य स्वरुप पाहता आणि समिती गठन करताना व त्यानंतरही सर्व पक्षांच्या नेत्यांनी व्यक्त केलेली मते विचारात घेऊन हे करण्यात आले आहे.' संयुक्त संसदीय समितीने विशिष्ट मुद्यांवर माहिती देण्यासाठी अनेक आजी व माजी मंत्र्यांना पत्रे पाठवली. त्यात मनमोहन सिंग, बी. शंकरानंद, व्ही.पी. सिंग, यशवंत सिन्हा, एस.पी. मालविय, मधु दंडवते, माधवराव सिंदिया, एन. डी. तिवारी आणि पी. चिदंबरम यांचाही समावेश होता. समितीने (१) वित्तमंत्री मनमोहन सिंग, (२) आरोग्य व कुटुंबकल्याणमंत्री आणि माजी खनिज तेल व नैसर्गिक वायु मंत्री बी. शंकरानंद, (३) माजी वित्तमंत्री मधु दंडवते यांची साक्ष घेतली (लोकसभा सचिवालय १९९३: ५). बोफोर्सच्या संयुक्त संसदीय समितीलाही अशीच पद्धत अंगिकारता आली असती, पण मग राजकीय सारवासारवीचा हेतू साध्य झाला नसता.

आणि संयुक्त संसदीय समितीच्या अहवालाने हे सारवासारवीचे काम उत्तम प्रकारे पार पाडले. समितीने इतर अनेक गोष्टींबरोबरच असा निष्कर्ष काढला की:

- समितीची निश्चित खात्री झाली आहे की बोफोर्सच्या तोफांची निवड योग्य व वस्तुनिष्ठ होती, आणि निरनिराळ्या तोफांच्या यंत्रणेचे मूल्यमापन परिपूर्ण, अचूक आणि तपशीलवार होते.

- बोफोर्सच्या तोफांची भारतीय करारातील किंमत ही त्यांच्या इतर

ग्राहकांबरोबर केलेल्या करारांपेक्षा सर्वात कमी होती याबाबत समिती समाधान व्यक्त करीत आहे.

- प्रसिद्धीमाध्यमांमध्ये आरोप करण्यात आल्याप्रमाणे निवड आणि मूल्यमापन करताना व प्रतिस्पर्धी पुरवठादारांबरोबरच्या व्यापारी वाटाघाटींमध्ये कोणत्याही स्तरावर लाच किंवा इतर कोणत्याही बाह्य प्रभावाचा परिणाम झालेला नव्हता. बोफोर्स करारादरम्यान केव्हाही कोणत्याही अधिकाऱ्याची किंवा सरकारमधील कोणत्याही व्यक्तीची कोणतीही कृती अथवा निर्णय संशयास्पद असल्याचे समितीला आढळले नाही. समितीसमोर आलेल्या पुराव्यावरून बोफोर्सशी करार करण्याचा निर्णय पूर्णपणे गुणवत्तेवर आधारित होता असे सिद्ध झाले आहे.

- भारताबाहेरील तीन कंपन्यांना बोफोर्सने सल्लाविषयक व व्यापारी सेवा वगैरेंबाबत त्यांच्याशी करण्यात आलेले करार संपुष्टात आणण्याची किंमत म्हणून ३१९.४ दशलक्ष स्वीडिश क्रोनर दिले.

- या प्रकरणी स्वीडनमधील सरकारी यंत्रणेने सुरू केलेली चौकशी बोफोर्सचे अधिकारी आणि कंपनीमधील संबंधित कागदपत्रे व नोंदी यांच्या परीक्षणानंतर बंद करण्यात आली यावरून स्वीडनमधील कायद्यान्वये यात गुन्हा झाला नव्हता असा निष्कर्ष काढण्यास हरकत दिसत नाही. दुसऱ्या शब्दांत सांगायचे तर स्वीडनमधील सरकारी वकिलांना स्वीडनमधील सर्व कागदपत्रे पाहून बोफोर्सच्या भारताबरोबरच्या करारात लाचखोरी झाली असल्याचे आरोप सिद्ध करता आले नाहीत.

- बोफोर्स तोफांच्या खरेदी प्रक्रियेत मध्यस्थ असल्याचे दर्शविणारा कोणताही पुरावा नाही. त्याचप्रमाणे कमिशन किंवा लाच दिली गेली असल्याचे आरोप सिद्ध करणारा पुरावा नाही.

- बोफोर्सचा भारताशी झालेला करार त्यांच्याबाजूने होण्यासाठी इतर काही रकमा दिल्या गेल्याचाही काही पुरावा नाही (लोकसभा सचिवालय १९८८: १८९-९२).

दिल्ली उच्च न्यायालयाने केंद्रीय अन्वेषण ब्युरोला क्वात्रोची यांच्याविद्धचा खटला मागे घेण्यास ४ मार्च २०११ रोजी परवानगी दिली तेव्हा बोफोर्स प्रकरणाला

न्यायिकदृष्ट्या (रास्त पद्धतीने नव्हे) अधिकृतपणे मूठमाती देण्यात आली. क्वात्रोची १३ जुलै २०१३ रोजी मरण पावले. (ते हसत हसत आपल्या दफनस्थानाकडे गेले असतील!) परंतु बोफोर्सचे भूत मात्र अद्याप नाहीसे झालेले नाही. आयकर अपिलाच्या लवादाच्या दिल्ली शाखेने क्वात्रोची यांनी १९८६ मध्ये बोफोर्स तोफा व्यवहारात त्यांना मिळालेली रक्कम जाहीर न केल्याबद्दलही त्यांना दंड न ठोठावल्याबद्दल आयकर विभागाची कानउघाडणी केली आहे. कोलबार इन्व्हेस्टमेंट लिमिटेड आणि वेटेल्सेन ओव्हरसीज ही स्विस बँकांमधील दोन खाती, ज्यांत बोफोर्सने कमिशन म्हणून रकमा भरल्या होत्या, ती क्वात्रोची व त्यांच्या पत्नी मारिया यांची असल्याचे आयकर अपिलाच्या लवादाने म्हटल्याचे सांगितले जाते (*द संडे गार्डियन*, ९ जानेवारी २०११).

अशा तऱ्हेने संसदीय लोकशाहीतील सार्वजनिक उत्तरदायित्त्व निभावण्यासाठी असलेली एक शक्तिशाली यंत्रणा कुचकामी ठरविण्यात येऊन ती हास्यास्पदच बनली. शेअर बाजार घोटाळा, हर्षद मेहता घोटाळा आणि शीतपेये व रसांच्या सुरक्षिततेची मानके ठरविण्याविषयीच्या संयुक्त संसदीय समित्यांचीही हीच गत झाली आहे हे लक्षात घेण्यासारखे आहे.

उदाहरणार्थ, बँक घोटाळ्याची चौकशी करण्यासाठी नेमलेल्या संयुक्त संसदीय समितीने फक्त असे म्हटले की, 'समितीला उद्योग समूह, बँका व दलाल यांच्यातील अभद्र युतीची अनेक उदाहरणे आढळली'. तसेच संयुक्त संसदीय समितीने केवळ एवढेच म्हणण्यात समाधान मानले की, 'या प्रकरणाचे स्वरूप, आणि त्या व्यवहारांतील गुंतागुंत लक्षात घेता, केंद्रीय अन्वेषण ब्युरो, केंद्रीय प्रत्यक्ष कर मंडळ, सेबी, कंपनी व्यवहार विभाग व रिझर्व्ह बँक ऑफ इंडिया यांच्या संयुक्त समितीने याची तपशीलवार चौकशी करावी अशी समितीची शिफारस आहे' (लोकसभा सचिवालय १९९३: ३२२-४४). कोणालाही सहजच असा प्रश्न पडेल की, 'हे सांगण्यासाठी इतक्या उच्चस्तरीय संयुक्त संसदीय समितीची गरज होती का?' आणखी चौकशीतूनही फक्त काही गुन्हेगारी खटले दाखल होण्याखेरीज इतर काही निष्पन्न न होता ते प्रकरण बासनातच बांधले गेले ही गोष्ट अलाहिदा! तथापि, या समितीच्या अहवालाला अनेक सदस्यांनी आपली तपशीलवार टिप्पणे जोडली होती व त्यात समितीने अनेक महत्त्वाच्या विषयांकडे कसे दुर्लक्ष केले होते ते नमूद करण्यात आले होते! आर. सी. मूर्तींनी लिहिले

होते, 'मोठे उद्योग समूह, राजकारणी, दलाल व बँकेतील अधिकारी यांच्यातील अभद्र युतीचा आवाका उघड करता न येणे हे संयुक्त संसदीय समितीचे सर्वात मोठे अपयश आहे. हडप केलेली संपूर्ण रक्कम दलालांना पचविता येणे अशक्यच होते. व्यापाऱ्यांनी यात भाग घेतला आणि दलालांचा आपल्या फायद्यासाठी वापर केला' (मूर्ती १९९५: २१६). केंद्र सरकारच्या या 'दुटप्पीपणाबद्दल' आणि १९९० सालच्या प्रतिभूति घोटाळ्यामागील सत्य शोधून काढण्याबाबतच्या 'संपूर्ण उदासीनतेबाबत' सर्वोच्च न्यायालयाने गंभीर ताशेरे ओढल्याचे वृत्त आहे. न्यायालयाने म्हटले, 'देशाला हादरवून सोडणाऱ्या घोटाळ्याच्या पार्श्वभूमीवर ज्या कथित हेतूने विशेष न्यायालयाचा कायदा करण्यात आला होता, आणि ज्या तऱ्हेने खटला चालविला गेला त्यातून सत्य शोधण्यातील सरकारचे औदासिन्य ज्या प्रकारे दिसून आले, त्यातून सरकार कसा दुटप्पीपणा करते तेच स्पष्टपणे दिसून आले' (*इंडियन एक्स्प्रेस*, १ ऑगस्ट २०१३). हे शब्द कठोर आहेत, पण सरकार इतके व्यक्तिनिरपेक्ष, उदासीन आणि संवेदनाशून्य आहे की न्यायालयाने कितीही कठोरपणे कान उघाडणी केली तरी कोणाला त्याचे काहीच वाटत नाही.

'विश्वासाच्या ठरावासाठी (चौदाव्या लोकसभेत) मतदान करण्याकरिता पैसे देऊ केल्याच्या काही सदस्यांनी केलेल्या आरोपाची चौकशी करण्यासाठीच्या समिती'च्या (हसू नका, खरोखरच हे समितीचे नाव आहे!) अहवालावरूनही असे दिसून येते की दोन्ही सदनांची संयुक्त समिती नेमणे हा एक निष्फल प्रयत्न होता आणि समितीने केवळ अशी शिफारस केली की, 'याबाबत योग्य त्या चौकशी यंत्रणेकडून अधिक चौकशी केली जावी' (लोकसभा सचिवालय २००८: ५७). अशा प्रकारच्या चौकशीतून काहीच साध्य होत नसून अशा संसदीय समित्यांची गरज आहे का असा प्रश्न निश्चितच उपस्थित होतो.

झारखंड मुक्ती मोर्चा प्रकरण - आपण किती खोल गर्तेत पडलो आहोत

अविश्वासाच्या ठरावातून सरकार वाचवण्यासाठी खासदारांना लाच देणे, सेंट किट्स चे बनावट कागदपत्रांचे प्रकरण, लोणचे सम्राट लखुभाई पाठक यांचे

फसवणूक प्रकरण, अशासारख्या गुन्हेगारी प्रकरणांना तोंड द्यावे लागलेले एकमेव पंतप्रधान म्हणून भारतीय राजकारणातील तथाकथित चाणक्य नरसिंह राव यांची इतिहासाला नोंद घ्यावी लागेल. परंतु, मांजर जसे कसेही पडले तरी चार पायांवरच पडते, तसे या सर्व आणि इतरही प्रकरणांमधुन ते सहीसलामत सुटले. यापैकी सर्वात लक्षात घेण्याजोगे प्रकरण म्हणजे झारखंड मुक्ती मोर्चाच्या खासदारांना लाच देण्याचे, त्यामुळे संसदेसारख्या संस्थेलाही शरमेचे धनी व्हावे लागले. केंद्रीय अन्वेषण ब्युरोने या प्रकरणी ज्यांच्यावर आरोपपत्र दाखल केले त्यात नरसिंह रावांखेरीज हरयाणाचे माजी मुख्यमंत्री भजन लाल, माजी व विद्यमान केंद्रीय मंत्री अजित सिंग, राव यांचे मंत्रीमंडळातील माजी सहकारी बुटा सिंग व सतीश शर्मा, आणि झारखंड मुक्ती मोर्चाचे पाच माजी खासदार या 'ताऱ्यांचा' समावेश होता. जुलै १९९३ मध्ये पी.व्ही. नरसिंह राव यांचे सरकार अविश्वासाच्या ठरावातून वाचावे म्हणून झारखंड मुक्ती मोर्चाच्या चार खासदारांना व जनता दल (अ) या फुटीर गटाच्या सात सदस्यांना ८.७ कोटी रुपये देण्यात आल्याचा आरोप करण्यात आला होता. अजित भरिहोक यांच्या विशेष न्यायालयाने २९ सप्टेंबर २००० रोजी नरसिंह राव व बुटासिंग यांना दोषी ठरवून त्यांना तीन वर्षांची सक्तमजुरी व प्रत्येकी २ लाख रुपये दंड ठोठावला (*द इंडियन ॲडव्होकेट*, खंड २९, १९९९–२०००: ८१). याबाबत अखेरचे अपिल सर्वोच्च न्यायालयात करण्यात आले. सदनामध्ये काहीही बोलण्याला वा काहीही करण्याला घटनेमध्ये जे कायद्याचे संरक्षण देण्याची तरतूद करण्यात आली आहे त्याचा कीस काढून न्यायालयाने बहुमताने दिलेल्या निर्णयाने देशाच्या सदसद्विवेकबुद्धीला चांगलाच हादरा दिला.[५] आतापर्यंत सर्वोच्च न्यायालयाने त्यांच्यासमोर आलेल्या प्रत्येक प्रकरणात 'संपूर्ण न्याय' देणे भूषणावह मानले होते, त्याने यावेळी मात्र लाच देणारे व घेणारे यांच्यात फरक केला आणि लाच घेणाऱ्यांना संरक्षण असल्याचे जाहीर केले! प्रा. एन.आर. माधव मेनन यांचे म्हणणे योग्यच आहे की, 'राजकारणी लोक आपले उत्तरदायित्त्व झटकून टाकण्यासाठी ज्या क्लृप्त्या लढवतात त्यावरून ''कायदा गाढव आहे'' हेच स्पष्ट होते'[६]

घटनापीठाच्या बहुमताच्या निर्णयानुसार:

कथित लाच घेणाऱ्यांना कलम १०५(२) अन्वये, 'अविश्वासाच्या ठरावाविरुद्ध मतदान करण्याबाबत अथवा तशा कटासाठी अभद्र युती करण्याबाबत कायद्याचे संरक्षण मिळू शकते. तथापि, जो खासदार कटानुसार लाच घेऊनही मतदानापासून अलिप्त राहिला होता, त्याला या कलम १०५(२) खाली संरक्षण मिळू शकणार नाही, कारण हे संरक्षण खासदाराने प्रत्यक्ष मतदान करण्याशी किंवा संसदेत प्रत्यक्ष भाषण करण्याशी निगडीत आहे, म्हणून अशा खासदाराविरुद्ध खटला चालविला जावा. लाच देणाऱ्यांबाबत मात्र, लाच घेणाऱ्या व मतदान न करणाऱ्या खासदारांसह कट करण्याच्या आरोपाबाबत खटला चालविला जावा. तथापि, संसद लाच घेणारे व लाच देणारे या दोघांविरुद्ध हक्कभंग व अवमान यासाठीची कारवाई करू शकते.

राज्यघटनेचा स्वीकार करून सहा दशकांहून अधिक काळ जरी झाला असला, तरी संसदेने अद्याप आपल्या हक्कांची संहिता बनवलेली नाही हे लक्षात घेणे महत्त्वाचे आहे. हक्कविषयक समितीने आपल्या १९९५ च्या अहवालात म्हटले आहे:

यापूर्वी दिलेल्या आकडेवारीच्या आधारे, हक्कांच्या गैरवापराचे जे आरोप केले जातात, त्यांच्यापेक्षा प्रत्यक्षात सत्य परिस्थिती अगदी निराळी आहे असे म्हणण्यात समितीला संकोच वाटत नाही. सत्य परिस्थिती व आकडेवारी वरून हक्कांच्या गैरवापराच्या आरोपांचे [झारखंड मुक्ती मोर्चाच्या प्रकरणात त्याचा वापर न केला जाणे देखील] पूर्णतया खंडन होते. अवमानासाठी शिक्षा देण्याचे विधिमंडळाला देण्यात आलेले अधिकार हे न्यायालयांच्या अधिकारांप्रमाणेच आहेत असे समितीचे मत आहे. न्यायालयाच्या अवमानाबाबतचा कायदा १९७१, मध्ये देखील न्यायालयाचा अवमान कशाकशाने होतो हे नमूद करण्यात आलेले नाही... संसदेचे हक्क संहिताबद्ध करणे योग्य ठरणार नाही अशी समितीची शिफारस आहे (लोकसभा सचिवालय १९९: ३५).

तेव्हापासून या परिस्थितीत काहीच फरक झालेला नाही. लोकशाही सरकारमधील संसद ही सर्वोच्च संस्था आपण कोणाला उत्तरदायी आहोत असे

मानत नाही. संसदेच्या बाबतीत तरी कायद्याचे राज्य अस्तित्वात नाही असेच म्हणावे लागते.

तथापि, अल्पमताच्या निर्णयानुसार, '''या संबंधी'' या शब्दांचा अर्थ ''यातून निर्माण होणारे'' असा आहे, म्हणून कलम १०५(२) अन्वये मिळणारे संरक्षण हे खासदाराने केलेल्या भाषणातून किंवा केलेल्या मतदानातून अथवा त्याआधी केलेल्या कृतीतून वा त्यातून निर्माण झालेल्या दायित्वासाठी आहे; परंतु त्याआधी वा त्यानंतरच्या वक्तव्यातून वा कृतीतून स्वतंत्रपणे निर्माण झालेल्या दायित्वासाठी नाही – भारतीय दंडसंहितेच्या विभाग १२०-अ खालील लाचखोरीच्या गुन्ह्याचा कट करण्याचा करार आणि त्या करारानुसार कृती करणे याच्याशी संबंधित नाही. भाषण करण्यासाठी वा ठरावाविरुद्ध मत देण्यासाठी लाच घेणे ही बाब खासदाराने भाषण करणे वा मत देणे यापेक्षा स्वतंत्रपणे निर्माण झाली असल्याने – हे उत्तरदायित्व ''संसदेतील मतदान वा इतर काहीही'' असे मानता येत नाही, म्हणून लाच घेणे अथवा देणे यांना कलम १०५(२) अन्वये संरक्षण मिळू शकत नाही.'

अर्थात बहुमताचा निर्णय मानला गेला. या दुर्दैवी निकालातून अनेक महत्त्वाचे मुद्दे पुढे येतात. **एक**, सरकारने बहुमताच्या या निर्णयाबाबत ताबडतोब फेरविचाराची याचिका सर्वोच्च न्यायालयात दाखल करायला हवी होती. न्यायालयाचा निकाल १७ एप्रिल १९९८ रोजी देण्यात आला असला, तरी सरकारने याकडे गंभीरपणे पाहिले नाही आणि बराच वेळ खाऊन अखेर नोव्हेंबर १९९८ मध्ये याचिका दाखल केली (*टाइम्स ऑफ इंडिया*, १३३ नोव्हेंबर १९९८). न्यायालय हा विलंब माफ करू शकले असते, पण तसे न करता त्यांनी ही याचिका फेटाळून लावली. **दोन**, सर्वोच्च न्यायालयाने सुचविले होते की घटनेची कलमे १०५(२) व १९४(२) यात दुरुस्ती करून यातील विशेषाधिकार भ्रष्टाचाराच्या बाबीला लागू होणार नाहीत असे स्पष्ट केले जावे. हे १९९८ मध्येच सुचविण्यात आले होते. २००१ साली राज्यघटनेच्या कार्यपद्धती व सुधारणा आयोगानेही अशीच शिफारस केली होती. मुरलीधर भंडारे यांनी लिहिले आहे की:

अमेरिका, कॅनडा, ऑस्ट्रेलिया व बहुतेक सर्व राष्ट्रकुल देशांमध्ये विधिमंडळ सदस्याला त्याच्या निर्णयावर किंवा मतदानावर प्रभाव पडेल अशा प्रकरणी

लाच घेतली असल्यास त्याच्यावर खटला दाखल केला जाऊ शकतो. अमेरिकेच्या सर्वोच्च न्यायालयाच्या प्रमुख न्यायमूर्तींनी ब्रुस्टर प्रकरणी ही परिस्थिती स्पष्टपणे विदित करताना म्हटले होते की: 'लाच घेणे हा विधिमंडळाच्या कामकाजाचा भाग नाही. कोणत्याही पद्धतीने अर्थ लावला तरी तो विधिमंडळाच्या कामकाजाचा किंवा त्याच्या अनुषंगाने करण्यात आलेल्या कृतीचा भाग होऊ शकत नाही (भंडारे १९९८).

१५ वर्षे उलटून गेली तरी घटनेमध्ये असा बदल करण्यासाठी एनडीए किंवा त्यानंतर आलेल्या युपीए सरकारांनी काही पावले उचलली नाहीत. **तीन**, मुंबई व ओरिसा उच्च न्यायालयांनी यापूर्वी जाहीर केले होते की आमदार व खासदार हे लोकसेवक (पब्लिक सर्व्हंट) नाहीत. सुदैवाने, झारखंड मुक्ती मोर्चा प्रकरणी सर्वोच्च न्यायालयाने नमूद केले की खासदार (आणि त्याच न्यायाने आमदार ही) 'लोकसेवक' आहेत व ते सार्वजनिक 'पद' भूषवितात व 'सार्वजनिक कर्तव्य' बजावतात. परंतु, न्यायालयाला असे आढळून आले की त्यांना पदावरून हटविण्याचे अधिकार कोणालाच नाहीत. बहुसंख्य न्यायमूर्तींचे मत होते की केवळ खासदाराला पदावरून हटविण्याचे अधिकार कोणाला नाहीत म्हणून भ्रष्टाचार निर्मूलन कायदा, १९८८, याखाली ते लोकसेवक नाहीत असे म्हणता येत नाही. न्यायालयाने असे आदेश दिले की संसदेने कायद्यात योग्य ते बदल घडविण्याची तरतूद करेपर्यंत खटले दाखल करणाऱ्या यंत्रणेने या संदर्भात योग्य तेथे राज्यसभेचे अध्यक्ष व लोकसभेच्या सभापतींची परवानगी घ्यावी. तथापि, राहिलेल्या दोन न्यायमूर्तींनी असे मत मांडले की ज्या लोकसेवकाला पदावरून हटविण्याचे अधिकार असतील, त्याच्यावरच खटला दाखल करता येईल. कायद्यातील तरतुदीत आवश्यक ती सुधारणा न केल्यामुळे हा मुद्दा अद्याप अनिर्णितच आहे, आणि 'भ्रष्टाचार सहन केला जाणार नाही' (झिरो टॉलरन्स फॉर करप्शन) असे म्हणणे ही आपल्या राज्यकर्त्यांची केवळ वल्गनाच आहे हे परत एकदा दिसून आले आहे. **चार**, यापूर्वी उल्लेख केल्याप्रमाणे सर्वोच्च न्यायालयाने नमूद केले होते की संबंधित व्यक्तींविरुद्ध हक्कभंग व संसदेचा अवमान या कारणांसाठी संसद त्यांच्यावर कारवाई करू शकते. एरवी संसद आपल्या विशेषाधिकार व हक्कांबाबत अतिशय जागरुक असते, परंतु आपल्याच सदस्यांच्या व सरकारच्या या अश्लाघ्य वर्तणुकीकडे मात्र त्यांनी कानाडोळा केला

हे विशेष लक्षात घेण्याजोगे आहे. सभापतींनी ११ मार्च १९९६ रोजी सदनात दिलेल्या निर्णयावर जसवंत सिंग, इंद्रजित गुप्ता व जगमीत सिंग ब्रार यांनी १२ मार्च १९९६ रोजी हक्कभंगाच्या प्रश्नी सूचना मांडण्याचा प्रयत्न केला असता, ती दाखल करून घेण्यासच सभापतींनी परवानगी नाकारली. ११ मार्चच्या निर्णयात सभापतींनी म्हटले होते की:

> न्यायालयासमोर जी बाब आहे त्याबाबत पुरावा सादर झाल्यानंतर त्या आधारे योग्य तो निर्णय घेता येईल. तीन वर्षांपूर्वी काही अवैध रकमा दिल्या गेल्याचे आरोप करण्यात आले होते. त्याच वेळी संसदेला त्यात लक्ष घालण्यास सांगता आले असते. इतर आमिषांच्या आधारे संसदेने यात लक्ष घालावे असे म्हणता आले असते. या मुद्यांच्या व उपलब्ध पुराव्यांच्या आधारे संमती देणे मला कठीण वाटते (लोकसभा सचिवालय १९९६: १८७).

या निर्णयावर कोणीच काही प्रश्न उपस्थित केले नाहीत. यावरून कोणत्याच राजकीय पक्षाला याचा पाठपुरावा करून सरकारला अडचणीत आणण्याची इच्छा नव्हती हेच स्पष्ट होते.

एन्रॉन प्रकल्प - शासनाचे अपयश

एन्रॉन प्रकल्प हे शासनाच्या अपयशाचे एक ठळक उदाहरण आहे आणि त्यामुळे जगभरात भारताची प्रतिमा मलिन झाली. एन्रॉन ऊर्जा प्रकल्पाच्या दाभोळ येथील ऊर्जा कंपनीत १२,००० कोटी रुपयांची गुंतवणूक करून २,१८४ मेगॅवॅट विजेचे उत्पादन करणे प्रस्तावित करण्यात आले होते आणि आर्थिक उदारीकरणाचा एक उत्तम नमुना म्हणून १९९३ साली हा प्रकल्प हाती घेण्यात आला होता. ज्यावेळी याला मंजुरी देण्यात आली, त्यावेळी भारतातील ही सर्वात मोठी प्रत्यक्ष परदेशी गुंतवणूक होती. वास्तविक पाहता या प्रकल्पाचा आराखडाच सदोष होता आणि आर्थिक व व्यावसायिकदृष्ट्या फायदेशीर नसल्याने त्याला मंजुरी मिळायला नको होती. यातील वीजखरेदीचा करार अतिशय एकतर्फी व विषमन्यायी होता त्यामुळे राज्य वीज मंडळाची आर्थिक स्थिती अत्यंत डबघाईला आली. एन्रॉनची वीज अतिशय महाग होती आणि वीज खरेदीच्या करारानुसार वीज मंडळाला आपली स्वत:ची स्वस्तात वीजनिर्मिती करणारी जलविद्युत व

औष्णिक वीजनिर्मितीकेंद्रे बंद करून ही वीज विकत घेणे भाग होते. शिवसेना व भारतीय जनता पक्ष या विरोधी पक्षांनी या प्रकल्पावर सडकून टीका केली आणि ते निवडून आल्यास 'हा प्रकल्प समुद्रात बुडवून टाकण्याचे' आश्वासन दिले. परंतु सत्तेत आल्यावर मात्र त्यांना या प्रकल्पाची भुरळ पडली आणि त्याची क्षमता वाढवून त्यांनी याला परत एकदा परवानगी दिली! या निर्णयाविरुद्धची याचिका फेटाळून लावताना मुंबई उच्च न्यायालयाने यावर कडक ताशेरे ओढले:

स्वातंत्र्य मिळून ५० वर्षे झाल्यानंतरही जनतेच्या हितापेक्षा राजकीय फायदाच महत्त्वाचा ठरतो... [बहुराष्ट्रीय कंपनीने] गुंतवणुकदार किंवा उद्योग समुहासारखे वागावे, सरकारप्रमाणे नव्हे... राजकीय कारणे आणि प्रभाव यांना सामाजिक हितापेक्षा किती अधिक प्रमाणात महत्त्व दिले जाऊ शकते हे पाहून आम्हाला यातना होतात... मुख्यमंत्री मनोहर जोशी यांनी प्रथम करण्यात आलेल्या वीजखरेदी कराराबद्दल म्हटले होते त्याप्रमाणे 'एन्रॉन परत आले, त्यांनी पाहिले व ते जिंकले' असे म्हणणे पहिल्यापेक्षाही आता अधिक प्रमाणात झाले असे म्हणता येईल... कोणत्याही परिस्थितीत प्रत्येक टप्प्यावर एक बाब अगदी स्पष्ट होती की शिवसेना-भारतीय जनता पक्षाच्या आघाडीने एन्रॉन हा निवडणुकीतील मुद्दा बनवून सामान्य माणसाची फसवणूकच केली.

अखेर, राज्य सरकारने प्रस्तुत लेखकाच्या अध्यक्षतेखाली दीपक पारेख, आर. के. पाचौरी, इ.ए.एस सर्मा आणि राज्य सरकारचे ऊर्जा सचिव हे सदस्य असलेली एक उच्चस्तरीय समिती या प्रकल्पाचा आढावा घेऊन त्यावर उपाय सुचविण्यासाठी नेमली. समितीने एप्रिल २००१ मध्ये सादर केलेला अहवाल अस्वस्थ करणारा होता (महाराष्ट्र सरकार २००१: ८३-८४). सरकारच्या अपारदर्शक व लहरी निर्णयाचे एन्रॉन हे अत्यंत नमुनेदार उदाहरण आहे. समितीने, हा प्रकल्प वस्तूतःच कसा फायदेशीर नव्हता, पूर्णपणे विचार न करताच कायदेशीर परवानग्या कशा देण्यात आल्या होत्या आणि हा प्रकल्प मंजूर करणेच कसे योग्य नव्हते, असे या प्रकल्पातील गंभीर दोष दाखवून दिले. त्याचप्रमाणे राज्य व केंद्र सरकार, त्यांच्या अनेक संस्था व यंत्रणा आणि अखिल भारतीय वित्त संस्थांनी या प्रकल्पाचे परीक्षण करण्याची आपली जबाबदारी कशी पार पाडली

नव्हती हे ही नजरेस आणून दिले. समितीने नमूद केले आहे की:

या प्रकल्पाला मंजुरी देतानाच्या प्रक्रियेत अनेक दोष असल्याबद्दल समितीला चिंता वाटते व त्यामुळे या निर्णयाच्या योग्यतेबाबतच प्रश्न उपस्थित होतात... दाभोळ वीज कंपनीसंबंधीच्या प्रत्येक टप्प्यावरील निर्णय घेण्याच्या प्रक्रियेत शासनाचे अपयश दिसून आल्याने समिती व्यथित झाली आहे. राज्य व केंद्र स्तरावरील सरकारांनी व निरनिराळ्या सरकारी यंत्रणा आणि संस्थांनी वेगवेगळ्या वेळी शासकीय तसेच राजकीय पातळीवर या प्रकल्पाचा अभ्यास करण्यात विस्तृत प्रमाणावर कसूर केली. त्यांच्यावरील जबाबदारी पार पाडताना प्रत्येक वेळी व इतक्या मोठ्या प्रमाणावर कसूर होणे हा निव्वळ योगायोग असावा यावर विश्वास ठेवणे कठीण आहे.

१०,००० कोटी रुपयांहून अधिक रकमेची गुंतवणूक करण्यात येऊनही बासनात बांधून ठेवण्यात आलेला हा प्रकल्प आपली प्रतिमा उजळ बनविण्यासाठी केंद्र सरकारला (रत्नागिरी वीज प्रकल्प या नव्या नावाने) पुनरुज्जीवित करावा लागला! परंतु यासाठी प्रचंड किंमत मोजावी लागली, यातील उघड व प्रच्छन्न अर्थसहाय्याचा बोजा भारतीय करदात्यांना नकळत पेलावा लागला (गोडबोले व सर्मा २००६: ३६४०-६४२). दुर्दैवाने, एन्रॉनने भारतात ज्या अनेक चुकीच्या गोष्टी केल्या त्यांना केंद्र सरकारने परदेशात प्रसिद्धी देण्यातही कसूर केली.

२००३ सालच्या ग्लोबल करप्शन रिपोर्ट मध्ये फिलीस डिनिनिओ यांनी म्हटले आहे की, '१९८९ पासून एन्रॉन या प्रचंड वीज कंपनीने एकूण ५.९५ दशलक्ष अमेरिकी डॉलर इतके प्रच्छन्न अर्थसहाय्य (सॉफ्ट मनी) दिले (त्यापैकी ७४ टक्के रिपब्लिकन्सना देण्यात आले) आणि बुश सरकारमधील धोरणात्मक निर्णय घेणाऱ्या वरिष्ठांशी त्यांचे घनिष्ठ संबंध होते. *द बायिंग ऑफ द प्रेसिडेंट २०००* या आपल्या पुस्तकात चार्ल्स लुइस यांनी बुश यांच्या राजकीय कर्तृत्वाचे आश्रयदाते म्हणून एन्रॉनच्या अध्यक्षांचे नाव दिले आहे आणि एन्रॉनचे मुख्य कार्यकारी अधिकारी केनेथ ले हे त्यांचे जवळचे मित्र असल्याचे लिहिले आहे... एन्रॉनने भारतात व घानामध्ये लाच दिल्याचे आरोप यापूर्वीच करण्यात आले आहेत' (ट्रान्सपरन्सी इंटरनॅशनल २००३: ७९-८०). अमेरिकेतील सिनेटच्या सरकारी कारभार समितीने व्हाइट हाउसच्या एन्रॉनशी असलेल्या संबंधांबाबतची

कागदपत्रे समन्स पाठवून मागवून घेतले होती. या कागदपत्रांवरून बुश यांच्या निवडणुक प्रचारासाठी मोठ्या प्रमाणावर आर्थिक मदत देणारे केनेथ ले यांच्याशी असलेले अनेक प्रकारचे संबंध स्पष्ट झाले. बुश सरकारमध्ये ऊर्जाविषयक कामकाजासाठी नेमणूक करावयाच्या व्यक्तींची निवड करण्यासाठीच्या समितीचे ले हे सदस्य होते. प्रशासनात नेमणुकीसाठी शिफारस करण्यात आलेल्या २१ व्यक्तींपैकी तीन जणांची अखेर नेमणूक करण्यात आली (*इकनॉमिक टाइम्स*, २४ मे २००४).

भविष्यात अशा प्रकारच्या चुका टाळावयाच्या असतील आणि इतिहासाची पुनरावृत्ती होऊ नये असे वाटत असेल, तर भूतकाळातील प्रत्येक अनुभवावरून धडा घ्यावयास हवा. केवळ त्या प्रकल्पाची पुनर्बांधणी करून त्याचे पुनरुज्जीवन करणे पुरेसे नाही. भविष्यात आणखी एन्रॉन व दाभोळ घडत नाहीत याची खात्री करून घेणे तितकेच, किंबहुना अधिकच गरजेचे आहे. याच हेतूने एन्रॉन चौकशी समितीवरील इतर तीन सदस्यांचा विरोध असूनही प्रस्तुत लेखक व इ.ए.एस. सर्मा यांनी, चौकशी आयोग कायदा, १९५२, खाली सर्वोच्च न्यायालयाच्या आजी अथवा माजी न्यायाधीशांच्या अध्यक्षतेखाली या प्रकल्पातील प्रशासकीय व राजकीय त्रुटींची जबाबदारी निश्चित करण्यासाठी एक न्यायालयीन चौकशी आयोग नेमला जावा अशी शिफारस केली होती.

एन्रॉन चौकशी समितीचा अहवाल राज्य सरकारला जरी १० एप्रिल २००१ रोजी सादर करण्यात आला असला, तरी राज्य सरकारने चौकशी आयोग कायदा, १९५२, खाली सर्वोच्च न्यायालयाचे निवृत्त न्यायाधीश एस. पी. कुडाळकर यांच्या अध्यक्षतेखाली न्यायालयीन चौकशी आयोग नेमला तो ७ नोव्हेंबर २००१ रोजी. या आयोगाला पुढील बाबींचा अभ्यास करून त्यावर अहवाल सादर करण्यास सांगण्यात आले होते: (१) सर्व करार, परवानग्या, संमती, लायसेन्स व परवाने किंवा मंजुरी यांची विजेसंबंधीच्या कायद्यांच्या संदर्भातील वैधता व त्याबाबतची प्रशासनाची कसूर; (२) एन्रॉन व/वा दाभोळ वीज प्रकल्पांनी दाखल केलेल्या त्यांच्या सर्व विधानांची सत्यता पडताळणे, यात किंमत, प्रकल्पाचा खर्च, गुंतवणूक किंवा इतर बाबींवरील खर्च की ज्यामुळे वीज खरेदी करारातील विजेचा दर ठरविण्यात आला असेल, किंवा वीज (पुरवठा) कायदा, १९४८ (कलम ५४) व विभाग ४३ अ यांमधील तत्त्वांनुसार विजेचा दर निर्धारित करण्यात आला

असेल, वीज उत्पादन केंद्राची तांत्रिक व वापराची तत्त्वे आणि त्याचे सर्व पैलू व त्यांचे दर या व इतर अनुषंगिक बाबींचा समावेश होतो; (३) कोणत्या परिस्थितीत वीज खरेदी कराराच्या वाटाघाटी करण्यात आल्या, तो करार रद्द करण्यात आला आणि परत वाटाघाटी करण्यात आल्या; निर्णय घेण्याच्या प्रक्रियेत सामील असणाऱ्या व्यक्तींचे योगदान आणि कोणत्या परिस्थितीत दुसऱ्या टप्प्याचा करार वा अनेक करार करून ते सरकारसाठी बांधील ठरविण्यात आले आणि यावेळी घेण्यात आलेले निर्णय हे महाराष्ट्र राज्याच्या हिताचे होते का; (४) देण्यात आलेल्या कायदेशीर मान्यता, लायसेन्स, परवानग्या, मंजुरी व मान्यता यांची पूर्तता करण्यात आली होती का; आणि (५) या मुद्यांवर मिळालेल्या माहितीच्या आधारे शिफारस करणे. यात राज्य सरकारला असेही आदेश देण्यात आले होते की या आयोगाने करावयाच्या चौकशीचे स्वरुप लक्षात घेता आणि या प्रकरणाची परिस्थिती ध्यानात घेता, चौकशी आयोग कायदा,१९५२, च्या विभाग ५ मधील उपकलम (२) मधील तरतुदीदेखील या आयोगाला लागू होतील. सरकारी राजपत्रात आयोग स्थापन केल्याचे जाहीर केलेल्या तारखेपासून आयोगाने आपला अहवाल सहा महिन्यांच्या कालावधीत सादर करावा अशीही विनंती त्यांना करण्यात आली होती.

आयोगाच्या नेमणुकीला अडीच वर्षे लोटली तरीही त्यांच्या कामात काहीच प्रगती झाली नव्हती. माजी मुख्य मंत्री शरद पवार, महाराष्ट्राचे माजी मुख्यसचिव एन. रघुनाथन, भारत सरकार (त्यावेळी एनडीएचे सरकार होते) व इतर काही संबंधितांनी असे आक्षेप घेतले की भारत सरकारच्या कृतींची चौकशी करणे आयोगाच्या कार्यकक्षेत येत नाही आणि/ किंवा उच्च न्यायालय व सर्वोच्च न्यायालयांनी या बाबींमध्ये यापूर्वीच लक्ष घातले होते. तथापि, न्यायमूर्ती कुर्डुकर यांनी मात्र आयोगाला केंद्र सरकार व त्यांच्या यंत्रणांनी घेतलेल्या निर्णयांची व मंजुरींची चौकशी करण्याचे अधिकार होते असे म्हटल्याचे सांगितले जाते. त्याचबरोबर आयोगाने असे स्पष्ट केले की, त्यांच्या कार्यकक्षेसंबंधीच्या राज्य सरकारच्या राजपत्रातील आदेशाच्या घटनात्मक वैधतेला दिल्या गेलेल्या आव्हानाबाबत ते निर्णय घेऊ शकत नाहीत. आयोगाने म्हटले की ज्या कोणाला राज्य सरकारच्या राजपत्रातील आदेशाच्या घटनात्मक वैधतेला आव्हान द्यावयाचे असेल, त्यांनी योग्य ठिकाणी दाद मागावी (*फायनॅन्शियल*

एक्स्प्रेस, २५ मार्च २००३). त्यानंतर केंद्र सरकारने घटनेच्या कलम १३१ खाली सर्वोच्च न्यायालयात एक याचिका दाखल केली. ९ एप्रिल २००३ रोजी, महान्यायप्रतिनिधींनी केंद्र सरकारच्या याचिकेचा उल्लेख केल्यावर सर्वोच्च न्यायालयाने एकतर्फी निर्णयाद्वारे कुर्डुकर आयोगाला चौकशीचे काम चालू ठेवण्यास मनाई केली (*फायनॅन्शियल एक्स्प्रेस*, १० एप्रिल २००३). स्थगिती देऊन एक वर्ष लोटले तरी आयोगाचा कारभार थंडावलेलाच होता. भारत सरकार याबाबतीत सर्वोच्च न्यायालयाकडे जाईल हे स्पष्ट असले तरी आपले म्हणणे ऐकून घेतल्याखेरीज अशी स्थगिती देण्यात येऊ नये अशी विनंती महाराष्ट्र सरकारने का केली नाही याचे कारण कळू शकत नाही. एरवीही, संबंधितांना नोटीस पाठवून त्यांचे म्हणणे ऐकून घेतल्यावरच अशा सार्वजनिक हिताशी संबंधित बाबीत स्थगिती दिली जाईल अशीच सर्वसामान्यपणे अपेक्षा असते, पण तसे घडावयाचे नव्हते. ही स्थगिती अनिश्चित काळापर्यंत चालू राहणार नाही आणि न्यायालय या प्रकरणी लवकरच काहीतरी निश्चित निर्णय देईल ही आशाही फोल ठरली. महाराष्ट्र सरकारने ही स्थगिती उठवली जाण्यासाठी काही प्रयत्न केले की नाही हे ही माहित नाही.

राज्य सरकारने चौकशी आयोग कायदा, १९५२, यातील ज्या तरतुदींनुसार हा चौकशी आयोग नेमला होता, त्या तरतुदींकडे आता वळूया. केंद्र सरकारने राज्य सरकारांशी योग्य ती सल्लामसलत केल्यानंतरच सार्वजनिक हिताच्या बाबींसंबंधी चौकशी करून अहवाल सादर करणे सुकर व्हावे यासाठी संसदेत हा कायदा पारित करून घेतला होता. भारतीय कायदा आयोगाने या कायद्यावरील आपल्या अहवालात लॉर्ड चॅन्सलर व्हायकाउंट किल्म्युइर यांनी इंग्लंडच्या वरिष्ठ सभागृहात (हाउस ऑफ लॉर्डस) त्या देशातील वॉटर्स प्रकरणातील चर्चेत अशा प्रकारच्या कायद्याचे समर्थन करताना आपल्या उत्तरात म्हटलेल्या काही बाबी उधृत केल्या होत्या:

> आताच्या परिस्थितीशी सुसंगत अशा एखाद्या प्रक्रियेसाठीचे मुद्दे मी आता थोडक्यात सांगतो. सार्वजनिक प्रशासनाची, खरे तर सार्वजनिक जीवनाची, उच्च पातळी राखली जाण्यासाठी काही प्रसंगी सार्वजनिक चौकशी केली जाणे गरजेचे असते... सत्य परिस्थिती जाणून घेऊन ती नमूद केल्यानंतर, एखादी कृती जरी गुन्हा अगर चुकीची ठरत नसली तरी सार्वजनिक जीवनाची

> आवश्यक ती पातळी राखली जात नसल्यास, त्याबाबत ठपका ठेवला जाणे गरजेचे असते... ही उद्दिष्टे देशासाठी अत्यंत महत्त्वाची असल्याने त्यासाठी काही व्यक्तींना हालअपेष्टा सोसाव्या लागल्या तरी त्याचे समर्थन करता येते (भारत सरकार १९६२: ६).

न्यायमूर्ती चंद्रचूड यांनी *कर्नाटक राज्य वि. भारत सरकार* (१९७७,४ एससीसी ६०८) या प्रकरणी दिलेल्या निर्णयात लॉर्ड जस्टिस ऑफ अपिल्स सर सिरिल साल्मन यांनी 'चौकशी आयोग' या विषयावरील व्याख्यानात काय म्हटले होते ते उधृत करून त्यांचे मत पुढील शब्दांत थोडक्यात मांडले होते:

> या कायद्याचा सर्वसाधारण आराखडा व त्यातील तरतुदींवरून स्पष्ट होते की या कायद्याखाली नेमण्यात आलेल्या आयोगाचे काम केवळ सत्य शोधून काढणे असून बंधनकारक होईल असा निश्चित निर्णय देण्याचे त्यांना अधिकार नाहीत. त्यांच्यासमोर सादर करण्यात आलेल्या पुराव्यावरून त्यांनी सत्य शोधून काढावयाचे आहे व त्याचा विचार करून नेमणूक करणाऱ्या यंत्रणेकडे आपला अहवाल सादर करावयाचा आहे, तो मान्य केला जाईल अथवा अमान्यही होईल. काही सार्वजनिक महत्त्वाच्या संवेदनशील बाबींची चौकशी जर नेहमीच्या चौकशी यंत्रणांकडे सोपविली, तर त्यातून निष्कारण वाद उद्भवतील आणि संशयाचे वातावरण निर्माण होईल. समाजाचे विस्तृत हित लक्षात घेता अशा बाबींची चौकशी ज्या व्यक्तींनी पुराव्यांच्या आधारे बनविलेल्या मतावर समाजाचा विश्वास बसेल अशा व्यक्तींच्या उच्चस्तरीय चौकशी आयोगांकडून केली जावी (मलिक १९९५: १२).

या कायद्याच्या विभाग २ मध्ये इतर गोष्टींबरोबरच असे नमूद केले आहे की चौकशी आयोग नियुक्त करण्यासाठीची योग्य यंत्रणा म्हणजे राज्यघटनेच्या सातव्या सूचीतील यादी क्रमांक १, २ वा ३ यांतील विषयांसाठी केंद्र सरकार आणि त्या सूचीतील यादी क्रमांक २ व ३ मधील राज्य सरकारच्या अखत्यारीतील विषयांसाठी राज्य सरकार होय. वीज हा विषय समवर्ती सूचीत (यादी क्र.३) असल्याने कायद्याचा साधा सरळ अर्थ लावला असता, या प्रकरणी राज्य सरकार अशा चौकशीचे आदेश देऊ शकते. शिवाय या कायद्याच्या विभाग ३ मध्ये विशद केल्याप्रमाणे, ही चौकशी 'सार्वजनिक महत्त्वाच्या विषयासंबंधी' असल्याचे राज्य

सरकारने अगोदरच जाहीर केले होते. विभाग ३ मधील तरतूद (अ) मध्ये नमूद केले आहे की, 'ज्यावेळी केंद्र सरकारने अशा प्रकारची चौकशी करण्यासाठी आयोग नेमला असेल, त्यावेळी केंद्र सरकारची आगाऊ परवानगी घेतल्याखेरीज राज्य सरकार त्याच विषयाच्या चौकशीसाठी केंद्र सरकारचा आयोग कार्यरत असताना आयोग नेमू शकणार नाही.' केंद्र सरकारने असा कोणताही आयोग नियुक्त केला नसल्याने ही अटही येथे लागू नव्हती. अशा परिस्थितीत, राज्य सरकारने चौकशी आयोग नेमण्याने संघराज्याच्या तरतुदींवर विपरीत परिणाम होण्याचा प्रश्नही उपस्थित केला जाऊ शकत नव्हता. तसेच, हे केंद्र सरकारच्या क्षेत्रावर आक्रमण आहे असे म्हणणेही सयुक्तिक नव्हते. शिवाय राज्य सरकार व केंद्र सरकार या दोघांनीही आपल्या जबाबदारीखाली असलेल्या विषयांबाबत दाभोळ वीज प्रकल्पाला मंजुरी दिली होती म्हणून कोणतीही चौकशी अर्थपूर्ण होण्यासाठी दोन्ही सरकारचे निर्णय व त्यांच्या कृती यांची चौकशी होणे गरजेचे होते. त्याचबरोबर हे ही लक्षात घेतले पाहिजे की उच्च वा सर्वोच्च न्यायालयात दाखल केलेल्या दाव्याचा निकाल हा सर्व पक्षांसाठी बंधनकारक असतो, तर चौकशी आयोग कायदा, १९५२, याखाली नेमलेला आयोग हा सत्य शोधून काढण्यासाठी नेमलेला असतो. तो सरकारला फक्त शिफारस करू शकतो. या शिफारशी सरकारवर बंधनकारक नसता. त्यांच्याकडे दुर्लक्ष करणे वा त्या फेटाळून लावणे हे सरकारवर अवलंबून असते. आतापर्यंत अनेक राज्य सरकारांनी व केंद्र सरकारनेही अनेक वेळा तसे केले आहे. परंतु, लोकशाहीमध्ये चौकशी आयोगांची भूमिका महत्त्वाची असते कारण अखेर सुजाण जनतेचा व समाजाचा न्यायनिवाडा आणि सर्वसामान्य जनताच महत्त्वाची असते. देशाच्या शासनासंबंधीच्या गुंतागुंतीच्या व महत्त्वाच्या बाबींबद्दल पूर्वग्रह न ठेवता व माहितीच्या आधाराने जनतेला आपले मत बनवता यावे यासाठी चौकशी आयोगांची मदत होणे अपेक्षित आहे. म्हणून एका दृष्टीने पाहता, निवडून आलेल्या सरकारांनी व लोकसेवकांनी देशाच्या सर्वोच्च न्यायालयातील निवृत्त न्यायाधीशांच्या अध्यक्षतेखाली होत असलेल्या एखाद्या नि:पक्षपाती, खुल्या व पारदर्शी चौकशीला सामोरे जाण्यास नकार का द्यावा हे समजण्यासारखे नाही.

अलीकडच्या काही वर्षांत काही महत्त्वाच्या आयोगांच्या कामकाजास न्यायालयांनी दिलेल्या स्थगितींमुळे अक्षम्य विलंब झाला आहे ही दुर्दैवाची बाब

आहे. राज्यघटनेने उच्च व सर्वोच्च न्यायालयांना दिलेल्या अधिकारांमध्ये कोणत्याही प्रकारे कपात करण्यात येऊ नये हे जरी खरे असले, तरी न्यायालयांनी स्वतः:च, विशेषत: चौकशी आयोगांच्या बाबतीत एकतर्फी स्थगिती देण्यात येऊ नये किंवा अशा प्रकारची स्थगिती जास्तीत जास्त तीनच महिन्यांसाठी असावी असे काही नियम घालून घेण्याची वेळ आता आली आहे. नाहीतर, चौकशी आयोग नियुक्त करण्याचा हेतूच फोल ठरेल आणि सरकारच्या कामकाजावर विश्वास बसावा म्हणून संसदेने निर्माण केलेली आणखी एक घटनात्मक यंत्रणा जनतेच्या नजरेत हास्यास्पद ठरेल.

या पार्श्वभूमीवर, मोठे उद्योगसमूह, बहुराष्ट्रीय कंपन्या, परदेशी गुंतवणुकदार आणि सरकार एकाच हेतूने एकत्र येत असताना आणि सुप्रसिद्ध, अनुभवी वकील भलीमोठी फी आकारून त्यांची बाजू न्यायालयात मांडत असताना अशा प्रतिकूल परिस्थितीत देशातील उच्च स्तरावरील न्यायसंस्था सामान्य जनता व सुजाण समाजाच्या हितरक्षणासाठी पुढे येतील का अशी चिंता सर्वसामान्यांना वाटणे स्वाभाविक आहे. सर्वोच्च न्यायालयाने ज्याप्रमाणे सार्वजनिक हित याचिका या नाविन्यपूर्ण उपायासाठी न्यायालयाचे अनेक नियम, अटी आणि प्रक्रिया सोप्या केल्या किंवा त्यात सूट दिली, त्याचप्रमाणे सार्वजनिक हिताविरुद्ध काही गोष्टी घडत असल्याचे नजरेस आल्यास न्यायालयाने अशा प्रकारची पावले उचलण्यास काय हरकत आहे? अशा प्रकारची प्रकरणे न्यायालयाने विनाविलंब व तातडीने सुनावणीस घेऊन त्यावर लवकर निर्णय देणे का शक्य होऊ नये? या दृष्टीने पाहिले असता, चित्र फारसे आशादायक दिसत नाही कारण असे होण्याची शक्यता फारच कमी आहे.

न्यायालयांनी या बाबींकडे लक्ष द्यावे यासाठी करण्यात आलेले सर्व प्रयत्न अपयशी ठरले आहेत. अनिश्चित काळापर्यंत चालू राहणाऱ्या स्थगितीच्या परिस्थितीचा फायदा घेऊन राज्य सरकारने आयोगाचा कालावधी २००५ सालाच्या अखेरीस संपुष्टात येताच आयोग बरखास्त केला. दाभोळ वीज कंपनीच्या दाव्यांच्या प्रकरणाचा जर विशेष अभ्यास केला तर भारताच्या सर्वोच्च न्यायालयाचे मुख्य न्यायाधीश वाय. के. सबरवाल यांचे म्हणणे समर्थनीय होते किंवा नाही हे समजून घेता येईल. कर्नाटकातील कोजेंट्रिक्स या आणखी एका वादग्रस्त वीज प्रकल्पाच्या बाबतीतही सर्वोच्च न्यायालयाने या प्रकरणाची

सुनावणी संपल्यानंतर अनेक महिन्यांनी त्याबाबतीतील निर्णय दिला होता. परदेशी गुंतवणुकदारांमध्ये विश्वास व स्फूर्ती निर्माण करणे जितके महत्त्वाचे आहे त्याचप्रमाणे सुजाण समाज व सामान्य जनतेचा विश्वास संपादन करणेही महत्त्वाचे आहे असे जे सर्वोच्च न्यायालयाचे मुख्य न्यायाधीश सबरवाल यांनी म्हटले होते ते योग्यच आहे एवढेच आपण म्हणू शकतो.[७]

बाबरी मशिदीचा विध्वंस- देशासाठी लाजिरवाणी घटना

भारतीय जनता पक्षाने दोन तीन वर्षांपासून सातत्याने चिथावणी दिल्यामुळे हिंदुंच्या उन्मादावस्थेतील जमावाने ६ डिसेंबर १९९२ रोजी अयोध्येतील बाबरी मशिदीचा विध्वंस करण्याचा केलेला प्रयत्न थोपविण्यात केंद्र सरकारला अपयश आल्याने जगभरात भारताच्या निधर्मी प्रतिमेबाबत गंभीर प्रश्न उपस्थित केले जाऊ लागले. देशातील शासनाची चर्चा करताना भारताच्या इतिहासातील या लाजिरवाण्या प्रकरणाचा वृत्तांत नजरेआड करून चालणार नाही. प्रस्तुत लेखक त्यावेळी भारत सरकारचा गृहसचिव होता. बाबरी मशिदीचे संरक्षण करण्यासाठी भारतीय जनता पक्षाच्या कल्याण सिंग यांच्या नेतृत्त्वाखालील उत्तर प्रदेश सरकार बरखास्त करून तेथे राष्ट्रपती राजवट लागू करण्यासाठी पंतप्रधान नरसिंह राव यांनी योग्य वेळी निर्णय न घेतल्याने गृह मंत्रालयाने केलेले सर्व प्रयत्न फोल ठरले. या महत्त्वाच्या काळातील घटनाक्रमाचा संपूर्ण तपशीलवार वृत्तांत लेखकाच्या १९९६ साली प्रसिद्ध झालेल्या आत्मवृत्तात देण्यात आला आहे (गोडबोले १९९६: ३३२–४१८).

प्रार्थना स्थळांबाबतचा (विशेष तरतूद) कायदा, १९९१, हा १८ सप्टेंबर १९९१ रोजी राजपत्रात प्रसिद्ध करण्यात आला, त्याचा येथे उल्लेख करणे उचित ठरेल. या कायद्याच्या विभाग ३ मध्ये म्हटले आहे की, 'कोणत्याही धर्माच्या वा धर्माच्या पंथाच्या प्रार्थनास्थळाचे रुपांतर कोणीही त्याच धर्माच्या दुसऱ्या पंथाच्या वा दुसऱ्या धर्माच्या प्रार्थनास्थळात करू शकणार नाही'. मुसलमानांची प्रार्थनास्थळे ताब्यात घेऊन त्यांचे देवळात रुपांतर करण्याची धमकी विश्व हिंदु परिषद व भारतीय जनता पक्ष देत होते त्यापासून मुसलमानांच्या प्रार्थनास्थळांचे रक्षण करण्यासाठी हे कलम तयार करण्यात आले होते. तथापि, बाबरी मशिदीचा वाद

या कायद्याच्या तरतुदीत बसणार नाही याची काळजी घेण्यात आली होती. विभाग ४ मधील तरतुदींमध्ये हे स्पष्ट करण्यात आले होते की, कोणताही दावा, अपिल किंवा इतर कोणतीही प्रक्रिया हा कायदा अंमलात येण्यापूर्वीपासून प्रलंबित असेल, 'ती समाप्त होणार नाही आणि प्रत्येक दाव्याचा, अपिलाचा वा प्रक्रियेचा निर्णय दिला जाणे बंधनकारक असेल...' विभाग ५ मध्ये आणखी स्पष्टपणे नमूद करण्यात आले आहे की हा कायदा राम जन्मभूमी बाबरी मशिदीला लागू होणार नाही.

पहिल्या जागतिक युद्धानंतर, एका फ्रेंच जनरलने ज्या लढाईत फ्रान्सचा दारूण पराभव झाला होता, त्यात फ्रेंच सैनिक किती शौर्याने लढले आणि त्यांनी विजयश्री कशी खेचून आणली याचे बहारदार वर्णन केले होते. जनरलने आपल्या हाताखालच्या अधिकाऱ्याकडे तो वृत्तांत दिला आणि तो सैन्याच्या मुख्यालयाकडे पाठविण्यास सांगितले. दुसऱ्या दिवशी जनरलने, तो वृत्तांत पाठविला का अशी विचारणा केली. अधिकाऱ्याने उत्तर दिले, 'सर, तुम्ही दिलेला वृत्तांत प्रत्यक्षात जे घडले त्याच्या विरुद्ध असल्याने मी तो पाठवला नाही'. जनरलने शांतपणे त्याला सांगितले, 'मित्रा, ते इतिहासात नोंद होण्यासाठी लिहिले आहे'. *अयोध्या ६ डिसेंबर १९९२, (२००६)* या नरसिंह राव यांच्या पुस्तकाबाबतही तेच म्हणता येईल. पुढील काही परिच्छेदांत राव यांच्या पुस्तकातील पृष्ठ क्रमांक कंसात देण्यात आले आहेत.

ज्या कारणांमुळे बाबरी मशिदीचा विध्वंस झाला त्यामागील मुद्दे समजून घेणे महत्त्वाचे आहे (गोडबोले २००६: २०७६). आपल्या पुस्तकात स्वतःचे समर्थन करताना राव म्हणतात, 'त्यांनी [काँग्रेस नेत्यांनी] अगोदरच ठरविले होते की... या घटनेचे शोकांतिकेत रुपांतर झाल्यास एका व्यक्तीकडे ऐतिहासिक दृष्ट्या याची जबाबदारी द्यावयाची.'

राव म्हणतात की, 'लक्षावधी लोकांनी, जो प्रश्न विचारल्यावाचून राहवत नाही असा अटळ प्रश्न विचारला आहे की: राष्ट्रपतींनी घटनेच्या ३५६ कलमाखाली राष्ट्रपती राजवट लागू करून ढाच्याचे रक्षण का केले नाही? केंद्र सरकारने अर्थातच जनतेला या प्रश्नाचे संपूर्ण स्पष्टीकरण देणे गरजेचे आहे. ते अनेक वेळा देण्यात आले आहे, परंतु इतिहासाचा साक्षीदार म्हणून या प्रश्नाच्या सर्व पैलूंवर

प्रकाश टाकणे अगत्याचे आहे' (पृष्ठ १६६). हा हेतू पूर्ण करण्यात हे पुस्तक पूर्णपणे अयशस्वी ठरले आहे. खरे तर राव यांनी सत्य सांगण्यात काटकसरच अधिक केली आहे. जाता जाता हे सांगणे आवश्यक आहे की राष्ट्रपती राजवट राष्ट्रपती लागू करीत नाहीत, तर केंद्रीय मंत्रीमंडळ राष्ट्रपतींच्या मंजुरीने ती लागू करते.

घटनेनंतर १४ वर्षांनी हे पुस्तक प्रसिद्ध करण्यात आले. प्रकाशकांच्या निवेदनानुसार १९९६ साली राव यांची पंतप्रधान म्हणून कारकीर्द संपुष्टात आल्यानंतर त्यांनी हा वृत्तांत लिहिला आणि २००४ साली त्यांचा मृत्यु होण्याच्या काही दिवस आधीपर्यंत ते त्यात सुधारणा/बदल करीत होते. त्यामुळे हा वृत्तांत घासून पुसून साफ केलेला आहे यात आश्चर्य वाटण्याजोगे काही नाही. केंद्र सरकारच्या अयोध्येवरील श्वेतपत्रिकेत (१९९३) जे अगोदरच लिहिलेले आहे त्यात रावांनी जवळ जवळ काहीच भर घातलेली नाही, आणि ते त्यांच्या मृत्यूनंतर प्रकाशित व्हावे अशी इच्छा त्यांनी का व्यक्त केली असावी हे समजत नाही. यावर जनता आपल्याला प्रश्न विचारेल आणि त्यावर वादविवाद व चर्चा करावी लागेल अशी त्यांना भीती वाटत होती का?

अयोध्या ६ डिसेंबर १९९२ हे पुस्तकाचे शीर्षकही लक्षात घेण्याजोगे असून ते सरकारच्या श्वेतपत्रिकेसारखेच आहे. 'मध्यम मार्ग' स्वीकारण्याची जी रावांची नेहमीची पद्धत होती, तीच यातही दिसून येते. बाबरी मशिदीच्या विध्वंसामुळेच त्या दिवशीचे सर्व महाभारत घडले, पण शीर्षकात जर मशिदीला महत्त्व दिले गेले असते, तर हिंदूंना राग आला असता, आणि जर रामजन्मभूमी असा उल्लेख करण्यात आला असता, तर मुसलमानांना ते आवडले नसते. म्हणून मध्यम मार्ग म्हणजे शीर्षकात 'अयोध्या' असाच उल्लेख करायचा.

पुस्तकात परिस्थितीला तोंड देण्यासाठी केंद्र सरकारने बनविलेल्या योजनेचा उल्लेख एकाहून अधिक वेळा करण्यात आला आहे (पृष्ठे १२५,१५१) परंतु तो केवळ उत्तर प्रदेश सरकारला परिस्थितीला परिणामकारकपणे तोंड देता यावे आणि 'न्यायालयाच्या आदेशांचे पालन करता यावे' एवढ्यापुरताच मर्यादित होता. हे निखालस असत्य आहे. खरे तर हा सत्याचा विपर्यास आहे. रावांनी स्वतःच म्हटले आहे की, 'पुरेशी खबरदारी म्हणून केंद्र सरकारने केंद्रीय

निमलष्करी दलाच्या १९५ तुकड्या नोव्हेंबर १९९२ मध्ये अयोध्येजवळ आणून ठेवल्या होत्या, म्हणजे राज्य सरकारच्या गरजेनुसार, किंवा *इतर कोणत्याही आकस्मिक कारणासाठी अल्प कालावधीत ती दले उपलब्ध होऊ शकतील'* (पृष्ठ १२५). उत्तर प्रदेश सरकार बरखास्त करून राष्ट्रपती राजवट लागू करण्याच्या आकस्मिक हेतूबाबत मात्र ते काहीच बोलत नाहीत कारण त्यामुळे या गंभीर परिस्थितीतील त्यांच्या नेतृत्त्वाबाबत अडचणीचे वाटणारे प्रश्न उपस्थित केले गेले असते. 'केंद्र सरकारला त्यावेळी उत्तर प्रदेशात पाऊल ठेवायलाही जागा नव्हती' याचा मात्र ते बराच गवगवा करतात. 'अशा परिस्थितीत राज्य सरकारच्या कडव्या विरोधाचा सामना करून राष्ट्रपती राजवट लागू करण्यासारखे गंभीर पाऊल उचलणे केंद्र सरकारला शक्य झाले नसते' (पृष्ठ १७३). परंतु गृह मंत्रालयाने आकस्मिक परिस्थितीला तोंड देण्यासाठी तयार केलेल्या सर्वंकश योजनेत बाबरी मशिदीचे रक्षण करण्यासाठी कोणत्याही आकस्मिक परिस्थितीत विशेष सुरक्षा दल (कमांडोज) आणि निमलष्करी दलांकडून तातडीने करावयाच्या कृतीने परिस्थिती आटोक्यात आणण्याची तयारी ठेवण्यात आली होती याकडे लक्ष वेधणे महत्त्वाचे आहे. प्रत्यक्षात केंद्रीय गृहमंत्र्यांनी लोकसभेतील लांबलचक चर्चेला उत्तर देताना ३ डिसेंबर १९९२ रोजी असे विधान केले होते की, 'केंद्र सरकार परचक्र किंवा अंतर्गत अशांतता यांपासून राज्यांचे रक्षण करण्यासाठी घटनेचे कलम ३५५ सहज लागू करू शकते' (पृष्ठ १३६). हे गृह मंत्रालयाने तयार केलेल्या योजनेनुसारच होते. पंतप्रधान राव यांना अगोदर कलम ३५५ अन्वये कारवाई करून त्यानंतर कलम ३५६ खाली कारवाई करण्याची इच्छा नसल्याने आकस्मिक परिस्थिती हाताळण्यासाठी गृह मंत्रालयाने बनविलेल्या योजनेचा मूळ हेतूच विफल ठरला. 'गरज पडली तरीही निमलष्करी दलांचा वापर करणार नाही अशी राज्य सरकारची भूमिका नव्हती' (पृष्ठ १४१) हे पुस्तकातील विधान असत्य आणि दिशाभूल करणारे आहे. निमलष्करी दले फैझाबाद आणि आसपासच्या परिसरात २४ नोव्हेंबर १९९२ पासून तळ ठोकून होती तरीही राज्य सरकारने त्यांना मशिदीजवळ तैनात केले नाही आणि ६ डिसेंबर १९९२ रोजी ढाच्याचा विध्वंस करण्यास सुरुवात झाल्यानंतरही त्यांचा वापर करण्यास मुद्दामहून विलंब लावला, आणि निमलष्करी दलांबरोबर जाण्यासाठी न्यायदंडाधिकारी उपलब्ध करून देण्यास नकार दिल्याने

हरवलेले सुशासन

या दलांना आपल्या तळावर परत जावे लागले, या सर्व घटनांवरून राज्य सरकारने निमलष्करी दलांचा वापर न करण्याचा निश्चय केला होता हे स्पष्ट दिसून येते. करसेवकांना हाताळण्यासाठी शक्तीचा वापर करण्याची आणि विवादीत ढाच्याच्या परिसराभोवती निमलष्करी दले तैनात करण्याची इच्छा नसल्याचे उत्तर प्रदेश सरकारने सुरुवातीपासूनच जाहीर केले असल्याने निमलष्करी दलांचा परिस्थिती परिणामकारकरितीने हाताळण्यासाठी सोडाच, पण केवळ शक्तीप्रदर्शनासाठीही काहीच उपयोग नव्हता. बंदुकीच्या रबरी गोळ्यांचा पुरवठा, कृतीसाठी सज्ज केलेली विशेष सुरक्षा दले, श्वान पथके, स्फोटके निकामी करणारी पथके, अधिग्रहित केलेली शेकडो वाहने, पाण्याचा मारा करणाऱ्या तोफा, टनावारी कुंपणाच्या तारा आणि अशा प्रकारची विस्तृत प्रमाणावरील सर्व तयारी वापराविना पडून राहिली. देशभरातून एकत्रित केलेल्या आणि अयोध्येपासून केवळ काही किलोमीटरच्या अंतरावर असणाऱ्या प्रचंड प्रमाणावरील निमलष्करी दलांना मशिद स्वैरपणे पाडली जात असल्याचे असहायपणे पहावे लागले. हे धक्कादायक सत्य वाचकांपासून दडवून ठेवण्यासच राव यांनी प्राधान्य दिले.

पंतप्रधान जेव्हा बाबरी मशिदीच्या विध्वंसासारख्या इतिहासाला नवे वळण देणाऱ्या घटनेसंबंधीचा वृत्तांत लिहितात, तेव्हा त्यावेळी सरकारमध्ये या विषयी साधक बाधक काय चर्चा झाली आणि त्यांनी घेतलेला निर्णय नेमका कोणत्या कारणासाठी घेतला यावर त्यांनी प्रकाश टाकावा अशी अपेक्षा करणे अयोग्य ठरणार नाही. या पैलूंवर पुस्तकात काहीच लिहिलेले नाही. त्यांना बळीचा बकरा बनविल्याबद्दल सहकारी मंत्र्यांना ते जबाबदार धरतात, परंतु त्यांनी कोणत्या मुद्यांचा आग्रह धरला होता व ते का मान्य करण्यात आले नाहीत हे मात्र ते सांगत नाहीत. या विषयाची जबाबदारी असणाऱ्या संबंधित अधिकाऱ्यांनी काय सल्ला दिला होता याचा कोठे उल्लेखही आढळत नाही. 'अधिकाऱ्यांनी मला वरचेवर सांगितले की गुप्त खलबते करून जे ठरविण्यात येत होते ते केवळ राजकीय कारणासाठी होते आणि त्याचा प्रत्यक्ष परिस्थितीशी काही संबंध नव्हता. ते म्हणाले की त्यांनी प्रत्यक्ष परिस्थितीचा अभ्यास केला होता आणि करसेवा शांततापूर्ण असेल हे त्यावरून स्पष्ट झाले होते. अशी खरी परिस्थिती होती' (पृष्ठ १८५) हे राव यांचे विधान आश्चर्यकारक होते. हे असत्य आहे. 'आज मागे वळून

पाहताना जे दिसते आहे त्याची भारत सरकारमधील कोणाला त्यावेळी कल्पना नव्हती... *त्या गंभीर प्रसंगी काय व कसे घडणार आहे* (तिरपा टाइप मूळचा) याची कोणालाच माहिती नव्हती ही यातील मुख्य अडचण होती' (पृष्ठ १७१), हे देखील खरे नाही. नेमके 'काय व कसे घडणार आहे' हे कोणालाच स्पष्टपणे माहित असणे शक्य नसले, तरी राव यांच्या सल्लागारांपैकी काही जणांना तरी, त्यात प्रस्तुत लेखकाचा समावेश होता, येणाऱ्या संकटाची निश्चितच चाहूल लागली होती आणि तसे त्यांच्यापुढे मांडण्यातही आले होते. या घटनेचा समग्र वृत्तांत *अनफिनिश्ड इनिंग्ज: रिकलेक्शन्स अँड रिफ्लेक्शन्स ऑफ अ सिव्हिल सर्व्हंट* (१९९६) (मराठी अनुवाद- *अपुरा डाव*) (१९९८) या माझ्या आत्मनिवेदनपर पुस्तकात देण्यात आला आहे.

खरे तर सामन्यत: पंतप्रधान आपल्या सरकारच्या अपयशासाठी कोणाला तरी बळीचा बकरा बनविण्याचा प्रयत्न करतात, विशेषत: बाबरी मशिदीच्या विध्वंसासारख्या दारुण व ऐतिहासिक अपयशासाठी. त्यांचा त्यात प्रत्यक्ष सहभाग नसला तरीही, कोणत्याही मोठ्या निर्णयाची, नैतिक जबाबदारी वास्तविक पाहता स्वत: घेण्याची पंतप्रधानांची तयारी असायला हवी. या प्रकरणात तर सर्व निर्णय त्यांनी स्वत:च घेतले असल्याने (किंवा काही निर्णायक कृती करण्याची इच्छा नसल्याने) त्याबाबतचा दोषारोपही मंत्रीमंडळातील सहकाऱ्यांवर न ठेवता तो ठपका त्यांनी स्वत:च स्वीकारावयास हवा.

कलम ३५६ लागू न करण्याबाबतची रावांची कारणे चमत्कारिक आणि न पटणारी आहेत. 'वरील वर्णनाला चपखलपणे लागू होईल अशी स्थिती, घटना किंवा क्षण ओळखणे शक्य नव्हते (म्हणजे घटनेतील तरतुदींनुसार राज्याचे प्रशासन चालविणे शक्य नव्हते असे केव्हा म्हणता येईल)' (पृष्ठ १६९) हे विधान हास्यास्पद होते. केंद्र सरकारने वेळोवेळी सर्वोच्च न्यायालयात केलेल्या विनंत्यांवरून हे स्पष्ट होते आणि ते रावांच्या पुस्तकातच नमूद करण्यात आले आहे. उदाहरणार्थ, २४ नोव्हेंबर १९९२ रोजी सॉलिसिटर जनरलनी सर्वोच्च न्यायालयाला सांगितले की, 'प्रत्यक्ष परिस्थिती दिवसेंदिवस खालावत चालली आहे' (पृष्ठ १११), २५ नोव्हेंबर १९९२ रोजी महा न्यायप्रतिनिधींनी (अॅटर्नी जनरल) न्यायालयाला सांगितले की, 'अयोध्येतील परिस्थिती स्फोटक बनली आहे' आणि न्यायालयाला अशी धोक्याची सूचनाही दिली की, 'एका दिवसाने

काम पुढे ढकलणेदेखील महागात पडू शकते'. महा न्यायप्रतिनिधींनी न्यायालयाला असेही सांगितले की राज्य सरकारने स्पष्टपणे म्हटले आहे की, 'कर सेवकांविरुद्ध बळाचा वापर करणे योग्य होणार नाही' (पृष्ठ ११३). आपल्या आदेशात न्यायालयाने महा न्यायप्रतिनिधींनी निर्देशित केलेल्या गंभीर परिस्थितीची नोंद घेतली आहे. 'केंद्र सरकारने निदर्शनास आणून दिलेल्या [मशिदीचे रक्षण करण्यासाठी उत्तर प्रदेश सरकारने केलेल्या] सध्याच्या सुरक्षा व्यवस्थेतील त्रुटींची न्यायालयाने नोंद घेतली आहे' (पृष्ठ १२४). 'रामजन्मभूमी–बाबरी मशिदीच्या विवादामुळे शांतता व सुरक्षिततेची परिस्थिती गंभीर बनलेलीच होती' असे राव स्वतःच मान्य करतात (पृष्ठ १२४). ते पुढे असेही म्हणतात की, 'रामजन्मभूमी–बाबरी मशिदीच्या विवादामुळे निर्माण झालेला जातीय तणाव आणि याबाबतचा पूर्वानुभव लक्षात घेता, विशेषत: प्रस्तावित करसेवेदरम्यान अयोध्येत काही अनपेक्षित घटना घडल्यास देशाच्या इतर अनेक भागातही नव्याने हिंसाचार होऊ शकण्याची गंभीर चिंता होती' (पृष्ठ १२५). ही सर्व परिस्थिती, राज्य सरकार बरखास्त करणे गरजेचे आहे अशा निष्कर्षाप्रत येण्यासाठी पुरेशी होती. कोणत्याही राज्यात राष्ट्रपती राजवट लागू करणे हे राज्यपाल, केंद्रीय मंत्रीमंडळ आणि अखेर राष्ट्रपती यांच्या विवेकबुद्धीवर अवलंबून असते. मागील प्रकरणात चर्चा केल्याप्रमाणे या कारणाने सुमारे १०० वेळा कलम ३५६ चा वापर करण्यास केंद्र सरकारने मागे पुढे पाहिले नव्हते. राष्ट्रपती राजवट लागू करण्यासाठी जर एक समर्थनीय परिस्थिती शोधायचीच असेल, तर ती होती नोव्हेंबर १९९२ मध्ये करसेवकांच्या झुंडी अयोध्येत पोचण्याआधीची. गृह मंत्रालय नेमके हेच करण्याची वारंवार विनंती करीत होते. राज्य सरकार बरखास्त करण्यासाठी गृहमंत्रालयाने तयार केलेल्या मंत्रीमंडळासाठीच्या टिप्पणीला कायदा मंत्रालयाने देखील संमती दिलेली होती. 'कोणत्याही विचारी पंतप्रधानाने किंवा राष्ट्रपतीने अशा परिस्थितीत कलम ३५६ लागू केले नसते' (पृष्ठ १८०) हे राव यांचे विधान कोणालाच मान्य होण्यासारखे नाही.

बाबरी मशिदीच्या विध्वंसापूर्वी काही दिवस सर्वोच्च न्यायालयात उत्तर प्रदेशातील परिस्थितीबाबत जवळ जवळ रोज सुनावणी होत असताना तेथे ते राष्ट्रपती राजवट लागू करण्याचा निर्णय घेऊ शकत नव्हते असा राव यांचा दावा आहे.

तथापि, न्यायालयाने स्वतःच २५ नोव्हेंबर १९९२ रोजी स्पष्टपणे असे निदर्शनास आणून दिले होते की, 'केंद्र सरकारला परिस्थितीचे मूल्यमापन करून त्यानुसार योग्य व मंजूर होईल अशी कारवाई करण्याचे अर्थातच स्वातंत्र्य आहे' (पृष्ठ ११५). पुस्तकातच नमूद केल्याप्रमाणे आणखी एका सुनावणीदरम्यान ही बाब परत एकदा न्यायालयासमोर आली होती. उत्तर प्रदेश सरकारने निमलष्करी दले हटविण्याची केलेली विनंती नाकारताना 'न्यायमूर्तींनी केंद्र सरकारला निमलष्क़री दले अयोध्येतून हटविण्याचे आदेश देण्यास नकार देताना म्हटले होते की, न्यायालयाच्या यापूर्वी दिलेल्या कोणत्याही आदेशांत घटनेनुसार निवडून आलेल्या सरकारला कायद्याप्रमाणे त्यांची कर्तव्ये पार पाडण्यास मनाई करण्यात आली नव्हती' (पृष्ठ १३०). सर्वोच्च न्यायालयाने आपले मत अशाप्रकारे स्पष्टपणे विशद केले असतानाही राव यांनी म्हणावे की ही बाब सर्वोच्च न्यायालयासमोर असल्याने ते उत्तर प्रदेशात राष्ट्रपती राजवट लागू करू शकत नव्हते हे आश्चर्यजनकच आहे. 'अयोध्येतील विवादास्पद ढाच्याचे रक्षण करण्याच्या मर्यादित व नेमक्या हेतूसाठीही सर्वोच्च न्यायालयाने केंद्र सरकारला त्याचा ताबा देण्यास नकार दिला होता याचा अर्थही लक्षात घेण्याजोगा होता; त्याचा अर्थ होतो 'राज्य सरकारच्या कारभारात ढवळाढवळ करू नका'' (पृष्ठ १८०) हे रावांचे विधान विस्मयकारक आणि हास्यास्पद आहे. केंद्र सरकारला 'उत्तर प्रदेशात पाऊल ठेवायलाही जागा नव्हती' (हे राव यांनी स्वतःच पृष्ठ १७३ वर वापरलेले शब्द आहेत) याचा परिणाम म्हणूनच सर्वोच्च न्यायालयाने केंद्राला अशी जबाबदारी देण्यापासून दूर ठेवले असावे. सर्वोच्च न्यायालयाच्या भूमिकेचा असा सोयीचा परंतु न पटणारा अर्थ लावलेला पाहून देशाच्या इतिहासातील महत्त्वाच्या क्षणी आपली निर्णय घेण्यातील कसूर आणि कारवाईचा अभाव यांचे समर्थन करण्याची रावांची केविलवाणी धडपडच दिसून येते.

उत्तर प्रदेशाच्या राज्यपालांनी राष्ट्रपती राजवट लागू करण्याविरुद्ध दिलेल्या सल्ल्यातील, 'राज्यपालांकडे राज्याची जबाबदारी आहे' या न पटणाऱ्या विधानाला राव अवास्तव महत्त्व देतात. राज्य राष्ट्रपती राजवटीखाली असतानाच राज्यपालाकडे राज्याची जबाबदारी असते हे सांगण्याची गरजच नाही. इतर वेळी तो केवळ राज्याचा घटनात्मक प्रमुख असतो. उत्तर प्रदेशात जी परिस्थिती निर्माण होत होती आणि गुप्तहेर विभागाकडून दररोज मिळणारे जे तपशीलवार

अहवाल रावांना दाखविले जात होते, शिवाय वृत्तपत्रांतील बातम्या (यांच्यावर राव फारच विसंबून राहत असल्याचे पुस्तकावरून दिसते), यांवरून हे स्पष्ट होते की राज्यपाल आपल्या राज्यात काय घडत आहे याची पुरेशी दखल घेत नव्हते. केंद्राने केवळ राज्यपालांच्या अहवालावरच विसंबून रहावे असे कोणत्याच नियमात सांगितलेले नाही. विशेषत: अयोध्येतील परिस्थिती इतकी स्फोटक असताना तर ते गैरलागूच होते. मशिदीच्या विध्वंसानंतर केंद्रीय मंत्रीमंडळाने केवळ उत्तर प्रदेशातीलच नव्हे, तर भारतीय जनता पक्षाची मध्य प्रदेश, हिमाचल प्रदेश आणि राजस्थानातील सरकारेही बरखास्त करण्याचा निर्णय घेतला. असा निर्णय घेतल्यानंतर या राज्यांतील राज्यपालांना यासाठी योग्य असा अहवाल पाठवण्यास तोंडी सांगण्यात आले. घटनात्मक योग्यायोग्यतेबद्दलच्या रावांच्या विश्वासाबाबत आणि भाबडेपणाबद्दल आणखी काय सांगावे!

राव म्हणतात, 'या विवादाशी प्रत्यक्ष संबंध असणाऱ्या व्यक्तींशी आणि गटांशी तसेच पत्रकार, राजकारणी, धार्मिक व सामाजिक नेते यांच्याशी अनेक वेळा चर्चा केल्या' (पृष्ठ ९५). या चर्चांमुळे केवळ 'संबंधीत पक्षांच्या भूमिका व त्यांची मते समजून घेणे सुकर झाले आणि या समस्येच्या अनेक पैलूंबाबतचा त्यांचा अन्वयार्थ त्यांना सर्वांपुढे मांडता आला' (पृष्ठ ९६). राव म्हणतात त्याप्रमाणे, 'सरकारतर्फे यावर तोडगा म्हणून कोणताही प्रस्ताव वा सूचना मांडण्यात आल्या नाहीत'. कोणीही अधिकारी वा राव यांच्याखेरीज इतर कोणीही उपस्थित नसलेल्या या चर्चांमध्ये काय चर्चा झाली आणि त्यातून काही निष्पन्न झाले असल्यास ते काय होते हे समजण्यास मार्ग नाही. सरकारच्या श्वेतपत्रिकेच्या संदर्भात अनेक लोकांनी हा मुद्दा उपस्थित केला होता.

समारोपादाखल मला रावांनी स्वत: केलेले पुढील विधान उधृत करावेसे वाटते की, 'घटनातज्ज्ञ, प्रशासक आणि इतरांनाही माहित आहे की काही गंभीर परिस्थितीत निर्णय घेण्याची वेळ ही सर्वाधिक महत्त्वाची असते' (पृष्ठ १८१). दैवदुर्विलासाने, रामजन्मभूमी-बाबरी मशिदीचा वाद आणि त्यातून उत्पन्न झालेल्या आपत्तीला रावांनी ज्याप्रकारे तोंड दिले त्यावरून हे सिद्धच होते.

अयोध्या समस्येच्या प्रश्नी पंतप्रधान रावांनी निर्णय घेण्यात जी चालढकल केली त्याचीच लिबरहान चौकशी आयोगानेही री ओढली आणि १७ वर्षांमध्ये २०हून

अधिक वेळा मुदतवाढ घेऊन काहीही कार्यभाग न साधणारा अहवाल सादर केला. स्वतंत्र भारतातील हा सर्वाधिक काळ चालू राहिलेला चौकशी आयोग होता!

वरिष्ठ सनदी सेवा- अभिमान वाटण्यासारखे काहीच नाही[८]

स्वातंत्र्यपूर्व काळातील सनदी सेवांबद्दल विस्तृत प्रमाणावर गैरसमज व कपोलकल्पित कथा पसरलेल्या आहेत. सनदी सेवा ज्या तथाकथित 'पोलादी चौकटी'चे प्रतिनिधित्व करीत, ते केवळ निवडून आलेले सरकार सत्तेत नव्हते त्या काळापुरतेच मर्यादित होते. जातीय हिंसाचार हाताळण्यातील प्रशासनाचा ढिलेपणा आणि त्यांची पक्षपाती वृत्ती याबाबत काँग्रेस पक्ष आणि मुस्लिम लीगने अनेक वेळा तक्रारी केल्या होत्या. या काळात प्रशासनाला जी उतरती कळा लागली त्यामागील मुख्य कारण होते या अव्वल दर्जाच्या सनदी सेवांमधील भविष्याबाबतची अनिश्चितता आणि त्याचा त्यांच्या मनोधैर्यावर झालेला विपरीत परिणाम. ब्रिटिशांच्या मते निवडून आलेली सरकारे सत्तेत येणे हा याबाबतीतील एक महत्त्वाचा टप्पा होता. ६ जानेवारी १९४७ रोजी भारत व ब्रह्मदेशासाठीचे सेक्रेटरी ऑफ स्टेट, पेथिक-लॉरेन्स यांनी गव्हर्नर्सना पत्रे पाठवून अशी विचारणा केली होती की इंडियन सिव्हिल सर्व्हिस (आयसीएस) व इंडियन पोलिस (आयपी) या दोन अव्वल दर्जाच्या सनदी सेवा या संक्रमण काळातील तणावाला कशा प्रकारे तोंड देत होत्या आणि लोकांनी निवडून दिलेल्या मंत्रीमंडळाशी त्यांचे संबंध कशा प्रकारचे होते. गव्हर्नर्सनी पाठविलेली उत्तरे चकित करणारी होती. मद्रासचे गव्हर्नर न्ये यांनी आपल्या उत्तरात खंत व्यक्त केली होती की:

> या अधिकाऱ्यांपैकी काही जण भविष्यावर नजर ठेवून, मंत्र्यांच्या इच्छेपुढे गरजेपेक्षा अधिक मान तुकवीत आहेत आणि काही जण तर आपले कर्तव्य बजावण्याऐवजी मंत्र्यांना खूष करण्याच्या प्रयत्नात आहेत असे मला नाईलाजाने म्हणावे लागते आहे... येऊ घातलेल्या बदलांमुळे प्रशासनाची कार्यक्षमता पुष्कळच कमी होईल आणि ती बराच काळपर्यंत तशीच राहील यात काहीच शंका नाही, आणि भविष्य काळासाठी उत्कृष्ठ प्रकारचे अधिकारी भरती करून त्यांच्या प्रशिक्षणाची सोय करण्यासाठी पावले उचलली नाहीत, तर या प्रांतातील प्रशासनाच्या कार्यक्षमतेवर कायमचा परिणाम होईल (गोडबोले २००६: ९२-९३).

बंगालचे गव्हर्नर बरोज यांनी आपले मत २५ जानेवारीच्या पत्रात कळविले होते. सनदी सेवांचा ज्या घटनाक्रमावर काही ताबा नव्हता त्यांच्यामुळे प्रशासन यंत्रणेची परिस्थिती खालावली होती असे ते म्हणतात, 'सार्वजनिक जीवनाच्या बहुतेक सर्व क्षेत्रांतील सनदी सेवांच्या मनोधैर्यात गंभीर घसरण झाल्याचा भरपूर पुरावा सापडतो. *अकार्यक्षमता किंवा अप्रामाणिकपणा ही काही शरमेची बाब आहे असे आता कोणाला वाटतच नाही (केवळ त्या करताना पकडले जाणे हे पाप आहे); काम चांगले व्हावे एवढ्या एकाच कारणासाठी चांगले काम करणारे अधिकारी सापडणे तुलनेने आता दुर्लभ होऊ लागले आहे.'* ते परखडपणे असेही म्हणतात की, *'पोलादी चौकट आता निश्चितपणे मोडकळीस येऊ लागली आहे आणि आता ती 'चुन्या-मातीची' बनू लागली आहे हे मान्य करायलाच हवे'*... मी ज्याला 'प्रशासकीय सुसज्जता आणि नेटकेपणा' म्हणतो त्यात आता काहीही झाले तरी उगवत्या सत्तेच्या मर्जीत राहण्यासाठीचा कावेबाजपणा दिसू लागला आहे' (गोडबोले २००६: ९३).

संयुक्त प्रांताचे गव्हर्नर वायली यांनी आपल्या पत्रासोबत आपल्याला एका इंग्रज कलेक्टरकडून आलेल्या पत्राची प्रत जोडली होती, त्यात म्हटले होते:

संक्रमण काळातील बदल सचिवालयातील नेमणुकांमध्ये कदाचित इतका उघडपणे दिसत नसेल; परंतु येथे तो फार स्पष्टपणे नजरेत येतो. आमच्या पूर्वसूरींना सहन झाली नसती अशा परिस्थितीत आम्ही येथे काम करीत आहोत आणि आम्ही ज्याला प्रशासनाची मूलभूत तत्त्वे मानतो त्यांचे उल्लंघन होताना आम्ही पहात आहोत. *आम्हाला पाठिंबा मिळेल याची आम्हाला खात्री नाही, किंवा त्याहून महत्त्वाचे म्हणजे, आमच्या अधिकाऱ्यांना आम्ही पाठिंबा देऊ शकू याची आम्हाला खात्री वाटत नाही किंवा आम्हाला पाठिंबा देऊ शकणारी काही यंत्रणा आहे याचाच आम्हाला विश्वास वाटत नाही.* कलकत्त्याच्या दंगलीची चौकशी करणाऱ्या समितीसमोरील पुरावा केवळ वाचलात तर *'तृप्त करणे'* याचा कायदा व सुव्यवस्था या संदर्भातील अर्थ तुमच्या ध्यानात येईल.

संयुक्त योजना समितीने तयार केलेल्या टिप्पणात म्हटले होते की प्रांतांमधील

प्रशासन खालावत आहे. संयुक्त प्रांतातील पोलिस महानिरीक्षकांच्या एका प्रकरणाचा त्यांनी संदर्भ दिला आहे की काँग्रेस पक्षाचे गृहमंत्री विभागप्रमुखांच्या मार्फत निरोप देण्याऐवजी स्वत:च क्षेत्रीय पोलिस अधिकाऱ्यांशी संपर्क साधत होते. यावर अशा आदेशांकडे दुर्लक्ष करण्याच्या सूचना पोलिस महानिरीक्षकांनी आपल्या अधिकाऱ्यांना दिल्या. गृहमंत्र्यांनी हा आपला अपमान मानून पोलिस महानिरीक्षकांना निघून जाण्यास निक्षून सांगितले. मुख्यमंत्री व गव्हर्नर यांनी मध्यस्थी करून देखील पोलिस महानिरीक्षकांना जावे लागले कारण, त्यांनी पद सोडले नाही, तर दिल्लीतील हंगामी सरकारमधील काँग्रेसचे सर्व सदस्य राजीनामा देतील अशी नेहरूंनी धमकी दिली. याचा परिणाम म्हणून त्या अधिकाऱ्यांना निवृत्तीपूर्व रजेवर जावे लागले.

हे प्रसंग आणि निरीक्षणे देशातील सध्याच्या सनदी सेवांबाबत आहेत असेच वाटते. म्हणजे स्वातंत्र्यापूर्वीपासूनच प्रशासन खालावत जाण्याची प्रक्रिया सुरू झालेली होती. आयसीएस आणि आयपी ज्यांचे प्रतिनिधित्व करीत होते त्या प्रशासनाच्या अभेद्य बुरुजाची ही तथाकथित 'पोलादी चौकट' राजकीय ढवळाढवळीची सुरुवात झाल्यापासूनच मोडकळीस येऊ लागली (गोडबोले २००६: ९४–९५). गेल्या काही वर्षात अर्थातच ती अधिक झपाट्याने खालावू लागली आहे.

केवळ लोकांना त्यांच्याबद्दल काय वाटते इतकेच नव्हे, परंतु सनदी सेवांनी अंतर्मुख होऊन केलेल्या पाहणीतही वैयक्तिक वागणुकीची पातळी, कामातील कौशल्य, नीतीमूल्ये आणि सनदी सेवांची प्रतिमा यांचा झपाट्याने झालेला ऱ्हासच दिसून येतो. त्यामुळे निम्नस्तरीय कारकुनापासून ते सर्वोच्च स्तरावरील अधिकाऱ्यापर्यंत सर्वांचीच सार्वजनिक भाषणांत, प्रसिद्धी माध्यमांमध्ये उपहासाने 'बाबू' अशी संभावना केली जाते याचे आश्चर्य वाटू नये, मला मात्र ते अतिशय अवमानकारक वाटते. यावर एकच उपाय आहे, तो म्हणजे या सेवांच्या कामकाजात सुधारणा घडवून आणणे.

हा मुद्दा स्पष्ट करणारी काही धक्कादायक उदाहरणे येथे देणे उचित ठरेल. तत्कालिन माहिती व नभोवाणी मंत्री के.पी. सिंघ देव यांनी त्यांच्या मंत्रालयातील अधिकाऱ्यांसाठी काही मूलभूत नियम घालून दिले होते, 'मालकाने परवानगी

दिल्याखेरीज नोकरांनी बोलू नये' आणि 'तुम्ही विचार करण्याची गरज नाही, जे सांगितले असेल तेवढेच करावे'. साखर घोटाळा प्रकरणी माजी अन्नमंत्री कल्पनाथ राय यांनी मंत्रालयातील सचिवांना फैलावर घेतल्याने मोठाच कडवट वाद निर्माण झाला होता. त्यावेळचे मुख्य निवडणुक आयुक्त आणि माजी सनदी अधिकारी टी.एन. शेषन यांनी सनदी अधिकाऱ्यांचे वर्णन 'वेश्या' (कॉल गर्ल्स) आणि 'कणा नसलेले आश्चर्य' असे केले होते. सनदी अधिकाऱ्यांनी अथवा त्यांच्या संघटनांनी याविरुद्ध कधी एकजुटीने आवाजही उठवला नव्हता हे विशेष लक्षात घेण्याजोगे आहे. केंद्र सरकारमधील सचिवांच्या निवडीसाठी वापरण्यात येणाऱ्या अपारदर्शी प्रक्रियेबाबत १९९८ साली केलेल्या एका याचिकेच्या सुनावणी दरम्यान न्यायमूर्ती एम.पी. ठक्कर यांच्या अविचारी वक्तव्याने मंत्री आणि वरिष्ठ अधिकारी यांच्यातील 'मालक- नोकर' या नात्यावर जणू शिक्कामोर्तबच केले. न्यायमूर्ती म्हणाले की, 'आचारी किंवा रखवालदार नेमताना देखील कोणीही आपल्या विश्वासातील व्यक्तीचाच शोध घेतो. मग केंद्र सरकार विश्वास नसलेल्या व्यक्तीला सचिव म्हणून कसे नेमू शकेल?' एका व्यंगचित्रात एक वरिष्ठ अधिकारी आपल्या सहकाऱ्यांना अर्थपूर्णतेने सांगताना दाखविला होता, 'मी व्ही. पी. सिंगांच्या तुकडीचा आहे, तुम्ही राजीवच्या तुकडीचे असणार' (गोडबोले २०००: १७६-७७). उदाहरणार्थ, एकदा आपली बांधिलकी व दास्यत्त्व नेहरू-गांधी घराण्याप्रती असल्याचे सिद्ध केले की मग त्या अधिकाऱ्याला कसलीच काळजी रहात नाही, त्याची कारकीर्द नेत्रदीपक ठरण्याची आणि निवृत्तीनंतरही त्याला आरामदायी पदे मिळण्याची निश्चिंती असते. घटनासमितीत तत्कालिन गृहमंत्री वल्लभभाई पटेल यांनी अ-राजकीय व अलिप्त सनदी सेवांचा जो ठामपणे आग्रह धरला होता, त्या मूलभूत कल्पनेलाच याने तडा जातो.

केंद्र व राज्य सरकारांमध्ये अखिल भारतीय सेवांतील अधिकाऱ्यांना ज्या प्रकारची वागणूक मिळते त्यावरून हे अनेकदा दिसून आले आहे. सरकार बदलले की अधिकाऱ्यांच्या घाउक प्रमाणावर बदल्या करणे ही नेहमीची प्रथाच झाली आहे. राजकीय सत्ताधाऱ्यांच्या जवळ असणाऱ्यांना निवडक महत्त्वाच्या पदी नेमण्याचा आणि जे आपले ऐकणार नाहीत असे वाटेल त्यांना बिनमहत्त्वाची पदे देण्याचा हा 'बदल्यांचा बाजार' सर्व राज्यांमध्ये भरतो. नोकरशहांना आपली जागा दाखवून देण्यासाठी आणि राजकारण्यांचे महत्त्व अधोरेखित करण्यासाठी निलंबन हे

आणखी एक शस्त्र कठोरपणे वापरले जाते. मनमानीपणाने निलंबनाची कारवाई करण्याने राज्यांमधील अधिकाऱ्यांच्या मनोधैर्यावर गंभीर परिणाम झाला आहे. एका मशिदीच्या अनधिकृत बांधकामाविरुद्ध आणि वाळूमाफियांच्या विरोधात कारवाई केल्यामुळे उत्तर प्रदेशातील नोइडा येथील उपविभागीय न्यायदंडाधिकारी असणाऱ्या दुर्गाशक्ती नागपाल या तरुण आयएएस अधिकाऱ्यांना निलंबित करण्यात आल्याचे प्रकरण हे या प्रकारचे अगदी अलीकडील उदाहरण आहे. उत्तर प्रदेशात अखिलेश यादव या तरुण मुख्यमंत्र्यांनी सूत्रे हाती घेतल्यापासूनही पूर्वापार चालत आलेल्या सरकारी कामकाजाच्या प्रथांमध्ये काहीही फरक पडलेला नाही. राज्य सरकारांनी निलंबनाच्या अधिकाराचा चालविलेला गैरवापर पाहता, अखिल भारतीय सेवांना राज्यघटनेत देण्यात आलेले संरक्षण अर्थहीन ठरू नये अशी इच्छा असल्यास हे अधिकार केंद्र शासनाने आपल्या हाती घेण्याची वेळ आली आहे असेच म्हणावे लागेल.

या संदर्भात सुप्रसिद्ध सनदी अधिकारी बी.के. नेहरू यांचे एक निरीक्षण उधृत करणे उचित ठरेल:

इंग्लंडमधील सनदी सेवांच्या व्यवस्थापनाचा व अतिशय परिणामकारक लोकशाही असूनही सनदी सेवांचे स्वातंत्र्य कसे अबाधित राखण्यात आले आहे, म्हणजे त्यांचे काम अल्पकालीन मंत्र्यांच्या लहरीनुसार न चालता ते कायदा व नियम यांच्या आधारे कसे चालते याचा मी अभ्यास केला. याचे उत्तर अगदी सोपे होते. *भारतात वरिष्ठ अधिकाऱ्याला वाकविण्यासाठी वापरले जाणारे नेमणूक, बदली आणि निलंबन हे जे तीन अधिकार मंत्र्यांच्या हातात आहेत, ते इंग्लंडमध्ये मंत्र्यांकडून अजिबात वापरले जात नाहीत. सनदी सेवा विभागाच्या सचिवांच्या अध्यक्षतेखालील वरिष्ठ सचिवांच्या एका गटाकडे हे अधिकार असून सनदी सेवा विभागाचे सचिव याबाबत थेट पंतप्रधानांशीच संपर्क साधतात. हा गटच नेमणुका, बदल्या आणि शिक्षा करतो, मंत्री नाही.* त्यांच्या प्रस्तावांना अर्थातच पंतप्रधानांची मंजुरी घेतली जाते, पण मी जेव्हा सनदी सेवा विभागाच्या प्रमुखांना विचारले की, पंतप्रधानांनी सही करण्याचे नाकारल्यास काय होते, तेव्हा त्यांना मोठाच धक्का बसला. ते म्हणाले, 'असे होऊच शकत नाही'.

> इंग्लंडमधील राज्यघटनेच्या प्रथांचे हे सामर्थ्य आहे, त्या मोडल्यास संसदेत हलकल्लोळ होईल (नेहरू १९९७: ५५६).

भारतातील राजकारणी व्यक्तीला हे वाचून धक्काच बसेल. उत्तर प्रदेशच्या तत्कालिन मुख्यमंत्री मायावती यांनी आदेश दिला होता की त्यांच्या पक्षाच्या जिल्ह्यातील पदाधिकाऱ्यांनी जिल्ह्याचे न्यायदंडाधिकारी व जिल्हा पोलिस अधीक्षक यांच्या कार्याचे मूल्यमापन करून त्याचा अहवाल पाठवावा, याने या अधिकाऱ्यांच्या स्वातंत्र्यावर व स्वाभिमानावर गदा येईल हे उघडच आहे.

सनदी सेवांमध्ये काय त्रुटी आहेत हे तर माहितच आहे. यापूर्वी उल्लेख करण्यात आल्याप्रमाणे स्वातंत्र्य मिळाल्यापासून राज्य सरकारे व केंद्र सरकारने नेमलेल्या ६०० हून अधिक समित्या व आयोगांनी संबंधित प्रश्नांचा उहापोह केला आहे. खरी गरज आहे ती त्यावर कृती करण्याची. या प्रश्नांना कठोरपणे व निर्णायकरित्या हाताळण्यासाठी प्रशासकीय व राजकीय इच्छाशक्तीचाच अभाव आहे. दुसऱ्या प्रशासकीय सुधारणा आयोगाबाबतही तेच झाले आहे. हा अहवाल सादर होऊन तीन वर्षांहून अधिक काळ उलटून गेला तरी तो अद्याप तसाच पडून आहे. कोणतीही बाब मंत्रीगटाकडे सुपूर्द करणे हा 'ती बाब शीतगृहात टाकण्याचा' एक नवा मार्ग आजकाल अवलंबिला जातो. दुसऱ्या प्रशासकीय सुधारणा आयोगाच्या अहवालाबाबतही हेच करण्यात आले आहे.

इंग्लंडच्या धर्तीवरील राजकीयदृष्ट्या अलिप्त असणाऱ्या वरिष्ठ सनदी सेवांची आपल्याला गरज आहे का असा एक प्रश्न नेहमी विचारला जातो. आपल्याकडील फुटीरतावादी राजकीय वातावरण पाहता, माझे उत्तर ठामपणे 'होय' असेच आहे, परंतु जर या सेवांना स्वतःच्याच भरवशावर न सोडता, त्यांना जर पुरेसे संरक्षण देण्यात येणार असेल तरच. काही जण असे सुचवितात की सनदी सेवांची अशा तऱ्हेने फेररचना केली जावी की सहसचिव व त्यावरील दर्जाच्या वरिष्ठ पदांसाठी, विशेषतः शिक्षण क्षेत्रातून किंवा उद्योगजगतातून थेट भरती केली जावी. परंतु, जर वरिष्ठ पदे 'बाहेरून आलेल्यांना' देण्यात येणार असतील, तर सनदी सेवांमध्ये येणे कोण पसंत करेल? प्रत्यक्षात सरकारचे काम कसे चालते, समतोल राखण्यासाठी असलेल्या निकषांचा कसा वापर केला जातो किंवा केला जाणे अपेक्षित आहे आणि वरिष्ठ सेवांमधील अधिकाऱ्यांना कोणत्या बंधनांखाली काम

करावे लागते, याबाबत अगदीच तुटपुंजे ज्ञान असणारे लोक बऱ्याच वेळा अशा चर्चांमध्ये सहभागी होतात. ज्याप्रमाणे एखाद्या सनदी अधिकाऱ्याला, केवळ संपर्क साधून प्रसार करण्याच्या कामाखेरीज, उद्योगक्षेत्रात नेऊन बसविणे सोपे होणार नाही, त्याचप्रमाणे खाजगी क्षेत्रातील कार्यकारी अधिकाऱ्याला, काही सल्लागार स्वरुपाची कामे सोडल्यास, अचानक सरकारमधील धोरणात्मक निर्णयांच्या स्तरावर कामासाठी नेमणे सोपे ठरणार नाही. शिवाय ही बाब अर्धवट राबवूनही चालणार नाही. अमेरिकेतील प्रशासकीय पद्धतीचा जर कोणावर पगडा असेल, तर ती पद्धत पूर्णपणे अंमलात आणावी, केवळ वरिष्ठ सत्ताधाऱ्यांच्या मर्जीतील लोकांना सरकारमधील वरिष्ठ पदांवर नेमण्यापुरतीच ती मर्यादित असू नये.

उद्योगजगतातील वरिष्ठ पदांवरील काहीजणांना सरकारमधील वरिष्ठ पदांवर नेमण्यापासून या दिशेने प्रवास सुरू झालेलाच आहे. संबंधित संस्थांच्या कामकाजात याने काही सुधारणा झाली आहे असा काही पुरावा दिसत नाही. त्यांच्याकडून काही अपेक्षांची पूर्ती व्हावयाची असेल, तर नोकरशहांना आटोक्यात ठेवावे असे त्यांनी पंतप्रधान मनमोहन सिंग यांना सांगितल्याचे ऐकिवात आहे. त्यांनी असाही आग्रह धरला आहे की सरकारने 'यंत्रणा निर्माण करण्याच्या' संकल्पनेचा वापर करावा– म्हणजे सरकारी कार्यालयातील विशिष्ठ कामकाज पार पाडण्यात सुधारणा दिसून येण्यासाठी संबंधित मंत्रालयाने घालून दिलेल्या धोरणानुसार ते काम करण्याची जबाबदारी सरकारी विभागांमध्ये मुद्दाम निर्माण करण्यात आलेल्या त्या त्या यंत्रणेकडे सोपविली जावी (*इंडियन एक्स्प्रेस*, ३० मार्च २०१२). इंग्लंडप्रमाणे जर ही पद्धत अंमलात आणावयाची असेल, तर ती सर्व साधक बाधक चर्चा करून विचारपूर्वक ठरविलेले धोरण म्हणून राबवावी लागेल, केवळ उद्योगजगातून आलेल्या काही मंडळींच्या सोयीसाठी तात्पुरत्या (अॅड हॉक) स्वरुपात नव्हे.

बाहेरून येणाऱ्यांना वरिष्ठ पदावर नेमण्याची पद्धत केवळ सचिवालय पातळीवरच वापरता येईल, आणि जेथे एकीकडे निवडून आलेल्या लोकप्रतिनिधींशी व दुसरीकडे असंतुष्ट असणाऱ्या सामान्य जनतेशी संबंध येतो व त्यांच्यातील नाजूक समतोल टिकवून ठेवण्यासाठी तरेवरची कसरत करावी लागते अशा नागरी स्थानिक स्वराज्य संस्था व पंचायत राज संस्थांमधील अप्रिय व कठीण

कामांसाठी नव्हे. या प्रकारच्या क्षेत्रीय पातळीवरील कामांसाठी बाहेरून येणारे उमेदवार मिळणे कठीणच होईल. अशा परिस्थितीत नजीकच्या भविष्यकाळात, निदान सामाजिक क्षेत्रात तरी, भारतात सनदी सेवांचा विस्तार वाढताच राहील. त्यांना प्रामाणिक, उत्पादक, उत्तरदायी, पारदर्शी, संवेदनक्षम आणि जबाबदार बनविणे हे खरे आव्हान आहे. राजकीय व वरिष्ठ प्रशासकीय पातळीवर अशा दोन्ही ठिकाणी भारताला फार मोठे अपयश आले आहे. यासाठी केवळ राजकारण्यांना जबाबदार धरणे रास्त ठरणार नाही.

असामान्य सनदी अधिकारी, मुत्सद्दी आणि तीन राज्यांचे माजी राज्यपाल असणाऱ्या बी.के. नेहरूंच्या मते, 'ज्यांच्यावर कायद्याची अंमलबजावणी करण्याची जबाबदारी सोपविण्यात आली होती, त्यांना आपल्या अधिकारांचा वापर करू दिला जात नव्हता, हे भारतातील वाढत्या अराजकसदृश परिस्थितीचे प्रमुख कारण होते. कायद्याचे राज्य प्रस्थापित करण्यासाठी सनदी सेवांची स्वायत्तता त्यासाठी आवश्यक असते' (धर २००२: ३३५). सनदी अधिकाऱ्यांचे स्थान राज्यघटनेतच स्पष्टपणे नमूद केलेले असावे अशी त्यांची सूचना होती. प्रसिद्ध सनदी अधिकारी व संरक्षण विषयक विश्लेषक के. सुब्रमण्यम यांनीही असेच मत व्यक्त केले होते, 'जगातील इतर ठिकाणची संसदीय लोकशाही पूर्णपणे अ-राजकीय सनदी सेवांच्या आधाराने उभी आहे आणि त्यात राजकीय पक्ष ढवळाढवळ करीत नाहीत. त्यातून सुशासनाची खात्री दिली जाते. राजकीय भ्रष्टाचाराची सध्याची पातळी लक्षात घेता सनदी सेवांचे राजकियीकरण करून भारतात सुशासन आणणे हे एक मोठेच आव्हान आहे' (सुब्रमण्यम: ११). मी व इ.ए.एस. सर्मा यांनी आमच्या सर्वोच्च न्यायालयापुढील २००४ सालच्या सार्वजनिक हित याचिकेत नेमका हाच मुद्दा मांडला होता, परंतु न्यायालयाने ती याचिका दाखल करून घेण्यासच नकार दिला त्याची हकीकत नंतर येणारच आहे! (गोडबोले, सर्मा २००४:१).

१९९० च्या दशकाच्या सुरुवातीपासून जागतिकीकरण व आर्थिक सुधारणांचे पर्व सुरू झाल्यापासून प्रशासनात बदल होणे अटळ आहे हे सर्वांनाच माहित आहे. हा बदल नियामकतेकडून प्रोत्साहनाकडे जाणारा असावा असे म्हणण्याची एक फॅशनच झाली आहे. परंतु हे केवळ अंशत:च खरे आहे. जागतिकीकरण आणि 'लायसेन्स परमिट राज' यांची अखेर याचा अर्थ 'कोणीही कसेही वागावे' (फ्री

फॉर ऑल) आणि निर्णय प्रक्रिया गुप्त वा अपारदर्शक व तदर्थ असावी असा करण्यात येऊ नये. देशाची प्रतिमा डागळवणाऱ्या डझनावारी मोठ्या घोटाळ्यांचे मूळ कारण कोणालाही उत्तरदायी नसणारी, सरंजामशाही कार्यपद्धती हेच आहे. भारताला जर परदेशी गुंतवणूक आकर्षित करायची असेल आणि जागतिक स्पर्धेत उतरावयाचे असेल, तर देशातील वा परदेशी अशा सर्व खेळाडूंसाठी समतल क्षेत्र निर्माण करणे गरजेचे आहे. मोठ्या प्रकल्पांच्या उभारणीसाठी सार्वजनिक व खाजगी भांडवलाची भागीदारी याचा अर्थ सार्वजनिक हिताचा बळी आणि खाजगी भागीदारांच्या हिताचाच विचार करणे असा होता कामा नये. उदाहरणार्थ, मूलभूत सोयीसुविधांच्या प्रकल्पांसाठी आलेला खर्च भरून काढण्यासाठी टोल वसूल केला जाण्याची कल्पना जनतेने स्वीकारली आहे, परंतु काही प्रकल्पांमध्ये सरकारी अधिकाऱ्यांच्या संगनमताने, प्रकल्पाच्या खर्चाची किंमत अवास्तवरित्या वाढवून किंवा प्रकल्पातील खाजगी भागीदारांच्या खर्चाच्या हिशेबास मुद्दाम विलंब करण्याकडे दुर्लक्ष करून याचा गैरवापर करण्यात येत आहे. तेथील संसदीय वातावरण आणि आपल्या देशातील जनतेच्या अपेक्षांचा विचार न करता आंधळेपणाने प्रगत देशांच्या पावलावर पाऊल टाकण्याने असंख्य गंभीर समस्या व गैरसमज निर्माण होतात. आणखी एक उदाहरण म्हणजे राजीव गांधी सरकारने घेतलेला, वरिष्ठ सरकारी अधिकाऱ्यांना पाच वर्षांपर्यंतच्या कालावधीसाठी खाजगी क्षेत्रात प्रतिनियुक्तीवर जाऊ देण्याचा निर्णय. अगोदरच दिल्लीतील अधिकाऱ्यांचे वर्गीकरण एबी+ आणि एबी– (अंबानी पॉझिटिव्ह वा अंबानी नेगेटिव्ह) किंवा आरएच+ वा आरएच – (रिलायन्स हिंदुजा पॉझिटिव्ह आणि रिलायन्स हिंदुजा नेगेटिव्ह) वगैरेप्रमाणे केले जाते. मोठे उद्योगसमूह अधिकाऱ्यांच्या नियुक्त्या आणि बदल्यांवर कावेबाजपणे कसा प्रभाव टाकतात हे दिल्लीत व सर्व राज्यांच्या राजधान्यांमध्ये सर्वांनाच माहित आहे. अधिकाऱ्यांमध्ये लागेबांधे निर्माण करून त्यांना विशिष्ठ उद्योगसमुहाचे मिंधे बनविणे धोक्याचे असून त्याने सनदी सेवांची प्रतिमा डागळली आहे.

संयुक्त आघाडी सरकारमध्ये मंत्रीमंडळ सचिव असणाऱ्या टी.एस.आर. सुब्रमणियन यांनी लिहिले आहे:

> एखाद्याच्या नावाचा कोणीतरी जोरदारपणे पुरस्कार केल्याखेरीज दिल्लीतील मंत्रालयात नियुक्ती मिळण्याची कोणी अपेक्षा ठेवू नये... पंतप्रधान

> कार्यालयातील एखाद्या अधिकाऱ्याची साधी इच्छा देखील संपूर्ण यंत्रणेसाठी आदेशच ठरते. अस्तित्वात असलेल्या नियमांची अंमलबजावणी करणेही केंद्रीय कर्मचारी विभागाला नाइलाजास्तव शक्य होत नाही. अलीकडील काळात मंत्रीमंडळ सचिवालय देखील दबावाखाली आले असून त्यांनाही ही कीड थोपविता आलेली नाही. या पद्धतीतून सनदी सेवांमध्ये प्रवेश घेण्यास उत्सुक असणाऱ्या सर्वांनाच असा संदेश जातो की, कठोर परिश्रम आणि कार्यक्षमता यांना महत्त्व नाही: सत्तेत असलेल्यांशी परिणामकारक रीतीने जवळीक वाढविणे हाच यशाचा मार्ग आहे. अर्थातच या शॉर्ट कटची किंमत मोजावीच लागते. दिल्लीतील पदांसाठी योग्य त्या अधिकाऱ्यांची निवड करण्यासाठी काळजीपूर्वक तयार करण्यात आलेली यंत्रणा आता मोडून पडली आहे (सुब्रमणियन २००४: १५७-५८).

२००५ साली खूप गाजावाजा करून माहितीच्या अधिकाराचा कायदा पारित करण्यात आला, परंतु अनेक प्रकरणांमध्ये त्याच्या तरतुदी फोल ठरविण्याची जबाबदारी मुख्यत: वरिष्ठ नोकरशहांवर येते हे मान्य करायला हवे. या कायद्याची अंमलबजावणी करून त्याखाली मागण्यात आलेली माहिती पुरविण्याबाबतचे बहुतांश निर्णय हे अधिकाऱ्यांच्या पातळीवर घेतले जातात याची नोंद घेणे गरजेचे आहे. राजकीयदृष्ट्या संवेदनक्षम असणाऱ्या काही बाबींचे निर्णयच मंत्रीस्तरावर घेतले जातात. नोकरशहाच याबाबतीतील मोठा अडथळा ठरले आहेत ही दुर्दैवाची गोष्ट आहे. माहितीचा अधिकार हा सर्वोच्च न्यायालयाने मूलभूत अधिकार म्हणून मान्य केला आहे. त्यामुळे कायद्यातच ज्या बाबींची माहिती वगळण्यात आली आहे त्याखेरीजची माहिती उपलब्ध करून देणे प्रत्येक सरकारी कर्मचाऱ्यावर बंधनकारक आहे. तथापि, सरकारमधील सचिवांनी याबाबत नकारात्मक मत दिल्याची डझनावारी प्रकरणे आपल्या वाचनात येतात. सर्वोच्च पातळीवर जर अशी मानसिकता असेल, तर खालच्या स्तरावरील कर्मचाऱ्यांची मानसिकता बदलण्याची अपेक्षा कशी ठेवता येईल? अलीकडेच फाइलवरील टिप्पण्या जनतेसमोर उघड न करण्याच्या प्रस्तावाला सचिव समितीने जोरदार पाठिंबा दिला होता. मी गेली अनेक वर्षे याच्याविरोधात ठामपणे मत मांडत आहे. एखाद्या विषयावर निर्णय करण्यात आल्यानंतर मंत्रीमंडळासाठी बनविण्यात आलेल्या टिप्पणीसह फाइलवरील सर्व टिप्पणे जनतेला पाहण्यासाठी उपलब्ध करून

द्यायला हवीत. जे हे विषय हाताळतात त्यांना एकदा समजले की त्यांचा फाइलवरील सल्ला नंतर लोकांच्या नजरेला येणार आहे, तर सत्तेचा गैरवापर होऊ न देण्याचा तो उत्तम मार्ग असेल. केंद्रीय अन्वेषण ब्युरोला माहितीच्या अधिकाराच्या आवाक्याबाहेर ठेवण्याचा प्रस्ताव हे याप्रकारचे आणखी एक उदाहरण आहे. या प्रकरणात देखील सचिव समितीने पंतप्रधानांकडे अशी शिफारस केल्याचे सांगण्यात येते. सरकारच्या हे पथ्यावरच पडले आणि हा प्रस्ताव मान्य करण्यात आला! उच्च न्यायसंस्था केंद्रीय अन्वेषण ब्युरोचे काम अधिक विश्वासार्ह व्हावे व त्यांची जनमानसातील प्रतिमा सुधारावी म्हणून प्रयत्न करीत असताना नोकरशहा मात्र केंद्रीय अन्वेषण ब्युरोचे काम पूर्वीसारख्याच राजकीय हेतून प्रेरित आणि अविश्वसनीय पद्धतीनेच चालू रहावे यासाठी आटोकाट प्रयत्न करताना दिसतात हे विडंबनात्मक वाटते. एखाद्या प्रकरणाची चौकशी चालू असताना त्याचे तपशील जनतेसमोर उघड केले जावेत असे कोणीच म्हणत नाही. परंतु एकदा चौकशी पूर्ण झाल्यावर, किंवा न्यायालयाने त्यावर निर्णय दिल्यावर अथवा केंद्रीय अन्वेषण ब्युरोनेच ते प्रकरण मागे घेतल्यानंतर त्याची चौकशी कशी केली गेली, न्यायाधिकाऱ्यांनी त्यावर काय सल्ला दिला होता, वगैरे बाबी जाणून घेण्याचा जनतेला अधिकार असायला हवा. केंद्रीय अन्वेषण ब्युरोला नेमके हेच नको आहे! सूर्यप्रकाश हे सर्वाधिक परिणामकारक जंतुनाशक आहे असे म्हणतात, परंतु वरिष्ठ नोकरशहांचा या त्रिकालाबाधित सत्यावर विश्वास दिसत नाही.

याच संदर्भातील आणखी एक प्रश्न आहे १९२३ सालचा सरकारी गोपनीयतेचा कालबाह्य झालेला कायदा चालू ठेवण्याचा. आपण इंग्लंडमधील ज्या कायद्याच्या आधारे हा कायदा तयार केला होता तो इंग्लंडमध्ये पूर्णपणे बदलण्यात आला आहे. काही राजकीय पक्षांनी ते सत्तेत आल्यास हा कायदा रद्द करण्याची त्यांची इच्छा असल्याचे जाहीर केले होते. परंतु दिल्लीतील गृह मंत्रालयाच्या नॉर्थ ब्लॉकमधील सत्ताकेंद्रात सत्ता हाती घेतल्यानंतर मात्र त्यांचे मत पूर्णपणे बदलले. सरकारी गोपनीयतेचा कायदा चालू तर ठेवावा लागेलच, परंतु त्याचे स्वरुप मर्यादित ठेवून तो नव्यानेच बनवावा लागेल. याबाबतचे अनेक प्रस्ताव, त्यात प्रेस कौन्सिल ऑफ इंडियाने बनविलेल्या मसुद्याचाही समावेश आहे, सरकारकडे बराच काळ पडून आहेत. परंतु राजकारणी मंडळी आणि वरिष्ठ प्रशासकांमध्ये पुढे

काय होईल हे माहित नसल्याने त्याबाबत भीतीच आहे. हा कायदा बदलण्यात आला, तर त्यांनी काळजीपूर्वक जपलेल्या सत्तेच्या किल्ल्यालाच खिंडार पडण्याची त्यांना चिंता वाटते. सरकारमधील धोरणे बनवणाऱ्यांवर यासाठी दबाव आणायला हवा.

असा एक काळ होता की ज्यावेळी, काही थोडी अपवादात्मक उदाहरणे सोडल्यास, वरिष्ठ सनदी अधिकारी त्यांच्या प्रामाणिकपणा, सचोटी आणि विश्वसनीयतेसाठी प्रसिद्ध होते. आता ही परिस्थिती पूर्णपणे बदली असल्याचे सांगितले जाते. प्रामाणिक अधिकारी आता अपवाद ठरतात. बहुतांश जण वैयक्तिकरित्या अप्रामाणिक नसतीलही, परंतु त्यांच्या हाताखालील व्यवस्था स्वच्छ करण्यासाठी विशेष प्रयत्न करण्याऐवजी प्रवाहाबरोबर जाणेच ते पसंत करतात. २जी घोटाळा, राष्ट्रकुल क्रीडास्पर्धांच्या वेळचा घोटाळा, आदर्श सहकारी गृहनिर्माण संस्था घोटाळा यांसारखी अलीकडची उदाहरणे म्हणजे केवळ हिमनगाचे टोक आहेत. याचा परिणाम म्हणजे, तसे नसल्याचे मुद्दाम सिद्ध झाल्याखेरीज, सर्व सरकारी अधिकारी भ्रष्टाचारी आहेत असा सर्वसामान्यांच्या मनातील समज. अशा वातावरणात परिणामकारकतेने काम करण्यासाठी प्रामाणिक अधिकाऱ्याचे मनोबल कमकुवत होते. काही काळापूर्वी उत्तर प्रदेशातील आयएएस संघटनेने त्यांच्या राज्यातील दोन सर्वाधिक भ्रष्ट सरकारी अधिकारी गुप्त मतदानाने निवडण्याचे धैर्याचे पाऊल उचलले होते. नंतर याच अधिकाऱ्यांना सरकारने मुख्य सचिव म्हणून नियुक्त केले यावर विश्वास ठेवणे कठीण जाते. मध्य प्रदेशात एका वरिष्ठ अधिकारी असणाऱ्या पती-पत्नींनी केलेल्या भ्रष्टाचाराची हकीकत आश्चर्याने बधीर करणारी होती, पण अशी उदाहरणे सर्वच राज्यांत सापडतात.

यापुढे आपण कोठे जाणार आहोत हा खरा प्रश्न आहे. यातून बाहेर पडण्याचा काही मार्ग आहे का? आंध्र प्रदेशात आंध्र प्रदेश उच्च न्यायालयाच्या एका न्यायमूर्तींच्या खंडपीठाने दिलेल्या एका गैरसमजावर आधारित निर्णयाच्या आधारे अखिल भारतीय सेवांना लोकायुक्ताच्या आवाक्याबाहेर ठेवण्यात आले होते. सुदैवाने, उच्च न्यायालयाने अपिलात हा निर्णय बदलला. राज्य शासनातील वरिष्ठ अधिकाऱ्यांना ही परिस्थिती अशीच चालू ठेवण्यात अधिक स्वारस्य आहे, त्यात त्यांचे हितसबंध गुंतलेले आहेत असे सर्वसामान्यांचे मत झाल्यास आश्चर्य

वाटण्याचे कारण नाही. भ्रष्टाचाराविरुद्धची लढाई यशस्वी करण्यासाठी वरिष्ठ अधिकाऱ्यांची त्याबाबत बांधिलकी असायला हवी हे वेगळे सांगण्याची गरजच नाही. काही लोक असा एक मुद्दा उपस्थित करतात की सनदी अधिकारीही समाजातूनच येतात आणि समाजातील दोष व उणिवा त्यांच्यातही प्रतीत होणे स्वाभाविकच आहे, परंतु हा मुद्दा मान्य केला तर त्याचा अर्थ असा होईल की अखिल भारतीय सेवांमध्ये समाजातील उत्कृष्ठतेचे प्रतिबिंब नसून ते सर्वसाधारण कारकुनांप्रमाणेच सामान्य आहेत.

आणखीही एक गोष्ट लक्षात घेणे अगत्याचे आहे की काही वर्षांपूर्वीच्या परिस्थितीशी तुलना करता, आजकाल सनदी सेवांमध्ये प्रवेश घेणारे उमेदवार व्यावसायिक पदवीधारक व अधिक पात्रतेचे आहेत. अत्युच्च सेवांमध्ये येण्यासाठीची स्पर्धा अधिक अटीतटीची आहे. या पार्श्वभूमीवर वरिष्ठ सेवांमधील भ्रष्टाचाराचे सार्वत्रिकरण आणि मूल्यांमधील घसरण समजून घेणे कठीण जाते. मूल्यव्यवस्थेचा अभाव आणि सुरुवातीच्या प्रशिक्षणात तसेच वेळोवेळी देण्यात येणाऱ्या प्रशिक्षणात योग्य मूल्यांवर पुरेसा भर न दिला जाणे हे याचे एक कारण असू शकेल. या प्रशिक्षणाच्या कार्यक्रमांमध्ये सन्मान्य वर्तणुकीची आदर्श उदाहरणे त्यांच्यासमोर ठेवणे गरजेचे आहे. सर्वात महत्त्वाचे म्हणजे, ज्या अधिकाऱ्यांच्या प्रामाणिकपणा व सचोटीबद्दल शंका आहे आणि ज्यांची याबाबतची कार्यक्षमता अपेक्षित पातळीच्या खाली आहे त्यांना परदेशी प्रशिक्षण किंवा परदेशी अथवा प्रतिष्ठेची पदे मिळून त्यांचा सन्मान केला जात आहे असे दिसता कामा नये. सेवांमध्ये प्रवेश करतानाच ही मूल्ये त्यांच्यात रुजवावयाची असतील, तर प्रवेशाची वयोमर्यादा देखील कमी करावयास हवी.

सनदी सेवांचे राजकियीकरण झाल्यापासून त्यांची ओळख पटवणारी व त्यांचे बलस्थान मानली जाणारी 'एकजुटीची भावना'च नष्ट झाली आहे. प्रत्येक अधिकारी आता सर्वार्थाने एकटा पडलेला आहे. ज्या प्रकारे असंख्य अधिकाऱ्यांना निवृत्तीनंतर पदे देण्यात आली आहेत, किंवा त्यांना मुदतवाढ देण्यात आली आहे वा घटनात्मक पदांवर त्यांची नेमणूक करण्यात आली आहे त्यावरून हे सिद्ध होते. आणखी एक कारण म्हणजे सरकारमध्ये बदल झाला की मोठ्या प्रमाणावर केल्या जाणाऱ्या बदल्या. नव्याने सत्तेत येणाऱ्या पक्षाला पाठिंबा असणाऱ्या अधिकाऱ्यांना बक्षीस देणे आणि पूर्वीच्या सरकारप्रती सहानुभूती

असणाऱ्या अधिकाऱ्यांना धडा शिकविणे असे दोन्ही हेतू यातून साध्य केले जातात. हा 'बदल्यांचा बाजार' थांबविण्याचे अनेक प्रयत्न करूनही त्याला यश आले नाही. केवळ एखाद्या अधिकाऱ्यावर व्यक्तिश: काही अन्याय झाला असल्याखेरीज उच्च न्यायालयांनी व सर्वोच्च न्यायालयानेही यात हस्तक्षेप करण्यास नकार दिला आहे. शिवाय अशा प्रकरणी देखील सरकारची कृती पक्षपाती असून ती गैरसमजावर आधारित आहे असे एखाद्या अधिकाऱ्याला न्यायालयात सिद्ध करणेही कठीण असते. 'कॉमन कॉज' या दिल्लीतील एका स्वयंसेवी संस्थेने एक जनहित याचिका दाखल केली होती, परंतु त्यांना सरकारकडून काही प्रतिसाद मिळविण्यास व न्यायालयाकडून काही उपाययोजना केली जाण्यात अपयशच आले. तरीही हे सर्व मुद्दे महत्त्वाचे असून त्यांचा पाठपुरावा करणे आवश्यक आहे.

शेवटी, सरकारिया आयोगाने केलेल्या काही शिफारशींचा उल्लेख करणे उचित ठरेल. त्यांनी इतर बाबींसोबतच म्हटले होते की:

● राज्यघटना तयार करण्यात आली त्यावेळी अखिल भारतीय सेवांची जेवढी आवश्यकता होती तितकीच ती आजही आहे आणि देशाचे ऐक्य अबाधित राखण्यासाठी ती एक प्रमुख संस्था आहे.

● अखिल भारतीय सेवा बरखास्त करणे किंवा एखाद्या राज्य सरकारला त्या पद्धतीतून बाहेर पडू देणे हे प्रतिगामी व देशहिताला हानी पोचविणारे पाऊल मानले जावे. अशा कारवाईने संकुचित व प्रादेशिक वृत्तींना प्रोत्साहन मिळेल आणि ते संपूर्ण देशाच्या ऐक्याला, एकसंधतेला, कार्यक्षमतेला व प्रशासकीय समन्वयाला हानीकारक ठरेल.

● अखिल भारतीय सेवांना अधिक बळकटी दिली जावी आणि त्यांच्याकडून जे कार्य अपेक्षित आहे त्याचे महत्त्व त्यांच्यावर बिंबवले जावे (भारत सरकार १९८८: २२९).

या सर्व सेवांचे राजकियीकरण होत नाही आणि देशात कायद्याचे राज्य प्रस्थापित करण्यासाठी आवश्यक ते स्वातंत्र्य व स्वायत्तता त्यांना मिळेल याची खात्री करणे हे महत्त्वाचे आव्हान आहे. दुर्दैवाने कोणत्याच राजकीय पक्षाला हे आव्हान स्वीकारण्यात स्वारस्य नाही.

रस्ते व रेल्वे सुरक्षा - वाढती चिंता

दर चार मिनीटाला एक मृत्यु घडत असताना- विशेषत: उत्तर प्रदेश, पंजाब, महाराष्ट्र व गुजरात या राज्यांत- भारतातील महामार्ग जागतिक दर्जाचे आहेत असे म्हणता येत नाही. अनेक वर्षांपासून रेल्वेच्या सुरक्षेकडेही पूर्णपणे दुर्लक्षच करण्यात आले आहे. देशात सुरक्षारक्षक तैनात नसलेली १७,००० रेल्वे क्रॉसिंग आहेत आणि अपघातांचे ते एक प्रमुख कारण आहे. प्रवाशांच्या सुरक्षेबाबतच्या कार्यवाहीबद्दल नियंत्रक व महालेखापरीक्षकांनी रेल्वे प्रशासनावर गंभीर ताशेरे ओढले आहेत.

रेल्वे सुरक्षेची समस्या काही नवीन नाही. अनेक समित्यांनी याचा अभ्यास केला आहे. अगदी सुरुवातीच्या समित्यांपैकी एक होती १९६२ साली नेमण्यात आलेली एच.एन. कुंझरू यांच्या अध्यक्षतेखालील समिती. या समितीच्या अहवालात या समस्येच्या सर्व पैलूंचा समग्र आढावा घेऊन २४३ शिफारशी करण्यात आल्या होत्या (भारत सरकार १९६३: २३७-७३). व्यापक स्वरुपाच्या या शिफारशींमध्ये इतर बाबींबरोबरच गाड्यांची टक्कर, गाडी रुळावरून घसरणे, लेव्हल क्रॉसिंगवर होणारे अपघात, गाड्यांना लागणाऱ्या आगी, मानवी चुका, सिग्नलयंत्रणा, रेल्वे मार्ग वगैरेंचा परामर्श घेण्यात आला होता. तथापि, १९६८ साली एकापाठोपाठ झालेल्या दोन अपघातांत अनेक जण मृत्युमुखी पडून रेल्वेच्या मालमत्तेचेही मोठे नुकसान झाल्यावर यावर परत एकदा नव्याने उपाय शोधण्याची गरज भासली. रेल्वे प्रवासात किमान सुरक्षा आणण्यासाठी काही क्रांतिकारी पावले उचलली जावीत अशी संसदेतही मागणी करण्यात आली. तत्कालिन रेल्वे मंत्री सी.एम. पुनाचा यांनी सर्वोच्च न्यायालयाचे निवृत्त प्रमुख न्यायमूर्ती के.एन. वांछू यांच्या अध्यक्षतेखाली एक समिती नेमल्याचे जाहीर केले. या समितीने या समस्येच्या सर्व पैलूंवर २२१ शिफारशी केल्या, त्यांत रेल्वे अपघातांचे प्रमुख प्रकारांत वर्गीकरण करून त्यांची आकडेवारी गोळा करणे, लेव्हल क्रॉसिंगवर होणारे अपघात, गाडीत लागणाऱ्या आगी, नॅरो गेज मार्गांवर होणारे अपघात, नियमांचे उल्लंघन, चालकांनी सिग्नलकडे केलेले दुर्लक्ष, टाळण्यात आलेल्या टकरी, १९६३-६४ ते १९६७-६८ या काळातील अपघातांमागची कारणे व त्यांचे परिणाम, कुंझरू समितीने केलेल्या शिफारशींचे

मूल्यमापन व त्यावर करण्यात आलेली कारवाई अशासारख्या अनेक पैलूंचा परामर्श घेण्यात आला होता (भारत सरकार १९६८: १३८–६३). या अहवालांवर रेल्वे मंत्रालयाने काही कारवाई केली अथवा नाही हे समजण्यास मार्ग नाही.

वेळोवेळी अपघात घडतच राहिले आहेत. उदाहरणार्थ, २०११ साली चार मोठे अपघात झाले त्यात १२५ जणांनी जीव गमावला व ४३० हून अधिक जण जखमी झाले. अणुऊर्जा आयोगाचे माजी अध्यक्ष अनिल काकोडकर यांच्या अध्यक्षतेखालील उच्चस्तरीय समितीसमोर सादर करण्यात आलेल्या अंतर्गत मूल्यमापन अहवालात चालकांचे गलथान प्रशिक्षण आणि त्यांचा कामातील हलगर्जीपणा याकडे लक्ष वेधण्यात आले होते (*आउटलुक*, १२ डिसेंबर २०११: २०). पंतप्रधानांचे सल्लागार सॅम पित्रोडा यांच्या अध्यक्षतेखाली रेल्वेचे आर्थिक सबलीकरण व आधुनिकीकरण करण्याचे मार्ग सुचवण्यासाठी आणखी एक समिती नेमण्यात आली आहे.

हे सर्व जरी स्वागतार्ह असले तरी काही मूलभूत प्रश्न राहतातच. रेल्वेसाठी स्वतंत्र अंदाजपत्रक असणे आवश्यक आहे का? डझनावारी असणाऱ्या इतर मंत्रालयांप्रमाणेच रेल्वे मंत्रालय का असू नये व त्याने त्यांच्याप्रमाणे कारभार का करू नये? रेल्वेचे अवाढव्य स्वरुप पाहता, या मंत्रालयाच्या काही कामांची जबाबदारी स्वायत्त संस्थांकडे किंवा खाजगी क्षेत्राकडे का दिली जाऊ नये? प्रवासी व मालवाहतुकीचे रेल्वे भाडे ठरविण्यासाठी एक स्वतंत्र आयोग का नसावा? कर्मचाऱ्यांबाबतचे सर्व निर्णय घेण्यासाठी एक स्वतंत्र घटनात्मक सेवा मंडळ का असू नये? स्वातंत्र्यपूर्व काळाप्रमाणे ही सर्व जबाबदारी मंत्र्यावर का असावी? ज्यांच्याकडे तातडीने लक्ष देणे आवश्यक आहे असे हे काही महत्त्वाचे मुद्दे आहेत. समस्यांची वरवरची हाताळणी करणे व काहीही न करता काहीतरी करत असल्याप्रमाणे भासविण्याने काहीच होणार नाही. परंतु या पुस्तकातील विश्लेषणावरून असे दिसून येईल की भारत मागे राहण्याचे हेच प्रमुख कारण आहे.

उद्योगजगताचे वाढते महत्त्व

स्वातंत्र्यानंतरच्या सुरुवातीच्या काळात, उद्योग व व्यवसायजगताशी सरकारचा असलेला संबंध त्यांच्या शिखर संस्थांच्या वार्षिक बैठकांना पंतप्रधान व काही जेष्ठ मंत्र्यांनी संबोधित करणे एवढ्यापुरताच मर्यादित होता. यात गेल्या काही वर्षांत लक्षात येण्याजोगा फरक पडला आहे, मात्र तो प्रामुख्याने जनहितासाठी आहे असे म्हणता येत नाही. आता उद्योग व व्यवसायांच्या प्रतिनिधींना सरकारच्या धोरणांवर दबाव टाकण्यास, करदात्यांच्या हिताकडे दुर्लक्ष करून स्वत:साठी जादा सवलती मिळवण्यासाठी वाटाघाटी करण्यास तसेच त्यांच्या स्पर्धकांना समन्यायी व रास्त वागणूक दिली जाऊ नये यासाठी प्रयत्न करण्यास मुळीच संकोच वाटत नाही. उद्योग व व्यापारांच्या शिखर संस्था एखाद्या राजकीय पक्षाच्या उमेदवाराच्या निवडीसाठीच नव्हे, तर राजकीय पक्षांच्या प्रमुख नेत्याच्या निवडीसाठीदेखील जनमानसावर दबाव टाकण्यात सक्रिय सहभाग घेतात. काही विशिष्ट उद्योग समूहांचे वेळोवेळी पंतप्रधान कार्यालयांशी घनिष्ट संबंध असल्याबद्दल मी इतरत्र उल्लेख केला आहे.

इंडियन पेट्रोकेमिकल्स कॉर्पोरेशन (आयपीसीएल) रिलायन्स इंडस्ट्रीजला मे २००२ मध्ये विकत देण्याचा एनडीए सरकारच्या कारकिर्दीतील निर्णय सर्वाधिक वादग्रस्त ठरलेल्या निर्णयांपैकी एक होता. सार्वजनिक क्षेत्रातील तेल कंपन्यांनी आयपीसीएल विकत घेण्यास बरेच स्वारस्य दाखविले असूनही सरकारने ती रिलायन्सला विकणेच पसंत केले आणि त्यामुळे रिलायन्सला खनिज तेल उद्योगात जवळ जवळ मक्तेदारीच मिळाली कारण खनिजतेल व रसायन क्षेत्रातील त्यांचा बाजारातील हिस्सा ६७ टक्के, तर पॅराक्सिलिन मधील त्यांचा वाटा सुमारे ९८ टक्के झाला. रिलायन्सने आयपीसीएल विकत घेण्याबाबत ग्राहकांच्या प्रतिक्रिया संमिश्र असणे स्वाभाविकच होते. मुंबईच्या प्रतिष्ठेच्या जुहु किनारा भागातील सार्वजनिक क्षेत्रातील सहा एकरावर पसरलेले ३७१ खोल्यांचे पंचतारांकित सेंटोर हॉटेल केवळ १५३ कोटींना विकण्याचा एनडीए सरकारचा निर्णयही शंकास्पदच होता.

हितसंबंधितांच्या लागेबांध्याची भांडवलशाही (क्रोनी कॅपिटॅलिझम) पहावी तेथे दिसून येते. जेट एअरवेज ही कंपनी एतिहादशी करार करण्याच्या मार्गावर

असताना जेट एअरवेजच्या समभागांची किंमत कृत्रिमरित्या कशी वाढविण्यात आली होती याबाबत विरेंद्र कपूर लिहितात:

> खरे सांगायचे तर युपीए सरकारने इतके घोटाळे केले आहेत की बऱ्याच घोटाळ्यांचे वृत्तही न आल्याने त्यांच्याकडे कोणाचे लक्षही जात नाही. उदाहरणार्थ, अलीकडच्या जेट एअरवेज– एतिहाद कराराकडे पहा. नागरी हवाई वाहतूक मंत्री अजित सिंग यांच्या औदार्यामुळे, एअर इंडिया या राष्ट्रीय विमान वाहतूक कंपनीचा तोटा झाला. भारत–अबुधाबी या मार्गावर नागरी विमान वाहतूक मंत्रालयाने दर आठवड्याला ४०,००० अधिक प्रवाशांसाठी परवानगी दिल्यानंतर अबु धाबीस्थित या विमानकंपनीने नरेश गोयल यांच्या मालकीच्या जेट एअरवेजला २४ टक्के भागभांडवलासाठी अविश्वसनीय अशी मोठी किंमत दिली. दुसऱ्या शब्दांत सांगायचे तर अजित सिंगांच्या मंत्रालयाने गोयल यांच्या कराराला मोठीच मदत केली (कपूर २०१३:११).

यावर सार्वत्रिक हलकल्लोळ झाल्यावर आणि संसदीय स्थायी समितीने अनेक अवघड प्रश्न विचारून सरकारच्या कारवाईवर गंभीर टीका केल्यानंतर पंतप्रधान कार्यालयाला उपरती झाली आणि त्यांनी याचा फेरविचार करण्याचे ठरविले. मनमोहन सिंग यांनी परत एकदा म्हटले की त्यांना चुकीचा सल्ला देण्यात आला होता!

नैसर्गिक वायु उत्पादन करण्याची ८.२ अमेरिकी डॉलर [प्रति दशलक्ष मीटर ब्रिटिश औष्णिक एकांक (एमएमबीटियु) साठी] ही किंमत एप्रिल २०१४ पासून दुप्पट करण्याचा निर्णयही वादग्रस्त ठरला आहे. निरनिराळ्या मंत्रालयांनी प्रस्तावित केलेल्या किंमतीत बरीच तफावत होती. नैसर्गिक वायूचा सर्वाधिक वापर करणाऱ्या ऊर्जा मंत्रालय व खते मंत्रालय या दोन मंत्रालयांनी सुचविलेला दर पेट्रोलियम मंत्रालयांसारख्यांच्या दरापेक्षा बराच कमी होता. तज्ज्ञ समितीची याबाबतची शिफारसही शंकास्पद आहे. यात बरेच मोठे हितसंबंध गुंतलेले आहेत. रिलायन्स कंपनीने सकृतदर्शनी तरी नैसर्गिक वायुच्या निर्मितीसाठी प्रमाणाबाहेर खर्च केला होता, आणि आपला नफा सरकारबरोबर वाटून घेण्यापूर्वी त्यांना हा खर्च ग्राहकांकडून वसूल करावयाचा आहे हे लक्षात घेणे महत्त्वाचे आहे. नैसर्गिक वायुचे प्रत्यक्ष उत्पादन, अगोदर वर्तविलेल्या अंदाजानुसार दर दिवशी ८० दशलक्ष

प्रमाणित घन मीटर (एमएससीएमडी) असण्याऐवजी दर दिवशी केवळ १४ दशलक्ष प्रमाणित घन मीटर इतकेच आहे. कमी झालेल्या वायुच्या उत्पादनासाठी अवाच्या सवा किंमत मागणे ही कमी होत असलेला नफा भरून काढण्याची एक लबाड खेळी आहे. शिवाय हा दर डॉलरमध्ये निर्धारित करण्याने रुपयाची किंमत जसजशी कमी होईल, त्यानुसार विशिष्ठ कालावधीने मिळकतीत आपोआपच भरघोस वाढ होत राहील. एन्रॉनशी केलेल्या वीजखरेदी कराराने महाराष्ट्र विद्युत मंडळाची आर्थिक स्थिती डबघाईला आली त्यापासून आपण काहीच धडा घेतला नाही हे उघडच आहे. वायुची किंमत अधिक ठेवल्याने या क्षेत्रातील गुंतवणुकीत वाढ होईल असे म्हणण्यात काहीच अर्थ नाही, कारण खात्रीच्या वायुच्या शोधामुळेच गुंतवणुक वाढेल (रिलायन्स प्रकरणात केल्याप्रमाणे कृत्रिमरित्या ती वाढविल्याचे दर्शवून नव्हे). म्हणूनच पारदर्शक पद्धतीने वायुचा दर जाहीर करणे गरजेचे आहे, म्हणजे आपल्या मर्जीतील लोकांच्या हितसंबंधासाठी हा दर निर्धारित केला असावा अशा शंकेस स्थानच राहणार नाही आणि ग्राहकांवरही त्याचा न पेलण्याजोगा बोजा पडणार नाही. अनेक देशांमध्ये देशातील वायु ग्राहकांसाठी आकारण्यात येणारा दर हा २-४ डॉलर प्रति दशलक्ष मीटर ब्रिटिश औष्णिक एकांक (एमएमबीटियु) इतकाच असतो, केंद्र सरकारने मान्य केलेल्या प्रचंड दरासारखा कधीच नसतो. युपीए सरकार यावर माघार घेण्याची शक्यता कमी आहे आणि २०१४ सालच्या निवडणुकीनंतर जे सरकार सत्तेत येईल त्यांच्या सुशासनाची ही मोठी परीक्षाच ठरेल.

माजी खनिज तेल व नैसर्गिक वायु सचिव टी.एन.आर. राव यांचे पुढील म्हणणे योग्यच आहे की, 'बाजाराशी जवळीक साधणाऱ्या आपल्या सत्ताधाऱ्यांनी इतर सर्व खनिज तेलावर आधारित वस्तूंच्या किंमतीसाठी बाजारभावानुसार किंमत ठरविण्याच्या धोरणाचा पुरस्कार करताना केवळ नैसर्गिक वायुसाठीच बदनाम झालेल्या निर्धारित दराच्या पद्धतीकडे परत जाणे का पसंत केले? एखाद्या उद्योगसमुहाने धोरण आपल्यासाठी बनवून घेण्याच्या नमुनेदार प्रकरणात... सरकारने मांडलेली कारणे वरवर पाहता बरोबर पण खरे पाहता चुकीचीच आहेत. देशांतर्गत उत्पादन केलेल्या क्रुड तेलाला ९० च्या दशकापासून आंतरराष्ट्रीय किंमत मिळते, पण उत्पादन मात्र वाढत नाही. वायुच्या बाबतीतही काही निराळे घडणार नाही' (राव २०१३: ३६).

इकॉनॉमिक अँड पोलिटिकल वीकली मधील एका लेखात माजी ऊर्जा व आर्थिक व्यवहार सचिव इ.ए.एस. सर्मा यांनी भर देऊन म्हटले होते की:

> [वायुची किंमत प्रति दशलक्ष मीटर ब्रिटिश औष्णिक एकांक (एमएमबीटियु) १.८६ डॉलरने वाढविण्याच्या] २००९ सालच्या आणि परत एकदा २०१३ सालच्या निर्णयाद्वारे सरकारने हितसंबंधितांचे लागेबांधे आणि राजकीय सोय या कारणांसाठी आर्थिक योग्यतेशी तडजोड केली आहे. वायुक्षेत्रातील बाजार एकसंध नसल्याने, योग्य तो परतावा मिळेल अशा दृष्टीने खर्चावर आधारित व परिणामकारक पद्धतीने दर ठरविण्यासाठी एक स्वायत्त, व्यावसायिक आणि न्यायिकवत (क्वासि ज्युडिशियल) नियामक नेमणे हा एकच मार्ग सरकारसाठी उपलब्ध आहे. केवळ राजकीय स्वरुपाच्या मंत्रीगटाकडे ही जबाबदारी सोपविणे अयोग्य आहे (सर्मा २०१३: १५).

ऊर्जा क्षेत्रातील आणखी एक सुप्रसिद्ध तज्ज्ञ सूर्या पी. सेठी यांनीही, कृष्णा गोदावरी वायुक्षेत्रासाठी (केजी बेसिन) सध्या मान्य करण्यात आलेले सूत्र आंतरराष्ट्रीय तत्त्वांचा भंग करते असे भर देऊन म्हटले आहे. 'बाजारातील प्रचलित परिस्थितीनुसार, कृष्णा गोदावरी वायुक्षेत्रातील वायुचा दर आंतरराष्ट्रीय निविदांत देण्यात आलेल्या दरांहून किंवा त्या सेवांच्या दराहूनही अधिक आहे. नियंत्रक व महालेखापरीक्षकांनी अहवाल दिला असतानाही, कृष्णा गोदावरी वायुक्षेत्र घोटाळ्याचा संपूर्ण आवाका अद्याप जनतेसमोर आलेला नाही.' रंगराजन समितीचे सूत्र हे परदेशातील बाजाराच्या आकडेवारीवर आधारीत आहे आणि त्याचा भारतातील पुरवठा, मागणी किंवा उत्पादनाचा खर्च यांच्याशी काहीही संबंध नाही हे सेठींनी अधोरेखित केले आहे (सेठी २०१३).

इंटरनॅशनल एनर्जी एजन्सी ज्याला 'वायुचे सुवर्णयुग' म्हणते, त्यात जगाचा प्रवेश होत असताना द्रवरुप नैसर्गिक वायुक्षेत्रात निरनिराळ्या स्रोतांकडून होणारा पुरवठा व स्पर्धा यात मोठीच वाढ होणे अपेक्षित आहे. हे सुवर्णयुग क्षितिजावर दिसत असताना देशांतर्गत नैसर्गिक वायुची किंमत अयोग्य तऱ्हेने उच्च पातळीवर निर्धारित करणे भारतासाठी आत्मघातकी आहे. लोकसभेची निवडणूक जवळ आली असताना असा निर्णय घेतला जाणे हे देखील विशेष लक्षवेधी आहे. इतका महत्त्वाचा निर्णय खरेतर नव्या सरकारवर सोडणे योग्य ठरले असते. यावर

पटण्यासारखे मुद्दे उपस्थित करण्यात आले असतानाही आणि योग्य ठरेल अशी टीका करण्यात आली असतानाही खनिजतेल व नैसर्गिक वायु मंत्री एम. वीरप्पा मोईली यांनी सरकारच्या भूमिकेचे ठामपणे समर्थन केले आणि या निर्णयाचा फेरविचार केला जाणार नाही असेही सांगितले. रिलायन्सने कबूल केलेला वायु दिला जाईपर्यंत तरी त्यांना सध्याचा प्रति दशलक्ष मीटर ब्रिटिश औष्णिक एकांक (एमएमबीटियु) साठी ४.२ डॉलर हा दर देण्यात यावा ही वित्त मंत्रालयाची सूचना तरी मान्य करणे गरजेचे आहे. कमुनिस्ट आणि ऑल इंडिया अण्णा द्रमुक पक्ष यांचा अपवाद वगळता जनतेसाठी इतक्या जिव्हाळ्याच्या असणाऱ्या महत्त्वाच्या विषयावर सर्व राजकीय पक्षांनी कानठळ्या बसेल अशी शांतता पाळावी हे अविश्वसनीय आहे. प्रसिद्धी माध्यमांनी, विशेषत: इलेक्ट्रॉनिक माध्यमांनी आणि व्यापार व उद्योगांच्या शिखर संस्थांनी शांत राहण्याचा कट करावा हे विशेष लक्षात येण्याजोगे असून उद्योग जगताच्या सामर्थ्याचा हा पुरावाच मानावा लागेल.

देबाशिश बासु ज्याला युनिट (मिस)ट्रस्ट ऑफ इंडिया म्हणतात त्याचा उल्लेख करणे आवश्यक आहे. 'स्थैर्य व सुरक्षा' या आपल्या ब्रीदवाक्याचा गैरवापर करून 'युटीआय'ने सातत्याने जनतेचा पैसा गोळा केला आणि तो अकार्यक्षमता व कंपन्या, दलाल आणि बाजाराचा फायदा उठविणाऱ्यांशी साटेलोटे करून कसा उधळला' ती धक्कादायक हकीकत बासूंनी सांगितली आहे (बासु २००३: ३४,४३). रिझर्व्ह बँकेचे माजी डेप्युटी गव्हर्नर एस.एस. तारापोर यांच्या अध्यक्षतेखाली नेमलेल्या समितीने धक्कादायक पुरावे देऊन युटीआयच्या महत्त्वाच्या समस्येकडे अंगुलीनिर्देश केला होता, तो म्हणजे: भ्रष्टाचार, यावर बासूंनी प्रकाशझोत टाकला आहे. यापूर्वी १९९८ च्या अखेरीस नेमण्यात आलेल्या दीपक पारेख समितीने युटीआय कशी अविश्वासार्ह बनली होती हे दाखवून दिले होते. तथापि, युएस ६४ ही महत्त्वाची योजना राबविताना करण्यात आलेल्या प्रक्रियेबाबत सारवासारव करण्याचा मात्र या समितीने कौतुकास्पद प्रयत्न केला होता. पारेख समितीने जी मिथके जनतेसमोर मांडली होती त्यांचे बासूंनी उत्कृष्ठरित्या निराकरण केले. ती होती: (१) १९९५ सालापर्यंत युएस ६४ या योजनेचा करभार चांगला चालला होता, नंतर अर्थव्यवस्थेची घसरण झाली आणि मंदी आली; (२) निराळ्या प्रमाणात गुंतवणुकीची फेररचना केल्याने ही योजना अडचणीत आली; (३) निर्गुंतवणुकीचा भाग म्हणून या योजनेला सरकारी

समभाग विकत घेणे भाग पाडण्यात आल्याने तिचा तोटा झाला; (४) वाढ होणारे समभाग विकत घेण्यासाठी युएस ६४ कडे पैसे नव्हते. या पडझडीची खरी कारणे बासु यांनी अधोरेखित केली आहेत: अविचारी प्रथा– धोक्याची गुंतवणुक केली (इक्विटी), परंतु जवळ जवळ खात्रीचा परतावा देऊ केला (डेट); अक्षमता ; उत्तरदायित्त्वाचा अभाव; आणि नियमांची उणीव.

१९९२ सालापर्यंत युटीआयचा वापर वित्त मंत्रालयाचे एक अंग असल्याप्रमाणेच केला जात होता:

> बाजाराला आधार देण्याची गरज वाटेल त्यावेळी मंत्रालय युटीआय च्या अध्यक्षांना बोलावित असे... कोठल्या तरी जुन्यापुराण्या कायद्यांचा आणि आकृतिबंधांचा दाखला देऊन युटीआयने सेबीच्या नियंत्रणाखाली येण्यास नकार दिला. खरे तर [युटीआयचे अध्यक्ष] एस.ए. दवे यांनी तर असा दावा केला की इतर अनेक निधींपेक्षा युटीआयने बरीच अधिक माहिती उघड केली होती आणि त्यांच्याकडील अंतर्गत उत्तरदायित्व खूपच अधिक होते... राजकारणी, दलाल आणि युटीआय मधील अधिकाऱ्यांची अभद्र युती हा यातील खरा मुद्दा होता... दुर्दैवाने, तत्कालिन वित्त सचिव (माँटेक सिंग अलुवालिया), आर्थिक सल्लागार (अशोक देसाई) आणि वित्त मंत्री मनमोहन सिंग यांच्या एकत्रित 'शहाणपणामुळे' अधिक हानी होण्यापूर्वीच युटीआयचा कारभार पारदर्शी बनविण्याची पहिली आणि अखेरची संधी वाया घालवली गेली. विजयी झालेल्या युटीआयने अतिशय कमी परतावा मिळत असण्याची आपली समस्या दडवून जनतेकडून आणखी निधी मिळविला –आणि तो ही वाया घालविला.

यातून बाहेर पडण्याचे दोन प्रयत्न अयशस्वी झाल्यावर युएस ६४ ही योजना गुंडाळावी लागली आणि विश्वासाने यात गुंतवणूक केलेल्या लक्षावधी लहान गुंतवणुकदारांना प्रचंड तोटा सहन करावा लागला. या भयानक मानवनिर्मीत आपत्तीची जबाबदारी कोणाची होती हे कधीच निश्चित करण्यात आले नाही, केवळ युटीआयचे अध्यक्ष पी.एस. सुब्रमण्यम यांना पदावरून हटविण्यात आले. त्यांच्या विरुद्ध दाखल करण्यात आलेला गुन्हेगारी खटला बहुधा विस्मरणातच गेला.

परंतु उद्योग व व्यापार समूहांना आता केवळ राजकीय पक्षांना वर्गणी देण्यात किंवा त्यांच्या औदार्यातून मदत मिळविण्यात स्वारस्य राहिलेले नाही. त्यांचे संसदेत प्रवेश मिळविण्यातील स्वारस्य आता वाढले असून त्यासाठी कोट्यवधी रुपये खर्च करण्याची त्यांची तयारी आहे. ज्या खासदारांना तुरुंगवासाची सजा झाली आहे किंवा ज्यांच्यावर गंभीर स्वरुपाचे गुन्हेगारी खटले दाखल करण्यात आले आहेत, असे खासदारही संसदेच्या स्थायी समित्यांचे आणि सार्वजनिक लेखा समिती किंवा संयुक्त संसदीय समित्यांसारख्या प्रतिष्ठेच्या संसदीय समित्यांचे सदस्य आहेत. खासदारांचे ज्या क्षेत्राशी व्यावसायिक संबंध निगडीत असतील, अशांना त्याच्याशी संबंधित मंत्रालयांच्या स्थायी समितीचे सदस्य नेमण्यात आले आहे. हितसंबंधांच्या संघर्षाची चिंता कोणालाच वाटत नाही, विशेषत: सत्ताधाऱ्यांना तर मुळीच नाही.

आपले महत्त्व वाढवून घेण्याचे एक बलवान साधन म्हणजे प्रसिद्धी माध्यमे व इलेक्ट्रॉनिक माध्यमे ताब्यात घेणे. म्हणून भारतात सध्या ८२५ उपग्रहवाहिन्यांचे टेलिव्हिजन चॅनेल कार्यरत आहेत याचे आश्चर्य वाटायला नको. एप्रिल २०१३ मध्ये मुंबईतील एका दारुच्या दुकान मालकाने *जय महाराष्ट्र* नावाचा नवा टीव्ही चॅनेल सुरू केला. त्याच्या उदघाटन समारंभाला शरद पवार व सुशीलकुमार शिंदे हे युपीए सरकारमधील दोन मंत्री आणि महाराष्ट्राचे मुख्यमंत्री पृथ्वीराज चव्हाण उपस्थित होते! अरुंधती रॉय यांच्या म्हणण्यानुसार, 'उदाहरणार्थ, रिलायन्स उद्योगसमुहाकडे २७ टेलिव्हिजन चॅनेलवर ताबा ठेवू शकणारे समभाग आहेत. रिलायन्स उद्योगसमुहाच्या राजकीय उमेदवारांचा या चॅनेलवरून प्रचार केला जाईल हे सहाजिकच आहे' (रॉय २०१३: २९). उद्योगसमुहांच्या भाग भांडवली गुंतवणुकीचा माध्यम कंपन्यांच्या महत्त्वाच्या विषयांवरील भूमिका व मते यांच्यावर परिणाम होतो. पैसे घेऊन देण्यात आलेल्या बातम्या आणि वृत्तपत्रात व टेलिव्हिजनवरून प्रसारित होणाऱ्या जनमत चाचण्या किंवा निवडणुकीनंतर घेण्यात येणाऱ्या जनमत चाचण्या (एक्झिट पोल) यांच्या उदाहरणांवरून हे सिद्ध झाले आहे. लोकशाहीतील प्रक्रियांचे पावित्र्य राखायचे असेल, तर माध्यम समुहांतील भागभांडवलाची माहिती जनतेला पाहण्यासाठी उपलब्ध असणे आणि ती वेळोवेळी अद्यावत केली जाणे गरजेचे आहे. शारदा गटाच्या चिट फंडाची माध्यम समूहांतील व टेलिव्हिजन चॅनेलमधील गुंतवणुक प्रकाशात आल्यानंतरच

केंद्र सरकार जागे झाले आणि करमणुकीच्या व बातम्या आणि चालू घडामोडींवर भाष्य करणाऱ्या सर्व टीव्ही चॅनेलना त्यांच्या समभागांचा तपशील व त्याचा आकृतिबंध याविषयी माहिती देण्यास सांगण्यात आले (*इंडियन एक्स्प्रेस*, २९ एप्रिल २०१३).

अंतर्गत आणीबाणीच्या काळात (१९७५–७७) मोठ्या उद्योग व व्यापारसमुहांच्या प्रसारमाध्यमांतील गुंतवणुकीची व त्यांच्या अधम प्रभावाची कसून चौकशी करण्यात आली होती हे आपल्याला आठवत असेल.[१] इंदिरा गांधी व संजय गांधी यांच्या मानसिकतेनुसार या कंपन्यांवरील सरकारी नियंत्रण वाढविण्याचा प्रयत्न करण्यात आला होता. परंतु हा उपाय रोगापेक्षाही भयंकर ठरला. आणीबाणीच्या काळात सेन्सॉरशिप किंवा, 'किस्सा कुर्सी का' प्रकारच्या युक्त्या लढवून माध्यमांवर ताबा ठेवण्याची जी पावले सरकारने उचलली, त्यांची छाया बराच काळ रेंगाळली. प्रतिष्ठित आणि सुप्रसिद्ध माध्यमसमुह देखील हा दबाव सहन करता न येऊन त्याला बळी पडले. भारताला अशा प्रकारच्या अनुभवातून जाण्याची वेळ परत कधीही येऊ नये. परंतु, त्याचबरोबर प्रसारमाध्यमे आपल्या स्वार्थासाठी हेतूपूर्वक लोकशाहीतील प्रक्रियांवर प्रभाव पाडत नाहीत हे पाहणेही गरजेचे आहे. सध्याची अनियंत्रित आणि 'कोणी काहीही करावे' अशा प्रकारची माध्यमांची कार्यपद्धती आटोक्यात ठेवायची असेल, तर एक स्वतंत्र ऑंबुड्स्मान व घटनात्मक नियंत्रण यंत्रणा स्थापन करणे आवश्यक आहे.

नियामक मंडळे

आर्थिक उदारीकरण आणि मुक्त बाजारपेठ याचा अर्थ सर्वांना हवे ते करण्यास मुक्त स्वातंत्र्य देण्यात आले आहे असा होत नाही. या खेळाचे नियम स्पष्टपणे विशद करून सर्वांनी ते सारखेच व कसोशीने पाळणे आवश्यक असते. ही जबाबदारी विश्वासार्ह अशा स्वतंत्र, स्वायत्त व घटनात्मक यंत्रणांकडे सोपविली जाणे हा उत्तम मार्ग होय. काही क्षेत्रांत अशी मंडळे स्थापन करण्यात आली आहेत.

पाश्चिमात्य लोकशाही देशांमध्ये जागतिकीकरण याचा अर्थ आहे, या क्षेत्रातील

वरचढ घटकांच्या कार्यक्रमांवर लक्ष ठेवण्यासाठी एक बळकट नियामक यंत्रणा उभारणे. जेथे अशा यंत्रणा कमकुवत होत्या किंवा परिणामकारक नव्हत्या, त्यांना मोठेच धक्के बसले व त्यातून समभागधारकांचा मोठाच तोटा झाला आणि काही ठिकाणी तर एन्रॉन, वर्ल्ड कॉम वगैरेंसारखे मोठे समूह दिवाळखोरीत निघाले. याहून अधिक अस्वस्थ करणारी घटना म्हणजे महत्त्वाच्या व मोठ्या वित्तसंस्था व बँकांचे अपयश. आपल्या जागतिकीकरण व आर्थिक सुधारणांच्या मार्गावर वाटचाल करताना भारतात अशी परिस्थिती निर्माण होत नाही याची आपल्याला काळजी घ्यावी लागेल.

भारतात अशा प्रकारच्या नियामक यंत्रणा फक्त काही क्षेत्रातच कार्यरत आहेत आणि त्यांचा अनुभव फारसा चांगला नाही. बँक घोटाळ्यासंबंधीच्या संयुक्त संसदीय समितीने खेदाने म्हटले आहे की सेबीला आवश्यक तो घटनात्मक पाठिंबा देण्यासाठी वित्त मंत्रालयाने साडेतीन वर्षे लावली. बराच काळ युटीआय ला सेबीच्या नियंत्रणाबाहेर कसे ठेवण्यात आले होते आणि त्यांचे गैरव्यवहार कसे चालूच राहिले आणि त्यातून बाहेर काढण्यासाठी सरकारला कशा मोठ्या रकमा द्याव्या लागल्या याची आपण यापूर्वीच चर्चा केली आहे. मोठ्या उद्योगसमूहांतील गोपनीय माहितीचा उपयोग करून समभाग विक्रीतून नफा मिळविण्यासारख्या (इनसायडर ट्रेडिंग) गैरव्यवहारांवर नियंत्रण आणता आलेले नाही असेच आतापर्यंतच्या अनुभवावरून दिसून येते. सेबीचे माजी अध्यक्ष डी.आर. मेहता यांनी पद सोडल्यानंतर दिलेल्या एका मुलाखतीत असे मत व्यक्त केले होते की:

> उद्योगसमुहांना बळकट नियंत्रण नको आहे हा एक महत्त्वाचा धडा मी शिकलो. सेबीवर हल्ला करण्यासाठी ते काहीही करायला तयार आहेत आणि वरिष्ठ अधिकाऱ्यांवर व्यक्तिगत आरोप करण्यापर्यंतही त्यांची मजल जाते. एखाद्या बड्या उद्योगसमूहाविरुद्ध काही कारवाई करण्याचा प्रयन केला, तर ते अनेक मार्गांनी तुमच्यावर कुरघोडी करण्याचा कसा प्रयत्न करतात ते पाहण्यासारखे आहे. मी सुरवातीपासूनच याला तोंड देत आलो आहे. मी जेव्हा हिंदुस्थान लिव्हर्स लिमिटेड (त्यांचे तत्कालिन नाव) विरुद्ध गोपनीय माहितीचा उपयोग करून समभाग विक्रीतून नफा मिळविण्याबाबत कारवाई केली, तेव्हा त्यांनी अनेक प्रकारे दबाव आणण्याचा प्रयत्न केला. आता उद्योग संघटना व व्यापारी संघटना उघडपणे नियामकावर हल्ला चढवीत

आहेत... अमेरिकेतील सिक्युरिटीज अँड एक्स्चेंज कमिशनवर आरोप करण्याची कोणी हिंमत तरी करेल का? इथे लोकांना कायद्याचे पालन करून आपण होऊन माहिती देण्याची इच्छाच नाही... आमच्याकडे कसले अधिकार आहेत? (*इकॉनॉमिक टाइम्स*, १९ फेब्रुवारी २००२).

उदाहरणार्थ, सहारा समूहाच्या नियमांच्या उल्लंघनाबाबत केलेल्या चौकशीतून आपल्या व्यवस्थेत ही कीड कोठवर पोचली आहे हे दिसून येते. वृत्तपत्रातील एका बातमीनुसार, 'सहारा समुहाने लक्षावधी गुंतवणुकदारांचे जे तपशील पाठवले होते, त्यातून सेबीला केवळ ६८ खरेखुरे गुंतवणुकदार शोधून काढता आले. सध्या दिसून येणारा कल पाहता, सेबीसमोर केलेल्या निवेदनात या समूहाने जो ३ कोटी गुंतवणुकदार असल्याचा दावा केला होता, त्यापैकी खरे गुंतवणुकदार एक टक्क्यांहूनही कमीच निघाले (*इंडियन एक्स्प्रेस*, १३ मार्च २०१३). पॉन्झी योजनांमध्ये जी मोठ्या प्रमाणावर अफरातफर करण्यात आली, त्यामुळे सेबीच्या भूमिकेवरही प्रश्नचिन्ह उमटले आहे. सेबी कायद्यात मोठ्या प्रमाणावर सुधारणा करण्याची आवश्यकता असून गुंतवणुकदारांची फसवणूक करणे, बेनामी व्यवहार, इनसायडर ट्रेडिंग, काळ्या पैशाचे वैध निधीत रुपांतर (मनी लाँडरिंग), खात्यांमधील फेरफार अशांसारखे जे गुन्हेगारी स्वरुपाचे गैरव्यवहार कंपन्यांकडून केले जातात, त्यांच्यावर परिणामकारक उपाययोजना करण्याचे मार्ग त्यांना उपलब्ध होतील. दूरसंचार क्षेत्रातील नियंत्रक म्हणजे भारतीय दूरसंचार नियामक प्राधिकरण (ट्राय) यांच्यावर २जी स्पेक्ट्रम घोटाळा प्रकरणात सर्वोच्च न्यायालयाने ताशेरे ओढले असून ट्रायच्या अध्यक्षांना कायदेशीर कारवाईला तोंड द्यावे लागत आहे. अलम श्रीनिवासन म्हणतात, 'स्वतंत्र नियामक म्हणून ट्राय जेव्हा अस्तित्वात आले, त्यावेळी त्यांना दोन समस्यांचा सामना करावा लागला. एक, त्यांची निर्मिती फारसे अधिकार नसलेल्या कायद्याच्या आधीन होती, त्यामुळे दूरसंचार विभागाला त्यांच्या शिफारशींनुसार काम करावयास लावण्यासाठी त्यांच्याकडे पुरेसे अधिकार नव्हते. दोन, दूरसंचार विभागाने ट्राय व त्याच्या सदस्यांची प्रतिमा मलिन करण्याचे पुरेपूर प्रयत्न केले' (अलम २०१२: ३७). ट्रायचे पहिले अध्यक्ष न्यायमूर्ती एस.एस. सोधी यांनी म्हटले आहे, 'सरकारने आपल्या स्वतःच्या कारणांसाठी आम्हाला [उत्पन्न वाटून घेण्यासाठीचा बदल करण्याच्या] या प्रक्रियेपासून दूर ठेवण्याचे ठरविले. आम्ही

पूर्णपणे पारदर्शी व सल्लामसलत करण्याचा मार्ग स्वीकारला असता' (*इंडियन एक्स्प्रेस*, ९ ऑगस्ट १९९९). जानेवारी २००० मध्ये वाजपेयी सरकारने ठरविले की ट्राय त्यांच्या कल्पनेपेक्षा अधिक स्वतंत्र झाले आहे. त्यांनी या नियंत्रक संस्थेतील सर्व वरिष्ठ सदस्यांना काढून टाकले. त्यांचे अधिकार केवळ सल्ला देण्यापुरतेच मर्यादित करण्यात आले.

हायड्रोकार्बन क्षेत्रातील नियंत्रकाच्या रिलायन्सच्या कृष्णा गोदावरी वायु क्षेत्र (डी६) याबाबतच्या कारवायाही बऱ्याच वादग्रस्त ठरल्या आहेत. शोधकार्य आणि उत्पादनाबाबतच्या रिलायन्सच्या उणीवांसाठी नियंत्रक व महालेखापरीक्षक यांनी पेट्रोलियम मंत्रालय व हायड्रोकार्बन महानिर्देशक या नियंत्रकाला त्यासाठी जबाबदार धरले आहे.

वीज नियामक आयोग अनेक राज्यांत कार्यरत आहेत परंतु बहुतेक ठिकाणी त्यांच्या कामावर जनतेकडून टीका करण्यात आली आहे आणि त्यांच्याबाबत एकूणच भ्रमनिरास झाला आहे. प्रयास या पुण्यातील एका स्वयंसेवी संस्थेने भारतातील वीज नियामक आयोगांचे स्रोत, पारदर्शकता आणि जनतेचा सहभाग यांचा अभ्यास केला. या अभ्यासाला मार्गदर्शन करण्यासाठी इ.ए.एस. सर्मा व एस.एल. राव या तज्ज्ञांचा समावेश करण्यात आला होता. त्यांच्या अहवालातून असे दिसून आले की वीज नियामक आयोगांच्या कारभारविषयक पुढील मुद्यांकडे विशेष लक्ष देण्याची गरज आहे: वीज नियामक आयोगांचे स्वातंत्र्य व स्वायत्तता; त्यांचे सबलीकरण; उत्तरदायित्त्व; वीज नियामक आयोगांच्या कारभारातील पारदर्शकता व जनतेचा सहभाग; त्यांच्या कारभारातील व्यावसायिकतेचा स्तर उंचावणे; आणि नियामक आयोग महत्त्वाच्या सामाजिक प्रश्नांविषयी संवेदनक्षम असतील याची काळजी घेणे. वीज नियामक आयोगांच्या सबलीकरणावर भाष्य करताना तज्ज्ञ समितीने अधोरेखित केले आहे की वीज नियामक आयोग कायदा, १९९८, द्वारे आयोगाकडे सुपुर्द करण्यात आलेल्या सर्व जबाबदाऱ्या पार पाडण्यासाठी या कायद्याच्या उपविभागामध्ये नमूद करण्यात आलेले नियंत्रण, परवाने देणे, आणि तत्सम इतर अधिकार हे वीज नियामक आयोगाचे मूलभूत अधिकार मानल्याखेरीज ते कार्यक्षमतेने काम करू शकणार नाहीत. अन्यथा, वीज नियामक आयोगांचे काम केवळ दर ठरविण्यापुरतेच मर्यादित राहील आणि क्षमता वाढविणे, इंधनाची निवड व वीज खरेदी करार याबाबतीतील त्यांचे मत

निर्णायक ठरणार नाही. ग्राहकांच्या हिताचे रक्षण होण्यासाठी वीज नियामक आयोगांचे सबलीकरण आवश्यक आहे. केंद्रात व राज्यांमध्ये वीज उद्योगाची फेररचना करताना संबंधित वीज नियामक आयोगांचा सल्ला घेतला जावा आणि तसे करणे हे घटनात्मकरित्या बंधनकारक करावे. गेली अनेक वर्षे अनेक राज्य सरकारे वीज नियामक आयोगांचे आदेश व निर्णय उघडपणे धुडकावून लावत आहेत. दर वाढवण्यासाठीचा प्रस्ताव सादर करताना त्यासंबंधीची संपूर्ण आकडेवारी देण्याची मूलभूत अटही काही कंपन्या पाळत नाहीत. वीज नियामक आयोगांच्या दृष्टीने हे योग्य दिसत नाही आणि त्यासाठी योग्य ती तरतूद कायद्यातच करणे गरजेचे आहे (प्रयास २००३: ३–५). प्रयासने केलेल्या सर्वेक्षणात असे दिसून आले की अनेक राज्य सरकारे आणि कंपन्यांचा आयोगाला असलेला प्रतिसाद सकारात्मक नाही; उलट त्यांनी ही प्रक्रिया आपल्याला धार्जिणी बनविण्याचा किवा आयोगाचे स्वातंत्र्य व अधिकार कमी करण्याचाच प्रयत्न केला. सुजाण समाजातील संस्थांनी नियमनाच्या प्रक्रियेत अधिक सक्रिय व परिणामकारक सहभाग घेणे गरजेचे आहे आणि वीज कंपन्यांनी (व नियामक आयोगाने देखील) ही नवी यंत्रणा ग्राहकांच्या हिताचे रक्षण व संवर्धन करण्यासाठी वापरावी यासाठी सरकारवर दबाव आणणे आवश्यक आहे असा एक कळीचा मुद्दा आपल्या समारोपात मांडला आहे. या प्रयत्नांना आयोगानेही सकारात्मक व सक्रिय प्रतिसाद द्यावा अशी अपेक्षा आहे.

याच विचारांची माझ्या डी. टी लकडावाला स्मृती व्याख्यानात अधिक चर्चा करण्यात आली होती. मी म्हटले होते की:

> भारत हा एकच देश आहे यासाठी जर काही पुराव्याची गरज असेलच, तर निरनिराळ्या वीज नियामक आयोगांच्या अहवालांचे वाचन करणे पुरेसे आहे. ग्राहकांच्या तक्रारी आणि वीज कंपन्यांच्या अडचणी सर्व राज्यांत त्याच आहेत. देशाच्या एका टोकापासून ते दुसऱ्या टोकापर्यंत परिस्थिती तेवढीच शोचनीय व सुधारण्यापलीकडची आहे... केवळ खाजगीकरण करणे हा त्या समस्येवरील तोडगा दिसत नाही... राज्य वीज मंडळांनी त्यांना दिलेल्या योग्य त्या आदेशांचे पालन केल्याखेरीज त्यांना दर वाढवून दिले जाण्याचा विचार करता येणार नाही अशी ठाम भूमिका वीज नियामक आयोगांनी घेणे आता गरजेचे झाले आहे. संबंधित कायद्याखाली त्यांना असणाऱ्या दंडात्मक

> अधिकारांचा वीज नियामक आयोगांनी वापर करण्याची वेळ आता आली आहे. कारण आता केवळ वीज क्षेत्राची स्वयंनिर्वाहिता आणि भविष्यच त्यावर अवलंबून आहे असे नसून वीज नियामक आयोगांची विश्वासार्हताही पणास लागलेली आहे. अद्याप यावर न्यायनिवाडा झाला नसून वीज नियामक आयोगांनी त्यांच्यावर सोपविलेली जबाबदारी व्यवस्थितपणे पार पाडली आहे किंवा नाही हे ठरावयाचे आहे (गोडबोले २००२: १९–२०).

२००२ साली मी हे व्याख्यान दिल्यापासून या परिस्थितीत फारसा फरक पडलेला नाही.

कोळसा क्षेत्रासाठीही एक नियामक नेमण्याची चर्चा सुरू झाली आहे आणि त्याला कितपत अधिकार दिले जातील आणि किती परिणामकारकपणे काम करू दिले जाईल हे आता पहावयाचे आहे. हाती आलेल्या वृत्तानुसार या नियामकाला कोळसा क्षेत्राचे वाटप करण्याचे वा ते रद्द करण्याचे, किंवा त्यासाठी दर निश्चित करण्याचे अधिकार दिले जाणार नाहीत (*इंडियन एक्स्प्रेस*, २८ जून २०१३). वीज नियामक आयोगांना देण्यात आलेले अधिकार पाहता यात काहीच अर्थ नाही. कोणतीही नियामक यंत्रणा यशस्वी ठरण्यासाठी आणि त्याच्या कारभारावर जनतेचा विश्वास बसण्यासाठी त्या नियामकाच्या निवडप्रक्रियेला देण्यात आलेले स्वातंत्र्य, त्याच्या कारभारातील स्वायत्तता व सरकारच्या ढवळाढवळीचा अभाव या अटींची प्रथम पूर्तता होणे गरजेचे आहे. यापैकी प्रत्येक अटीची पूर्तता होण्यासाठी आपल्याला अजून बराच लांबचा पल्ला गाठायचा आहे.

वित्त मंत्रालयाच्या अखत्यारीतील आणखी एका नियामकालादेखील असेच बाजूला सारण्यात आले आहे. विमा क्षेत्र जेव्हा खुले करण्यात आले, तेव्हा नियमनाच्या संदर्भात सर्वांसाठी समतल क्षेत्र निर्माण केले जाईल असा निर्णय घेण्यात आला होता. तथापि, अलीकडच्या काळात सार्वजनिक क्षेत्रातील ज्या उद्योगांमधून सरकारने आपली गुंतवणूक कमी केली आहे, त्यांच्यामध्ये भारतीय जीवन विमा महामंडळाने गुंतवणूक करावी म्हणजे सरकारला आपण जाहीर केलेले आपले निर्गुंतवणुकीचे लक्ष्य पूर्ण करता येईल यासाठी वित्त मंत्रालय त्यावर दबाव टाकत आहे. विमापॉलिसी धारकांसाठी याचे परिणाम गंभीर असू शकतात. विमा नियामकाचे अधिकार व स्वायत्तता या दोन्हींचे महत्त्व सरकारनेच कमी

महत्त्वाचे मानलेले दिसते.

केंद्रीय वित्त मंत्री पी. चिदंबरम यांनी आपले २०१३–१४ सालचे अंदाजपत्रक सादर करताना केलेल्या भाषणात रस्ते क्षेत्रासाठी एक नियामक मंडळ नेमण्याचे जाहीर केले होते. त्यावेळी ते म्हणाले होते की, 'रस्ते उभारणी क्षेत्राला वित्तीय कमतरता, बांधकामाची आव्हाने आणि व्यवस्थापन करार अशांसारख्या गंभीर समस्यांना तोंड द्यावे लागत आहे, त्यासाठी एक स्वतंत्र यंत्रणा उभारणे इष्ट ठरेल'. त्यानुसार सरकारने नियामक आयोगाचा आराखडा निश्चित करण्यासाठी एक विशेष समिती नियुक्त केली. तथापि, योजना आयोगाचे उपाध्यक्ष मॉंटेकसिंग अलुवालिया यांनी असा आक्षेप घेतल्याचे सांगितले जाते की, 'रस्ते नियामक मंडळ स्थापन करण्याची गरज आहे असे मला वाटत नाही आणि त्याने समस्येचे निराकारण होईल असेही मला वाटत नाही. लोकांनी आव्हानात्मक पद्धतीने निविदा दाखल केल्या आहेत, हे ही पद्धत यशस्वी न होण्याचे प्रमुख कारण आहे. अर्थव्यवस्थेला अडथळ्यांना तोंड द्यावे लागत होते म्हणून मंजुरी मिळण्यास विलंब होत होता. रस्ते नियामक मंडळ स्थापन करून या समस्या सोडविता येणार नाहीत' (*इंडियन एक्स्प्रेस*, १२ जुलै २०१३). अर्थसंकल्पात जाहीर केले असतानाही अंतर्गत मतभेदांमुळे अशी एखादी सुधारणा करता येऊ नये हे देशाच्या प्रशासनासाठी भूषणावह नाही. दोन, अलुवालिया यांनी उल्लेख केलेल्या कोणत्याच कारणाने नियामकाची गरज नाही असा निष्कर्ष काढता येत नाही. महामार्ग बांधणीच्या महत्त्वाकांक्षी कार्यक्रमाची जी परवड झाली आहे ती पाहता रस्ते नियामक मंडळ स्थापन करण्याची गरज अधिकच जाणवते. तीन, रस्त्यांवर टोल आकारणे, किंवा अधिक दराने आणि जरुरीपेक्षा अधिक काळापर्यंत तो वसूल करीत राहणे देशाच्या अनेक भागात वादग्रस्त ठरले असून यातून सुटका करून घेण्यासाठी न्यायालयांमध्ये अनेक जनहित याचिका दाखल करण्यात आल्या आहेत. प्रत्येक प्रकरणी टोलची रक्कम आणि त्याचा काळ स्वतंत्र नियामकाने पारदर्शी पद्धतीने निर्धारित करण्याची वेळ आता येऊन ठेपली आहे. शेवटी, देशातील उदारीकरणाचे खंदे पुरस्कर्ते असणाऱ्या अलुवालिया यांनी घेतलेले आक्षेप आश्चर्यकारक आहेत. सरकारने अनेक क्षेत्रातील निर्णय प्रक्रियेतील आपला सहभाग कमी करून स्वतंत्र नियामक पद्धतीला कशी बळकटी द्यावी याबाबत सूचना करण्याऐवजी योजना आयोगाने स्वतंत्र नियामक मंडळ

नेमण्यालाच आक्षेप घेतला आहे. यावरून आर्थिक उदारीकरणाच्या नावाखाली जनहिताचा बळी दिला जात नाही हे पाहणे महत्त्वाचे आहे हेच परत एकदा अधोरेखित केले जाते.

या चालढकलीशी तुलना करता, सरकारने नागरी हवाई वाहतूक महानिर्देशकालयाच्या (डीजीसीए) जागी त्यांच्या जबाबदाऱ्या पेलण्यासाठी नागरी हवाई वाहतूक प्राधिकरण (सीएए) नेमले हे समाधानकारक आहे. मर्यादित अधिकार, अपुरा कर्मचारी वर्ग, आर्थिक स्वायत्ततेचा अभाव वगैरे कारणांनी नागरी हवाई वाहतूक महानिर्देशकालयासमोर अनेक अडचणी होत्या. अमेरिकेतील हवाई वाहतूक प्रशासनासारख्या आंतरराष्ट्रीय यंत्रणांनी भारताचा सुरक्षाविषयक दर्जा कमी करण्याच्या धोक्याचाही भारताला सामना करावा लागत होता. नागरी हवाई वाहतूक महानिर्देशकालयाकडून झालेल्या दुर्लक्षांच्या तपशीलाच्या माहितीचे परीक्षण करण्याची संयुक्त राष्ट्रांच्या आंतरराष्ट्रीय हवाई वाहतूक संघटनेने (आयसीएओ) तयारी सुरू केली होती. २०११ सालच्या बनावट विमानचालक परवान्यांच्या घोटाळ्याने नागरी हवाई वाहतूक महानिर्देशकालयातील वरिष्ठ अधिकाऱ्यांच्या भ्रष्टाचाराबाबत प्रश्नचिन्ह उपस्थित केले जाऊ लागल्याने नागरी हवाई वाहतूक महानिर्देशकालयाची प्रतिमा मलिन होऊन प्रवाशांचा विश्वासही उडाला होता. परंतु केवळ एवढेच पुरेसे नाही. हवाई वाहतूक क्षेत्रातील प्रत्येक बारीक सारीक बाबतीत ढवळाढवळ करण्याची वृत्ती मंत्रालयाला सोडून द्यावी लागेल (*इंडियन एक्स्प्रेस*, १२ जुलै २०१३).

हवाई वाहतूक प्राधिकरण स्थापन करण्याचा प्रस्ताव सरकारपुढे तीन वर्षांहून अधिक काळ प्रलंबित होता. संयुक्त राष्ट्रांच्या आंतरराष्ट्रीय हवाई वाहतूक संघटनेने निर्धारित केलेल्या तत्त्वांनुसार या प्राधिकरणाची स्थापना होणे अपेक्षित आहे. त्यांना विमानवाहतूक कंपन्यांवर देखरेख ठेवण्याचे, तिकीटांची किंमत ठरविण्याचे, सुरक्षेची काळजी घेण्याचे, वाहतुकीच्या नियंत्रणाचे निर्देशन करण्याबाबत विशिष्ठ दर्जा राखण्याचे व इतर हवाई वाहतूक सोयींवर लक्ष ठेवण्याचे अधिकार असणे अपेक्षित आहे. हवाई वाहतूक मंत्रालय त्यांना प्रत्यक्षात किती अधिकार देते हे पहावयाचे आहे. त्याचप्रमाणे हवाई वाहतूक प्राधिकरणातील नेमणुका कशा केल्या जातात यावरही त्याला कितपत यश येईल हे अवलंबून आहे.

आणि आता एक शेवटचे उदाहरण. महाराष्ट्राच्या जलक्षेत्र सुधारणा प्रकल्पासाठी जागतिक बँकेने २००५ साली ३५० दशलक्ष अमेरिकी डॉलरचे कर्ज देताना अशी अट घातली होती की महाराष्ट्राने जलस्रोतांचे नियमन करण्यासाठी एक नियामक प्राधिकरण स्थापन करावे. या प्राधिकरणाने समन्यायी पद्धतीने पाण्याचे वाटप करावे आणि त्यासंबंधीच्या धोरणाची अंमलबजावणी करावी. पाणीवापराचे दरही त्यांनीच निश्चित करायचे होते. त्यानुसार हा कायदा २००५ मध्ये पारित करण्यात आला. तेव्हापासून या प्राधिकरणाने काहीच काम केले नाही. प्राधिकरणाचे अध्यक्ष व सदस्य (वित्त) ही पदे बराच काळ रिक्तच होती आणि अवर्षणग्रस्त भागासाठी पाणी देण्याची मागणी करणारी एक जनहित याचिका मुंबई उच्च न्यायालयात दाखल करण्यात येऊन न्यायालयाने आदेश दिल्यानंतरच अखेर ती पदे भरण्यात आली. न्यायालयाने असेही निरीक्षण नोंदविले की जलस्रोतांचे नियमन करणाऱ्या प्राधिकरणाअभावी सोलापूरसाठी उजनी धरणातून पाणी देण्यात यावे असा आदेश देण्यावाचून न्यायालयाकडे अन्य पर्याय नव्हता. राज्यसरकारचे याबाबतचे औदासिन्य आणि दुर्लक्ष यामुळेच प्राधिकरणाचा हा प्रयोग अपयशी ठरला आहे. या क्षेत्रातील प्रचंड प्रमाणावरील कथित भ्रष्टाचारामुळे महाराष्ट्राच्या सिंचन क्षेत्राला फार मोठा तोटा सहन करावा लागला आहे. राजकीय आणि प्रशासकीय इच्छाशक्तीच्या अभावाने एक महत्त्वाची नियामक संस्था कार्यरतच होऊ शकली नाही ही एक दुर्दैवाची बाब आहे.

टीपा

१. भारत सरकार (२००१: परिच्छेद ६.२ व ६.२.२). राज्यघटनेच्या कार्याचा आढावा घेण्यासाठी नेमलेल्या राष्ट्रीय आयोगाने (एनसीआरडब्ल्यूसी) सादर केलेला अहवाल युपीए सरकारने बासनात बांधून ठेवला आहे याचे मुख्य कारण हा आयोग एनडीए सरकारने नेमला होता. त्याचा परिणाम म्हणजे महत्त्वाचे विषय दुर्लक्षित झाले आहेत. प्रत्येक गोष्टीकडे राजकारणाच्या दृष्टीनेच कसे पाहिले जाते हे अविश्वसनीय आहे.

२. अलीकडेच मिर्ची लंडनमध्ये मरण पावल्याचे वृत्त आहे. त्याच्यापासून सुटका मिळण्याचा भारतासाठी हा एकच मार्ग होता!

३. *विनीत नरैन व इतर वि. भारत सरकार व एक*, या जनहित याचिका (गुन्हे.) क्रमांक १९९३ सालचे ३४०–३४३, १९९७(७) एससीएएलइ. या प्रकरणी १८ डिसेंबर १९९७ रोजी देण्यात आलेला निकाल.

४. *विनीत नरैन व इतर वि. भारत सरकार व एक*, १९९७(७) एससीएएलइ.

५. *पी.व्ही. नरसिंह राव वि. सरकार* (सीबीआय/एसपीइ), (१९९८) ४ एससी केसेस ६२६, यांवर १७ एप्रिल १९९८ रोजी देण्यात आलेला निकाल.

६. झारखंड मुक्ती मोर्चा प्रकरणी सर्वोच्च न्यायालयाने निकाल दिल्यानंतर: लाचखोरी आता कायदेशीर आहे का? (*इकॉनॉमिक टाइम्स*, २८ एप्रिल १९९८: ११)

७. भारताच्या सर्वोच्च न्यायालयाच्या मुख्य न्यायमूर्तीपदावरून निवृत्त झाल्यानंतर दिलेल्या विस्तृत मुलाखतीत वाय. के. सबरवाल यांनी म्हटले होते, '[आर्थिक] सुधारणांबाबतची प्रकरणे तातडीने हाताळली जावीत... मी मुख्य न्यायमूर्ती असताना म्हटले होते की सध्याच्या अर्थव्यवस्थेत एखादी परदेशी व्यक्ती किंवा परदेशी गुंतवणूक यावयाची असेल, तर त्यांना विश्वास वाटायला हवा. वाद निर्माण होणारच, परंतु त्या वादांचा योग्य कालावधीत निर्णय होणे आवश्यक आहे. ते अनेक वर्षे प्रलंबित राहता कामा नयेत... परंतु, गतीचा विचार करता, सर्वोच्च न्यायालयापर्यंत आलेल्या प्रकरणांचाही योग्य वेळेत निर्णय देण्यात आला होता. आपली पावले बदलत्या काळाशी जुळवून घ्यायला हवीत. माफ करा, आम्ही ही प्रकरणे प्राधान्याने हाताळू शकत नाही, असे आपण म्हणू शकतो का? प्रगतीची प्रक्रियाच अशाने थोपविली जाईल' (*इंडियन एक्स्प्रेस*, २३ जानेवारी २००७:९).

८. प्रस्तुत लेखकाच्या *डायलॉग* क्वार्टरली (२०११: १२५–३३) मधील लेखावर प्रामुख्याने आधारित.

९. इलेक्ट्रॉनिक माध्यमे सरकारची मक्तेदारी होती म्हणून छापील माध्यमांचीच काळजी होती.

४

सुशासनाचा काही पुरावा आहे का?

या देशात कायदेशीर बाबींसाठी राज्यघटना सार्वभौम आहे आणि
राजकीय सार्वभौमत्व देशाच्या नागरिकांकडे सुपुर्द केलेले आहे.
कार्यकारी अंग मात्र सार्वभौम नाही.

के.एस. हेगडे, सर्वोच्च न्यायालयाचे माजी न्यायमूर्ती

भ्रष्टाचार- भारताचे कुरूप वास्तव

इतर कोणत्याही प्रदेशांपेक्षा या प्रदेशात भ्रष्टाचार विस्तृत प्रमाणावर पसरलेला
असून त्याचे स्वरूप इतर भागांपेक्षा अधिक धोकादायक असल्याचे १९९९
सालच्या दक्षिण आशियातील मानव विकास अहवालात भर देऊन नमूद करण्यात
आले असून त्याचे पुढील पैलू मांडण्यात आले आहेत:

- भ्रष्टाचार कनिष्ठ पातळीवर न होता तो सर्वोच्च पातळीवर होतो व त्यामुळे
  विकासाचे कार्यक्रम आणि प्राथम्यक्रम यांच्यावर परिणाम होतो ;

- भ्रष्टाचाराच्या पैशाला 'चाके नव्हे, तर पंख असतात' आणि तो परदेशातील
  सुरक्षित ठिकाणी चोरट्या मार्गाने पाठवला जातो, देशातील अर्थव्यवस्थेत
  तो गुंतवला जात नाही ; आणि

- भ्रष्टाचाराने बहुधा तुरुंगवासाऐवजी बढती मिळते, आणि यातील 'मोठे मासे–
  ते विरोधी पक्षातील असल्याखेरीज– कधीच पकडले जात नाहीत'
  (*टाइम्स ऑफ इंडिया*, ३ नोव्हेंबर १९९९).

भारताच्या बाबतीत मात्र हे अंशत:च खरे आहे. प्रत्यक्ष परिस्थिती याहून अधिक वाईट आहे. आपल्याकडील भ्रष्टाचार केवळ उच्च पातळीवरच नसून तो कनिष्ट पातळीवरदेखील असून त्याचा सर्वसामान्य लोकांना मोठाच चटका बसतो. सर्वत्र बोकाळलेल्या भ्रष्टाचाराच्या बातम्या जरी आता वृत्तपत्रांत येत असल्या, तरी तो काही अलीकडे सुरू झालेला नाही. स्वातंत्र्यापासूनच त्याने मूळ धरले असून कोणताही राजकीय पक्ष सत्तेत असला तरी त्याला खतपाणीच मिळाले आहे. या पुस्तकात सर्वत्र दिलेल्या उदाहरणांतून हेच सिद्ध होते.

नेहरूंचा भ्रष्टाचाराकडे पाहण्याचा दृष्टीकोन

जे.बी. कृपलानी यांनी आपल्या आत्मचरित्रात लिहिले आहे, 'प्रशासनाच्या क्षेत्रात भ्रष्टाचार वाढल्याचे अधिकाऱ्यांनी मान्य केले आहे. वरिष्ठ सेवाही यातून सुटल्या नव्हत्या आणि राजकीय क्षेत्रातही याचा प्रादुर्भाव झाला होता.' त्यांच्या एका भाषणाचा त्यांनी उल्लेख केला आहे:

> ...१९५१ सालच्या अर्थसंकल्पीय अधिवेशनात कथित साखर घोटाळ्यावरील चर्चेदरम्यान [काँग्रेसमध्ये] गदारोळ झाला. साखरेची किंमत खूपच वाढली होती, अर्थात जेवढी नंतर वाढली त्याहून कमीच. उत्तर प्रदेशातील एका मंत्र्याने साखर कारखान्याच्या मालकांना काँग्रेस पक्षाच्या निधीसाठी साखरेच्या प्रत्येक पोत्यामागे काही विशिष्ट रक्कम देण्याची मागणी करणारे पत्र पाठवले होते त्याची प्रत एका इंग्रजी वृत्तपत्रात छापण्यात आली होती. मी सदनाचे याकडे लक्ष वेधले आणि साखरेच्या किंमतीत असाधारण वाढ होण्याचे हे मुख्य कारण असल्याचे सांगितले. मी पुढे असेही म्हटले की केवळ साखरच नव्हे, तर सामान्य वापराच्या अनेक वस्तू देखील काळ्या बाजारात विकल्या जात होत्या. भाषणाच्या अखेरीस मी घोषणा केली की, 'राज्य करा नाहीतर चालते व्हा'. यामुळे मंत्री आणि त्यांच्या समर्थकांमध्ये गदारोळ उडाला. या वक्तव्याबाबत माझ्याविरुद्ध शिस्तभंगाची कारवाई करण्याचा विचार करण्यासाठी संसदीय पक्षाची बैठक बोलावण्यात आली... सरदार यामुळे चिडले. त्यांना माझ्याविरुद्ध कारवाई करावयाची होती. सामान्यत: कोणतीही टोकाची कारवाई करणे जवाहरलालना पसंत नसे.

> पदाधिकाऱ्यांविरुद्ध जनमत तयार झालेले असताना काँग्रेसच्या माजी अध्यक्षांविरुद्ध कारवाई करण्याने विचित्र परिस्थिती निर्माण होईल हे त्यांच्या लक्षात आले. म्हणून मग हा वाद तेथेच संपविण्यात आला. आपल्या पक्षाविरुद्ध आपण संसदेत काय बोलतो याबाबत सदस्यांनी अधिक काळजी घ्यावी असे नेहरूंनी पक्षसदस्यांना आवाहन केले. त्यांना जी काही तक्रार करावयाची असेल, ती पक्षाच्या बैठकीतच केली जावी असेही त्यांनी सुचविले. सदस्यांनी पक्षाविरुद्ध बोलण्यावर जी बंदी घालण्यात आली, ती काँग्रेसच्या राजवटीत अखेरपर्यंत चालूच राहिली (कृपलानी २००४: ८२५,७३०-३१).

भ्रष्टाचाराच्या प्रश्नासंबंधी काँग्रेसच्या वरिष्ठ नेत्यांचा विचार कसा होता हे दाखविण्यासाठीच मी हा काहीसा लांबलचक उतारा उधृत केला आहे.

सुरुवातीच्या काळात भ्रष्टाचाराची नेहरूंनी रागाने निर्भत्सना केली असली, तरी अशा प्रकरणांच्या आरोपांबाबत नंतरच्या काळात त्यांच्या मनात अधिक संशय निर्माण झाले व ते कसे अधिक सहिष्णू बनले याबाबत शिवराज सिंग यांनी लिहिले आहे. भ्रष्टाचाराबाबतच्या वरचेवर होणाऱ्या चर्चेबद्दलचा त्यांचा राग लपून राहिलेला नव्हता. उदाहरणार्थ, गोरवाला अहवालावर टिप्पणी करताना ते म्हणाले होते की सरकारमधील घोटाळ्यांबाबत कायम बोलले जात असले, तरी त्यापैकी बरेचसे 'सत्यावर आधारित नव्हते.' त्यांच्या सत्ताकाळात, भ्रष्टाचाराच्या प्रत्येक महत्त्वाच्या आरोपाची कसून चौकशी केली जावी या त्यांच्या पूर्वीच्या कल्पनेचा पाठपुरावा करण्याबाबत ते आग्रही नव्हते (शिवराज सिंग २००५:११७). ४ ऑक्टोबर १९५१ रोजी गृहसचिव एच.व्ही.आर. अय्यंगार यांना पाठविलेल्या टिप्पणीवरून हे स्पष्ट होते. नेहरूंनी लिहिले होते:

> बऱ्याच काळापासून, पंजाब सरकारमधील माजी मंत्र्यांविरुद्ध अनेक आरोप करण्यात आले असून चौकशीच्या मागण्या करण्यात आल्या आहेत... अलीकडेच लुधियानामधील एका सार्वजनिक सभेत या आरोपांचा उल्लेख करून मी म्हटले होते की, प्रशासनाबाबत अशा तऱ्हेने सर्वव्यापी, सामान्य चौकशा करणे शक्य नाही आणि ते योग्यही होणार नाही. म्हणून अशी चौकशी करण्याचा आमचा विचार नाही. परंतु, भ्रष्टाचाराचे एखादे विशिष्ठ प्रकरण

आमच्यासमोर आल्यास आणि त्यात तथ्य असल्याचे दिसून आल्यास त्याबाबत आधिक चौकशी करणे हे सरकारचे कर्तव्य आहे, मग ती व्यक्ती कोणीही असो (जवाहरलाल नेहरू मेमोरियल फंड १९९४: ७४१).

एखाद्या आरोपात तथ्य आहे किंवा नाही हे पडताळण्यासाठी बरेच वेळा नेहरू गुप्तवार्ता विभागाला गोपनीय चौकशी करण्यास सांगत असत. काही वेळा ते सर्वोच्च न्यायालयाच्या न्यायमूर्तींना अनौपचारिक चौकशी करून अहवाल सादर करण्यासही सांगत असत. हे अहवाल कधीच जाहीर करण्यात येत नसत. उदाहरणार्थ, सर्वोच्च न्यायालयाचे माजी न्यायमूर्ती एस.के.दास यांनी के.डी.मालवीय यांच्याविरुद्धच्या आरोपांची कायद्याचा कोणताही आधार नसलेली जी चौकशी केली होती तिचा अहवाल कधीच जाहीर करण्यात आला नाही. वास्तविक मेहताब यांच्याविरुद्धच्या आरोपांची चौकशी करण्यासाठी नेमलेल्या सरजू प्रसाद चौकशी आयोगालाही तो उपलब्ध करून देण्यात आला नाही. हा अहवाल गोपनीय असल्याचे आयोगाला प्रथम सांगण्यात आले होते. नंतर हा अहवाल दिला जाण्याचा आयोगाने जेव्हा आग्रह धरला, तेव्हा तो सापडत नसल्याचे सांगण्यात आले (नुराणी १९७३: १९०–९१).

गुप्तवार्ता विभागाचे तत्कालिन संचालक बी.एन. मलिक यांनी आपल्या स्मरणग्रंथात लिहिले आहे:

एक दिवशी [मी पंतप्रधान नेहरूंना भेटण्यास गेलो असता] त्यांनी त्यांच्या मंत्रीमंडळातील एका सहकाऱ्याचे नाव घेऊन म्हटले की त्यांचे एका उद्योग समूहाशी संबंध असल्याचे आरोप त्यांच्या कानावर आले होते आणि त्यात काही तथ्य असल्यास ते मी पडताळून पहावे अशी त्यांची इच्छा होती. मी विनयाने त्यांना म्हणालो की अशी चौकशी गुप्तवार्ता विभागाऐवजी विशेष पोलिस विभागाने करणे अधिक योग्य होईल आणि मंत्रीमंडळातील सर्व मंत्र्यांना मी चांगल्या प्रकारे ओळखत असल्याने हे काम करणे मला अडचणीचे वाटते. पंतप्रधान म्हणाले की मंत्रीमंडळातील त्यांच्या सहकाऱ्यांची खाजगी आणि कार्यालयीन जीवनातील वर्तणूक पूर्णपणे सचोटीपूर्ण, प्रामाणिक व संशयातीत असणे आवश्यक आहे... औपचारिक चौकशी त्यांना नको होती कारण ती अनेक प्रक्रियांनी जखडली जाईल. शिवाय अशी चौकशी

> गोपनीय राहणार नाही आणि त्याला विनाकारण प्रसिद्धी मिळेल... पंतप्रधानांची तब्येत जर चांगली असती, तर मी तरीही अशी चौकशी करण्यास नकार दिला असता; परंतु ते आजारी असताना मला त्यांना निराश करायचे नव्हते (मलिक १९७२:१९).

मुंध्रा प्रकरणासंबंधीचा छागला चौकशी आयोग हे नेहरू सरकारमधील मानाचे पान मानले जाते आणि भ्रष्टाचार निर्मूलनाच्या त्यांच्या आग्रहाचा तो पुरावा मानला जातो. परंतु, प्रत्यक्षात, नेहरू या चौकशीबाबत फार नाखूष होते आणि ती चौकशी किती अनावश्यक व अन्यायी होती हे सांगण्याची एकही संधी ते गमावत नसत. जीवन विमा महामंडळाने (एलआयसी) हरिदास मुंध्रांच्या नियंत्रणाखालील सहा कंपन्यांमध्ये जी गुंतवणूक केली होती तिची चौकशी करण्यासाठी मुंबई उच्च न्यायालयाचे मुख्य न्यायमूर्ती एम.सी. छागला यांच्या अध्यक्षतेखाली हा एक सदस्यीय चौकशी आयोग ७ जानेवारी १९५८ रोजी नेमण्यात आला होता. आपल्या गुंतवणूक समितीच्या सल्ल्यानुसार केवळ उत्तम समभाग (ब्लु चिप) असणाऱ्या कंपनीतच गुंतवणूक करण्याच्या धोरणाविरुद्ध ही गुंतवणूक करण्यात आली होती. शिवाय एलआयसीने ही गुंतवणूक केली त्यावेळी या कंपन्यांच्या समभागाची किंमत कमी होऊ लागली होती. छागलांनी आपला अहवाल १० फेब्रुवारी १९५८ रोजी सादर केला, आतापर्यंत कोणत्याही चौकशी आयोगाने आपला अहवाल इतक्या कमी वेळात सादर केलेला नाही. या अहवालाने नेहरू फार अस्वस्थ झाले. चौकशीच्या काळात ध्वनिवर्धकांचा वापर केला गेला होता यावर त्यांनी टीका केली आणि सार्वजनिकरित्या त्याविरुद्ध मत प्रदर्शनही केले. छागलांनी नेहरूंना लेखी कळविले की ज्या कौन्सिल हॉलमध्ये चौकशी चालू होती तेथे बाहेर जमलेली गर्दी नियंत्रणात ठेवणे कठीण असल्याने पोलिसांनी ध्वनिवर्धकांचा वापर करण्याचा आग्रह केला होता. त्यानंतर नेहरूंनी छागलांना कळविले की 'मुंबईतील [ध्वनिवर्धकांबाबतची टिप्पणी] लोकांना उद्देशून केलेली होती'. या चौकशीदरम्यान ॲटर्नी जनरल एम.सी. सेटलवाड यांच्या भूमिकेवरही नेहरूंनी टीका केली होती. नेहरूंनी हा प्रश्न मंत्रीमंडळासमोर ठेवला होता. त्याच्या कार्यवृत्तात लिहिले होते:

> ॲटर्नी जनरल यांची भूमिका मंत्रीमंडळाला अतिशय असाधारण वाटली.

> त्यांनी सरकारची बाजू मांडावी असे अपेक्षित असतानाही त्यांनी सरकारशी याबाबत सल्लामसलत केली नव्हती आणि सर्वात अनपेक्षित बाब म्हणजे कोणतेही समर्थनीय कारण न देता त्यांनी यात गैरव्यवहार झाल्याचे सूचित केले... यावर काही कारवाई करण्यास फार उशीर झाला होता. तथापि, मंत्रीमंडळाने याप्रकारच्या चौकशीला परत कधी सामोरे जावे लागल्यास सरकारच्या प्रतिनिधींना पूर्ण माहिती देण्यासाठी योग्य अशी प्रक्रिया विकसित केली जावी असा निर्णय केला.

रोझेस इन डिसेंबर या आपल्या आत्मचरित्रात छागलांनी लिहिले आहे: '[सेटलवाड] यांनी सरकार प्रतिवादी असल्याप्रमाणे त्यांची बाजू मांडावी अशी माझी इच्छा नव्हती. परंतु, माझ्याप्रमाणेच सरकारलाही खरी परिस्थिती समजून घेण्याची इच्छा असल्याने योग्य त्या निर्णयाप्रती येण्यासाठी सहाय्य करणे हे त्यांचे प्राथमिक कर्तव्य होते.' ९ फेब्रुवारी १९५८ रोजी (म्हणजे छागला आयोगाचा अहवाल येण्यापूर्वीच) इंग्लंडमधील भारताच्या उच्चायुक्त विजया लक्ष्मी पंडित यांना नेहरूंनी लिहिले:

> हे सर्व प्रकरण फारच दुर्दैवी ठरले. या गुंतवणुकीमुळे जीवन विमा महामंडळाचा काही प्रत्यक्ष तोटा झाला आहे असे म्हणणे अगदी चुकीचे आहे असे माझे मत आहे... आपले वित्तमंत्री टी.टी. कृष्णम्माचारी यांना मंत्री म्हणून याची जबाबदारी काही प्रमाणात पेलावी लागत आहे, परंतु अधिक चौकशी न करता त्यांनी इतरांना पुढे जाऊ दिले एवढाच त्यांचा दोष आहे असे मला वाटते... सेटलवाड यांनी ज्याप्रकारे हे प्रकरण हाताळले ते फारच असाधारण होते. ते सरकारचा एक भाग असून देखील त्यांनी फिर्यादीचे वकील असल्याप्रमाणे काम केले. छागलांनी त्यांना यासाठी प्रोत्साहन दिलेले दिसते, ते काय म्हणतात हे पाहण्यासाठी आपल्याला अहवालाची वाट पहायला हवी.

सेटलवाड यांनी काही अयोग्य केले का याबाबत दोन मते असू शकतात. एका मतानुसार, ॲटर्नी जनरल हे न्यायालयाचे अधिकारी आहेत आणि योग्य तो न्यायनिवाडा केला जाण्यासाठी न्यायालयाला मदत करणे हे त्यांचे कर्तव्य आहे. सेटलवाड यांनी जे केले त्याबद्दल काही लोक त्यांना श्रेय देऊन असे मानतात की

सरकारतर्फे याबाबत तत्त्वनिष्ठ बाजू घेणारे ते सरकारमधील एकमेव कायदेतज्ज्ञ होते. माझेही असेच मत आहे. परंतु, अर्थातच नेहरूंना हे मत मान्य नव्हते. १२ फेब्रुवारी १९५८ रोजी टी.टी. कृष्णम्माचारींना लिहिलेल्या पत्रात नेहरू परत म्हणतात, 'या प्रकरणात सत्य एकांगीपणाने मांडण्यात आले... या दुर्दैवी प्रकरणाबाबतची महत्त्वाची सर्व माहिती [चौकशी आयोगासमोर] नीटपणे मांडण्यात आली नाही असे मला अजूनही वाटते' (जवाहरलाल नेहरू मेमोरियल फंड २०१०: ३४३–४६, ३५०–५१). अखेर, जनमताच्या रेट्याखाली नेहरूंनी नाईलाजाने कृष्णम्माचारी यांचा राजीनामा स्वीकारला.

राज्यांशी संबंधित चौकशी आयोग

१९६० च्या दशकात अनेक मुख्यमंत्री व इतर महत्त्वाच्या व्यक्तींविरुद्ध चौकशी करण्यासाठी अनेक चौकशी आयोग नेमण्यात आले होते त्यावरून या काळात भ्रष्टाचार व कुप्रशासन किती बोकाळले होते हेच दिसून येते. ए.जी.नुराणी यांनी त्यांच्या पुस्तकात आठ प्रकरणांमध्ये या चौकशांचे तपशीलवार विश्लेषण केले आहे. ते आहेत– येणाऱ्या धोक्याची आगाऊ सूचना, कैरॉंचा कारभार, बक्षी पर्व, ओरिसामधील कर्तृत्ववान मंडळी, बिहारचे दुर्दैव, उपद्‌व्यापी मेहताब वगैरे (नुराणी १९७३). त्यांचे काही निष्कर्ष यापुढे उधृत करण्यात आले आहेत त्यावरून भ्रष्टाचार व कुप्रशासनाकडे एकूण कानाडोळाच करण्याची वृत्ती कशी होती हेच दिसून येते. नुराणी यांच्या पुस्तकातील पृष्ठक्रमांक कंसात दिले आहेत:

- सर्वोच्च न्यायालयाच्या निकालामुळे सरदार प्रताप सिंग कैरॉंविरुद्ध न्यायालयीन चौकशीच्या मागणीला मोठाच पाठिंबा मिळाला. नेहरूंना सर्वोच्च न्यायालयाच्या निकालाकडे दुर्लक्ष करणे शक्य नव्हते आणि त्यांनी २५ ऑक्टोबर १९६३ रोजी राष्ट्रपतींकडे एक टिप्पण पाठविले त्यात त्यांनी सरदार प्रताप सिंग कैरॉंविरुद्धचे आरोप फारसे गंभीर नसल्याचा निष्फळ दावा केला. या टिप्पणीत कैरॉंना जवळ जवळ निर्दोषच म्हटले होते. परंतु, नाईलाजाने का होईना यात चौकशी करण्याची मागणी मान्य करण्यात आली होती... त्यांच्याविरुद्ध चौकशी चालू असतानाही सरदार प्रताप सिंग कैरॉं पंजाबच्या मुख्यमंत्रीपदीच राहिले होते. निदान चौकशी पूर्ण होईपर्यंत तरी

त्यांनी राजीनामा द्यावा अशी मागणी करण्यात आली होती, पण ती फेटाळण्यात आली... न्यायमूर्ती एस.आर.दास यांनी आपला अहवाल ११ जून १९६४ रोजी, लाल बहादुर शास्त्री यांनी पंतप्रधानपदाची शपथ घेतल्यानंतर तीन दिवसांनीच सादर केला. सुरुवातीला शास्त्रींनी आयोगाचा हा अहवाल जाहीर न करण्याचे ठरविले. परंतु, राजकीय शहाणपणापेक्षा कैरॉंचा हट्टीपणा उजवा ठरला. अहवालात काहीही असले, तरी त्यांनी राजीनामा देण्यास नकार दिला. मग तो अहवाल प्रसिद्ध करण्यावाचून शास्त्रींना दुसरा पर्यायच राहिला नाही. त्यानंतर कैरॉंनी राजीनामा दिला. तेव्हापासून ते फेब्रुवारी१९६५ मध्ये त्यांची हत्या होईपर्यंत कैरॉं पंतप्रधान व गृहमंत्री गुलझारीलाल नंदा यांच्याविरुद्ध आपल्या लिखाणातून व भाषणातून गरळ ओकतच राहिले (पृष्ठे ५२,५३,६२).

- बक्षी गुलाम महमंद यांच्या विरुद्ध चौकशी आयोगाने ३० जून १९६७ रोजी सादर केलेल्या अहवालात भ्रष्टाचार व सत्तेचा गैरवापर यांबाबत बक्षींना दोषी ठरविले असले, तरी कॉंग्रेस पक्षाने १९७१ च्या लोकसभा निवडणुकीसाठी त्यांना श्रीनगरमधून निवडणूक लढविण्याचे तिकीट दिले (पृष्ठ ६३).
- मेहताब व बिजु पटनायक यांची मुख्यमंत्रीपदाची कारकीर्द कुप्रसिद्ध ठरली, तरी केंद्राने त्यांना प्रकरण अगदी हाताबाहेर जाऊन त्यांच्या विरोधातील राज्य सरकारने चौकशी सुरू करेपर्यंत त्यांना संरक्षण दिले. [राजस्थान व आसामच्या उच्च न्यायालयाच्या माजी न्यायमूर्ती व सर्वोच्च न्यायालयातील वरिष्ठ वकील] न्यायमूर्ती खन्ना व सरजू प्रसाद यांनी आपल्यावरील जबाबदारी अत्यंत निष्पक्षपातीपणे व कसोशीने पार पाडल्याबद्दल जनतेने त्यांच्याप्रती ऋणी असायला हवे. त्यांच्या अहवालातून ओरिसाच्या सार्वजनिक जीवनाला लागलेली कीड स्पष्ट दिसून येते (पृष्ठ ९१).
- बिहारचे राजकारण जातीभोवतीच फिरते... भ्रष्टाचार, वशिलेबाजी आणि सत्तेच्या गैरवापराचे आरोप सर्वत्र उघडपणे केले जातात. नेहमीप्रमाणेच केंद्र शासनाने त्याकडे दुर्लक्ष केले... सर्वोच्च न्यायालयाचे माजी न्यायमूर्ती टी.एल. वेंकटराम अय्यर यांनी कॉंग्रेसचे मुख्यमंत्री व त्यांच्या पाच सहकाऱ्यांविरुद्धच्या आरोपांबाबत दिलेल्या अहवालावरून उपसमितीच्या

> अहवालात बिहारच्या मंत्र्यांविरूद्धच्या काळ्या कर्तृत्वाच्या आरोपांची सारवासारव केली असल्याचेच स्पष्ट झाले... संयुक्त आघाडीच्या मंत्र्यांविरुद्धच्या आरोपांची चौकशी करणाऱ्या आयोगात जे.आर. मुधोळकर या सर्वोच्च न्यायालयाच्या माजी न्यायमूर्तींचा समावेश होता. अय्यर व मुधोळकर यांचा अहवाल डोळे उघडणारा आहे (पृष्ठे १२१–२३).

विशेष लक्षात घेण्याजोगी बाब म्हणजे राज्यांमधील भ्रष्टाचार व वशिलेबाजीसंबंधींच्या सर्व चौकशांमध्ये कोणता पक्ष सत्तेवर होता– काँग्रेस, राष्ट्रीय परिषद, संयुक्त आघाडी, जन काँग्रेस, गणतंत्र परिषद, शोषित दल, संयुक्त विधायक दल, स्वतंत्र पक्ष– याने काहीच फरक पडला नाही. शेवटी, नुराणी यांचा एक महत्त्वाचा मुद्दा लक्षात घेणे गरजेचे आहे: 'सर्व आयोगांनी ''उच्च स्तरावरील संशयातीत पुराव्याचा (फौजदारी खटल्याप्रमाणे) आग्रह धरला आहे, दिवाणी दाव्यांप्रमाणे शक्यतेच्या विचारावर ते अवलंबून राहिलेले नाहीत''' असे एस. वेलु यांनी म्हटले आहे. याचा आयोगाच्या चौकशीवर प्रत्यक्ष परिणाम होतो, त्यांनी चौकशीदरम्यान त्याकडे कशा दृष्टीने पहावे हे सांगितले जात नाही. त्याचा दृष्टीकोन हा 'चौकशीचाच' असावा. चौकशी आयोगांनी जर असा दृष्टीकोन ठेवला असता... तर मंत्र्यांचे आणखी अनेक गैरव्यवहार लपून राहण्याऐवजी उघड झाले असते' (पृष्ठे ३३२–३३).

न्यायमूर्ती जगनमोहन रेड्डी आयोग

काही महत्त्वाच्या चौकशी आयोगांच्या काही निरीक्षणांकडे लक्ष वेधणे येथे उचित ठरेल. बन्सीलाल यांची चौकशी करणाऱ्या न्यायमूर्ती पी. जगनमोहन रेड्डी चौकशी आयोगाने इतर अनेक गोष्टींबरोबरच सार्वजनिक हिताच्या दृष्टीने काम करणारी व राजकीय नेत्यांच्या दबावाला बळी न पडणारी स्वतंत्र, नीडर, बळकट व कर्तव्यदक्ष नोकरशाही किंवा प्रशासकीय सेवा असण्याची गरज अधोरेखित केली आहे... वरिष्ठ अधिकाऱ्यांना ज्या प्रकारे काम करू दिले जाते ते महत्त्वाचे आहे. अत्यंत सचोटीने, नि:पक्षपातीपणे, कर्तव्यदक्षतेने, सार्वजनिक हित डोळ्यासमोर ठेवून त्यांनी काम करावे अशी त्यांच्याकडून अपेक्षा असते. सरकारमधील प्रत्येक जबाबदार अधिकाऱ्याने ही महत्त्वाची गरज व अपेक्षा मनात बाळगणे आवश्यक

आहे कारण सार्वजनिक हिताच्या दृष्टीने स्वतंत्र व शक्तीशाली सनदी सेवा असणे ही लोकशाही सरकारच्या योग्य कार्यवाहीसाठी एक अपरिहार्य बाब आहे... बन्सीलाल यांनी प्रशासनाची अशी एक पद्धत विकसित केली की ज्यायोगे मुख्यमंत्री असताना किंवा केंद्र सरकारचे संरक्षण मंत्री असताना त्या संस्थांची कार्यपद्धती अशा प्रकारे नियंत्रित केली की त्यामुळे वरिष्ठ अधिकाऱ्यांना सल्ला देण्याचे काम करण्याऐवजी केवळ त्यांच्या इच्छेचे पालन करणे भाग पडले. त्यांच्या हाताखाली काम करणाऱ्यांचा पाणउतारा करून, निलंबित करून आणि त्यांची बदली करून...ते व इतरही त्यांच्या इच्छांचे पालन करतील अशी परिस्थिती त्यांनी निर्माण केली... मुख्यमंत्री असताना बन्सीलाल ज्याप्रमाणे वागत त्यावरून एखाद्या व्यक्तीच्या उद्दिष्टांनुसार व इच्छेखातर संपूर्ण प्रशासन कसे वाकवता येते याचा अभ्यास करावा लागेल (भारत सरकार १९७८: ३०४–०५, ३०८).

मारुती उद्योगावरील न्यायमूर्ती गुप्ता आयोग

मारुती उद्योगाबाबतच्या ३१ मे १९७८ रोजी सादर केलेल्या अहवालात न्यायमूर्ती ए.सी. गुप्ता यांनी इतर अनेक गोष्टींबरोबर म्हटले आहे: मारुती उद्योगाच्या प्रकरणावरून... सार्वजनिक जीवनातील सचोटी व प्रशासनातील पावित्र्यच कमी होऊ लागलेले दिसते... मिसा कायद्याखाली स्थानबद्धता किंवा केंद्रीय अन्वेषण विभागातर्फे चौकशी अथवा छळणुकीच्या इतर मार्गांमुळे अधिकाऱ्यांना नियमांचा आग्रह धरणे अशक्य होऊ लागले... जे कायदा हातात घेत होते त्यांच्याविरुद्ध कायद्याची कारवाई करणे त्यांना शक्य होत नसे (भारत सरकार १९७९: १४१).

ओरिसातील न्यायमूर्ती खन्ना आयोग

ओरिसातील तीन माजी मुख्यमंत्री व काही मंत्र्यांविरुद्धच्या १९६८ सालच्या अहवालाच्या समारोपात दिल्ली उच्च न्यायालयाचे न्यायमूर्ती एच.आर. खन्ना यांनी असे निरीक्षण नोंदविले आहे की, 'वर्तणुकीचे कितीही नियम करून किंवा मालमत्ता जाहीर करण्यास सांगून मंत्री किंवा सार्वजनिक जीवनातील व्यक्तींच्या

सचोटीची खात्री देता येणार नाही. त्यासाठी प्रबळ जनमताच्या वातावरणाची गरज आहे, ज्यामुळे कोणाला सचोटीचा मार्ग सोडण्याचा धीरच होणार नाही. स्वच्छ व सशक्त प्रशासन हे लोकांच्या हृदयात भिनायला हवे; कायदे केवळ कधीतरी झालेल्या चुकांना शिक्षा देऊ शकतील' (खन्ना १९८६: ५९).

कर्नाटकातील न्यायमूर्ती ग्रोव्हर आयोग

कर्नाटक सरकारचे मुख्यमंत्री देवराज अर्स व काही मंत्री यांच्याविरुद्ध चौकशी करणाऱ्या ग्रोव्हर आयोगाची काही निरीक्षणे उधृत करीत आहे:

> प्रशासनाची पातळी जर योग्यतेच्या व कार्यक्षमतेच्या उच्च स्तरावर राखायची असेल, तर सनदी सेवांचा दृष्टीकोन पूर्णपणे अ-राजकीय असायला हवा. कायद्यानुसार व घटनेनुसार सत्तेवरील सरकारच्या धोरणांनुसार त्यांना काम करावे लागते, परंतु त्याचा अर्थ असा नव्हे की नि:पक्षपातीपणा व रास्त कारवाई या सर्वात महत्त्वाच्या निकषांचा विचारच करण्याची गरज नाही. जोपर्यंत अधिकारी त्यांनी द्यावयाच्या निर्णयांमध्ये किंवा ज्याबाबत त्यांनी सल्ला द्यावयाचा आहे त्यामध्ये व्यक्तीगतरित्या गुंतलेले नसतील, तेव्हाच हे शक्य होईल. तसेच अधिकाऱ्यांनी त्यांचे मत स्पष्टपणे मांडल्यास त्यांना पुरेसे संरक्षण देणे आवश्यक आहे (भारत सरकार १९७९: ३७७).

तामीळनाडुमधील न्यायमूर्ती सरकारिया आयोग

तामीळनाडुचे मुख्यमंत्री एम. करुणानिधी व काही मंत्र्यांविरुद्ध १९७८ साली सरकारिया चौकशी आयोगाने राज्याचे प्रशासन किती खालच्या स्तरावर जाऊन पोचले होते हे दाखवून दिले. आयोगाने म्हटले होते:

> या चौकशीदरम्यान अनेक अस्वस्थ करणारी प्रकरणे आयोगाच्या नजरेस आली. भारतीय प्रशासकीय सेवेतील काही अधिकाऱ्यांनी - त्यापैकी काहीजणांचे चारित्र्य एरवी स्वच्छ होते- जाणून बुजून कर्तव्यात कसूर केली, आपण चुकीचे करीत आहोत याची त्यांना पूर्णपणे जाणीव होती. *मंत्र्यांनी तोंडी देलेल्या आदेशांचे पालन करण्यावाचून त्यांना पर्याय*

> *नव्हता असे त्यांनी स्वत: सांगितले आहे. त्यांनी मध्यस्थ म्हणून स्वत:चा वापर होऊ दिला किंवा मंत्र्यांच्या वतीने लाच घेण्यापर्यंतही त्यांची मजल गेली...* [मंत्र्यांकडून लिखित स्वरुपात आदेश घेण्याचा] नियम जेव्हा आयोगासमोर साक्ष देण्यास आलेल्या अधिकाऱ्यांच्या मुद्दाम नजरेला आणून देण्यात आला, तेव्हा त्यांनी सांगितले की अशा प्रकरणांमध्ये मंत्र्यांकडून लिखित आदेश मागणे किंवा आदेशांची लेखी पुष्टी घेण्याचा आग्रह धरणे शक्य नव्हते, कारण त्यात त्यांचे पद जाण्याचा किंवा त्यांच्या सेवेला गंभीर हानी होण्याचा धोका होता. या त्यांच्या विधानाच्या समर्थनासाठी त्यांनी एका मुख्य सचिवांचे व पोलिस महानिरीक्षकांचे उदाहरण दिले. ते म्हणाले की यापूर्वीच्या द्रमुक सरकारमधील संबंधित मंत्र्यांनी सांगितल्याप्रमाणे करण्यास नकार देऊन व प्रशासकीय सचोटीच्या मार्गावरून ढळण्यास विरोध दर्शविल्याने त्यांना त्याची किंमत मोजावी लागली होती (भारत सरकार १९७८: १३४-३५). *मी येथे तिरपा टाइप विशेष लक्ष वेधण्यासाठी मुद्दाम वापरला असून इतरही काही ठिकाणी तो वापरला आहे.*

मधु लिमये म्हणतात:

> १९७७ साली जेव्हा मोरारजी देसाईचे सरकार सत्तेत आले, तेव्हा द्रमुक व जनता पक्षांची १९७७ सालच्या लोकसभा निवडणुकीत युती असल्याने त्यांनी सरकारिया अहवालावर काही कारवाई केली नाही. १९८० साली इंदिरा गांधींची द्रमुकशी दोस्ती असल्याने करुणानिधींविरुद्ध कारवाई करण्याचा प्रश्नच नव्हता. ओरिसात बिजु पटनायक व त्यांच्या सहकाऱ्यांबाबतही असेच घडले. जे त्यांच्या विरुद्धच्या आरोपांबाबत चौकशीची मागणी करण्यात सर्वात अग्रभागी होते, त्यांनी त्यांना आपला नेता म्हणून किंवा सहकारी म्हणून मान्य केले (लिमये १९९४: ५१०).

महाराष्ट्रातील न्यायमूर्ती लेंटिन आयोग

जानेवारी-फेब्रुवारी १९८६ मध्ये एका औषधाची प्रतिक्रिया येऊन मुंबईच्या जे.जे. इस्पितळात अनेक रुग्ण मृत्युमुखी पडले होते त्याची चौकशी करण्यासाठी

महाराष्ट्र सरकारने न्यायमूर्ती बी. लेंटिन चौकशी आयोग नियुक्त केला होता. बरीच प्रतिक्षा करण्यात आलेला लेंटिन आयोगाचा अहवाल नोव्हेंबर १९८७ मध्ये सादर करण्यात आला. अतिशय स्पष्ट शब्दात दोष देणाऱ्या अहवालात लेंटिन यांनी लिहिले होते, 'मला माझ्या मनाप्रमाणे करता आले असते तर अनेकांना मी तडकाफडकी नोकरीतून कमी केले असते आणि इतर काहींचे परवाने कायमस्वरुपी रद्द केले असते. तथापि, राज्य कायद्याने चालावयास हवे' (महाराष्ट्र सरकार १९८७). आयोगाने डीन, इस्पितळाचे पर्यवेक्षक, प्राध्यापक, औषधे देणारे, ज्यांनी औषधांची खरेदी केली होती ते उद्योग संचालक आणि अन्न व औषध प्रशासनाचे अधिकारी यांच्याविरुद्ध विभागीय व इतर कारवाई करण्याच्या सूचना दिल्या. औषध उत्पादक व औषधे परीक्षण करणाऱ्या प्रयोगशाळांविरुद्ध फौजदारी खटले दाखल करण्याची शिफारस करण्यात आली. आरोग्य मंत्री भाई सावंत, माजी आरोग्य मंत्री बळीराम हिरे आणि काही डॉक्टर यांच्याविरुद्ध भ्रष्टाचाराचे आरोप ठेवण्यात आले होते. भविष्यात याची पुनरावृत्ती होऊ नये यासाठी आयोगाने अनेक शिफारशी केल्या होत्या. तथाकथित प्रगतीशील महाराष्ट्र राज्यातील प्रशासनाची काळी बाजू या अहवालाने जनतेसमोर आणली. अपेक्षेप्रमाणेच, राज्य विधानमंडळाला सादर केलेल्या कारवाईच्या अहवालात काय कारवाई केली नाही हेच प्रामुख्याने मांडण्यात आले होते!

संथानम समितीची नांदी

जुलै १९५९ मध्ये विद्यापीठ अनुदान आयोगाचे तत्कालिन अध्यक्ष व माजी वित्त मंत्री चिंतामणराव देशमुख यांनी मद्रासमध्ये एका भाषणात असे विधान केले होते की भ्रष्टाचाराची चौकशी करण्यासाठी एक स्थायी स्वरुपाचा न्यायिक लवाद नेमण्यात आला तर, 'मला स्वत:लाच निदान अर्धा डझन तरी अहवाल सादर करून त्याची सुरुवात करायला आवडेल' (राज्यसभा सचिवालय १९९६:२६). नेहरूंना ही सूचना 'कार्यवाही करण्यायोग्य' वाटली नाही आणि ते म्हणाले, 'सर्वांनीच एकमेकांकडे सचोटीचा अभाव असल्याच्या संशयाने पाहिले, तर देशाची प्रगती होणार नाही'. तथापि, १४ जून १९६० रोजी काँग्रेस अध्यक्ष एन. संजीव रेड्डी यांनी जाहीर केले की काँग्रेसच्या कार्यकारी समितीने त्यांना मंत्री व

काँग्रेसमधील इतर जबाबदार व्यक्तींविरुद्धच्या 'भ्रष्टाचाराच्या आरोपांमधील तथ्य शोधून काढण्यासाठी एक कायमस्वरुपी यंत्रणा' स्थापन करण्याची अनुमती दिली आहे. आणखी एका ठरावानुसार काँग्रेस कार्यकारी समितीने काँग्रेस अध्यक्षांना केंद्र व राज्य सरकारमधील काँग्रेसच्या सर्व मंत्र्यांकडून, व काँग्रेसच्या खासदार व आमदारांकडून त्यांच्या मालमत्तेची वार्षिक विवरणपत्रे, त्यांची मिळकत व खर्चाची विधाने घेण्याचे अधिकार दिले.' २८ जून १९६० रोजी काँग्रेस अध्यक्षांनी पाच नामवंत कायदेपंडितांची एक समिती जाहीर केली. सार्वजनिक जीवनातील भ्रष्टाचाराची अशा तऱ्हेने गंभीरपणे नोंद घेण्यात आली पण यातून फारसे काही निष्पन्न झाले नाही.

भ्रष्टाचार निर्मूलनासाठी संथानम समिती

जून १९६२ मध्ये खासदार के. संथानम यांच्या अध्यक्षतेखाली काही खासदारांची एक समिती 'भ्रष्टाचाराच्या काही महत्त्वाच्या पैलूंचा अभ्यास करण्यासाठी' नेमण्यात आली. या समितीच्या ८७ बैठका झाल्या. केंद्रीय दक्षता आयोग नेमणे, सरकारी नोकरांच्या वर्तणुकीच्या नियमांत बदल करणे, शिस्तभंगाच्या कारवाईबद्दलच्या नियमांत सुधारणा करणे आणि निवृत्तीनंतर सरकारी नोकरांनी खाजगी क्षेत्रात नेमणूक स्वीकारण्याचा प्रश्न यांसंबंधी त्यांनी अंतरिम अहवाल सादर केले. भ्रष्टाचाराच्या समस्येची समितीने अतिशय व्यापक व्याख्या केली व त्यात 'सार्वजनिक पद किंवा सार्वजनिक जीवनातील विशेष स्थान व त्याबरोबर येणाऱ्या सत्तेचा गैर किंवा स्वार्थी वापर' याचाही समावेश केला. समितीची काही महत्त्वाची निरीक्षणे आजही तितकीच महत्त्वाची आहेत, त्यांचा थोडक्यात उल्लेख केला आहे:

> भ्रष्टाचारात वाढ होण्याची दोन महत्त्वाची कारणे आहेत; एक म्हणजे, भ्रष्टाचारी सरकारी नोकरांबाबत कठोर व टोकाची कारवाई करण्याची तयारी नसणे, आणि दुसरे, *भारतातील सरकारी नोकरांना इतर विकसित देशांतील सरकारी नोकरांपेक्षाही अधिक संरक्षण देण्यात आले आहे*... राज्यघटनेच्या कलम ३११ चा आमच्या न्यायालयांनी जो अर्थ लावला आहे त्यानुसार भ्रष्ट सरकारी कर्मचाऱ्यांना परिणामकारक शिक्षा देणे

> फार कठीण झाले आहे. *कलम ३११ मध्ये सुधारणा करण्याचा प्रश्न संसदेत उपस्थित करण्यात आला असता, भ्रष्टाचाराच्या मुद्याकडे पूर्णपणे दुर्लक्ष करण्यात आले आणि सरकारी नोकरांच्या व्यक्तिगत संरक्षणाला अवाजवी महत्त्व देण्यात आले. हा मुद्दा महत्त्वाचा असून संसदेने त्याचा तातडीने फेरविचार करायला हवा.* फेडरेशन ऑफ इंडियन चेंबर्स ऑफ कॉमर्स अँड इंडस्ट्री (एफआयसीसीआय – फिक्की) कडून भ्रष्टाचाराविरुद्धच्या लढाईला चांगला पाठिंबा मिळेल अशी अपेक्षा असताना त्यांनी समितीच्या आमंत्रणाचा स्वीकारही केला नाही हे समितीने खेदाने नमूद केले आहे. समितीसमोर असे सांगण्यात आले की भ्रष्टाचार इतका बोकाळला आहे की सार्वजनिक प्रशासनाच्या सचोटीवर जनतेचा आता विश्वासच राहिलेला नाही. आतापर्यंत प्रशासनाच्या ज्या स्तरांवर भ्रष्टाचार अजिबात नव्हता त्या स्तरांवरही तो पसरला आहे असे सर्वांनी आम्हाला सांगितले... विशेषत: निवडणुकीच्या काळात राजकीय पक्ष ज्या प्रकारे निधी गोळा करतात त्यावरून राजकारणाच्या उच्च पातळीवरही भ्रष्टाचार पसरला असल्याबद्दलचा लोकांचा विश्वास वाढला आहे (भारत सरकार १९६३: १,३,५,१०–१२,१०४).

हे वर्णन १९६४ सालच्या सुरुवातीचे आहे, पण आजही ते तितकेच खरे आहे.

दुर्दैवाने संथानम समितीच्या बहुतेक सर्व महत्त्वाच्या शिफारशींवर सरकारने काहीच कारवाई केली नाही. त्यापैकी काही पुढीलप्रमाणे होत्या: **एक**, समितीने शिफारस केली होती की जेव्हा एखाद्या मंत्र्याविरुद्ध भ्रष्टाचाराचे आरोप केले जातील, तेव्हा त्याची ताबडतोब चौकशी केली जावी. १० खासदारांनी किंवा आमदारांनी पंतप्रधानांकडे अथवा मुख्यमंत्र्यांकडे लेखी स्वरुपात औपचारिक तक्रार दाखल केल्यास तिची एका समितीकडून चौकशी केली जावी. इतर प्रकरणांमध्ये संबंधित मंत्र्याने अब्रुनुकसानीचा फौजदारी खटला नियमाप्रमाणे दाखल करून कारवाई सुरू करावी. जर एखादा मंत्री अशी कायदेशीर कारवाई करण्यास तयार नसेल, तर त्याला राजीनामा देण्यास सांगण्यात यावे किंवा मंत्रीमंडळातून काढून टाकावे. या शिफारशी जर मान्य करण्यात आल्या असत्या, तर भारताचे सार्वजनिक जीवन स्वच्छ झाले असते. **दोन**, समितीने म्हटले होते की आयकर विवरण पत्र किंवा निर्धारित कर हे गोपनीय मानणे समर्थनीय ठरू

शकत नाही. अशी विवरणपत्रे व निर्धारित केलेले मूल्य जाहीर करण्याने व्यवसाय व उद्योगातील ज्या व्यक्ती गोपनीयतेचा फायदा घेऊन कर चुकविण्याचा प्रयत्न करीत असतील त्यांच्यावर याचा चांगला परिणाम होईल. आणखी महत्त्वाचे म्हणजे, समितीने जरी उल्लेख केला नसला, तरी आयकर विवरण पत्र व निर्धारित मूल्य जाहीर करण्याने बोकाळलेल्या भ्रष्टाचारालाही आळा घातला गेला असता. माहितीच्या अधिकाराचा कायदा झाल्यानंतरच ही कागदपत्रे उपलब्ध होऊ शकली. **तीन**, खरेदी खतात दाखविलेल्या रकमेपेक्षा अधिक किंमतीला मालमत्तेची खरेदी व विक्री करणे ही केंद्र सरकारचा आयकर व इतर कर चुकविण्याची एक सर्वसामान्य पद्धत बनली होती. जेव्हा अशा मालमत्तांची किंमत मुद्दामच कमी दाखविल्याचा संशय असेल तेव्हा, त्या मालमत्ता दर्शनी किंमतीला, किंवा त्याहून थोड्या अधिक किंमतीलाही सरकारने अधिग्रहित कराव्यात. यामुळे काळ्या पैशाचा प्रतिबंध होईल. **चार**, राज्यघटनेचे कलम ३११ यात सुधारणा करण्याची गरज होती असे समितीचे मत होते. विशेषतः कलम (क)(२) या तरतुदीबाबत समितीच्या मते 'संरक्षणाच्या कारणासाठी' यानंतर 'किंवा सचोटीसाठी' असे शब्द घालण्यात यावेत. [१] **पाच**, केंद्रीय दक्षता आयोग (सीव्हीसी) स्थापन करण्यात यावा आणि त्या आयोगाला चौकशी आयोग कायदा, १९५२, मधील कलम ४ व ५ प्रमाणे अधिकार दिले जावेत अशीही समितीने शिफारस केली होती. हा आयोग स्वतंत्र असावा आणि प्रशासनाच्या सोयीसाठी जरी तो गृहमंत्रालयाच्या अखत्यारीत येत असला, तरी तो कोणत्याही मंत्र्याला उत्तरदायी नसावा. प्रशासनाच्या दोन महत्त्वाच्या समस्यांकडे आयोगाने सर्वंकष रीतीने पहावे– त्या म्हणजे भ्रष्टाचाराचे निर्मूलन व प्रशासनाच्या निरनिराळ्या पातळ्यांवरील अधिकारांचा वापर घटनेतील नियमांनुसार किंवा स्पष्ट कार्यकारी आदेशांनुसार सचोटीने आणि रास्त पद्धतीने होईल याची खात्री करून घ्यावी असे समितीचे मत होते. शिस्तीबाबतची जबाबदारी आणि अधिकार यांचे या आयोगात केंद्रीकरण केले जावे. याला एकच अपवाद असावा, तो म्हणजे दिल्ली विशेष पोलिस आस्थापनाला गरज भासल्यास प्राथमिक चौकशी करून नियमानुसार खटला दाखल करण्यासाठी व त्याची चौकशी करण्यासाठी देण्यात आलेले अधिकार. सिराजुद्दिन प्रकरणाप्रमाणे कथित गैरव्यवहारांमध्ये अनेक उच्चपदस्थ अधिकाऱ्यांचा बराच काळ सहभाग असूनही तो उघड झाला नव्हता,

अशा बाबींबाबतही समितीने चिंता व्यक्त केली होती.[२] म्हणून समितीने अशी पुरवणी शिफारस केली होती की योग्य तो कायदा करून केंद्रीय दक्षता आयोगाला चौकशी आयोग कायदा, १९५२, अन्वये नेमण्यात आलेल्या चौकशी आयोगाचे सर्व अधिकार दिले जावेत म्हणजे ज्या प्रकरणांमध्ये सरकारी अधिकाऱ्यांनी अयोग्य व भ्रष्टाचारी पद्धतीने वर्तणूक केल्याचा संशय असेल, त्या प्रकरणांची त्यांना चौकशी करता येईल.

तथापि, सरकारने समितीच्या केवळ भ्रष्टाचार निर्मूलन व सार्वजनिक सेवांमधील सचोटी राखणे या बाबतीतीलच शिफारशींवर कारवाई करण्याचा निर्णय घेतला. त्यानुसार, आयोगात तक्रार दाखल करण्यासाठी व तक्रार निवारणासाठी संचालनालय असणार नव्हते. नागरिकांच्या प्रशासनासंबंधींच्या तक्रारींकडे लक्ष देण्यासाठी यंत्रणा विकसित करण्याच्या प्रश्नाकडे स्वतंत्रपणे पाहिले जाणार होते. तक्रारींची चौकशी करणे व त्याअनुषंगाने कारवाई करण्याचे सर्व अधिकार व जबाबदारी यांचे संपूर्ण केंद्रीकरण करण्याने मंत्रालये/विभाग/उपक्रम यांच्यातील जबाबदारीच्या जाणिवेचीच केवळ हानी होईल इतकेच नव्हे, तर त्यातून प्रत्यक्ष व कायदेशीर अडचणीही निर्माण होतील असे सरकारचे मत होते. मंत्र्यांची जबाबदारी व संसदेप्रती असलेले त्यांचे उत्तरदायित्व अबाधित राहिले पहिजे असेही सरकारचे मत होते. सर्वात महत्त्वाचे म्हणजे, सरकारने असा निर्णय घेतला की घटनात्मक व कायदेशीर दृष्टीनेही केंद्रीय दक्षता आयोगाचे काम हे सल्लागार स्वरुपाचे असावे. म्हणून केंद्रीय दक्षता आयोगाची स्थापना कायद्याने न करता ती कार्यकारी आदेशान्वये करण्यात आली. अशा प्रकारे सरकारने समितीच्या महत्त्वाच्या शिफारशींकडे दुर्लक्ष केल्याने भ्रष्टाचाराला गंभीरपणे आळा घालण्याच्या संधीवर पाणी फिरविले गेले.

सप्टेंबर १९७२ मध्ये काँग्रेस संसदीय पक्षाने असा निर्णय घेतला की काँग्रेसजनांनी भ्रष्टाचाराचे आरोप जाहीरपणे न करता त्याविषयीची माहिती पंतप्रधान व काँग्रेस अध्यक्षांकडे द्यावी. त्या दोघांनाही जर एखाद्या मंत्र्याची सचोटी संशयास्पद असल्याचे वरकरणी दिसून आले, तर त्याला राजीनामा देण्यास सांगता येईल. मुख्यमंत्र्यांविरुद्ध आरोप असल्यास त्यांनी आपले म्हणणे पंतप्रधानांकडे पाठवावे व त्याबाबत चौकशी आयोग नेमणे आवश्यक आहे का तो निर्णय पंतप्रधानांनी घ्यावा.

इंदिरा गांधींची राजवट

लोकसभेचे तत्कालिन सभापती बलराम जाखड व राज्यसभेचे तत्कालिन अध्यक्ष एम. हिदायतुल्ला या दोघांनीही त्यांच्या पक्षपाती निर्णयांद्वारे दोन्ही सदनांमध्ये क्युओ तेल खरेदी प्रकरणावर कशी चर्चा होऊ दिली नाही हे अरुण शौरी यांनी पूर्ण तपशीलानिशी दिले आहे (शौरी १९८३: १८२-९२). २२ फेब्रुवारी १९८० रोजी तत्कालिन पेट्रोलियम सचिव बी.बी. व्होरा यांना सांगण्यात आले की त्यांनी इंडियन ऑइल कॉर्पोरेशनला लेखी आदेश द्यावा की त्यांनी हिंदुस्थान मोनार्क या सायकलींच्या भागांच्या कंपनीशी व त्यांच्यामार्फत क्युओ तेल कंपनीशी ५ लाख टन डिझेल व ३ लाख टन केरोसिन पुरविण्यासाठी करार करावा. या व्यवहाराची किंमत होती १७.५ कोटी अमेरिकी डॉलर. भारतात आतापर्यंत कोणत्याही खाजगी कंपनीशी करण्यात आलेल्या करारांपैकी हा सर्वात मोठा करार होता. हाँगकाँगस्थित कंपनी निबंधकांकडील नोंदींनुसार क्युओ तेल कंपनीची भरणा झालेली गुंतवणूक (पेड अप कॅपिटल) सुमारे ५० अमेरिकी डॉलर इतकीच होती! उपलब्ध असलेल्या आणि प्रकाशित अंदाजांवरून असे दिसत होते की या उत्पादनाची किंमत येत्या काही महिन्यातच घसरणार होती त्यामुळे निर्धारित किंमतीचा करार करण्याने देशाचा मोठाच तोटा होईल. सर्वच तज्ज्ञांनी दिलेला सल्ला मंत्री महोदयांनी धुडकावून लावला आणि बाजारात दिसून येणाऱ्या व सर्वांना माहित असलेल्या शक्यतेकडे दुर्लक्ष केले. या व्यवहारावर पांघरुण घालण्याचा फार मोठा प्रयत्न करण्यात आला; पंतप्रधान कार्यालयाची या प्रकरणावर पडदा पाडण्याची उत्कंठा उघडच होती. तत्कालिन पेट्रोलियम मंत्री शिव शंकर यांनी क्युओ तेल व्यवहाराबद्दल संसदेत इतकेच सांगितले की 'ती निर्णय घेण्यातील एक चूक होती'.

समितीचे अध्यक्ष बन्सीलाल यांनी क्युओ तेल व्यवहाराबाबत त्यांचे मत मांडू दिले नाही म्हणून, सार्वजनिक उपक्रमांविषयीच्या समितीतील विरोधी पक्ष सदस्य फार बेचैन होते. समितीच्या बैठकीच्या वृत्तांतातदेखील फेरफार करण्यात आले होते असाही त्यांचा आरोप होता. शौरी म्हणतात, 'पंतप्रधान कार्यालयाचा यातील सहभाग पाहता व समितीच्या २२ सदस्यांपैकी दोन तृतियांश सदस्य सत्ताधारी पक्षाचे होते हे लक्षात घेता आणि वृत्तांताला भिन्नमत पत्रिका जोडण्यावर असणारी

संपूर्ण बंदी लक्षात घेता, सभापती जे म्हणतात की त्यांना या अहवालात भिन्नमत दिसलेच नाही, त्याची तक्रार करण्यास या सदस्यांना वाव तरी कोठे होता?' (शौरी १९८३: १८८).

तुलमोहन राम घोटाळा प्रकरणावर पांघरुण घालण्याच्या उघड प्रयत्नावरून इंदिरा गांधींच्या राजवटीत संसदेत गदारोळ होण्याचा आणखी एक प्रसंग उद्भवला होता. नुराणींच्या मते संसदेतील या वादळाचे कारण गंभीर होते. ९ सप्टेंबर १९७४ रोजी गृहमंत्री उमा शंकर दीक्षित यांनी 'चौकशी पूर्ण झाल्यावर याप्रकरणी निवेदन करण्याचे' लोकसभेत आश्वासन दिले होते. ११ नोव्हेंबर रोजी संसदेचे हिवाळी अधिवेशन सुरू होण्यास काही तासांचाच अवधी असताना न्यायालयात खटला दाखल करण्यात आला म्हणजे हे लायसेन्स प्रकरण न्यायप्रविष्ट असल्याने संसदेत याची चर्चा करता येणार नाही असे सरकारतर्फे सांगता येईल... विशेष बाब म्हणजे मध्यंतरीच्या काळात गृह मंत्रालय श्री दीक्षित यांच्याकडून काढून ते ब्रह्मानंद रेड्डी यांच्याकडे सोपविण्यात आले म्हणजे दीक्षित यांना अडचणीला तोंड द्यावे लागणार नाही (नुराणी २०००: १४७). हे गचाळ प्रकरण संसदेपासून लांब ठेवण्यासाठी सरकार कोणत्या थरापर्यंत जाण्यास तयार होते हेच यावरून दिसून येते. अखेर, विरोधी पक्षांना या प्रकरणाची सरकारी कागदपत्रे पाहू देण्यास सरकारला मान्यता द्यावी लागली.

पंतप्रधान इंदिरा गांधींचे तत्कालिन सहसचिव बी.एन. टंडन यांनी लिहिले आहे:

> 'काही दिवसांपूर्वी मी पंतप्रधानांशी एका प्रकरणासंबंधी बोललो होतो. माजी मुख्य मंत्री हरे कृष्ण मेहताब यांच्यावर केंद्रीय अन्वेषण विभागाच्या एका चौकशीनुसार खटला दाखल केला जावा अशी ओरिसा सरकारची इच्छा आहे... के.डी. मालवीय यांचा सल्ला घेण्याची पंतप्रधानांची इच्छा होती... भ्रष्टाचाराच्या बाबतीत राजकारणाला स्थान असू नये, परंतु आजकाल काँग्रेस पक्षाला, विशेषत: पंतप्रधानांच्या पाठीराख्यांना, यामुळे काही हानी पोहोचेल का या विचारानेच निर्णय घेतले जातात. अनेक प्रकरणांमध्ये मी हेच पाहिले आहे (टंडन २००३: १५१).

संसदेच्या विशेषाधिकार समितीने असे मत व्यक्त केले की, 'माजी पंतप्रधान श्रीमती इंदिरा गांधी यांनी विशेषाधिकारांचा भंग केला होता व कामकाजात

अडथळा, धमकी देणे, निष्कारण त्रास देणे... आणि जे अधिकारी तारांकित प्रश्नाचे उत्तर तयार करण्यासाठी व त्याविषयीच्या पुरवणी माहितीसंबंधी तपशील जमवीत होते, त्या अधिकाऱ्यांविरुद्ध खोटे खटले दाखल करून सभागृहाचा अवमान केला होता' (लिमये १९८४:२७७).

जवाहरलाल नेहरू संसदेकडे लोकशाहीतील सर्वोच्च मंदिर व 'देशातील सर्वोच्च चौकशीचे स्थान' अशा आदरयुक्त व सुदृढ दृष्टीने पाहत असत, परंतु या प्रकरणांमधील सरकारची वृत्ती मात्र नेहरूंनी घालून दिलेल्या परंपरेच्या अगदी विरुद्ध होती.

पंतप्रधान राजीव गांधी, व्ही.पी. सिंग व चंद्रशेखर या तीन पंतप्रधानांच्या कार्यकाळात मंत्रीमंडळ सचिव व पंतप्रधानांचे प्रमुख सचिव असणारे बी.जी. देशमुख यांनी काय निरीक्षण नोंदविले आहे ते पाहणे उद्‌बोधक ठरेल, कारण दिल्लीतील त्या काळातील सरकारमधील घटना त्यांनी अगदी जवळून पाहिल्या होत्या:

> इंदिरा गांधी यांनी जी पद्धत अंमलात आणली आणि काँग्रेस पक्षासाठी निधी गोळा करण्यासाठी त्यांचे पुत्र संजय गांधी यांनी त्यात ज्या आणखी सुधारणा केल्या, त्यात बोफोर्स प्रकरणाचे मूळ दिसून येते. १९४७ साली देश स्वतंत्र झाल्यापासून काँग्रेस व देशातील इतर राजकीय पक्षांना निवडणुका लढविण्यासाठी निधीची गरज भासली यात शंका नाही. १९६० च्या दशकाच्या मध्यापर्यंत, जवाहरलाल नेहरूंच्या राजवटीत पक्षासाठी निधी जमविणे ही पारदर्शक प्रक्रिया होती आणि उद्योग समूहांना उघडपणे देणग्या देण्यास परवानगी होती. त्यावेळी आपल्या पक्षासाठी निधी जमविणे ही अत्यंत स्पर्धात्मक व देशाच्या सामाजिक, आर्थिक व राजकीय जीवनावर हानीकारक परिणाम करणारी बाब झालेली नव्हती. पंतप्रधान पदाच्या त्यांच्या कारकिर्दीच्या सुरुवातीच्या काळातच इंदिरा गांधींच्या लक्षात आले की काँग्रेस पक्षाच्या सर्वोच्च नेत्या म्हणून स्थान मिळविण्यासाठी त्यांना निधीची मोठीच गरज होती. मी त्यावेळी महाराष्ट्रात होतो आणि त्या राज्यात त्यांचे निष्ठावंत पाठीराखे [मुंबई प्रदेश काँग्रेस समितीचे अध्यक्ष] रजनी पटेल आणि [महाराष्ट्राचे मुख्यमंत्री] वसंतराव नाईक यांच्यावर त्या निधीसाठी

> मोठ्या प्रमाणावर अवलंबून होत्या आणि त्यांनी अक्षरश: नरीमन पॉइंट भागातील समुद्राचा [नंतर भराव टाकून जमीन तयार केरण्यात आलेला] भाग विकून निधी उभा केला.[3] त्यानंतर भारताच्या राजकारणात आपले सर्वोच्च स्थान स्थापन केल्यानंतर त्यांनी ठरविले की परदेशी व्यवहारांतील दलालीतून पक्षासाठी निधी जमविणे हा अधिक चांगला मार्ग होता. १९७२ सालापासून संजय गांधींनी या तंत्रात अधिक सुधारणा करून ते परिपूर्ण बनविले... अशा प्रकारे व्यवहारांमध्ये दलाली (किकबॅक्स) घेण्याच्या आपल्या प्रथेमुळे भारताच्या नावाला परदेशात काळिमा लागला हे ही मी सांगू इच्छितो. मला असे सांगण्यात आले होते की एचडीडब्ल्यू पाणबुड्यांच्या प्रकरणात पश्चिम जर्मनीच्या संरक्षण मंत्रालयाने जर्मनीमधील संरक्षण सामग्रीच्या पुरवठादारास संरक्षण सामग्री विकण्यासाठी किती दलाली द्यावी लागेल ती रक्कमही कळवली होती. दक्षिण अमेरिका व आफ्रिकेतील देश १० टक्के किंवा त्याहून अधिक रक्कम घेत असत, आपण ५ ते १० टक्क्यांमध्ये येत असल्याचे म्हटले जात होते (देशमुख २००४: २१७-१८).

भारताचे माजी राष्ट्रपती आर. वेंकटरामन यांनी आपल्या आत्मचरित्रात (पृष्ठ ४०) वर लिहिलेला काही भाग देशमुखांनी उधृत केला आहे, 'जे.आर.डी. टाटा माझ्याकडे सदिच्छा भेटीसाठी आले होते... राजीवच्या बोफोर्सच्या विधानासंबंधी बोलताना ते म्हणाले... काँग्रेस पक्षाने यात दलाली मिळविली असल्याचे नाकारणे कठीण आहे. १९८० सालापासून उद्योगपतींकडे राजकीय देणग्या मागितल्या जात नव्हत्या, आणि त्यांच्यात अशी समजूत होती की व्यवहारांतील दलालीमधून पक्षाचे अर्थकारण चालविले जात होते' (देशमुख २००४: २१८). बी.के. नेहरू यांचे अशाच प्रकारचे एक विधान मी यापूर्वी उधृत केले आहे.

पी.व्ही. नरसिंह रावांची राजवट- मागील पानावरून पुढे

पी.व्ही.नरसिंह रावांच्या सरकारमधील दूरसंचार खात्याचे राज्यमंत्री सुखराम यांचे प्रकरण अत्यंत वाईट प्रकरणांमधील एक म्हणावे लागेल. १६ ऑगस्ट १९९६ रोजी त्यांच्या निवासस्थानी केंद्रीय अन्वेषण ब्युरोने धाड घातली, त्यावेळी त्यांच्याकडे ३.६६ कोटी रुपये रोख मिळाले. 'केंद्रीय अन्वेषण ब्युरोने सुखराम

यांच्या निवासस्थानी प्रवेश केला तेव्हा ते नोटांच्या पुडक्यांच्या शोधात तेथे गेले नव्हते. ही धाड एका निराळ्याच आणि काहीशा क्षुल्लक सामग्रीच्या खरेदी करारासंबंधी होती, उच्च दर्जाची सामग्री उपलब्ध असतानाही कनिष्ठ दर्जाची सामग्री खरेदी करण्याने राज्याच्या तिजोरीवर मंत्र्यांनी १.६८ कोटी रुपयांचा अतिरिक्त बोजा टाकल्याचा आरोप करण्यात आला होता' (विश्वनाथन व सेठी १९९८: १९५). सुखराम यांच्या न्यायालयांतील प्रकरणांची कहाणी १५ वर्षांपासून अधिक काळ चालूच आहे. सुखराम यांना आतापर्यंत यापैकी दोन प्रकरणांमध्ये दोषी ठरविण्यात आले आहे. त्यापैकी एकावरील त्यांचे अपील अद्याप प्रलंबित आहे आणि ते आताच ८६ वर्षांचे असल्याने त्यांच्या आयुष्यात त्याचा निकाल लागण्याची शक्यता कमीच आहे.

पंतप्रधान पी.व्ही. नरसिंह राव यांच्या कारकिर्दीतील साखर घोटाळ्याने संसद अनेक दिवस हादरून गेली होती. अखेर सरकारने माघार घेत नियंत्रक व महालेखापरीक्षक ग्यान प्रकाश यांच्या अध्यक्षतेखाली एक सदस्यीय समिती नेमली. या अहवालात आयातीला विलंब केल्याची जबाबदारी अन्न मंत्र्यांवर ठेवण्यात आली. तथापि, प्रशासनाच्या कामकाजासंबंधीचे असे अहवाल संसदेसमोर ठेवण्यात येत नाहीत अशा कारणास्तव सरकारने तो अहवाल संसदेत सादर केला नाही. पारदर्शकता व जबाबदारी या तत्त्वांच्या विरुद्ध असणारी अशी एखादी सबब देण्यास काहीच आधार नव्हता. तथापि, अखेर अन्न मंत्री कल्पनाथ राय यांना मंत्रीमंडळातून राजीनामा द्यावा लागला. कुलदीप नैयर म्हणतात, 'लोकशाहीमध्ये सरकार प्रामाणिक असणेच केवळ गरजेचे आहे असे नसून ते तसे दिसणेही आवश्यक आहे. राव सरकारच्या १६ मंत्र्यांना संशयास्पद कारणाने राजीनामा द्यावा लागल्याने त्यांच्याविरुद्ध प्रश्नचिन्ह उभे राहते' (इंडियन एक्स्प्रेस, १५ एप्रिल १९९६). पी.व्ही. नरसिंह राव यांच्याविरुद्ध बनावट दस्तावेज करणे, फसवणूक, लाचखोरी, फौजदारी स्वरुपाचा कट करणे असे खटले दाखल करण्यात आल्याने भारतातील राजकीय व्यवस्था कोणत्या कल्पनातीत खोल गर्तेत पडली होती हे दिसून येते.

संयुक्त आघाडी (युनायटेड फ्रंट) व नंतर

संयुक्त आघाडीच्या सरकारचा लहानसा कार्यकाळ अनेक शंकास्पद निर्णयांनी लक्षात राहिला. यात सरकारी निवासस्थानांचे, पेट्रोल पंप, गॅस एजन्सीज आणि रॉकेलच्या विक्रीचे अधिकार यांचे मनमानी पद्धतीने केलेले वितरण यांचा समावेश होतो. सरकारी निवासस्थानांच्या मनमानी वितरणाचा प्रश्न जेव्हा जनहित याचिकेमार्फत सर्वोच्च न्यायालयात नेण्यात आला, तेव्हा सर्वोच्च न्यायालयाने स्पष्टपणे म्हटले की, 'हा एक घोटाळाच दिसतो, आणि तो ही मोठाच.' याच काळात पंतप्रधान एच. डी. देवेगौडा यांनी सर्वोच्च न्यायालयाचे मुख्य न्यायमूर्ती ए.एम. अहमदी यांची त्यांच्या निवासस्थानी भेट घेतली. त्यांचे पूर्वाधिकारी पी.व्ही. नरसिंह राव हे त्यावेळी अनेक फौजदारी खटल्यांमध्ये अडकले असल्याने यांच्या वतीने रदबदली करण्यासाठी ही भेट होती असे मानले जात होते (*फ्रंटलाइन*, १ नोव्हेंबर १९९६: ३३).

५ जानेवारी २००१ रोजी भारतीय जनता पक्ष सत्तेत असताना त्या पक्षाचे माजी अध्यक्ष बंगारु लक्ष्मण हे *तेहेलका डॉट कॉम* च्या एका वार्ताहराने सापळा लावून केलेल्या चित्रीकरणात रोख रक्कम स्वीकारताना कॅमेऱ्यात चित्रबद्ध झाल्याचे दिसून आले होते. हा गुन्हा सापडल्यानंतर ११ वर्षांनी, एप्रिल २०१२ मध्ये केंद्रीय अन्वेषण ब्युरोच्या न्यायालयाने त्यांना दोषी ठरविले. त्यांच्या अपीलावर निर्णय येण्यास आणखी अनेक वर्षे लागतील.

स्वयंपाकाच्या गॅसचे, व डिझेल आणि रॉकेलचे वितरण करण्याची एजन्सी आणि पेट्रोल पंपांचे वितरण हा नेहमीच एक भरभराटीचा धंदा मानला गेला आहे. त्यामुळे काँग्रेस आणि राष्ट्रीय लोकशाही आघाडीच्या (एनडीए) राजवटीत याबाबत अनेक घोटाळे झाले यात आश्चर्य वाटण्यासारखे काहीच नाही. सतिश शर्मा, बी. शंकरानंद आणि राम नाईक या तीन पेट्रोलियम व नैसर्गिक गॅस मंत्र्यांवर कठोर टीका करण्यात आली आणि त्यांना दोषी ठरविले गेले. कोणती राजकीय आघाडी सत्तेत होती याने काहीच फरक पडला नाही.

उत्तर प्रदेशच्या माजी मुख्यमंत्री मायावती यांच्याविरुद्धची प्रमाणाबाहेर संपत्तीच्या प्रकरणाची केंद्रीय अन्वेषण ब्युरोकडून केली जाणारी चौकशी अद्यापही पूर्ण झालेली नाही, आणि सर्वोच्च न्यायालयानेच म्हटले आहे की त्यांनी केंद्रीय

अन्वेषण ब्युरोला अशी चौकशी करण्यास सांगितलेच नव्हते. काही वरिष्ठ वकिलांनी यावर प्रश्न उभे केले आहेत. मुलायम सिंग यांच्याविरुद्धचे प्रमाणाबाहेर संपत्ती असण्याचे प्रकरण काँग्रेस पक्ष त्यांचा आपल्या सरकारला असणारा पाठिंबा टिकून राहण्यासाठी वापर करून घेत असल्याचे आरोप आहेत.

अनेक दृष्टींनी 'पहिले' ठरलेले आणखी एक प्रसिद्ध उदाहरण येथे उधृत करणे उचित ठरेल.[४] महाराष्ट्राचे तत्कालिन मुख्यमंत्री ए.आर. अंतुले यांच्या इंदिरा प्रतिष्ठान प्रकरणी भ्रष्टाचाराचा आरोप करणारे खाजगीरित्या न्यायालयात दाखल करण्यात आलेले एका प्रबळ राजकारणी व्यक्तीविरुद्धचे हे पहिलेच प्रकरण होते. त्यांच्याविरुद्ध पुरावा नव्हता म्हणून हे प्रकरण अखेर बंद करण्यात आले, असे नसून, उलट त्यांच्या स्वत:च्याच कर्तृत्वामुळे हा खटला प्रलंबित राहिला आणि लवकरात लवकर न्याय मिळण्याच्या त्यांच्या मूलभूत हक्कावर गदा आली म्हणून ते प्रकरण बंद करण्यात आले! मधु लिमये यांनी लिहिले आहे, 'दहा वर्षे होऊन गेली तरीही अंतुल्यांविरुद्धचा खटला अद्याप सुरूही झालेला नाही... आता अंतुल्यांचे वकील मागणी करीत आहेत की असमर्थनीय विलंब झाल्यामुळे हा खटला रद्द करण्यात यावा. खटला जलद गतीने चालविला जाणे अर्थपूर्ण, परिणामकारक आणि अंमलबजावणी करण्याजोगे असावे यासाठी कोणत्याही फौजदारी खटल्यासाठी काही कालमर्यादा निर्धारित केली जावी आणि त्यापलीकडे तो लांबल्यास त्याने घटनेच्या २१ व्या कलमाचे उल्लंघन झाले असे मानले जावे' (*द स्टेट्समन*, ३१ ऑक्टोबर १९९१).

उपेंद्र बक्षी यांनी या प्रकरणासंबंधी एक संशोधनपर निबंध लिहिला असून तो 'अंतुले प्रकरणातील न्यायविषयक भाष्यावर (व त्यातून समोर आलेल्या प्रश्नांवर) आधारित असून त्याचे महत्त्व केवळ *केशवानंद* प्रकरणाच्या खालोखालच मानावे लागेल.' सर्वोच्च न्यायालयाच्या १९८८ सालच्या बहुमताच्या निकालानुसार याच न्यायालयाच्या १९८४ सालच्या एका निकालानुसार जी सात महापापे होती त्यांची जंत्रीच बक्षींनी दिली आहे. बहुमताच्या या निकालात म्हटले होते की, 'कायद्याप्रमाणे' हा खटला सात वर्षांनंतर आता परत पहिल्यापासून चालविला जावा. बक्षी विचारतात:

सर्वोच्च न्यायालयाचे सुप्रसिद्ध न्यायमूर्ती (यात न्यायमूर्ती पाठक यांचाही

समावेश होतो, ते दरम्यानच्या काळात सर्वोच्च न्यायालयाचे मुख्य न्यायमूर्ती बनले होते) एकत्रितपणे एवढी मोठी चूक कशी काय करू शकले? नैसर्गिक न्यायाचे प्राथमिक तत्त्व त्यांना माहित नसावे हे कसे शक्य आहे? १९५२ च्या कायद्यातील मूलभूत तरतुदी? घटनेने बहाल केलेली योग्य प्रक्रिया आणि समानता? अन्वर अली सरकार यांचे याआधीचे उदाहरण आणि न्यायमूर्ती व्हिव्हियन बोस यांचे अमर शब्द? १९८४ साली घटनेचा साधा सरळ अर्थ त्यांच्या कसा लक्षात आला नाही? १९८८ सालच्या बहुमताने १९८४ सालच्या निकालावर जी हातचे राखून न ठेवता कठोर टीका केली आहे त्याबाबत हे प्रश्न अशाच प्रकारे विचारावे लागतील, दुसऱ्या कोणत्याही तऱ्हेने नाही. वेंकटचेलय्या आणि रंगनाथन यांनी दिलेल्या भिन्न मताचा तपशीलवार अभ्यास केल्यावर आपण जर या विरुद्ध मताच्या बाजूला आलो, तर ज्या न्यायमूर्तींनी १९८८ साली बहुमताने निकाल दिला त्यांच्या न्यायविषयक क्षमतेबाबत असेच प्रश्न उपस्थित करता येतील! राजपुत्र हॅम्लेटने खंतावून म्हटले असते त्याप्रमाणे डेन्मार्कच्या राज्यात काहीतरी बिघडले आहे हे उघडच आहे (बक्षी १९८९: १२७–२८).

अंतुल्यांविरुद्धचा खटला जेठमलानी यांनी कसा शौर्याने लढविला आणि त्यांना शिक्षा व्हावी यासाठी ते प्रकरण कसे धसास लावले हे जेठमलानींच्या अधिकृत चरित्रकार नलिनी गेरा यांनी निदर्शनास आणले आहे (गेरा २००२: ३४९–५१). सर्वोच्च न्यायालयाच्या बहुमताच्या निकालाने जेव्हा म्हटले की मुंबई उच्च न्यायालयाऐवजी विशेष न्यायालयाने या प्रकरणाची सुनावणी करायला हवी होती आणि आता इतक्या वर्षांनंतर हा खटला परत सुरू करण्यात यावा, तो या प्रकरणाला मिळालेला अखेरचा धक्का होता. म्हणजे आतापर्यंत जो पुरावा उच्च न्यायालयासमोर सादर करण्यात आला होता, तो विशेष न्यायालयासमोर परत एकदा सादर करावा लागेल. या हकीकतीने भारताच्या न्यायव्यवस्थेवर फारसा विश्वास ठेवावा असे वाटत नाही. जेठमलानी याचे 'सर्वोच्च न्यायालयाच्या इतिहासातील काळ्याकुट्ट प्रकरणांपैकी एक' असे वर्णन करतात.

जे.के.जैन यांनी म्हटले आहे:

हे एक असे प्रकरण आहे, ज्यात मुंबई उच्च न्यायालयाने आरोपीविरुद्धचे

> विशिष्ट आरोप योग्य पद्धतीने रद्द केले होते की नाही याबाबतचा लांबलचक युक्तिवाद १९८६ साली सर्वोच्च न्यायालयाने ऐकला होता. आता, आपल्या पद्धतीप्रमाणे आरोप ठेवण्याचे काम हे सत्र न्यायालयाचे किंवा जिल्हा न्यायालयाचे असते. हे सर्वोच्च न्यायालयाचे कामच नाही. शिवाय, भ्रष्टाचार निर्मूलनाच्या कायद्याखाली हे प्रकरण विशेष न्यायालयाकडून मुंबई उच्च न्यायालयाकडे वर्ग करण्याचा निर्णय सर्वोच्च न्यायालयाने १९८४ सालीच घेतला होता. परंतु १९८६ साली १९८४ सालच्या निकालाला आव्हान देणारी याचिका दाखल करून घेण्यात आली, आणि दोन न्यायमूर्तींनी ही प्रक्रिया योग्य होती का याबाबतचा प्रश्न उपस्थित केला होता. आणि त्यानंतर १९८८ साली सर्वोच्च न्यायालयाच्या सात न्यायमूर्तींच्या खंडपीठाने असा निर्णय दिला की त्यांच्या निकालाला याचिकेद्वारे आव्हान देता येते. हे खरोखर फारच महत्त्वाचे होते, कारण या युक्तीवादानुसार सर्वोच्च न्यायालयाच्या कोणत्याही खंडपीठाचा निकाल अखेरचा मानता येणार नाही असा याचा अर्थ होतो (जैन १९९२: १३४–३५).

हे प्रकरण विशेष न्यायालयाकडून उच्च न्यायालयाकडे वर्ग करण्याचा प्रश्न घटना पीठाकडे आलेलाच नव्हता, कारण कोणत्याच बाजूने असा आदेश दिला जाण्यासाठी युक्तिवाद केला नव्हता किंवा अशी विनंती वा याचनाही केली नव्हती, याकडे ए. लक्ष्मीनाथ यांनी मुद्दाम लक्ष वेधले आहे. फौजदारी कायद्यातील सुधारणा कायदा, १९५२, यातील, प्रकरण उच्च न्यायालयाकडे वळविण्यास मनाई करण्याच्या विशेष तरतुदींकडे न्यायालयाने दुर्लक्ष केले होते. आरोपीने अपील केल्यावर, घटनापीठाने चार वर्षांपूर्वी खटला वर्ग करण्याचा दिलेला आदेश अचूक होता की नाही हे तपासण्यासाठी सात न्यायमूर्तींचे खंडपीठ निर्माण करण्यात आले. यापैकी पाच न्यायमूर्तींच्या बहुमताचा निर्णय होता की मुंबई उच्च न्यायालयाकडे हे प्रकरण वर्ग करण्याचा निकाल त्यांच्या अखत्यारीत येत नव्हता व कायद्याने चुकीचा होता. समारोपादाखल लक्ष्मीनाथ म्हणतात, 'बहुमताचा हा निर्णय अंतिमतेच्या मुळावरच घाला घालत नाही का आणि एखादे प्रकरण अद्याप पूर्णपणे बंद करण्यापूर्वी याआधी देण्यात आलेल्या चुकीच्या निर्णयालाही फिरविण्यासारखी कारणे असतानाही तो न बदलण्यासाठी फौजदारी कायद्यात आवश्यक असणाऱ्या निश्चिततेला हानी पोचवत नाही का असा प्रश्न कोणीही

विचारू शकेल (लक्ष्मीनाथ १९९१: २,३,७).

सर्वोच्च न्यायालयाचे मुख्य न्यायमूर्ती पी. बी. गजेंद्रगडकर यांची काही निरीक्षणे या संदर्भात उल्लेख करण्याजोगी आहेत:

> तथापि, जेव्हा दिवाणी व फौजदारी दाव्यांबाबत कलम १३३ व १३४ मधील तरतुदी लागू होत असत, तेथे प्रत्यक्षात कलम १३६ चा वापर करण्याची [अपील करण्याची विशेष परवानगी] प्रवृत्ती दिसून येते. कलम १३६ अन्वये सर्वोच्च न्यायालयाला व्यापक अधिकार देण्यात आले आहेत यात शंकाच नाही, परंतु, न्याय मिळण्याच्या दृष्टीने त्यांचा मर्यादित वापर केला जावा अशी अपेक्षा होती. उच्च न्यायालयाचा निकाल चुकीचा आहे असे गृहीत धरून दावेदाराने अपीलाची परवानगी मिळण्यासाठी युक्तिवाद करावा असा याचा अर्थ नाही. उच्च न्यायालयाने केलेल्या सर्व चुका कलम १३६ खाली दुरुस्त केल्या जाव्यात यासाठी ते कलम नाही. नाहीतर कलम १३३ व १३४ अर्थहीनच ठरतील (गजेंद्रगडकर १९८२: १३८–३९).

न्यायालयातील लढे हा झाला एक भाग. भारतीय राजकारणाचा गलिच्छपणा हा आहे याचा दुसरा भाग, सर्वसामान्यांना दरवेळी त्याने धक्काच बसतो. गेरा यांनी लिहिले आहे की जेठमलानी:

> ...यांच्या कालांतराने लक्षात आले की भारतीय जनता पक्षाचे नेते मुरली मनोहर जोशी व प्रमोद महाजन यांच्या सांगण्यावरून तक्रारदाराने आपली तक्रार मागे घेतली होती. नायक [तक्रारदार] म्हणाले, 'मी भारतीय जनता पक्षाचा निष्ठावान शिपाई आहे.' पक्षाच्या नेत्यांनी अंतुल्यांना मोकळे करण्याचा निर्णय घेतला होता. राम यांनी महाजनांना याबाबत विचारले असता त्यांनी मान्य केले की, 'हो, हे खरे आहे.' त्यांनी असे स्पष्टीकरण दिले की पक्षाला महाराष्ट्रात शरद पवार यांच्याविरुद्ध फळी उभारावयाची होती, म्हणून, अंतुल्यांविरुद्ध सेतू तयार करणे गरजेचे होते. या प्रकरणावर कोणी काहीच रक्कम खर्च केली नव्हती, त्यामुळे राम यांनी या कायदेशीर लढाईसाठी अनेक वर्षे आणि बरीच मोठी रक्कम खर्च केली होती याचा त्यांना काहीच फरक पडत नव्हता. राम यांचा याबाबत अडवाणी यांच्याशी बराच जहाल स्वरुपाचा पत्रव्यवहार झाला (गेरा २००२: ३५०–५१).

बी.के. नेहरू हे आसाम व नागालंडचे राज्यपाल असताना त्यांना मेघालय, मणीपूर व त्रिपुराचेही राज्यपालपद सांभाळण्यास सांगण्यात आले होते, त्या अनुभवांबद्दल त्यांनी लिहिले आहे:

> [मणीपूरमध्ये] जेव्हा माझ्या कानावर आले की त्यांच्या अखत्यारीतील प्रत्येक पदासाठी, पोलिस महानिरीक्षकांपासून ते साध्या पोलिस शिपायापर्यंत, तसेच प्रत्येक कार्यालयातील शिपायापर्यंतचे प्रत्येक पद ते रोख रक्कम घेऊन विकत होते, तेव्हा मंत्र्यांशी माझा आणखी एकदा मतभेद झाला. याची भरपाई म्हणून अर्थातच असे पद घेणारी प्रत्येक व्यक्ती आपला खर्च तर भरून काढीत असेच, शिवाय आपण केलेल्या गुंतवणुकीवर शक्य तेवढा अधिक नफा कमावण्याचाही प्रयत्न करीत असे... काही मंत्र्यांना मी याबद्दल जाब विचारला असता त्यांनी मुख्य सचिवांना सांगितले की, 'त्यांचे दिल्लीतील सरकार काय करीत आहे ते तुमच्या राज्यपालांना विचारा. आमच्याकडे विकण्यासाठी लायसेन्स, परवाना किंवा कोटा असे काहीच नाही. आम्ही फक्त नेमणुकाच विकू शकतो. दिल्लीतील लोकांप्रमाणेच आम्हालाही जगायचे आहे. या युक्तीवादाला काय उत्तर देणार? केंद्रीय व्यापार मंत्री ललित नारायण मिश्रा सर्वाधिक बोली लावणाऱ्याकडून टेबलावर रोख रक्कम घेऊन उघडपणे परवाने, अनुमतीपत्रे आणि कोटा विकत होते. काँग्रेस पक्षाने आपले पावित्र्य आणि भांडवलशाही दबावापासून आपण मुक्त असल्याचे दाखविण्यासाठी कंपन्यांनी राजकीय पक्षांना देणगी देणे बेकायदेशीर ठरविल्यापासून पक्षासाठी अशा प्रकारे निधी गोळा केला जात होता... मी अशा प्रकारे ठपका ठेवल्याचा अर्थात काहीच परिणाम झाला नाही. सर्व पदे विकली जात होती: त्यांच्यासाठी निर्धारित करण्यात आलेला दर कमी करण्यात आला नाही. या नवीन आरोपांची जनतेला सवय झाली. मणीपूरमधील ही पदे विकण्याची प्रथा लोकशाही येण्याआधीपासून चालू होती एवढीच माझ्या ज्ञानात भर पडली; महाराजाच्या काळातही ही मान्यता पावलेली प्रथा होती, फक्त त्यावेळचे दर मात्र कमी होते (नेहरू १९९७: ५३२-३३).

या पुस्तकात इतरत्र लिहिल्याप्रमाणे आपण संस्थाने, संस्थानिकांचे तनखे व

सवलती रद्द केल्या, परंतु त्या काळातील पद्धती आणि विचारशैली केवळ चालूच राहिली आहे इतकेच नव्हे, तर भारताच्या राज्यव्यवस्थेत त्यांनी चांगलेच मूळ धरले आहे.

मुंबईतील आदर्श गृहनिर्माण संस्थेच्या चौकशी आयोगाच्या सुनावणीत सुशीलकुमार शिंदे, विलासराव देशमुख आणि अशोक चव्हाण हे महाराष्ट्राचे तीन माजी मुख्यमंत्री आपल्यावरील दोषारोप इतर मुख्यमंत्र्यांवर ढकलून आपण नामानिराळे होण्याचा प्रयत्न करीत होते. पंतप्रधान मनमोहन सिंग यांच्याकडून धडा घेतल्याप्रमाणे प्रत्येकाने अशी भूमिका घेतली की नोकरशाहीने त्यांना चुकीचा सल्ला दिला आणि ते अधिकाऱ्यांच्या सल्ल्यावर आणि त्यांच्या टिप्पण्यांवर पूर्णपणे विसंबून राहिले.

जग आपल्याकडे कसे पाहते

भारतातील भ्रष्टाचाराची ख्याती सर्वदूर पसरली आहे. त्यामुळे महत्त्वाच्या आंतरराष्ट्रीय आर्थिक व व्यापारी वाटाघाटींमध्ये भारताला याबाबत आश्वासने द्यावी लागतात. अमेरिकेचे व्यापार मंत्री रोनाल्ड ब्राऊन यांच्या नेतृत्वाखाली अमेरिकेचे व्यापारी शिष्टमंडळ नरसिंह राव पंतप्रधान असताना १९९५ साली भारताच्या भेटीवर आले होते. वास्तविक, लाचखोरीच्या काळजीने ग्रस्त झाल्याने अमेरिकेतील काही कंपन्यांच्या मुख्य अधिकाऱ्यांनी वाटाघाटींतून काढता पाय घेतला होता (*फायनॅन्शियल एक्स्प्रेस*, १९ जानेवारी १९९५).

न्यूझीलंडच्या उच्चायुक्तांनी कळकळीची विनंती केली होती की आर्थिक सुधारणांची प्रक्रिया जलद होण्यासाठी भारतात नोकरशाही अधिक जबाबदार बनविली जावी. न्यूझीलंडमध्ये नोकरशहा ६० टक्यांनी कमी असल्याने त्यांच्या प्रगतीची गती वाढली होती हे त्यांनी अधोरेखित केले होते. पुण्यात आर्थिक सुधारणांसंबंधीच्या एका कार्यक्रमात बोलताना आर्थिक सुधारणांच्या कार्यक्रमात नोकरशहा अडथळा निर्माण करीत असल्याबद्दलचा राग व्यक्त करून त्यांनी स्पष्ट शब्दांत म्हटले होते की, 'खाजगी क्षेत्राच्या पाठीवरील भ्रष्ट अधिकारी व मंत्र्यांचे ओझे आता फेकून द्यायला हवे' (*इंडियन एक्स्प्रेस*, ११ ऑक्टोबर १९९५).

भारतातील अमेरिकेचे तत्कालिन राजदूत फ्रँक विझ्नर यांनी असे विधान केले होते की, भारतातील बाजाराची अर्थव्यवस्था कार्यक्षम रहावी यासाठी स्वतंत्र व पारदर्शक नियामकांची चौकट तयार करणे आवश्यक होते आणि बाजाराच्या सचोटीबाबत सर्वच घटकांना खात्री वाटणे हेदेखील त्यासाठी गरजेचे होते... भारतातील वातावरण गुंतवणुकदारांना आकर्षक वाटले, सर्वांसाठी समतल व्यवस्था असली, आणि पारदर्शक नियम सर्वांना सारखेच लागू केले गेले तर भारताकडे शेकडो बिलियन डॉलर्सचा ओघ सुरू होण्यास वेळ लागणार नाही (*टाइम्स ऑफ इंडिया*, १६ फेब्रुवारी १९९५).

इंग्लंडमधील व्यापार महामंडळाचे अध्यक्ष मायकेल हेझेल्टिन यांनी दिल्लीच्या भेटीदरम्यान भर देऊन म्हटले होते की, 'प्रक्रियेतील पारदर्शकता ही सर्वांच्याच फायद्याची असून त्यामुळे भ्रष्टाचाराच्या संधीदेखील कमी होतील' (*फायनॅन्शियल एक्स्प्रेस*, १६ फेब्रुवारी १९९५).

सिंगापूरचे पंतप्रधान गोह चोक टाँग म्हणाले, 'अनेक नियम पारदर्शक नाहीत... केवळ केंद्र सरकारने सुधारणांविषयी आग्रही असणे पुरेसे नाही. राज्य सरकारांची भूमिकाही महत्त्वाची आहे. एखाद्या प्रकल्पाची कार्यवाही ते सुकर करू शकतात किंवा अनेक अडथळे निर्माण करून ते एखादा प्रकल्प थोपवूही शकतात' (*इंडियन एक्स्प्रेस*, ७ जानेवारी १९९५).

वॉशिंग्टन येथे जुलै १९९५ मध्ये अमेरिकेच्या व्यापार विभागाने नव्या बाजारपेठांविषयी भरविलेल्या एका परिषदेत अमेरिकेने अशी इच्छा व्यक्त केली होती की भारताने सरकारी कारभारातील लाल फितीचा व्यवहार बंद करून, प्रक्रिया सोप्या कराव्यात आणि सरकारच्या निर्णयप्रक्रियेत अधिक पारदर्शकता आणावी (*इंडियन एक्स्प्रेस*, २७ जुलै १९९५).

वर उधृत केलेली सर्व अवतरणे १९९५ मधील, म्हणजे सुमारे दोन दशकांपूर्वीची आहेत. १९९७ साली देखील परदेशी पाहुण्यांचा रोख असाच होता. चेंबर ऑफ इंडस्ट्री अँड कॉमर्सने (सीआयआय) दिल्लीत भरविलेल्या भागीदारीबाबतच्या शिखर परिषदेत भाषण करताना इंग्लंडचे पंतप्रधान जॉन मेजर म्हणाले होते, 'करार करण्यातील नोकरशाहीची उदासीनता आणि पारदर्शकतेचा अभाव यामुळे परदेशी गुंतवणुकदार निरुत्साही होतात.' तत्कालिन पंतप्रधान एच. डी. देवेगौडा

यांनी निर्णय प्रक्रियेतील पारदर्शकतेवर भर दिला होता. ते म्हणाले की सरकारच्या इतर देशांशी असलेल्या व्यवहारांत मध्यस्थ/दलाल अजिबात नसतील याची ते काळजी घेतील. 'यापुढे कोणत्याही लहान वा मोठ्या उद्योगपतींना माझ्याशी अथवा सरकारशी संपर्क साधण्यासाठी मध्यस्थांची मदत घ्यावी लागणार नाही.' देवेगौडा असेही म्हणाले की दलालांमुळे देशाला बराच तोटा सहन करावा लागला होता (चौधरी व कृष्णस्वामी १९९७: १०१).

माहिती तंत्रज्ञान क्षेत्रातील सुप्रसिद्ध उद्योजक विनोद गुप्ता यांनी *टाइम्स ऑफ इंडिया*ला दिलेल्या मुलाखतीत असे म्हटले होते की, 'भारतात व्यवसाय करतानाची सर्वात मोठी तक्रार होती ती नोकरशहा व भ्रष्टाचार याविषयी... तुमच्यावर अनेक बंधने घातली जातात, आणि नोकरशहांना आपल्याकडील अधिकारांचा ताबा सोडावयाचा नाही म्हणून ती बंधने नाहीशी केली जात नाहीत. नाही तर त्यांना लाच कोण देईल?' (*टाइम्स ऑफ इंडिया*, १ जानेवारी १९९८).

तेव्हापासून काही बदल झाला आहे का? उलट, जेवढा बदल होईल तेवढी परिस्थिती पहिल्यासारखीच राहते, असेच म्हणता येईल. अनेक देशांनी अनेकवेळा आणि जाहीरपणे कोणताही मुलाहिजा न ठेवता भारताशी व्यवहार करण्याबाबतचा अनुभव कसा निराशाजनक आणि हताश करणारा असतो यावर भाष्य केले आहे.

याआधीच्या भागात जी निरीक्षणे मांडण्यात आली आहेत त्यावरून गेल्या काही वर्षांत दूरसंचार क्षेत्रातील निर्णय कसे घेण्यात आले हेच स्पष्ट होते. १९९१ मध्ये मोबाईल फोनसाठीच्या निविदा मागविण्यात आल्यानंतर सुखराम या मंत्र्यांनी सर्व नियमच बदलून टाकले. १९९४ मध्ये आठ परवाने दिले जाईपर्यंत, विशेषत: ज्यांना परवाने मिळाले नव्हते, किंवा ज्यांनी निविदा भरल्याच नव्हत्या, अशा अनेक उद्योजकांनी हे क्षेत्र अधिक खुले करण्यासाठी सुखराम यांच्यावर दबाव आणला. पुढील वर्षी मंत्र्यांनी इतर शहरांत अधिक मोबाईल कंपन्या सुरू करण्यासाठी आणि मूलभूत टेलिफोन सुविधा ज्या आतापर्यंत सरकारच्या मालकीच्या कंपन्यांच्या ताब्यात होत्या, त्या खाजगी क्षेत्रात नव्याने सुरू करण्यासाठी निविदा मागविल्या. यापैकी एचएफसीएल या एका कंपनीला

वाचविण्याची गरज होती असे लक्षात आल्यावर, निविदा उघडल्यानंतर त्यांनी नियमच बदलले. ज्यांच्या निविदा मान्य होतील त्यांना जास्तीत जास्त तीनच क्षेत्रांसाठी परवाने दिले जातील असे यावेळी ठरविण्यात आले (आलम २०१२: ३६–३७).

त्यानंतर अटल बिहारी वाजपेयी पंतप्रधान असण्याच्या काळात, करारात मान्य करण्यात आलेल्या परवान्यासाठी निर्धारित केलेल्या ठरावीक रकमेऐवजी मिळकतीचा काही भाग देण्याच्या पद्धतीचा अंगिकार करण्यात आला. तत्कालिन दूरसंचार मंत्री जगमोहन हे एकदा मान्य करण्यात आलेले नियम अचानक बदलण्यास तयार नव्हते, म्हणून त्यांनाच मंत्रालयातून हटविण्यात आले.

नागरी अथवा लष्करी वापरासाठीच्या विमान खरेदीच्या प्रत्येक प्रकरणात भ्रष्टाचाराचे आरोप केले गेल्याने प्रत्येक प्रकरणच वादग्रस्त ठरले आहे. रुसी मोदी म्हणतात, 'भारताने कोणतीही विमान खरेदी केली की त्यातून दहा नवे कोट्याधीश निर्माण होतात.' तत्कालिन नागरी विमान वाहतूक मंत्री सी.एम. इब्राहिम यांचे यावरील उत्तर अत्यंत नमुनेदार आहे, ते म्हणतात, 'हे निरीक्षण सुसंस्कृतपणाचे द्योतक नाही' (*टाइम्स ऑफ इंडिया*, ५ जानेवारी १९९७).

२ जी स्पेक्ट्रम घोटाळ्यावरून ही निर्णयप्रक्रिया किती मनमानीपणाची आणि तदर्थ पद्धतीची होती हेच दिसून येते. परंतु या सर्व विषयाची दुसरी एक बाजूही ध्यानात घेणे गरजेचे आहे. येथे उल्लेख करण्यात आलेल्या सर्व प्रकरणांमध्ये सरकारचा तोटा होऊन खाजगी उद्योजकांचाच फायदा झाला आहे.

युपीए १ व २

भ्रष्टाचाराला आळा घालण्याचा निश्चय सरकारने जरी जाहीर केला असला, तरी निश्चित कारवाईचा काहीच पुरावा दिसत नाही. २जी स्पेक्ट्रम घोटाळ्याने झालेला सरकारच्या तिजोरीचा संभाव्य तोटा जरी सुमारे १.७६ लाख कोटी रुपयांचा असला, तरी देशाच्या गैरव्यवहारातील खाजगी उद्योगसमूहांचा सहभाग किती व्यापक व खोलवर गेलेला आहे हेच त्यावरून दिसून येते. एवढा प्रचंड संभाव्य तोटा कसा झाला याचा गंभीरपणे शोध घेण्याऐवजी काँग्रेस पक्षाचे

तात्कालिन'हरहुन्नरी' दूरसंचार मंत्री कपिल सिबल यांना २जी घोटाळ्यात मिळकतीचा शून्य तोटा झाला असे सांगताना काहीच संकोच वाटला नाही. सर्वोच्च न्यायालयाने देखील या आचरट वक्तव्याबाबत चीड व्यक्त करून सदर मंत्र्यांना अधिक जबाबदारीने वागण्याची ताकीद दिली आणि कोणत्याही दबावाला बळी न पडता केंद्रीय अन्वेषण ब्युरोला याबाबतची चौकशी करण्याचे आदेश दिले (*इंडियन एक्स्प्रेस*, २२ जानेवारी २०११). या प्रकरणाची सुनावणी करणाऱ्या सर्वोच्च न्यायालयाच्या खंडपीठाने केंद्रीय अन्वेषण ब्युरोला असेही आदेश दिले की या घोटाळ्याशी संबंधित असणाऱ्या बड्या उद्योग समूहांची आणि सरकारी अधिकाऱ्यांची गय न करता कसून चौकशी करावी कारण, 'केवळ त्यांना चौकशीसाठी बोलावून त्यांच्याकडून माहिती घेणे पुरेसे ठरणार नाही.' न्यायालयाने पुढे असेही म्हटले की, 'स्वतःला कायद्यापेक्षा मोठे मानणाऱ्या अनेक व्यक्ती आपल्याकडे आहेत. कायद्याने त्यांनाही पकडले पाहिजे. आणि हे तातडीने करणे गरजेचे आहे. केवळ ते फोर्ब्जच्या यादीत आहेत किंवा ते कोट्याधीश आहेत याने काहीही फरक पडता कामा नये' (*डेटा इंडिया*, १३ फेब्रुवारी २०११). सुब्रमण्यम स्वामी यांनी अधोरेखित केलेले म्हणणे योग्यच आहे की, 'भारताच्या उद्योग समूहांच्या यशोगाथा खोट्या व्यवहारांवर आणि भ्रष्ट राजकारण्यांच्या व कुप्रसिद्ध गुन्हेगारांच्या लपविलेल्या आणि उघड न करण्यात आलेल्या काळ्या पैशांच्या गुंतवणुकीवर आधारीत आहेत हे कटु सत्य आहे' (स्वामी २०११: ७).

२जी घोटाळा प्रकरणी संयुक्त संसदीय समिती नेमली जावी यासाठी विरोधी पक्षांनी जंग जंग पछाडले. सरकारचा याला कडवा विरोध होता, त्यामुळे २०११ सालचे संसदेचे संपूर्ण हिवाळी अधिवेशन वाया गेले. अखेर नाईलाजाने सरकारने ही मागणी मान्य केली. तथापि, संयुक्त संसदीय समितीच्या उपयुक्ततेवर आणि परिणामकारकतेवर परत एकदा महत्त्वाचे प्रश्नचिन्ह निर्माण झाले. या समितीचे काम अतिशय पक्षपाती होते. पंतप्रधान, वित्त मंत्री पी. चिदंबरम, आणि तकालिन दूरसंचार मंत्री ए. राजा या सर्वांची भूमिका संशयास्पद असल्याने, अनेकदा मागणी करूनही, कोणत्याही मंत्र्याला पुरावा देण्यासाठी समितीसमोर बोलावण्यात आले नाही. वास्तविक, राजा यांची समितीसमोर हजर होण्याची तीव्र इच्छा होती. आणि प्रमुख आरोपी या नात्याने ते एक महत्त्वाचे साक्षीदार ठरले असते. परंतु, राजा यांनी पंतप्रधान, पी. चिदंबरम व त्याकाळचे वित्त मंत्री आणि

आताचे राष्ट्रपती प्रणव मुखर्जी यांना त्यात गोवण्याची शक्यता लक्षात घेऊन सरकारला अडचणीत यायचे नव्हते, कारण ही सर्व मंडळी या अतिशय संशयास्पद निर्णयांमध्ये गुंतलेली होती. नैसर्गिक न्यायाच्या सर्व तत्त्वांच्या विरुद्ध, ए. राजा यांचे म्हणणे ऐकूनही न घेता संयुक्त संसदीय समितीच्या अहवालाच्या मसुद्यात राजा यांनी पंतप्रधानांना चुकीचा सल्ला दिला असल्याचा निष्कर्ष काढण्यात आला! पंतप्रधानांनी कोळसा घोटाळा प्रकरणातही अशीच भूमिका घेतली आहे. वस्तुत: यातील त्यांची जबाबदारी अधिक प्रत्यक्ष स्वरुपाची आहे कारण संबंधित काळात ते स्वत:च कोळसा मंत्री देखील होते. सर्वोच्च पातळीवरील प्रशासनाचा अनेक दशकांचा अनुभव गाठीशी असतानाही मनमोहन सिंग हे स्वातंत्र्यानंतरच्या काळातील सर्वाधिक चुकीचा सल्ला देण्यात आलेले (किंवा फसविले गेलेले) पंतप्रधान असणार!! आतापर्यंत तरी मनमोहन सिंग यांचे टेफ्लॉन पंतप्रधान (टेफ्लॉन– ज्यांना काहीही चिकटत नाही अशी स्वयंपाकासाठी वापरण्यात येणारी भांडी) हे स्थान वादातीत आहे. सर्व वादग्रस्त प्रकरणांबाबतचे त्यांचे संपूर्ण मौन देशासाठी निराशाजनक ठरले आहे. बोफोर्स प्रकरणीच्या संयुक्त संसदीय समितीप्रमाणेच २जी घोटाळ्याबाबतच्या संयुक्त संसदीय समितीची नोंद इतिहासात केली जाईल. संयुक्त संसदीय समितीतील निरनिराळ्या राजकीय पक्षांच्या १५ सदस्यांनी संयुक्त संसदीय समितीचे अध्यक्ष पी.सी. चाको यांच्याबाबत अविश्वास व्यक्त करणारे लेखी निवेदन लोकसभेच्या सभापतींकडे पाठविले आहे. मग कॉंग्रेस पक्षानेही एनडीएच्या राजवटीत मंत्री असणाऱ्या भारतीय जनता पक्षाच्या तीन सदस्यांना त्याकाळातील हितसंबंधांच्या संघर्षाच्या (कॉन्फ्लिक्ट ऑफ इंटरेस्ट) कारणास्तव संयुक्त संसदीय समितीतून वगळावे अशी मागणी केली आहे. समितीचा अहवाल पूर्ण होण्याच्या वेळी ही मागणी करण्यात आली आहे हे विशेष! या सर्व घडामोडींवरून कोणत्याही राजकीयदृष्ट्या संवेदनशील प्रकरणात जबाबदारी कोणाची आहे हे ठरविण्यासाठी संयुक्त संसदीय समितीचा उपयोग होऊ शकत नाही हेच परत एकदा सिद्ध होते.

ज्या बाबीची चौकशी सार्वजनिक लेखा समिती (पीएसी) आणि संयुक्त संसदीय समितीही करीत आहेत असे हे एकमेव प्रकरण आहे. पंतप्रधान मनमोहन सिंग यांनी सार्वजनिक लेखा समितीचे अध्यक्ष मुरली मनोहर जोशी यांना ते समितीसमोर उपस्थित राहण्यास तयार आहेत असे लेखी कळवून देखील

अध्यक्षांनी त्यावर काहीच कारवाई केली नाही. तत्कालिन वित्त मंत्री प्रणव मुखर्जी यांनी पंतप्रधानांनी समितीसमोर उपस्थित राहण्याची तयारी दाखविली होती त्याला, घटनात्मकदृष्ट्या पंतप्रधान हे संसदेला जबाबदार आहेत, कोणत्याही समितीला नाही या कारणास्तव आक्षेप घेतला हे धक्कादायक होते. हे तर्कशास्त्र अजबच आहे. या संदर्भात तिसऱ्या लोकसभेच्या सभापतींनी २२ ऑगट १९६६ रोजी जे निरीक्षण नोंदविले होते त्याचा उल्लेख करणे उचित ठरेल. ते म्हणाले होते, 'मी एक महत्त्वाची गोष्ट सदनाच्या नजरेला आणू इच्छितो की सार्वजनिक लेखा समिती म्हणजे लहान स्वरूपातील संसदच आहे. तिच्या निकालांचा आदर राखून तिचा सन्मान वाढविला पाहिजे. येथे सर्व पक्ष एकत्रितरित्या काम करतात आणि भिन्नमतपत्रिका जोडायला परवानगी नाही. ते देशाच्या व संसदेच्या हितासाठी संसदेच्या वतीने काम करतात' (कश्यप १९९६: ११५). या पार्श्वभूमीवर त्याकाळचे मंत्रीमंडळातील सर्वात जेष्ठ मंत्री आणि आता भारताचे राष्ट्रपती असणाऱ्या प्रणव मुखर्जी यांचे वक्तव्य भयावह होते. संयुक्त संसदीय समितीचे अध्यक्ष पी.सी. चाको यांनी सार्वजनिक लेखा समितीच्या चौकशीच्या आवाक्याबाबत अगोदरच प्रश्न उभे केले आहेत. अशी समांतर चौकशी आतापर्यंत कधीच करण्यात आली नव्हती आणि त्या दोन्ही समित्यांनी एकमेकांच्या अगदी उलट असे निष्कर्ष काढल्यास आश्चर्य वाटण्याचे कारण नाही.

मूलभूत सोयीसुविधा क्षेत्रातील कोळसा, दिल्ली विमानतळ आणि ऊर्जा संबंधित प्रकल्पांमध्ये वशिलेबाजी आणि अनियमित व्यवहार झाले असल्याबाबतचे अहवाल नियंत्रक व महा लेखापरीक्षक यांनीही सादर केले आहेत. नियंत्रक व महा लेखापरीक्षक यांचा कोळसा क्षेत्रे वाटपाबाबतचा अहवाल विशेष हानीकारक आहे. ज्या खाजगी कंपन्यांना तदर्थ पद्धतीने कोळसा क्षेत्रे देण्यात आली होती त्यांना १.८६ लाख कोटी रुपयांचा फायदा झाला; कायदा मंत्रालयाने अनेक वेळा सल्ला देऊनही स्पर्धात्मक निविदा लांबणीवर टाकण्यात आल्या; लिलावाची प्रक्रिया सुरू करण्याचा सल्ला देण्यात आल्यानंतरही कोळसा मंत्रालयाने बराच वेळ वाया घालवला. २००४ ते २००६ या काळात पंतप्रधान मनमोहन सिंग यांच्याकडे कोळसा मंत्रालयाचा अतिरिक्त कार्यभार होता म्हणून या सर्व त्रुटींसाठी ते प्रत्यक्षपणे जबाबदार होते हे ही लक्षात घेणे गरजेचे आहे. नियंत्रक व महा लेखापरीक्षकांनी म्हटले आहे की दिल्ली विमानतळ प्रकल्पासाठी खाजगी कंपनीला

दरसाल १०० रुपये या नाममात्र दराने जमीन भाडेपट्याने देण्यात आली होती. करारावर सही केल्यानंतरच विकासासाठी फी घेण्याची परवानगी देण्यात आली. नियंत्रक व महा लेखापरीक्षकांनी रिलायन्स कंपनीच्या प्रचंड ऊर्जा प्रकल्पावरही कठोर टीका केली आहे.

२जी घोटाळा उघड झाल्यानंतर सरकारच्या कारभाराबाबतचा एक असाधारण आणि अजब पैलू निदर्शनास आला. पंतप्रधान कार्यालयाने दिलेल्या काही सल्यांमधून व निर्णयांमधून पंतप्रधान मनमोहन सिंग यांनी आपले अंग काढून घेतले! यावरून, अनेकदा शंका व्यक्त केली जात असल्याप्रमाणे, असे सुचविले जाते की प्रत्यक्षात पंतप्रधान कार्यालय कोणत्यातरी घटनाबाह्य सत्ताकेंद्राच्या आदेशांचे पालन करीत होते. त्यामुळे सरकारच्या सर्वोच्च पातळीवरील कामकाजावरच प्रश्नचिन्ह उपस्थित होते.

नियंत्रक व महा लेखापरीक्षकांचे अहवाल आणि राष्ट्रीय ग्रामीण विकास संस्थेने केलेल्या काही अभ्यासांवरून महात्मा गांधी ग्रामीण रोजगार हमी योजनेत मोठ्या प्रमाणावर निधीचे गैरव्यवहार झाल्याचे दिसून येते. सर्वोच्च न्यायालयाने म्हटले आहे की अहवालांवरून असे दिसते की ओडिशामधील काही जिल्ह्यांमध्ये निर्धारित रकमेच्या ८८ टक्के इतक्या प्रचंड रकमेचे गैरव्यवहार झाले होते. न्यायालयाने असेही म्हटले आहे की याबाबत चौकशी करण्यासाठी केंद्र सरकारने काही पावले उचलली नाहीत, तर 'आम्हाला यात लक्ष घालावे लागेल'.

इंडियन ऑइल अँड गॅस या नियतकालिकाने कतारमधून द्रवरूप नैसर्गिक वायु (एलएनजी) आयात करताना झालेल्या अब्जावधी डॉलरच्या घोटाळ्याचे तपशील दिले आहेत. हा व्यवहार पेट्रोनेट एलएनजी लिमिटेड (पीएलएल) या सरकारी क्षेत्रातील चार मोठ्या तेल कंपन्यांच्या मालकीच्या कंपनीने केला असून पेट्रोलियम सचिव या कंपनीचे अध्यक्ष आहेत. पहावे तिकडे सर्वत्र इतके घोटाळे घडत असल्याने बहुधा या घोटाळ्याला आपला क्रमांक येण्यासाठी रांगेत वाट पहावी लागत असणार. या नियतकालिकात स्पष्टपणे म्हटले आहे की, 'दोन चेहरे असणाऱ्या रोमन देवाप्रमाणे पीएलएल ही देशातील एकच अशी कंपनी आहे की जिला एकाच वेळी सार्वजनिक व खाजगी असे दोन चेहरे आहेत. तिच्या जनुकांमधील दुहेरी रचनेमुळेच या कंपनीत दुहेरी स्वरूपाचे गैरव्यवहार होत आहेत

का असा प्रश्न विचारण्याची वेळ आली आहे' (*ऑइल अँड नॅचरल गॅस*, १० नोव्हेंबर २०११: १६).

यापूर्वीही, बोफोर्स, बँक घोटाळा, सत्यम घोटाळा आणि इतर अनेक घोटाळ्यांनी ही कीड किती खोलवर गेलेली आहे हे निदर्शनास आणून दिले होते. नरसिंह राव सरकारच्या राजवटीतील १९९० च्या दशकाच्या मध्यातील दूरसंचार राज्यमंत्री सुखराम यांच्याशी संबंधित दूरसंचार घोटाळ्यांबाबतच्या फौजदारी प्रकरणांचा यापूर्वी उल्लेख करण्यात आलेलाच आहे. परंतु, सुखराम यांच्याविरुद्धची भ्रष्टाचाराची प्रकरणे न्यायालयात प्रलंबित असण्याच्या काळात सुखराम हे काँग्रेस व भारतीय जनता पक्ष या दोघांमध्येही लोकप्रिय होते हे लक्षात घेणे स्वारस्यपूर्ण ठरेल. यावरून राष्ट्रीय पातळीवरील दोन सर्वात मोठे राजकीय पक्ष भ्रष्टाचार निर्मूलनाबाबत खऱ्या अर्थाने गंभीर नाहीत हेच दिसून येते. बहुचर्चित चारा घोटाळा प्रकरणात केंद्रीय अन्वेषण ब्युरोने ४३० आरोपींविरुद्ध ५३ प्रकरणे दाखल केली आहेत. यापैकी, पाच प्रकरणांमध्ये लालु प्रसाद यादव आरोपी आहेत, परंतु ही प्रकरणे दाखल झाल्याला १७ वर्षे उलटून गेली तरीही न्यायालयाने याबाबत निकाल दिलेला नाही. आतापर्यंत लहान सहान व्यक्तींबाबतच्या प्रकरणांचेच निकाल देण्यात आले आहेत. भारतीय जनता पक्षाचे तत्कालिन अध्यक्ष बंगारु लक्ष्मण, जया जेटली आणि इतरांबाबतच्या तेहेलका घोटाळ्याबाबतही हेच म्हणता येईल. बंगारु लक्ष्मण यांना दोषी ठरवून चार वर्षांच्या कारावासाची शिक्षा ठोठावण्यात आली असली, तरी इतरांबाबतची प्रकरणे अद्याप प्रलंबितच आहेत. बंगारु लक्ष्मण यांचे अपील न्यायालयात प्रलंबित असून ते जामिनावर बाहेरच आहेत. अलीकडच्या काळातील भ्रष्टाचाराबद्दल १० वर्षांच्या तुरुंगवासाची शिक्षा झाली असल्याचे एकच प्रकरण आहे, ते हरयानाचे माजी मुख्यमंत्री ओम प्रकाश चौताला व त्यांच्या आमदार पुत्राच्या १९९९ सालच्या शिक्षक भरती घोटाळ्याचे. उच्च न्यायालय व सर्वोच्च न्यायालयात त्यांच्या अपीलांची सुनावणी होण्यास आणखी अनेक वर्षे जातील.

इंटरपोलच्या भ्रष्टाचारविरोधी कार्यक्रमात भाषण करताना केंद्रीय अन्वेषण ब्युरोचे तत्कालिन संचालक ए.पी. सिंग म्हणाले होते की, भारतीयांनी कर चुकवून बेकायदेशीरपणे परदेशातील बँकांमध्ये ५०० अब्ज अमेरिकी डॉलर (सुमारे ३० लाख कोटी रुपये)दडवून ठेवले असून स्विट्झर्लंडमधील बँकांच्या ठेवीदारांमध्ये

भारतीय हे सर्वात मोठे ठेवीदार आहेत (*इंडियन एक्स्प्रेस*, १४ फेब्रुवारी २०१२). परंतु केंद्र सरकारला याची काहीच पर्वा नाही. सर्वोच्च न्यायालयाने कठोर शब्दात कानउघाडणी करून भारतीयांनी करचुकवेगिरीच्या बाजारपेठांमध्ये (टॅक्स हेवन) दडविलेल्या खात्यांची चौकशी करण्याबाबत तातडीने पावले उचलावीत अशी सरकारला कळकळीची विनंती केली असतानाही सरकारने परदेशांत खाती असणाऱ्यांची नावे उघड करण्यास बेमुर्वतपणे नकार दिला आहे. सर्वोच्च न्यायालयाने, केंद्र सरकारच्या केंद्रीय अन्वेषण ब्युरो, अंमलबजावणी संचालनालय, रॉ वगैरेसारख्या सर्व संबंधित यंत्रणांचे प्रतिनिधी सदस्य असणारी एक विशेष चौकशी समिती सर्वोच्च न्यायालयाच्या माजी न्यायमूर्तींच्या अध्यक्षतेखाली नेमावी असे आदेश दिले असता, सरकारने त्याला आव्हान दिले आहे. सरकारने काळ्या पैशासंबंधीची वरवरची श्वेतपत्रिका त्यावर काही चर्चा करता येऊ नये म्हणून २०१२ सालच्या अर्थसंकल्पीय अधिवेशनाच्या शेवटच्या दिवशी ज्याप्रकारे संसदेपुढे ठेवली त्यावरून सरकारची या प्रश्नाकडे केवळ उपचार म्हणून पाहण्याची वृत्ती स्पष्ट दिसते. २१ फेब्रुवारी २०११ रोजी राष्ट्रपती प्रतिभा पाटील यांनी संसदेच्या संयुक्त अधिवेशनास संबोधित करताना आश्वासन दिले होते की, 'परदेशात दडविलेला काळा पैसा देशात परत आणला जाईल... जे भारतीयांच्या मालकीचे आहे ते परत आणण्यासाठी आणि दोषींना शिक्षा व्हावी यासाठी माझे सरकार सर्वतोपरी प्रयत्न करील' (*इंडियन एक्स्प्रेस*, २२ फेब्रुवारी २०११) ; तरीही काळा पैसा व देशातील करचुकवेगिरीची समस्या याकडे निर्णायक पद्धतीने पाहण्याची सरकारची इच्छा नाही हेच यावरून स्पष्ट होते. ही आश्वासने केवळ कागदावरच राहिली आहेत.

माजी नियंत्रक व महालेखापरीक्षक व्ही.के. शुंगलु यांच्या एक सदस्यीय समितीने राष्ट्रकुल क्रीडा स्पर्धा घोटाळ्यात तत्कालिन नायब राज्यपाल तेजिंदर खन्ना व मुख्यमंत्री शीला दीक्षित यांना दोषी ठरविले असले, तरी त्यावर काही कारवाई करण्यात आली नाही आणि हे प्रकरण दडपून टाकण्यात आले. यापूर्वी २००८ साली पुण्यात भरविण्यात आलेल्या राष्ट्रकुल युवा क्रीडा स्पर्धांमध्ये ३३ कोटी रुपयांच्या अफरातफर प्रकरणामध्ये व्यवस्थापन समितीचे अध्यक्ष सुरेश कलमाडींना जबाबदार धरून त्यांच्याविरुद्ध फौजदारी कारवाई करावी, अशी महाराष्ट्राच्या विधानमंडळाच्या सार्वजनिक लोकलेखा समितीने शिफारस केली

होती (*लोकसत्ता*, १८ एप्रिल २०१३). यापूर्वीचा अनुभव लक्षात घेता काही कारवाई केली जाईल असे दिसत नाही. राज्य सभेचे सदस्य असताना अनिल अंबानी यांना वित्तविषयक स्थायी समितीचे सदस्य नेमण्यात आले होते. सुरेश कलमाडी व ए. राजा या दोघांविरुद्ध गंभीर स्वरुपाचे फौजदारी आरोप असून त्या दोघांना जामीन मिळाल्याने ते बाहेर असून संसदेच्या प्रतिष्ठित समित्यांचे सदस्यही आहेत.

तत्कालिन कायदामंत्री अश्विनी कुमार आणि पंतप्रधान कार्यालय व कोळसा मंत्रालयातील संयुक्त सचिवांनी केंद्रीय अन्वेषण ब्युरोने आपला चौकशी अहवाल सर्वोच्च न्यायालयासमोर सादर करण्यापूर्वी बदलावा यासाठी केलेले प्रयत्न पाहून सर्वोच्च न्यायालयाला धक्का बसला. कोळसा घोटाळ्यातील मनमोहन सिंग यांची भूमिका, केवळ कोळसा मंत्री म्हणूनच नव्हे, तर सरकारचे प्रमुख या नात्यानेही, अडचणीत येऊ नये यासाठी हा प्रयत्न करण्यात आला होता हे उघडच आहे. अश्विनी कुमार यांना मंत्रीमंडळातून काढून टाकावे यासाठी जनमताचा रेटा असह्य होईपर्यंत मनमोहन सिंग त्यांना मंत्रीमंडळातून जाऊ देण्यास तयार नव्हते यावरून पंतप्रधानांची मूल्ये व नैतिक पातळी याबाबत गंभीर प्रश्नचिन्ह उभे राहते. इंदिरा गांधी व राजीव गांधी यांच्या अतिशय वाईट काळातदेखील अशा प्रकारचा बेमुर्वतखोरपणा दिसला नव्हता. एखाद्या व्यक्तीचा प्रामाणिकपणा आणि सचोटी यांचा अर्थ नव्याने लावण्याची वेळ आता आली आहे. केवळ आपल्या व्यक्तीगत व्यवहारांत प्रामाणिक असणे पुरेसे नाही. त्याने आपल्या मंत्रीमंडळातील, सहकाऱ्यांच्या आणि आपल्या हाताखालील मंडळींच्या बाबतीतही तितकेच दक्ष, कडक आणि खंबीर असणे गरजेचे आहे. या दृष्टीकोनातून पाहिले असता, मनमोहन सिंग यांचा कथित प्रामाणिकपणा आणि सचोटी यांची मोठीच हानी झाली आहे.

राष्ट्रीय ग्रामीण रोजगार हमी कायदा (नरेगा),२००५, अन्वये प्रत्येक ग्रामीण कुटुंबाला वर्षातील १०० दिवस किमान वेतन मिळणारे रोजंदारीचे काम निवासस्थानापासून ५ किलोमीटरपर्यंतच्या अंतरात दिले जाईल याची हमी देण्यात आली आहे. नरेगाच्या मार्गदर्शक तत्त्वांनुसार सामाजिक लेखा परीक्षण सक्तीचे करण्यात आले आहे. कायद्यातील अपेक्षेनुसार प्रत्येक कुटुंबाला वर्षांतील १०० दिवस रोजगार दिला जावा अशी तरतूद असली, तरी २००७-०८ या

सालात प्रत्यक्षात प्रत्येक ग्रामीण कुटुंबाला ३८ दिवस रोजगार देता आला, त्या तुलनेत २००६–०७ साली तो ४५ दिवसांसाठी देण्यात आला होता. दिल्लीस्थित अन्न सुरक्षा केंद्राने मे–जून २००७ मध्ये केलेल्या नरेगाच्या कार्याचा आढावा घेण्यासाठी ओडिशातील सहा जिल्ह्यांमधील १०० गावांत केलेल्या परीक्षणात असे दिसून आले की:

- २००६–०७ मध्ये नरेगाखाली खर्च करण्यात आलेल्या ७३३ कोटी रुपयांपैकी ५०० कोटींहून अधिक रक्कम दुसरीकडे वळवून तिचे अपहरण करण्यात आले होते;
- एकूण रकमेपैकी २५ टक्यांहूनही कमी रक्कम ज्यांच्यासाठी ती निर्धारित करण्यात आली होती त्यांच्यापर्यंत पोचली; आणि
- राज्यातील हजारो खेड्यांमध्ये नरेगाच्या ८० ते ९० टक्के रकमेचे अपहरण करण्यात आले आहे.

राष्ट्रीय ग्रामीण विकास संस्थेने (एनआयआरडी) ओडिशामध्ये केलेल्या एका अभ्यासानुसार असे दिसून आले की नरेगामधील फार मोठी रक्कम नाहीशीच झाली होती. या अभ्यासादरम्यान त्यांना अनेक अस्तित्त्वातच नसलेले मजूर, कामाचे खोटे तास आणि खोटे वेतन दिल्याचे दिसून आले (मिश्रा, दास व साहू, २००९: १४४–४५). नियंत्रक व महा लेखापरीक्षकांच्या अहवालातही असेच निष्कर्ष काढण्यात आले आहेत. एका जनहित याचिकेमार्फत हा विषय सर्वोच्च न्यायालयातही नेण्यात आला आहे. इतर अनेक राज्यांतील परिस्थितीही याहून वेगळी नाही.

कोणतेही क्षेत्र भ्रष्टाचाराच्या किडीच्या लागणीपासून दूर राहिलेले नाही ही परिस्थिती अतिशय धक्कादायक आहे. महाराष्ट्रातील प्राथमिक शाळांमध्ये पटावरील विद्यार्थ्यांची संख्या बरीच फुगविलेली असावी आणि प्रत्यक्षात ती बरीच कमी असावी अशी शंका बऱ्याच वर्षांपासून होती. इयत्ता पहिली ते सातवीच्या विद्यार्थ्यांच्या उपस्थितीचा आढावा घेतला असता १२ लाखांहून अधिक विद्यार्थी बोगस होते आणि राज्याच्या तिजोरीतील कोट्यवधी रुपयांची लूट केली जात होती असे आढळले. याला पाच वर्षांहून अधिक काळ लोटला असला तरीही राज्य सरकारने याबाबत काहीही कारवाई केलेली नाही (*लोकसत्ता*, ६

ऑक्टोबर २०११).

जमीन व खनिज संपत्ती, पर्यावरणदृष्ट्या संवेदनशील भागाची हानी आणि सार्वजनिक जमिनीवर मोठ्या प्रमाणात होणारे अतिक्रमण या संदर्भात ही आणखी काही घोटाळे सहज आठवतात. भ्रष्टाचार अजिबात सहन करणार नाही (झिरो टॉलरन्स फॉर करप्शन) ही सर्वच सत्ताधाऱ्यांची आता आवडती घोषणा झाली आहे. परंतु, भ्रष्टाचार सहन करण्याची त्यांची क्षमता अमर्यादित आहे हे उघड आहे, कारण यापैकी कोणत्याच प्रकरणात काहीही कारवाई करण्यात आलेली नाही. अलीकडच्या काळात प्रथमच विचारी लोकांपुढे असा प्रश्न उभा राहिला आहे की खरोखरच भारत 'बनाना रिपब्लिक' होत आहे का ?

धर्मनिरपेक्षतेची चेष्टा

धर्माच्या आधारे झालेल्या फाळणीच्या दिव्यातून जाताना हिंदू व मुसलमानांमध्ये आत्यंतिक कडवटपणा व अविश्वास निर्माण झाला असला, आणि कल्पनातीत हालअपेष्टा व मृत्यूच्या थैमानाला तोंड द्यावे लागले असले, तरीही धर्मनिरपेक्षतेबाबतच्या प्रगतीशील तरतुदींमुळे भारताच्या राज्यघटनेचे कौतुक केले जाते. त्यातही पुढील तरतुदीचा विशेषत्वाने उल्लेख करायला हवा: कलम १४ (कायद्यासमोर सर्वांची समानता), कलम १५ (धर्म, वंश, जात, लिंग व जन्मस्थान यांच्या आधारे भेदभाव करण्यास मनाई), कलम १६ (सार्वजनिक रोजगाराबाबत समान संधी), कलम १९ (भाषणस्वातंत्र्य/अभिव्यक्तीस्वातंत्र्य वगैरेंच्या बाबतीतील हक्कांचे संरक्षण), कलम २५ (विचारस्वातंत्र्य व व्यवसाय, प्रथा आणि धर्म पाळण्याचे स्वातंत्र्य), कलम २६ (धार्मिक व्यवहारांच्या व्यवस्थापनाचे स्वातंत्र्य), कलम २७ (कोणत्याही विशिष्ट धर्माच्या प्रसारासाठी कर देण्याचे स्वातंत्र्य), कलम २८ (धार्मिक शिक्षणासाठी वा धार्मिक उपासनेसाठी विशिष्ट शिक्षणसंस्थांमध्ये उपस्थित राहण्याचे स्वातंत्र्य), कलम २९ (अल्पसंख्याकांच्या भाषा, लिपी व संस्कृतीच्या जोपासनेचे स्वातंत्र्य), कलम ३० (अल्पसंख्याकांना शिक्षणसंस्था स्थापन करून त्यांचे व्यवस्थापन करण्याचे स्वातंत्र्य), आणि कलम ३५०अ, या अन्वये राज्यसरकारला प्राथमिक शिक्षणाच्या स्तरावर मातृभाषेतून शिक्षण देण्याची सोय करण्याचे आदेश देण्यात

आले आहेत. काँग्रेस अध्यक्षांनी राज्यघटनेत सुधारणा सुचविण्यासाठी नेमलेल्या समितीच्या (स्वरण सिंग समिती) अहवालात अशी शिफारस होती की, 'राज्यघटनेत धर्मनिरपेक्षता व समाजवाद या संकल्पना स्पष्ट केल्या जाव्यात.' त्यानुसार, ४२ व्या घटनादुरुस्ती कायदा, १९७६, नुसार राज्यघटनेच्या प्रस्तावनेतील 'सार्वभौम लोकशाही प्रजासत्ताक' हे शब्द बदलून त्याऐवजी 'सार्वभौम समाजवादी धर्मनिरपेक्ष लोकशाही प्रजासत्ताक' असे शब्द घटनेचे समाजवादी व धर्मनिरपेक्ष स्वरुप अधोरेखित करण्यासाठी घालण्यात आले. याच कायद्यान्वये ५१अ हे मूलभूत कर्तव्यांबाबतचे कलमही समाविष्ट करण्यात आले, त्यात इतर गोष्टींबरोबरच भारताच्या प्रत्येक नागरिकाने देशातील सर्व नागरिकांमध्ये धर्म, भाषा, प्रांत किंवा पंथांमधील भिन्नत्व ध्यानात न घेता समान बंधुत्वाच्या नात्याने सर्वांप्रती एकोप्याच्या भावनेचा पुरस्कार करणे आणि आपल्या वैविध्यपूर्ण संस्कृतीची कदर करून आपला हा अमूल्य वारसा जपण्याचा प्रयत्न करणे हे त्यांचे मूलभूत कर्तव्य असल्याचे नमूद करण्यात आले आहे. सर्वोच्च न्यायालयानेही म्हटले आहे की धर्मनिरपेक्षता हा आपल्या राज्यघटनेच्या मूलभूत ढाच्याचा भाग आहे आणि संसदेला तो बदलण्याचा, कमी करण्याचा किंवा त्यावर कोणत्याही प्रकारचे निर्बंध आणण्याचा अधिकार नाही.

कायद्याचे राज्य, सार्वत्रिक मतदानाचा हक्क, स्वतंत्र न्यायव्यवस्था वगैरेंसारखी अनेक पाश्चिमात्य मूल्ये भारतीय राज्यघटनेत अंतर्भूत करण्यात आली, त्याचप्रमाणे धर्मनिरपेक्षता ही देखील एक पाश्चिमात्य संकल्पना असून भारताच्या इतिहासात ती नवीनच आहे. तथापि, भारताच्या राज्यघटनेत धर्मनिरपेक्षतेचा ज्या तऱ्हेने अंतर्भाव करण्यात आला आहे, त्याचा अर्थ पाश्चिमात्य संकल्पनेपेक्षा निराळा आहे. याचा अर्थ नास्तिक असणे, परमेश्वराचे अस्तित्व नाकारणे किंवा धार्मिक नसणे असा होत नाही. बहुधा याच कारणासाठी घटनासमितीतील चर्चेदरम्यान घटनेमध्ये धर्मनिरपेक्षतेच्या तत्त्वांचा प्रत्यक्षपणे उल्लेख करण्यास किंवा प्रस्तावनेत 'धर्मनिरपेक्षता' या शब्दाचा उल्लेख करण्यास यश आले नसावे. भारताच्या संदर्भात धर्मनिरपेक्षता म्हणजे, राज्याचा असा कोणताही धर्म नसेल व सर्व धर्मांप्रती सारखाच आदर दर्शविला जाईल आणि सर्व धर्मांना समानतेने वागविले जाईल. व्यक्तीच्या संदर्भात, धर्माच्या कारणाने भेदभाव केला जाणार नाही असेही यात नमूद करण्यात आले आहे. सर्वात महत्त्वाचे म्हणजे, मूलभूत

अधिकारांचा भाग असणाऱ्या या तरतुदींमुळे अल्पसंख्याकांना दिलासा मिळाला की त्यांना आपल्या धर्माप्रमाणे आचरण करण्यास, त्याचा प्रसार करण्यास, आपल्या शैक्षणिक संस्था सुरक्षित राखण्यास सर्वोच्च न्यायालयाच्या पालकत्वाखाली संरक्षण मिळाले आहे; व त्यामुळे ते आपली स्वतंत्र मतदारसंघांची मागणी सोडून देण्यास तयार झाले. *टी.एम.ए. पै प्रतिष्ठान वि. कर्नाटक राज्य* या प्रकरणात सर्वोच्च न्यायालयाने, 'धर्मनिरपेक्षतेची कल्पना भारताच्या घटनेत जरी पाश्चिमात्यांकडून घेण्यात आली असली, तरी आपला विशिष्ट इतिहास आणि आपली गरज यानुसार आपण त्यात वैशिष्ठ्यपूर्ण बदल केले आहेत' याकडे मुद्दाम लक्ष वेधले आहे. या कल्पनेने आपल्याकडे कितपत मूळ धरले आहे आणि त्याचा प्रत्यक्षात कुठपर्यंत प्रसार झाला आहे हा महत्त्वाचा प्रश्न आहे.

धर्मनिरपेक्षता ही जातीयवादाच्या पूर्णपणे विरोधी आहे हे प्रथम लक्षात घेणे गरजेचे आहे. भारताला आतापर्यंत जातीयवादाला कठोरपणे हाताळणे शक्य झालेले नाही हा घटनेतील धर्मनिरपेक्षतेला आपण न्याय देऊ शकलेलो नाही याचा पुरावा मानता येईल. बहुसंख्याकांनी अल्पसंख्याकांवर मोठ्या प्रमाणावर हिंसाचार करण्याच्या अलीकडच्या काळातील घटना विशेष अस्वस्थ करणाऱ्या आहेत– उदाहरणार्थ, १९८४ मधील शिखांविरुद्धची दंगल, बाबरी मशिदीच्या विध्वंसानंतर डिसेंबर १९९२ व जानेवारी १९९३ मध्ये मुंबईत उसळलेली दंगल, गुजरातमधील गोध्रा व इतर ठिकाणी झालेल्या मुसलमानांविरुद्धच्या दंगली आणि २००८ मध्ये अनेक राज्यांत ख्रिस्ती लोकांवर व चर्चवर करण्यात आलेले हल्ले. यात राज्य सरकारांची कायद्याचे राज्य राबवण्यासाठी नसलेली तयारी आणि निरनिराळ्या कायद्यांखाली त्यांना असलेल्या अधिकारांचा परिणामकारक वापर करण्यातील उदासिनता अधिक अस्वस्थ करणारी आहे.

धर्मनिरपेक्षतेचे मृगजळ

समाजाच्या सर्व घटकांमध्ये धर्मनिरपेक्षतेच्या कल्पनेविषयी मोठ्या प्रमाणावर भ्रमनिरास झालेला आहे. एका टोकाला अनेक राजकीय पक्षांच्या तथाकथित खोट्या धर्मनिरपेक्ष वागणुकीबद्दल बहुसंख्याकांच्या मनात धुमसणारा राग आहे.

तथाकथित धर्मनिरपेक्ष पक्षांचा मुसलमानांचा अनुनय करण्याचा एक कलमी कार्यक्रम आहे असा बहुसंख्य समाजातील फार मोठ्या घटकाचा विश्वास आहे. सर्वोच्च न्यायालयाच्या शाह बानो प्रकरणातील (एआयआर १९८५ एससी ९४५) निकाल रद्द ठरावा यासाठी मुसलमान महिला (घटस्फोटाच्या हक्काचे संरक्षण) कायदा, १९८६, पारित केला जाणे हा याचा निश्चित पुरावा मानता येईल. मूलतत्त्ववादी मुसलमान घटक सरकारला असा प्रतिगामी आणि काळाच्या मागे नेणारा कायदा करण्यास भाग पाडू शकले हे यावरून स्पष्टपणे सिद्ध होते. 'शाह बानो खटला उलट फिरविला जाणे: घटनेवरील घाला' या आपल्या लेखात उपेंद्र बक्षी यांनी भर देऊन म्हटले आहे की या कायद्याने घटनेतील प्रत्येक महत्त्वाच्या तरतुदीचे उल्लंघन केले आहे. 'घटनेला असामान्य आव्हान देणाऱ्या या कृतीला सर्वोच्च न्यायालयाने मूक संमती दर्शविली तर ते सर्वोच्चही असणार नाही आणि न्यायालयही असणार नाही' (बक्षी १९९४: ९३–९४). या कायद्याचे एक कठोर टीकाकार अरुण शौरी यांनी म्हटले आहे, 'हे विधेयक लोकसभेत सादर करण्याआधी मंत्रीमंडळाने त्यावर विचार केलाच नव्हता. २५ फेब्रुवारी रोजी कायदामंत्री ए.के. सेन यांनी ते संसदेसमोर मांडल्यानंतरच ते मंत्रीपरिषदेसमोर ठेवण्यात आले, त्यावेळी अर्थातच ते 'पूर्ण झालेली बाब' (*फेत आकोम्प्ली*) म्हणूनच मांडले गेले... अखेर पंतप्रधानांनी २८ फेब्रुवारी रोजी काँग्रेस संसदीय पक्षाला सांगितले की हा राजकीय निर्णय होता.' शौरींनी असेही म्हटले आहे की सरकारने अनेक मुसलमान देशांतून गोळा केलेल्या माहितीवरून असे दिसून आले की 'वास्तविक एकामागून एक मुसलमान देशांनी कुटुंब कायद्याचे आधुनिकीकरण केले होते.' याच कारणासाठी मुसलमान देशांमध्ये वापरात असलेल्या कुटुंब कायद्यातील तरतुदी देणारा पार्श्वभूमी म्हणून तयार करण्यात आलेला अहवाल कोणाकडेच पाठविण्यात आला नव्हता. शौरी पुढे म्हणतात, 'यातून देण्यात आलेला संदेश सर्वांच्याच लक्षात आला. पंजाबमध्येही तो नक्कीच पोचला. मुसलमानांच्या व्यक्तीगत कायद्याबाबत इतकी कळकळ आणि आदर दाखविल्यानंतर हे सरकार अकालींनी स्वतंत्र 'शीख व्यक्तीगत कायद्याची' केलेली मागणी, ती पंजाब चळवळीच्या अधिकृत श्वेतपत्रिकेचा एक भाग असताना, कशी काय नाकारू शकेल? (शौरी १९९३: २६२–६३).

गृहमंत्रालयातील तत्कालिन राज्यमंत्री आरिफ मोहमद खान हे या विधेयकाचे

कडवे विरोधक होते. त्यांनी म्हटले होते की, 'नऊ मुसलमान देशांतील कायद्यांनुसार पतीने पत्नीला घटस्फोट दिला असल्यास तिला पोटगी द्यावी लागते' (शौरी १९८७: ९८). परंतु भारतात तसे होणार नव्हते. आपल्या धर्मनिरपेक्षतेवर याने चांगलाच प्रकाश पडतो.

६० वर्षांपूर्वी राज्यघटनेच्या मार्गदर्शक तत्त्वांमध्ये समावेश करण्यात आला असूनही या पक्षांचा समान नागरी संहिता तयार करण्यास असलेला विरोध हे आणखी एक उदाहरण आहे. या विषयी एकमत घडवून आणण्यास वेळ मिळावा या कारणासाठी घटनाकारांनी समान नागरी संहितेचा समावेश मूलभूत हक्कांमध्ये न करता तो मार्गदर्शक तत्त्वांमध्ये केला. जवाहरलाल नेहरूंनी लिहिले होते, 'संपूर्ण भारतासाठी समान नागरी संहिता आवश्यक आहे असे मला वाटते. परंतु ती मान्य करण्याच्या विरोधात असणाऱ्यांवर तिची सक्ती केली जाऊ नये हे ही मला समजते. म्हणून सुरुवातीला तिला पर्याय दिला जावा, व्यक्तींनी किंवा समूहांनी तिचा आपण होऊन स्वीकार करावा आणि तिचे पालन करावे. दरम्यानच्या काळात सरकारने यासाठी प्रचार व प्रसार करावा' (गोपाल अय्यंगार २००३: ३९).

घटना समितीत समान नागरी संहितेबाबत झालेल्या चर्चेला २३ नोव्हेंबर १९४८ रोजी उत्तर देताना बाबासाहेब आंबेडकर म्हणाले होते, 'आतापर्यंत नागरी कायद्यापैकी विवाह व वारसाहक्क या दोनच बाबींबाबत आपण काही पावले उचलू शकलेलो नाही... १९३५ सालापर्यंत वायव्य सरहद्द प्रांत शरियत कायद्याच्या अंमलाखाली येत नव्हता. वारसा हक्क व इतर बाबींसाठीही ते हिंदू कायदा पाळत असत, इतकेच नव्हे, तर १९३९ साली केंद्रीय विधिमंडळाला यात हस्तक्षेप करून वायव्य सरहद्द प्रांतातील मुसलमानांसाठी हिंदु कायद्याचे निरसन करून त्यांना शरीयत कायदा लागू करावा लागला. माझे सन्माननीय मित्र हे विसरलेले दिसतात की १९३७ पर्यंत वायव्य सरहद्द प्रांताखेरीज संयुक्त प्रांत, मध्य प्रांत व मुंबई यांसारख्या भारताच्या काही उर्वरित भागांतही बहुतांश मुसलमान वारसाहक्कासंदर्भात हिंदू कायद्याचेच पालन करीत असत... उत्तर मलबारमध्ये मरुमक्कतयम कायदा सर्वांनाच लागू होत असे- केवळ हिंदूंनाच नव्हे, तर मुसलमानांनादेखील... म्हणून, प्राचीन काळापासून मुसलमान कायदाच अबाधितपणे अस्तित्वात असून तोच पाळला जात आहे असे काटेकोर विधान

करण्यात काहीच अर्थ नाही. हा कायदा काही भागांमध्ये लागू होत नसे आणि तो दहा वर्षांपासून लागू करण्यात आला आहे' (कश्यप १९९८: ११०–१३).

२३ नोव्हेंबर १९४८ रोजी घटना समितीत भाषण करताना के.एम. मुन्शींनी अधोरेखित केले होते की: प्रगत मुसलमान देशांत कोठेही प्रत्येक अल्पसंख्याक समाजाचा वैयक्तिक कायदा हा समान नागरी संहिता बनविण्यातील अडथळा मानण्याइतका पवित्र मानण्यात आलेला नाही. तुर्कस्थान किंवा इजिप्तचे उदाहरण पहा. या देशांतील कोणत्याही अल्पसंख्याकांना असे हक्क नाहीत... शरीयत कायदा ज्यावेळी पारित करण्यात आला किंवा पूर्वीच्या जमान्यात केंद्रीय विधीमंडळाने काही विशिष्ट कायदे पारित केले, तेव्हा खोजा व कच्छी मेमन अतिशय असमाधानी होते... आम्हाला धर्माची वैयक्तिक कायद्यापासून, ज्याला सामाजिक नाती म्हणता येईल त्यापासून किंवा वारसाहक्कातील संबंधितांच्या हक्कांपासून फारकत करावयाची आहे (कश्यप १९९८: १०५–०७).

दुर्दैवाने, मतपेटीच्या राजकारणाने याबाबतची शक्यता आणखीनच कमी झाली आहे. इंदिरा गांधींचे संयुक्त सचिव असणाऱ्या बी.एन. टंडन यांनी लिहिले आहे:

> [तत्कालिन कुटुंब नियोजन मंत्री] करण सिंग यांनी मंत्रीमंडळाच्या राजकीय व्यवहार समितीत आपले विचार स्पष्टपणे मांडले. त्यांनी मोठ्या धैर्याने विधान केले की संपूर्ण देशासाठी समान नागरी संहिता असावी असे घटनेच्या मार्गदर्शक तत्त्वांमध्ये नमूद करण्यात आले आहे, आणि तरीही, २५ वर्षांनंतरही, आपण याचा विचार करण्यासही तयार नाही. केव्हाही सामाजिक सुधारणांबाबत चर्चा झाली, तरी आपण नेहमीच मुसलमान समाजाला त्याच्या व्याप्तीतून वगळतो. हे केवळ गैरच नव्हे, तर मुसलमान समाजाच्या हिताचेही नाही. यामुळे त्यांच्यातील वेगळेपणाच्या व मागासलेपणाच्या भावनेला प्रोत्साहनच मिळते. त्यांच्या या विधानाचा चांगलाच प्रभाव पडला. परंतु, पंतप्रधानांनी ही चर्चा आपल्याला हव्या त्या हेतूने वळविली आणि अखेर काहीच निर्णय घेण्यात आला नाही (टंडन २००६: ५३).

महिला संघटना आणि इतरांनीही निदर्शनास आणून दिले आहे की बहुतेक सर्व धर्मांच्या कायद्यांचा एक समान घटक आहे, तो म्हणजे लिंगभेद. शाह बानो प्रकरणात सर्वोच्च न्यायालयाने म्हटले आहे (*मोहमद अहमद खान वि. शाह*

बानो बेगम व इतर, एआयआर १९८५ एससी ९४५) की, 'न्यायालयाने केलेल्या निरनिराळ्या स्वतंत्र खटल्यांच्या माध्यमांतून... वैयक्तिक कायद्यातील त्रुटी भरून काढण्यासाठी समान नागरी कायद्याची जागा घेता येणार नाही. प्रत्येक स्वतंत्र प्रकरणात न्याय देण्यापेक्षा सर्वांना समान न्याय दिला जाणे हे अधिक समाधानकारक आहे.' *श्रीमती जॉर्डन डिएंग्डे वि. एस.एस. चोप्रा*, एआयआर १९८५ एससी ९३५, या प्रकरणात न्यायालयाने म्हटले, 'विवाह व घटस्फोट यांच्यासाठी विधिमंडळाने हस्तक्षेप करून एक समान कायदा तयार करण्याची वेळ आता आली आहे असे आमचे मत आहे.' *सरला मुदगल वि. भारत सरकार*, एआयआर १९९५ एससी १५३१, या आणखी एका प्रकरणात न्यायालयाने परत एकदा म्हटले, 'घटनाकारांनी कलम ४४ अन्वये दिलेल्या आदेशांनुसार कारवाई करण्यासाठी सध्याच्या सरकारला किती काळ लागणार आहे कोण जाणे... कलम ४४ हे सुसंस्कृत समाजात धर्म आणि वैयक्तिक कायदा यांच्यात काही संबंध असण्याची गरज नाही या संकल्पनेवर आधारित आहे.' या प्रकरणात न्यायालयाने केंद्र सरकारला, त्यांनी याबाबत काही पावले का उचलली नाहीत याबद्दल एक प्रतिज्ञापत्र दाखल करण्याचे आदेश दिले. त्यावर काही कारवाई झाली की नाही हे माहित नाही. सर्वोच्च न्यायालयाच्या न्यायमूर्ती रुमा पाल यांनी विधान केले की समान कायद्याचे लक्ष्य न्यायाधीशांच्या कल्पना व त्यांनी लावलेला अर्थ यावर अवलंबून ठेवणे योग्य नाही आणि समारोपात म्हटले की, 'अखेर, भारतीय नागरिकांनाच असे सरकार निवडून द्यावे लागेल की जे शिक्षणाद्वारे, खुल्या चर्चेतून आणि जबाबदार राजकीय कृतीतून आधुनिक भारतातील सर्व नागरिकांसाठी कलम ४४ चे रुपांतर मार्गदर्शक तत्त्वांमधून मूलभूत हक्कांमध्ये करतील' (गोडबोले २००६: ५३६–३७). या सूचनेला सर्वोच्च न्यायालयाचे तत्कालिन मुख्य न्यायमूर्ती व्ही.एन. खरे यांनीही दुजोरा दिला, 'घटनेच्या कलम ४४ ची अद्याप अंमलबजावणी करण्यात आलेली नाही ही खेदाची गोष्ट आहे. देशासाठी समान नागरी कायदा संसदेने अद्याप तयार केलेला नाही. वेगवेगळ्या विचारसरणींवर आधारित विरोधाभास नाहीसे करून राष्ट्रीय एकात्मतेसाठी समान नागरी कायद्याची मदत होईल' (टाइम्स ऑफ इंडिया, २४ जुलै २००३). सर्वोच्च न्यायालयाचे तत्कालिन न्यायमूर्ती व्ही.डी. तुळजापुरकर यांनीही म्हटले होते:

> जातीयवादाच्या विषाचा सामना करण्याच्या संदर्भात समान नागरी कायद्याचे महत्त्व वादातीत आहे; वास्तविक, जातीयवादाच्या समस्येच्या मुळावरच वार करण्याने त्यावर न्यायिक तोडगाच उपलब्ध होईल. इतकेच नव्हे, तर सामाजिक न्याय व समान नागरिकत्व यांच्यासाठी गरजेच्या असलेल्या धर्मनिरपेक्ष शक्तींना यातून बळच मिळेल. आपल्या घटनेत एकसंध समाज आणि नागरिकत्वाचे एकच ध्येय डोळ्यांसमोर ठेवले असल्याने सर्व नागरिकांसाठी समान नागरी कायदे असणे आवश्यकच आहे... देशातील सर्वात मोठ्या अल्पसंख्याक समाजातील मूलतत्त्ववादी, प्रतिगामी आणि धर्मवेड्या घटकांसमोर मतांचे राजकारण डोळ्यासमोर ठेवून संपूर्ण शरणागती पत्करल्याचे असे ठळक उदाहरण इतरत्र सापडणे कठीणच आहे. अशा वागणुकीच्या पार्श्वभूमीवर धर्मनिरपेक्षतेच्या तत्त्वांचे गुणगान करणे वा त्यांचा सतत जप करणे हा ढोंगीपणा वाटत नाही का? मूलतत्त्ववाद्यांचा बिमोड करण्याची राजकीय इच्छाशक्तीच नसेल, तर धर्मनिरपेक्षतेच्या आदर्शाचे ध्येय गाठता येणार नाही (तुळजापुरकर १९८७: १७-१८).

याबाबत राजकीय एकवाक्यता घडवून आणण्याचा गंभीरपणे प्रयत्नच करण्यात आलेला नाही. उलट राजकीय पक्षांसाठी या विषयाची जणू मनाईच करण्यात आली आहे.

विवाह व मुलांचे दत्तकविधान यांची नोंदणी सक्तीची करण्यासाठी सरकारने कायदा करावा अशी सर्वोच्च न्यायालयाने सूचना केली होती, अनेक मुसलमान देशांमध्ये असे कायदे करण्यात आलेले असूनही आपल्याकडे मात्र मुसलमानांच्या विरोधामुळे ते शक्य झालेले नाही.

बंगलादेशातून होणारे अनियंत्रित बेकायदेशीर स्थलांतर आणि त्यातून निर्माण होणाऱ्या सुरक्षेच्या व इतर समस्या यांच्याकडे केंद्रातील तथाकथित धर्मनिरपेक्ष पक्षांचे सरकार आणि आसाम, पश्चिम बंगाल व बिहार यांसारख्या राज्यांतील सरकारांनी स्वातंत्र्य मिळून सहा दशके उलटली तरी दुर्लक्षच केले आहे. हाती असलेल्या महितीवरून बंगलादेशातील बेकायदेशीर स्थलांतरितांची संख्या आता २ कोटींहून अधिक झाली आहे.

हाज यात्रेकरूंसाठी देण्यात येत असलेले अर्थसहाय्य २००८ साली ४५० कोटी

रुपयांपर्यंत पोचले. इतर कोणत्याही धर्माच्या यात्रेकरूंना असे अर्थसहाय्य दिले जात नाही ही हिंदूंची आणखी एक तक्रार आहे.

'धर्मनिरपेक्ष' राजकीय पक्षांचा दहशतवादाशी लढा देण्यासाठी कठोर कायदे करण्यासाठी, त्यामुळे मुसलमानांमध्ये असंतोष फैलावेल या कारणासाठी, असलेला विरोध हे नाराजीचे आणखी एक कारण आहे. पी.व्ही.नरसिंह राव सरकारने, मुसलमानांविरुद्ध भेदभाव होतो या कारणासाठी 'टाडा' (दहशतवाद व घातपाती कारवायांविरुद्धचा कायदा) कायदा व्यपगत (लॅप्स) होऊ दिला. युपीए सरकार सत्तेत आल्याबरोबर त्यांनी 'पोटा' कायदा रद्द केला त्यामुळे मतपेटीचे राजकारण देशाच्या सुरक्षेपेक्षाही अधिक महत्त्वाचे झाले आहे या विचाराला बळकटी मिळाली आहे. काही राज्यांनी दहशतवादाचा कठोरपणे सामना करण्यासाठी प्रस्तावित केलेल्या विधेयकांना राष्ट्रपतींची मंजुरी मिळण्यास केंद्राने अडकाठी केली आहे. युपीए सरकार व त्यांच्या सहभागी पक्षांची राज्यांतील सरकारे दहशतवादाकडे गांभीर्याने पहात नाहीत कारण त्यात अनेक मुसलमान संघटना गुंतलेल्या आहेत, अशी सार्वत्रिक धारणा झाली असल्याने धर्मनिरपेक्षतेला देशात स्थान नाही हा विचारच अधिक बळावलेला दिसतो. केंद्र सरकारने या संघटनेवर बंदी घातली असली तरीही युपीएच्या अनेक आघाडीच्या नेत्यांनी 'सिमी' (स्टुडंट्स इस्लामिक मुव्हमेंट ऑफ इंडिया) ला पाठिंबा देणारी वक्तव्ये केली आहेत. देशातील अनेक दहशतवादी हल्ल्यांमध्ये सिमीच्या कार्यकर्त्यांचा कथित सहभाग असण्याच्या पार्श्वभूमीवर व्यापक स्वरुपात भीतीयुक्त आश्चर्य निर्माण झालेले दिसते. उत्तर प्रदेशातील अखिलेश यादव सरकारचे दहशतवादी कारवायांमध्ये कथित सहभाग असलेल्या काही मुसलमानांविरुद्धचे खटले मागे घेण्याचे निर्णयही याच प्रकारचे आहेत. सुदैवाने उच्च न्यायालयाने या आदेशास स्थगिती दिली आहे.

शरिया न्यायालयांच्या स्थापनेला सरकारने एक समांतर न्यायव्यवस्था म्हणून मुकाट्याने संमती देणे हा ही मुसलमानांच्या अनुनयाचाच एक प्रकार असण्याचा पुरावा आहे असे मानले जात आहे, आणि ही बाब जनहित याचिकेद्वारे सर्वोच्च न्यायालयात नेण्यात आली आहे. 'सासऱ्याने बलात्कार केल्यानंतर ती आपल्या पतीकडे परत जाऊ शकत नाही' या दारुल उलूम देवबंदने इम्राना प्रकरणी काढलेल्या फतव्यावर सर्वत्र टीका करण्यात आली, पण मुख्य मंत्री 'मौलाना'

मुलायम सिंग यादव यांनी 'तो जाणकार लोकांनी काढला होता आणि त्यांनी जरूर तो विचार केलाच असेल' असे म्हणत त्याला पाठिंबा दिला! उन्नी यांनी काढलेल्या एका व्यंगचित्रात एक पोलिस अधिकारी आपल्या वरिष्ठांना सांगताना दाखविले आहेत, 'सर, रिझर्व्ह बँकेची परवानगी घ्यायला हवी. यात मतांच्या बँकेचा संबंध दिसतो' (*इंडियन एक्स्प्रेस*, १ जुलै २००५). तत्कालिन पंतप्रधान व्ही.पी. सिंग यांनी १९९० साली लाल किल्यावरून केलेल्या स्वातंत्र्य दिनाच्या भाषणात प्रेषित मोहमदाचा जन्मदिन राष्ट्रीय सुटी म्हणून जाहीर केला, हा मुसलमानांच्या अनुनयाचा एक उघड प्रयत्न होता. सरकारकडून केला जाणारा खर्च हा धार्मिक गटांच्या प्रमाणातच केला जावा अशी एक योजना युपीए सरकारने, हे जरी राज्यघटनेच्या विरोधी असले तरी, २००६ साली मांडली होती, तो ही याच प्रकारचा एक प्रयत्न होता. जनतेच्या विरोधामुळे अखेर हा प्रयत्न सोडून देण्यात आला.

प्रगतीशील बंगलादेशी लेखिका तस्लीमा नसरीन यांच्या भारतात राहण्यासाठीच्या लांब मुदतीच्या व्हिसाची विनंती सरकारने मूलतत्त्ववादी मुसलमानांच्या दबावाखाली नाकारण्यासंबंधी या प्रकरणात पुढे चर्चा करण्यात आली आहे, ते देखील संबंधित राजकीय पक्षांच्या खोट्या धर्मनिरपेक्षतेचे आणखी एक उदाहरणच आहे.

अल्पसंख्याकांची समजूत

मुसलमानांच्या अनुनयाबाबत बहुसंख्य समाजाची तक्रारींची यादी जरी लांबलचक आणि न संपणारी असली, तरी स्वातंत्र्य मिळाल्यापासून त्यांना ज्या परिस्थितीला तोंड द्यावे लागले आहे त्याबाबत मुसलमानही मुळीच समाधानी नाहीत. केंद्रातील आतापर्यंतच्या सर्व काँग्रेस सरकारांनी अप्रत्यक्षरित्या उजव्या हिंदू पक्षांच्या राम जन्मभूमी आंदोलनाला प्रोत्साहन दिले आहे हा त्यांचा सर्वात गंभीर आरोप आहे. बाबरी मशिदीतील देवळात हिंदूंनी कपट कारस्थान करून राम लल्लाच्या मूर्ती ठेवल्या होत्या त्या देवळाचे कुलुप राजीव गांधी यांनी उघडले, त्या जमिनीची मालकी वादातीत असल्याच्या त्यांच्या संशयास्पद म्हणण्यानुसार मंदिराचा चौथरा बांधण्यास त्यांना सुरुवात करू दिली, आणि नरसिंह राव

सरकारला ६ डिसेंबर १९९२ रोजी बाबरी मशिदीचा विध्वंस थांबविण्यास आलेले अपयश हा सर्व घटनाक्रम लक्षात घेता या सर्व कृतींद्वारे काँग्रेसचा हिंदू मतदारांना खूष करण्याचाच प्रयत्न होता असा त्यांना विश्वास वाटतो.

उदारमतवादी मुसलमान घटकाची अशी भावना आहे की सरकार त्यांच्यातील प्रतिगामी व मूलतत्त्ववाद्यांचा अनुनय करीत असून त्यांच्यातील पुरोगामी, प्रगतीशील घटकांना पुरेसा पाठिंबा देत नाही, उलट त्यांच्या प्रयत्नांवर पाणीच फिरविते.

सच्चर समितीच्या अहवालात विस्ताराने देण्यात आलेल्या सामान्य मुसलमानांच्या त्यांच्या परिस्थितीबाबतच्या समजुती खरोखर अस्वस्थ करणाऱ्या आहेत. समितीने म्हटले आहे:

असे दिसते की भारतातील सामाजिक, सांस्कृतिक आणि सार्वजनिक परस्पर संबंध भारतीय मुसलमानांसाठी हिंमत खचवणारे आहेत... एकाच वेळी 'देश विरोधी' आणि 'अनुनय केले जाणारे' असल्याचे दुहेरी ओझे त्यांना पेलावे लागते. ते 'देश विरोधी' आणि 'दहशतवादी' नसल्याचे त्यांना दैनंदिन व्यवहारात प्रत्यही शाबित करावे लागते, तथाकथित 'अनुनयाने' त्यांच्या समाजाची अपेक्षित अशी सामाजिक- आर्थिक प्रगती झालेली नाही याची दखल घेतली जात नाही. मुसलमान असण्याचा त्यांच्या सर्वसामान्य जीवनावर अनेक प्रकारे परिणाम होतो– यात राहण्यासाठी घर भाड्याने वा विकत मिळण्यापासून ते मुलांना चांगल्या शाळेत प्रवेश मिळण्यापर्यंतच्या अनेक बाबींचा संबंध येतो. सर्वसाधारणपणे, समाजातील काही घटकच नव्हे, तर सार्वजनिक संस्था आणि सरकारी यंत्रणा देखील त्यांच्याकडे सतत एक प्रकारच्या संशयाने पाहतात अशी तक्रार मुसलमानांनी समितीकडे नोंदविली. याचा त्यांच्या मानसिकतेवर निराशाजनक परिणाम होतो. हिजाब घालणाऱ्या मुसलमान महिलांना उद्योग–व्यवसाय जगतात नोकरी मिळविणे अधिकाधिक कठीण होत असल्याची माहिती समितीसमोर आलेल्या काही महिलांनी दिली. सरकारी नोकऱ्या, पोलिस आणि निमलष्करी दलांमध्ये मुसलमानांचे पुरेसे प्रतिनिधित्व नसणे ही देखील त्यांची एक महत्त्वाची तक्रार होती. बहुतेक सरकारी खात्यांमध्ये व सार्वजनिक क्षेत्रातील उपक्रमांमध्ये

> मुसलमान कर्मचाऱ्यांचा वाटा ५ टक्यांहून कमीच असतो. आपल्या सुरक्षेच्या भीतीने अधिकाधिक मुसलमान देशात सर्वत्र आपापल्या बंदिस्त वसाहतींमध्ये (घेटो) राहणेच पसंत करू लागले आहेत. जातीयवादाच्या दृष्टीने संवेदनशील असणाऱ्या गावांत व शहरांमध्ये हे प्रमाण अधिक आहे. मुसलमानांनी ठरावीक ठिकाणी एकत्रितपणे राहण्याने नगरपालिका आणि सरकारी यंत्रणांना त्यांच्याकडे दुर्लक्ष करणे अधिक सोपे होते असे सच्चर समितीला सुचविण्यात आले होते. मुसलमान वस्त्यांमध्ये निकृष्ठ नागरी सुविधा मिळणे, राजकीय सत्तेत आणि नोकरशाहीमध्ये प्रतिनिधित्व न मिळणे, त्यांच्यावर पोलिसांनी अत्याचार करणे अशा गोष्टींमुळे त्यांना भेदभावाचे बळी व्हावे लागते अशी भावना मुसलमानांच्या फार मोठ्या गटात, विशेषत: तरुणांमध्ये, मोठ्या प्रमाणावर फैलावली आहे.

अल्पसंख्याकांना त्यांच्या मातृभाषेतून प्राथमिक शिक्षण देण्याची जबाबदारी राज्यघटनेने जरी सरकारवर टाकलेली असली, तरी मुसलमान वसाहतींमध्ये फारच थोड्या उर्दू माध्यमाच्या शाळा आहेत अशी मुसलमानांची रास्त तक्रार आहे. नगरपालिकेच्या व सरकारी प्राथमिक शाळांच्या अभावामुळे अनेकांना आपल्या मुलांना मदरशांमध्ये पाठविणे भाग पडते.

सच्चर समितीला असे आढळले की मुसलमानांना मोठ्या प्रमाणावर गरिबीला तोंड द्यावे लागते. त्यांची सर्वसाधारण परिस्थिती अनुसूचित जाती आणि अनुसूचित जमातींपेक्षा किंचितच बरी आहे. निरनिराळ्या राज्यांतील मुसलमानांच्या परिस्थितीत बराच फरक असला, तरी केरळ, आसाम, तामिळ नाडू, ओडिशा, हिमाचल प्रदेश आणि पंजाब यांचा अपवाद वगळता बहुतेक सर्व राज्यांत तुलनात्मक दृष्टीने पाहता या समाजाची स्थिती नागरी भागात अधिकच बिकट दिसते. त्यामानाने ग्रामीण भागातील त्यांची परिस्थिती काहीशी बरी दिसते, परंतु तरीही बहुतेक राज्यांतील मुसलमानांतील गरिबीचे प्रमाण अनुसूचित जाती व जमातींचा अपवाद वगळता इतर सामाजिक व धार्मिक गटांपेक्षा अधिक आहे.

अनेक सुप्रसिद्ध मुसलमान नेते त्यांच्या तक्रारींबाबत न्याय मिळावा म्हणून आंदोलन करण्यासाठी अखिल भारतीय राजकीय पक्षाची स्थापना करण्याची मागणी करीत आहेत, त्याचे म्हणूनच आश्चर्य वाटण्याचे कारण नाही. सय्यद

अहमद बुखारींनी आरोप केला आहे की, 'काँग्रेस हा आता धर्मनिरपेक्ष पक्ष राहिलेला नाही. मुसलमानांच्या तक्रारींविरुद्ध आवाज उठविण्यासाठी मोठी मोहीम उघडण्याची त्यांनी धमकी दिली आहे' (*तेहेलका*, ८ नोव्हेंबर २००८: ३). सरकारी नोकऱ्यांमध्ये व उच्च शिक्षणाच्या संस्थांमध्ये धर्माच्या आधारावर आरक्षण असावे अशी मागणीही जोर धरीत आहे. सरकारी नोकऱ्या व उच्च शिक्षणाच्या संस्थांमधील प्रवेशामध्ये अल्पसंख्याकांसाठी १५ टक्के आरक्षण असावे आणि त्यापैकी १० टक्के मुसलमानांसाठी राखीव असावेत अशी रंगनाथ मिश्रा आयोगाची शिफारस असल्याचे सांगितले जाते. विधानमंडळांमध्ये मुसलमानांचे प्रतिनिधित्व एकूण लोकसंख्येतील त्यांच्या प्रमाणानुसार (१३.४ टक्के) असावे अशीही मागणी केली जात आहे. मुसलमानांच्या या तक्रारी व मागण्या स्वातंत्र्यपूर्व काळात होत्या तशाच आहेत. त्यांत राज्यघटनेतील संरक्षण व तरतुदींमुळे काहीच फरक पडलेला दिसत नाही.

एस.एस.जोध्का यांनी जोरदारपणे असा युक्तिवाद केला आहे की, 'सच्चर समितीने सर्वंकष माहितीच्या आधारे भारतीय मुसलमानांच्या 'प्रगतीच्या अभावाचे' सत्य प्रथमच समोर मांडले आहे... सांस्कृतिक अस्मितेचे प्रश्न अर्थातच अत्यंत महत्त्वाचे आहेत, परंतु, नागरिकत्व व लोकशाही हक्कांच्या भाषेतच ते स्पष्टपणे मांडावे लागतील. सच्चर समितीच्या अहवालाने ही शक्यता निर्माण झाली आहे (जोध्का २००७: २९९६–९९८). तथापि, समान संधी आयोग नेमण्यात यावा आणि सर्व मागास समाजांसाठी शैक्षणिक व प्रगतीसाठीच्या इतर प्रयत्नांच्या सहाय्याने एक वैविध्य निर्देशांक (डायव्हरसिटी इंडेक्स) बनविला जावा या सच्चर समितीच्या सर्वात महत्त्वाच्या दोन शिफारशी मात्र मागेच पडलेल्या दिसतात.

आणखी एक धार्मिक अल्पसंख्याक समूह म्हणजे ख्रिस्ती धर्मीय. मुख्यत: ख्रिस्ती धर्माचा प्रसार करण्याच्या त्यांच्या प्रयत्नांमुळे त्यांना वाढत्या विरोधाला व हिंसेला तोंड द्यावे लागत आहे. यामुळे अनेक चर्चचे नुकसान झाले असून काही धर्मगुरू व भिक्षुणी जखमी झाले. विशेष लक्षात घेण्याजोगी बाब म्हणजे सर्वोच्च न्यायालयाने ओडिशा सरकारला त्यांच्या प्रार्थनास्थळाला नुकसान भरपाई न देण्याच्या त्यांच्या 'धर्मनिरपेक्ष' धोरणाचा पुनर्विचार करून या प्रश्नाकडे 'उदारपणे' पाहण्यास सांगितले आहे (*इंडियन एक्स्प्रेस*, २३ ऑक्टोबर २००८). केंद्र सरकारला गृह मंत्रालयामार्फत ख्रिस्ती धर्मियांविरुद्धचा हिंसाचार थोपवावा आणि

शांतता व सुव्यवस्था राखण्यासाठी परिणामकारक पावले उचलावीत अशी मार्गदर्शक सल्लापत्रे ओडिशा, कर्नाटक व केरळ या राज्यांना पाठवावी लागली. तथापि, राज्यांनी हा सल्ला मानला नाही, तर केंद्र सरकार कलम ३५६ चा वापर करून राष्ट्रपती राजवट लागू करण्याचे पुढील पाऊल उचलणार असेल, तरच या सूचनांना काही अर्थ राहतो. लोकसभा आणि राज्यसभा यांचे स्वरुप पाहता अशा कोणत्याही कृतीला पाठिंबा मिळविणे सरकारसाठी कठीण होईल यात शंका नाही.

बाबरी मशिदीचा विध्वंस व त्यानंतरचे परिणाम

६ डिसेंबर १९९२ रोजी बाबरी मशिदीच्या विध्वंसानंतर व देशभरात जातीय दंगली उसळल्यानंतर धर्मनिरपेक्षतेसंबंधींचे मुद्दे प्रामुख्याने पुढे आले. उत्तर प्रदेश सरकार मशिदीचे संरक्षण करण्यासाठी आवश्यक ती पावले उचलण्यास तयार नसल्यासंबंधी सर्व माहिती उपलब्ध असूनही केंद्र सरकारने मशिदीच्या बचावासाठी काहीच कारवाई केली नाही. मशिदीबरोबरच पी.व्ही. नरसिंह राव सरकारची धर्मनिरपेक्षतेबाबतची विश्वासार्हताही पूर्णपणे नष्ट झाली.

आपली खालावलेली प्रतिमा सुधारण्यासाठी सरकारने २९ जुलै १९९३ रोजी धर्म व राजकारणाची फारकत करणारी दोन विधेयके संसदेत सादर केली. यापैकी पहिले घटनादुरुस्तीचे होते; यात सरकार सर्व धर्मांचा आदर करेल असे नमूद करण्यात आले होते, आणि कोणत्याही गटाने अथवा संघटनेने धर्म, वंश, जन्मस्थान, निवास, भाषा, जात अथवा जमात यांच्या आधारे देशातील ऐक्याच्या भावनेला धक्का पोचविण्याचा किंवा द्वेष व वैरभाव फैलावण्याचा प्रयत्न केल्यास संसदेला त्यांच्यावर बंदी घालण्याचे अधिकार देण्याची तरतूद होती. या विधेयकात आणखी अशीही तरतूद होती की धर्म व धार्मिक चिन्हे यांचा संसदेची किंवा राज्य विधिमंडळांची निवडणूक जिंकण्याच्या दृष्टीने वापर केल्यास किंवा वैरभाव, द्वेष किंवा असंतोष पसरवण्याचा प्रयत्न केल्यास ते निवडणुकीत अपात्र ठरविण्याचे कारण मानता येईल.

दुसरे विधेयक लोकप्रतिनिधित्त्व कायद्यात सुधारणा करण्याचे होते. कोणत्याही संघटनेच्या अथवा गटाच्या नावात धर्माचा अंतर्भाव असल्यास निवडणूक आयोग त्यांची राजकीय पक्ष म्हणून नोंदणी करणार नाही, कारण अशा नावामुळे तो

राजकीय पक्ष धर्माच्या नावाने मतदारांना आवाहन करतो असे मानता येईल व ते धर्मनिरपेक्ष लोकशाही तत्त्वांच्या विरोधी असेल, अशी तरतूद होती. अशा राजकीय पक्षाचे मुख्य कार्यालय ज्या उच्च न्यायालयाच्या अधिकार क्षेत्रात येत असेल, त्या उच्च न्यायालयात अशा पक्षाची नोंदणी रद्द करण्यासाठी तक्रार करता येईल, आणि एखाद्या राजकीय पक्षाचे नियम व संहिता प्रस्तावित तरतुदींना धरून नसेल तर देखील अशी तक्रार करता येणार होती. ज्या राजकीय पक्षांच्या नावात धर्माचा उल्लेख असेल, अशा पक्षांना त्यांचे नाव बदलून ते नव्या कायद्याशी सुसंगत करण्यासाठी ९० दिवसांची मुदत देण्यात आली होती.

या विषयी देशात एकवाक्यता घडवून आणण्याचा काहीही प्रयत्न न करता ही विधेयके सादर करण्यात आली होती. सरकारला याचे श्रेय दुसऱ्या कोणत्याही राजकीय पक्षाला घेऊ द्यायचे नव्हते हे उघडच होते. अपेक्षेप्रमाणेच, या दोन्ही विधेयकांना केवळ विरोधी राजकीय पक्षांकडूनच नव्हे, तर प्रसिद्धी माध्यमे, विचारवंत आणि समाजाच्या फार मोठ्या घटकाकडूनही कडवा विरोध झाला. अखेर हा प्रयत्न सोडून देण्यात आला (कश्यप १९९३:५१-६३).

राज्यघटना तयार करीत असतानाही अशा प्रकारचा प्रयत्न परिणामकारकतेच्या दृष्टीने अपयशी ठरला होता ही लक्षात घेण्याजोगी बाब आहे. घटना समितीमध्ये (विधिमंडळविषयक) ३ एप्रिल १९४८ रोजी अनंतशयनम अय्यंगार यांनी जातीय पक्षांवर बंदी घालण्याचा प्रस्ताव मांडला होता. धर्म व राजकारण यांची फारकत करण्याची वेळ येऊन ठेपली आहे असे अय्यंगार यांनी अधोरेखित केले होते. इशाक सेठ यांचा एकमेव अपवाद वगळता या ठरावाचा जवळ जवळ एकमताने स्वीकार करण्यात आला होता. अखेर पुढील ठराव पारित करण्यात आला:

> लोकशाही योग्य पद्धतीने कार्यरत राहण्यासाठी आणि देशाचे ऐक्य व एकसंधता वाढावी व भारतातून जातीयवादाचे उच्चाटन व्हावे, यासाठी ज्या जातीय संघटनांच्या घटनेनुसार अथवा त्यांच्या अधिकाऱ्यांच्या व घटकांच्या इच्छेनुसार कोणालाही धर्म, वंश, जात किंवा यापैकी कोणत्याही कारणाने संघटनेत प्रवेश दिला जातो किंवा दिला जात नाही, त्यांना त्या समाजाच्या केवळ खऱ्याखुऱ्या धार्मिक, सांस्कृतिक आणि शैक्षणिक गरजा भागविण्यासाठीच कार्यरत राहता यावे व त्यांनी इतर कोणतेही कार्यक्रम राबवू

> नयेत यासाठी आवश्यक ती कायदेशीर व प्रशासकीय पावले उचलली जावीत असे या सभेचे मत आहे (कश्यप १९९३:८४-१३६).

सर्वच धर्मांमध्ये मूलतत्त्ववादाचा धोका वाढल्याने गेल्या काही वर्षांत ही परिस्थिती अधिकच खालावली असली, तरी या ठरावाचा कोणत्याच पद्धतीने पाठपुरावा करण्यात आलेला नाही.[५]

न्यायालयांचे निर्णय

गेल्या अनेक वर्षांत उमेदवारांनी धर्माच्या आधारे निवडणूक प्रचार करण्यावरून ज्या निवडणूक याचिका दाखल करण्यात आल्या आहेत त्यावरून या विषयाचे महत्त्व अधोरेखित करण्यात आले आहे. उदाहरणार्थ, सांताक्रुझ विधानसभा मतदारसंघातील एका प्रकरणात मुंबई उच्च न्यायालयाने असा निर्णय दिला होता की:

> सादर करण्यात आलेल्या प्रचंड प्रमाणावरील तोंडी व लेखी पुराव्यानुसार हिंदुत्त्व/ हिंदु धर्म/ हिंदु याचा वापर करण्यात आला होता याबद्दल शंकेला जागा रहात नाही... प्रचार मोहीम क्रमांक एकच्या उत्तरवादीच्या जमातीच्या व धर्माच्या आधारे, म्हणजे हिंदु जात व धर्म, याच्या आधारे राबविण्यात आली होती आणि नागरिकांमध्ये, विशेषत: हिंदु व मुसलमानांमध्ये धर्म, जमात व जात यांच्या आधारे वैरभाव आणि द्वेष निर्माण करण्याचा प्रयत्न करण्यात आला होता.

हे प्रकरण अपीलाद्वारे सर्वोच्च न्यायालयात गेले (*अभिराम सिंग वि. सी.डी. कोमाचेन व इतर*, १९९६, ३ एससीसी ६६५), तेव्हा १६ एप्रिल १९९६ रोजी तीन न्यायमूर्तींच्या खंडपीठाने हे प्रकरण पाच न्यायमूर्तींच्या पीठासमोर आणावे असे आदेश देताना म्हटले की, 'आणि, शक्य असल्यास लवकरच, म्हणजे या अपीलामुळे समोर आलेल्या सर्व प्रश्नांचा निर्णय अधिकारवाणीने व ताबडतोब केला जाईल.' दुर्दैवाने, हे प्रकरण अद्याप प्रलंबित आहे.

इब्राहिम सुलेमान सैत वि. एम.सी. मोहमद व इतर (एआयआर १९८० एससी ३५४) या आणखी एका प्रकरणात न्यायालयाने नमूद केले की:

संपूर्ण भाषण वाचले असता, त्याचा रोख जातीयवादी आहे हे नाकारता येत नाही, परंतु या देशात जातीयवादी पक्षांना राजकारणात कार्यरत असण्याची परवानगी आहे. तसे असल्याने, संबंधित भाषणात मतदारांना करण्यात आलेले आवाहन कायद्यात उल्लेख करण्यात आलेल्या भ्रष्ट प्रथांच्या संदर्भात कसे बसू शकेल, हे मुख्य न्यायमूर्ती गजेंद्रगडकर यांनी *कुलतार सिंग वि. मुख्तियार सिंग* यात न्यायासनाच्या वतीने स्पष्ट केले आहे. ते म्हणतात, ''या देशात निरनिराळ्या राजकीय व आर्थिक विचारांचे राजकीय पक्ष आहेत हे प्रसिद्धच आहे, परंतु त्यांचे सदस्यत्व हे विशिष्ट जमाती वा धर्मांपुरते मर्यादित आहे किंवा त्यांचे प्राबल्य आहे. जोपर्यंत कायदा अशा पक्षांच्या स्थापनेला बंदी घालत नाही आणि निवडणुका व संसदीय जीवनात त्यांना मान्यता देतो, तोपर्यंत हे लक्षात ठेवणे गरजेचे आहे की अशा पक्षांच्या उमेदवारांनी मतदारांना केलेले आवाहन यशस्वी ठरल्यास ते निवडून येतील आणि अप्रत्यक्षरित्या ती निवडणूक धर्म, वंश, जात, जमात किंवा भाषा यांच्या प्रभावाखाली झाली असे म्हणता येईल. जोपर्यंत ज्यांचे सदस्यत्व प्रामुख्याने विशिष्ट जमात वा धर्मावर आधिष्ठित आहे अशा पक्षांना कार्यरत असण्याची परवानगी असून त्यांना मान्यताही आहे तोपर्यंत ही त्रुटी टाळता येणार नाही.''

देशातील सर्वोच्च न्यायालयाचा याबाबतचा नाईलाज लक्षात घेणे आवश्यक आहे.

सर्वोच्च न्यायालयाने काही निवडणूक याचिका हिंदु धर्म आणि हिंदुत्व यातील सूक्ष्म फरकाच्या आधारे फेटाळून लावल्या. अशा प्रकारे *मनोहर जोशी वि. नितिन भाऊराव पाटील व आणखी एक* (एआयआर १९९६ एससी ७९६) यात न्यायालयाने म्हटले की, 'केवळ 'हिंदुत्व' या शब्दाचा अर्थ नेहमीच हिंदु धर्म असा होतो असे नाही, आणि विशिष्ट ठिकाणी 'हिंदुत्व' याचा अर्थ काय होतो हे ठरविताना त्याचा संदर्भ आणि तो ज्याप्रकारे वापरण्यात आला आहे ते लक्षात घेणे आवश्यक ठरते. संदर्भाविना 'हिंदुत्व' या शब्दाचा अर्थ हिंदु धर्म असाच होतो असे म्हणता येणार नाही.' डॉ. रमेश यशवंत प्रभु वि. प्रभाकर काशिनाथ कुंटे (एआयआर १९९६ एससी १११३) या प्रकरणात न्यायालयाने म्हटले:

'हिंदु', 'हिंदुत्व' आणि 'हिंदुत्ववाद' या शब्दांचा नेमका अर्थ सांगणे कठीण

> आहे; संदर्भाशिवाय भारतीय संस्कृति व वारशाचा भाग वगळून याचा अर्थ केवळ धर्मापुरताच मर्यादित मानता येणार नाही. 'हिंदुत्व' याचा या उपखंडातील लोकांच्या जीवनशैलीशी संबंध आहे. संदर्भाशिवाय 'हिंदुत्व' किंवा 'हिंदुत्ववाद' यांचा अर्थ संकुचित हिंदु धर्मवेड असाच होतो असे म्हणणे कठीण आहे, किंवा लोकप्रतिनिधित्वाच्या कायद्यातील कलम १२३ चे उपकलम (३) व/किंवा (३अ) यांनी मनाई केलेल्या भागातच तो येतो असे म्हणता येणे कठीण आहे. सामान्यत: 'हिंदुत्व' ही एक जीवनशैली किंवा मानसिक अवस्था मानली जाते आणि धार्मिक हिंदु मूलतत्त्ववाद असा याचा अर्थ करता येत नाही किंवा याची त्याच्याशी बरोबरीही होऊ शकत नाही. 'हिंदुत्व' हा शब्द 'भारतियीकरण' यालाच पर्यायी शब्द या अर्थाने समजून घेतला जातो, म्हणजे, देशात एकाच वेळी अस्तित्वात असणाऱ्या निरनिराळ्या संस्कृतींमधील फरक नाहीसा करून एका समान संस्कृतीचा विकास करणे होय. 'हिंदुत्व' आणि 'हिंदुत्ववाद' या शब्दांमधून इतर धर्मांविषयी वैरभाव, शत्रुत्व किंवा जातीयवाद दर्शविला जातो असे म्हणणे हे या शब्दांचा खरा अर्थ समजून न घेता व चुकीच्या समजुतीवर आधारलेले आहे.

निवडणूक प्रचाराच्या भावनिकदृष्ट्या तापलेल्या वातावरणात अशा प्रकारच्या तात्त्विक चर्चेचा काहीच उपयोग नसतो हे निराळे सांगण्याची गरज नाही. मुसलमान व इतर धर्मांचे अल्पसंख्याक या अर्थावर विश्वास ठेवतील अथवा तो मानतील अशी शक्यता फारच कमी आहे. वास्तविक, ज्या द्विराष्ट्र तत्त्वानुसार देशाची फाळणी झाली त्याच्या हा अर्थ अगदी विरुद्धच आहे. त्याबरोबरच देशातील अल्पसंख्याकांची धार्मिक व सांस्कृतिक ओळखच याने पुसली जाईल अशी भीती निर्माण होईल. 'पहिले हिंदु राज्य महाराष्ट्रात स्थापन केले जाईल असे म्हणणे म्हणजे हे धर्माच्या आधारे मतदारांना केलेले आवाहन नसून जास्तीत जास्त ती एक आशा व्यक्त करण्यात आली आहे' या न्यायालयाच्या विधानामागील तर्कसंगतीही समजण्यास कठीणच आहे. या सर्व निवडणूक याचिका शिवसेना व भारतीय जनता पक्षाच्या नेत्यांच्या भाषणांच्या अनुषंगाने करण्यात आल्या होत्या आणि त्यांचे राजकीय तत्वज्ञान हे मूलत: हिंदु धर्माच्या प्रसारावर आधारित आहे हे ही याविषयाची चर्चा करताना लक्षात घेणे गरजेचे

आहे. सर्वोच्च न्यायालयाचे हे निकाल ज्या सिद्धांतांवर अधारित होते, आणि ज्यांचा धर्मनिरपेक्षतेवर मोठाच परिणाम झाला आहे त्यांचा आतापर्यंत घटनाविषयक मोठ्या खंडपीठाने पुनर्विचार केलेला नाही ही दुर्दैवाची गोष्ट आहे.

एस.आर बोम्मइ वि. भारत सरकार (एआयआर १९९४ एससी २०९२) या प्रकरणी सर्वोच्च न्यायालयाने दिलेल्या आणखी एका महत्त्वाच्या निकालाचा येथे उल्लेख करणे उचित ठरेल. १९९२ साली मध्य प्रदेश, हिमाचल प्रदेश व राजस्थान ही तीन राज्य सरकारे बरखास्त करण्याच्या प्रकरणात इतर बाबींबरोबरच, निकालपत्रात न्यायमूर्ती सावंत व न्यायमूर्ती कुलदीप सिंग यांनी लिहिले होते:

> धर्मनिरपेक्षता हे राज्यघटनेतील मूलभूत तत्त्वांपैकी एक आहे. भारताच्या सर्व नागरिकांना धर्मस्वातंत्र्याची हमी देण्यात आली असली तरी, सरकारच्या दृष्टीने पाहता, व्यक्तीचा धर्म, विश्वास वा श्रद्धा महत्त्वाची नाही. सरकारसाठी सर्व समान आहेत आणि त्यांना समान वागणूक मिळायला हवी. सरकारच्या व्यवहारांत धर्माला स्थान नाही. राजकीय पक्ष धार्मिक पक्ष असू शकत नाही. राजकारण व धर्म यांची सरमिसळ करता कामा नये. जे राज्यसरकार धर्मनिरपेक्ष धोरणांचा अवलंब करीत नाही किंवा धर्मनिरपेक्ष कारवाया करीत नाही ते राज्यघटनेनुसार वागत नाही आणि त्यांच्याविरुद्ध कलम ३५६ नुसार कारवाई केली जाण्याची परिस्थिती निर्माण होऊ शकते.

निकालाच्या या भागावर इतर कोणत्याही न्यायमूर्तींनी भिन्न मत, निराळा अर्थ वा संशय व्यक्त केलेला नाही. सोली सोराबजी यांचे म्हणणे योग्यच आहे की, 'हा विषय तपशीलात न जाता सर्वसामान्यपणे मांडण्यात आला आहे' (*जर्नल सेक्शन* (१९९४) ३ एससीसी, पृष्ठ ३०). या निकालावरील सर्वसमावेशक लेखात सर्वोच्च न्यायालयाचे माजी न्यायमूर्ती एच.आर. खन्ना यांनी लिहिले आहे:

> संबंधित तीन राज्यांच्या संदर्भात न्यायालयाने दिलेल्या निकालाचे भारतीय जनता पक्ष टिकून राहण्यासाठी किंवा कोणत्याही राज्यात सत्तेवर येण्यासाठी गंभीर परिणाम होऊ शकतात... कोणत्याही राज्यात भारतीय जनता पक्षाची सरकारे जर आणि कधी सत्तेत आली तर ती बरखास्त करावी लागतील... तरीही राज्यघटना अस्तित्वात आल्यापासून मुस्लिम लीग, अकाली दल, आणि हिंदु महासभा असे राजकीय पक्ष आहेत. अकाली दलासारख्या काही

> पक्षांनी राज्यात सरकारही स्थापन केले आहे, परंतु एखाद्या धर्माशी जवळीक असण्यामुळे वा पक्षाच्या नावामुळे अद्याप कोणीही असे सरकार बरखास्त करण्याचा विचार केलेला नाही... लेखकाच्या मते, सर्वोच्च न्यायालयाच्या कोणत्याही निकालाला देशातील राजकीय परिस्थितीच्या वास्तवाकडे दुर्लक्ष करणे शक्य नाही आणि त्यांनी तसे करूही नये. असे म्हणतात की कायद्याचे जीवन म्हणजे तर्कशास्त्र नसून अनुभव आहे आणि त्याचबरोबर राजकीय व सामाजिक वास्तवाचे आकलनही आहे असेही म्हणता येईल. राज्यघटनेचा कायदा हा एखाद्या पोकळीत लागू करता येत नाही किंवा राजकीय आणि सामाजिक वास्तवापासून फारकत घेतलेल्या कोणत्या तरी उच्च पातळीवरील विरळ वातावरणातही त्याचा अवलंब करता येत नाही (खन्ना १९९४: १५६–५७).

धर्मनिरपेक्षतेच्या बाबतीत सर्वोच्च न्यायालयाच्या निर्णयांमधून अशा प्रकारे एकमेकांच्या विरुद्ध असणारे संकेत मिळतात. २००५ साली दिलेल्या एका निकालात न्यायालयाने म्हटले होते की गृहनिर्माण संस्था निराळ्या धर्माच्या किंवा जातींच्या व्यक्तींना सदस्य बनविण्याचे नाकारू शकतात आणि त्यांच्या संस्थेचे सदस्यत्व एखाद्या विशिष्ट जातीसाठी अथवा पंथापुरते मर्यादित ठेवण्याच्या दृष्टीने संस्थेचे नियम बनवू शकतात. *द लॉयर्स कलेक्टिव्ह* यांनी आपल्या संपादकीयात म्हटल्याप्रमाणे, 'या निकालाचे परिणाम भयावह आहेत. धार्मिक गटांसाठींचे परिणाम तर अधिकच भयावह आहेत' (*द लॉयर्स कलेक्टिव्ह* २००५). निवास व शैक्षणिक संस्थांमध्ये वेगळे ठेवले जाण्याचा धार्मिक गटांच्या आणि समाजांच्या विचारसरणीवर फार मोठा व महत्त्वाचा परिणाम होतो आणि त्यांच्यात अलगतावाद वाढीस लागण्याचे हे एक मोठे कारण आहे हे प्रसिद्धच आहे. ही अलगतेची भावना सामाजिक अस्वस्थता व दंगली होण्यास मोठ्या प्रमाणावर कारणीभूत ठरते. ही अलगतेची भावना केवळ समाजाच्या खालच्या स्तरापुरती मर्यादित नाही. वरचेवर वृत्तपत्रात येणाऱ्या बातम्यांवरून असे दिसते की सुखवस्तू मुसलमान कुटुंबांना आणि समाजातील प्रसिद्ध व्यक्तींना देखील मुंबई, पुणे आणि बंगळुरू सारख्या मोठ्या शहरांमध्ये निवासासाठी सोयीची जागा मिळविणे कठीण जाते. शबाना आझमी यांनी असा दावा केला आहे की त्यांना व त्यांचे पती जावेद अख्तर यांना ते मुसलमान असल्याने मुंबईत सदनिका विकत

घेता आली नाही. सैफ अली खान यांनाही अशा गैरसमजाला सामोरे जावे लागले असेही त्यांनी म्हटले आहे. अर्शद वार्सी यांनीही म्हटले आहे की त्यांनाही अशा समस्येला तोंड द्यावे लागले (*आउटलुक*, २२ सप्टेंबर २००८: ८८). आमिर अली या टेलिव्हिजन कलाकाराने लोखंडवाला संकुलात 'केवळ ते मुसलमान असल्याच्या कारणाने' सदनिका देण्यास नकार देण्यात आल्याबाबत मुंबई उच्च न्यायालयात जनहित याचिका दाखल केली (*इंडियन एक्स्प्रेस*, ४ ऑगस्ट २००७). पुण्यात प्रतिष्ठित भागातील एका गृहनिर्माण संस्थेने एका सदस्याला मुसलमान व्यक्तीला आपली सदनिका विकण्याची परवानगी नाकारली. मुंबईतील १९९३ च्या दंगलींदरम्यान काही जातीयवादी पक्षाच्या सदस्यांनी निरनिराळ्या इमारतींमध्ये जाऊन मुसलमान रहिवाशांचा शोध घेऊन त्यांना लक्ष्य केल्याचे सांगितले जाते. लखनौमधील बहुसंख्य जमातीचे वकील, दहशतवादाचे आरोप असलेल्या व्यक्तींची वकीलपत्रे घेणाऱ्या मुसलमान वकीलांना धमक्या देत असल्याचे शुक्ला यांनी निदर्शनास आणून दिले आहे (शुक्ला २००८: १४–१५).

मुंबई, बहिष्कृत करण्यास मनाई करणारा कायदा,१९४९, या संदर्भात सर्वोच्च न्यायालयाने दिलेला निकालही अस्वस्थ करणारा आहे. या कायद्यात म्हटले आहे की, 'कोणत्याही कायद्यात काहीही म्हटले असले तरी, आणि याविरुद्ध देशात कोणतीही प्रथा अथवा पद्धत अस्तित्वात असली, तरी कोणत्याही समाजातील व्यक्तीला समाजातून बहिष्कृत करणे वैध असणार नाही आणि त्याचा काहीही परिणाम होणार नाही'. दाउदी बोहरा समाजाच्या प्रमुखाने या कायद्याला आव्हान दिले. मुंबई उच्च न्यायालयाने ही याचिका फेटाळून लावली परंतु सर्वोच्च न्यायालयाने (*सरदार सैयदना ताहेर सैफुद्दीन साहेब वि. मुंबई सरकार*, एआयआर १९६२ एससी ८५३) राज्यघटनेने प्रत्येक नागरिकाला धर्म, विश्वास व श्रद्धेविषयीचे स्वातंत्र्य बहाल केले असूनही संबंधित कायदा निरर्थक (व्हॉइड) असल्याचा निर्णय दिला (धर्माधिकारी १९८८). मुख्य न्यायमूर्ती सिन्हा यांनी आपल्या अल्पसंख्य निकालात म्हटले की, 'एखाद्या व्यक्तीला 'जातिभ्रष्ट' ठरवून त्याची मानवी प्रतिष्ठा हरण केली जाऊ नये व त्याला त्याच्या मनाप्रमाणे हव्या त्या धर्माचे पालन करण्याचे स्वातंत्र्य मिळावे म्हणून ही कुप्रथा नष्ट करणे हे या कायद्याचे प्रयोजन आहे. राज्यघटनेच्या कलम २५(१) अन्वये व्यक्तीला देण्यात आलेले स्वातंत्र्य उपभोगता यावे, त्याचा उपमर्द केला जाऊ नये, हे या कायद्याचे

उद्दिष्ट आहे.' सर्वोच्च न्यायालयाचे माजी मुख्य न्यायमूर्ती पी. बी. गजेंद्रगडकर यांनीही अधोरेखित केले की मुंबई उच्च न्यायालयाने दिलेला निर्णय प्रगतीशील मानला गेला होता, त्याला सर्वोच्च न्यायालयाने रद्द ठरविल्यामुळे मोठाच हानीकारक धक्का बसला आहे. त्यांनी असेही म्हटले आहे की अगोदर ठरविले होते त्याप्रमाणे ते जर या खंडपीठावर उपस्थित असते, तर त्यांनी मुंबई उच्च न्यायालयाचा निर्णय कायम करण्याचा आटोकाट प्रयत्न केला असता (गजेंद्रगडकर १९८२: १४८). या निर्णयाला अद्याप कोणीही आव्हान दिलेले नाही ही दुर्दैवाची बाब आहे.

धर्मप्रसार

राज्यघटनेने एखाद्या धर्माचे पालन करण्याचे, त्यानुसार वागण्याचे व त्याचा प्रसार करण्याचे स्वातंत्र्य हा मूलभूत हक्क बहाल केला आहे. घटना समितीतील चर्चेदरम्यान काही अल्पसंख्याकांनी असा दावा केला होता की धर्माचा प्रसार करणे ही त्यांच्या धर्मातील एक आवश्यक बाब होती म्हणून हे स्वातंत्र्य त्यांना मिळायला हवे. दुर्दैवाने, घटना समितीत हे मान्य करण्यात आले. परंतु नेपाळ सारख्या अनेक धर्मनिरपेक्ष देशांनी धर्मप्रसार करण्याचा हक्क दिलेला नाही. आतापर्यंतच्या अनुभवावरून या तरतुदीचा पुनर्विचार करणे गरजेचे आहे का याचा विचार करण्याची आता वेळ आली आहे. ५ ऑगस्ट १९५४ रोजी प्रदेश काँग्रेस समित्यांना पाठविलेल्या पत्रात जवाहरलाल नेहरूंनी लिहिले होते, 'आपली राज्यघटना धर्मनिरपेक्ष विचारावर आधारित असून त्यात सर्व धर्मांना स्वातंत्र्य, धर्मांतराचे देखील, देण्यात आले आहे. व्यक्तिशः मोठ्या प्रमाणावर धर्मांतराचा प्रयत्न करणे मला मान्य नाही. परंतु हे माझे स्वतःचे वैयक्तिक मत आहे आणि ते कोणावरही लादण्याचा मला अधिकार नाही. काही विशेष विचारांवर विश्वास असल्याने एखाद्या व्यक्तीने आपला धर्म बदलणे मी समजू शकतो. बऱ्याच वेळा काहीतरी राजकीय हेतू मनात ठेवून, व्यक्तीगत विश्वासाशी संबंध नसताना, मोठ्या प्रमाणावर केलेला धर्मांतराचा प्रयत्न मी समजू शकत नाही' (जवाहरलाल नेहरू पेपर्स, *मुस्लिम इंडिया* २००८ मध्ये उधृत केलेले: १२).

खूप पूर्वी १९५५ मध्ये, मध्य प्रदेशातील राजगढ जिल्ह्यात अशा तक्रारी आल्या

होत्या की शाळेत नव्याने प्रवेश घेतलेल्या मुलांची नावे बदलून त्यांना ख्रिस्ती नावे देण्यात येत होती. याची चौकशी केली असता त्यात तथ्य आढळून आले होते. एप्रिल १९५४ मध्ये राज्य सरकारने ख्रिस्ती मिशनऱ्यांच्या कारवायांविरुद्ध करण्यात आलेल्या आरोपांची चौकशी करण्यासाठी 'ख्रिस्ती मिशनरी कार्य चौकशी समिती' नेमली. पंतप्रधान नेहरूंनी जुलै १९५५ मध्ये व्हॅटिकनला भेट दिली असता पोपनी हा विषय त्यांच्यासमोर उपस्थित केला. परत आल्यावर नेहरूंनी मुख्य मंत्री रवि शंकर शुक्लांना लिहिले की, 'मध्य प्रदेशात कॅथॉलिकांचा छळ केला जात आहे असे सामान्यपणे जे मत बनवले जात आहे, त्याचे निराकरण करण्यासाठी काहीतरी कराल अशी मला आशा आहे' (जवाहरलाल नेहरू मेमोरियल फंड २००१: १६०–६१). धर्मांतर ही अनेक वर्षांपासून चालत आलेली समस्या असून बहुसंख्य समाज याबाबत अस्वस्थ आहे हे दाखविण्यासाठीच मी हे तपशील दिले आहेत. पोपच्या पातळीवर याची दखल घेतली गेली यावरून व्हॅटिकनच्या सर्वोच्च स्तरावर मिशनरींच्या कार्यामध्ये किती स्वारस्य होते हेच दिसून येते.

मुंबईतील सुमारे ५० कॅथॉलिक संघटनांनी मुख्यमंत्री पृथ्वीराज चव्हाण यांना पत्र पाठवून, धर्मांतरविरोधी विधेयक मागे घेण्याची विनंती केली आहे असे वृत्त आहे. असे विधेयक लवकरच विधीमंडळात सादर केले जाणार असल्याची त्यांना भीती वाटते. ते या विधेयकाला अल्पसंख्याकांविरोधी व घटनेने अल्पसंख्याकांना दिलेल्या हक्कांच्या विरोधात असल्याचे मानतात आणि 'हे धर्मांतरविरोधी विधेयक इतिहासाच्या कचरापेटीत टाकून देण्याची' विनंती करतात (*संडे गार्डियन*, ७ जुलै २०१३). धर्मांतराच्या कार्यात गुंतल्या नसत्या तर या संघटना इतक्या अस्वस्थ झाल्या असत्या का?

अनुसूचित जाती, जमाती आणि समाजातील गरीब घटकांचे धर्मांतर करण्याचा ख्रिस्ती मिशनऱ्यांचा प्रयत्न हा कर्नाटक, ओडिशा, केरळ आणि मध्य प्रदेशात अलीकडे निर्माण झालेल्या जातीय तणावाचे व दंगलीचे प्रमुख कारण असल्याचा पुरावा आहे. इतर धर्मांशी तुलना करता प्रत्येक धर्मातील लोकसंख्येचे जातीनुसार पृथक्करण केल्यास ख्रिस्ती धर्माबाबतची आकडेवारी विशेष लक्षात येण्याजोगी आहे. सच्चर समिती अहवालावरून दिसून येते की ख्रिस्ती धर्मीयांपैकी ९ टक्के अनुसूचित जातींचे, ३२.८ टक्के अनुसूचित जमातींचे, आणि २४.८ टक्के इतर

मागास वर्गातील असून ३३.३ टक्के 'इतर' आहेत. म्हणजे ख्रिस्ती लोकसंख्येपैकी सुमारे ६७ टक्के हे अनुसूचित जाती, जमाती व इतर मागासवर्गियांपैकी आहेत. हिंदुंमधील ही संख्या ७४ टक्के आहे. मुसलमानांमध्ये सर्वाधिक संख्या इतर मागासवर्गियांची (३९.२ टक्के) आहे.[६] बौद्ध धर्मामध्येही मोठ्या प्रमाणावर धर्मांतर झाले असले, तरी हिंदुंमध्ये व विशेषत: मूलतत्त्ववादी हिंदुंमध्ये, याबाबत फारशी कडवी प्रतिक्रिया उठलेली नाही कारण बौध धर्म हा देखील हिंदु धर्माचाच एक पंथ/भाग मानला जातो. हिंदुंचे इतर धर्मांमध्ये होणारे धर्मांतर याचा विशेषत: सामाजिक संलग्नता व सामाजिक सुव्यवस्था यावर होणारा परिणाम या दृष्टीकोनातून विचार करण्याची वेळ आली आहे. आणखी महत्त्वाचे म्हणजे धार्मिक संघटनांना आर्थिक किंवा इतर आमिषे दाखवूनही धर्मांतराचे जे पूर्ण व निरंकुश स्वातंत्र्य देण्यात आले आहे त्यामुळे हिंदु आता धर्मनिरपेक्षतेच्या संकल्पनेवरच प्रश्नचिन्ह उभे करू लागले आहेत.

ईशान्येकडील लोकसंख्येत होत असलेल्या अस्वस्थ करणाऱ्या बदलांबाबत बजाज म्हणतात, 'आसामचा बहुतांश भाग आता प्रामुख्याने मुसलमान बनला असून नागालँड, मिझोराम आणि खोऱ्यातील जिल्हे वगळता संपूर्ण मणिपूर मुख्यत्वे ख्रिस्ती बनला आहे. या भागातील हे बदल जवळ जवळ पूर्ण झाले असून आता राहिलेले हिंदु तेथेच राहतील की आताच दुर्लक्ष करण्याजोगे असलेले त्यांचे प्रमाण आणखी कमी होईल एवढीच विचार करण्याजोगी बाब शिल्लक राहिली आहे' (बजाज २०११: ६०).

राज्यघटनेच्या संदर्भात धर्मांतराविषयीचे परीक्षण सर्वोच्च न्यायालयाने १९७७ सालीच मध्य प्रदेश व ओडिशांनी केलेल्या कायद्याच्या निमित्ताने केले होते (*रेव्ह. स्टेनिस्लॉस वि. मध्य प्रदेश सरकार व इतर; ओरिसा सरकार व इतर वि. श्रीमती युलिथा हाइड व इतर वगैरे*, एआयआर १९७७ एससी ९०८). न्यायालयाने म्हटले होते:

> दुसऱ्या व्यक्तीला आपल्या धर्माची दीक्षा देण्याचा अधिकार कलम २५(१) अन्वये बहाल करण्यात आलेला नाही... कलम २५(१) अन्वये प्रत्येक नागरिकाला 'धर्मस्वातंत्र्याचा' हक्क देण्यात आला आहे हे लक्षात घेणे गरजेचे आहे, कोणत्याही एकाच धर्माच्या अनुयायांना तो देण्यात आलेला नाही,

> आणि त्यातूनच दुसऱ्या व्यक्तीचे आपल्या धर्मात धर्मांतर करण्याचा मूलभूत हक्क मिळत नाही, कारण आपल्या धर्मातील तत्त्वांचा प्रसार अथवा प्रचार करणे आणि हेतुतः एखाद्याचे आपल्या धर्मात धर्मांतर करणे यात फरक असून त्यामुळे देशातील सर्व नागरिकांना बहाल करण्यात आलेल्या 'धर्मस्वातंत्र्याला' बाधा येते.

न्यायालयाने आणखी असेही म्हटले की एखाद्या गोष्टीने 'केवळ एखाद्या व्यक्तीवर परिणाम होण्याऐवजी समाज जीवनाच्या प्रवाहात अडथळा निर्माण झाल्यास त्याने सामाजिक सुव्यवस्था बिघडते. अशा तऱ्हेने जातीय भावना भडकविण्याचा प्रयत्न केल्यास, म्हणजे उदाहरणार्थ, कोणाचे तरी 'जबरदस्तीने' धर्मांतर केले गेल्यास त्यामुळे बहुधा सामाजिक सुव्यवस्थेला हानी पोचण्याची भीती उत्पन्न होईल व त्याचा सर्व समाजावर परिणाम होईल... [मध्य प्रदेश व ओरिसाच्या] दोन्ही कायद्यांत धर्माच्या नियमनाची तरतूद नाही.' म्हणून न्यायालयाने जबरदस्ती, फसवणूक, आमिष वगैरे दाखवून धर्मांतर करण्यास मनाई करणारे हे दोन्ही कायदे वैध असल्याचा निर्णय दिला.

असा अधिकृत निर्णय असताना देखील, केंद्र सरकारने या विषयीचे धोरण आखण्यासाठी स्पष्ट भूमिका घेण्यास नकार दिला आहे. त्यामुळे सरकारची धार्मिक अल्पसंख्याकांना, आणि विशेषतः ख्रिस्ती धर्मियांना, नाराज करण्याची इच्छा नाही असे मत होण्यास मदत झाली. यात एकच चांगली गोष्ट अशी आहे की अलीकडच्या काळात मुसलमान धर्मीयांना मोठ्या प्रमाणावर धर्मांतरे घडवून आणण्यात स्वारस्य नाही, बंगलादेशातून होणारे मोठ्या प्रमाणावरील स्थलांतर हा याला एकच अपवाद आहे. कलम २५ हे घटनेच्या मूलभूत ढाच्याचा भाग असल्याने संसदेला यात बदल करून 'प्रचार' हा शब्द काढून टाकता येणार नाही, परंतु सर्वोच्च न्यायालयाचा निर्णय विचारात घेऊन सरकार याबाबतची मार्गदर्शक तत्त्वे जाहीर करू शकेल.[७] यामुळे एक मोठा अडथळा दूर होईल आणि सामाजिक स्वास्थ्य बिघडणार नाही याची खबरदारी घेता येईल. तसेच बहुसंख्य समाजाचा धर्मनिरपेक्षतेवरील विश्वास परत येण्यासही याने मदत होईल.

ख्रिस्ती मिशनऱ्यांना परदेशातून मोठ्या प्रमाणावर आर्थिक मदत मिळत असल्याने धर्मांतराच्या गैरप्रकारांवर नियंत्रण आणण्यासाठी परदेशी मदत (नियंत्रण) कायदा

(एफसीआरए) याचाही उपयोग करता येईल. दुर्दैवाने, हा कायदा ज्या उद्दिष्टाने करण्यात आला होता त्याकडे पूर्णपणे दुर्लक्षच करण्यात आले आहे. त्याऐवजी स्वयंसेवी संस्था आणि विकासाची कामे करणाऱ्या इतर संघटनांना त्रास देण्यासाठीच या कायद्याचा वापर केला जात आहे.

निवडणुका अधिक प्रातिनिधिक असाव्यात

निवडणूक सुधारणांच्या विभागात चर्चा केल्याप्रमाणे, धर्मनिरपेक्षतेच्या मार्गातील मोठा अडथळा असलेल्या मतपेटीच्या राजकारणाचा धोका टाळण्याचा एक मार्ग म्हणजे, निवडणूक जिंकण्यासाठी उमेदवाराने ५० टक्के अधिक एक इतकी मते मिळविणे आवश्यक आहे असा कायदा करणे. सध्याच्या सर्वात अधिक मते मिळविणारा जिंकतो या पद्धतीनुसार विधानमंडळांतील अधिकांश उमेदवार अल्प मतांनी निवडून येतात. या प्रस्तावित बदलाने लोकशाही अधिक प्रातिनिधिक बनेल आणि उमेदवाराला केवळ जात, जमात, समाज वा धर्म याआधारे मतदारांना आवाहन न करता समाजातील सर्व घटकांचा पाठिंबा मिळवावा लागेल. भारतीय जनता पक्षाचे नेते लालकृष्ण अडवानी यांनी एप्रिल २००४ मध्ये जाहीरपणे मान्य केले होते की, 'बाबरीने माझी व पक्षाची हानी झाली आहे; आम्ही काशी व मथुरा ताब्यात घेण्यासाठीच्या विश्व हिंदु परिषद व राष्ट्रीय स्वयंसेवक संघाच्या मागणीला कधीच पाठिंबा देणार नाही (*इंडियन एक्स्प्रेस*, ६ एप्रिल २००४). जून २०१३ मध्ये २०१४ सालच्या लोकसभा निवडणुकीवर नजर ठेवून भारतीय जनता पक्षाने मुसलमानांच्या सबलीकरणासाठी एक 'भविष्याचा आराखडा' तयार करण्याची आपली इच्छा जाहीर केली. ही एक स्वागतार्ह घटना आहे.

दूरत्त्वाच्या भावनेची अस्वस्थ करणारी चिन्हे

धर्मनिरपेक्षतेचा भ्रमनिरास झाल्यामुळे हिंदु व मुसलमान (आणि १९९० च्या दशकात शीख देखील) दोघेही दहशतवादाकडे वळू लागले आहेत हे भीतीदायक आहे. अशा घटनांमध्ये सहभाग असणाऱ्या अनेक व्यक्ती उच्चशिक्षित असून या

विचारसरणीवर त्यांचा दृढ विश्वास आहे हे अधिकच अस्वस्थ करणारे आहे. देशातील सर्व धर्मांच्या समाजामध्ये अशी दूरत्त्वाची भावना निर्माण झाल्याचे हे एकमेव उदाहरण असावे. अगदी अलीकडेपर्यंत सर्व दहशतवादी कारवाया नियमितपणे पाकिस्तानच्या आयएसआय संघटनेमार्फत आणि बंगलादेशातील दहशतवादी संघटनांकडून केल्या जातात असे मानले जात असे. त्यानंतर मात्र असे लक्षात आले की दहशतवादी हे आपल्या देशातीलच होते आणि भारतीय मुसलमान त्यासाठी प्रामुख्याने जबाबदार होते. आता हिंदुंचाही यात सहभाग आहे आणि काही हिंदुधर्मीय नेते त्यांना पाठिंबा देण्यासाठी पुढाकार घेत आहेत किंवा दहशतवादी कारवाया घडवून आणीत आहेत. देशाच्या धर्मनिरपेक्षतेच्या परंपरेचे उत्तम प्रतीक असणाऱ्या सैन्य दलातील काही विद्यमान व निवृत्त अधिकाऱ्यांचा यातील सहभाग पाहता जातीयवादाचे हे विष किती खोलवर भिनले आहे आणि धर्मनिरपेक्षतेसंबंधीचा भ्रमनिरास कोणत्या थरापर्यंत गेला आहे हे लक्षात येते. हा केवळ एक अपवाद आहे अशा दृष्टीने याकडे पाहणे आपत्तीजनक ठरेल. देशाचे ऐक्य, एकसंधता इतकेच नव्हे तर त्याचे एक देश म्हणून टिकून राहणे यासाठी देखील या घटनांचे परिणाम भविष्यासाठी भयावह असून त्यांच्याकडे दुर्लक्ष करून चालणार नाही. काँग्रेस आणि युपीए सरकारने हिंदु दहशतवादावर अवास्तव लक्ष केंद्रित केल्यास देशात यादवी युद्ध होईल असे म्हणण्यापर्यंत भारतीय जनता पक्षाचे अध्यक्ष राजनाथ सिंग यांची मजल गेली आहे. या प्रश्नाकडे केवळ कायदा व सुव्यवस्थेचा प्रश्न म्हणून पाहणे योग्य ठरणार नाही. अलगत्वाची आणि अन्याय व भेदभाव केला जात असल्याची भावना, या मूळ कारणांकडे तातडीने लक्ष देणे अत्यंत गरजेचे झाले आहे.

ऑक्टोबर २००८ मध्ये झालेल्या राष्ट्रीय एकात्मता परिषदेतील निरर्थक चर्चा व निष्कर्ष यातूनही हेच दिसून येते. सरकारने या बैठकीची पूर्वतयारी म्हणून जी कागदपत्रे सदस्यांना पाठविली होती त्यात राष्ट्रीय एकात्मता परिषदेने १९६८ साली, म्हणजे ४०वर्षांपूर्वी जो उद्दिष्टांचा ठराव पारित केला होता त्याचा पुनरुच्चार करण्याशिवाय अधिक महत्त्वाच्या प्रश्नांवर काहीच भाष्य केले नव्हते. वैचारिक दारिद्र्याचे हे उत्तम प्रतीक मानता येईल.

२०१४ साली होऊ घातलेल्या सार्वत्रिक निवडणुकांच्या तयारीच्या वातावरणात 'जेव्हा जेव्हा काँग्रेसला मोठ्या आपत्तीचा सामना करावा लागतो– मग तो

भ्रष्टाचार, चलनवाढ, सर्वोच्च न्यायालयाचे आदेश किंवा एखाद्या तरुण मुलीवरील बलात्कार वगैरे काही असो– तेव्हा त्याला सामोरे जाऊन जनतेला उत्तर देण्याऐवजी ते धर्मनिरपेक्षतेचा बुरखा घालून आपल्या किल्यात दडून बसतात' या नरेंद्र मोदींच्या टीकेमुळे या शाब्दिक लढाईत धर्मनिरपेक्षतेकडे परत एकदा लक्ष केंद्रित झाले आहे. अशा मोकाट वक्तव्यांमुळे लोकांच्या मनात धर्मनिरपेक्षतेच्या संकल्पनेबाबत अधिकच शंकाकुशंका निर्माण होतात.

भारतासारख्या बहुपेडी समाजात धर्मनिरपेक्षता ही निरनिराळ्या धर्मांच्या समाजांमध्ये सेतू बांधून त्यांना एकत्रित आणणारी शक्ती ठरेल अशी अपेक्षा होती. त्याऐवजी २०१४ च्या निवडणुका तोंडावर आल्या असताना धर्मनिरपेक्षता हा सर्वाधिक विभाजनवादी घटक ठरला आहे. हा कल पाहता, भारतातील दहशतवादी संघटना, इंडियन मुजाहिदीन, ही २००२ सालच्या गोध्राच्या दंगलीची प्रतिक्रिया म्हणून निर्माण झाली आहे हे काँग्रेस पक्षाचे विधान अस्वस्थ करणारे आहे. नॅशनल इन्व्हेस्टिगेशन एजन्सीने दाखल केलेल्या आरोपपत्रावरून हे विधान केले आहे असे सांगितले जाते. काँग्रेसचे सचिव शकील अहमद म्हणाले की भारतीय जनता पक्षाच्या जातीयवादी राजकारणामुळे दहशतवादाच्या प्रश्नाबाबत साखळी प्रतिक्रिया सुरू झाली आहे. ते म्हणाले की, 'त्यांनी [भारतीय जनता पक्षाने] जर त्यांचे जातीयवादी राजकारण थांबविले, तर इंडियन मुजाहिदीन सारख्या संघटनांचे अस्तित्त्व संपुष्टात येईल' (*इंडियन एक्स्प्रेस*, २२ जुलै २०१३). या विधानाचा पुरेसा फायदा घेऊन झाल्यानंतर काँग्रेस पक्षाने त्यापासून दूर होण्याचा निर्णय केला, कारण कदाचित दिल्लीतील १९८४ सालचे शिखांचे हत्याकांड देशात १९८० च्या व १९९० च्या दशकांतील शिखांच्या देशभरातील बंडखोरीला कारणीभूत होते असा आरोप केला जाऊ शकतो असे त्यांच्या लक्षात आले असावे. शिवाय, भारतीय जनता पक्षाने जातीयवादी राजकारण थांबविल्यास मूलतत्त्ववादी मुसलमान संघटना आपले कार्य थांबवितील असे सुचविणे भाबडेपणाचेच होते. अशा आरोप आणि प्रत्यारोपांतून काहीच साध्य होत नाही, केवळ सामंजस्याचा आवाज मात्र याने क्षीण होतो. धर्मनिरपेक्षता आणि हिंदु राष्ट्रवाद यांच्यात मुद्दामहून निर्माण करण्यात आलेल्या वास्तवातील किंवा कल्पनेतील दुजाभावामुळे सार्वजनिक जीवन व वक्तव्य यांमधील दरी मात्र वाढत चालली आहे.

२००२ सालच्या गुजरातमधील दंगलीनंतर 'कन्सर्न्ड सिटिझन्स ट्रायब्युनल' ने विचारपूर्वक सादर केलेल्या विचारप्रवर्तक अहवालाचा यापूर्वी उल्लेख करण्यात आला होता, त्याकडे परत एकदा लक्ष वेधणे उचित ठरेल. त्यात सुचविण्यात आले आहे की:

- जे पक्ष एखाद्या धर्माचा अंगिकार करतात, आणि आपली वक्तव्ये, लिखाण कृती अथवा इतर कोणत्याही मार्गाने धार्मिक धोरणाच्या आधारे सत्ता मिळविण्यासाठी संसद, विधानमंडळ, महानगरपालिका किंवा पंचायतीच्या निवडणुकीत भाग घेतात, अशा पक्षांची मान्यता काढून घेण्यासाठी सरकारने निवडणूक कायद्यात सुधारणा करावी.
- सरकारने उच्चाधिकार आयोगांची स्थापना करावी.
- सरकारने प्रशासनातील (अधिकारी व कर्मचारी) जातीयवादाचा आवाका निश्चित करावा आणि प्रशासन धर्मनिरपेक्ष व स्वतंत्र राहील याची खात्री करून घेण्यासाठी व परिस्थितीत सुधारणा होण्यासाठी योग्य त्या पद्धती सुचवाव्यात.
- शिक्षण व शैक्षणिक संस्थांमध्ये जातीयवाद कितपत फैलावला आहे याचा शोध घेण्यासाठी व भावी पिढी शाळा आणि कॉलेजातून बाहेर पडताना जातीयवादी असणार नाही याची काळजी घेण्यासाठी सरकारने आवश्यक ती पावले उचलावीत ('कन्सर्न्ड सिटिझन्स ट्रायब्युनल' २००२: १६९).

जातीयवादी पक्ष व संघटनांना राजकीय क्षेत्रात प्रवेश करण्यास मनाई करण्याचे व त्यांच्यावर बंदी घालण्याचे आतापर्यंतचे सर्व प्रयत्न फोल ठरले आहेत. बी.एन. टंडन यांनी लिहिले आहे, 'पंतप्रधानांनी [इंदिरा गांधी] तत्त्वे किवा नियम यांचा कधीच अवलंब केला नाही. त्यांचे केवळ एकच ध्येय होते– कसेही करून निवडणूक जिंकणे. निवडणूक जिंकण्यास मदत होणार असेल तर कोणाशीही हातमिळवणी करण्यास त्या तयार असत– निरनिराळ्या वेळी त्यांनी केरळात मुस्लिम लीगशी, मुंबईत शिवसेनेशी आणि पंजाबमध्ये अकालींशी हातमिळवणी केली. परंतु जनतेसमोर मात्र त्यांनी आपण संकुचित जातीयवादी पक्षांच्या विरुद्ध असल्याचीच बतावणी केली. परंतु हे खरे नाही' (टंडन २००३: ३२५).

यापूर्वी पाहिल्याप्रमाणे जातीयवादी पक्षांना थोपविण्याचा प्रयत्न फक्त संसद व राज्य विधिमंडळांसंबंधीच्या निवडणूक कायद्यांपर्यंतच मर्यादित होता. ही उद्दिष्टे महत्त्वाची आहेत हे निःसंशय, पण केवळ तेवढेच पुरेसे नाही. धर्मनिरपेक्षता ही केवळ एक संकल्पना न राहता सरकारमध्ये व सार्वजनिक जीवनात ती प्रत्यक्षात उतरवण्यासाठीची यंत्रणा तातडीने निर्माण करणे आता गरजेचे झाले आहे.

धर्मनिरपेक्षता आयोगाची स्थापना करणे

राज्यघटनेने घालून दिलेल्या धर्मनिरपेक्षतेच्या तत्त्वांचे पालन केले जावे यासाठी एक नवीन संस्था, म्हणजे, धर्मनिरपेक्षता आयोग स्थापन करण्याची वेळ आता येऊन ठेपली आहे. *फाळणीचे हत्याकांड- एक उत्तरचिकित्सा* या माझ्या पुस्तकात फाळणीपासून घ्यावयाच्या धड्यांची चर्चा करताना मी ही कल्पना मांडली होती (गोडबोले २००७: ४५३–४५४). हा आयोग परिणामकारक होण्यासाठी घटनादुरुस्ती करून या आयोगाची स्थापना करावी आणि सर्वोच्च न्यायालयाच्या माजी मुख्य न्यायमूर्तींच्या अध्यक्षतेखालील या आयोगाचे आणखी पाच सदस्य असावेत व ते प्रसिद्ध विधिज्ञ, सर्वोच्च न्यायालयातील माजी न्यायमूर्ती, उच्च न्यायालयातील माजी मुख्य न्यायमूर्ती आणि उच्च दर्जाची सचोटी व प्रतिष्ठा लाभलेल्या सार्वजनिक जीवनातील व्यक्ती यांच्यामधून निवडलेले असावेत. या आयोगाचे अध्यक्ष व सदस्यांची निवड पारदर्शक व अ–राजकीय पद्धतीने केली जावी. उपराष्ट्रपती, पंतप्रधान, लोकसभेचे सभापती, सर्वोच्च न्यायालयाचे मुख्य न्यायमूर्ती, केंद्रीय गृहमंत्री आणि लोकसभा व राज्यसभेतील विरोधी पक्षनेते यांचा या निवडसमितीत समावेश असावा.

अशा आयोगाला धर्मनिरपेक्षताविषयक सर्व बाबींकडे सर्वंकष दृष्टीकोनातून पाहता येईल आणि उच्च न्यायालये व सर्वोच्च न्यायालयाकडे येणाऱ्या धर्मनिरपेक्षतेबाबतच्या प्रकरणातही हस्तक्षेप करता येईल. या संदर्भात राष्ट्रीय मानवी हक्क आयोगाने बजावलेल्या प्रशंसनीय भूमिकेचा उल्लेख करता येईल. गोध्रा हत्याकांड प्रकरणी या आयोगाने सर्वोच्च न्यायालयापुढील सुनावणीत केलेल्या हस्तक्षेपातील त्यांच्या महत्त्वाच्या नैतिक भूमिकेची सर्वांना दखल घ्यावी लागली होती. ज्यावेळी देशात नैतिक अधिकार, विश्वासार्हता व प्रतिष्ठा

असलेल्या राष्ट्रीय नेत्यांचा अभाव असेल, अशावेळी ती उणीव भरून काढण्यासाठी धर्मनिरपेक्षता आयोग आदर्श ठरेल.

जनतेच्या मनात धर्मनिरपेक्षतेची जाणीव निर्माण करण्याचे काम धर्मनिरपेक्षता आयोग उत्तम प्रकारे करू शकेल. आयोगासमोर होणाऱ्या सुनावणीत सर्व राजकीय पक्षांना, विचारवंतांना, धार्मिक नेत्यांना, स्वयंसेवी संस्थांना आणि सुजाण नागरिकांना आपली मते तोंडी किंवा लिखित स्वरुपात, व्यक्तीशः किंवा वकिलांमार्फत, उघडपणे व रास्त पद्धतीने मांडता येतील. धर्मनिरपेक्षता आयोग स्थापन करण्यामागील मूलभूत उद्देश लक्षात घेता, आयोगासमोरील सुनावणी टेलिव्हिजनवर दाखविली जावी असेही प्रस्तावित करण्यात आले आहे. अशा प्रकारच्या सार्वजनिक जनजागरणातूनच घटनेने बहाल केलेल्या धर्मनिरपेक्षतेचे महत्त्व जनमानसावर बिंबेल आणि ते प्रत्यक्षात उतरविता येईल.

राजकीय पक्ष, सार्वजनिक संस्था, राज्य व केंद्र सरकार, सर्व तऱ्हेची प्रसिद्धी माध्यमे यांचे जाहीरनामे, कृती व कार्यक्रम यांचा धर्मनिरपेक्षतेच्या दृष्टीने होणारा परिणाम याबाबतचे निर्णय देणे ही धर्मनिरपेक्षता आयोगाची जबाबदारी असावी. अशा घटनांची आयोग आपण होऊन दखल घेऊ शकेल किंवा कोणाही व्यक्तीला अथवा संघटनेला याबाबत दाद मागता येईल. आयोगाचा निकाल सर्व संबंधितांवर बंधनकारक असावा आणि फक्त सर्वोच्च न्यायालयाला यात सुधारणा करण्याचा किंवा त्याला स्थगिती देण्याचा हक्क असावा. राष्ट्रीय मानवी हक्क आयोगाच्या शिफारशी सरकारवर बंधनकारक नाहीत, परंतु, धर्मनिरपेक्षता आयोगाचे अधिकार हे राष्ट्रीय मानवी हक्क आयोगापेक्षा अधिक व्यापक असावे लागतील. गोवधबंदीसाठी झालेली अनेक हिंसक आंदोलने ती बाब उच्च न्यायालये व नंतर सर्वोच्च न्यायालयासमोर गेल्यावरच, मग तो निर्णय कसाही असला तरी, शमली, याची या संदर्भात आठवण ठेवणे उचित ठरेल. त्याचप्रमाणे धर्मनिरपेक्षतेची धोरणे राबविण्याच्या भावनिक व स्फोटक विषयाला राजकारणापासून दूर ठेवून त्याला धर्मनिरपेक्षता आयोगासारख्या घटनात्मक आयोगाकडे सुपुर्द करणेच योग्य ठरेल. या संदर्भात तुर्कस्थानच्या सत्ताधारी 'जस्टिस अँड डेव्हलपमेंट' पक्षाला, तुर्कस्थानच्या राज्यघटनेचे उल्लंघन करून धर्मनिरपेक्षतेच्या विरोधी कारवाई केल्याच्या आरोपांवरून त्यांच्यावर बंदी आणण्याच्या निकालाचा त्या देशाच्या घटनापीठाने २००७ साली फेरविचार केला त्यावेळी, या पक्षाला आपल्या

अस्तित्वासाठी मोठाच लढा द्यावा लागला होता याची येथे आठवण करून देणे उचित ठरेल.

सरकारने स्थापन केलेल्या सर्व आयोगांनी व यंत्रणांनी आपले अहवाल सरकारला सादर करणे आवश्यक असते आणि त्यानंतर योग्य वेळी सरकारने ते संसदेसमोर मांडावयाचे असतात. बऱ्याच वेळा या प्रक्रियेला बराच विलंब होतो आणि सरकार त्यासाठी आपल्याला राजकीयदृष्ट्या सर्वात सोयीची असलेली वेळच यासाठी निवडते. धर्मनिरपेक्षता आयोगाचे विशेष स्थान ध्यानात घेता, या आयोगाने आपले वार्षिक वा विशेष अहवाल सरकारला व संसदेला थेट सादर करावेत आणि त्याच वेळी ते जनतेला व प्रसिद्धी माध्यमांनाही उपलब्ध करून दिले जावेत असे सुचविण्यात आले आहे.

राजकीय जीवनावर दूरगामी परिणाम करणारे सुधारणेचे हे पाऊल उचलण्यासाठी आवश्यक ती मुत्सद्देगिरी आणि राजकीय इच्छाशक्ती असेल का हाच महत्त्वाचा प्रश्न उरतो. देशातील मतलबी राजकारणाचे वातावरण पाहता हे सोपे असणार नाही. केवळ जनमताचा दबावच राजकीय पक्षांना अशी पावले उचलण्यास भाग पाडू शकेल. २०१४ साली १६ वी लोकसभा अस्तित्वात आल्यानंतर धर्मनिरपेक्षता आयोग स्थापन करण्यासाठी घटना दुरुस्ती करण्यात यावी यासाठी सर्व राजकीय पक्षांना राजी करण्यासाठी राष्ट्रीय चळवळच उभारावी लागेल.

बांगलादेशातून होणारे बेकायदा स्थलांतर[८]

केंद्र अथवा राज्यांमध्ये कोणताही राजकीय पक्ष सत्तेवर असला, तरी सर्व बाबतीत अवास्तव गोपनियतेचा आग्रह हा भारतीय प्रशासनाचा स्थायीभाव आहे. न्यायमूर्ती के.के. मॅथ्यू यांनी सर्वोच्च न्यायालयातील प्रकरणात (१९७९, ३ एससीसी) न्यायमूर्ती पोलॉक यांचे उधृत केलेले निरीक्षण येथे देणे उचित ठरेल. ते म्हणतात, 'गोपनियतेची प्रथा ही राष्ट्रीय सुरक्षेच्या रक्षणासाठी वापरण्याऐवजी सरकार तिचा उपयोग आपली प्रतिष्ठा राखण्यासाठी, हेतू लपवून ठेवण्यासाठी, चुकांवर पांघरुण घालण्यासाठी, नागरिकांवर कुरघोडी करण्यासाठी, सत्ता

वाढविण्यासाठी आणि भ्रष्टाचारासाठी करते'. ही निरीक्षणे किती खरी आहेत हे बंगलादेशातून होणाऱ्या बेकायदेशीर स्थलांतराच्या प्रश्नावरून स्पष्ट होईल. या प्रश्नाचे सामाजिक, राजकीय, आर्थिक, संरक्षणविषयक आणि कायदा व सुव्यवस्थेच्या दृष्टीने अनेक गंभीर परिणाम होत असले तरीही बहुतेक सर्वच राजकीय पक्षांनी कमी अधिक प्रमाणात याबाबत गप्पच राहण्याचा कट केल्याने हा विषय राष्ट्रीय पटलावर येऊच दिलेला नाही. त्याकडे कधी पाहिले गेलेच, तर ते केवळ ईशान्य भाग आणि काही राज्यांना सतावणारी समस्या अशा मर्यादित स्वरुपातच पाहिले जाते.

बंगलादेशातून होणाऱ्या बेकायदेशीर स्थलांतराची चर्चा करताना काही महत्त्वाच्या घटकांची नोंद घेणे गरजेचे आहे. पूर्व बंगाल भारताचा भाग असताना त्याकाळी तेथून आसाममध्ये मोठ्या प्रमाणावर स्थलांतर होत असे हे महत्त्वाचे आहे, म्हणून स्वातंत्र्यानंतरही ते तसेच चालू राहिले आहे हे याचे समर्थन होऊ शकत नाही. अत्यंत क्षीण, खोडसाळ आणि अविचारी अशा द्विराष्ट्र तत्त्वानुसार देशाची फाळणी झाली आहे हा पूर्णपणे बदललेला संदर्भ लक्षात घेऊनच पूर्व पाकिस्तान आणि नंतर बंगलादेशातून होणाऱ्या बेकायदेशीर स्थलांतराकडे पाहणे आवश्यक आहे. बंगलादेशातील जी मंडळी 'राहण्याची जागा' (लेवेन्स्ट्रॉम वा लिव्हिंग स्पेस) या व्यापक तत्त्वाचा आता पुरस्कार करीत आहेत, त्यांनी पाकिस्तानच्या मागणीसाठी जोरदार आवाज उठविण्यापूर्वी याचा शांतपणे विचार केला असता तर अधिक बरे झाले असते. आसाम, बंगाल आणि बिहारमधील संलग्न जिल्ह्यांचा/भागांचा पूर्व पाकिस्तानात समावेश केला जावा अशी मुस्लिम लीग त्यावेळीही मागणी करीत होते त्याचाही आता विसर पडू देता कामा नये. बेकायदेशीर स्थलांतराद्वारे इस्लामीकरणाची प्रक्रिया चालू ठेवली जात आहे हे फाळणीच्या शोकांतिकेच्या वास्तवापासून वेगळे काढून चालणार नाही. म्हणून भारतातील बेगडी 'धर्मनिरपेक्ष' राजकीय पक्ष या प्रश्नाला जातीय स्वरूप देण्याचा जो खोडसाळ प्रयत्न करीत आहेत तो 'देश विघातक' म्हणून जनतेसमोर आणणे जरुर आहे.

आसाममधील लागोपाठच्या काँग्रेस सरकारांनी बंगलादेशातून होणाऱ्या स्थलांतराला जाणीवपूर्वक प्रोत्साहन दिले असल्याचे आरोप गेल्या अनेक वर्षांपासून केले जात आहेत. पश्चिम बंगालमधील मार्क्सवादी कम्युनिस्ट पक्षाच्या सरकारचा इतिहासही याबाबत फारसा वेगळा नाही. बेकायदेशीर स्थलांतरितांची

नावे मतदार यादीतून काढून टाकण्याच्या प्रक्रियेला काही राजकीय पक्षांनी निर्लज्जपणे अडथळा निर्माण केला आहे. अशी नावे कमी करण्याच्या प्रश्नावरून अलीकडेच आसामच्या मंत्रीमंडळात जवळ जवळ बंडच झाले होते. दुर्दैवाने, तथाकथित हिंदु राष्ट्रवादी भारतीय जनता पक्षालाही, केंद्रात सत्तेवर असताना याविषयी तत्त्वाधिष्ठित भूमिका घेण्याचा धीर झाला नाही. अनेक महत्त्वाच्या बाबींवरून त्यांची ही नाखुशी दिसून आली. **एक**, एनडीए सरकारने नेमलेल्या आंतरराष्ट्रीय सीमांच्या व्यवस्थापनासंदर्भातील अभ्यास गटाचा मी अध्यक्ष होतो. आंतरराष्ट्रीय सीमांच्या व्यवस्थापनाबाबतच्या प्रश्नांसंबंधी जनतेत जागृती व्हावी यासाठी हा अहवाल प्रकाशित केला जावा अशी आमची शिफारस होती, परंतु हा अहवाल प्रकाशित करण्यात आला नाही. **दोन**, अभ्यास गटाची आणखी एक महत्त्वाची शिफारस होती की *बेकायदेशीर स्थलांतरीत (लवादामार्फत ठरविण्याचा) कायदा* (आयएमडीटी) अध्यादेश काढून रद्द करण्यात यावा, सरकारने हे ही केले नाही. वास्तविक, सरकारमधील प्रमुख घटक पक्ष असणाऱ्या भारतीय जनता पक्षाने, तो विरोधी पक्ष असताना हा कायदा रद्द केला जावा यासाठी अनेक वेळा कसून प्रयत्न केला होता. बहुधा हा केवळ राजकीय डावपेचाचा भाग असावा. एनडीए सरकारला राज्यसभेत बहुमत नव्हते हे खरे आहे. परंतु, 'पोटा' कायदा करण्यासाठी जसे केले होते त्याप्रमाणे, 'आयएमडीटी' कायदा रद्दबातल करून घेण्यासाठी दोन्ही सदनांचे संयुक्त अधिवेशन घेता येणे शक्य होते. 'आयएमडीटी' कायद्याचे सुरक्षाविषयक परिणाम 'पोटा' कायद्याहून कमी महत्त्वाचे नव्हते. कदाचित 'पोटा' कायदा करणे आणि 'आयएमडीटी' रद्द करणे या दोन्हीचा एकत्रितपणे मुसलमानांवर काय परिणाम होईल याची भारतीय जनता पक्षाला काळजी वाटली असावी. मग काँग्रेस आणि इतर 'धर्मनिरपेक्ष' पक्षांपेक्षा भारतीय जनता पक्ष निराळा कसा? **तीन**, सीमावर्ती भागाच्या लोकसंख्येच्या घटकांतील प्रमाणामध्ये मूलगामी बदल झाला असून परदेशातून उपलब्ध झालेल्या निधीद्वारे तेथे फार मोठ्या प्रमाणात मदरसे व मशिदी बांधण्यात आल्या असल्याचे पुरेसे पुरावे आहेत. या प्रसारावर बारकाईने लक्ष ठेवण्यासाठी संबंधित राज्य व केंद्रीय यंत्रणांना उद्युक्त करण्यातही एनडीए सरकारला अपयश आले. यासाठी कोणताही नवा कायदा करण्याची गरज नव्हती. परदेशातून येणाऱ्या निधीवर नियंत्रण ठेवण्यासाठी करण्यात आलेल्या

कायद्याचा (एफसीआरए) गैरवापर स्वयंसेवी संस्थांची छळणूक करण्यासाठी मोकाटपणे केला जातो आणि मूलतत्त्ववाद व धार्मिक आणि दहशतवादाचा प्रसार करण्यासाठी परदेशातून येणाऱ्या निधीच्या संदर्भात मात्र तो केवळ कागदावरच राहिलेला आहे. परदेशातून येणारा असा निधी प्रामुख्याने हवाला व्यवहारातूनच येतो हे जरी खरे असले, तरी निरनिराळ्या यंत्रणांमार्फत अशा व्यवहारांवर बारीक लक्ष ठेवण्याने त्याचा ओघ तरी काही प्रमाणात कमी करता आला असता. आंतरराष्ट्रीय सीमांच्या व्यवस्थापनाबाबतच्या अभ्यास गटाने केलेल्या शिफारशीनुसार सीमेपासून १० किलोमीटरच्या परिसरात कोणतेही प्रार्थनास्थळ किंवा मदरसा स्थापन करण्यापूर्वी जिल्हा अधिकाऱ्यांकडून मान्यता घेणे तरी सक्तीचे करता आले असते. निदान सीमावर्ती भागातील मदरशांना मुख्य प्रवाहात आणणे व त्यांच्या कार्यावर देखरेख ठेवण्यासाठी राज्यस्तरीय मंडळ नेमणे हे यापूर्वीच होणे गरजेचे होते. परंतु मुसलमानांचा रोष ओढवून घेण्याच्या भीतीने राजकीय पक्ष त्याविषयी बोलण्यास देखील तयार नाहीत, मग कारवाई करणे तर दूरची गोष्ट झाली. मुसलमानांच्या अरबीकरणाच्या प्रक्रियेकडे दुर्लक्ष करताना त्यात देशाच्या सुरक्षेचा बळी जातो हे निराळे सांगण्याची गरज नाही.

बंगलादेशाच्या सीमेचे व्यवस्थापन करण्याबाबतच्या अभ्यास गटाच्या महत्त्वाच्या शिफारशी एनडीए सरकारच्या मंत्रीगटाने जरी मान्य केल्या असल्या, तरी दहा वर्षांहून अधिक काळ लोटला असूनही त्याबाबत काही ठोस, व कालनिर्धारित कारवाई करण्यात आलेली नाही (भारत सरकार २००१). यापैकी पहिली शिफारस होती 'एक सीमा, एक दल' या तत्त्वाचा अंगिकार करणे. संबंधित दलाला– मग ते सीमा सुरक्षा दल, इंडो तिबेट सीमा पोलिस, किंवा आसाम रायफल्स कोणीही असो – त्याच्या कृत्यांबद्दल वा त्याच्या अभावाबाबत जबाबदार धरता यावे यासाठी ही शिफारस होती. सध्या एकाच भागात एकाहून अधिक दले कार्यरत असल्यामुळे जबाबदारी दुसऱ्यावर लोटण्याकडे कल दिसून येतो. मंत्रीगटाने मान्य केलेली दुसरी संबंधित शिफारस होती प्रत्येक दलाच्या कार्याचे मूल्यमापन करण्यासाठी स्पष्ट व निःसंदिग्ध निकष निर्धारित करण्याची. उदाहरणार्थ, सीमेपलीकडून होणारे बेकायदा स्थलांतर रोखण्यात सीमा सुरक्षा दल कितपत यशस्वी ठरले याचे यामुळे मूल्यमापन करता येईल. सीमांचे रक्षण करण्यासाठीच्या दलांना केवळ सीमेवरच तैनात केले जावे आणि केंद्रीय राखीव

पोलिस दल (सीआरपीएफ), रेल्वे पोलिस दल (आरपीएफ) व केंद्रीय औद्योगिक सुरक्षा दल (सीआयएसएफ) या अंतर्गत सुरक्षेसाठीच्या दलांपासून ते वेगळे मानले जावेत. सीमारक्षक दलांना सीमेवरून हटविले जाणार नाही असे स्पष्ट धोरण जाहीर केले जावे असेही अभ्यास गटाने सुचविले होते, याला अपवाद होता काही विशिष्ट परिस्थितीचा आणि विशिष्ट कालावधीसाठीचा उदाहरणार्थ, पाच वर्षे, आणि निश्चित कालावधीत अंतर्गत सुरक्षेसाठीच्या राज्य व केंद्रीय पोलिस दलांची संख्या वाढविण्यासाठी योग्य ती पावले उचलली जावीत असेही सुचविले होते. केंद्र सरकारकडून अशा काही कालनिर्धारित कार्यक्रमासाठी पावले उचलली जात असल्याचा किंवा त्याबाबत काही सामाजिक बांधिलकी असल्याचे दर्शविणारा काही पुरावा नाही. संपूर्ण सीमेवर काही भाग असा असावा की ज्यात कोणाचाही संचार होणार नाही आणि तो पूर्णपणे सुरक्षित ठेवला जावा (नो मॅन्स लँड) अशीही एक महत्त्वाची शिफारस करण्यात आली होती. सध्या भारत व बंगलादेशची अत्यंत अनैसर्गिक व मानवाने तयार केलेली, रॅडक्लिफ यांनी आपल्या कार्यालयात बसून काही आठवड्यात रेषेने निर्धारित केलेली, सीमा बऱ्याच वेळा घरांमधून जाते व त्यांचे दोन देशांत विभाजन करते. प्रत्यक्ष सीमेपर्यंतच्या जमिनीत शेती केली जाते आणि भारतीय व बंगलादेशी शेजारी एकमेकांच्या शेतात काम करतात. अशा परिस्थितीत सीमेचे उल्लंघन आणि बेकायदा स्थलांतर थोपविणे वस्तुत: अशक्यच आहे.

दुर्दैवाने या शिफारशीची अंमलबजावणी करण्यासाठी राजकीय इच्छाशक्ती नाही. विशिष्ट भौगोलिक व नदीपात्राची परिस्थिती लक्षात घेता बंगलादेशच्या सीमेच्या अनेक भागांत बेकायदा स्थलांतर रोखण्यासाठी कुंपणाचा उपयोग होऊ शकणार नाही. काही भागात असे कुंपण परिणामकारक ठरू शकेल, तर इतर काही ठिकाणी तो खर्च निरुपयोगी ठरून वायाच जाईल आणि अशा कुंपणावर अवलंबून राहणे वेडेपणाचे ठरेल, अशी आणखी एक शिफारस करण्यात आली होती. सध्याच्या धोरणाचा पुनर्विचार करण्यासाठी व अशा परिस्थितीला तोंड देण्यासाठी इतर काय सोयीस्कर मार्ग निवडण्यात आले आहेत हे स्पष्ट नाही. या प्रश्नाला परिणामकारकरित्या तोंड देण्यासाठी सीमा सुरक्षा दलाचा जलविभाग अधिक बळकट करण्यात यावा अशीही अभ्यास गटाची जोरदार शिफारस होती. मंत्रीगटाने हे मान्य केले होते परंतु त्याबाबत काही ठोस कारवाई झाल्याचे दिसत

नाही. गेल्या काही वर्षांत, दिल्लीतील एनडीए राजवटीच्या काळातदेखील धोरणे कशी दिशाहीन बनली याची ही काही उदाहरणे आहेत. युपीए सरकारच्या घटक पक्षांचा एनडीए राजवटीबाबत असलेला आत्यंतिक तुच्छतेचा भाव पाहता, त्यांच्या राजवटीत घेण्यात आलेल्या कोणत्याही महत्त्वाच्या निर्णयांचा गंभीरपणे पाठपुरावा करण्यात आला तर ती आश्चर्याचीच बाब ठरेल.

१९९२ साली मी केंद्र सरकारमध्ये गृह सचिव असताना, हा विषय धसास लावण्यासाठी केलेले प्रयत्न कसे फोल ठरले त्याचा उल्लेख येथे अनाठायी ठरणार नाही. २४ मार्च १९९२ रोजी मी पहिल्यानेच बेकायदा स्थलांतरितांच्या समस्येचा सामना करण्यासाठी अखिल भारतीय पातळीवर अंगिकारण्याच्या काही निश्चित उपायांची चर्चा करण्यासाठी संबंधित राज्यांच्या व दिल्ली या केंद्रशासित प्रदेशाच्या मुख्य सचिवांची बैठक बोलावली. काही राज्यांची, विशेषत: पश्चिम बंगाल व बिहारची, अधिकारी पातळीवरदेखील ही समस्या गंभीरपणे हाताळण्यास तयारी नव्हती हे माझ्यासाठी आश्चर्यजनक होते. तरीही मी याचा पाठपुरावा चालूच ठेवला आणि केंद्रीय गृह मंत्र्यांना यासाठी एक बैठक बोलावण्यास राजी केले. त्यानुसार २८ सप्टेंबर १९९२ रोजी मुख्य मंत्र्यांची एक बैठक बोलावण्यात आली. याविषयी देशभर जागृती व्हावी या कारणासाठी या बैठकीसाठी तयार करण्यात आलेल्या पूर्वपीठिका मांडणाऱ्या कागदपत्रांना आणि बैठकीच्या विषयपत्रिकेला व्यापक प्रसिद्धी देण्यात आली. प्रस्तावित करण्यात आलेल्या कृती आराखड्यात, इतर बाबींबरोबरच, सीमा सुरक्षा दलाचे आधुनिकीकरण व सबलीकरण, सीमाभागात रस्ते बांधणे, कुंपण घालणे, परदेशी नागरिकांचा छुपा प्रवेश रोखणे व फिरत्या दलांची योजना करणे, सीमा भागातील रहिवाशांना ओळखपत्रे देणे, या समस्येविषयी जनजागृती करण्यासाठी वेळोवेळी मोहिमा राबविणे, बेकायदा स्थलांतरितांवर बारीक लक्ष ठेवणे आणि त्यांचे मार्ग रोखण्यास संरक्षण देणे व त्यावर दंडात्मक कारवाई करणे, तसेच बेकायदा स्थलांतरितांना अनवधानाने सहज मिळणाऱ्या सुविधा मिळू नयेत, त्यांच्या मुलांना शिक्षणसंस्थांमध्ये प्रवेश मिळणार नाही, त्यांना स्थावर मालमत्ता घेता येणार नाही, त्यांची नावे मतदार यादीत घातली जाणार नाहीत यासाठी योग्य ती पावले उचलणे, संरक्षित/प्रवेश निषिद्ध क्षेत्रांची कसोशीने अंमलबजावणी करणे, बेकायदा स्थलांतरितांचा प्रवेश होण्याजोगी गावे शोधणे, त्यांना रोजगार मिळू नये

यासाठी प्रशासकीय व कायदेशीर पावले उचलणे आणि ओळखपत्रे देण्यासाठी केंद्रीय कायदा करणे, यांसारख्या अनेक उपायांचा समावेश होता.

प्रस्तावित कायद्यातील महत्त्वाच्या तरतुदींचा मसुदा राज्य शासनांकडे त्यांच्या सूचनांसाठी पाठविण्यात आला होता. 'बेकायदा स्थलांतरितांमुळे देशाच्या अर्थव्यवस्थेला, सामाजिक–सांस्कृतिक जीवनाला आणि राजकारणाला निर्माण झालेल्या धोक्याला तोंड देताना 'बहुस्तरीय धोरणाची' आवश्यकता आहे. या समस्येचा सामना करण्याचा उपाय केंद्र व राज्य शासनांनी एकत्रितपणे परिणामकारक धोरण आखून शोधावा लागेल' हे पूर्वपीठिकेच्या टिप्पणात मुद्दाम भर देऊन मांडण्यात आले होते. मुख्य मंत्र्यांच्या बैठकीत ठेवण्यात आलेले सर्वसमावेशक स्वरुपाचे प्रस्ताव काहीही खोड काढता येण्याजोगे नव्हते आणि त्यांनी त्यांस सहजतेने अनुमती द्यावयास हवी होती. परंतु मला आश्चर्याचा धक्का बसावयाचा होता. या बैठकीने असा कोणताही कृती आराखडा मान्य करण्यास पश्चिम बंगाल व बिहारच्या मुख्यमंत्र्यांचा विरोध होता. या आराखड्याला मान्यता देणाऱ्या प्रसिद्धीपत्रकाचा जो मसुदा तयार करण्यात आला होता तो देखील त्यांना मान्य नव्हता. हे प्रसिद्धीपत्रक जारी करण्यास त्यांनी मान्यता द्यावी यासाठी केंद्रीय गृहमंत्र्यांना त्यांची बरीच मनधरणी करावी लागली. या विषयावर एकमत झाले नाही, तर त्यातून या अत्यंत महत्त्वाच्या विषयासंबंधी चुकीचा संदेश दिला जाईल; त्यावेळी ही समस्या आटोक्यात आणण्यासाठी जे प्रयत्न केले जात होते ते फोल ठरतील अशी त्यांना अनेकवार विनंती करावी लागली. अखेर, नाईलाजाने हे प्रसिद्धीपत्रक जाहीर करण्यास संमती देण्यात आली, परंतु या बैठकीत मान्य करण्यात आलेला कृती आराखडा केवळ लोकांना दाखवण्यापुरताच होता आणि तो केवळ कागदावरच राहणार होता हे स्पष्टच होते. तेव्हापासून आजपर्यंतच्या अनेक वर्षांत काहीच बदललेले नाही आणि बंगलादेशातून आलेल्या बेकायदा स्थलांतरितांची संख्या आता दोन कोटींहूनही अधिक झाली असावी.

१९९२ साली चर्चा करण्यात आलेल्या कृती आराखड्यात बेकायदा स्थलांतरितांची समस्या हाताळण्यासाठी अत्यावश्यक असलेल्या सर्व घटकांचा समावेश करण्यात आला होता हे यावरून दिसून येईल. परंतु राजकीय इच्छाशक्तीच्या अभावी त्यापैकी कोणत्याही बाबतीत काहीच प्रगति झालेली नाही.

त्याचप्रमाणे आवश्यक ती कारवाई करण्यास सरकारला भाग पाडण्यासाठी जनमताचा दबावही निर्माण झालेला नाही. आणखी एका घटनेमुळे हेच परत एकदा सिद्ध होते. देशातील सर्व खऱ्याखुऱ्या रहिवाशांना ओळखपत्रे देण्याची योजना तातडीने बनविली जावी याबद्दल स्वातंत्र्य मिळाल्यापासून चर्चा केली जात आहे. केंद्र सरकारने प्रथम गुजरात व राजस्थानमधील काही भागात अशी ओळखपत्रे देण्याच्या पथदर्शी योजनेला १९८६ मध्ये मान्यता दिली. विशेष म्हणजे, ईशान्येकडील राज्ये या पथदर्शी योजनेत समाविष्ट करण्यासाठी पुरेशी संवेदनशील मानली गेली नव्हती. या पथदर्शी योजनेचे उद्दिष्ट होते, खऱ्याखुऱ्या रहिवाशांची नोंद करणे, या रहिवाशांच्या स्वरुपाबद्दल विश्वसनीय माहिती गोळा करणे, आणि या योजनेतील क्षेत्रात ३० दिवसांहून अधिक काळ वास्तव्य करणाऱ्या पाहुण्यांच्या हालचालीवर लक्ष ठेवणे. त्यानंतर पंजाब व जम्मू आणि काश्मीर राज्यांनीही त्यांच्या सीमावर्ती भागांसाठी ही योजना राबविण्याचे ठरविले. सचिव समितीने १९९० साली या योजनेचा आढावा घेतला व सर्व सीमावर्ती राज्यांतील सीमा भागांना ती लागू करण्याचा निर्णय घेतला.

त्यानुसार या योजनेला आसाम, मिझोराम आणि त्रिपुराच्या सीमावर्ती भागांसाठी मार्च १९९१ मध्ये मंजुरी देण्यात आली. ही योजना लागू केली असतानाही बेकायदा स्थलांतरितांचा लोंढा अव्याहतपणे येतच आहे यावरून ती फक्त कागदावरच अस्तित्वात आहे हे उघडच आहे. गृह मंत्रालयाने दोन प्रसिद्ध संस्थांकडून या योजनेच्या अखिल भारतीय स्तरावरील अंमलबजावणीची शक्यता व तिची उपयोगिता यांचा सर्वंकष अभ्यास करवून घेतला होता. असे असूनही ओळखपत्रे देण्याबाबतच्या केंद्रीय कायद्याची काहीच प्रगती झालेली नाही. 'आधार' कार्ड हे याची जागा घेऊ शकत नाही हे लक्षात घेणे प्रथम गरजेचे आहे. वास्तविक, केवळ निवासस्थान या एकाच निकषाच्या आधारे देण्यात येणाऱ्या 'आधार' कार्डामुळे बेकायदा स्थलांतरितांना शोधून त्यांच्याविरुद्ध कारवाई करणे आता अशक्यच होणार आहे. 'आधार' कार्ड देण्यासाठी नागरिकत्वाची खात्री करून घेणे ही मूलभूत अट असायला हवी होती. या योजनेला मंजुरी देण्यापूर्वी गृह मंत्रालय व इतर संबंधित मंत्रालयांच्या ही त्रुटी कशी लक्षात आली नाही हे आश्चर्यकारक आहे. कोणत्याही राजकीय पक्षानेही हा मुद्दा उपस्थित केला नाही हे विशेष. 'आधार' कार्डाला घटनात्मक स्वरूप

देण्यासाठीचे 'भारतीय राष्ट्रीय ओळखपत्र प्राधिकरण विधेयक', २०१०, (नॅशनल आयडेंटिटी ॲथॉरिटी ऑफ इंडिया बिल) या विषयी राजकीय पक्षांत एकमत न झाल्याच्या कारणाने गेल्या तीन वर्षांपासून प्रलंबित आहे. तथापि दरवर्षी हजारो कोटी रुपयांचा खर्च करून ही योजना कोणताही अडथळा न येता राबविली जात आहे. ही संसदीय लोकशाहीची चेष्टाच म्हणावी लागेल. कोणत्याही राजकीय पक्षाने याला हरकत घेतली नाही किंवा हे विधेयक तातडीने पारित केले जावे असा आग्रहही धरला नाही. जर असा कायदा अस्तित्वात असता, निवडणूक आयोगाने दिलेली मतदार ओळखपत्रे, आयकर विभागाने दिलेले 'स्थायी खाते क्रमांक' (पॅन) व 'सेबी'ने दिलेला 'बाजारातील सहभाग व गुंतवणुकदार ओळखपत्र क्रमांक' (मॅपिन) (याबाबत अधिक अभ्यास करण्यासाठी तो सध्या प्रलंबित ठेवण्यात आला आहे), यांसारख्या निरनिराळ्या प्राधिकरणांनी त्यांची ओळखपत्रे जारी करण्यासाठी केलेला खर्च तरी वाचला असता.

त्याचप्रमाणे, नागरिकांची नोंद करण्याबाबतचे दुर्लक्ष खेदजनक आहे. स्वातंत्र्यापासूनच या योजनेची वेळोवेळी चर्चा करण्यात आली आहे पण ती लागू करण्यासाठी राजकीय इच्छाशक्तीचाच अभाव दिसून येतो. या दोन्ही विषयी कारवाई करण्यात आली असती, तर भारताची परिस्थिती आजच्यासारखी दयनीय व संवेदनशील झाली नसती. यावरून राष्ट्रीय सुरक्षेसारख्या महत्त्वाच्या बाबींबाबतही राजकीय नेतृत्वामधील दूरदृष्टी आणि खंबीरपणाचा अभावच दिसून येतो.

कोणत्याही दृष्टीने पाहिला तरी अघोरी आणि देशहितासाठी विघातक असणारा 'बेकायदेशीर स्थलांतरीत (लवादामार्फत ठरविण्याचा) कायदा' (आयएमडीटी) रद्द केला जावा यासाठीची जनहित याचिका तब्बल पाच वर्षांच्या विलंबानंतर सर्वोच्च न्यायालयापुढे सुनावणीसाठी आली. इतके अविचारी व उलटाच परिणाम करणारे विधेयक हे आसामच्या समस्येवर तोडगा काढण्यासाठीच्या 'आसाम करारा'चा एक भाग होते यावर विश्वास ठेवणे कठीण आहे. संसदेने याबाबत काहीही परीक्षण व विचार न करता केवळ सत्ताधारी राजकीय पक्षाच्या बहुमताच्या जोरावर पारित केलेले हे आणखी एक विधेयक असून देशातील सर्वोच्च कायदे करणाऱ्या संस्थेच्या कार्यक्षमतेबाबतची ही एक अतिशय मार्मिक टिप्पणी मानता येईल. हा कायदा दोन दशकांहून अधिक काळ अंमलात राहू शकला यावरून

देशातील लोकशाही प्रक्रियेवर व त्यातील संस्थांच्या परिणामकारकतेवर चांगलाच प्रकाश पडतो. एकामागून एक आलेल्या राज्य व केंद्र सरकारांनी सादर केलेल्या प्रतिज्ञापत्रांवरून काही राजकीय पक्ष राष्ट्रीय सुरक्षेचा बळी देऊनही मुसलमानांचा अनुनय करण्यातच कशी धन्यता मानतात हे दिसून येते.

गेल्या काही वर्षांत अनेक वेळा मागणी करण्यात येऊनही काँग्रेस सरकारांनी 'बेकायदेशीर स्थलांतरीत (लवादामार्फत ठरविण्याचा) कायदा' (आयएमडीटी) रद्द करण्यासाठी काहीही कारवाई केली नाही. अखेर, एका जनहित याचिकेमार्फत ही बाब सर्वोच्च न्यायालयात नेण्यात आली (*सरबानंद सोनोवाल वि. भारत सरकार व अन्य एक* (२००५) ५ एससीसी ६६५). यावरील निकालाद्वारे हा कायदा १३ जुलै २००५ रोजी घटनाबाह्य ठरविण्यात आला. न्यायालयाने केलेली कठोर टीका लक्षात घेण्याजोगी आहे, 'आसामच्या राज्यपालांच्या अहवालावरून, प्रतिज्ञापत्रे व इतर पुराव्यावरून असे दिसते की लक्षावधी बंगलादेशी नागरिक आंतरराष्ट्रीय सीमा ओलांडून आले असून त्यांनी मोठ्या भूप्रदेशाचा ताबा घेतला आहे. कमी दराने रोजगारी करण्याची त्यांची तयारी असल्यामुळे भारतीय नागरिकांना, विशेषत: आसाममधील लोकांनी रोजगाराच्या संधी गमावल्या असून आसाममध्ये बंडखोरी निर्माण झाली आहे.' न्यायालयाने म्हटले होते की एवढ्या मोठ्या प्रमाणावरील बंगलादेशींच्या आगमनामुळे 'या प्रदेशाच्या लोकसंख्येचे स्वरुप पालटले असून काही जिल्ह्यांमध्ये आसामी लोक अल्पसंख्याक बनले आहेत.' त्यांनी पुढे म्हटले की, 'अशी परिस्थिती असल्यामुळे, आसाम राज्याला परचक्राला तोंड द्यावे लागत आहे आणि बंगलादेशी नागरिकांच्या फार मोठ्या प्रमाणावरील स्थलांतरामुळे अंतर्गत अशांततेचाही सामना करावा लागत आहे... हा धक्का इतका मोठा आहे की त्याचा परिणाम केवळ आसाम राज्यावरच झाला नसून अरुणाचल प्रदेश, मेघालय, नागालँड यासारख्या आजुबाजूच्या राज्यांनाही याचे परिणाम भोगावे लागत आहेत.' न्यायालयाने असेही अधोरेखित केले की, कलम ३५५ खाली देशाच्या सीमेचे रक्षण करणे, देशात होणारा अनधिकृत प्रवेश रोखून नागरिकांचे जीवन सुरक्षित राखणे हे केंद्र सरकारचे प्रथम कर्तव्य ठरते. ''बेकायदेशीर स्थलांतरीत (लवादामार्फत ठरविण्याचा) कायदा' (आयएमडीटी) या कायद्यातील तरतुदी व त्याखाली करण्यात आलेले नियम हे घटनेच्या कलम ३५५ अन्वये देण्यात

आलेल्या जबाबदारीचे उल्लंघन करतात... आणि पूर्णपणे घटनाबाह्य असल्याने रद्द करण्यात येत आहेत.' यानंतर देखील, या कायद्याखालील प्रकरणे परदेशी नागरिकांच्या कायद्याखाली आणण्याऐवजी, आयएमडीटी कायद्याखालील विशेष लवाद चालूच ठेवण्याचा युपीए सरकारने प्रयत्न केला, त्यामुळे 'धर्मनिरपेक्ष' पक्ष आपल्या मतपेटीच्या राजकारणापुढे देशाच्या सुरक्षेचीही पर्वा करीत नाहीत या जनतेच्या मतावर शिक्कामोर्तब झाले... अखेर, ही बाब देखील आणखी एका जनहित याचिकेमार्फत सर्वोच्च न्यायालयात न्यावी लागली आणि न्यायालयाने हे लवाद बेकायदा ठरविले. सर्वोच्च न्यायालयाचा आयएमडीटी कायदा रद्द करण्याचा निकाल ही जरी काहीशी दिलासादायक बाब असली, तरी राजकीय पक्षांचा याविषयीच्या बांधिलकीचा अभाव पाहता यातून फारसे काही साध्य होईल का याची शंका वाटते.

१९९७-९८ साली महाराष्ट्रातील शिवसेना-भारतीय जनता पक्षाच्या सरकारने मुंबईतील बंगलादेशी नागरिक शोधून त्यांना परत पाठविण्याचा एक कार्यक्रम राबविला होता हे आपल्याला आठवत असेल. परदेशी नागरिकांच्या कायद्यातील सर्व कायदेशीर तरतुदींची पूर्तता करण्यात येऊन, न्यायालयात खटले दाखल करण्यात आले होते आणि त्यानंतर न्यायालयाच्या आदेशांनुसार बेकायदा स्थलांतरितांना परत पाठविण्याची कारवाई करण्यात आली होती. या परदेशी नागरिकांना महाराष्ट्र पोलिस बंगलादेशाच्या सीमेवर नेत असताना कोलकताला पोचले तेव्हा समाजकंटकांनी त्यांच्यावर हल्ला केला आणि त्यांना तथाकथित 'धर्मनिरपेक्ष' व डाव्या धार्जिण्या राजकीय पक्षांच्या निदर्शनांना तोंड द्यावे लागले. पश्चिम बंगाल पोलिसांनी त्यांना काहीही मदत करण्यास नकार दिला. धर्मनिरपेक्ष प्रसिद्धीमाध्यमांनी महाराष्ट्र सरकारच्या बेकायदा स्थलांतरितांना शोधण्याच्या व परत पाठविण्याच्या मोहिमेविरुद्ध गदारोळ उठविला. अखेर या बेकायदा स्थलांतरितांना बंगलादेशच्या सीमेपर्यंतही नेता आले नाही आणि ते मुंबईला परत येऊन सुखाने राहू लागले! या विषयाच्या गांभीर्याची जोपर्यंत जनतेला जाणीव करून दिली जात नाही, तोपर्यंत राजकीय पक्षांच्या सध्याच्या विचारसरणीत काही बदल होण्याची शक्यता नाही हेच यावरून स्पष्टपणे दिसून येते.

गृह मंत्रालयाने काही वर्षांपूर्वी प्रथम जारी केलेले एक परिपत्रक काही वर्षांनी पुन्हा एकदा जारी केले. एखादी परदेशी व्यक्ती भारतीयासोबत राहत असेल, त्या

व्यक्तीचा व्हिसा संपला असताही ती जर परत गेली नसेल, तर त्याची माहिती पोलिसांना देणे बंधनकारक करण्यात आले होते. इंग्रजी प्रसिद्धीमाध्यमांनी याविरुद्ध मोठाच आवाज उठविल्यामुळे काही चुकीच्या नसलेल्या या सूचनाही मागे घ्याव्या लागल्या. इतर अनेक देशांनी त्यांच्या राष्ट्रीय सुरक्षेला निर्माण झालेला धोका लक्षात घेऊन अनेक कडक कायदे केले असताना हे घडले होते. १९९० सालापासून भारत जरी दहशतवादी हिंसाचाराचे लक्ष्य बनलेला असला, तरी देशाच्या सुरक्षेबाबत मात्र जनतेमध्ये पूर्णपणे औदासिन्य दिसून येते.

इतक्या वर्षांमध्ये भारताने बेकायदा स्थलांतरितांचा प्रश्न बंगलादेश सरकारसमोर गंभीरपणे व काळजीपूर्वक मांडला नाही ही खेदाची गोष्ट आहे. 'तीन बिघा' प्रश्नाची सोडवणूक करण्याने या बराच काळ रेंगाळत राहिलेल्या प्रश्नावर तोडगा काढण्यासाठी योग्य ते वातावरण निर्माण होईल असे एका क्षणी वाटत होते. पण ते फोल ठरले. त्यानंतर गंगेच्या पाणीवाटपाच्या प्रश्नाची उकल झाल्यावर दोन्ही देशांना मैत्रीपूर्ण रीतीने ही समस्या सोडविण्याची संधी निर्माण होईल असा विश्वास वाटत होता. पण त्या दृष्टीनेही पुढे काहीच घडले नाही. या वाटाघाटींसाठी ढाका भेटीवर असताना तत्कालिन परदेश व्यवहार मंत्री इंदर कुमार गुजराल यांनी विधान केले होते की, पाणी वाटप प्रश्नाची, दोन्ही देशांमध्ये प्रलंबित असणाऱ्या इतर कोणत्याही प्रश्नाशी सांगड घालण्याची भारताची इच्छा नाही. बंगलादेश सरकारने तर अशी अतिरेकी भूमिका घेतली आहे की बेकायदा स्थलांतरितांचा प्रश्न हा भारतानेच निर्माण केला आहे आणि त्यांच्या देशातून स्थलांतर होतच नाही! सीमा सुरक्षा दलासारखी बंगलादेशातील यंत्रणा बंगलादेश रायफल्स, यांची कृतीही अतिशय निष्ठुर, अवाजवी व असहकाराची आहे. बंगलादेश रायफल्सने अनेक वेळा सीमेवर गोळीबार करण्याच्या घटना घडल्या आहेत. या पार्श्वभूमीवर, बंगलादेशच्या निर्मितीनंतर लगेचच भारत व बंगलादेशात असा करार करण्यात आला होता की भारताचे सीमा सुरक्षा दल व बंगलादेश रायफल्स एकमेकांशी सहकार्याची भूमिका निभावतील, दोन्ही दले सामाईक कारवाई करतील, त्यांच्या सीमेवरील चौक्या सामाईक असतील वगैरे, यावर विश्वास ठेवणे कठीण जाते. भारत व बंगलादेश यांच्यातील नात्याचे हे नवे वास्तव आहे. परंतु बंगलादेश सरकारच्या सहकार्य व मदतीशिवाय बेकायदा स्थलांतरितांच्या या प्रश्नावर कायमस्वरुपी व टिकाऊ तोडगा निघणे शक्य होणार

नाही.

बंगलादेशातून होणारे बेकायदा स्थलांतर हा प्रश्न आता विशिष्ट प्रदेशापुरता मर्यादित राहिला नसून त्याकडे दुर्लक्ष करणे शक्य नाही. हे स्थलांतरित आता राजस्थान, दिल्ली, मध्य प्रदेश, महाराष्ट्र यांसारख्या अनेक दूरवरच्या राज्यांतही पसरले आहेत. देशातील नागरिकांत ते आता इतके मिसळून गेले आहेत की त्यांच्यापैकी एकाला मुंबईत विशेष कार्यकारी न्यायदंडाधिकारी नेमण्यात आले होते! फक्त आसाममधील काही मतदारसंघांतच नव्हे, तर पश्चिम बंगाल, बिहार आणि दिल्ली व इतर काही राज्यांतही निवडणूक निकालांवर त्यांचा मोठाच प्रभाव दिसून येतो.

विशेषत: बंगलादेशी स्थलांतरीत मुसलमानांचे रक्षण हे राजकीय पक्षांना त्यांच्या एकगठ्ठा मते देणाऱ्या मुसलमान मतदारसंघांसाठी महत्त्वाचे वाटत असताना, लक्षावधी स्थलांतरितांच्या या प्रश्नाचा कसा सामना करायचा याची उत्तरे काही सोपी नाहीत. परदेशी नागरिक कायद्याखाली कायदेशीर कारवाई करणे, लक्षावधी बेकायदा स्थलांतरितांविरुद्ध न्यायालयांत खटले दाखल करून त्यांचा पाठपुरावा करणे हे जवळ जवळ अशक्य आहे. यासाठी एकच सोपा मार्ग आहे, त्याचा अनेक राजकीय पक्ष परिणामकारकरित्या पुरस्कार करीत आहेत, तो म्हणजे, त्यामुळे जरी अधिकाधिक बंगलादेशी भारतात घुसखोरी करीत राहिले, तरी त्यांचा निवास नियमित करणे. आणि त्यांच्या स्वागतासाठी 'धर्मनिरपेक्ष' राजकीय पक्षांची पथके सीमेवर हारतुरे घेऊन स्वागतासाठी हजरच असतील! लवकरच त्यांना 'आधार कार्ड' देण्यासाठी दबाव आणला जाईल, भारतीय नागरिकत्त्व मग काही फार दूरची बाब राहणार नाही. या संदर्भात दिल्ली, मुंबई यासारख्या महानगरांत आणि इतर मोठ्या शहरांमध्ये झोपडपट्यांत जी प्रचंड वाढ होत आहे त्यांचा उल्लेख उचित ठरेल. वरचेवर झोपड्या नियमित केल्या जाण्यामुळे शहरांकडे लोंढे येण्यास आणि सार्वजनिक व खाजगी जागांवर बेदरकारपणे अतिक्रमण करण्यास प्रोत्साहन मिळते. अशा झोपडपट्यांतून एकगठ्ठा मते मिळत असल्याने, जेव्हा जेव्हा राज्य विधीमंडळ किंवा संसदेची निवडणूक जवळ येते, झोपडपट्या नियमित करण्याचे वर्ष आणखी अलीकडे आणले जाते. या सर्व प्रक्रियेतून एक नवा 'माफिया' उदयाला आला असून त्यांनी रिकाम्या जागेवर आणि सार्वजनिक जमिनींवर अतिक्रमण करून आणि संबंधित सार्वजनिक पदाधिकाऱ्यांशी

भागीदारी करून, झोपड्या उभारण्यासाठी अशा जागांची विक्री करून कोट्यवधी रुपये कमावले आहेत. बेकायदा स्थलांतरितांचा निवास नियमित करण्याचे धोरण आपण एकदा सार्वजनिकरित्या स्वीकारले की याबाबतही तेच घडेल. म्हणजेच बेकायदा स्थलांतरितांचा ओघ उलटा फिरवून त्यांना परत पाठविण्याला खरे तर पर्याय नाही. परंतु आपण यासाठी कडक धोरण अवलंबिण्यास तयार आहोत का हाच खरा प्रश्न आहे. मागील अनुभव पाहता, याचे उत्तर स्पष्टपणे 'नाही' असेच आहे.

बेकायदा स्थलांतर हे मागून धक्का मिळाल्याने (पुश) आणि आकर्षण (पूल) या दोन्ही कारणांनी घडते. यात आर्थिक घटक हे सर्वात महत्त्वाचे आहेत. भारतातील रोजगाराच्या चांगल्या संधी हे आकर्षण आहे, तर गरिबी, काठावरचे जिणे, बंगलादेशातील पूर व इतर नैसर्गिक आपत्तींमुळे झालेली हानी ही बंगलादेशातून बाहेर पडण्यासाठीची कारणे मानता येतील, ही वस्तुस्थिती मान्य करावीच लागेल. येत्या काही वर्षांत ही परिस्थिती अधिकच कठीण बनणार आहे. शेतीची व इतरही अनेक श्रमाची कामे करण्यास भारतीय नागरिक फारसे उत्सुक नसतात हे ही मान्य करायला हवे. ज्या रोजंदारीवर बंगलादेशी स्थलांतरित (आणि विशेषत: बेकायदा स्थलांतरित) काम करण्यास तयार असतात ती भारतीयांच्या मागणीपेक्षा खूपच कमी असते. ते असंघटित असल्याने, भारतीय कामगारांपेक्षा, मालक त्यांचे सहजपणे शोषण करू शकतात. भविष्यातील धोरण ठरविताना या सर्व बाबींकडे दुर्लक्ष करून चालणार नाही. या वास्तवाचे भान ठेवून यातून बाहेर पडण्याचा एक मार्ग म्हणजे, बंगलादेशी स्थलांतरितांना काही विशिष्ट काळासाठी भारतात रोजगारासाठी येण्याकरिता काम करण्याचे 'परवाने' देण्याची योजना बनविणे. आंतरराष्ट्रीय सीमांच्या व्यवस्थापनविषयक अभ्यास गटाने अशा धोरणाची शिफारस केली होती. आणखी एका पर्यायाचा यापूर्वी उल्लेख करण्यात आला होता, तो म्हणजे काम करण्यासाठीचा परवाना असल्याखेरीज कोणत्याही बंगलादेशीला रोजगार देण्यास मनाई करण्याचा कायदा करणे. अशा प्रकारचे कायदे पाश्चिमात्य देशांत आणि मध्यपूर्वेतील देशांत देखील अस्तित्वात आहेत. १९९२ साली केंद्रीय गृह मंत्र्यांनी बोलाविलेल्या मुख्य मंत्र्यांच्या बैठकीत प्रस्तावित करण्यात आलेल्या सूचनांमध्ये याचा समावेश होता. दुर्दैवाने, इतर अनेक सूचनांप्रमाणेच याबाबतही काहीच कारवाई करण्यात आलेली नाही.

माहितगार निरीक्षकांनी अशी भीती व्यक्त केली आहे की भविष्यातील आसामचे मुख्यमंत्री बेकायदा स्थलांतरित असले तर आश्चर्य वाटण्याचे कारण नाही. मूळच्या परदेशी असलेल्या व्यक्तीने देखील एकदा या देशाचे नागरिकत्व स्वीकारले की घटनेनुसार त्याला देशातील सर्वोच्च घटनात्मक पद भूषविण्यासही कोणी मनाई करू शकत नाही. सध्याच्या परिस्थितीत बंगलादेशातून भारतात प्रवेश केलेली, तो प्रवेश बेकायदा असला तरी, व्यक्ती सहजपणे भारतीय नागरिकत्व मिळवू शकते. २००५ च्या सुरुवातीला बिहारमध्ये झालेल्या विधानसभा निवडणुकीनंतर राम विलास पास्वान यांच्यासारखा राष्ट्रीय नेता बिहारचा मुख्यमंत्री मुसलमान असावा या कारणासाठी मंत्रीमंडळ बनविताना कोणतीही तडजोड करायला तयार असतो, तेथे असा दिवस फार दूर असणार नाही. सध्या तर, देशातील बहुतेक सर्व वरिष्ठ राजकीय नेते हे बेकायदा स्थलांतरितांबाबत एखाद्या बेकायदा स्थलांतरित मुख्य मंत्र्याने किंवा तसे पाहता, अशा एखाद्या पंतप्रधानाने निर्णय घ्यावा त्याप्रमाणेच निर्णय घेत आहेत!

या चर्चेवरून असे दिसून येते की या प्रचंड समस्येवर काही टिकाऊ तोडगा तातडीने व गंभीरपणे काढून काही कारवाई केली जावी यासाठी राजकीय पक्षांवर दबाव आणण्यासाठी जनमताचा रेटा निर्माण करणे अतिशय आवश्यक आहे. त्याखेरीज हे शक्य होणार नाही. यासाठी सुजाण समाज, निरनिराळे दबावगट, स्वयंसेवी संस्था, वृत्तपत्रे व इलेक्ट्रॉनिक माध्यमे, विचारवंत आणि या राष्ट्रीय महत्त्वाच्या प्रश्नासंबंधीच्या कृतीसाठी बांधिलकी मानणाऱ्या समाजातील ज्या प्रतिष्ठित, निर्भय व्यक्ती सहभागी होण्यास तयार असतील, त्या सर्वांच्या अथक प्रयत्नाशिवाय हे साध्य होऊ शकणार नाही. जे कोणी या विषयाबाबत पोटतिडीकीने बोलतील त्यांना जातीयवादी आणि हिंदु परंपरावादी (फॅसिस्ट) म्हणून हिणविण्याचा जो कल आजकाल दिसतो, त्यामुळेही या विषयीच्या दुर्लक्षात भरच पडली आहे. सर्व क्षेत्रातील व्यक्तींनी, प्रामुख्याने भारतीय मुसलमानांनी, पुढाकार घेऊन या विषयाचा तडा लावायला हवा. त्यामुळे राजकीय पक्षांच्या समजुतीत व विचारसरणीत मोठाच फरक पडेल. केंद्र सरकारने या विषयावर देशभर विचारमंथन व चर्चा होण्यासाठी एक श्वेतपत्रिका काढणे हे या दिशेने उचललेले पहिले पाऊल ठरू शकेल.

न्यायालयातील प्रलंबित प्रकरणांची वाढती संख्या

जगभरात, तातडीने होणारा न्यायनिवाडा हे सुशासनाचे लक्षण मानले जाते. स्वातंत्र्य मिळाल्यापासून ते आजपर्यंतही भारत यात अपयशीच ठरला आहे. इंदिरा गांधी यांनी पंतप्रधानपदाची धुरा स्वीकारल्यानंतर न्यायमूर्ती पी.एन. भगवती यांनी त्यांना १५ जानेवारी १९८० रोजी लिहिलेल्या पत्रात खेद व्यक्त केला होता की, 'आपल्या देशातील न्यायव्यवस्था पूर्णपणे मोडकळीस आली आहे हे मी आपल्या नजरेस आणू इच्छितो... सर्वोच्च न्यायालयही प्रलंबित प्रकरणांच्या ओझ्याखाली वाकले आहे... ही परिस्थिती जवळ जवळ हाताबाहेर जात आहे आणि तरीही न्यायालयांमध्ये याबाबत तातडीची भावना दिसत नाही' (शौरी १९८३: ३०४). सर्वोच्च न्यायालयाचे मुख्य न्यायमूर्ती पी. सदाशिवम यांनी ऑगस्ट २०१३ मध्ये न्यायव्यवस्थेतील 'वाढती समस्या' म्हणजे प्रलंबित प्रकरणांची वाढती संख्या, न्याय मिळण्याच्या प्रक्रियेला होणारा विलंब आणि न्यायसंस्था व वकिली व्यवसायाची घसरत चाललेली प्रतिमा याबाबत खेद प्रदर्शित करून अशीच भावना व्यक्त केली होती (*इंडियन एक्स्प्रेस*, १८ ऑगस्ट २०१३). या पुस्तकाच्या शीर्षकाला याने परत एकदा दुजोराच मिळतो.

संसदेच्या स्थायी समितीने (२००१) निरनिराळ्या न्यायालयांत प्रलंबित असणाऱ्या प्रकरणांबाबत चिंता व्यक्त केली होती:

> काही उच्च न्यायालयांतील प्रकरणे ५० वर्षे, ४० वर्षे आणि ३० वर्षे प्रलंबित आहेत हे पाहून समिती अतिशय बेचैन झाली. सरकारने सादर केलेल्या माहितीवरून मध्य प्रदेश उच्च न्यायालयात एक प्रकरण १९५० पासून प्रलंबित आहे, पाटणा उच्च न्यायालयात १९५१ पासून, राजस्थानात १९५६ पासून व कोलकत्यात १९५५ पासून. उच्च न्यायालयांत १० वर्षांहून अधिक काळ प्रलंबित असणाऱ्या प्रकरणांची संख्या ५ लाखांहून अधिक आहे हे पाहून समिती अस्वस्थ झाली. त्याचप्रमाणे ७–१० वर्षे प्रलंबित असणारी प्रकरणे आहेत ३ लाखांहून अधिक... उच्च न्यायालये हा न्यायव्यवस्थेतील सर्वात संथ थर बनला आहे... १९९३ सालच्या सर्वोच्च न्यायालयाच्या निकालानंतर रिक्त जागा भरण्यासाठीच्या प्रक्रियेत सरकार पुढाकार घेऊ शकत नाही. रिक्त जागा भरण्यासाठी त्यांनी त्यांच्या शिफारशी शक्य तेवढ्या लवकर कराव्यात

अशी विनंतीवजा पत्रे राज्याच्या मुख्यमंत्र्यांना व उच्च न्यायालयाच्या मुख्य न्यायाधीशांना वेळोवेळी पाठविणे इतकेच सरकार करू शकते. रिक्त जागा भरण्यासंदर्भात वेगवेगळ्या स्तरांवर कोणीही याबाबतचे काटेकोर वेळापत्रक पाळताना दिसत नाही... न्यायालयांतील नियुक्त्यांना होणारा विलंब ही सार्वजनिक चिंतेची बाब आहे असे समितीचे मत आहे. न्यायव्यवस्थेचे स्वातंत्र्य या नावाखाली न्यायसंस्थेतील रिक्त जागा तातडीने व वेळेवर न भरल्या जाण्याचे समर्थन करता येणार नाही हे नजरेस आणून देणे समिती आपले कर्तव्य मानते (भारतीय संसद २००१: ७,८,११,१२).

आश्चर्य म्हणजे, २४ ऑगस्ट २००१ रोजी राज्य सभेत भाषण करताना केंद्रीय कायदा मंत्री म्हणाले की, 'खालच्या स्तरावरील न्यायालयांमध्ये हा प्रश्न विशेष गंभीर नव्हता. प्रलंबित प्रकरणांची २ कोटी ही संख्या कायमच आहे. निदान यात वाढ तरी होत नाही आहे. देशभरातील १२,००० जिल्हा न्यायालयांत दाखल होणारी प्रकरणे आणि दरवर्षी निकालात निघणारी प्रकरणे यांची संख्या जवळ जवळ सारखीच आहे.' हा केवढा तरी दिलासा आहे!

दहाव्या पंचवार्षिक योजनेच्या मध्यावधी आढाव्यात म्हटले आहे ते योग्यच आहे की, 'सामान्य माणसाला न्याय मिळण्याची प्रक्रिया लांबलचक व गुंतागुंतीची आहे. न्यायालयात प्रलंबित असणाऱ्या प्रकरणांची लांबलचक यादी, वरचेवर दिल्या जाणाऱ्या तारखा, वकिलांच्या वेळकाढू क्लृप्त्या व न्यायालयातील निकालानुसार फी न घेता ती प्रत्येक सुनावणीवरून/दर दिवशी फी आकारण्याची त्यांची लुबाडखोरीची पद्धत यामुळे खटले अव्याहत चालूच राहतात आणि निकाल मिळण्यास अक्षम्य विलंब होतो' (भारत सरकार २००५: ४९४).

३ कोटींहून अधिक खटले प्रलंबित असल्याने, निकाल मिळण्यासाठी केवळ वर्षेच नाही, तर दशके लगतात. खरे तर एखाद्याला त्याच्या आयुष्यात निकाल मिळाला तर तो भाग्यवान मानला जातो. तुलनेने पाहता, १९५७ साली केवळ १.६४ लाख प्रकरणेच प्रलंबित होती. १९८५ मध्ये त्यांची संख्या होती १.१५ कोटी, त्यापैकी १.४९ लाख प्रकरणे सर्वोच्च न्यायालयात होती, ११.०९ लाख उच्च न्यायालयांत आणि १.०२ कोटी जिल्हा किंवा त्याखालील न्यायालयांत प्रलंबित होती. १९८५ सालापर्यंत नव्याने दाखल होणारी प्रकरणे ही निकालात काढल्या जाणाऱ्या

प्रकरणांहून अधिक होती, त्यामुळे प्रलंबित प्रकरणे कमी होण्याचा प्रश्नच नव्हता. स्वातंत्र्यापासून कायद्यांची संख्या २० पटीने वाढली आहे. जागतिक बँकेने अधोरेखित केले आहे की, 'बाजाराला पाठिंबा देणाऱ्या अनेक संस्थांची तरतूद सार्वजनिक निधीतून केली जाते. अशा संस्थांची तरतूद करण्याची सरकारची कुवत ही संबंधित व्यक्ती बाजारात योग्य तऱ्हेने वागते की नाही आणि बाजारातील व्यवहार योग्य पद्धतीने होतात की नाही याचा एक महत्त्वाचा निकष मानता येईल. अशा संस्थांची यशस्वी तरतूद यालाच अनेक वेळा सुशासन म्हणतात. बाजाराच्या अर्थव्यवस्थेच्या विकासात न्यायव्यवस्थेची भूमिका महत्त्वाची असते' (जागतिक बँक २००२: १२०). या निकषाच्या आधारे भारत परत एकदा अपयशीच ठरतो.

जागतिकीकरणाची सुरुवात झाल्यापासून बाहेरचे जग एखाद्या देशाकडे कशा दृष्टीने पाहते हे त्या देशातील जनतेच्या दृष्टीकोनापेक्षा अधिक महत्त्वाचे झाले आहे. गुलशन कुमार खून खटल्यात आरोपी नदीम यास इंग्लंडमधून परत आणण्यात भारताला अपयश आले कारण तो मुसलमान असल्याने भारतात त्याला न्याय मिळेल की नाही याबद्दल पुरेशा शंका उपस्थित केल्या गेल्या! पोर्तुगालच्या न्यायालयात अबु सालेमच्या वतीनेही अशाच शंका उपस्थित करण्यात आल्या. तथापि, सालेमवर दहशतवादी कारवाईचा आरोप होता, तर नदीम हा एका खुनाच्या खटल्यातील आरोपी होता, म्हणून सालेमचा युक्तिवाद मानला गेला नाही. अमेरिकेने पोर्तुगालवर टाकलेला दबाव देखील सालेमला अखेर भारतात परत पाठविले जाण्यास कारणीभूत होता. व्यापारी दाव्यांमध्ये निरनिराळी कारणे महत्त्वाची ठरतात. अशा दाव्यांचा न्यायालयात तातडीने निकाल लागत नसल्यास, तो देश परकीय गुंतवणुकीसाठी आकर्षक मानला जात नाही असाही एक विचार मांडला जातो. *द हिंदु* (३ ऑक्टोबर २००३) मध्ये एक बातमी होती, '१३ सप्टेंबर २००३ रोजी एक नाट्यपूर्ण घटना घडली. सर्वोच्च न्यायालयाचे माजी मुख्य न्यायमूर्ती बी.एन. कृपाल यांनी एका जपानी कंपनीला तज्ज्ञ म्हणून असा सल्ला दिला की त्यांचा खटला दिल्ली ऐवजी न्यूयॉर्कमध्ये चालविला जावा. दुसऱ्या बाजूला होते ए.एम. अहमदी, सर्वोच्च न्यायालयाचे आणखी एक माजी मुख्य न्यायमूर्ती. त्यांनी कृपाल यांच्या, भारतात या प्रकरणाचा निकाल मिळण्यास २० वर्षे लागतील या निराशावादी पण अचूक अंदाजाचा

प्रतिवाद करून म्हटले की दिल्लीत याचा निकाल लागण्यास एक वर्ष लागेल. भारताच्या सर्वोच्च न्यायालयाच्या दोन माजी मुख्य न्यायमूर्तींनी परदेशातील न्यायालयात भारताच्या न्यायव्यवस्थेची भलावण करण्यासाठी आणि तिच्यावर टीका करण्याच्या दृष्टीने वाद घातला.'

न्यूयॉर्कच्या न्यायालयातील आयसीआयसीआय बँकेच्या वरील प्रकरणाचा उल्लेख करून अमेरिका व इंग्लंडमधील न्यायालयांच्या निकालात, भारतात खटल्यांचे निकाल लागण्यास २० वर्षे लागतात असे सर्वसामान्य मत मांडले जाण्याचा जो वाढता कल दिसून येतो त्याचे निराकरण करण्याच्या गरजेवर कायदा आयोगाने भर दिला आहे. प्रत्येक सर्वोच्च न्यायालयात एक व्यापार विभाग असावा व त्यात फक्त व्यापारी करार, पतपत्र (लेटर ऑफ क्रेडिट), बँक हमी अशा प्रकारच्या ५ कोटी रुपयांहून अधिक रकमेचे खटलेच चालविले जावेत असे प्रस्तावित केले आहे.[१] ट्रान्स्परन्सी इंटरनॅशनलच्या ३२ देशातील न्यायव्यवस्थेतील भ्रष्टाचाराशी संबंधित 'जागतिक भ्रष्टाचार अहवाल' (२००७) यात भारतात कनिष्ठ न्यायालयात लाच दिली जाण्याचे कारण हे प्रचंड प्रमाणावरील प्रलंबित प्रकरणे हे असल्याचे म्हटले आहे. कदाचित जगातील इतर कोणत्याच देशात प्रलंबित प्रकरणांची संख्या इतकी प्रचंड नसेल. तथापि, हा विषय खऱ्या अर्थाने आपल्या राज्यकर्त्यांच्या कार्यक्रम पत्रिकेवर आलेला नाही हे अलीकडच्या एका वृत्तपत्रातील बातमीवरून लक्षात येईल. जयपूरमधील एका न्यायालयाने एका ९५ वर्षांच्या महिलेला राज्य सरकारच्या मालकीच्या एका जमिनीवर अतिक्रमण केल्याबद्दल ३ वर्षांची सक्तमजुरी आणि २०,००० रुपयांचा दंड ठोठावला. हा गुन्हा तिने वयाच्या ५० व्या वर्षी केला होता! (*इंडियन एक्स्प्रेस*, ३० मे २०१३). खटला तातडीने चालविला जाणे हा प्रत्येक आरोपीचा मूलभूत हक्क आहे असे सर्वोच्च न्यायालयाने जाहीर केल्यानंतरही ही परिस्थिती आहे.

न्यायालयांतील प्रलंबित प्रकरणे या विषयाची चर्चा, वेळोवेळी होणाऱ्या मुख्य मंत्री, कायदा मंत्री, उच्च न्यायालयांचे मुख्य न्यायाधीश, आणि कायदा मंत्रालयाने आमंत्रित केलेल्या इतर मंत्रालयांतील संबंधित अधिकारी यांच्या बैठकीत नियमितपणे केली जाते. या बैठकांना सर्वोच्च न्यायालयाचे मुख्य न्यायमूर्ती, पंतप्रधान व काही वेळा राष्ट्रपती देखील संबोधित करतात. परंतु याचा प्रत्यक्ष परिणाम मात्र नगण्यच असतो.

अकराव्या वित्त आयोगाच्या शिफारशीनुसार काही वर्षापूर्वी जलद गती न्यायालये स्थापन करण्यात आली. परंतु, अनेक राज्यांनी निधीची तरतूद करण्यास व त्यांचा तातडीने पाठपुरावा करण्यास विलंब लावला. अखेर, प्रलंबित प्रकरणांचा निकाल देण्यासाठी न्यायाधिशांच्या संख्येत वाढ करण्यास पर्याय नाही हेच खरे. भारतात दहा लाख लोकसंख्येच्या मागे न्यायाधिशांची संख्या फक्त १०.५ आहे तर विकसित देशांत हेच प्रमाण तुलनेने ऑस्ट्रेलियात ४१.६, कॅनडात ७५.२, इंग्लंडमध्ये ५०.९ आणि अमेरिकेत १०७ इतके आहे. कायदा विभागाच्या हिशेबानुसार, कनिष्ठ न्यायालयांतील प्रलंबित प्रकरणे एक वर्षात निकाली काढण्यासाठी १५,८२४ अधिक न्यायाधिशांची नेमणूक करावी लागेल... ही प्रकरणे सात वर्षांत निकाली काढण्यासाठी १,४०० अधिक न्यायाधीश लागतील; पाच वर्षासाठी २,५००; आणि तीन वर्षांचे लक्ष्य असल्यास ४,६००. समितीने सुचविले आहे की प्रलंबित प्रकरणे तीन ते पाच वर्षांत संपविली जावीत आणि ते सयुक्तिकच आहे. उच्च न्यायालयांच्या बाबतीत सर्व प्रलंबित प्रकरणे संपविण्यासाठी वर्षांनुसार आवश्यक असणाऱ्या अतिरिक्त न्यायाधिशांची संख्या पुढीलप्रमाणे आहे: (१) एका वर्षात निकाली काढण्यासाठी ९७४; (२) दोन वर्षासाठी ४८८; व (३) तीन वर्षांसाठी ३२५ (भारतीय संसद २००१: १३,१५). न्यायसंस्थेच्या मूलभूत सोयीसुविधांसाठी केंद्र सरकार पुरस्कृत योजनांसाठीचा खर्च केंद्र व राज्य सरकार यांनी ५०:५० या प्रमाणात वाटून घ्यावयाचा आहे. परंतु राज्य सरकारे ही वित्तीय जबाबदारी घेण्यास नाखूष आहेत. याला काहीच अर्थ नाही. केंद्र व राज्य सरकारच्या इतर अनेक योजना व कार्यक्रमांसाठी करण्यात येणाऱ्या प्रचंड खर्चाशी तुलना करता, न्यायालयांची संख्या वाढविण्यासाठी आणि त्यासाठी आवश्यक त्या सोयीसुविधा पुरविण्यासाठीचा प्रस्तावित खर्च काही फारसा मोठा नाही. परंतु हे मान्य करण्याची राजकीय इच्छाशक्तीच नाही, मग त्यावर कृती करणे तर दूरच राहिले.

प्रलंबित प्रकरणे मार्गी लावण्यातील दुसरा सर्वात मोठा अडथळा आहे तो वकिलांच्या हितसंबंधांचा, त्यांचा याला असलेल्या विरोधाचा. अस्तित्वात असणाऱ्या सोयीसुविधांचा पूर्णपणे वापर केला जावा म्हणून न्यायालयांचे काम दोन सत्रात चालविण्यास काही ठिकाणच्या वकिलांनी विरोध केला आहे. दिवाणी न्यायसंहितेतील वेळकाढू प्रक्रिया रद्द करण्यासाठी त्यात सुधारणा करण्याच्या

प्रस्तावास वकिलांनी कडवा विरोध केला आणि २००० साली देशव्यापी संप पुकारला. *इकनॉमिक टाइम्स*ने संपादकियात लिहिले होते, 'वकील स्वतःच न्यायालयीन विलंबाचे प्रतिनिधित्व करतात आणि तेच यावरील तोडगा आहेत असा दावा करणे म्हणजे चेष्टाच आहे... दिवाणी खटले सरासरीने २० वर्षे रखडतात, आणि सध्याचा निकालांचा वेग लक्षात घेतला, तर सर्व प्रलंबित प्रकरणांचा निकाल लागण्यास ३२४ वर्षे लागतील... वकिलांना अर्थातच न्यायप्रक्रिया सुधारण्याऐवजी त्यात अडथळाच आणायचा आहे' (*इकॉनॉमिक टाइम्स*, २८ फेब्रुवारी २०००).

एका अभिनव आंदोलनात, मध्य प्रदेश उच्च न्यायालयातील वकिलांनी १३ जुलै २०१३ रोजी, जे आपल्या न्यायाधिशांशी असलेल्या सान्निध्याचा गैरवापर करून आपल्या अशिलांच्या बाजूने निकाल लागण्याची खात्री करून घेतात, अशा 'चुकार' वकिलांविरुद्ध संप केला. उच्च न्यायालयाच्या बार ॲसोसिएशनने असे ३६ वकील व न्यायालयाच्या आवारातील ३६० दलाल शोधल्याचा दावा केला. यापैकी बहुतेक वकील निवृत्त न्यायाधिशांचे नातेवाईक होते, त्यांचे कनिष्ठ सहकारी होते, किंवा कोणत्या तरी कारणाने त्यांच्याशी संबंधित होते. १७५ प्रकरणांमध्ये 'चुकार' वकीलांनी त्यांच्या बाजूने निकाल मिळवून देण्याचे वचन दिले असल्याने या अशिलांना त्यांचे वकील बदलावयाचे होते (*इंडियन एक्स्प्रेस*,१४ जुलै २०१३). या सर्व प्रकारात सर्वात महत्त्वाचा भागीदार म्हणजे सर्वसामान्य अशिल संघटित नसल्याने बिचारा होऊन बाजूलाच पडतो.

अनेक समित्या, आयोग आणि कायदेतज्ज्ञांनी न्यायालयातील प्रलंबित प्रकरणांची संख्या कमी करण्याचे मार्ग सुचविले आहेत. कायदा आयोगानेही या प्रश्नाचा अभ्यास केला होता. सर्वोच्च न्यायालयाचे माजी मुख्य न्यायमूर्ती के. सुब्बा राव यांनीही अनेक मार्ग सुचविले आहेत. त्यात इतर अनेक गोष्टींबरोबरच पुढील बाबींचा समावेश आहे: लहानसहान दिवाणी व फौजदारी खटल्यांसाठी मर्यादित अधिकारक्षेत्र असणारी न्यायालये खेड्यात स्थापन करण्यात यावीत; मूळ न्यायालयाच्या निकालावर बाधित पक्षाला केवळ एकच अपील करण्याचा अधिकार असावा; कोणत्याही व्यक्तीला याचिका वा अपील करण्यासाठी – दिवाणी, फौजदारी वा इतर कोणत्याही बाबीत– सर्वोच्च न्यायालयाचे दरवाजे ठोठावण्याचा हक्क असू नये, परंतु, एखाद्या न्यायालयाच्या, लवादाच्या वा

प्राधिकरणाच्या एखाद्या निकालाचा वा आदेशाचा अपीलामार्फत अथवा याचिकेमार्फत सर्वोच्च न्यायालय आपल्या स्वेच्छाधिकारान्वये पुनर्विचार करू शकेल. यामुळे सर्वोच्च न्यायालयाच्या कामाचे ओझे कमी होईल आणि त्यांना केवळ महत्त्वाची प्रकरणेच संपूर्ण न्यायालयासमोर सुनावणीसाठी घेता येतील (राव १९७३: १४). यापूर्वी उल्लेख करण्यात आलेल्या दहाव्या पंचवार्षिक योजनेच्या मध्यावधी आढाव्यात देखील दोन अपीलांऐवजी एका अपीलाच्या पद्धतीची शिफारस– न्यायालयीन निकालाला अंतिमत्व देण्याच्या दृष्टीने– केली होती. त्याचप्रमाणे वकील व अशिल यांच्यातील संबंध सुधारण्यावर त्यांनी भर दिला होता आणि असेही सुचविले होते की अशिलांच्या दृष्टीने सोयीचे व्हावे म्हणून वकीलफी संबंधीही काही तत्त्वे निर्धारित करून त्यांचे नियमन केले जावे म्हणजे प्रकरणांचा लवकर निकाल लागण्यात वकीलांनाही स्वारस्य असेल. सत्र न्यायालयांमध्ये एकदा खटला चालू झाल्यावर तारीख मागण्यास बंदी करून हे सहज साध्य करता येईल. दिवाणी दाव्यांच्या बाबतीत बार कौन्सिल किंवा त्यासारख्या कोणत्यातरी योग्य त्या संघटनेने दाव्याच्या निकालाच्या आधारे वकीलांची फी ठरविण्याची पद्धत अंमलात आणावी (भारत सरकार २००५:४९४). अकराव्या पंचवार्षिक योजनेच्या उद्दिष्टांच्या प्रस्तावात (ॲप्रोच पेपर) अधोरेखित करण्यात आले होते की, 'जलद व स्वस्तात न्याय मिळणे हा सुशासनाचा घटक असून यशस्वी समाजासाठी तो मूलभूत महत्त्वाचा आहे... न्यायव्यवस्थेत जलद गती आणि त्यासाठीचा कमी खर्च या दोन पैलूंचा समावेश होण्यासाठी काही पायाभूत सुधारणा करण्याची गरज आहे' (भारत सरकार २००६: ७). यासाठी नव्याने शोध लावण्याची जरूर नाही हे उघडच आहे. परंतु नजीकच्या भविष्यकाळात या परिस्थितीत फारसा फरक पडेल अशी चिन्हे दिसत नाहीत.

नववी सूची: राज्यघटनेचा उपमर्द

कलम ३१ब, म्हणजे संसदेला दिलेल्या घटनादुरुस्तीच्या अधिकाराचा मोठाच गैरवापर असून घटनेने बहाल केलेल्या मूलभूत हक्कांची चेष्टाच आहे. त्यात म्हटले आहे:

> ३१अ या कलमाखालील सर्वसाधारण तरतुदींना बाधा न आणता, नवव्या सूचीतील कोणतेही कायदे व नियम किंवा त्यासंबंधीच्या कोणत्याही तरतुदी या कायद्याच्या विरुद्ध समजल्या जाणार नाहीत वा त्या केव्हाही निरर्थक होणार नाहीत, कारण तो कायदा, नियम वा त्या संबंधीच्या तरतुदी या असंगत आहेत या कारणासाठी वा त्यांच्यामुळे घटनेच्या या भागाच्या इतर कोणत्याही तरतुदींनी दिलेल्या अधिकारांवर अधिक्रमण होते यासाठी आणि या बाबतीतीत कोणताही न्यायालयाचा/लवादाचा निकाल, आदेश वा आक्षेप असला, तरी तो कायदा, नियम अंमलात राहील, मात्र त्याच्यात कोणतीही सुधारणा करण्याचा संसदेचा/विधिमंडळाचा अधिकार कायम राहील.

सर्वोच्च न्यायालयाने या 'कायद्याचे राज्य' या संकल्पनेला तडा देणाऱ्या अतिशय स्वेच्छानुसारी तरतुदी अनेक वर्षे कशा चालू राहू दिल्या हे समजणे कठीण आहे. सर्वोच्च न्यायालयाचा इतिहास तीन टप्प्यात विभागता येईल: न्यायालयाने सरकारशी जमवून घेण्याचा टप्पा, जवाहरलाल नेहरूंच्या कारकिर्दीबरोबरच समाप्त झाला; इंदिरा गांधींच्या राजवटीतील सरकारशी वादविवाद होण्याचा टप्पा; व त्यानंतर न्यायालयाच्या अधिकारांना कोणीही आव्हान न देण्याचा टप्पा.

एकूण २८४ कायद्यांचा समावेश नवव्या सूचीत करणे ही उंटाच्या पाठीवरील शेवटची काडी ठरली. या कायद्यांमध्ये काही केंद्रीय व राज्य शासनांच्या कायद्यांचा समावेश होता, न्यायालयांत प्रलंबित असणाऱ्या प्रकरणांमुळे यापैकी काही कायद्यांची अंमलबजावणी झालेली नव्हती. हिदायतुल्ला यांनी अशी टीका केली आहे की, 'नववी सूची राज्यघटनेपेक्षाही लांबलचक होण्याचा धोका निर्माण झाल्यावर मात्र ही प्रक्रिया थांबली' (हिदायतुल्ला १९८३: १५८). राज्यघटनेचा स्वीकार करण्यात आल्यानंतरच्या पहिल्या वर्षापासूनच हा भयावह प्रकार सुरू झाला यावर विश्वास ठेवणे कठीण आहे. (हंगामी संसदेतील चर्चा १९५१: कॉलम्स ८८१४–९०८९).

बलदेव सिंग यांनी निदर्शनास आणून दिले आहे की घटनेच्या भाग ३ मधील कलम १३ व ३१ब ही कलमे भारतीय राज्यघटनेच्या विद्यार्थ्याला विरोधाभासात्मक वाटतील, आणि ते योग्यच आहे. कलम १३ अन्वये ज्या कायद्याने व्यक्तीचे हक्क

हिरावून घेतले जातील असे कायदे करण्यास शासनाला मनाई करण्यात आली असून, कोणत्याही कायद्यातील याचे उल्लंघन करणारी तरतूद निरर्थक (व्हॉइड) ठरविली जाईल. या उलट ३१ब नुसार या भागाने देण्यात आलेले व्यक्तीचे अधिकार काढून घेतले तरी अथवा कमी केले तरी किंवा ते यातील तरतुदींशी सुसंगत नसले तरी त्यामुळे नवव्या सूचीत निर्देशित करण्यात आलेले कोणतेही कायदे अथवा नियम किंवा त्यातील तरतुदी कधीही निरर्थक ठरणार नाहीत किंवा निरर्थक होत्या असे म्हणता येणार नाही (सिंग १९९५: ४५७–७५).

पहिल्या घटनादुरुस्तीचा भाग म्हणून ही असाधारण तरतूद हंगामी संसदेत मांडताना जवाहरलाल नेहरू म्हणाले, 'हे विधेयक विशेष गुंतागुंतीचे नाही; आणि फार मोठेही नाही. तरीही ते वस्तुगत व अतिशय महत्त्वाचे आहे हे मी सांगण्याची गरज नाही.' या सूचीचा घटनेत समावेश करण्याच्या वेळी यात केवळ १३ कायदे होते, बहुतेक शेतीविषयक. नेहरूंनी म्हटले होते, 'या सूचीत समाविष्ट करण्यात आलेल्या प्रत्येक बाबीचा अध्यक्षांनी काळजीपूर्वक विचार केला होता व तसे प्रमाणपत्रही दिले होते.' आपल्या भाषणात नेहरू म्हणाले, 'काही माननीय सदस्यांनी नवव्या सूचीत सुधारणा करून आणखी काही कायद्यांचा त्यात समावेश करण्याची सूचना दिली आहे. त्यांनी याचा आग्रह धरू नये अशी मी त्यांना कळकळीची विनंती करतो. ही लांबलचक सूची आम्ही काही फार समाधानाने व आनंदाने तयार केली आहे असे नाही. यात आणखी कशाचा समावेश न करण्याची दोन कारणे आहेत. एक म्हणजे, ही यादी सामान्यतः एकाच प्रकारच्या कायद्यांची असून त्यात वेगळ्या प्रकारचे कायदे असू नयेत. दुसरे, प्रत्येक बाबीचा काळजीपूर्वक विचार करण्यात आला आहे.' ही दुरुस्ती घाईघाईने पारित करण्यात आली नव्हती. प्रवर समितीत (सिलेक्ट कमिटी) यावर चर्चा करण्यात आली होती. सदनातील यावरील चर्चा ६–७ दिवस चालली. सदनात असलेल्या थोड्याच विरोधी पक्षांनी याला कसून विरोध केला. कायदा मंत्री बाबासाहेब आंबेडकरांनी न पटणाऱ्या तर्कशास्त्राचा वापर करून या दुरुस्तीला पाठिंबा दिला, 'प्रथम दर्शनी, ही एक असाधारण प्रक्रिया आहे, परंतु ज्या तत्त्वांच्या आधारे कायदे करण्यात आले आहेत त्या दृष्टीकोनातून पाहिले असता, नुकसान भरपाई किंवा भेदभाव ही कारणे मालमत्ता अधिग्रहित करण्याच्या वैधतेच्या आड येऊ नयेत. म्हणून भावनिकदृष्ट्या याला आक्षेप असला, तरी

प्रत्यक्षात असे कायदे वैध म्हणून जाहीर करण्यास काही आक्षेप असण्याचे कारण नाही [कारण या सूचीत घालण्यात आलेले कायदे शक्तिबाह्य (अल्ट्राव्हायरस) नव्हते].' यापैकी प्रत्येक मुद्दा वादग्रस्त आहे. परंतु, अखेर हे विधेयक २३८ विरुद्ध ७ मतांनी पारित करण्यात आले.

३९ व्या दुरुस्ती कायद्याच्या 'उद्दिष्टे व कारणे' यात नवव्यां सूचीचे वर्णन 'साधन' असेच करण्यात आले आहे. जमीनदारी नष्ट करण्याच्या तातडीच्या राजकीय गरजेसाठीच याची निर्मिती झाली होती, पण आजारापेक्षा औषधच अधिक त्रासदायक अशी परिस्थिती निर्माण झाली. याची घटनात्मक वैधता *शंकरी प्रसाद सिंग वि. भारत सरकार* (१९५२/एससीआर ८९) तसेच *सज्जन सिंग वि. राजस्थान सरकार* (१९६५/एससीआर ९३३) या प्रकरणांमध्ये मान्य करण्यात आली. तथापि, एक न्यायमूर्ती, जे.आर. मुधोळकर म्हणाले, *'राज्यघटनेच्या मूलभूत पैलूंमध्ये बदल करणे म्हणजे केवळ घटनादुरुस्ती आहे की घटनेचा एक भाग नव्याने लिहिला जात आहे याचाही विचार करायला हवा. आणि जर तो नव्याने लिहिला जात असेल, तर ते घटनादुरुस्तीची तरतूद असणाऱ्या कलम ३६८च्या आवाक्यात येते का?* (नुराणी २००७: ७३१-३२).

सुरुवातीला फक्त कुळ वहिवाटीचे कायदे व जमीनदारी नष्ट करण्याचे कायदे या सूचीत घातले जाणे अपेक्षित होते, पण नंतर इतर कायदे व न्यायालयांनी नंतर अवैध ठरविलेले काही कायदेही यात समाविष्ट करण्यात आले. अंतर्गत सुरक्षा राखण्याचा कायदा (मिसा), राष्ट्रीय सुरक्षा कायदा, आक्षेपार्ह मजकूर छापण्यावर बंदी घालणारा कायदा, नागरी जमीन (मर्यादा व नियमन) कायदा, लोकप्रतिनिधित्वाच्या कायद्याची दुरुस्ती करणारा कायदा, विमा कायदा, काही राज्यांतील आरक्षण कायदे वगैरेंसारखे अत्यंत वादग्रस्त व कठोर कायदेही त्यांना कायदेशीर आव्हानापासून संरक्षण मिळावे म्हणून नवव्या सूचीत समाविष्ट करण्यात आले. गेल्या काही वर्षांत २८४ कायदे या सूचीत घालण्यात आले. इमारतींवरील मर्यादा व इमारती पाडून टाकण्याच्या मोहिमेसाठी करण्यात आलेला दिल्ली नियम (विशेष तरतूद) कायदा, २००६, देखील नवव्या सूचीत समाविष्ट करण्याचा सरकार विचार करीत होते. सर्वोच्च न्यायालयाने यावर तीव्र

प्रतिक्रिया दिल्यानंतरच ही कल्पना सोडून देण्यात आली.

न्यायमूर्ती मेहर चंद महाजन यांनी लिहिले आहे:

> निरनिराळ्या राज्य विधीमंडळांनी पारित केलेल्या विशिष्ट कायद्यांना न्यायालयात घटनाबाह्य असल्याच्या कारणाने आव्हान दिले जाण्यापासून संरक्षण मिळावे म्हणून पहिली घटनादुरुस्ती करण्यात आली होती हे वास्तव आमच्यापैकी काही जणांना धोकादायक वाटते. अर्थात अमेरिकेतील काँग्रेसने तर एकदा न्यायालयासमोर असलेले प्रकरण काढून घेण्यापर्यंतची मजल मारली होती, तेवढे तरी भारतीय संसदेने अद्याप केले नाही – यासाठी राज्यघटनेचेच आभार मानले पाहिजेत! असे संरक्षण देण्यात आलेले कायदे हे मुख्यत: सध्या अस्तित्वात असणाऱ्या जमीनधारणा हक्कांच्या संदर्भातील असून, सरकार त्यात बदल करीत होते आणि काही राज्यांत तर ते नष्टच करण्यात येत होते, म्हणून आमच्यापैकी काही जणांना असे वाटते की, कायदे तयार करणाऱ्यांनी आपला हेतू नेमका कायद्याच्या भाषेत स्पष्ट न करता तो अशा तऱ्हेने मांडला की त्यामुळे त्याचा गैरउपयोग होण्याची शक्यता निर्माण झाली! (महाजन १९६३: २००).

तथापि, नंतरच्या अनुभवावरून असे दिसून आले की, सुरुवातीची उद्दिष्टे लवकरच सोडून देण्यात आली आणि हा घटनात्मक राक्षसीपणा काळ जाईल तसतसा अधिकच वाढत गेला. बऱ्याच पूर्वी म्हणजे १९७२ साली न्यायमूर्ती जे.सी. शहा यांनी लिहिले होते, 'संसदेत घटनेची सतरावी दुरुस्ती मांडली जाण्यापूर्वी नवव्या सूचीत अनेक कायदे –शब्दश: शेकडो कायदे– अंतर्भूत करण्यासाठी राज्य शासनांची घाईगर्दी चालू होती ही गोष्ट काही लपलेली नाही... कलम ३१ब आणि नववी सूची यांमुळे कायद्याच्या राज्यावर गंभीर अतिक्रमण झाले आहे' (शहा १९७२: ५२–५३).

न्यायमूर्ती हिदायतुल्ला यांनी म्हटले आहे:

> कलम ३१(क) अन्वये काही कायद्यांना राज्यघटनेपासून संरक्षण देण्यात आले आहे ते घटना दुरुस्तीच्या अधिकाराला धरून नाही. अशा अधिकारांचा वापर म्हणजे घटना'दुरुस्ती' नसून ते घटनेचे 'विडंबन' आहे. शिवाय, केवळ अनवधानाने एखादी चूक राहिली असल्यास ती दुरुस्त करण्याखेरीज

राज्यघटना पूर्वलक्षी प्रभावाने दुरुस्त करता कामा नये. प्रत्येक संसद स्वत:पुरतेच मत मांडू शकते आणि संसद अस्तित्वात असताना घटना त्या संसदेने मान्य केली असेल तशीच असते. नवीन संसद घटनेत बदल करू शकते परंतु ती आपल्या आधी अस्तित्वात असलेल्या संसदेची जागा घेऊन त्या काळापासून घटनेत बदल करू शकत नाही. या कलमानुसार २६ जानेवारी १९५० पासून घटनेत बदल करण्याचा प्रयत्न केला आहे, जणू काही हे बदल करणारी संसद घटना परिषदेतच उपस्थित होती. *गोलकनाथ* प्रकरणात हे थोडक्यात मांडताना मी म्हटले होते: राज्यघटना म्हणजे काही पाण्यावर लिहिलेली कविता नव्हे. तिच्यात बदल घडेपर्यंत राज्यघटना अव्याहत अस्तित्वात असते, परंतु ज्या तारखेपासून असा बदल घडविला जाईल त्या तारखेपासूनच तो अस्तित्वात येतो, त्याआधी नाही. अमेरिकेत दारुबंदी एकदा लागू केली होती आणि नंतर ती मागे घेतली होती; पण ही दोन्ही कलमे घटनेत आहेत. आपल्या संसदेने आधीचे कलम खोडून टाकले असते, जणू काही ते कधी करण्यात आलेच नव्हते... मी पहिली घटनादुरुस्ती मान्य केली कारण बऱ्याच काळापर्यंत तिला संमती होती आणि ती आपल्या घटनेचा भाग झालेली होती (हिदायतुल्ला १९७९: viii ११).

अनेक कायदेतज्ज्ञांनी याविरुद्ध मत दिले असूनही ही घटनादुरुस्ती सर्वोच्च न्यायालयाने अनेक वेळा वैध ठरविली आहे हे आश्चर्यकारक आहे. सर्वोच्च न्यायालयाच्या इतिहासातील हा तडजोडीचा काळ होता हे उघडच आहे. *शंकरी प्रसाद* प्रकरणात (एआयआर १९५१ एससी ४५८), न्यायमूर्ती पतंजली शास्त्री यांनी न्यायालयाच्या वतीने निकाल जाहीर करताना म्हटले होते की कलम ३१ब आणि नववी सूची यांच्यामुळे न्यायालयाच्या रिट जारी करण्यावर किंवा अपीलांची सुनावणी घेण्याच्या अधिकारांवर काही परिणाम होत नाही. ते आहेत तसेच राहतील आणि केवळ काही विशिष्ट प्रकारची प्रकरणेच भाग ३ च्या व न्यायालयांच्या आवाक्यातून वगळण्यात आली होती. न्यायालयाने पुढे असेही म्हटले की या तरतुदी म्हणजे मुख्यत: घटनादुरुस्त्या होत्या आणि तो केवळ संसदेचाच हक्क होता. घटनात्मक वैधतेला *सज्जन सिंग* प्रकरणात (एआयआर १९६५ एससी ८४५) परत एकदा आव्हान देण्यात आले. सर्वोच्च न्यायालयाचे मुख्य न्यायमूर्ती गजेंद्रगडकर यांनी दिलेल्या बहुमताच्या निर्णयात मुख्यत: सार व

सारांशावर भर देण्यात आला होता आणि असे म्हटले होते की ही दुरुस्ती शेतजमीन कायद्यात सुधारणा करण्यासाठी होती, न्यायालयाच्या अधिकारांचा संकोच करण्यासाठी नव्हती. तथापि, पूर्वी उल्लेख केल्याप्रमाणे, न्यायमूर्ती मुधोळकर यांनी आपल्या अल्पमताच्या निर्णयात या दुरुस्तीवर अगोदरच प्रश्नचिन्ह उठविले होते. *गोलक नाथ* प्रकरणात (एआयआर १९६७ एससी १६४३) सर्वोच्च न्यायालयाचे मुख्य न्यायमूर्ती सुब्बा राव यांनी असा निर्णय दिला की संसद मूलभूत हक्क काढून घेऊ शकत नाही किंवा त्यांचा संकोचही करू शकत नाही आणि नवव्या सूचीशी संबंधित असणारी पहिली, चौथी व सतरावी घटनादुरुस्ती घटनाबाह्य व निरर्थक मानली गेली असूनही असा निर्णय भविष्यासाठीच लागू केला जावा या तत्त्वानुसार तसे जाहीर करण्यात आलेले नाही. *केशवानंद भारती* प्रकरणात (एआयआर १९७३, एससी १४६१) न्यायालयाने परत एकदा नववी सूची हे साधन वैध असल्याचे सांगितले आहे. या सूचीच्या वैधतेबाबत प्रश्नचिन्ह उठविण्यास आता फार विलंब झाला आहे असे न्यायालयाचे मत होते. त्यांनी आणखी असेही मत व्यक्त केले की मूलभूत ढाच्याच्या तत्त्वाचेही यात प्रतिपादन करण्यात आले असल्याने, या निर्णयानंतर नवव्या सूचीत समाविष्ट करण्यात आलेले कायदे घटनेच्या मूलभूत ढाच्याशी सुसंगत असावे लागतील. दुसऱ्या शब्दांत सांगायचे तर या सूचीत भविष्यात समाविष्ट करण्यात येणाऱ्या कायद्यांची वैधता तपासून पाहण्याचे अधिकार आता न्यायालयांना देण्यात आले आहेत . उदाहरणार्थ, *आय.आर. कोएलो वि. तामिळनाडू सरकार व इतर*, दिवाणी अपील क्र. १३४४–४५, १९७६, याच्या ११ जानेवारी २००७ रोजी देण्यात आलेल्या निकालात न्यायालयाने म्हटले की, 'एखादा कायदा घटनेच्या भाग ३ ने बहाल केलेल्या अधिकारांचे, घटनेतील भाग ३ मधील एखाद्या कलमात दुरुस्ती करून अथवा त्याचा नवव्या सूचीत समावेश करून, निराकरण करीत असेल, व त्यात मूलभूत ढाच्याचे उल्लंघन होत असेल, तर न्यायालयांच्या न्यायिक पुनर्विचारांच्या अधिकारांचा वापर करून त्यास अवैध ठरवावे लागेल. अनेक कायद्यांचा समावेश करून नवव्या सूचीत दुरुस्ती करण्यात आल्यानंतर म्हणजे १९७३ मध्ये अथवा त्यानंतर करण्यात आलेल्या सर्व घटनादुरुस्त्या या घटनेच्या मूलभूत पैलूंशी सुसंगत आहेत किंवा नाही या निकषावर तपासून पहाव्या लागतील.

ऑक्टोबर– नोव्हेंबर २००६ मध्ये हा संपूर्ण विषय सर्वोच्च न्यायालयाच्या ९ न्यायमूर्तींच्या घटनापीठासमोर आला होता. केंद्र सरकारच्या वतीने बाजू मांडणाऱ्या महान्यायप्रतिनिधी खेरीज, तामिळनाडूची बाजू मांडण्यासाठी आलेल्या सोली सोराबजी, टी.आर अंध्यारुजिना व राम जेठमलानी या तीनही वरिष्ठ वकिलांनी नवव्या सूचीतील कायद्यांना न्यायिक पुनरावलोकनापासून संरक्षण मिळावे याचाच पुरस्कार केला हे स्वारस्यपूर्ण आहे! (*इंडियन एक्स्प्रेस*, ४ नोव्हेंबर २००६). १९९९ साली पाच न्यायमूर्तींनी दिलेल्या एका निकालाचे पुनरावलोकन करण्याच्या निमित्ताने हे प्रकरण समोर आले होते हे ही महत्त्वाचे आहे. इतक्या महत्त्वाच्या बाबीविषयी देखील ९ न्यायमूर्तींच्या पीठासमोर सुनावणी होण्यासाठी सात वर्षे लागली. अनेक दशके लोटल्यावरही, आणि न्यायिक पुनरावलोकन हे घटनेच्या मूलभूत ढाच्याचा भाग असूनही त्याचा उपमर्द करून या सूचीचा कसा संपूर्ण गैरवापर करण्यात आला होता याबाबतचा बराच अनुभव गाठीशी असतानादेखील, केंद्र सरकारचे याविषयीचे मत अजिबात बदलले नव्हते हे मुद्दाम लक्षात घेण्याजोगे आहे. केंद्र सरकारने दाखल केलेल्या प्रतिज्ञापत्रात असा युक्तिवाद करण्यात आला होता की, एखाद्या कायद्याने मूलभूत हक्कांचे उल्लंघन होत असल्याचा दोष किंवा त्याप्रकारची घटनाबाह्यता असल्यास, कलम ३१ ब हे संरक्षक छत्र त्यासाठी वापरता येते. केंद्र सरकारने भर देऊन आणखी असेही सांगितले की मूलभूत हक्कांचे उल्लंघन होत असल्याच्या कारणाने एखादा कायदा रद्द करण्यात आला असला, तरीही त्याचा नवव्या सूचीत समावेश करण्याचा संसदेला अधिकार आहे!

११ जानेवारी २००७ रोजी दिलेल्या निर्णयानुसार नवव्या सूचीतील कायद्याची वैधता तपासण्यासाठी न्यायालयाने दोन निकष घालून दिले: याने मूलभूत हक्कांचे उल्लंघन होते का, आणि होत असल्यास त्याने घटनेच्या मूलभूत ढाच्याचेही उल्लंघन होत आहे का. यापैकी दोन्हीचे उत्तर 'होय' असे असेल, तरच नवव्या सूचीतील कायदा घटनाबाह्य ठरविता येईल. या निकालामुळे अनेक कायद्यांना कायदेशीररित्या आव्हान देणे शक्य होईल. भविष्यात नवीन कायद्यांचा पुरस्कार करताना व त्यांचा नवव्या सूचीत समावेश करताना सरकारला अधिक काळजीपूर्वक विचार करावा लागेल कारण यापुढे ही प्रक्रिया आपोआप होणार नाही. तामिळनाडूचे मुख्यमंत्री एम. करुणानिधी यांनी यावर अतिशय संतापाने

प्रतिक्रिया दिली आणि ते म्हणाले की सामाजिक न्यायाचे पुरस्कर्ते आरक्षणाच्या कोट्याचे संरक्षण करण्यासाठी 'रक्त सांडायला देखील' तयार होते. तामिळनाडूतील इतर काही राजकीय पक्षांच्या प्रतिक्रिया देखील अतिशय जहाल होत्या. यावरून त्यांच्यातील परिपक्वतेचा अभावच दिसून येतो.

पहिली घटनादुरुस्ती पारित करून व नवव्या सूचीची निर्मिती करण्याने घटनेचे विडंबन झाले आहे हे स्पष्टच आहे (बक्षी १९९४:८९). उपेंद्र बक्षी म्हणतात, 'कायद्याच्या भाषेत, एखाद्या आमदार/खासदाराच्या अशा वर्तणुकीचे वर्णन असे करता येईल की एखाद्या विषयी कायदा करण्याचे त्यांना अधिकार नाहीत हे पूर्णपणे माहीत असताना देखील ते अशा तऱ्हेने कायदा करतात की त्यांनी केलेला उपमर्द हा त्यांचा अधिकारच आहे अशी समजूत करून दिली जाते.' नुराणी याचे वर्णन 'विसंगतीहूनही खालच्या दर्जाचे' असे करतात (नुराणी २००७: ७३४). यापुढे कधीही नवव्या सूचीचा उपयोग केला जाणार नाही अशी आपण आशा करूया.

अभिव्यक्ती स्वातंत्र्य व अतिशयोक्त असहिष्णुता

अभिव्यक्ती स्वातंत्र्य हा मूलभूत हक्क बहाल करणारी भारताची राज्यघटना अतिशय प्रगतीशील आहे यात शंकाच नाही. कलम १९ इतर अनेक बाबींबरोबरच भाषणस्वातंत्र्य व अभिव्यक्ती स्वातंत्र्याची हमी देते. देशाच्या सार्वभौमतेला व एकसंधतेला, राज्यांच्या सुरक्षेला, परदेशांशी असलेल्या मित्रत्वाच्या संबंधांना, सार्वजनिक सुव्यवस्था, नीतीमत्ता आणि सभ्यतेला बाधा येणार नाही, किंवा न्यायालयांच्या संदर्भात अवमान, अब्रुनुकसानी वा गुन्ह्यासाठी दिलेली चिथावणी यांच्या संबंधाने आवश्यक तेवढी वाजवी बंधने घालण्यात आली आहेत. समाजातील एखाद्या घटकाच्या संवेदनशीलतेला धक्का पोचतो हे अभिव्यक्ती स्वातंत्र्यावर बंधन आणण्यासाठीचे कारण होऊ शकत नाही. परंतु, सामाजिक सुव्यवस्था, सभ्यता आणि नीतीमत्ता या शब्दांचे निरनिराळे अर्थ लावून त्यांचा या कारणासाठी बराच गैरवापर करण्यात आला आहे.

आणीबाणीच्या काळात वृत्तपत्रांवर प्रसिद्धीपूर्व परवानगी घेण्यासाठी (सेन्सॉरशिप) कठोर बंधने घालण्यात आली होती इतकेच नव्हे, तर संसदेतील

कामकाज व न्यायालयांनी दिलेले निर्णय यांच्या वार्तांकनावरही बंधने घालण्यात आली होती. अभिव्यक्ती स्वातंत्र्यावर बंधने आणण्याची सरकारची मानसिकता वेळोवेळी दिसून आली आहे.

२९ ऑगस्ट १९८८ रोजी राजीव गांधी सरकारने संसदेत सादर केलेले अब्रुनुकसानीचे विधेयक हे याचे एक ठळक उदाहरण आहे (कश्यप १९९: २८२–८३). राजकारणातील व्यक्तींवर वृत्तपत्रांतून होणारी टीका थांबवावी यासाठी हे विधेयक तयार करण्यात आले होते आणि एखाद्या व्यक्तीच्या प्रतिष्ठेला धक्का वा हानी पोचेल असे वृत्त प्रकाशित केल्यास शिक्षेची यात तरतूद होती. पहिल्या गुन्ह्यासाठी दोन वर्षांच्या कारावासाची शिक्षा प्रस्तावित करण्यात आली होती, तर त्यानंतरच्या गुन्ह्यांसाठी ती पाच वर्षांपर्यंत होऊ शकत होती. आरोप खरे होते आणि ते सार्वजनिक हिताच्या दृष्टीने करण्यात आले होते असा बचाव करता येणे शक्य होते, पण ते सिद्ध करण्याची जबाबदारी आरोपकर्त्यावर टाकण्यात आली होती. हे विधेयक कायद्याचे एकत्रीकरण करण्यासाठी आहे असा सरकारचा दावा होता. सरकारने असा युक्तिवाद केला की, आपल्या कायद्यांनुसार व घटनेनुसार सामान्य नागरिकांना जसे अभिव्यक्ती स्वातंत्र्य आहे तसेच ते वृत्तपत्रांनाही होते, म्हणून त्यांच्यावरही तशीच जबाबदारी असावी आणि त्यांनीही स्वत:वर तशीच बंधने घालून घ्यावीत. लोकसभेत हे विधेयक पारित झाल्यावर विरोधी पक्षसदस्यांनी एकत्रितपणे सभात्याग केला. हे विधेयक पारित झाल्यावर जनतेने व वृत्तपत्रांनी त्याच्याविरोधात जोरदार आवाज उठविला. अखेर, दबावाखाली झुकून सरकारने हे विधेयक मागे घेतले.

भारत सांस्कृतिक आणीबाणीच्या वेदनेच्या काळातून जात आहे हे स्पष्टच आहे. पत्रकार व लेखक सुकेतु मेहता याला 'स्पष्ट बोलण्यातील व्यत्यय' म्हणतात. जयपूरच्या लेखक मेळाव्यात सलमान रश्दी म्हणाले, 'सांस्कृतिक प्रतिकांवर हल्ला करणे भारतात फार सोपे झाले आहे. लोकांना वाटते की त्यांना काय प्रिय आहे यावरून त्यांची ओळख ठरत नाही, तर ते ज्याचा तिरस्कार करतात किंवा ज्याने त्यांचा अपमान होतो त्यावरून ठरते. ही समस्या वाढतेच आहे' (*इंडियन एक्स्प्रेस*, २५ जानेवारी २०१३). ते पुढे असेही म्हणाले की, 'भारतातील अनेक गोष्टी अधिक वाईट झाल्या आहेत, पण अभिव्यक्ती स्वतंत्र्याचे क्षेत्र अधिकाधिक खालावत आहे' (*इंडियन एक्स्प्रेस*, २९ जानेवारी २०१३).

विचारवंत व सामाजिक कार्यकर्ते नरेंद्र दाभोळकर यांचा २० ऑगस्ट २०१३ रोजी पुण्यात झालेला खून हे वाढत्या असहिष्णुतेचे एक अतिशय धक्कादायक उदाहरण आहे. अंधश्रद्धा व धर्माच्या नावाखाली चालणाऱ्या शोषणावर व अघोरी प्रथांवर बंदी आणण्याचा कायदा केला जावा यासाठीच्या चळवळीचे नेतृत्व हे त्यांनी आपले जीवितकार्य मानले होते. शांततामय आंदोलन व कसोशीचे प्रयत्न करून देखील हे विधेयक १८ वर्षे प्रलंबितच होते आणि महाराष्ट्रातील एकामागून एक अशा प्रकारे आलेल्या सर्व सरकारांनी परंपरावादी हिंदुंच्या कडव्या गटांना खूष करण्यासाठी याबाबत चालढकलच केली. त्यांच्या प्रगतीशील विचारांचे विरोधक त्यांचा आवाज बंद करण्यासाठी कोणत्या थरापर्यंत जाण्यास तयार होते यावर या घटनेने प्रकाश टाकला आहे. दाभोळकरांच्या दुःखद मृत्यूनंतर महाराष्ट्र सरकार खडबडून जागे झाले आणि दाभोळकरांच्या खुनानंतर त्यांनी समोर ठेवलेल्या ध्येयाकडे दुर्लक्ष केल्याचे प्रायश्चित्त म्हणून काही अमानुष प्रथांवर बंदी घालणारा अध्यादेश जारी केला.

राजकीय पक्ष, संघटना आणि गट यांनी अभिव्यक्तीच्या निरनिराळ्या पैलूंबाबत, म्हणजे भाषण, लिखाण, चित्रकला, नृत्य, समाजातील वागणूक वगैरेंबाबत, अधिकाधिक विरोध दर्शविण्यास सुरुवात केली आहे. या विरोधकांची चौकशी करण्याऐवजी शांतता व सुव्यवस्था राखण्याच्या नावाखाली सरकार व पोलिस अभिव्यक्तीच्या निरनिराळ्या प्रकारांवरच बंधने आणीत आहेत. गेल्या अनेक वर्षांपासून असे दिसून येते की अभिव्यक्ती स्वातंत्र्याचा मूलभूत हक्कच धोक्यात येऊ लागला आहे. केंद्रात व राज्यांमध्ये सत्तेवर असणाऱ्या सर्वच राजकीय पक्षांचे याबाबत संगनमत असावे असे दिसते. हे सिद्ध करण्यासाठी हवी तेवढी उदाहरणे देता येतील.

शिवाजी-द हिंदु किंग इन इस्लामिक इंडिया या पुस्तकात जेम्स लेन या लेखकाने शिवाजीबाबत अवमानकारक उल्लेख केल्याने महाराष्ट्रात २००४ साली विस्तृत प्रमाणावर आंदोलन आणि हिंसाचार झाला. जेम्स यांनी या पुस्तकासाठी पुण्यातील भांडारकर इन्स्टिट्यूट ऑफ ओरिएंटल रिसर्च या संस्थेत संशोधन केले होते, म्हणून आंदोलकांनी या संस्थेवर हल्ले केले, त्यात पुरातत्वविषयक व ऐतिहासिक महत्त्वाचे अमूल्य दस्तावेज नष्ट करण्यात आल्याने मोठेच नुकसान झाले. महाराष्ट्राची वरवर दिसणारी प्रतिमा जरी प्रगतीशील अशी असली, तरी या

आंदोलनामुळे मधून मधून डोके वर काढणारा ब्राह्मणद्वेषही यानिमित्ताने परत उफाळून आला. या सर्व प्रकाराने राज्य सरकारने लेन यांच्या पुस्तकावर बंदी आणली. पुस्तकाचे लेखक, प्रकाशक आणि या प्रकल्पाच्या संशोधनात मदत केलेल्या व्यक्तींवरही फौजदारी खटले करण्यात आले. लेखकाची काही विधाने जरी अपमानकारक असली, तरी एखाद्या पुस्तकावर बंदी आणणे हा त्यावरील योग्य उपाय आहे का हा निरंतर उठणारा प्रश्न परत एकदा ऐरणीवर आला. त्यावेळी वातावरण राजकीय दृष्ट्या इतके तापलेले होते की शांतपणे विचार करण्याचा प्रश्नच उद्भवत नव्हता. अखेर, मुंबई उच्च न्यायालयाने ही बंदी उठविली आणि असेही म्हटले की, 'जे देशावर राज्य करतात त्यांना शहाणपणाची मक्तेदारी देण्यात आलेली नाही, आणि सार्वभौम जनतेला काय माहीत असावे आणि काय नाही याचा निर्णय ते करू शकत नाहीत.' सर्वोच्च न्यायालयाने यापूर्वीच फौजदारी खटले रद्दबातल ठरविले होते (*इंडियन एक्स्प्रेस*, २७ एप्रिल २००७).

हे काही अशा प्रकारचे एकच उदाहरण नाही. स्वातंत्र्य मिळाल्यापासून पुस्तकांवर बंदी आणणे हा राज्यकर्त्यांचा आवडता विरंगुळा आहे. अनेक वेळा वरिष्ठ न्यायसंस्थांना हस्तक्षेप करून अशा मनमानी स्वरुपाच्या आणि राजकीय हेतूने प्रेरित असलेल्या कृती थोपवून अभिव्यक्ती स्वातंत्र्य व नागरिकांचा 'माहीत असण्याचा हक्क' या मूलभूत अधिकारांचे संरक्षण करावे लागले आहे. भारतात केवळ सरकारच पुस्तकांवर बंदी आणते असेही नाही. एका प्रभावशाली उद्योगपतीने सत्ताधाऱ्यांशी साटेलाटे करून आपली कशी भरभराट करून घेतली याविषयीचे त्यांना फारसे भूषणावह नसणारे वर्णन असणारे पुस्तक भारतातील वाचकांच्या हाती पडणार नाही यासाठी जरूर ती सर्व तजवीज केली होती!

देशातील 'तालिबानिकरणा'चे कुरुप वास्तवही मधून मधून समोर येतच असते. जम्मू काश्मीरमधील श्रीनगरच्या 'प्रगाश' (याचा अर्थ आहे तिमिरातून तेजाकडे) नावाच्या मुलींच्या रॉक संगीताच्या वाद्यवृंदाला धमक्या देण्यात आल्या आणि त्यांना तिरस्काराचे संदेश पाठविण्यात आले हे याचे अगदी अलीकडचे उदाहरण आहे. हा वाद्यवृंद इस्लामिक नसल्याचे ग्रँड मुफ्ती बशिर-उद-दिन यांनी जाहीर केले. यामुळे मुली घाबरल्या आणि त्यांनी आपला वाद्यवृंद बंद करून टाकला (*इंडियन एक्स्प्रेस*, ६ फेब्रुवारी २०१३). काश्मीर खोऱ्यात चित्रपटगृहे चालविण्यास परवानगी नाही. विरोधकांनी धमक्या दिल्यामुळे २०१२ साली

होणारा एक लेखक मेळावा रद्द करण्यात आला. या मालिकेतील सर्वात अलीकडचे उदाहरण म्हणजे हुरियतचे कट्टर नेते सैयद अली शाह गिलानी यांनी झुबिन मेहता यांच्या सप्टेंबर २०१३ मध्ये श्रीनगरला होऊ घातलेल्या कार्यक्रमाला आक्षेप घेतला.

अलीगढ मुस्लिम विद्यापीठाच्या कुलगुरूंनी असे आदेश काढले आहेत की विद्यार्थ्यांना जर त्यांना भेटावयाचे असेल, तर त्यांनी शेरवाणी घातली पाहिजे आणि विद्यार्थिनींना त्यांची भेट घ्यावयाची असल्यास त्यांनी 'विद्यापीठाच्या प्रथा व परंपरांप्रमाणे' पेहराव करणे आवश्यक आहे (*इंडियन एक्स्प्रेस*, २८ एप्रिल २०१३). हिंदु देवतांचे हीन तऱ्हेने चित्रण केले असण्याच्या कथित दाव्यामुळे बंगळुरुमध्ये एका चित्रप्रदर्शनाला धमक्या देण्यात आल्या होत्या.

सोली सोराबजींनी खेदाने म्हटले आहे की, 'असहिष्णुतेच्या रोगाने आता धोक्याची पातळी गाठली आहे. हा आपल्या लोकशाहीला असलेला एक फार मोठा धोका आहे. तो कोणत्याही एका वर्गापुरता अथवा समाजापुरता मर्यादित राहिलेला नाही. याचा व्यापक प्रमाणावर फैलाव झाला आहे... गोदरेज कंपनीचे अध्यक्ष आदि गोदरेज यांनी लेखक सलमान रश्दी यांना आपल्याकडे येण्याचे आमंत्रण दिल्याबद्दल माफी मागितली नाही, तर अखिल भारतीय उलेमा परिषदेने मुसलमान समाजाला गोदरेज कंपनीच्या सर्व उत्पादनांवर बहिष्कार टाकण्यास सांगितले आहे. 'मक्कल काची' या संघटनेने श्रेया या नटीने तिच्या तोकड्या कपड्यांमुळे तथाकथित हिंदु संस्कृतीचा अपमान केल्याबद्दल तिच्याविरुद्ध तक्रार दाखल केली आहे' (*इंडियन एक्स्प्रेस*, २० जानेवारी २००८).

बांगलादेशी लेखिका तस्लिमा नसरीन यांची भारतात दीर्घकाल राहण्याची परवानगी मागणारी विनंती मूलतत्त्ववादी मुसलमानांच्या एका घटकाच्या विरोधामुळे नाकारण्यात आली. त्यांना बंगलादेशातून १९९४ साली हद्दपार करण्यात आले होते. त्यांनी युरोपमध्ये स्थायिक होण्याचा प्रयत्न केला परंतु लहानपणापासून सवय नसलेल्या हवामानात आणि संस्कृतीत राहणे त्यांना कठीण झाले. त्यांनी लिहिले आहे:

> मला भारतात यायचे होते. परंतु भारताने आपले दरवाजे घट्ट बंद करून घेतले. १९९९च्या अखेरीस मला प्रवासी या नात्याने भारताला भेट देण्याची

> परवानगी देण्यात आली... भारतातील पश्चिम बंगाल हे राज्य मी माझे नवे घर म्हणून आनंदाने निवडले. परंतु मुसलमान मूलतत्त्ववाद्यांनी माझ्यावर प्रत्यक्ष हल्ला केल्यावर, त्यांच्याविरुद्ध कारवाई करण्याऐवजी, राज्य सरकारने मला माझ्या घरात कैद करून ठेवले. इतकेच नव्हे, तर मला वरचेवर राज्य, आणि शक्य तर देशही, सोडून जाण्यास सांगण्यात आले. मुसलमान मूलतत्त्ववाद्यांच्या एका गटाने माझ्या भारतातील वास्तव्याविरोधात आंदोलन केल्यावर, जे राज्य माझे गेली अनेक वर्षे घर होते, त्या बंगालमधून मला हाकलून देण्यात आले [पश्चिम बंगालमध्ये त्यावेळी कम्युनिस्ट सत्तेवर होते]. अखेर केंद्र सरकारने यात हस्तक्षेप केला आणि मला एका सुरक्षित ठिकाणी ठेवले. परंतु मी देश सोडून जावे यासाठी केंद्राकडूनही माझ्यावर दबाव आणण्यात आला. आता मला भारतात राहण्यास परवानगी देण्यात आली आहे पण फक्त दिल्लीत. केवळ मूठभर भ्रष्ट आणि अडाणी मूलतत्त्ववादी मुसलमान माझे शत्रू आहेत, पण तरीही भारत त्यांना आव्हान देऊ शकत नाही (नसरीन २०१३: ४६).

दुसऱ्या कोणत्याही देशात अडमुठ्या अल्पसंख्याकांचे असे चोचले पुरविले जात नसतील. *इंडियन एक्स्प्रेसने* टिप्पणी केली होती की, 'व्यक्तीस्वातंत्र्य आणि अभिव्यक्ती स्वातंत्र्य यांना कधीच मानाचे स्थान मिळाले नाही हा भारतीय लोकशाहीच्या दृष्टीने दैवदुर्विलासच आहे. सरकारने सेन्सॉरशिप लादण्याची आणि बंदी घालण्याची अनेक उदाहरणे आहेत. आणि ज्या ज्या वेळी संस्कृतीरक्षकांचा आवाज वाढला किंवा आपला एकगठ्ठा मते देणारा मतदारसंघ धोक्यात येण्याची राजकीय पक्षांना चिंता वाटली तेव्हा व्यक्तीस्वातंत्र्यावर घाला येत असताना त्यांनी त्याकडे कानाडोळा केला किंवा त्याला मूक संमती दर्शविल्याची असंख्य उदाहरणे देता येतील' (*इंडियन एक्स्प्रेस*, ३० नोव्हेंबर २००७). या पार्श्वभूमीवर १९५३ साली भारताने ८७ कोरियन युद्धबंद्यांना आश्रय दिला होता यावर विश्वास ठेवणे कठीण वाटते.

महाराष्ट्रासारख्या तथाकथित प्रगतीशील राज्यात देखील संस्कृतिरक्षकांचे प्राबल्य असावे ही खेदाची बाब आहे. २००५ साली काँग्रेस-राष्ट्रवादी काँग्रेस सरकारने 'नृत्य करणे स्त्रियांच्या प्रतिष्ठेला बाधा आणते' व त्यांचे शोषण केले जाते, या

कारणाने मुंबईतील डान्स बारवर बंदी घातली. सुदैवाने, महाराष्ट्र सरकारच्या या 'श्रेष्ठतावादी (एलिटिस्ट) व भेदभावाच्या वर्तणुकीबाबत' सर्वोच्च न्यायालयाने त्यांच्यावर कोरडे ओढले आणि डान्सबार मध्ये नृत्य करणाऱ्या महिलांचा व्यवसाय करण्याचा हक्क उचलून धरला. तथापि, राज्य सरकारने याबाबत पुनर्विचार याचिका दाखल करण्याचा मानस व्यक्त केला आहे आणि राज्यात डान्स बार चालविण्यास परवानगी दिली जाऊ नये यासाठी पर्यायी मार्गांचाही विचार सुरू केला आहे. महाराष्ट्र सरकारने हा प्रतिष्ठेचा प्रश्न केल्याचे दिसते. आयपीएल सामन्यांमध्ये चीअर लिडर्सवर आक्षेप घेण्यात आले कारण त्यांचे कपडे उत्तेजक होते. २०१३ साली दुकानातील अंतर्वस्त्रे घातलेल्या प्रदर्शनी बाहुल्यांना, त्यामुळे लैंगिक गुन्ह्यात वाढ होते, या कारणासाठी बंदी घालावी, हा शिवसेनेच्या एका नगरसेवकाने मांडलेला ठराव मुंबई महानगरपालिकेने एकमताने पारित केला! यासाठी स्त्रियांचे असभ्य प्रदर्शन (मनाई) कायद्याचा वापर करण्यात आला. कर्नाटकातील काही राजकीय पक्षांचे संस्कृतिरक्षकही सक्रिय झाले असून राज्य सरकार याकडे केवळ प्रेक्षकाच्या दृष्टीने पहात आहे. परंतु याच राजकीय पक्षांनी व संघटनांनी चित्रपटातील उत्तेजक व कलाहीन 'आयटेम साँग्ज'ना मात्र आक्षेप घेतला नाही.

आशिश नंदी यांच्या जयपूर लेखक मेळाव्यातील अविचारी विधानावर टीका होणे सहाजिकच होते. एस. आनंद यांच्या मते, यु ट्यूबवरील एबीपी न्यूज मार्फत प्रदर्शित झालेल्या ध्वनिचित्रफितीनुसार, नंदी यांनी असे म्हटल्याचे सांगितले जाते की, 'बहुतेक भ्रष्ट लोक हे इतर मागासवर्गीय, अनुसूचित जाती आणि आता अधिकाधिक अनुसूचित जमातींमधून आलेले असतात हे सत्य आहे. अशी परिस्थिती भारतीय गणराज्यांत टिकून राहील. मी एक उदाहरण देतो. ज्या राज्यात सर्वात कमी भ्रष्टाचार आहे ते राज्य म्हणजे पश्चिम बंगाल, कम्युनिस्ट पक्षाची तेथे राजवट असतानाची ही गोष्ट आहे. मी असे सुचवू इच्छितो आणि तुमचे या वास्तवाकडे लक्ष वेधू इच्छितो की, गेल्या शंभर वर्षांत इतर मागासवर्गीय, मागासवर्गीय, आणि अनुसूचित जाती व अनुसूचित जमातींपैकी कोणीही पश्चिम बंगालमध्ये सत्तेच्या जवळपासही फिरकलेले नाहीत. हे अत्यंत स्वच्छ राज्य आहे' (आनंद २०१३: ३८–४१). या विधानाने गदारोळ उठला आणि अत्याचार प्रतिबंधक कायद्याखाली त्यांना अटक करून खटला दाखल

करावा अशी मागणी करण्यात आली. त्यांच्या जयपूरमधील वक्तव्याबद्दल नंदी नंतर म्हणाले की, 'ही अनवधानाने झालेली चूक नसून, 'फ्रॉइडियन' चूक आहे' आणि आपली भूमिका व त्याबाबत कसा गैरसमज पसरविण्यात आला होता हे स्पष्ट करण्याचा प्रयत्न केला. परंतु, प्रथमदर्शनी तरी नंदींचे विधान अतिशय जातीयवादी होते. त्यांच्या सुदैवाने, काहींनी कायद्याचा जो अर्थ लावला, त्यानुसार कारवाई झाली नाही! सर्वोच्च न्यायालयाचे तत्कालिन मुख्य न्यायमूर्ती अल्तमास कबीर, यांनी नंदींची अटक व या विधानावरून दाखल करण्यात आलेल्या सर्व फौजदारी कारवायांना स्थगिती दिली. यावरून केवळ आपल्या अभिव्यक्ती स्वातंत्र्याच्या हक्कावर न विसंबता त्यावर बंधने घालण्याच्या गरजेवर प्रकाश पडतो.

अर्थात सर्वचजण नंदींइतके सुदैवी नसतात. भारतीय सेन्सॉर बोर्डाने मंजुरी दिल्यानंतरही अनेक प्रादेशिक भाषांतील, हिंदीतील (आणि इंग्रजीतीलही) अनेक चित्रपटांना काही लोकांच्या क्षोभाला तोंड द्यावे लागले:

- *ओरे ओरु ग्रामथिले* (एकदा एका गावात), १९८९– तामिळनाडू आरक्षण विरोधी विषयावरून बंदी. सर्वोच्च न्यायालयाने बंदी उठविली.
- *फना*, २००६– दहशतवादासंबंधीचा विषय म्हणून गुजरातमध्ये बंदी.
- *द दा विंची कोड*, २००६– आंध्र प्रदेश, गोवा, तामिळनाडू, पंजाब, नागलँड व मिझोराममध्ये बंदी.
- *पर्झानिया*, २००७– गुजरातमधील २००२ च्या दंगलीवर आधारित असल्याने गुजरातमधील मल्टिप्लेक्सच्या मालकांनी प्रदर्शनास नकार दिला.
- *आरक्शन*, २०११– उत्तर प्रदेशात बंदी. सुरुवातीला मायावती सरकारची हा चित्रपट दलितविरोधी असल्याची समजूत होती.
- *विश्वरूपम*, २०१३– तामिळनाडूत बंदी. काही दृश्ये काढून टाकल्यावर बंदी उठविण्यात आली (जोशी २०१३: ४२–४४).

गेल्या काही वर्षांत बंदी आणण्यात आलेल्या चित्रपटांत *किस्सा कुर्सी का* (१९७०), *कुट्टपथिरिक्की* (१९९१), *कामसूत्र: अ टेल ऑफ लव्ह स्टोरी* (१९९६), *फायर* (१९९६), *वॉटर* (२००५), *व बँडिट क्वीन* (२००५)

यांचा समावेश होतो. या न संपणाऱ्या यादीतील सर्वात अलीकडचा चित्रपट आहे *मद्रास कॅफे* (२०१३), एलटीटीई च्या पाठीराख्यांकडून याला कडव्या विरोधाला आणि जनक्षोभाला तोंड द्यावे लागत आहे. काही वर्षांपूर्वी *जोधा अकबर* या चित्रपटालाही विरोध करण्यात आला होता. अनेक वास्तववादी चित्रपट बनविणारे अनुराग कश्यप म्हणाले, 'काहीतरी लपवाछपवी केल्याखेरीज या देशात खरा राजकीय चित्रपट बनवता येत नाही ही माझी तक्रार आहे... राजकीय घटकच प्रामुख्याने चित्रपटनिर्मितीसाठी समस्या निर्माण करतात.' आणखी एक प्रसिद्ध निर्माते दिबाकर बॅनर्जी म्हणाले, 'सेन्सॉर बोर्ड ही काही आमची मोठी समस्या नाही. राजकारणाशी संबंधितांच्या गटातील एखादा तंटेखोर घटक किंवा एखाद्या राज्यात संरक्षण न मिळण्याचा धोका यामुळे अधिक विलंब होतो. सामाजिक मालमत्तेचे नुकसान आणि जीवितहानी यांची आम्हाला नेहमीच भीती दाखवली जाते' (एक्स्प्रेस अड्डा, *इंडियन एक्स्प्रेस*, १७ मे २०१३). शुभ्रा गुप्ता म्हणतात, '[किस्सा कुर्सी का] आता पाहताना लक्षात येते की त्या काळात ''राजकीय'' चित्रपटांना अजिबात भवितव्य नव्हते: *किस्सा कुर्सी का* ला जे काही झाले, त्यामुळे खऱ्या भारतातील बोचरे चित्रण करणारे चित्रपट कायमचे नाहीसेच झाले. आपण इतक्या भेकड जमान्यात राहत आहोत की, *किस्सा कुर्सी* का सारखा एखादा चित्रपट बनविणे तर सोडूनच द्या, पण कोणी तसा विचारही करू शकणार नाही' (गुप्ता २०१३). परंतु सेन्सॉरशिप एवढ्यावरच थांबत नाही. काही वेळा चित्रपटांचे वितरकही यात भाग घेतात तर कधी चित्रपटगृह मालकांची संघटना क्रियाशील बनते. *विश्वरूपम* चे निर्माते व कलाकार कमल हसन यांना रास्त व्यापार नियामक व भारतीय स्पर्धा आयोगाकडे तक्रार करून यात लक्ष घालण्याची विनंती करावी लागली.

विश्वरूपमच्या संदर्भात निर्माण झालेल्या वादात तामिळनाडूतील मुसलमान गटांनी जनतेच्या भावनांविषयी संवेदनशील असणाऱ्या सदस्यांचा समावेश असणारे सेन्सॉर बोर्ड पुनर्गठित करण्याची मागणी केली. तामिळनाडू, आंध्र प्रदेश, केरळ व कर्नाटक या दक्षिणेकडील चार राज्यांमध्ये सेन्सॉर बोर्डाने प्रमाणपत्र दिलेल्या चित्रपटांचेही प्रदर्शन थांबविण्याचे कायदे अस्तित्त्वात आहेत याची दखल घेणे महत्त्वाचे आहे. याच्या घटनात्मक परिणामांचा अभ्यास करण्याची आणि आवश्यक वाटल्यास, घटनेच्या कलम १४३ खाली सर्वोच्च न्यायालयाकडे त्यांचे

मत मागण्याची वेळ आता येऊन ठेपली आहे.

जमाइत-उलमा-हिंदचे सचिव महमूद मदानी यांनी *रेस २* या चित्रपटाच्या कोलकत्यातील काही फलकांवर कुराणामधील काही वचने असल्यामुले ते फलक काढून टाकावेत अशी मागणी करणारे पत्र पंतप्रधान मनमोहन सिंग यांना पाठवले होते. मुसलमानांच्या धार्मिक भावना दुखावल्या जातात म्हणून *डेव्हिड* या चित्रपटातील *या हुसेन* हे गीत वगळण्यात आले होते.

सांस्कृतिक असहिष्णुतेचे लोण नाटक व साहित्यकृतींपर्यंतही पोचले आहे. सलमान रश्दींच्या उपस्थितीमुळे अल्पसंख्याकांचा अपमान होईल अशी भीती व्यक्त करण्यात आल्याने त्यांना जयपूर व कोलकात्याच्या लेखक मेळाव्यांना जाऊ देण्यात आले नव्हते. अर्थात, अशा प्रकारचे टोकाचे उदाहरण होते ते जगप्रसिद्ध चित्रकार एम.एफ. हुसेन यांचे. त्यांनी अखेर वैतागाने देशच सोडला. एका धक्कादायक प्रकरणात कबीर कला मंचच्या तरुण तरुणींच्या एका गटाला, नक्षल चळवळीला पाठिंबा देणारी व विद्रोही गीते गाण्याबद्दल, महाराष्ट्र पोलिसांनी अटक केली. तरुणपणी डाव्या विचारसरणीत स्वारस्य निर्माण होऊन अशा विषयांसंबंधी सहानुभूती वाटली नाही, तर तरुण पिढीत नवे विचार रुजावेत अशी अपेक्षा कशी काय करता येईल? एका बाजूने नक्षलवाद्यांनी हिंसाचार सोडून राजकारणाच्या मुख्य प्रवाहात यावे असे सरकार त्यांना आवाहन करते, आणि दुसरीकडे कबीर कला मंचातील तरुण सदस्यांना तुरुंगात टाकते. या सर्वाचा अर्थ कसा लावणार? त्यांच्यापैकी एक महिला ८ महिन्यांची गरोदर असतानाही पोलिसांनी तिच्या जामिन मिळविण्याला आक्षेप घेतला. हे संतापजनक आहे. विरोधाभासाची गोष्ट म्हणजे, ही विद्रोही गीते असणाऱ्या आनंद पटवर्धन यांनी केलेल्या चित्रपटाला राष्ट्रीय पुरस्कार मिळाला. पटवर्धन यांचे म्हणणे योग्यच आहे की, 'तुम्ही कोणत्या वर्गातील आणि कोणत्या जातीचे आहात यावर सर्व काही अवलंबून असते. या मंडळींविरुद्ध न्यायालयात खटले आहेत आणि मला राष्ट्रीय पुरस्कार मिळाला आहे' (*द संडे गार्डियन*, १९ मे २०१३). त्याचप्रमाणे पंतप्रधान ग्रामीण विकास अभ्यासवृत्ती मिळालेल्या महेश राऊत व हर्षाली पोतदार या ब्रह्मपुरी व चंद्रपूर जिल्ह्यात काम करणाऱ्या दोघांची नक्षल विचारसरणीबद्दल सहानुभूती असण्याच्या कारणासाठी पोलिसांनी प्रश्न विचारून तपासणी करावी हे देखील धक्कादायक आहे (*इंडियन एक्स्प्रेस*, २३ जून

२०१३).

अभिव्यक्ती स्वातंत्र्यावरील सर्वात अलीकडचे अतिक्रमण म्हणजे सामाजिक माध्यमातील तथाकथित आक्षेपार्ह लिखाणाविरुद्ध पोलिसांनी केलेली कारवाई. नोव्हेंबर २०१२ मध्ये बाळासाहेब ठाकरे मरण पावल्यावर, एका तरुण मुलीने फेसबुकवर योग्य असेच विधान केले की, या कारणासाठी मुंबई बंद करणे योग्य नव्हते. पोलिसांनी या मुलीला आणि तिच्या विधानाला पाठिंबा देणाऱ्या तिच्या मैत्रिणीला अटक करावी हे धक्कादायक होते. ही कृती अर्थातच स्थानिक शिवसेना नेत्याच्या दबावाने करण्यात आली होती हे उघडच आहे. अखेर न्यायालयाला त्यांच्या सुटकेसाठी पुढे यावे लागले. ज्या पोलिसांनी व पोलिस अधिकाऱ्यांनी या मुलींचा अशा प्रकारे छळ केला त्यांच्याविरुद्ध कारवाई केली जावी असे आदेशही न्यायालयाने दिले. या चुकार पोलिसांविरुद्ध कारवाई न केली जाण्याबद्दल न्यायालयाने पोलिसांची जुलै २०१३ मध्ये परत एकदा कानउघाडणी केली.

सामाजिक माध्यमांत कोणी तथाकथित आक्षेपार्ह विधाने केल्यास त्यांच्याविरुद्ध अधिकाऱ्यांनी काही कारवाई करू नये असे आदेश दिले जावेत अशी कायद्याच्या एका विद्यार्थ्याने केलेली विनंती लक्षात घेऊन सर्वोच न्यायालयाने आदेश दिले की वरिष्ठ अधिकाऱ्यांच्या परवानगी खेरीज पोलिसांनी कोणालाही यासाठी अटक करू नये (*इंडियन एक्स्प्रेस*, १७ मे २०१३). *कॉमेडी सेंट्रल* नावाच्या एका टेलिव्हिजन चॅनेलवरही काही काळासाठी बंदी घालण्यात आली होती, जणू काही भारतीयांकडे स्वत:वरील विनोदांवर हसण्याची क्षमताच नाही.

आणीबाणीच्या काळात वृत्तपत्रांवर आणि अभिव्यक्तीच्या सर्व माध्यमांवर व संसदेतील चर्चा तसेच न्यायालयांच्या निकालांच्या प्रकाशनांवरही बंधने लादण्याचा प्रयत्न केला जात असताना मुंबई उच्च न्यायालयाने *बिनोद राव वि. एम.आर. मसानी* (१९७६, ७८ बॉम्बे लॉ रिपोर्टर १२५) या खटल्यावरील १० फेब्रुवारी १९७६ रोजी दिलेल्या ऐतिहासिक निकालपत्रात जाहीर केले होते की:

> समुद्रातील सर्व जहाजे एकाच आकाराची शिडे लावून एका ओळीत एकामागोमाग जावीत त्याप्रमाणे केवळ एकच मत सर्व वृत्तपत्रांनी व नियतकालिकांनी सेन्सॉरशिपच्या आदेशानुसार एका स्वरात मांडावे याची सक्ती करणे हे सेन्सॉरचे काम नाही. जनतेचे मत एकाच मुशीतून निघालेले

> असावे किंवा जनतेचे विचारस्वातंत्र्यच काढून घेण्यासाठी त्यांनी आपल्या घटनात्मक अधिकारांचा उपयोग करावा हे अपेक्षित नाही. सेन्सॉरशिपच्या आदेशांनुसार सेन्सॉरची नियुक्ती ही लोकशाहीच्या संगोपनासाठी करण्यात आली आहे, तिचे दफन करण्यासाठी नाही... एखादे भिन्न मत, असंमती किंवा कडक शब्दांत टीका व्यक्त केली आहे हे एखादे प्रकाशन बंद करण्याचे कारण होऊ शकत नाही (सोराबजी २००१: १२६).

आणीबाणीच्या कठीण काळातही उच्च न्यायालयाने धैर्याने दिलेला निर्णय समोर असतानाही सर्वसामान्य परिस्थितीतही अधिकारी त्याचा वापर करीत नाहीत हे या संकल्पनेचे विडंबनच आहे.

ही सर्व चर्चा पाहून राज्यघटनेने दिलेले अभिव्यक्ती स्वातंत्र्य कधी प्रत्यक्षात येणार आहे का असाच प्रश्न उभा राहतो. जनतेचे शिक्षण आणि अभिव्यक्ती स्वातंत्र्याच्या कल्पनेचे महत्त्व याबाबत जनतेत जागृती निर्माण करण्यावर बरेच काही अवलंबून राहील. दुर्दैवाने, ही मुख्यत: उच्चभ्रूंची संकल्पना मानली जाते. दुसऱ्या व्यक्तीच्या अभिव्यक्ती स्वातंत्र्याच्या मूलभूत हक्काऐवजी आपल्या पंथाच्या विचारांचे रक्षण व प्रसार करणेच अधिक महत्त्वाचे मानले जाते. क्वचितच कोणी राजकारणी किंवा विचारवंतही अशा कारणासाठी संघटित गटांचा रोष ओढवून घेण्यास तयार असतात. मग ही समाजातील चुकीच्या मार्गांचा अवलंब करणाऱ्या किंवा मूलतत्त्ववाद्यांच्या विरोधातील एखाद्या व्यक्तीचीच लढाई ठरते.

यावरून मी यापुढच्या आणि अधिक महत्त्वाच्या पोलिसांच्या भूमिकेच्या मुद्याकडे येतो. अभिव्यक्ती स्वातंत्र्याच्या संरक्षणाबाबत पोलिस क्वचितच संवेदनक्षम असतात आणि ते याचा फारसा विचारही करीत नाहीत हे मान्य करावे लागेल. काहीही करून समाजाची शांतता भंग पावू द्यायची नाही ही त्यांची एकच प्राथमिकता असते. याचा परिणाम म्हणजे समाजातील कायदा व सुव्यवस्थेला थोडाही धक्का लागण्याची भीती निर्माण झाली की ते आंदोलनकर्त्यांवर आणि कायदेभंग करणाऱ्यांवर कारवाई करण्यास तयारच असतात. त्याशिवाय, पोलिसांच्या कामात राजकीय ढवळाढवळ होण्याची भीती तर कायमच असते. अशा परिस्थितीत पोलिस हे अभिव्यक्ती स्वातंत्र्याचे रक्षणकर्ते रहातच नाहीत. ३० मे १९८९ रोजी *ओरे ओरु ग्रामथिले* या यापूर्वी उल्लेख करण्यात आलेल्या

प्रकरणात सर्वोच्च न्यायालयाने दिलेल्या निकालात म्हटले होते की, 'संतप्त प्रेक्षकांना हाताळण्याची असमर्थता हे कारण सरकार पुढे करू शकत नाही. ते थांबवून अभिव्यक्ती स्वातंत्र्याचे रक्षण करणे हे त्यांचे कर्तव्यच आहे', तरीही यात काही फरक पडलेला नाही. पोलिस, शासनकर्ते, सजग गट, राजकीय पदाधिकारी व जनता यांना अभिव्यक्ती स्वातंत्र्य टिकविण्यासाठी व त्याचे रक्षण करण्यासाठी संवेदनक्षम बनविण्याकरिता सातत्याने प्रयत्न करीत राहिल्याखेरीज परिस्थितीत काही बदल घडून येण्याची शक्यता नाही. नाहीतर कालांतराने भारतीय समाज अधिकच असहिष्णु व न राहण्याजोगा बनेल.

टीपा

१. कलम ३११ (२) (क) पुढीलप्रमाणे आहे: 'परिस्थितीनुरुप राष्ट्रपती अथवा राज्यपाल यांचे, राज्याच्या सुरक्षेसाठी अशी चौकशी करणे योग्य नाही, याविषयी समाधान झाले असेल तेव्हा.'

२. मेसर्स सिराजुद्दिन अँड कंपनी ही ओरिसामध्ये कार्यरत असणारी खाण मालकांची कंपनी होती. त्यांच्या कार्यालयात आयकर व सीमाशुल्क विभाग यांनी सात वर्षे शोध घेतल्यानंतर १९६३ च्या सुरुवातीला या कंपनीच्या खाजगी कागदपत्रांत व खाते पुस्तकांत काही केंद्रीय व राज्यातील मंत्र्यांना रकमा दिल्या असल्याचे उल्लेख सापडले होते अशा आशयाच्या बातम्या वृत्तपत्रात आल्या होत्या. अशाच गोष्टी हवाला प्रकरणी १९९० मध्ये आणि कर्नाटक व मध्य प्रदेशात २०१२-१३ साली परत परत घडल्या आहेत.

३. एका प्रसिद्ध प्रकरणामध्ये मुंबई उच्च न्यायालयाने राज्य सरकारच्या अधिकाऱ्यांवर कडक ताशेरे ओढले व म्हटले की अशा प्रकरणांमध्ये सरकारने विश्वस्त म्हणून काम पहायला हवे आणि पारदर्शकता व जबाबदारीची उच्च पातळी राखायला हवी.

४. गोडबोले (२००८: ७९-८२) वर अधारित.

५. अकाली दलाचे प्राथमिक सदस्यत्व फक्त शीख समाजातील व्यक्तीलाच मिळू शकते.

६. भारतातील मुसलमान समाजाच्या सामाजिक, आर्थिक व शैक्षणिक परिस्थितीचा सच्चर समितीचा अहवाल, २००८: तक्ता १.२.

७. मध्य प्रदेश विधानसभेने मध्य प्रदेश धर्मस्वातंत्र्य (दुरुस्ती) विधेयक , २०१३ हे जुलै २०१३ मध्ये, धर्मांतरावर अधिक बंधने आणण्याची तरतूद करण्यासाठी पारित केले (*इंडियन एक्स्प्रेस*, ११ जुलै २०१३).

८. पहा गोडबोले २००६: v-xvi.

९. या विषयाच्या समग्र चर्चेसाठी पहा गोडबोले (२००८: १-१७, ४००-५०६).

५

राजकीय इच्छाशक्ती असली की मार्ग सापडतो

स्वातंत्र्य हे जनतेच्या हृदयात असते; तेथे त्याचा अंत झाल्यास,
कोणतीही राज्यघटना, कायदा किंवा न्यायालय काहाही करू शकत नाही.
जोपर्यंत ते हृदयात असते, तोपर्यंत त्याच्या रक्षणासाठी कोणतीही
राज्यघटना, कायदा वा न्यायालय यांची गरज नसते.

न्यायमूर्ती लर्नेड हँड

सामाजिक सुव्यवस्था व सुरक्षा

सामाजिक सुव्यवस्था व सुरक्षा राखणे ही सरकारची प्राथमिक जबाबदारी असून ती कोणत्याही परिस्थितीत दुर्लक्षित करून चालणार नाही. तथापि, अलीकडील काही वर्षांत या दोन्हींबाबत चिंता उत्पन्न झाली आहे. कायदा व सुव्यवस्था आणि राष्ट्रीय सुरक्षिततेच्या बाबींतही प्रथम राजकारणाचा विचार केला जातो. नक्षलवाद आणि नक्षल हिंसाचार हा राष्ट्रीय सुरक्षेसाठी सर्वात मोठा धोका ठरला आहे. अलीकडच्या काळात नक्षलवाद्यांनी भूसुरुंगांचा वापर करून निमलष्करी दलांतील जवानांना ठार केल्याच्या डझनावारी घटना घडल्या आहेत. त्याचप्रमाणे महसुली व पोलिस अधिकाऱ्यांच्या अपहरणाच्याही असंख्य घटना घडल्या असून त्यांच्या सुटकेसाठी सरकारने अटक करून तुरुंगात ठेवलेल्या अनेक नक्षलवाद्यांच्या सुटकेच्या मागण्याही सरकारने मान्य केल्या आहेत. नक्षल हिंसाचाराचा सामना करण्यासाठी अजून काहीच राष्ट्रीय धोरण ठरविण्यात आलेले नाही. नक्षलवादाचा प्रसार आता फार मोठ्या विस्तृत भागात झाला आहे.

नेपाळच्या सीमेपासून ते दक्षिणेत आंध्र प्रदेशापर्यंतचा देशाचा जवळ जवळ एक तृतियांश भाग आता नक्षलव्याप्त (रेड कॉरिडॉर) म्हणून ओळखला जातो. २००८ ते २०१२ च्या दरम्यान २,५७१ नागरिक व सुरक्षा दलांतील १,०८९ कर्मचारी नक्षलवाद्यांकडून मारले गेले. २५ मे २०१३ रोजी छत्तीसगढमधील बस्तर जिल्ह्यात काँग्रेस पक्षाच्या कार्यकर्त्यांच्या व नेत्यांच्या जथ्यावर नक्षलवाद्यांनी केलेल्या हल्ल्यात काँग्रेस पक्षातील प्रसिद्ध नेते, कार्यकर्ते व सुरक्षा दलातील कर्मचारी अशा २९ हून अधिक लोकांचा बळी गेला. या हल्ल्यात माजी केंद्रीय मंत्री व्ही. सी. शुक्ला यांच्यासह ४० हून अधिक लोक जखमी झाले आणि काही जणांचे अपहरण केले गेले. ६ एप्रिल २०१० रोजी माओवाद्यांनी ताडमेटला येथे सुरक्षा दलातील ७६ जणांना ठार केले होते. त्यानंतर १७ मे २०१० रोजी दांतेवाडा जिल्ह्यातील छिंगवरम येथे एका प्रवासी बसवर केलेल्या हल्ल्यात सुरक्षादलातील १५ व्यक्तींसह एकूण ३१ व्यक्ती मरण पावल्या तर २९ जून २०१० रोजी नारायणपूर जिल्ह्यातील धौरी येथील कत्तलीत केंद्रीय राखीव पोलिस दलाचे २७ जवान मारले गेले. नक्षलवादी चळवळीची शक्ती आणि धोका कमी होण्याचे काही चिन्हच दिसत नाही. पंतप्रधान मनमोहन सिंग यांनी नक्षलवादी हिंसाचार हा राष्ट्रीय सुरक्षेसाठी सर्वात मोठा धोका असल्याचे जाहीर केले आहे. नक्षलवाद हा केवळ शांतता व सुव्यवस्थेचा प्रश्न मानून चालणार नाही, तर शेतजमीनविषयक अस्वस्थता, जमीनसुधारणा कायद्याच्या अंमलबजावणीत होणारा विलंब, लहान व काठावरील शेतकऱ्यांच्या समस्येकडे करण्यात आलेले दुर्लक्ष, प्रकल्पग्रस्तांच्या तक्रारी अशी याची पाळेमुळे खूप खोलवर पसरलेली आहेत हे सर्वांना माहित आहे. सर्वात वाईट गोष्ट म्हणजे देश म्हणून आपण नक्षल हिंसाचाराचे अस्तित्त्व मान्य केले आहे पण याकडे निर्णायक दृष्टीने पाहण्याची राजकीय इच्छाशक्तीच आपल्याकडे नाही.

योजना आयोगाने नेमलेल्या तज्ज्ञ समितीने नक्षल चळवळीने ग्रासलेल्या जिल्ह्यातील व प्रगत जिल्ह्यातील लक्षात येण्याजोगा फरक असणाऱ्या १० घटकांची एक यादी केली आहे. यातून ग्रामीण भागातील अस्वस्थता व नक्षल चळवळीचा प्रसार होण्यामागील परिस्थितीवर बराच प्रकाश पडतो. हे घटक आहेत: लोकसंख्येतील अनुसूचित जाती व जमातींचे मोठे प्रमाण; निरक्षरतेचे मोठे प्रमाण; बालमृत्यूचा मोठा दर; कमी प्रमाणावरील नागरीकरण; मोठ्या

प्रमाणावरील जंगल; शेतमजुरांची मोठी संख्या; दरडोई अन्नधान्याच्या उत्पादनाचे कमी प्रमाण; दर १०० चौ. किलोमीटर भागासाठीच्या रस्त्यांचे अल्प प्रमाण; बँकेत खाते नसणाऱ्या ग्रामीण कुटुंबांची मोठी संख्या; आणि कोणत्याही प्रकारची मालमता नसणाऱ्या ग्रामीण कुटुंबांचे मोठे प्रमाण. जंगल प्रदेशातील अनेक भागांमध्ये प्रशासन पोचलेलेच नाही आणि ही पोकळी नक्षलवाद्यांनी भरून काढली आहे याकडे तज्ज्ञ समितीने लक्ष वेधले आहे आणि ते योग्यच आहे (भारत सरकार २००८: २०). नजीकच्या भविष्यकाळात नक्षल हिंसाचार कमी होण्याची काही चिन्हे दिसत नाहीत. दुर्दैवाने, राज्य सरकारांच्या व इतर संस्थांच्या कार्यक्षमतेचे मूल्यमापन करण्यासाठी परिणामकारक राष्ट्रीय धोरण किंवा कालबद्ध कार्यक्रम तयार करण्यात आलेला नाही. याबाबत आपण अद्याप चाचपडतच आहोत आणि दरम्यानच्या काळात निमलष्करी दलांतील शेकडो कर्मचारी आणि नागरिक दर काही महिन्यांनी नक्षल हिंसाचारात आयुष्याला मुकत आहेत. या महत्त्वाच्या प्रश्नाचे नेतृत्व करण्यात केंद्र सरकारला अपयश आले आहे हे स्पष्टच आहे.

लष्करी दलांचे विशेषाधिकार कायदा (एएफएसपीए) याच्या गैरवापरामुळे देशाच्या ईशान्य भागातील नागरिकांमध्ये दूरत्वाची भावना निर्माण झाली आहे याचीही दखल घेणे आवश्यक आहे. सर्वोच्च न्यायालयाचे माजी न्यायमूर्ती बी.पी.जीवन रेड्डी यांच्या अध्यक्षतेखाली नेमलेल्या समितीने लष्करी दलांचे विशेषाधिकार कायदा रद्द करण्यात यावा असा निष्कर्ष काढला. बेकायदा कारवाया (प्रतिबंध) कायदा, १९६७, यात गरजेप्रमाणे आवश्यक त्या तरतुदी अंतर्भूत करणे अधिक योग्य ठरेल असे समितीचे मत होते. सर्वोच्च न्यायालयाने नेमलेल्या सर्वोच्च न्यायालयाचे माजी न्यायमूर्ती संतोष हेगडे यांच्या अध्यक्षतेखालील न्यायिक आयोगाने विधान केले होते की लष्करी दलांचे विशेषाधिकार कायदा चालू ठेवणे म्हणजे कायद्याचे विडंबन आहे कारण याचा गैरवापर केला जात असून घुसखोरी थोपविण्याच्या दृष्टीने याचा फारसा उपयोग नाही. आयोगाने ज्या सहा 'एनकाउंटर'च्या प्रकरणांची चौकशी केली होती, ती प्रकरणे 'खऱ्याखुऱ्या एनकाउंटरची' नव्हती आणि त्यात अतिशयोक्त बळाचा वापर करण्यात आला होता (*इंडियन एक्स्प्रेस*, १६ जुलै २०13: ९). लष्करी दलांचे विशेषाधिकार कायदा रद्द केला जावा असे दुसऱ्या प्रशासकीय

सुधारणा आयोगानेही (सार्क) सुचविले आहे. लष्करी दलांचा व संरक्षण मंत्रालयाचा याला सक्त विरोध असल्याने सरकार याबाबत काही निर्णय घेऊ शकलेले नाही. परंतु हा निर्णय अधिक लांबणीवर टाकण्यात येऊ नये. या कायद्याचा वापर करून देशाच्या कोणत्याही भागाचा कारभार अनेक दशके चालविला जाऊ नये. हे लोकशाही प्रशासन नव्हे. राज्यांतील सशस्त्र पोलिसांनी घुसखोरी रोखण्याची जबाबदारी घ्यावी यासाठी त्यांचे सबलीकरण करण्याच्या पर्यायाचा कसोशीने पाठपुरावा करणे गरजेचे आहे.

या संदर्भात 'अनुसूचित क्षेत्रे व जमाती यांच्या प्रशासन व ताबा' याविषयी राज्यघटनेच्या पाचव्या सूचीतील तरतुदींकडे लक्ष वेधणे अगत्याचे ठरते. कलम २४४ (१) हे देशाच्या दूरवरच्या डोंगराळ भागात राहणाऱ्या लक्षावधी जमातींच्या जीवनासाठी अतिशय मूल्यवान असले, तरी त्याला क्वचितच योग्य ते महत्त्व दिले जाते. या कलमानुसार घटनेच्या पाचव्या सूचीत अंतर्भूत असणाऱ्या अनुसूचित क्षेत्रांमध्ये सुशासन राखण्यासाठी राष्ट्रपतींवर संबंधित राज्यांच्या राज्यपालांच्या सहयोगाने आवश्यक ती पावले उचलण्याची जबाबदारी देण्यात आली आहे. या कलमाची पूर्तता न करण्याने व त्याच्याशी संबंधित बाबींकडे दुर्लक्ष करण्यात आल्याने अनुसूचित जमातींमध्ये प्रशासनाची पोकळीच निर्माण झाली आहे. त्यामुळे या भागातील आदिवासींना काठावरील जिणे जगावे लागत असून सन्मानाने व स्वाभिमानाने जगण्यासारख्या व इतर घटनात्मक हक्कांपासून ते वंचित राहिले आहेत. आज त्यांच्यासमोर ज्या समस्या आहेत, त्या त्यांच्या वसतिस्थानाच्या क्षेत्रात प्रशासनाचा अभाव असल्यानेच निर्माण झाल्या आहेत असे म्हणता येईल.

घटनेत जरी काहीही म्हटले असले तरी, पाचव्या सूचीतील कलम ५(१) नुसार देशाच्या इतर भागांत लागू असणारे सर्व कायदे हे आदिवासी क्षेत्रांना लागू करण्यापूर्वी आदिवासींच्या हितासाठी त्यांत योग्य ते बदल केले जावेत असे आदेश आहेत. *यावरून, आदिवासींचे घाईघाईने व मनमानीपणे सर्वसामान्य जनतेत विलिनीकरण केले जाऊ नये व या क्षेत्रांना कोणतेही कायदे लागू करण्यापूर्वी त्यांच्या विशेष गरजांचा विचार केला जावा या तत्त्वाची घटनेने दखल घेतली आहे हे स्पष्ट होते.* कोणताही कायदा अनुसूचित क्षेत्रासाठी कशा पद्धतीने लागू केला जावा हे

ठरविण्याचे अधिकार राज्यपालांना देण्यात आले आहेत. म्हणजे, काही कायदे लागू होणार नाहीत, अथवा काही बदललेल्या स्वरुपात लागू होतील. या क्षेत्रात प्रशासनाने काहीशा अंतरावर राहणेच अपेक्षित आहे. स्वातंत्र्य मिळून सहा दशके उलटून गेली असली, तरी ही परिस्थिती सुधारण्यासाठी कोणत्याही सरकारने जवळ जवळ काहीच केले नाही. राज्यपालांनी यात महत्त्वाची भूमिका बजावावी अशी अपेक्षा असली तरी त्यांनी काहीच केलेले नाही. याचे कारण उघडच आहे. बलवान उद्योगपतींना खूष करण्यात दंग असलेल्या स्वतंत्र लोकशाही भारताला मूक आदिवासींकडे पाहण्यास वेळच नाही.

पाचव्या सूचीत अंतर्भाव करण्याचे अनवधानाने किंवा इतर कोणत्या तरी कारणाने राहून गेलेली अनेक प्रामुख्याने आदिवासी गावे या सूचीत समाविष्ट करण्याचे अनेक प्रस्ताव आहेत. यापैकी अनेक प्रस्ताव आदिवासी कल्याण मंत्रालयात अनेक दशकांपासून धूळ खात पडून आहेत. त्यांना पुनरुज्जीवित करून, त्यांचा नव्याने विचार करून प्रक्रिया करणे गरजेचे आहे. पाचव्या सूचीतील इतर काही गावे निरनिराळ्या राज्यांतील जिल्ह्यांमधील संबंधित अधिकाऱ्यांनी अविचाराने, माहितीच्या अभावी, अनवधानाने किंवा मुद्दामहून काढून टाकली आहेत. याचा परिणाम म्हणजे आदिवासी त्यांच्या जमिनीच्या हक्कांपासून वंचित राहत आहेत आणि बिगर आदिवासी मात्र त्यांच्या जमिनी लाटून फायदा कमावत आहेत.

पाचव्या सूचीच्या कलम ३ अन्वये राष्ट्रपतींनी प्रत्येक राज्याच्या राज्यपालांमार्फत आदिवासी क्षेत्रातील प्रशासनाचे अहवाल वेळोवेळी मागवून घ्यावेत व राजकीय पदाधिकाऱ्यांच्या कार्यावर बारकाईने लक्ष ठेवावे अशी अपेक्षा आहे. राज्यघटनेत जरी या दूरगामी तरतुदी करण्यात आल्या असल्या, तरी प्रत्यक्षात या प्रक्रियेकडे एक अर्थहीन उपचार म्हणूनच पाहिले जाते. याचा परिणाम म्हणजे राजकीय सत्ताधाऱ्यांमध्ये आदिवासींबाबतच्या संवेदनक्षमतेचा व काळजीचा अभाव दिसून येतो. संबंधित राज्यांचे राज्यपाल आदिवासी क्षेत्राच्या प्रशासनात रस घेऊन आदिवासींच्या जीवनाशी निगडीत असणाऱ्या महत्त्वाच्या बाबींची दखल घेऊन, आदिवासींचे हक्क त्यांना मिळून त्यांचे हितसंरक्षण होत आहे यावर बारकाईने लक्ष ठेवून राष्ट्रपतींना या कलमाची अंमलबजावणी करण्यास मदत करतील याची खात्री करून घेणे गरजेचे आहे.

आदिवासींच्या हिताचे रक्षण करण्यासाठी सरकार, संसद व राष्ट्रपती यांना आपली भूमिका बजावण्यासाठी योग्य ते सहाय्य करण्यासाठी अनुसूचित जाती व जमातींसाठीचे आयुक्त परिणामकारक भूमिका बजावू शकतील; अर्थात त्यासाठी या आयोगाला पुरेसे अधिकार द्यावे लागतील आणि त्यांच्या भूमिकेला योग्य ते महत्त्व द्यावे लागेल.

पाचव्या सूचीनुसार आदिवासी क्षेत्राच्या प्रशासनासंबंधी राज्यांना आदेश देण्याचे अधिकार केंद्र सरकारला देण्यात आले आहेत. आदिवासी सल्लागार मंडळे नियुक्त करून या क्षेत्राचे प्रशासन कसे केले जावे याबाबतच्या तपशीलवार तरतुदी यात देण्यात आल्या आहेत.

सहाव्या सूचीत आसाम, मेघालय, त्रिपुरा व मिझोराम या राज्यांतील आदिवासी क्षेत्राच्या प्रशासनाची तरतूद करण्यात आली आहे. आदिवासी परिषदा गठित करण्यात आलेल्या नाहीत किंवा असल्याच, तर या भागाच्या विकासाच्या सर्व बाबींत त्यांचा सल्ला घेतला जात नाही. खाणी व जंगलतोड यापासून मिळणाऱ्या स्वामित्त्व हक्कांच्या उत्पन्नाचा वाटा स्थानिक समाजाला दिला जात नाही. त्यांची भाषा व संस्कृती यांचेही जतन करण्यात आलेले नाही. प्राथमिक व माध्यमिक शिक्षणासाठी आदिवासींच्या भाषांमध्ये पाठ्यपुस्तके छापण्याचा काहीही प्रयत्न करण्यात आलेला नाही. त्या भागातील स्थानिक भाषेतूनच शिक्षण दिले जाते. त्यामुळे त्यांच्यामध्ये मोठ्या प्रमाणावर छुपा राग, असमाधान व दूरत्वाची भावना आहे याचे आश्चर्य वाटण्याचे कारण नाही.

बी.डी. शर्मा व एस.आर. शंकरन या दोन आदिवासी कल्याण विषयक प्रसिद्ध तज्ज्ञांनी, योजना आयोगाच्या, यापूर्वी उल्लेख करण्यात आलेल्या 'विकास व असमाधानाची कारणे' यावरील तज्ज्ञ समितीच्या अहवालाला जोडलेल्या अनुक्रमे १ व २ (पृष्ठे १-२६) या परिशिष्ठात दोन उत्कृष्ठ निबंध लिहिले आहेत. त्यात त्यांनी आदिवासी भागातील अशांतता व नक्षल चळवळीचा उदय या दोन्हीमागील खऱ्या कारणांची चर्चा केली असून नक्षल समस्येवर परिणामकारक उपाय शोधण्यासाठी व आदिवासींना त्यांचे हक्क मिळावेत यासाठी आवश्यक असलेल्या रचनात्मक व धोरणविषयक सुधारणांचा उहापोह केला आहे (भारत सरकार २००८: १-२६). या गुंतागुंतीच्या प्रश्नांवर काम करणाऱ्या सर्वांसाठी या

दोन निबंधांचे वाचन सक्तीचे करायला हवे. पाचव्या व सहाव्या सूचीची अंमलबजावणी व या दोन निबंधांतील मुद्दे अधोरेखित करणारी एक श्वेतपत्रिका सरकारने प्रकाशित करून याविषयी आढावा घेता येण्याजोगा कार्यक्रम तयार करण्यासाठी त्यावर व्यापक चर्चा व विचारमंथन घडवून आणावे अशी माझी सूचना आहे.

ऑगस्ट २०१३ मध्ये केंद्र सरकारने व्हर्जिनियस झाझा यांच्या अध्यक्षतेखाली आदिवासींच्या सामाजिक व आर्थिक परिस्थितीची माहिती गोळा करण्यासाठी एक उच्चस्तरीय समिती नेमली ही एक स्वागतार्ह घटना आहे. आदिवासींचे वास्तव्य असणारा प्रदेश, 'सक्तीच्या विस्थापनामुळे' व 'स्थलांतरामुळे' त्यांच्यावर झालेले 'दृश्य परिणाम', त्यांची मालमत्ता व मिळकत यांची समाजातील इतर गटांशी तुलना, विषमता निर्माण होण्यामागील कारणे, त्यांच्या संरक्षणासाठी केलेल्या कायद्यांची अंमलबजावणी करण्यासाठी पुरेशा सोयीसुविधा आहेत किंवा नाही याचे मूल्यमापन करणे, यांसारख्या आदिवासी जीवनाशी निगडीत बाबींचा अभ्यास करण्याची समितीला विनंती करण्यात आली आहे (*इंडियन एक्स्प्रेस*, २० ऑगस्ट २०१३). या समितीचा अहवाल जेव्हा सादर होईल तेव्हा अल्पसंख्याकांबाबतच्या सच्चर समिती व रंगनाथ मिश्रा आयोग यांच्या अहवालांची जी गत झाली ती या अहवालाची होऊ नये अशी आपण आशा करूया. हे दोन्ही अहवाल बासनातच बांधून ठेवण्यात आले आहेत.

त्याच वेळी *द शिलाँग टाइम्स*च्या संपादक पॅट्रिशिया मुखिम यांनी या प्रश्नाची जी दुसरी बाजू मांडली आहे तिचा उल्लेख करणेही उचित ठरेल:

> आदिवासींमधील उच्चभ्रु या देशातील महानगरांत राहणाऱ्या उच्चभ्रु लोकांइतकेच आता श्रीमंत होऊ लागले आहेत, त्यामुळे त्यांना आयकर भरण्यापासून सूट देणे हास्यास्पद आहे. याचे इतरही परिणाम होतात ते अधिक वाईट आहे. ते जे काही भल्या बुऱ्या मार्गाने मिळवितात अथवा लुबाडतात ती सर्व मिळकत 'व्हाइट' असते. त्यामुळे ज्यांना कराचे ओझे वागवावे लागते त्यांच्यासाठी एखाद्या आदिवासीचा वापर करून घेणे पुढील कारणांसाठी फायद्याचे ठरते: (अ) आयकर देणे टाळणे व त्यायोगे अधिक नफा कमावणे; (ब) आदिवासीच्या नावाने बेनामी व्यवहार करणे; (क)

> ‘आदिवासींच्या हिता’साठी एखादी शैक्षणिक संस्था किंवा अशीच एखादी निश्चित स्वरूप नसणारी संस्था वा योजना सुरू करण्यासारख्या नाविन्यपूर्ण मार्गांनी आपला काळा पैसा सफेद करणे... उशीरा का होईना, पण माझ्या लक्षात आले आहे की जमीन मर्यादा कायद्याचा काहीच उपयोग नाही... आपले राजकारणी आणि नोकरशहा किती श्रीमंत आहेत पहा. ते आपल्या मुलांना आता भारतातील शाळांत आणि कॉलेजांत पाठवत नाहीत, कारण त्या तितक्या चांगल्या नाहीत. ते त्यांच्या मुलांना शिक्षणासाठी इंग्लंड, अमेरिका, ऑस्ट्रेलियाला पाठवतात (मुखिम २०१३: १४).

म्हणूनच ईशान्येकडील लहान राज्यांतील निवडणुकांमध्ये इतके कोट्याधीश उमेदवार असतात त्याचे आश्चर्य वाटत नाही. आयकरातून सूट मिळण्याच्या तरतुदीचा दर दहा वर्षांनी फेरविचार केला जावा असे राज्यघटनेतच म्हटले आहे, परंतु इतक्या मोठ्या प्रमाणावरील हितसंबंध गुंतलेले असल्याने ही तरतूद केवळ कागदावरच राहिली आहे.

नागरी क्षेत्रात मोठ्या प्रमाणावर पसरलेला दहशतवादही असाच अस्वस्थ करणारा आहे. सुरुवातीच्या काळात असा हिंसाचार नियमितपणे सीमेपलीकडून होतो असे म्हटले जात असे, म्हणजे पाकिस्तान आणि अलीकडे बंगलादेशही. परंतु अलीकडल्या काळात अतिपरंपरावादी हिंदु विचारसरणीचे गट दहशतवादी हिंसाचार करण्यात आपले वर्चस्व दाखवू पहात आहेत. या अत्यंत अस्वस्थ करणाऱ्या घटना आहेत आणि त्यांच्याकडे द्यावे तेवढे लक्ष देण्यात आलेले नाही. गेल्या काही वर्षांत राज्य सरकारांनीही दहशतवादी हिंसाचाराकडे पुरेशा गांभीर्याने लक्ष दिलेले नाही. मोठ्या राज्यांनी ‘राष्ट्रीय दहशतवाद विरोधी केंद्र’ (एनसीटीसी) स्थापन करण्यास ‘संघराज्य’ या संकल्पनेची ढाल पुढे करून जो विरोध केला त्यावरून हे दिसून येते. कोणताही राजकीय पक्ष सत्तेत असला तरी केंद्र सरकारने केंद्रीय अन्वेषण ब्युरो, अंमलबजावणी संचलनालय यांसारख्या केंद्रीय चौकशी यंत्रणांचा मोठ्या प्रमाणावर गैरवापर केला हे सत्य आहे. परंतु दहशतवादाचा सामना करण्यासाठी केंद्र शासनाच्या अधिकारांवर बंधने आणली पाहिजेत असे म्हणणे हे ऱ्हस्व दृष्टीचे निदर्शक आहे. दहशतवादी हिंसाचाराला तोंड देण्यासाठी केंद्र व राज्य सरकारांमध्ये अधिक समन्वय साधण्याचे मार्ग शोधण्याची गरज आहे. या प्रयत्नांमध्ये केंद्र सरकारला प्राथम्य देणे आवश्यक

आहे. एनसीटीसीच्या रचनेचाही अधिक विचार करायला हवा. त्याला गुप्तवार्ता विभागाच्या अखत्यारीत ठेवण्याचाही फेरविचार होणे गरजेचे आहे. परंतु याबाबत मोठ्या राज्यांनी केंद्र सरकारच्या विरोधात जी फळी निर्माण केली आहे ते अस्वस्थ करणारे आहे. शांतता व सुरक्षेच्या वातावरणातच सुशासन शक्य होईल.

दहशतवादी हल्ल्यांसंबंधी धोक्याचा संदेश देण्याबाबत गुप्तवार्ता विभागावर घालण्यात आलेल्या कथित बंधनांचाही उल्लेख करणे गरजेचे आहे. इशरत जहान प्रकरणाचा हा प्रत्यक्ष परिणाम होता असे वृत्तपत्रीय बातम्या म्हणतात. त्यात पुढे असेही म्हटले होते की गृहमंत्रालयाने गुप्तवार्ता विभागाला कळविले होते की, 'दहशतवादी हल्ल्यासंबंधी राज्य पोलिसांना सूचना किंवा धोक्याचा इशारा देण्याआधी गृहमंत्र्यांची लेखी मंजुरी घेणे' बंधनकारक आहे (*संडे गार्डियन*, २८ जुलै २०१३). हे जर खरे असेल, तर गुप्त माहिती कशी मिळविली जाते आणि तिचा वापर कसा केला जातो याविषयीचे राज्यकर्त्यांचे अगाध अज्ञानच दिसून येते. तसेच इशरत जहान एनकाउंटर सारख्या प्रकरणांबाबतची आपली घाबरटपणाची प्रतिक्रियाच दर्शविली जाते. गुप्त माहिती, विशेषतः दहशतवाद्यांसंबंधीची माहिती नेहमी काही ठरावीक पद्धतीने उपलब्ध होत नाही.

राज्याच्या एखाद्या विधेयकाने केंद्राच्या विधेयकाला धक्का बसणे शक्य असल्यास, केंद्र सरकार त्यास संमती देईपर्यंत राज्यपाल अशा विधेयकाची मंजुरी राखून ठेवतात. राज्यघटनेतील या हितावह तरतुदीचा केंद्र शासनाने आपल्या तात्पुरत्या राजकीय फायद्यासाठी अनेकदा गैरवापर केला आहे. माहितीच्या अधिकाराच्या संदर्भात निरनिराळ्या राज्यांतील राज्यपालांनी घेतलेली भूमिका एकसारखी नव्हती. काही राज्यांमध्ये हा विषय राज्यांच्या सूचीतील मानण्यात आला होता, मध्य प्रदेशाच्या राज्यपालांच्या मते तो विषय समवर्ती सूचीत होता, म्हणून राज्य विधिमंडळात पारित करण्यात आलेल्या या विधेयकाला केंद्र सरकारची मंजुरी घेणे आवश्यक होते. केंद्र सरकारने अनेक महिने या प्रस्तावावर काहीच केले नाही. केंद्र सरकारने या विषयावर आपणच एक कायदा करण्याचे ठरविल्यावर हा विषयच संपुष्टात आला. संघटित गुन्हेगारीविषयक कायद्याची परिस्थिती तर अधिकच धक्कादायक आहे. अशा प्रकारचा कायदा प्रथम महाराष्ट्र विधिमंडळात पारित करण्यात आला आणि नंतर

कर्नाटक, आंध्र प्रदेश व दिल्लीने त्याचा अंगीकार केला, परंतु गुजरात सरकारने अशाच प्रकारचे विधेयक पारित केल्यावर राज्यपालांनी ते केंद्र शासनाकडे पाठविले आणि अनेक वर्षे ते तेथेच पडून आहे. संघटित गुन्हेगारीचा बऱ्याच वेळा दहशतवादी गुन्ह्यांशी व आंतरराष्ट्रीय टोळ्यांशीही जवळचा संबंध असतो, तरीही याचा उपयोग जर राजकारणाचे साधन म्हणून करण्यात येणार असेल, तर एक परमेश्वरच या देशाला वाचवू शकेल असेच आपल्याला म्हणावे लागेल. केंद्र सरकारच्या अशा पक्षपाती वृत्तीमुळेच राज्यांचा केंद्र सरकारवर विश्वास नाही. त्यातूनच केंद्राच्या एनआयए, एनसीटीसी, किंवा राखीव पोलिस दलाची पुनर्रचना, व गुन्हे अन्वेषणाबाबतच्या प्रणालीची जबाबदारी, यांसारख्या प्रत्येक कृतीमागील हेतूबाबत राज्यांच्या मनात संशय निर्माण होतो.

दहशतवाद आपल्याला कितीही कमकुवत बनवत असला, तरी आपण त्याविरुद्धची लढाई हरत आहोत असेच दिसते. त्यामुळे केंद्र सरकारच्या व राज्य सरकारांच्याही अधिकारांकडे व त्यांच्या सत्तेच्या मर्यादांकडे आपोआपच लक्ष वेधले जाते. घटनेनुसार, 'सुव्यवस्था व पोलिस' हे राज्यांच्या सूचीत येतात. ज्यावेळी राज्यघटना तयार करण्यात आली, त्यावेळी संघटित गुन्हेगारी व दहशतवाद आणि त्याचे आंतरराष्ट्रीय स्वरुप यांमुळे एवढा गंभीर धोका निर्माण होईल याची घटनाकारांना कल्पना येणे शक्य नव्हते. म्हणून एरवी इतक्या बलशाली असणाऱ्या केंद्र शासनाला इतक्या भयानक गुन्ह्यांचा सामना करण्यासाठी काहीच अधिकार देण्यात आलेले नाहीत. अगोदर म्हटल्याप्रमाणे केंद्र सरकारच्या अरेरावीच्या वर्तणुकीच्या अनुभवामुळे राज्य सरकारे केंद्राकडे संशयित नजरेने पाहतात. म्हणून दहशतवाद, संघटित गुन्हेगारी, गंभीर जातीयवादी हिंसाचार किंवा केंद्रीय अन्वेषण ब्युरोसाठी स्वतंत्र कायदा करणे, यासाठी केंद्र सरकारला अधिकार देण्याच्या प्रस्तावाला राज्य सरकारे नेहमीच कडाडून विरोध करतात.

दरम्यानच्या काळात देशाच्या अनेक भागात बॉंब हल्ले होऊन दहशतवादी हिंसाचार वाढत आहे. ही सर्व पार्श्वभूमी असतानाही उत्तर प्रदेश सरकारने दहशतवादी हल्ल्यांमध्ये सहभाग असणाऱ्या १९ व्यक्तींवरील खटले काढून घेण्याचा निर्णय घेतला. या सर्व प्रकरणांमध्ये आरोपपत्रे दाखल करण्यात आलेली होती. हे सर्व आरोपी मुसलमान होते, म्हणून या कृतीने सत्ताधारी समाजवादी

पक्षाला २०१४ सालच्या लोकसभा निवडणुकीत अल्पसंख्याकांची अधिक मते मिळण्याची आशा वाटत आहे. आपल्या स्वार्थी राजकारणासाठी देशाचा गळा घोटण्यासही मागे पुढे न पाहण्याचे हे उदाहरण खरोखर उद्विग्न करणारे आहे. सुदैवाने, उच्च न्यायालयाने हे खटले रद्द करण्यास स्थगिती दिली असून ही बाब मोठ्या खंडपीठाकडे सोपवली आहे. विषाचे बीज पेरले, तर त्याला विषारीच फळे लागतात आणि त्याने अनेक निरपराध सामान्य जनांचा मात्र बळी जातो.

त्याचबरोबर आंतरराज्यीय गुन्ह्यांचा सामना करण्यासाठी एक राष्ट्रीय पोलिस यंत्रणा तातडीने स्थापन करण्याचीही गरज आहे. संसदेच्या अंदाज समितीने अनेक वर्षांपूर्वी, म्हणजे १९९१ मध्ये अशी शिफारस केली होती. उदाहरणार्थ, क्रिकेटचा सट्टा आणि 'मॅच फिक्सिंग' चा इंडियन प्रिमीअर लीगमधील (आयपीएल) घोटाळा अनेक राज्यांत पसरलेला आहे. (आयपीएल ला उपहासाने इंडियन पापी लीग, इंडियन पोलिस लीग, इंडियन प्लेग लीग, व इंडियन पॅथेटिक लीग असेही संबोधतात!) महाराष्ट्र आणि दिल्लीतील पोलिस एकाच वेळी याची पाळेमुळे खणून काढण्यात गुंतले आहेत, आणि अपेक्षेप्रमाणेच, याचे श्रेय लाटण्यासाठी एकमेकांवर कुरघोडी करण्याची मोठीच स्पर्धा सुरू झाली आहे. सर्वोच्च न्यायालयाने हस्तक्षेप केल्याखेरीज केंद्र सरकारकडे अशा गुन्ह्याची चौकशी करण्यासाठी यंत्रणा स्थापण्याचे अधिकार नाहीत. हे पूर्णपणे असमर्थनीय आहे. अशा गुन्ह्यांचा सामना करण्यासाठी केंद्र सरकारकडे अधिक अधिकार देण्यात आले नाहीत, तर परिस्थिती अधिकच खालावेल.

१९७६ सालच्या ४२ व्या घटनादुरुस्ती कायद्यात, २५७अ या एका नव्या कलमाचा अंतर्भाव करण्यात आला व त्यायोगे कोणत्याही राज्यातील कायदा व सुव्यवस्थेसंबंधीच्या गंभीर परिस्थितीचा सामना करण्यासाठी लष्करी किंवा इतर कोणतीही केंद्रीय दले तेथे पाठविण्याचे अधिकार केंद्र सरकारला देण्यात आले याची आठवण करून देणे इष्ट ठरेल. अशा दलाने केंद्र सरकारचे आदेश पाळावेत व त्यांच्यावर राज्य सरकार कोणतीही बंधने घालू शकणार नाही असेही यात नमूद करण्यात आले होते. या नव्या कलमाद्वारे राज्यांत तैनात करण्यात आलेल्या दलाचे अधिकार, कार्यकक्षा व जबाबदाऱ्या कायद्याद्वारे निश्चित करण्याचे अधिकार संसदेला देण्यात आले आहेत. तथापि, आणीबाणीच्या काळात घडलेले अत्याचार व राज्यांच्या अधिकारांवर केंद्राने केलेले अतिक्रमण यांच्याबाबत सर्वत्र

पसरलेला राग लक्षात घेऊन जनता सरकार सत्तेत आल्यानंतर हे कलम घटनेच्या ४४ व्या घटनादुरुस्ती कायदा, १९७८, अन्वये २० जून १९७९ पासून निरसित करण्यात आले. ओल्याबरोबर सुकेही जळते म्हणतात, त्याचे हे नमुनेदार उदाहरण होते!

१९९० च्या दशकात गृह मंत्रालयाने आंतरराज्यीय स्वरुपाच्या देशभर पसरलेल्या गंभीर गुन्ह्यांना तोंड देण्यासाठी एक संघराज्यीय यंत्रणा (फेडरल एजन्सी) स्थापन करण्याचा प्रस्ताव मांडला होता. राज्यांमध्ये कायदा व सुव्यवस्था राखण्याच्या घटनेने दिलेल्या अधिकाराचा अधिक्षेप होतो म्हणून राज्यांनी त्याला विरोध केला. केवळ राज्यांनीच नव्हे तर केंद्रीय अन्वेषण ब्युरोने देखील अशी यंत्रणा निर्माण करण्यास विरोध केला, त्याची चर्चा या प्रकरणात पुढे केली आहे. राष्ट्रीय सुरक्षा यंत्रणेत सुधारणा करण्यासाठी तत्कालिन उपपंतप्रधान व गृहमंत्री लालकृष्ण अडवाणी यांच्या अध्यक्षतेखालील मंत्रीगटाने अशी शिफारस केली होती की, 'देशातील चिंताजनक अंतर्गत सुरक्षेची परिस्थिती लक्षात घेता, राज्य सरकारांना अशा गुन्ह्यांना तोंड देणे अधिकाधिक कठीण होत जाईल, म्हणून या प्रस्तावाला मान्यता देण्याची योग्य वेळी परत एकदा विनंती करण्यात यावी.' ही फेब्रुवारी २००१ ची सूचना आहे (भारत सरकार २००१: ४५). परंतु ही योग्य वेळ अद्याप आली नसल्याने यात काहीच प्रगती झालेली नाही!

या गटाच्या आणखी एका महत्त्वाच्या शिफारशीकडे लक्ष वेधणे आवश्यक आहे. घटनेतील तरतुदींचा आढावा घेता त्यांच्या असे लक्षात आले की, अंतर्गत सुरक्षेचा सामना करण्याची केंद्र सरकारची क्षमता गेल्या काही वर्षांत खालावत गेली आहे. या गटाचे मत होते की, 'कलम ३५५ [सीमेपलीकडून होणारे हल्ले व अंतर्गत अशांततेपासून राज्यांचे रक्षण करणे हे केंद्र सरकारचे कर्तव्य आहे] मधील तरतुदींचा कार्यक्षम रितीने वापर करणे योग्य ठरेल व त्याची वेळही आता आलेली आहे. ते करण्यासाठी इतर बाबींबरोबरच खालील गोष्टींचा अंतर्भाव असणारे विधेयक पारित करावे लागेल:

- राज्यातील परिस्थितीच्या गरजेनुसार आपण होऊन केंद्रीय दले तैनात करणे; कायद्याच्या तरतुदींनुसार त्यांत केन्द्रीय दले तैनात करावयाच्या परिस्थितीचे तपशील व त्याच्या परिणामाची कल्पना द्यावी.

- केंद्रीय सूचीतील नोंद २अ [केंद्रीय सशस्त्र दले किंवा इतर कोणतेही दल केंद्राच्या आधिपत्याखाली वा त्यांच्या अखत्यारीतील इतर कोणत्याही दलाच्या वा तुकडीच्या अखत्यारीत राहून एखाद्या राज्य सरकारच्या मदतीसाठी गेलेल्या दलातील सदस्यांचे अधिकार, कार्यक्षेत्र, विशेषाधिकार व जबाबदारी] नुसार केंद्रीय दले राज्यात तैनात केल्यास त्यांचे अधिकार, कार्यक्षेत्र, विशेषाधिकार व जबाबदारी यांचे तपशील निश्चित करावेत.
- एखाद्या राज्यातील घटनात्मक यंत्रणेचे अपयश/असमर्थता केव्हा मानली जावी व कोणत्या परिस्थितीत केंद्र सरकार हस्तक्षेप करून सल्ला वा आदेश देऊ शकेल, तसेच या सल्याचे वा आदेशाचे उल्लंघन झाल्यास कलम ३६५ [केंद्र सरकारने दिलेल्या आदेशांचे पालन करण्यात आलेले अपयश] किंवा कलम ३५२ [आणीबाणीची परिस्थिती जाहीर करणे] लागू करता येईल याचे तपशील निश्चित करणे.

या आधारे मंत्रीगटाने अशी शिफारस केली की कलम ३५५ [सीमेपलीकडून होणाऱ्या हल्यात व अंतर्गत अशांततेच्या काळात राज्यांचे रक्षण करणे हे केंद्र सरकारचे कर्तव्य आहे] खाली असा प्रस्ताव तयार केला जावा:

- हा विषय आंतरराज्य परिषदेकेडे न्यावा व परिषदेच्या सदस्यांच्या एका लहान गटाने या विषयाचा सांगोपांग अभ्यास करावा.
- यावर एकमत होण्यासाठी सर्व राजकीय पक्षांच्या नेत्यांशी याबाबत चर्चा करावी.
- त्याचवेळी कलम ३५२ [आणीबाणीची परिस्थिती जाहीर करणे] व कलम ३५९ [राज्यघटनेच्या भाग ३ मध्ये बहाल करण्यात आलेल्या हक्कांच्या अंमलबजावणीला आणीबाणीच्या परिस्थितीत स्थगिती देणे] यात लोकशाहीच्या तत्त्वाला व घटनेतील संघराज्याच्या संकल्पनेला बाधा न आणता, अधिक बलवान बनविण्यासाठी कायदा आयोगाकडे पाठवावे (भारत सरकार २००१: ४३–४४).

त्यावेळी केंद्रात सत्तेवर असणारे एनडीए सरकार केंद्राला अधिक बलवान

बनविण्यासाठी कुठपर्यंत जाण्यास तयार होते हे लक्षात घेण्याजोगे आहे. डिसेंबर १९९२ मध्ये बाबरी मशीद उध्वस्त होण्यास जबाबदार असणाऱ्या भारतीय जनता पक्षाने अयोध्येत केंद्रीय दले तैनात करण्यास जोरदार विरोध केला होता इतकेच नव्हे, तर केंद्र सरकारने एकतर्फी कारवाई केल्यास मोठे जनआंदोलन करण्याची धमकी दिली होती याचीही आठवण करून द्यायला हवी. याचा परिणाम म्हणजे, देशभरातून एकत्रित करण्यात आलेले केंद्रीय दलांचे सुमारे २०,००० कर्मचारी व अधिकारी अयोध्येपासून १० किलोमीटर अंतरावर उपस्थित असतानाही राज्य सरकारने मशिदीचे रक्षण करण्यासाठी त्यांचा वापर करण्याचे नाकारल्याने मशीद वाचवता आली नाही. त्यावेळचा भारतीय जनता पक्षाचा व राज्य सरकारचा पवित्रा पाहता तत्कालिन पंतप्रधान नरसिंह राव हतबल झाले (गोडबोले १९९६: ३३२-४१८). इंदिरा गांधींच्या काळातील १९७५-७७ च्या अतिशय कुप्रसिद्ध आणीबाणीच्या काळाप्रमाणेच केंद्र सरकारकडे अधिक सत्ता असावी यासाठी एनडीएची कोठवर जाण्याची तयारी होती याची नोंद घेणेही महत्त्वाचे आहे. ते काहीही असले तरी, देशातील अंतर्गत सुरक्षेची चिंताजनक परिस्थिती पाहता एनडीएने असे प्रस्ताव मांडले होते हे महत्त्वाचे असून युपीएने त्याच्या आधारे या महत्त्वाच्या प्रश्नांवर देशात एकमत घडवून आणण्याचा प्रयत्न करायला हवा.

केंद्र सरकारने देशातील जातीयवादी दंगलींना तोंड देण्यासाठी 'जातीयवादी दंगे (प्रतिबंध, आटोक्यात आणणे व पीडितांचे पुनर्वसन) विधेयक, २००५', तयार केले होते. काही विशिष्ट प्रसंगी जातीयवादी दंगली आटोक्यात आणण्यासाठी केंद्र सरकारला देण्यात आलेले विशेष अधिकार ही या विधेयकातील एक महत्त्वाची तरतूद आहे. कलम ५५ च्या संदर्भात जातीय तणावांच्या प्रसंगी राज्य सरकारला आदेश देण्याचे, राज्यातील एखादा प्रदेश जातीय तणावाखाली असल्याचे जाहीर करण्याचे, व गरज भासल्यास सशस्त्र दले तैनात करण्याचे अधिकार केंद्र सरकारला देण्यात आले आहेत. ज्यावेळी सशस्त्र दले तैनात करण्याचा निर्णय घेण्यात आला असेल, तेव्हा अशा दलांमध्ये समन्वयासाठी व त्यांच्या कार्यावर लक्ष ठेवण्यासाठी एक 'एकात्मिक अधिकार केंद्र' (युनिफाइड कमांड) केंद्र सरकार वा राज्य सरकार निर्माण करू शकेल. एखाद्या राज्यातील प्रदेश जातीय तणावग्रस्त असल्याचे केंद्र सरकारने जाहीर केल्यास तो आदेश संसदेच्या दोन्ही सदनांसमोर ठेवावा लागेल (भारत सरकार २००७: २४-४४०). हे विधेयक

२००५ पासून प्रलंबित असून राज्यांच्या विरोधामुळे ते पारित होणे कठीण आहे. दिल्लीतील १९८४ सालच्या शीखविरोधी दंगलीत दिसून आल्याप्रमाणे जातीय दंगली आटोक्यात आणण्यामध्ये केंद्र सरकारची कामगिरी राज्यांपेक्षा काही विशेष चांगली नाही. तथापि, शिवसेना–भाजपच्या राजवटीतील महाराष्ट्रातील डिसेंबर १९९२ व जानेवारी १९९३ मधील दंगलींचा व २००२ च्या गुजरातमधील गोध्राच्या दंगलीचा अनुभव पाहता, सत्तेचा समतोल राखण्यासाठी, अर्थात केंद्राने अधिकारांचे अतिक्रमण करू नये यासाठी काही महत्त्वाचे बदल करून, केंद्र शासनाकडे अधिक महत्त्वाचे अधिकार देणे गरजेचे आहे.

दरम्यानच्या काळात, निदान केंद्र व राज्य सरकार या दोघांनाही कारवाई करणे शक्य व्हावे यासाठी घटनेत सुधारणा करून पोलिस व सुव्यवस्था हा विषय समवर्ती सूचीत घालण्यात यावा. यामुळे केंद्र सरकारला केंद्रीय दले देशात कोठेही ठेवून, गरज लागल्यास त्यांना तैनात करून वापरताही येईल. केंद्र सरकारकडे जादा अधिकार देण्याने दहशतवाद, संघटित गुन्हेगारी आणि गंभीर स्वरुपाच्या जातीयवादी दंगलींच्या प्रसंगी कठोर कारवाई करणे शक्य होईल. राजकीय पक्षांच्या नेत्यांच्या मुत्सद्देगिरीची ही परीक्षा ठरेल. याविषयी घटनादुरुस्तीला पाठिंबा देताना राजकीय पक्ष आपले संकुचित राजकीय हितसंबंध बाजूला ठेवतील अशी आपण आशा करूया.

गुप्तवार्ता विभाग (आयबी), परदेशी गुप्तवार्ता विभाग (आरएडब्ल्यू) व राष्ट्रीय तांत्रिक संशोधन संघटना (एनटीआरओ) या गुप्तवार्ताविषयक संस्थांचा केंद्र सरकारकडून गैरवापर होण्याची शक्यता लक्षात घेता, या संघटनांच्या कार्यावर संविधानिक नियंत्रण असणे व त्यांच्या निधीचे नियंत्रक व महालेखापरीक्षकांनी परीक्षण करणे आवश्यक आहे.

भारताच्या संसदीय लोकशाहीची अग्निपरीक्षा या माझ्या पुस्तकात मी अशी शिफारस केली होती की, इतर काही लोकशाही देशात केले जाते त्याप्रमाणे या संस्थांच्या कारवायांवर लक्ष ठेवण्यासाठी संसदेची एक नवीन संयुक्त स्थायी समिती सुरक्षा व गुप्तवार्ता या विषयांसाठी स्थापन करण्यात यावी (गोडबोले २०१२: २९२). राज्यातील गुप्तवार्ता विभागांसाठीही अशाच प्रकारची कार्यवाही करण्यात यावी.

भ्रष्टाचाराची चढती कमान

कोणत्याही राजकीय पक्षाचे सरकार सत्तेत असले तरी भ्रष्टाचारासंबंधी त्यांची भूमिका काहीशी संदिग्धच असते. 'कायद्याप्रमाणे कारवाई केली जाईल' किंवा 'कितीही उच्च पदावर असलात तरी कायदा सर्वात वरचढ आहे' या घोषणा जशा अर्थहीन ठरल्या आहेत त्याचप्रमाणे 'भ्रष्टाचार सहन केला जाणार नाही' (झिरो टॉलरन्स फॉर करप्शन) ही घोषणाही पोकळच ठरली आहे. सत्य याच्यापेक्षा फारच निराळे आहे. कायदा आयोगाने आपल्या १६६ व्या अहवालात (१९९९) नमूद केले आहे की, 'भ्रष्टाचार विरोधी कायद्याचा भ्रष्टाचार रोखण्यासाठी काहीही उपयोग झालेला नाही. भारत हा जगातील सर्वाधिक भ्रष्ट देशांमधील एक गणला जात असला, तरी या संदर्भातील खटल्यांची संख्या आणि त्यात शिक्षा होण्याची संख्या हास्यास्पद वाटावी इतकी कमी आहे.' भ्रष्टाचाराच्या गुन्ह्याखाली शिक्षा झालेल्या व्यक्तींची आंतरराष्ट्रीय आकडेवारी पाहता इतर देशांत शिक्षा होण्याचे प्रमाण भारतापेक्षा कितीतरी अधिक आहे. भारतातील १,००,००० लोकसंख्येमागे १९९८ व १९९९ साली शिक्षा होण्याचे प्रमाण केवळ ०.०७ होते. याच सालांतील चीनमधील हेच प्रमाण ०.७१, व ०.६९, मलेशियात १.०४ व २.८२ आणि रिपब्लिक ऑफ कोरियात १.७३ व ३.१३ असे होते (भारत सरकार २००७: ११०).

निरनिराळ्या पंतप्रधानांनी व सत्तेत वरिष्ठ पदांवर असणाऱ्या व्यक्तींनी वेळोवेळी जी वक्तव्ये केली आहेत त्यामुळे सरकार भ्रष्टाचार निपटून काढण्यासाठी कटिबद्ध आहे असा जनतेला विश्वास वाटावा अशी परिस्थिती नाही. इंदिरा गांधींनी 'भ्रष्टाचार हे आंतरराष्ट्रीय सत्य आहे' असे विधान केले होते. बँक घोटाळ्यातील प्रमुख आरोपी हर्षद मेहता याने पंतप्रधान नरसिंह राव यांना १ कोटी रुपयांच्या चलनी नोटा असलेली ट्रंक स्वत: नेऊन दिल्याचा दावा केला होता. लोकसभेचा वेळ भ्रष्टाचाराची चर्चा करण्यात वाया घालवला जाऊ नये असे चंद्रशेखर यांनी चातुर्याने म्हटले होते (*लोकसत्ता*, २७ सप्टेंबर १९९७). ते म्हणाले होते, 'प्रामाणिकपणा म्हणजेच सर्व काही नव्हे. एका पोलिस शिपायाने ५ रुपयांची लाच घेतली, म्हणून संपूर्ण देश जगातील भ्रष्ट देशांतील सातव्या क्रमांकावर आहे असे म्हणता येत नाही. त्याने आपल्या कुटुंबासाठी लहानशी रक्कम घेण्यात काहीच

चुकीचे नाही (*इंडियन एक्स्प्रेस*, २६ डिसेंबर १९९६). भ्रष्टाचाराविषयीच्या सरकारच्या नाईलाजाबद्दल बोलताना तत्कालिन पंतप्रधान इंदरकुमार गुजराल यांनी लाल किल्यावरून केलेल्या भाषणात म्हटले होते की लोकांनी आता भ्रष्टाचाराच्या विरोधात सत्याग्रहच सुरू करावा! (*महाराष्ट्र टाइम्स*, १५ सप्टेंबर १९९७). पंतप्रधानपद सोडताना व्ही. पी. सिंग म्हणाले होते की पंतप्रधानपदाचा मुकुट दिल्लीत नसून तो मुंबईतील शक्तीशाली उद्योगपतींच्या [बहुधा याचा रोख अंबानींकडे असावा] तिजोरीत असतो. महाराष्ट्रातील शिवसेना- भारतीय जनता पक्षाच्या सरकारचा 'रिमोट कंट्रोल' असे स्वत:ला म्हणविणाऱ्या बाळासाहेब ठाकरे यांनी सार्वजनिकरित्या विधान केले होते की 'भ्रष्ट घटकांविरुद्ध कारवाई करायची म्हटले तर सरकार चालविताच येणार नाही' (*महाराष्ट्र टाइम्स*, ५ जानेवारी १९९९०). पश्चिम बंगालचे तत्कालिन मुख्य मंत्री असणारे वास्तववादी कम्युनिस्ट ज्योती बसु यांनी लंडनमध्ये भाषणात म्हटले की भारतात पाच वर्षांसाठी भ्रष्टाचार स्थगित करण्यात यावा!! (*टाइम्स ऑफ इंडिया*, २९ सप्टेंबर १९९१). इंदिरा गांधी, राजीव गांधी व नरसिंह राव हे निदान तीन पंतप्रधान तरी भ्रष्टाचाराच्या प्रकरणांमध्ये गुंतलेले होते. दुर्दैवाने कोणावरीलही आरोप सिद्ध करण्याचा प्रयत्नही करण्यात आला नाही. पंतप्रधान मनमोहन सिंग जरी व्यक्तिश: प्रामाणिक असले, तरी २जी घोटाळा, कोलगेट, राष्ट्रकुल क्रीडास्पर्धा, अतिमहत्त्वाच्या व्यक्तींसाठी करावयाची हेलिकॉप्टर खरेदी वगैरेंसारखे महाघोटाळे घडत असताना ते मंत्रीमंडळाचे प्रमुख होते. आपल्याला चुकीचा सल्ला देण्यात आला होता ही त्यांनी बचावासाठी पुढे केलेली सबब विश्वास ठेवण्याजोगी तर नाहीच, उलट त्याने त्यांच्या कार्यक्षमतेवर किंवा तिच्या अभावावर चांगलाच प्रकाश पडतो. बिहारच्या एका मंत्र्याने उघडपणे विचारले होते की कामाच्या प्रत्येक कंत्राटावर १० टक्के हिस्सा मिळाला नाही तर मंत्र्याने आपला चरितार्थ चालवावा तरी कसा. एका केंद्रीय मंत्र्याने एका पत्रकाराच्या प्रश्नाला उत्तर देताना तुच्छतेने म्हटले होते की कोणीही स्वाभिमानी मंत्री इतकी मामुली लाच स्वीकारणार नाही! तत्कालिन पंतप्रधान व्ही.पी. सिंग म्हणाले होते की 'प्रतिष्ठेवरून गुन्हेगारी ठरते असे दिसते. आर्थिक किंवा राजकीय महत्त्वाची विशिष्ठ पातळी ओलांडल्यानंतर गुन्हा होतच नाही' (*टाइम्स ऑफ इंडिया*, १० सप्टेंबर १९९८). १५ वर्षांनंतरही या परिस्थितीत काहीच फरक पडलेला नाही.

बी.आर. लाल या आयपीएस अधिकाऱ्याने अनेक वर्षे केंद्रीय अन्वेषण ब्युरोत काम केले होते. त्यांनी त्यांच्या मृत्युपूर्वी एका लेखात लिहिले होते की या विभागातील अधिकाऱ्यांनी 'श्रेष्ठ लोकांच्या वाट्याला जाणे अपेक्षित नाही... जे कायदे बनवितात आणि त्यांची अंमलबजावणी करतात त्यांना ते कायदे लागू होत नाहीत... प्रामाणिक चौकशी अधिकारी देखील कारवाई करण्यापूर्वी प्रकरणातील पुराव्यांऐवजी राजकीय आणि प्रशासकीय परिणामांचाच अधिक विचार करतात' (लाल २०१२: १२-१५). त्यामुळे राजकीयदृष्ट्या वरिष्ठ आणि शक्तिशाली व्यक्तींच्या प्रकरणांशी तुलना करता कनिष्ठ अधिकाऱ्यांच्या प्रकरणी शिक्षा होण्याचा संभव बराच अधिक असतो.

दररोजच्या वृत्तपत्रात भ्रष्टाचाराच्या प्रकरणांची गर्दी असते आणि त्यात गुंतलेल्या रकमा थक्क करणाऱ्या असतात. रेल्वे मंत्री पवन कुमार बन्सल यांच्या भाच्याला रेल्वे मंडळाचे एक सदस्य ९० लाख रुपयांची लाच देत असताना केंद्रीय अन्वेषण ब्युरोने पकडले (*इंडियन एक्स्प्रेस*, ४ मे २०१३). एकूण १० कोटींची लाच देण्याचे ठरले असतांना हा केवळ पहिला हप्ता होता असे यावेळी सांगण्यात आले. एखादे विशिष्ठ पद मिळण्यासाठी इतकी मोठी रक्कम देण्यात येत असेल, तर त्या पदावरील व्यक्ती आपल्या कार्यकाळात किती रक्कम मिळवीत असेल, याची आपण केवळ कल्पनाच करू शकतो. म्हणूनच काँग्रेस पक्षाने या प्रकरणात नैतिक आणि सन्मान्य पावले उचलून रेल्वे मंत्री बन्सल यांना राजीनामा देण्यास सांगण्याऐवजी जनमताचा रेटा असह्य होईपर्यंत या प्रसंगाला बेरडपणे तोंड देण्याचे ठरविले याचे आश्चर्य वाटत नाही.

२०१३ साली युपीए सरकारने एक ७९ पानी प्रगती पुस्तक प्रसिद्ध करून सरकारच्या ९ वर्षांच्या कार्यकाळातील आणि त्याआधीच्या वर्षातील देशाच्या प्रत्येक क्षेत्रातील प्रगतीचा आढावा घेतला ही विशेष लक्षात घेण्याजोगी बाब आहे. प्रशासन व भ्रष्टाचाराच्या संदर्भात या प्रगती पुस्तकात एवढेच म्हटले आहे की: (१) भ्रष्टाचार प्रतिबंधक कायद्यात सुधारणा करण्याचे प्रस्तावित आहे व (२) भ्रष्टाचार विरोधी व पारदर्शकतेसाठी अनेक विधेयके तयार करण्यात येत आहेत, त्यात लोकपाल विधेयकाचाही समावेश आहे (*इंडियन एक्स्प्रेस*, २३ मे २०१३).

सर्वोच्च न्यायालयाचे माजी न्यायमूर्ती व सध्या प्रेस कौन्सिलचे अध्यक्ष असणारे मार्कंडेय काटजू यांनी असा सिद्धांत मांडला आहे की भारताचे औद्योगिकरण पूर्ण होईपर्यंत भ्रष्टाचार चालूच राहील (काटजू २०१२: ११). त्यांनी भर देऊन असेही म्हटले आहे की:

> भारतासारखा एखादा समाज जेव्हा जमीनदारी व शेतीवर आधारित व्यवस्थेतून आधुनिक औद्योगिक समाजव्यवस्थेत प्रवेश करतो, तेव्हा समाजात भ्रष्टाचार पसरणे साहजिकच आहे. दुसरे म्हणजे, जेव्हा हे परिवर्तन पूर्ण होईल आणि उत्तर अमेरिका व युरोपप्रमाणे देश एक पूर्णत: औद्योगिक समाज बनेल, तेव्हा त्याला काहीसे स्थैर्य मिळेल व भ्रष्टाचार पुष्कळच कमी होईल. माझ्या मते भारतात हे घडण्यास आणखी १५ ते २० वर्षे लागतील... मी भ्रष्टाचाराचे समर्थन करीत नाही. भारतासारख्या परिवर्तनशील देशात भ्रष्टाचार होणे आपण टाळू शकत नाही हे सांगण्यासाठीच मी केवळ हे वैज्ञानिक परीक्षण सादर करीत आहे.

भारताच्या सर्वोच्च न्यायालयातील न्यायमूर्तीचे हे अवतरण मी मुद्दाम पूर्णपणे उधृत केले आहे, कारण त्यांनी स्वत:च न्यायपीठावरून वाढत्या भ्रष्टाचाराबद्दल चिंता व अस्वस्थता व्यक्त करताना म्हटले होते की, 'सर्वांनाच देश लुटायचा आहे; भ्रष्ट घटकांचा देशातून नायनाट करण्यासाठी अशा काही जणांना चौकात फाशी देणे हाच यावरील उपाय दिसतो' (*इंडियन एक्स्प्रेस*, ८ मार्च २००७). या पार्श्वभूमीवर त्यांची अलीकडील वक्तव्ये समजणे कठीण जाते. देशाच्या औद्योगिकरणाची पातळी व भ्रष्टाचार यांचा एकमेकांशी सुतराम संबंध नाही. माहिती तंत्रज्ञानातील प्रगती आणि सेवाक्षेत्राचे वाढते महत्त्व लक्षात घेता पारंपारिक औद्योगिकरणाचे स्वरूप व प्रक्रिया यांच्यात गुणात्मकरित्या मोठाच बदल झाला आहे. काटजूंनी केलेल्या विधानानुसार परिवर्तनाची किंमत म्हणून देशाने भ्रष्टाचाराचा स्वीकार करावा असा अर्थ ध्वनित होतो. हे विधान शास्त्राधारित असल्याचा कितीही आव आणला तरी सार्वत्रिक भ्रष्टाचार सहन कराव्या लागणाऱ्या सामान्य जनतेसाठी ते तिटकारा उत्पन्न करणारेच आहे. शिवाय काटजूंचे हे विधान सर्वत्र मान्य करण्यात आलेल्या सुशासनाच्या कल्पनेच्याही विरुद्धच आहे. भ्रष्टाचाराचा हा धोका कमी करण्यासाठी या प्रकरणात काही सर्वंकष धोरणात्मक उपायांची पुढे चर्चा करण्यात आली आहे.

युरोपमधील खोलात जाऊन चौकशी करण्याच्या पद्धतीचा अंगिकार[९]

केंद्रीय अन्वेषण ब्युरो (सीबीआय) (याची कॉंग्रेस ब्युरो ऑफ इन्व्हेस्टिगेशन किंवा कॉंग्रेस बचाओ ब्युरो ऑफ इन्व्हेस्टिगेशन ही नावे लोकप्रिय आहेत), अंमलबजावणी संचलनालय, महसूल गुप्तवार्ता विभाग यांसारख्या चौकशी यंत्रणांचा अनुभव निराशाजनक आहे. केंद्रात सत्तेवर असणाऱ्या प्रत्येक सरकारने यांचा गैरवापर केला. कायदामंत्री अश्विनी कुमार व पंतप्रधान कार्यालय यांनी कोळसा घोटाळ्याची चौकशी करणाऱ्या केंद्रीय अन्वेषण ब्युरोच्या वरिष्ठ अधिकाऱ्यांना बोलावून त्यांच्याकडून त्यांनी केलेल्या चौकशीची माहिती घेऊन त्यांचा अहवाल सरकारच्या सोयीसाठी हवा तसा बदलून घेतला ही अलीकडच्या काळातील मोठीच वादग्रस्त घटना म्हणता येईल. सर्वोच्च न्यायालयाचे, हवाला व इतर प्रकरणांमध्ये या यंत्रणांनी स्वतंत्रपणे व स्वायत्ततेने चौकशी करावी यासाठी केलेले प्रयत्नही अपयशी ठरले. केंद्रीय अन्वेषण ब्युरोचे संचालक रणजित सिन्हा, यांनी अशी भूमिका घेतली की ते सरकारचा एक भाग असल्याने कायदा मंत्री अश्विनी कुमार यांना चौकशी अहवाल दाखविणे यात काहीच गैर नाही, ती अधिक अस्वस्थ करणारी आहे. अशी मानसिकता असल्यास, केंद्रीय अन्वेषण ब्युरोला स्वातंत्र्य व स्वायत्तता असावी असा विचार करण्याला देखील काहीच अर्थ रहात नाही. या प्रकरणाची चौकशी सर्वोच्च न्यायालयाच्या देखरेखीखाली करण्यात येत असल्याने हा चौकशी अहवाल आपल्याला दाखविता येणार नाही असे सिन्हा यांनी कायदा मंत्र्यांना नम्रपणे परंतु स्पष्ट शब्दात सांगायला हवे होते. परंतु सिन्हांनी मंत्र्यांचे म्हणणे मानले. एखाद्या वरिष्ठ अधिकाऱ्याला वाकायला सांगितल्यावर त्याने रांगत जावे अशा प्रकारचे हे आणखी एक उदाहरण आहे. ज्या सरकारी वकिलांनी न्यायालयाला सत्य शोधण्यात मदत करावयाची असते त्यांच्या भूमिकेबाबतही अनेक प्रश्न उपस्थित होतात. कायदा मंत्र्यांनी बोलाविलेल्या बैठकीस उपस्थित राहण्याऐवजी महा न्यायप्रतिनिधी व अतिरिक्त महाधिवक्ता यांनी अशी बैठक न बोलावण्याचा सल्ला मंत्रीमहोदयांना देणे अधिक उचित झाले असते.

बऱ्याच वेळा गुंतागुंतीची व संवेदनशील प्रकरणे केंद्रीय अन्वेषण ब्युरोकडे सोपवली

जावीत अशी हाकाटी करण्यात येते, परंतु बहुतेक वेळा याचा परिणाम निराशाजनकच दिसतो. आजकाल चौकशी सर्वोच्च न्यायालयाच्या देखरेखीखाली केली जावी अशीही मागणी केली जाताना दिसते. अतिमहत्त्वाच्या व्यक्तींच्या वापरासाठीच्या ऑगस्टा वेस्टलँड हेलिकॉप्टरच्या खरेदी घोटाळ्याचे प्रकरण हे याचे अगदी अलीकडील उदाहरण आहे. हा मार्ग केवळ काही राजकीय दृष्ट्या अतिशय संवेदनशील व फार मोठ्या आणि प्रसिद्ध प्रकरणांसाठीच निवडता येईल हे उघडच आहे. इतर प्रकरणांमध्ये काय करावे हा कळीचा प्रश्न आहे. याचे उत्तर मिळाल्याखेरीज भ्रष्टाचाराचा नायनाट करणे हे एक स्वप्नच राहील. एक सुरुवात म्हणून, भारतातील दोषारोप ठेवण्याच्या पद्धतीऐवजी, काही महत्त्वाच्या प्रकरणांमध्ये युरोपमध्ये तेराव्या शतकापासून चालत आलेली, पोलिस चौकशी न्यायदंडाधिकाऱ्यांच्या देखरेखीखाली खोलात जाऊन करण्याची पद्धत अवलंबावी असे माझे मत मी काही काळापासून मांडत आहे. या पद्धतीच्या चौकशीत न्यायाधिशांनी पुढाकार घेऊन आरोपीसहित सर्व संबंधित व्यक्तींच्या चौकशीतून नेमके काय घडले असावे, सत्य परिस्थिती काय असावी याबाबत खात्री करून त्यानुसार कायदेशीर कारवाई करावी अशी अपेक्षा असते. आपल्याकडील दोषारोप ठेवण्याच्या पद्धतीत न्यायाधीश केवळ दोन विरोधी पक्षांतील पंचाचेच काम करतात. युरोपमधील चौकशीची पद्धत अवलंबिल्यास चौकशीतील राजकीय हस्तक्षेप व इतर दबाव नाहीसा होऊ शकेल. न्यायदंडाधिकारी हे वरिष्ठ न्यायाधिशांच्या व अखेर उच्च न्यायालयाच्या हाताखाली काम करतील. यासाठी अधिक न्यायदंडाधिकारी पदे निर्माण करावी लागतील, परंतु कायद्याचे राज्य स्थापन करण्याच्या दृष्टीने विचार केला तर हा खर्च कारणी लागला असेच म्हणता येईल. केंद्रीय अन्वेषण ब्युरोच्या संचालकांची निवड करण्यासाठी एक उच्च स्तरीय समिती नेमण्याची मागणी लोकपाल विधेयकामध्ये करण्यात येत आहे, पण केवळ तेवढेच पुरेसे ठरणार नाही. कोणताही हस्तक्षेप न होता व दबाव न येता निःपक्षपातीपणे चौकशी होणे हे ही महत्त्वाचे आहे. त्या अनुषंगाने केंद्रीय अन्वेषण ब्युरोच्या संचालकांना त्या पदावरून निवृत्त झाल्यानंतर इतर कोणतेही सार्वजनिक पद भूषविण्यास अपात्र मानले जावे.

खटले चालविण्यासाठी स्वतंत्र संचालनालयाची निर्मिती

खटले चालविण्यासाठी संचालनालयाची निर्मिती केली जाणेही तितकेच गरजेचे आहे. हवाला प्रकरणाच्या वेळी सर्वोच्च न्यायालयाला असे सुचविण्यात आले होते की अमेरिकेच्या धर्तीवर स्वतंत्र सरकारी वकिलांची संस्था स्थापन करण्यात यावी. दुर्दैवाने, असे आदेश देण्याची वेळ अद्याप आलेली नाही आणि त्याऐवजी सरकारने स्वतःच यासाठी योग्य ती पावले उचलावीत असे न्यायालयाचे मत होते. आतापर्यंतच्या अनुभवावरून, अनेक प्रकारचे हितसंबंध गुंतलेले असल्याने, सरकार याबाबतीत काही करण्याची शक्यता फारच कमी आहे. २००९ साली युपीए २ चे सरकार सत्तेत आल्यापासून महाधिवक्ता व अतिरिक्त महाधिवक्ता या पातळीवरील चार वरिष्ठ अधिकाऱ्यांनी प्रकरणे कशी हाताळावीत याबाबत सरकारशी मतभेद झाल्याने राजीनामे दिले. सरकारी वकिलांच्या नेमणुकांमध्ये अतिशय राजकारण असल्याचे दिसून आले आहे. उदाहरणार्थ, बोफोर्स प्रकरणात सरकारी वकिलांनी सार्वजनिक हिताचा पाठपुरावा केला नाही. २जी घोटाळा प्रकरणातील केंद्रीय अन्वेषण ब्युरोचे प्रतिनिधित्व करणाऱ्या सरकारी वकिलांनी सरकारचे धोरण व विचारधारा यांची माहिती प्रमुख आरोपीला देऊन सरकारची बाजू कमकुवत केली असे म्हटले जाते. बऱ्याच वेळा केंद्रीय अन्वेषण ब्युरोचे प्रतिनिधित्व करणारे सरकारी वकील कमकुवत असतात. यावरील उपाययोजनेला विलंब लावून चालणार नाही अशी परिस्थिती आता येऊन ठेपली आहे. केंद्रीय दक्षता आयोगाच्या अंतर्गत खटले चालविण्याचे एक स्वतंत्र संचालनालय (डायरेक्टोरेट ऑफ प्रॉसिक्युशन– डीपी) तातडीने निर्माण केले जावे अशी माझी सूचना आहे. सर्व महत्त्वाचे सरकारी खटले रास्त पद्धतीने व जोमाने चालविले जातील हे पाहणे ही याची वैधानिक जबाबदारी असावी. हे संचालनालय कायदा मंत्रालयात न ठेवता ते केंद्रीय दक्षता आयोगामध्ये निर्माण करावे असे मी मुद्दामच म्हटले आहे कारण विशेषतः राजकीयदृष्ट्या संवेदनशील असणाऱ्या बोफोर्स, २ जी घोटाळा, कोळसा घोटाळा आदि प्रकरणांचा अनुभव पाहता कायदा मंत्रालयाची विश्वासार्हता निश्चितच खालावली आहे.

केंद्रीय अन्वेषण ब्युरोचे स्वातंत्र्य राखणे

केंद्रीय अन्वेषण ब्युरोच्या कार्याच्या खालावलेल्या पातळीचा अनेक समित्यांनी अभ्यास केला असून त्यावर टीकाही करण्यात आली आहे. एल.पी. सिंग समिती, आणीबाणीच्या काळातील पोलिसांच्या अतिरेकी कारवायांबाबतचा शाह चौकशी आयोग, धर्मवीर यांच्या अध्यक्षतेखालील राष्ट्रीय पोलिस आयोग व संसदेची अंदाज समिती या त्यापैकी काही होत.

२९ एप्रिल १९७० रोजी केंद्रीय अन्वेषण ब्युरोसाठी स्वतंत्र कायदा करण्याचा प्रश्न संसदेत प्रथमच मांडण्यात आला. संसदेत एका प्रश्नाला उत्तर देताना गृहमंत्री यशवंतराव चव्हाण यांनी सांगितले की, 'कायदा मंत्रालय व इतर संबंधित सल्लागारांशी विचार विनिमय करून एखादा केंद्रीय कायदा करण्याचा विचार चालू आहे.'

संसदेच्या अंदाज समितीने (१९९१-९२) इतर बाबींबरोबरच अशी शिफारस केली होती की केंद्रीय अन्वेषण ब्युरोच्या जबाबदाऱ्या नमूद करणारे एक विधेयक सरकारने तयार करावे. केंद्रीय अन्वेषण ब्युरोला वैधानिक दर्जा आणि निश्चित स्वरुपाचे कायदेशीर अधिकार दिले जावेत व त्यासाठी राज्यघटनेत सुधारणा केली जावी. त्याचप्रमाणे केंद्रीय अन्वेषण ब्युरोहून पूर्णतया निराळ्या राष्ट्रीय पोलिस यंत्रणा स्थापनेच्या प्रश्नाकडे तातडीने व गांभीर्याने लक्ष दिले जावे असेही सुचविण्यात आले होते. ही शिफारस करण्यात आली त्यावेळी मी गृहसचिव होतो. गृह मंत्रालयाने यावर आपले मत लवकर द्यावे असा समितीचा आग्रह होता. या विषयाचे महत्त्व लक्षात घेऊन गृह मंत्रालयाने सचिव समितीत चर्चा करण्यासाठी एक विषयपत्रिका तयार करून ती सर्व संबंधित मंत्रालयांकडे त्यांचे मत मागण्यासाठी पाठविली होती. गृहमंत्रालयाने यात पुढाकार घेतल्याचे पाहून कर्मचारीविषयक मंत्रालयाला इतका राग आला की त्या मंत्रालयाच्या राज्यमंत्री मार्गारेट अल्वा यांनी पंतप्रधान नरसिंह राव यांच्याकडे त्याबाबत तक्रार केली. अंदाज समितीच्या या शिफारशीवर काही कारवाई व्हावी अशी त्यांचीही इच्छा नव्हती आणि त्यांनी अल्वांना तसे गृहमंत्र्यांना कळवायला सांगितले. हा विषय तिथेच संपला! (गोडबोले १९९६: ३२०-२२).

संसदेच्या कर्मचारी, सार्वजनिक तक्रारी व कायदा आणि न्याय विषयक स्थायी

समितीने आपला १९ वा अहवाल राज्य सभेला १० मे २००७ रोजी सादर केला. त्यात 'विश्वासार्हता व नि:पक्षपातीपणा कायम राखण्यासाठी काळाची गरज म्हणून' केंद्रीय अन्वेषण ब्युरोसाठी स्वतंत्र कायदा करण्याची शिफारस केली होती. आतापर्यंत उल्लेख करण्यात आलेल्या प्रत्येक समितीने 'अतिशयोक्त राजकीय हस्तक्षेप' या केंद्रीय अन्वेषण ब्युरोच्या कार्यपद्धतीतील मूलभूत दोषावर टीका केली आहे.

अगदी अलीकडच्या काळात मायावती व मुलायम सिंग यादव यांच्याविरुद्धच्या प्रमाणाबाहेर मालमत्ता जमविल्याच्या प्रकरणात केंद्रीय अन्वेषण ब्युरोने सर्वोच्च न्यायालयात जी भूमिका घेतली होती, त्यावरून त्यांचा 'बोलविता धनी' कोण होता हे स्पष्टच होते. यापूर्वी उल्लेख करण्यात आल्याप्रमाणे, कोळसा घोटाळा प्रकरणाची चौकशी सर्वोच्च न्यायालयाच्या देखरेखीखाली चालू असताना केंद्रीय कायदा मंत्री अश्विनी कुमार यांनी केंद्रीय अन्वेषण ब्युरोचे संचालक व इतर अधिकाऱ्यांना चर्चेसाठी बोलावून चौकशीचे निष्कर्ष व न्यायालयासमोर ठेवण्यासाठी त्यांनी प्रस्तावित केलेला अहवाल पाहण्याचे अविवेकी धाडस केले होते. एरवी कोणाला असा विचार सुचलाही नसता, परंतु पंतप्रधान कार्यालयातील व कोळसा मंत्रालयातील अधिकारी देखील या चर्चेच्या प्रसंगी उपस्थित होते आणि पंतप्रधान व कोळसा मंत्री (मनमोहन सिंग) यांच्या हितसंबंधांचे रक्षण केले जाईल याची खात्री करून घेण्यात त्यांना कोणताही संकोच वाटला नाही. संसदेत, प्रसिद्धी माध्यमांमध्ये व समाजात सर्वत्र राजकीय गदारोळ झाल्यानंतर देखील पंतप्रधानांनी नि:संदिग्धपणे जाहीर केले की अश्विनी कुमार यांना राजीनामा देण्यास सांगण्यात येणार नाही. अश्विनी कुमार यांनी पंतप्रधानांचा बचाव करण्यासाठी जी अविवेकी कृती (हे फारच सभ्य शब्द झाले) केली होती, ते पाहता याचे अजिबात आश्चर्य वाटत नाही. जेव्हा जनमताचा रेटा असह्य झाला तेव्हाच अखेर अश्विनी कुमार यांना मंत्रीपद सोडण्यास सांगण्यात आले! हा उद्धटपणा आणि बेमुर्वतखोरपणा पाहून केंद्रीय अन्वेषण ब्युरोला स्वातंत्र्य व स्वायत्तता देण्याचा प्रश्न किती गंभीर आहे हे लक्षात येते. मनमोहन सिंगांवर अश्विनी कुमारांचे इतके उपकार असावेत की आता त्यांना मंत्रीमंडळातील मंत्र्याचा दर्जा देऊन जपानमध्ये विशेष दूत नियुक्त करण्यात आले आहे.

कोळसा घोटाळा प्रकरणाच्या सुनावणीदरम्यान सर्वोच्च न्यायालयाने ८ मे २०१३

रोजी, सरकारवर परत एकदा ताशेरे ओढले होते की, केंद्रीय अन्वेषण ब्युरो 'आपल्या मालकाच्या आवाजात बोलणारा पिंजऱ्यातला पोपट आहे. आणि वाईट गोष्ट अशी आहे की या एका पोपटाचे अनेक मालक आहेत.' पंतप्रधान कार्यालयातील आणि कोळसा मंत्रालयातील व कायदा मंत्रालयातील सहसचिवांनी केलेल्या दुरुस्त्यांमुळे 'या अहवालाचे स्वरूपच बदलले' असेही न्यायालयाने म्हटले. न्यायालयाने पुढे असेही म्हटले की सर्व प्रकारच्या दबावाला कशा प्रकारे तोंड द्यावे हे केंद्रीय अन्वेषण ब्युरोला माहीत असायला हवे. या पार्श्वभूमीवर परदेश व्यवहार मंत्री व माजी कायदा मंत्री सलमान खुर्शीद यांनी पूर्णपणे वकिली डावपेच करीत व शब्दांचा श्लेष काढीत म्हणावे की, 'अश्विनीला विनाकारण दोष देऊ नका... हस्तक्षेप करणे आणि माहिती करून घेणे यात फारच थोडा फरक आहे' हे धक्कादायकच आहे (*इंडियन एक्स्प्रेस*, १९ मे २०१३). याहून अधिक चलाखी ती काय असेल? सर्व लोकांना सर्वकाळ फसविण्याचा हा एक केविलवाणा प्रयत्न होता. केंद्रीय अन्वेषण ब्युरोने अखेर कबूल केले की चौकशी अहवाल सरकारला दाखविणे ही त्यांच्या हातून घडलेली चूक होती. या खटल्याच्या सुनावणीच्या पुढील तारखेपूर्वी, म्हणजे १० जुलै २०१३ पर्यंत केंद्रीय अन्वेषण ब्युरोला अलग करणारा कायदा करण्याचे न्यायालयाने सरकारला आदेश दिले. केंद्रीय अन्वेषण ब्युरोच्या दररोजच्या कामावर देखरेख ठेवण्यासाठी निवृत्त न्यायाधिशांची एक समिती नेमण्याचा सरकारने निर्णय घेतला. यात काहीच अर्थ दिसत नाही. सर्वात महत्त्वाचे म्हणजे, निवृत्त न्यायाधिशांची निवड कशा प्रकारे केली जाईल हे स्पष्ट करण्यात आलेले नाही. केंद्रीय अन्वेषण ब्युरोच्या कार्यावर देखरेख ठेवण्याची जबाबदारी केंद्रीय दक्षता आयोगाकडे सोपविण्यात यावी असे हवाला प्रकरणात सर्वोच्च न्यायालयाने सुचविले होते. त्यावेळी न्यायालयाने आदेश दिले होते की, 'केंद्रीय अन्वेषण ब्युरो कार्यक्षम पद्धतीने काम करतो हे पाहण्याची जबाबदारी केंद्रीय दक्षता आयोगावर असेल... केंद्रीय अन्वेषण ब्युरोच्या कार्यावर देखरेख ठेवणे हे केंद्रीय दक्षता आयोगाचे कर्तव्य असेल. चौकशीसाठी घेतलेल्या प्रकरणांची माहिती केंद्रीय अन्वेषण ब्युरोने केंद्रीय दक्षता आयोगाला द्यावी...' (हवाला निकाल: ६८९). केंद्रीय दक्षता आयोग ही वैधानिक यंत्रणा असल्याने ही व्यवस्था अधिक योग्य ठरेल कारण ते आपल्या कार्यासाठी उत्तरदायी असतील. ही जबाबदारी प्रस्तावित लोकपालाकडे देणे हा आणखी एक

पर्याय होऊ शकतो, परंतु सरकारचा लोकपालास कायमच विरोध दिसतो. काहीतरी वरवरचे बदल करायचे पण केंद्रीय अन्वेषण विभागाचा ताबा कायम स्वतःकडेच ठेवण्याचा सरकारचा विचार स्पष्ट दिसतो.

खरे तर, सरकारने केंद्रीय अन्वेषण ब्युरोचा उपयोग नेहमीच आपल्या राजकीय विरोधकांना धडा शिकविण्यासाठी आणि वेळोवेळी आपल्या राजकीय हेतूसाठीच केला आहे. लोकपाल विधेयकाच्या चर्चेच्या संदर्भात हा विषय परत एकदा चर्चेत आला आहे. या विधेयकाच्या पुरस्कर्त्यांची मागणी आहे की केंद्रीय अन्वेषण ब्युरो लोकपालांकडे सोपविण्यात यावा आणि निदान लोकपालांनी त्यांच्याकडे सोपविलेल्या प्रकरणांमध्ये तरी सरकारचा काही हात नसावा. परंतु भ्रष्टाचाराच्या प्रकरणांची हाताळणी हा केंद्रीय अन्वेषण ब्युरोच्या कार्यकक्षेचा केवळ एक भाग आहे हे लक्षात घेणे गरजेचे आहे. दहशतवादाशी संबंधित व इतर अनेक प्रकारची गुन्हेगारी प्रकरणेही केंद्रीय अन्वेषण ब्युरोकडे असतात. म्हणून या संपूर्ण यंत्रणेतील त्रुटींवर उपाययोजना करणे आवश्यक आहे. यासाठी एक निराळा कायदा करून केंद्रीय अन्वेषण ब्युरोला वैधानिक दर्जा देणे हा एक मार्ग असू शकतो. राज्य सरकारांचा आजवरचा केंद्रीय अन्वेषण ब्युरोचा अनुभव फारसा सुखावह नसल्याने त्यांच्या कठोर विरोधामुळे १९७० पासून हा प्रस्ताव पडूनच राहिला आहे. केंद्रीय अन्वेषण ब्युरो केंद्रात सत्तेवर असलेल्या सरकारच्या हातचे बाहुले बनणार नाही अशी राज्य सरकारांना हमी दिल्याखेरीज त्यांचे सहकार्य मिळणे शक्य होणार नाही. त्यासाठी नव्या कायद्याच्या कारणमिमांसेत व उद्दिष्टांत स्पष्टपणे म्हणावे लागेल की केंद्रीय अन्वेषण ब्युरोला स्वातंत्र्य व स्वायत्तता देण्यासाठी तो बनविण्यात येत असून यातील तरतुदी याच हेतूने करण्यात येत आहेत. याची खात्री करून घेण्यासाठी नव्या विधेयकात या यंत्रणेच्या सर्वोच्च स्तरावर केंद्र सरकार व राज्य सरकारांचे प्रतिनिधी असणारे एक नियामक मंडळ नेमता येईल. केंद्रीय अन्वेषण ब्युरोच्या संचालकांची नेमणूक करतानाच, निवृत्तीनंतर त्यांना केंद्रीय लोकसेवा आयोगाचे अध्यक्ष किंवा नियंत्रक व महालेखापरीक्षकांप्रमाणेच (सी अँड एजी) कोणतेही सार्वजनिक पद भूषविण्यास अपात्र मानले जाईल असे नमूद करण्यात यावे. ही समस्या काही केवळ केंद्रीय अन्वेषण ब्युरोपुरतीच मर्यादित नाही. सर्व महत्त्वाच्या व संवेदनशील पोलिस यंत्रणांना या समस्येला तोंड द्यावे लागते. एनडीए सरकारने सात आयपीएस

अधिकाऱ्यांना राज्यपाल नेमले होते हे विसरून चालणार नाही. युपीएने यात सुधारणा करून आठ जणांना नेमले, त्यात केंद्रीय लोकसेवा आयोगाचे व राष्ट्रीय मानवाधिकार आयोगाचे सदस्यत्व या पदांचाही समावेश आहे. केंद्रीय अन्वेषण ब्युरोच्या कर्मचाऱ्यांच्या बदल्या, बढत्या व इतर सेवाशर्ती या सर्वोच्च न्यायालयाच्या आदेशानुसार इतर केंद्रीय पोलिस दलांप्रमाणेच असाव्यात, त्यांची चर्चा नंतर करण्यात आली आहे. यात राजकीय हस्तक्षेप वा दबाव येऊ नये यासाठी अधिकाऱ्यांच्या निवड समित्या नियुक्त कराव्या लागतील. केंद्रीय दक्षता आयुक्तांकडे केंद्रीय अन्वेषण ब्युरोच्या देखरेखीची संपूर्ण जबाबदारी देण्यात यावी. केंद्रीय अन्वेषण ब्युरोच्या कार्याचा वार्षिक अहवाल त्यांना संसदेस सादर करण्यास सांगण्यात यावे.

भ्रष्टाचार करणे न परवडण्याजोगे करावे

ब्रिटिशांच्या काळापासून चालत आलेल्या 'सिंगल डायरेक्टिव्ह' नावाने ओळखल्या जाणाऱ्या आदेशानुसार केंद्रीय अन्वेषण ब्युरोला सार्वजनिक पदाधिकाऱ्यांविरुद्ध आरोपपत्र दाखल करण्यापूर्वी, तसेच सहसचिव वा त्यावरील स्तरावरील सरकारी अधिकाऱ्याविरुद्ध खटला दाखल करण्याआधीही सरकारची परवानगी घेणे आवश्यक होते. सर्वोच्च न्यायालयाने हा आदेश रद्द केला होता. माजी मंत्रीमंडळ सचिव टी.एस.आर. सुब्रमणियन यांच्या मते, ''सिंगल डायरेक्टिव्ह' रद्द करण्याने मोठीच आपत्ती निर्माण झाली. यामुळे फालतु चौकशा व बदनामींचे पेवच फुटले... 'सिंगल डायरेक्टिव्ह' मागे घेण्यामुळे कर्तव्यदक्ष अधिकाऱ्यांना मिळणारे संरक्षण नाहीसे होणे एवढाच याचा परिणाम झाला' (सुब्रमणियन २००४: ३२५). केंद्रीय दक्षता आयोग कायद्यान्वये हा आदेश परत लागू करण्यात आला. सरकारने सर्वोच्च न्यायालयात या धोरणाचा जोरदार पुरस्कार केला व न्यायालयाला सांगितले की न्यायालयाने आदेश दिलेल्या किंवा न्यायालयाच्या देखरेखीखाली करण्यात येणाऱ्या कोळसा खाणवाटपाच्या चौकशी सारख्या प्रकरणांत देखील हा अधिकार काढून घेता येणार नाही. दिल्ली स्पेशल पोलिस एस्टॅब्लिशमेंट कायद्याच्या कलम ६अ मधील तरतुदीनुसार सहसचिव व त्याहून वरिष्ठ अधिकाऱ्यांची चौकशी करण्यासाठी केंद्रीय अन्वेषण ब्युरोला

सरकारची परवानगी घेणे आवश्यक करणाऱ्या नियमात कोणताही अपवाद करण्यास सरकारने नकार दिला. सरकारने आणखी पुढे जाऊन न्यायालयाला असेही बजावले की, ‘कलम ३२ व १४२ खालील अधिकारांचा वापर करून देखील न्यायालयास ही तरतूद रद्द करण्याचे स्वातंत्र्य नाही’ आणि ‘कोणत्याही परिस्थितीत’ ही तरतूद बाजूला सारता येणार नाही (*इंडियन एक्स्प्रेस*, १८ जुलै २०१३). सर्वोच्च न्यायालयानेही हे आव्हान स्वीकारायचा निर्णय घेतला असून, न्यायालयाच्या देखरेखीखालील चौकशीत केंद्रीय अन्वेषण ब्युरो चौकशी चालू ठेवेल आणि त्यासाठी सरकारच्या कोणत्याही परवानगीची गरज नाही असे त्यांनी जाहीर केले आहे (*इंडियन एक्स्प्रेस*, २ ऑगस्ट २०१३).

या भूमिकेचा निरनिराळ्या दृष्टीकोनातून विचार करणे जरूर आहे. सर्वप्रथम पंतप्रधान जवाहरलाल नेहरू काय म्हणतात त्याचा विचार करणे योग्य ठरेल. त्यांनी लिहिले होते, ‘लोकसेवकांना संरक्षण देणे आवश्यक आहे हे उघडच आहे, परंतु जनतेचे त्यांच्यापासून संरक्षण करणेही तितकेच गरजेचे आहे’ (जवाहरलाल नेहरू मेमोरियल फंड १९९८: १७४). व्यवस्थेचे संतुलन राखण्याची तजवीज न करता (चेक्स अँड बॅलन्सेस) एखाद्या अधिकाऱ्याविरुद्ध चौकशी सुरू करण्याचा निर्णय केवळ केंद्रीय अन्वेषण ब्युरोवर सोडण्याने वरिष्ठ अधिकाऱ्यांच्या मनोधैर्यावर त्याचा विपरीत परिणाम होईल. याबाबत कोणताही निर्णय घेताना केंद्रीय अन्वेषण ब्युरोची कार्यपद्धती व त्यांची ख्याती याकडे दुर्लक्ष करून चालणार नाही. अनेक प्रकरणांमध्ये त्यांची अरेरावी दिसून आलेली आहे. वचपा काढण्यासाठी केंद्रीय अन्वेषण ब्युरोने कारवाई केल्याचीही अनेक उदाहरणे आहेत. आणखी एक व विशेष महत्त्वाचा पैलू म्हणजे राजकारणी व वरिष्ठ अधिकारी यांच्यातील साटेलोटे. भ्रष्टाचाराच्या सर्व मोठ्या प्रकरणांमध्ये याचा प्रत्यय आलेला आहे. बोफोर्स सारख्या काही प्रकरणांमध्ये काही विशिष्ट निर्णय घेण्यात ज्या अधिकाऱ्यांनी मदत केली होती त्यांना सरकारने उघडपणे संरक्षण दिले. अशा अधिकाऱ्यांना जर संरक्षण दिले नाही, तर स्वेच्छानुसारी आणि अपारदर्शक निर्णय घेण्याचा धोका ते पत्करणार नाहीत. या भ्रष्ट युतीचा नायनाट करावयाचा असेल, तर वरिष्ठ अधिकाऱ्यांची केंद्रीय अन्वेषण ब्युरोने चौकशी करावयाची किंवा नाही हे ठरविण्याचे सरकारकडील अधिकार रद्द करावे लागतील. त्याचवेळी दोन तऱ्हेच्या काळज्या घेणे अगत्याचे आहे. एक म्हणजे,

केंद्रीय अन्वेषण ब्युरोला वैधानिक अधिकार देणे, त्यामुळे ते न्यायालये व जनतेप्रती अधिक उत्तरदायी बनतील. दुसरे म्हणजे, वरिष्ठ अधिकाऱ्यांविरुद्ध चौकशी सुरू करण्याआधी व आरोपपत्र दाखल करण्यापूर्वी केंद्रीय अन्वेषण ब्युरोने केंद्रीय दक्षता आयोगाची परवानगी घेतली पाहिजे असा नियम करण्यात यावा.

भ्रष्टाचाराची पाळेमुळे खोलवर रुजण्याचे एक कारण हे ही आहे की भ्रष्टाचार करण्यात धोका कमी आणि त्यातून नफा मात्र भरपूर मिळतो. भ्रष्टाचारी व्यक्तींना समाजात आदराची वागणूक मिळताना दिसते आणि त्यांना समाजात प्रतिष्ठेचे स्थानही मिळालेले दिसते हे दुसरे कारण मानता येईल. या दोन्ही गोष्टी दूर करण्याची वेळ आता येऊन ठेपली आहे.

मोठ्या रकमेची खरेदी करताना तांत्रिक गरजा व निविदांचे वित्तीय मूल्यमापन नेमून दिलेल्या प्रक्रियेनुसार घडते असे बऱ्याच वेळा लक्षात आले आहे. आणि त्यानंतर योग्य तो निर्णय करण्यासाठी पैशाची मागणी केली जाते! अशा गुंतागुंतीच्या जाळ्यातून बाहेर पडणे ही काही सोपी गोष्ट नव्हे. यासाठी अनेक पातळ्यांवर लढावे लागेल. भ्रष्टाचार करणाऱ्या व्यक्तीसाठी त्यातील धोका व त्याची किंमत खूप मोठी ठरेल असे धोरण तयार केल्याशिवाय केवळ लोकपालाची निर्मिती पुरेशी ठरणार नाही. त्यासाठी इतर अनेक बाबींबरोबरच पुढील २६ मुद्द्यांवर कसोशीने कारवाई करावी लागेल:

१. भ्रष्टाचार निर्मूलनासाठी राष्ट्रीय धोरण तयार करून त्याची सर्व राज्य सरकारांनी, केंद्र सरकारने व त्याच्या सर्व यंत्रणांनी अंमलबजावणी करावी ;

२. केंद्रीय अन्वेषण ब्युरोला स्वातंत्र्य व स्वायत्तता देण्यासाठी वेगळा कायदा करण्यात यावा ;

३. दुसऱ्या प्रशासकीय सुधारणा आयोगाच्या शिफारशीनुसार भ्रष्टाचार प्रतिबंधक कायद्यात सुधारणा करून, घटनेचा व लोकशाही संस्थांचा गैरवापर करणे हा शपथपूर्वक स्वीकारलेल्या पदाचा उपमर्द आहे ; एखाद्याला अयोग्य फायदा करून देणे अथवा नुकसान पोचविणे हा अधिकाराचा दुरुपयोग आहे ; न्याय मिळण्यात अडथळा निर्माण करणे व सार्वजनिक निधी वाया घालविणे ; या सर्वांचा भ्रष्टाचाराच्या व्याख्येत समावेश करण्यात यावा

(भारत सरकार २००७: १७८) ;

४. दुसऱ्या प्रशासकीय सुधारणा आयोगाच्या शिफारशीनुसार भ्रष्टाचार प्रतिबंधक कायद्यात सुधारणा करून सार्वजनिक सेवा पुरविणाऱ्या खाजगी क्षेत्रातील संस्थांनाही यात समाविष्ट करावे ;

५. दुसऱ्या प्रशासकीय सुधारणा आयोगाच्या शिफारशीनुसार भ्रष्टाचार प्रतिबंधक कायद्यात सुधारणा करून मोठ्या प्रमाणावर निधी मिळविणाऱ्या स्वयंसेवी संस्थांचाही यात अंतर्भाव करावा. ज्या संस्थेच्या गेल्या तीन वर्षांतील वार्षिक खर्चापैकी ५० टक्के रक्कम ही १ कोटी किंवा त्याहून अधिक असेल त्यांना त्या काळासाठी 'मोठ्या प्रमाणावर' निधी मिळाला असे मानले जावे असे नियम करावेत ;

६. संबंधित मुद्यांचा फेरविचार करून लोकपाल कायदा करण्यात यावा ;

७. लोकायुक्तांच्या परिषदेने शिफारस केल्यानुसार त्या धर्तीवर अखिल भारतीय स्वरुपाचा नमुनेदार लोकायुक्त कायदा करण्यात यावा ;

८. लोकपाल व लोकायुक्त यांना घटनात्मक दर्जा द्यावा ;

९. भ्रष्टाचार प्रतिबंधक कायद्यातील कलम १९ मध्ये असे नमूद केले आहे की एखाद्या लोकसेवकास पदावरून काढून टाकण्याचे अधिकार ज्यांच्याकडे आहेत त्यांची पूर्वसंमती असल्याखेरीज कोणतेही न्यायालय अशा प्रकरणाची दखल घेऊ शकणार नाही. ही तरतूद रद्द करण्यात यावी. अनुमेहा झा यांनी असे निदर्शनास आणून दिले आहे की, 'लोकसेवकांवर भ्रष्टाचाराचे खटले दाखल करण्यासाठी करण्यात आलेल्या ६६ टक्के विनंत्या केंद्र सरकारकडे २०१० च्या अखेरीस प्रलंबित होत्या. फक्त सहा टक्के प्रकरणांमध्ये गुन्हेगारी खटले दाखल करण्यास परवानगी देण्यात आली होती, तर ९४ टक्के प्रकरणांमध्ये विभागीय शिक्षा देऊन त्यांना त्यातून मुक्त करण्यात आले होते. त्याचप्रमाणे २०१० सालच्या अखेरीस केंद्रीय अन्वेषण ब्युरोने चौकशी केलेली ९,९२७ भ्रष्टाचाराची प्रकरणे न्यायालयात प्रलंबित होती' (झा २०११: ३५–३६). महाराष्ट्रात केंद्रीय अन्वेषण ब्युरोने दाखल केलेल्या जेमतेम २५ टक्के प्रकरणांमध्ये शिक्षा देण्यात आली. २००८ ते जून २०१३ या काळात २,४२६ सरकारी नोकरांना केंद्रीय अन्वेषण ब्युरोने लाच घेत

असताना रंगे हात पकडले. यापैकी केवळ ५५० जणांना न्यायालयाने शिक्षा दिली (*लोकसत्ता*, १९ जुलै २०१३). जे. जयललिता, मायावती, ए.आर. अंतुले, लालु प्रसाद यादव किंवा मुलायम सिंग यादव यांच्यासारख्या बड्या राजकीय नेत्यांवर खटले चालविण्याचा प्रश्न येतो तेव्हा सरकारच्या पूर्वपरवानगीच्या अटीमुळे वाद निर्माण होतात. उदाहरणार्थ, राज्यपाल चेन्ना रेड्डी यांनी तामिळनाडूच्या तत्कालिन मुख्यमंत्री जयललिता यांच्यावर खटला चालविण्याची परवानगी दिल्यावर लोकसभेतील भारतीय जनता पक्षाचे नेते अटल बिहारी वाजपेयी व आंध्र प्रदेशचे मुख्यमंत्री एन.टी. रामा राव यांनी त्यावर कठोर टीका केली (*बिझिनेस स्टँडर्ड*, ४ एप्रिल१९९५). ताज कॉरिडॉर प्रकरणात मायावतींवर खटला चालविण्याची केंद्रीय अन्वेषण विभागाने मागितलेली परवानगी उत्तर प्रदेशचे राज्यपाल टी.व्ही. राजेश्वर यांनी नाकारली यावर अनेक प्रश्न निर्माण झाले होते. पूर्वपरवानगीच्या या अटीमुळे खटले चालविण्यास अतोनात विलंब होतो व त्यामुळे न्याय मिळविण्याचा हेतूच लांब राहतो. महाराष्ट्राचे मुख्यमंत्री पृथ्वीराज चव्हाण यांनी राष्ट्रवादी कॉंग्रेस पक्षाच्या पाच व कॉंग्रेसच्या एक अशा सहा मंत्र्यांची भ्रष्टाचारविषयक चौकशी करायला परवानगी दिली नाही. महाराष्ट्र मंत्रीमंडळाने वैद्यकीय शिक्षणमंत्री विजयकुमार गावित यांच्यावर एका भ्रष्टाचार प्रकरणी खटला चालविण्यास परवानगी दिली नाही, कारण एका प्रकरणात परवानगी दिली तर इतर ज्या मंत्र्यांची अशाच प्रकारच्या चौकशीची मागणी करण्यात येत आहे त्याला देखील मान्यता द्यावी लागेल अशी त्यांना भीती वाटली. अशा हाताबाहेर जाणाऱ्या परिस्थितीत न्यायालयात रिट याचिका दाखल करण्याखेरीज दुसरा पर्याय राहत नाही. हे संरक्षण निवृत्त अधिकाऱ्यांनाही लागू करण्यासाठी सहसचिव किंवा त्याहून वरिष्ठ पदावरून निवृत्त झालेल्या अधिकाऱ्यांच्या चौकशीसाठी देखील सरकारची पूर्वपरवानगी बंधनकारक असावी यासाठी कायद्यात बदल करण्याचा सरकारचा प्रस्ताव आहे. वर चर्चा केलेल्या कारणांसाठी केंद्रीय अन्वेषण ब्युरोसाठी प्रस्तावित नव्या कायद्यात हे स्पष्ट करण्यात यावे की त्यांना कोणाविरुद्धही चौकशी करून खटला करण्याचे– मग ते मंत्री असोत अथवा वरिष्ठ अधिकारी, कार्यरत असणारे अथवा निवृत्त– स्वातंत्र्य असले

पाहिजे, परंतु त्यासाठी केंद्रीय दक्षता आयोगाची मात्र परवानगी घेणे बंधनकारक असावे ;

१०. भ्रष्टाचाराच्या गुन्ह्यांसाठी असलेल्या शिक्षेत मोठी वाढ करण्यात यावी ;

११. अशा प्रकरणांमध्ये निरपराधित्व सिध्द करण्याची जबाबदारी आरोपीवर असावी ;

१२. प्रत्येक पातळीवरील स्वेच्छाधिकारात मोठी कपात करण्यात यावी. जेथे असे स्वेच्छाधिकार देणे टाळण्याजोगे नसेल, तेथे त्यासाठी मार्गदर्शक तत्त्वे घालून द्यावीत आणि ती जनतेसाठी जाहीर केली जावीत ;

१३. भ्रष्टाचाराच्या प्रत्येक प्रकरणाचा एका वर्षाच्या आत निकाल लागेल यासाठी आवश्यक तेवढी विशेष न्यायालये निर्माण करण्यात यावीत. केंद्रीय दूरसंचार खात्याचे माजी राज्यमंत्री सुख राम, भारतीय जनता पक्षाचे माजी अध्यक्ष बंगारु लक्ष्मण व पंजाब लोकसेवा आयागाचे माजी अध्यक्ष रविंदर पॉल सिंग सिद्धू यांच्या प्रकरणांचे निकाल खटले दाखल झाल्यानंतर ११ वर्षांनी देण्यात आले यावरून या सूचनेचे महत्त्व लक्षात यावे. यासाठी अर्थात बराच खर्च येईल, पण तो अनाठायी ठरणार नाही. सर्वोच्च न्यायालयाने सरकारला भ्रष्टाचाराचे खटले चालविण्यासाठी आठ आठवड्यांच्या आत केंद्रीय अन्वेषण विभागासाठी २२ अतिरिक्त न्यायालये स्थापन करण्यास सांगितले, हे वृत्त दिलासा देणारे आहे (*इंडियन एक्स्प्रेस*, ३१ जानेवारी २०१३) ;

१४. बेनामी कायद्याची अंमलबजावणी करण्यासाठी जोमाने प्रयत्न करण्यात यावेत, या कायद्याखालील नियम जाहीर करण्यात आले नसल्याने तो बराच काळ धूळ खात पडून आहे. या विषयी एक नवीन सर्वंकष विधेयक संसदेत मांडण्यासाठी सरकारने आता पावले उचलली आहेत. हे तातडीने घडून यावयास हवे ;

१५. भ्रष्ट लोकसेवकाने स्वत:च्या नावाने किंवा आपल्यावर अवलंबून असणाऱ्या व्यक्तींच्या नावे, माहीत असलेल्या मिळकतीच्या स्रोतांहून अधिक रकमेची मालमत्ता मिळविली असल्यास ती जप्त करण्यासाठी योग्य ती पावले उचलली जावीत. १९९६ साली सर्वोच्च न्यायालयाने *दिल्ली डेव्हलपमेंट ॲथॉरिटी वि. स्किपर कन्स्ट्रक्शन कंपनी प्रायव्हेट लिमिटेड,*

(१९९६, ४ एससीसी ६२२) या प्रकरणात भ्रष्टाचार विरोधी कारवायांतील त्रुटी नजरेला आणून दिल्या होत्या. '...'सार्वजनिक पद' (यात सार्वजनिक क्षेत्रातील उद्योगांमधील पदधारकांचाही समावेश होतो) धारण करणाऱ्या व्यक्तींनी भ्रष्ट व बेकायदेशीर व्यवहारांतून जमा केलेल्या मालमत्ता जप्त करण्यासाठी कायदा असणे ही आपल्या आजच्या समाजाची निकड आहे. 'साफेमा' (स्मग्लर्स अँड फॉरिन एक्स्चेंज मॅनिप्युलेटर्स (फॉरफिचर ऑफ प्रॉपर्टी) अॅक्ट, १९७६) कायद्यातील तरतुदींऐवजी, अशा पदधारकाने स्वतःच्या नावे जमा केलेल्या, तसेच पती/पत्नी, मुले किंवा इतर नातेवाईक व संबंधितांच्या नावे असलेल्या मालमत्तेलाही हा कायदा लागू केला जावा. अशा व्यक्तीने भ्रष्टाचार केला आहे असे एकदा सिद्ध झाल्यावर अशी सर्व मालमत्ता ताबडतोब जप्त केली जावी. ही मालमत्ता भ्रष्टाचारातून घेतलेली नाही हे सिद्ध करण्याची जबाबदारी 'साफेमा' कायद्याप्रमाणेच मालमत्ताधारकावर सोपवावी. याआधी उल्लेख केलेल्या मोठ्या घटनापीठाने याची वैधता अगोदरच मान्य केलेली आहे. भ्रष्टाचाराचा रोग जर आपल्या देशासाठी मृत्युघंटा ठरायला नको असेल, तर असा कायदा असणे अत्यंत गरजेचे आहे. अनेक विचारी निरीक्षकांच्या मते याने केव्हाच धोक्याची पातळी ओलांडलेली आहे. संसदेला जर खरेच काही करून दाखवायचे असेल, तर त्यांनी याबाबत कारवाई करायला हवी.' केंद्रीय कायदा आयोगाने या सूचनेचा गांभीर्याने विचार केला आणि आपल्या १६६व्या अहवालात एका विशेष कायद्याची सूचना केली व 'करप्ट पब्लिक सर्व्हंट्स (फोरफिचर ऑफ प्रॉपर्टी) विधेयक' (भ्रष्ट लोकसेवक (मालमत्ता जप्त करणे) विधेयक) याचा मसुदा १९९९ साली सरकारकडे पाठविला. आतापर्यंत याबाबत पुढे काहीच घडले नाही. अलीकडील काही वर्षांत बिहार व ओडिशा या राज्यांत लोकसेवकांकडून जप्त करण्यात आलेल्या काही मालमत्तांचे रुपांतर शाळा व सार्वजनिक कार्यालयांमध्ये करण्यात आले आहे ही समाधानाची बाब आहे. सरकार याबाबत गंभीर कारवाई करीत आहे असा संदेश अशा प्रकारे कायदा मोडणाऱ्यांना देण्यासाठी याचा निश्चितच उपयोग होईल;

१६. प्रत्येक राज्यात निरनिराळ्या कार्यालयांतील दक्षता कक्ष आणि लाचलुचपत

प्रतिबंधक संचालनालय लोकायुक्तांच्या हाताखाली कार्यरत असावे ;

१७. भ्रष्टाचाराशी संबंधित प्रत्येक प्रकरणात खटला दाखल करण्याची व /किंवा विभागीय चौकशी सुरू करण्याची कारवाई तीन महिन्यांच्या आत सुरू करावी ;

१८. लाचलुचपत प्रतिबंधासाठी १९६३ साली नेमलेल्या संथानम समितीने नमूद केले होते की, सरकारी नोकरांना कलम ३११ द्वारे देण्यात आलेले घटनात्मक संरक्षण हे प्रथम 'भारत सरकार कायदा, १९३५' याद्वारे देण्यात आले होते. त्यामुळे संबंधित व्यक्तीवरील आरोप सर्व चौकशीनिशी सिद्ध आल्याशिवाय त्याला नोकरीवरून काढून टाकता येत नाही किंवा त्याच्याविरुद्ध कोणतीही कारवाई करता येत नाही. समितीने आणखी असेही म्हटले होते की कलम ३११ च्या न्यायालयाने लावलेल्या अर्थामुळे शिस्तविषयक कारवाई अधिक गुंतागुंतीची झाली होती (भारत सरकार १९६३: ११३). राष्ट्रीय पोलिस आयोगाने शिफारस केली होती की कलम ३११(२) मधील उपविभाग (क) मध्ये खालीलप्रमाणे बदल करण्यात यावा:

(क) राज्याच्या सुरक्षेसाठी वा सार्वजनिक सेवा भ्रष्टाचारापासून मुक्त रहाव्यात म्हणून राष्ट्रपती किंवा राज्यपाल संबंधित सेवकांवर चौकशी न करताही कारवाई करू शकतील अशी तरतूद करण्यात यावी.

ही शिफारस १९८० साली करण्यात आली पण ती अद्यापही धूळ खात पडून आहे. मी तर असे सुचवेन की एखाद्या लोकसेवकावर भ्रष्टाचाराचा आरोप करण्यात आला असल्यास घटनेच्या कलम ३११ द्वारे देण्यात आलेले संरक्षण काढून घेतले जावे. तथापि, मंत्रीगटाने कलम ३११ मध्ये बदल न करण्याचा निर्णय घेतलेला दिसतो (*द स्टेट्समन*, ३१ जुलै २०११). या निर्णयाचा पुनर्विचार होणे गरजेचे आहे ;

१९. केंद्र सरकारने प्रस्तावित केलेला 'व्हिसल ब्लोअर' ना संरक्षण देणारा कायदा केवळ केंद्र सरकारच्या कर्मचाऱ्यांपुरताच मर्यादित आहे. सर्व राज्यांनी त्यांच्या कर्मचाऱ्यांसाठी असा कायदा करणे आवश्यक आहे ;

२०. भ्रष्टाचारावर खरा परिणाम होण्यासाठी लाच घेणाऱ्याप्रमाणेच लाच देणाऱ्यालादेखील तितकेच जबाबदार धरले जावे. त्यांच्यावरही खटला

दाखल करण्यासाठी कायद्यात बदल केला जावा;

२१. भ्रष्टाचाराशी संबंधित प्रकरणांमध्ये खासदार व आमदारांना घटनेच्या कलम १०५ व १९४ मध्ये नमूद करण्यात आलेले विशेषाधिकार लागू होणार नाहीत हे स्पष्ट करण्यासाठी या कलमांमध्ये योग्य ते बदल करण्यात यावेत. झारखंड मुक्ती मोर्चा प्रकरणामध्ये सर्वोच्च न्यायालयाने अशा आशयाची सूचना केली होती व राज्यघटनेच्या कार्यवाहीबाबतच्या पुनर्विचार आयोगानेही (एनसीआरडब्ल्यूसी) अशी शिफारस केली होती, परंतु त्यांची अद्याप अंमलबजावणी करण्यात आलेली नाही;

२२. दुसऱ्या प्रशासकीय सुधारणा आयोगाच्या शिफारशीनुसार लाचलुचपत प्रतिबंधक कायद्याच्या कलम ७ मध्ये सुधारणा करण्यात येऊन 'संगनमताने केलेला भ्रष्टाचार' अशा विशेष गुन्ह्याची तरतूद केली जावी. एखाद्या व्यवहारातून सरकारचा, जनतेचा किंवा खाजगी हितंसंबंधांचा तोटा होत असेल, किंवा होण्याची शक्यता असेल, तर त्या गुन्ह्याला 'संगनमताने केलेला भ्रष्टाचार' म्हणता येईल. ज्या प्रकरणांमध्ये लोकसेवकाच्या एखाद्या कृतीने सरकारचा किंवा जनतेचा तोटा झाला आहे असे सिद्ध झाल्यास, त्या लोकसेवकाने व त्याच्या निर्णयाने ज्यांचा फायदा झाला आहे त्यांनी 'संगनमताने केलेला भ्रष्टाचार' आहे असे न्यायालय मानू शकेल असे सुचविण्यात आले आहे. अशा प्रकरणांसाठी देण्यात येणारी शिक्षा ही इतर भ्रष्टाचाराच्या प्रकरणांपेक्षा दुप्पट असावी (भारत सरकार २००७: १७८);

२३. कायदा आयोगाने आपल्या १७९व्या अहवालात प्रस्तावित केल्याप्रमाणे 'व्हिसल ब्लोअर' ना संरक्षण देण्यासाठी कायदा केला जावा: (त्या संघटनेतील अथवा कार्यालयातील खबरे, म्हणजे 'व्हिसल ब्लोअर्स') जे 'व्हिसल ब्लोअर्स' खोटे दावे, फसवणूक किंवा भ्रष्टाचाराची माहिती देतील, त्यांची माहिती व ओळख गुप्त ठेवून; त्यांच्या सेवेत व इतर प्रशासकीय बाबींमध्ये त्यांना शत्रुत्वाने वागविले जात नाही आणि त्यांना शारिरीक इजा पोचत नाही किवा त्यांचा छळ केला जात नाही यासाठी संरक्षण दिले जावे. खाजगी उद्योग क्षेत्रातील फसवणूक, सार्वजनिक हिताला हानी पोचेल अशा हेतूने करण्यात आलेल्या व न करण्यात आलेल्या कारवाया यांची माहिती

देणाऱ्यांना देखील हे विधेयक लागू व्हावे. एखाद्या व्हिसल ब्लोअरचा छळ करणे किंवा त्रास देणे अथवा बदला घेणे हा फौजदारी गुन्हा मानून त्यासाठी कडक दंड व शिक्षा दिली जावी;

२४. केंद्रीय अन्वेषण ब्युरोला माहितीच्या अधिकारातून देण्यात आलेली सूट रद्द करावी. ज्या प्रकरणांची चौकशी चालू असेल, त्याची माहिती जनतेसमोर उघड केली जाऊ नये हे जरी समजण्याजोगे असले, तरी जी प्रकरणे बंद करण्यात आली आहेत वा ज्यांचे निकाल लागले आहेत, त्यासंबंधीची कागदपत्रे खुली केली जावीत हे योग्यच आहे. उदाहरणार्थ, केंद्रीय अन्वेषण ब्युरोने, बहुधा एनडीए राजवटीतील, १२ वर्षांपूर्वीचे काँग्रेस अध्यक्ष सोनिया गांधी यांचे माजी वैयक्तिक सचिव व्हिन्सेंट जॉर्ज यांच्याविरुद्ध दाखल केलेले प्रकरण 'पुरेसा पुरावा नाही' या कारणाने बंद केले. केंद्रीय अन्वेषण ब्युरोनुसार जॉर्ज आणि त्यांच्या कुटुंबियांच्या मालमत्तेत १९९० नंतर मोठी वाढ झाली. त्यांच्या मालमत्तेत दक्षिण दिल्लीतील घरे व दुकाने, बंगळुरु मध्ये एक घर, चेन्नाईमध्ये एक प्लॉट, केरळमध्ये जमीन आणि दिल्लीजवळ शेतजमीन यांचा समावेश होता. बँकेत त्यांच्या नावे दीड कोटीहून अधिक रक्कम होती (*इंडियन एक्स्प्रेस*, ७ जून २०१३). हे प्रकरण बंद करण्याचा निर्णय कोणत्या आधारे घेण्यात आला हे जाणून घेण्याचा जनतेला अधिकार असायला हवा. त्यामुळे केंद्रीय अन्वेषण ब्युरोच्या कार्यपद्धतीवर लोकांचा विश्वास बसेल आणि त्यामुळे त्यांची विश्वासार्हता वाढण्यास मोठीच मदत होईल.

२५. भ्रष्टाचार रोखण्यासाठी सरकारने केलेल्या कारवाईवर देखरेख ठेवण्यासाठी संसद व राज्य विधीमंडळांच्या स्थायी समित्या नेमण्यात याव्यात, आणि सर्वात महत्त्वाचे म्हणजे;

२६. भ्रष्टाचाराच्या धोक्यावर तातडीने परिणामकारक उपाय शोधण्याची राजकीय व प्रशासकीय इच्छाशक्ती निर्माण होण्यासाठी जनमताचा रेटा निर्माण करणे अतिशय आवश्यक आहे.

निवडणूक सुधारणा

सरकारने निवडणूक सुधारणांबाबत राजकीय पक्षांच्या नेत्यांशी अनेक वेळा चर्चा केली आहे. आणीबाणी जाहीर होण्यापूर्वी, १९७५ साली त्यांच्या 'मागण्यांच्या जाहीरनाम्यात' निवडणूक सुधारणा ही जयप्रकाश नारायण यांची एक मागणी होती. त्यानुसार इंदिरा गांधींनी २२ व २९ एप्रिल १९७५ रोजी विरोधी पक्ष नेत्यांशी याबाबत बोलणी केली होती (कश्यप १९९७: ३१). तथापि, ४ ऑगस्ट १९७५ रोजी सादर करण्यात आलेले निवडणूक कायदा (सुधारणा) विधेयक दुसऱ्याच दिवशी पारित करण्यात आले, इंदिरा गांधींची निवडणूक वैध ठरविणे एवढाच त्याचा उद्देश होता! दुसऱ्या दिवशी हे विधेयक राज्यसभेत केवळ एका तासात पारित करण्यात आले, आणि त्याला त्याच दिवशी राष्ट्रपतींची मंजुरीही मिळाली! फक्त व्ही.पी. सिंग सरकारनेच १९९० साली यासाठी विधेयकाचा एक मसुदा तयार करून निवडणूक सुधारणांच्या विषयात खरा पुढाकार घेतला (भारत सरकार १९९०). परंतु हे सरकार अल्पकालच टिकल्याने या प्रयत्नांतून काहीच निष्पन्न झाले नाही. पी.व्ही. नरसिंह राव सरकारच्या कारकिर्दीत निवडणूक सुधारणांबाबतच्या प्रलंबित प्रश्नांवर काही तोडगा काढण्यासाठी बोलावण्यात आलेल्या संसदेच्या विशेष अधिवेशनात देखील काहीच एकमत होऊ शकले नाही. देशाच्या सद्यस्थितीबाबतच्या चर्चेला संसदेत उत्तर देताना तत्कालिन पंतप्रधान इंदर कुमार गुजराल यांनी काही विशिष्ट आश्वासने दिली होती. त्यापैकी एक निवडणूक सुधारणांबाबतचे होते. ते म्हणाले होते, 'हे विधेयक तयार आहे आणि आम्ही ते सर्वपक्षीय समितीसमोर मांडणार आहोत' (*टाइम्स ऑफ इंडिया*, २ सप्टेंबर १९९७). त्यांच्या इतर आश्वासनांप्रमाणेच हे देखील हवेतच विरून गेले. ते कागदावरच राहिले असेही आपल्याला म्हणता येत नाही! अटल बिहारी वाजपेयींच्या नेतृत्वाखालील एनडीए सरकारनेही निवडणूक विषयक सर्वंकष सुधारणांचे एक विधेयक संसदेसमोर मांडले जाईल असे जाहीर केले होते, पण तेही प्रत्यक्षात उतरलेच नाही. युपीए सरकार अशा बाबी हाताळण्यात अधिक समंजस असल्याने, त्यांनी याबाबत काही आश्वासन दिले नाही किंवा त्यांच्या १० वर्षांच्या लांबलचक कारकिर्दीत याबाबत काही कारवाईही केली नाही. निवडणूक सुधारणांबाबतच्या त्यांच्या सूचना कायदा आयोगाकडे पाठविणे इतकेच काय ते काँग्रेसने ऑगस्ट २०१३ मध्ये केले (*इंडियन एक्सप्रेस, १८*

ऑगस्ट २०१३). कोणत्याही पक्षाचे वा युतीचे सरकार सत्तेत आले तरी निवडणूक सुधारणांबाबत काहीच प्रगती होणार नाही असेच आपण समजायचे का?

निवडणूक सुधारणाविषयक संवेदनशील बाबींमध्ये दाद मिळविण्यासाठी आपण केवळ सर्वोच्च न्यायालयाकडेच जाऊ शकतो. जनतेच्या हिताच्या ज्या अनेक बाबींकडे निवडून आलेल्या सरकारांनी दुर्लक्ष केले आहे, त्याविषयी न्याय मिळवून घेण्यासाठी सर्वोच्च न्यायालय हा 'पहिला पर्याय' झाला आहे व न्यायालयाच्या बहुतेक वेळा पुरोगामी व प्रगतीशील निर्णयांनी नव्या धोरणांना चालना दिली आहे. याच वृत्तीनुसार सर्वोच्च न्यायालयाने काही अतिशय महत्त्वाच्या निवडणूक सुधारणा प्रत्यक्षात आणल्या आहेत. प्रत्येक उमेदवाराने आपली मालमत्ता व कर्जे आणि गुन्हेगारी पार्श्वभूमी असल्यास, ती देखील उमेदवारीचा अर्ज भरतानाच एका प्रतिज्ञापत्राद्वारे जाहीर करणे बंधनकारक करण्यात आल्याने मतदारांचे सबलीकरण होण्यास मोठीच मदत झाली आहे. सर्व राजकीय पक्ष या निर्णयाच्या विरोधात एकत्र आले आणि सरकारने हा निकाल रद्दबातल ठरविण्यासाठी एक अध्यादेश काढावा यासाठी त्यांनी आग्रह धरला, तरी सर्वोच्च न्यायालय आपल्या निर्णयावर ठाम राहिले आणि निवडणूक आयोगाने या आदेशाची त्वरित अंमलबजावणी करावी असा त्यांनी आग्रह धरला.

राजकारणाचे गुन्हेगारीकरण हा एक गंभीर चिंतेचा विषय आहे. सुमारे ४० टक्के खासदारांवरील फौजदारी गुन्ह्यांचा अद्याप निकाल लागलेला नाही. यापैकी बहुतेक गुन्हे गंभीर स्वरुपाचे आहेत. लोकप्रतिनिधी कायद्यात केलेल्या सुधारणांमुळे यापैकी काहींवरील गुन्हे न्यायालयात सिद्ध झाले असले, तरीही त्यांनी वरिष्ठ न्यायालयात केलेल्या अपीलांमुळे त्यांचे खासदारपद अबाधित राहिले आहे. यापैकी काही तर राज्यांत किंवा केंद्रात मंत्रीही आहेत. गुन्हे सिद्ध झालेल्या खासदारांना व आमदारांना त्यांनी वरिष्ठ न्यायालयात तीन महिन्यांच्या मुदतीत अपील दाखल केले असल्यास, ते प्रलंबित असल्याच्या कारणाने अपात्र ठरविले जाऊ नये असे संरक्षण देणारा लोकप्रतिनिधी कायदा, १९५१ मधील कलम ८(४) सर्वोच्च न्यायालयाने आपल्या १० जुलै २०१३ च्या निर्णयाद्वारे रद्द केले आहे. ही तरतूद राज्यघटनेच्या कलम १०१(३)(अ)व १९०(३)(अ), ज्याद्वारे ही अपात्रता लागू होण्याची तारीख पुढे ढकलण्यास संसदेला मनाई

करण्यात आली आहे, त्याच्या विरोधी असल्याने, संसद असा कायदा करण्यास अक्षम आहे असे न्यायालयाने म्हटले आहे. तथापि, न्यायालयाने आपल्या निर्णयाची तीव्रता काहीशी कमी करताना म्हटले आहे की, 'ज्या विद्यमान खासदार/आमदारांना विशिष्ट गुन्ह्यांबाबत शिक्षा ठोठावण्यात आली आहे व ज्यांनी त्याविरुद्ध अपील दाखल केले असून ते प्रलंबित असल्यास त्यांच्यासाठी या निर्णयाद्वारे रद्द करण्यात आलेले कलम ८(४), पूर्वीप्रमाणेच परिणामकारक मानले जावे.' प्रसिद्ध घटनातज्ज्ञ सोली सोराबजी यांनी या निर्णयाचे स्वागत करताना निर्णयाच्या या भागाबाबत प्रश्नचिन्ह उपस्थित केले आहे आणि ते योग्यच आहे. ते म्हणतात, 'उत्तरलक्षी प्रभावाचे तत्त्व लागू करून गुन्हेगारांना दया दाखवून संरक्षण देण्यासाठी हा निर्णय बाजूला ठेवण्याची काहीच गरज नाही. कायदा मोडणाऱ्यांना कायदे बनविण्याचे काम अजिबात करू देता कामा नये. न्यायालयाने याची अंमलबजावणी पूर्णपणे करायला हवी होती' (सोराबजी २०१३: ९). अनेक राजकीय पक्षांनी या निर्णयाच्या इतर अनेक मुद्यांवरही प्रश्न उपस्थित केले आहेत. या निर्णयाप्रमाणे अंमलबजावणी करावयाच्या काही भागांविषयी न्यायालयाने अधिक स्पष्टीकरण द्यावे असे काही तज्ज्ञांचे मत आहे. त्यामुळे याविषयी एखादी पुनर्विचाराची याचिका दाखल करण्यात आली किंवा यावर मोठ्या घटनापीठाने आपले मत व्यक्त करावे अशी विनंती करण्यात आल्यास त्याचे आश्चर्य वाटण्याचे कारण नाही. इतर काहीही असले, तरी न्यायालयाच्या या निर्णयाचे मन:पूर्वक स्वागतच करायला हवे कारण त्याशिवाय राजकीय पक्षांनी या धर्तीचे विधेयक कधीच पारित केले नसते. तथापि, सरकार लोकप्रतिनिधी कायद्यात सुधारणा करण्याच्या व एक घटनादुरुस्ती आणून सर्वोच्च न्यायालयाचा हा निर्णय रद्द करण्याच्या विचारात आहे. याबाबतीत मोठ्या कायदेशीर लढाईतून सुटका होईल असे दिसत नाही.

सर्वोच्च न्यायालयाने १० जुलै २०१३ रोजी दिलेला एक निर्णयही फार काळापासून प्रतिक्षेत असलेलाच होता. न्यायालयाने असा निर्णय दिला आहे की 'कायदेशीर कोठडीत' – यात खटला चालू असताना कोठडीत असणाऱ्या, तसेच पोलिस किंवा न्यायालयीन कोठडीत असणाऱ्यांचाही समावेश होतो– असणारी व्यक्ती, संसदेची अथवा राज्य विधिमंडळाची निवडणूक लढवू शकणार नाही. तुरुंगात असलेली जी व्यक्ती लोकप्रतिनिधी कायद्यानुसार मतदान करू शकत नाही, ती

मतदार नसल्याने निवडणूक लढविण्यासाठी अपात्र ठरते. माझ्या यापूर्वीच्या एका पुस्तकात मी नमूद केले होते की खुनाच्या आरोपाखाली पुर्णिया तुरुंगात शिक्षा भोगत असलेल्या पप्पु यादवने १९९९ मध्ये अपक्ष उमेदवार म्हणून लोकसभेची निवडणूक लढविली होती व २ लाखांहून अधिक मतांनी ती जिंकली होती, त्याला बिहार राज्यातील सर्वाधिक म्हणजे ६६.३ टक्के मते मिळाली होती. कुप्रसिद्ध गुन्हेगार पप्पु कलानी येरवडा तुरुंगात शिक्षा भोगत असताना अपक्ष उमेदवार म्हणून महाराष्ट्राच्या विधानसभेवर १९९९ साली निवडून आला (गोडबोले २००३: ९४). आपल्या पद्धतीला लागलेली कीड किती गंभीर स्वरुपाची आहे हे दाखविण्यासाठी केवळ दोनच उदाहरणे दिली आहेत. परंतु सर्वोच्च न्यायालयाचा निर्णय रद्दबातल ठरविण्यासाठी लोकप्रतिनिधी कायद्यात दुरुस्त्या करण्याची प्रक्रिया सरकारने सुरू केली आहे.

गेल्या काही वर्षांत पैसा व बाहुबळ यांचे महत्त्व वाढल्याने भारतातील निवडणुकीच्या स्वरुपात परिणामकारक बदल घडले आहेत. ३० टक्के आमदार व खासदार आता कोट्याधीश आहेत. खूप मोठ्या प्रमाणावर पैसा खर्च केल्याखेरीज निवडून येण्याची शक्यताच आता उरलेली नाही. लोकसभेतील विरोधी पक्षाचे उपनेते गोपीनाथ मुंडे यांनी जाहीरपणे असे कबूल केले की त्यांच्या पहिल्या निवडणुकीसाठी त्यांनी केवळ २९,००० रुपये खर्च केले होते, तर २००९ साली संसदेच्या निवडणुकीसाठी खर्चाची मर्यादा २५ लाख निर्धरित केली असताना, खासदार म्हणून निवडून येण्यासाठी त्यांना ८ कोटी रुपये खर्चावे लागले होते. निवडणूक आयोगाने त्यांच्याविरुद्ध कारवाई करावी अशी मागणी करण्यात येत आहे, पण इतर असंख्य खासदारांनी देखील त्यांच्या निवडणुकीसाठी प्रचंड मोठ्या रकमा खर्च केल्या असणार. निवडणूक सुधारणांच्या निकडीबाबत बोलताना त्यांनी हा मुद्दा जाहीरपणे मांडला एवढीच त्यांची चूक होती. निवडणुकीच्या दंगलीत नव्यानेच प्रवेश करणाऱ्या आम आदमी पक्षाने काही कोट्याधीश उमेदवारांची निवड केल्याचे सांगण्यात येते. अर्थात येणाऱ्या निवडणुकीत परिणामकारक यश मिळवायचे असल्यास त्यांना याबाबत दोषही देता येणार नाही.

राजकीय पक्षांमध्ये पक्षांतर्गत लोकशाही नाही आणि ते कोणाला उत्तरदायीही नसतात. भारतीय जनता पक्ष व डाव्या विचारसरणीचे पक्ष यांचा अपवाद

सोडल्यास, 'मानाची कुटुंबे' (फर्स्ट फॅमिलीज) आणि वारसाहक्काने चालत आलेले नेतृत्व हे आता सर्वच पक्षांमध्ये चांगले रुजले आहे. पैसे देऊन छापून आणलेल्या बातमीने (पेड न्यूज) उमेदवारांच्या कर्तबगारीबद्दल मतदारांचा गैरसमज करून दिला जातो. अस्वस्थ करणारा आणखी एक पैलू म्हणजे विशेषत: शहरांमध्ये व महानगरांमध्ये मतदारांचा भ्रमनिरास झाल्याने त्यांच्या मतदानाची घटलेली संख्या.

युपीए १ च्या किमान समान कार्यक्रमातील एका महत्त्वाच्या आश्वासनाचा केवळ लोकांनाच नव्हे, तर सरकारलाही विसर पडला. ते आश्वासन होते, 'निवडणूक सुधारणांचा भाग म्हणून निवडणूक खर्च सरकारी निधीतून केला जावा यासाठी युपीए लवकरात लवकर पावले उचलेल.' सर्व उमेदवारांना समान पातळीवर आणण्यातील आणि खुल्या व रास्त मार्गाने निवडणुका होण्यातील मोठा अडथळा म्हणजे पैशाचा मोठ्या प्रमाणावरील वापर. राजकीय पक्षांनी छुप्या पद्धतीने निधी जमा करणे हे देशातील काळ्या पैशाच्या उत्पत्तीचे एक महत्त्वाचे कारण आहे. त्यामुळे राजकारणाचे गुन्हेगारीकरण आणि आपल्या मर्जीतील काही थोड्या उद्योगपतींच्या हितसंबंधांचे रक्षण याला मोठ्या प्रमाणावर चालना मिळाली. निवडणुकीचा खर्च राज्याच्या तिजोरीतून केला जाणे हा यावरचा उपाय ठरू शकतो असे बरेच वेळा म्हटले जाते. आतापर्यंत या विषयाची चर्चा ही केवळ उमेदवारांना वैयक्तिकरित्या सहाय्य देण्यापुरतीच मर्यादित राहिली आहे आणि अनेक कारणांसाठी हे शक्य नाही व योग्यही ठरणार नाही. परंतु काँग्रेस पक्षाने कायदा आयोगासमोर ऑगस्ट २०१३ मध्ये केलेल्या निवेदनात परत एकदा उमेदवारांच्या खर्चाचा काही हिस्सा सरकारने द्यावा असे सुचविले. प्रेम शंकर झा यांनी सुचविले आहे की उमेदवारांऐवजी या योजनेतून राजकीय पक्षांना निधी दिला जावा. त्यांनी लिहिले आहे:

> सर्वात महत्त्वाची आवश्यकता म्हणजे या निधीतून पक्षांच्या सर्व आर्थिक गरजा भागविल्या जाव्यात, केवळ काही हिस्सा नव्हे. तसे करण्यात आले नाही, तर आर्थिक पाठबळासाठी पक्षांचे गुन्हेगारी घटकांवर अवलंबून राहणे चालूच राहील. दोन, या निधीतील रक्कम कोणत्याही स्वरुपात (उदा. टीव्हीवर देण्यात येणारा वेळ) उमेदवारांना न देता ती त्यांच्या पक्षाला दिली जावी. तीन, गेल्या निवडणुकीत पक्षाला मिळालेल्या मतांच्या प्रमाणात हा

निधी दिला जावा. चार, मान्यताप्राप्त राजकीय पक्षांनाच असा निधी दिला जावा. निवडणूक आयोगाने पक्षाला मान्यता देण्याचे निकष ठरवून द्यावेत. बहुधा हे मतांच्या कमीत कमी टक्केवारीवर आधारित असते. पाच, विधानमंडळ व संसदेच्या निवडणुकींसाठी निरनिराळा निधी देण्यात यावा. शेवटचे म्हणजे, यापैकी प्रत्येक खर्चाचे बारकाईने लेखा परीक्षण करावे लागेल. ही जबाबदारी पेलता यावी या दृष्टीने निवडणूक आयोग सक्षम बनवून त्याचा विस्तार करावा लागेल (झा २००४: ३०).

तथापि, या योजनेतही काही त्रुटी आहेत. राजकीय पक्ष उद्योगपती, बांधकाम व्यावसायिक वगैरेंकडून पैसा उभा करणे चालूच ठेवतील. विशेषत: जे पक्ष सरकारी निधी मिळण्यास अपात्र ठरतील, त्यांच्याबाबत तर हे अधिकच खरे ठरेल. पक्षाकडून जो निधी मिळेल त्यापेक्षा अधिक खर्च करणे उमेदवार चालूच ठेवतील. त्यामुळे सरकारने खर्च करण्याचा कितपत उपयोग होईल याबद्दल शंकाच आहे.

युतीतील सहभागी दलांच्या जबाबदाऱ्यांबद्दल युतीच्या सरकारांमध्ये गंभीर चिंता दिसून येतात. तत्कालिन पंतप्रधान अटल बिहारी वाजपेयी यांनी 'युतीचा धर्म' (खरेतर अधर्मच) हा एक वाक्प्रचार त्यावेळी लोकप्रिय केला होता. या 'युतीच्या धर्माच्या' गरजांपुढे सुशासन आणि नैतिक मूल्यांची कास सोडून देण्यात आली. या पार्श्वभूमीवर भारत जगातील सर्वात मोठी व चैतन्यपूर्ण लोकशाही बनण्याची बाब म्हणजे निव्वळ पोकळ शब्द भासतात.

निवडणूक सुधारणांचे क्षेत्र खूप विस्तृत असून त्याचा इतिहासही मोठा व गुंतागुंतीचा आहे. वास्तविक, कोणताही राजकीय पक्ष सत्तेत असला, तरी हा कारवाईच्या अभावाचाच इतिहास आहे. वेळ व जागेच्या मर्यादेमुळे ज्या पैलूंचा भारताच्या लोकशाहीवर परिणामकारक प्रभाव पडेल, अशा काही मुद्यांचीच मी येथे चर्चा करणार आहे:[२]

१. राज्यविधानसभांची निवडणूक ही संसदेच्या निवडणुकीबरोबरच घेतली जावी. सर्वच दृष्टींनी हे अधिक सोयीचे होईल व खर्चाची मोठीच बचत होईल. २००४ साली लोकसभेच्या निवडणुकीसोबत चार राज्यांतील विधानसभांच्या निवडणुका घेण्यात आल्या होत्या. निवडणुकीच्या

निकालावर याने काही परिणाम झालेला दिसून आला नाही.

२. मतदान करणे हे प्रत्येक नागरिकासाठी मूलभूत कर्तव्य म्हणून सक्तीचे करण्यासाठी त्याचा घटनेच्या कलम ५१अ मध्ये अंतर्भाव करण्यात यावा. अनेक देशांनी तसे केल्यानंतर त्यांच्याकडील मतदानाच्या टक्केवारीत बरीच वाढ झालेली दिसून आली.

३. याबरोबरच नकारात्मक मत नोंदविण्यासाठी सर्व उमेदवारांच्या नावानंतर 'वरीलपैकी कोणीही नाही' (नन ऑफ द अबॉव्ह– नोटा) असे एक बटण एलेक्ट्रॉनिक मतदान यंत्रांमध्ये देण्यात यावे. नकारात्मक मतदानामुळे राजकीय पक्षांना उमेदवार निवडताना नीट विचार करावा लागेल.

४. पंतप्रधान व राज्याचे मुख्यमंत्री हे अनुक्रमे लोकसभा व विधानसभेचे निवडून आलेले, जनादेश असणारे सदस्य असले पाहिजेत असाही एक नियम केला जावा. असा प्रस्ताव घटनादुरुस्ती (३२ वी दुरुस्ती) विधेयकात १६ मे १९७३ रोजी संसदेत मांडण्यात आला होता. हे विधेयक दोन्ही सदनांच्या संयुक्त समितीकडे अभ्यासासाठी पाठविण्यात आले होते. अनेक मुदतवाढी घेऊनही संयुक्त समितीने आपला अहवाल सादर केलाच नाही आणि पाचव्या लोकसभेच्या बरखास्तीबरोबर हे विधेयक आपोआप व्यपगत (लॅप्स) झाले (कश्यप १९९७: १०४). राजकीय इच्छाशक्तीच्या अभावाचे हे स्पष्ट उदाहरण आहे. परंतु हा विषय महत्त्वाचा असून त्याचा पाठपुरावा होणे गरजेचे आहे.

५. लोकसभेत व राज्य विधिमंडळांत ३३ टक्के जागा महिलांसाठी आरक्षित ठेवण्यासाठी घटनादुरुस्ती करणे आवश्यक आहे. याने महिलांचे निश्चितच सबलीकरण होईल. परंतु हे प्रयत्न १९९६ पासून थोपविण्यात आले आहेत. अधिक वेळ न दवडता याबाबत राजकीय एकमत घडवून आणणे गरजेचे आहे.

६. किती आमदार/खासदारांना मंत्र्यांच्या दर्जाच्या सुविधा दिल्या जाव्यात यावरही काही घटनात्मक मर्यादा आणणे आवश्यक आहे. मेघालयासारख्या लहान राज्यात पाच मुख्यमंत्री असावेत हे हास्यास्पद आहे– एक खरे मुख्यमंत्री, आणि इतर चार जणांना मुख्यमंत्र्यांना मिळणाऱ्या सर्व सुविधा व

दर्जा देण्यात आला आहे! अशा प्रकारच्या अयोग्य गोष्टी इतर राज्यांतही घडल्या आहेत. लोकशाहीची ही चेष्टा आणि सरकारी तिजोरीची लूट थांबायला हवी.

७. भारतीय समाज बहु धार्मिक, बहुभाषिक, बहुवंशीय व बहुसांस्कृतिक असल्याने, निवडून आलेल्या उमेदवाराने अशा वैविध्यपूर्ण समाजाचे खऱ्या अर्थाने प्रतिनिधित्व करावे अशी अपेक्षा ठेवणे रास्त ठरते. सध्या राजकीय पक्ष उमेदवार निवडताना केवळ त्या त्या मतदारसंघाचा विचार करून त्यात प्राबल्य असणाऱ्या समाजाचा उमेदवार निवडतात. उमेदवार देखील प्रामुख्याने आपल्या जातीचा व समाजाचा पाठिंबा मिळवण्याचाच प्रयत्न करतात. निवडणूक प्रचारात अल्पसंख्याकांचा फारच कमी विचार केला जातो. लोकशाहीत लोकसंख्येच्या सर्व घटकांचे सबलीकरण होण्यासाठी हे बदलायला हवे. सध्या असे दिसून येते की बऱ्याच वेळा निवडून आलेल्या उमेदवाराला एकूण मतदानाच्या केवळ १५ ते २० टक्केच मते मिळाली तरी पुरते. ही प्रातिनिधिक लोकशाहीची चेष्टाच म्हणावी लागेल. त्यासाठी उमेदवाराला निवडून येण्यासाठी कमीत कमी ५० टक्के +१ मत मिळाले पाहिजे असे जाहीर करावे लागेल. कोणालाच तशी मतसंख्या न मिळाल्यास, सर्वाधिक मते मिळविणाऱ्या उमेदवारांसाठी परत एकदा मतदान घेतले जावे. विशेषत: देशातील दुफळीचे वातावरण लक्षात घेता, ही सुधारणा फार दिवसांपूर्वीच व्हायला हवी होती.

८. राजकीय पक्षांच्या सर्व बाबींसाठी एक केंद्रीय कायदा करण्यात यावा. यात इतर अनेक गोष्टींबरोबरच सदस्यांची पात्रता, धर्मनिरपेक्षतेबाबतची बांधीलकी, सामजिक जीवनात शुचिता टिकविणे व त्यात वाढ करणे, गुन्हेगारी पार्श्वभूमीच्या उमेदवारांना निवडणुकीची तिकीटे न देणे, स्त्रिया, अल्पसंख्याक व इतर दुर्बल घटकांना पुरेसे प्रतिनिधित्व देणे, निधी गोळा करणे व त्याचे लेखा परीक्षण, पक्षांतर्गत लोकशाही असणे, सर्व पातळ्यांवर पारदर्शी पद्धतीने नियमितपणे व वेळेवर निवडणुका घेणे वगैरे बाबींचा समावेश असावा. केंद्रीय माहिती आयुक्तांच्या माहितीच्या अधिकाराचा कायदा निवडक राजकीय पक्षांना लागू करण्याचा २०१३ सालातील निर्णय, काही पक्षांनी त्याला जोरदार विरोध दर्शविला असला, तरीही या दृष्टीने

निश्चितच स्वागतार्ह आहे. राजकीय पक्षांच्या व्यवहारांचे नियमन करण्यासाठी संसदेने एक कायदा करावा असे सर्वोच्च न्यायालयानेही सुचविले आहे.

९. नजीकच्या भविष्यकाळातील युतीच्या सरकारांची अटळता लक्षात घेता, त्यांचे कार्य सुरळितपणे चालावे यासाठी काही मार्गदर्शक तत्त्वे मान्य करणेही गरजेचे आहे. निवडणुकीचे निकाल जाहीर झाल्यानंतर करण्यात आलेल्या युतीपेक्षा, निवडणुकीपूर्वी समान किमान कार्यक्रमाच्या आधारे करण्यात आलेल्या युतीला राष्ट्रपती/राज्यपाल यांनी सरकार बनविण्यास पाचारण करावे. शिवाय निवडणुकीपूर्वीच्या अशा युतीतील एखादा घटक पक्ष कोणत्याही कारणाने सरकारमधून बाहेर पडल्यास, त्यांना मतदारांचा कौल घेणे बंधनकारक करण्यात यावे आणि तोपर्यंत त्यांचे सदनाचे सदस्यत्व रद्द केले जावे. युती सरकारांचे स्थैर्य राखण्यासाठी हा उत्तम मार्ग ठरेल.

१०. पोलिसांनी दाखल केलेला पुरावा विचारात घेतल्यानंतर दंडाधिकाऱ्यांनी त्या व्यक्तीविरुद्ध गंभीर स्वरुपाच्या गुन्ह्याबाबत आरोपपत्र तयार केले असल्यास त्या व्यक्तीस निवडणूक लढविण्यासाठी अपात्र ठरविले जावे. राष्ट्रीय जनता दलाचे सिवानचे खासदार मोहमद शहाबुद्दिन यांच्याविरुद्ध ५२ खटले दाखल करण्यात आले आहेत हे अशा प्रकारचे विशेष लक्षवेधी उदाहरण आहे (*हिंदुस्थान टाइम्स*, ९ मे २००७). उत्तर प्रदेशातील खासदार आतिक अहमद यांना दिल्ली पोलिसांनी अटक करण्यापूर्वी ९ महिने ते फरार होते. एकूण नऊ प्रकरणांसाठी त्यांना अटक करावयाची होती, त्यात उत्तर प्रदेशातील एका खुनाच्या गुन्ह्याचाही समावेश होता व त्यांच्या अटकेसाठी २०,००० रुपयांचे बक्षीसही जाहीर करण्यात आले होते (*इंडियन एक्स्प्रेस*, २ फेब्रवारी २००८). महाराष्ट्रातील एक आमदार अरुण गवळी यांच्यावर महाराष्ट्र संघटित गुन्हे प्रतिबंधक कायदा (मोक्का) याखाली खटले दाखल करण्यात आले आहेत (*सकाळ*, ३० एप्रिल २००८).

११. विद्यमान आमदार/खासदारावर न्यायालयात आरोपपत्र दाखल करण्यात आले असल्यास, त्यांना असे पद धारण करण्यास अपात्र ठरविले जावे. ते असे कोणतेही पद भूषवित असल्यास त्याचा ताबडतोब राजीनामा देणे

बंधनकारक असावे. बिहारमध्ये लालु प्रसाद यादव व त्यांच्या पत्नी राबडीदेवी यांच्या मुख्यमंत्रीपदाच्या १२ वर्षांच्या कारकिर्दीत ११ मंत्र्यांना तुरुंगात जावे लागले होते (*सकाळ*, २२ जुलै २००२). केंद्रीय मंत्रीमंडळातील अल्पसंख्याक व्यवहारमंत्री रहमान खान यांच्याविरुद्ध बिजापूर जिल्ह्यातील लोकायुक्तांच्या आदेशानुसार लाचलुचपत प्रतिबंध कायदा, वक्फ कायदा आणि भारतीय दंडविधान संहितेखाली गुन्हे दाखल करण्यात आले आहेत. तसेच कर्नाटकातील अमरनाथ सहकारी बँकेची फसवणूक केल्याच्या आरोपाखाली रिझर्व्ह बँकेने व कर्नाटक सहकारी संस्थांच्या निबंधकाने त्यांना दोषी ठरविले आहे (*द संडे गार्डियन*, ४ व ११ नोव्हेंबर २०१२). गुन्हेगारी पार्श्वभूमीच्या व्यक्तीला मंत्रीपदाची शपथ देण्यास राष्ट्रपती नकार देऊ शकतील का या प्रश्नी एक जनहित याचिका सर्वोच्च न्यायालयाने दाखल करून घेतली आहे. राजकारणाचे मोठ्या प्रमाणावर गुन्हेगारीकरण झाले आहे आणि बहुतेक सर्व राजकीय पक्ष गुन्हेगारी पार्श्वभूमीच्या व्यक्तींना निवडणूक लढविण्यासाठी तिकीट देतात व नंतर त्यांना मंत्रीही बनवितात, त्यामुळे हा विषय अतिशय संवेदनशील बनला आहे आणि कोणताच राजकीय पक्ष याबाबत कारवाई करण्यास तयार नाही. हे प्रकरण घटनापीठासमोर ठेवण्यापूर्वी सर्वोच्च न्यायालयाने केंद्र व राज्य सरकारांना पुढील प्रश्नांची उत्तरे देण्यास सांगितले आहे: न्यायालयाने एखाद्या मंत्र्याविरुद्ध गंभीर गुन्ह्याबाबत आरोपपत्र दाखल केले असल्यास त्याने राजीनामा द्यावा का; आरोपपत्र दाखल करण्यात आलेल्या व्यक्तीला मंत्रीपदी नियुक्त करता येईल का; राष्ट्रपती/राज्यपाल पंतप्रधान/ मुख्यमंत्र्याना अशा मंत्र्याला वगळण्याचा सल्ला देऊ शकतील का; न्यायालयात दोषी सिद्ध होईपर्यंत निरपराध मानले जावे हे तत्त्व एखादी व्यक्ती मंत्रीपदी नियुक्त केली जात असताना लागू केले जावे का; याबाबत मार्गदर्शक नियम घालून दिल्यास ती संसदेच्या कार्यक्षेत्रात न्यायालयाची ढवळाढवळ ठरेल का (*टाइम्स ऑफ इंडिया*, २० फेब्रुवारी २००७). पाश्चिमात्य लोकशाही देशांमध्ये यातील बरेचसे प्रश्न निर्माणच होणार नाहीत. परंतु देशातील सर्वोच्च न्यायालयाने ते विचारले आहेत यावरून आपल्या सामाजिक जीवनाची पातळी आणि गेल्या काही वर्षात ती किती खालावली

आहे यावर चांगलाच प्रकाश पडतो. विशेष म्हणजे, यातील शेवटचा प्रश्न – न्यायालयाचा याबाबतचा निर्णय संसदेच्या कार्यक्षेत्रात ढवळाढवळ ठरेल का– हा न्यायालयाने प्रथमच विचारला आहे. या प्रकरणातून जे काही निष्पन्न होईल त्याचा देशाच्या राजकीय जीवनावर मोठाच परिणाम होईल हे नि:संशय.

१२. १९६७–६८ मध्ये दहा महिन्यांत ४३८ जणांनी पक्ष बदलले याची आठवण करून देणे अगत्याचे आहे. यापैकी २१० जण मंत्रीमंडळाचे सदस्य बनले. आंध्र प्रदेश, जम्मू व काश्मीर, कर्नाटक, हरयाणा व सिक्कीममध्ये मोठ्या प्रमाणावर पक्षबदल घडले (विवेकानंदन १९९५: २९६). पक्षबदल प्रतिबंध कायद्याने या किडीवर काहीसा प्रभाव झाला आहे. एक राजकीय पक्ष सोडून दुसऱ्या पक्षात प्रवेश करणाऱ्याचे विधिमंडळ सदस्यत्व रद्द करण्यात यावे असा प्रस्ताव १६ मे १९७३ रोजी संसदेत सादर करण्यात आलेल्या ३२ व्या घटनादुरुस्ती कायद्यात प्रथम मांडण्यात आला होता. हे विधेयक संसदेच्या दोन्ही सदनांच्या संयुक्त समितीकडे पाठविण्यात आले होते. अनेकवेळा मुदतवाढ घेऊनही या संयुक्त समितीने आपला अहवाल सादर केला नाही आणि पाचव्या लोकसभेच्या बरखास्तीबरोबर हे विधेयकही व्यपगत (लॅप्स) झाले (कश्यप १९९७: १०४). राजकीय इच्छाशक्तीच्या अभावाचे हे स्पष्ट निदर्शक होते. अखेर, १९८५ साली ही घटनादुरुस्ती करण्यात आली. परंतु भिन्नमत आणि पक्षबदल यात फरक करण्याच्या संदर्भातील आतापर्यंतच्या अनुभवावरून राजकीय पक्षातील भिन्नमताचा आवाज दडपला जाऊ नये यासाठी या कायद्यात आणखी बदल करण्याची गरज आता दिसून आली आहे. तसेच पक्षबदलाच्या प्रकरणी निकाल देण्याचे अधिकार निवडणूक आयोगाकडे सोपविले जावेत. राष्ट्रपती/राज्यपाल यांना निवडणूक आयोगाच्या शिफारशीनुसार कारवाई करण्याचे अधिकार दिले जावेत.

१३. एनडीए सरकारने लोकप्रतिनिधी कायद्यात बदल करून राज्य सभेच्या सदस्यत्वासाठी त्या भागाचा रहिवासी असण्याची अट काढून टाकण्याने मोठीच हानी झाली आहे. सर्वोच्च न्यायालयाने काहीही म्हटले असले, तरी याने संघराज्याच्या तत्त्वाची चेष्टाच झाली आहे. शिवाय, याने राज्यांची सभा हा राज्यसभेच्या नावातील अर्थच नाहीसा झाला आहे. राज्यसभेची

निवडणूक लढविण्यासाठी ती व्यक्ती सामान्यपणे त्या राज्यातील रहिवासी असावी असा नियम करायला हवा.

१४. निवडणूक जाहीरनाम्यांमध्ये मतदारांना आकर्षित करण्यासाठी वस्तू/सेवांचे फुकट वाटप करण्याच्या योजनेला आता विकृत स्वरुप प्राप्त झाले आहे आणि याने खुल्या व रास्त निवडणूका या कल्पनेची चेष्टाच होत आहे. फुकट वाटण्यात येणाऱ्या गोष्टींची यादी न संपणारी आहे– रंगीत टेलिव्हिजन संच, प्रेशर कुकर, गॅस स्टोव्ह व गॅस जोडणी, मोबाईल फोन, लॅपटॉप, सायकल वगैरे वगैरे. तामिळ नाडूतील विधिमंडळाच्या गेल्या निवडणुकीनंतर या फुकट वाटावयाच्या गोष्टींसाठी राज्याच्या तिजोरीवर २,४०० कोटी रुपयांचा बोजा पडला. कोणत्याच राजकीय पक्षाला याबाबत काहीच करायचे नसल्याने ही बाब एका जनहित याचिकेमार्फत सर्वोच्च न्यायालयात नेण्यात आली. सर्वोच्च न्यायालयाने निवडणूक आयोगाला असे आदेश दिले की राजकीय पक्षांशी सल्लामसलत करून त्यांनी निवडणुकीसाठी एक आदर्श आचारसंहिता व निवडणूक जाहीरनाम्यासाठीही मार्गदर्शक तत्त्वे घालून द्यावीत. तथापि, 'टेलिव्हिजन संच व लॅपटॉप सारख्या वस्तू पात्र व योग्य व्यक्तींना देणे हे घटनेत नमूद केलेल्या राज्यकारभाराच्या मार्गदर्शक तत्वांत बसते' (*इंडियन एक्स्प्रेस*, ६ जुलै २०१३) असे न्यायालयाने नमूद केल्याचे जर खरे असेल, तर राजकीय पक्ष याचा गैरफायदा घेऊन त्यांच्या सध्याच्या प्रथांचे समर्थन करण्यासाठी त्याचा वापर करतील. त्याचबरोबर निवडणूक काळात मतदारांना अशी प्रलोभने दाखविण्याने सर्व उमेदवारांसाठी समतल क्षेत्र उपलब्ध होत नाही आणि खुल्या व रास्त निवडणुकीची याने चेष्टा होते असे न्यायालयाचे मत असल्याचे दिसून आले.

१५. निवडणुकीचे पावित्र्य राखायचे असेल, तर 'पैसे घेऊन देण्यात आलेल्या' बातम्यांच्या (पेड न्यूज) धोक्याकडे गांभीर्याने लक्ष द्यावे लागेल. त्यासाठी यात सहभागी असणाऱ्या सर्वांनाच, म्हणजे उमेदवार, प्रसिद्धी माध्यमे, छापखाने, प्रकाशक, कार्यक्रमांचे सादरकर्ते, सल्लागार अशा सर्वांनाच, जरब बसेल अशी शिक्षा ठोठावावी लागेल. ज्या उमेदवारांविरुद्ध असे गुन्हे शाबित होतील त्यांना सहा वर्षांसाठी कोठलीही निवडणूक लढविण्यास मनाई करण्यात यावी. तसेच प्रसिद्धीसमूहांविरुद्धही कडक कारवाई केली

जावी.

लोकशाहीचा पुरस्कार करणाऱ्या देशासाठी खुल्या व रास्त निवडणुका व त्यासाठी सर्व उमेदवारांसाठी समतल क्षेत्र असणे हे अत्यंत महत्त्वाचे आहे. परंतु भारतातील कोणत्याच राजकीय पक्षाची यासाठी मनापासून बांधीलकी नाही. त्यामुळे सुशासनाच्या या निकषानुसारही भारताच्या परिस्थितीत सुधारणा होण्यासाठी फारच मोठा वाव आहे.

मालमत्तेचा अधिकार

जवाहरलाल नेहरूंच्या आग्रहाने समाजवादी समाजरचनेचा स्वीकार करण्यात आला त्याचा एक परिणाम म्हणजे, मालमत्तेचा हक्क हा मूलभूत अधिकारांतून वर्ज्य करण्यात आला. [३] 'नेहरूंचा कालखंड १९६४ साली संपुष्टात आला असे म्हणता येईल, त्यात १७ घटनादुरुस्त्या करण्यात आल्या. यापैकी चार दुरुस्त्या मूलभूत हक्कांच्या संदर्भातील होत्या व त्यातील तीनमध्ये मालमत्तेच्या तरतुदीसंदर्भात दुरुस्त्या करण्यात आल्या' (कश्यप १९९०: ६६). केंद्र सरकारने जमीन सुधारणा कायदा करणे समजण्यासारखे होते, पण त्या नावाखाली मालमत्तेचा अधिकार मूलभूत अधिकारांतून काढून टाकणे पूर्णपणे असमर्थनीय होते. जमीन अधिग्रहित करण्याच्या बहुतेक सर्व प्रकरणांमध्ये असे दिसून आले आहे की ती जमीन सर्वसामान्य लोकांची होती. त्यांना त्यासाठी रास्त नुकसान भरपाई देणे योग्यच होते. मालमत्तेच्या अधिकारासंबंधी बोलताना, नेहरूंनी जमिनीच्या प्रश्नाचे वर्णन 'चेतनामय, हेलावणारे, बदलत्या स्वरुपाचे व क्रांतीकारक' असे केले होते. परंतु *मद्रास राज्य वि. श्रीमती चंपकम दोराइराजन*, या प्रकरणात सर्वोच्च न्यायालयाने म्हटले होते, 'मूलभूत अधिकारांचा भाग हा अत्यंत पवित्र असून विधिमंडळाच्या किंवा कार्यकारी अंगाच्या कोणत्याही कारवाईने/कायद्याने वा आदेशाने त्याला संकुचित करता येणार नाही, केवळ घटनेच्या विभाग ३ मधील कलमात दिलेल्या तरतुदीनुसार तेवढाच बदल करता येईल. राज्यकारभाराच्या मार्गदर्शक तत्त्वांची अंमलबजावणी मूलभूत हक्कांच्या मर्यादेत राहूनच करावी लागेल' (कश्यप १९९०: ६७). सर्वोच्च न्यायालयाच्या या भूमिकेत नंतर बदल झाला.

ही भूमिका स्पष्ट करण्यासाठी व घटनाकारांचा जो मूळ उद्देश मानला गेला होता, तो अंमलात आणला जावा यासाठी घटनेच्या पहिल्या दुरुस्तीद्वारे कलम ३१अ व ३१ब या नव्या कलमांचा व नवव्या सूचीचा यात अंतर्भाव करण्यात आला.

घटना विधेयक (४२ वी घटनादुरुस्ती) १९७६, मध्ये इतर गोष्टींबरोबरच समाजवाद, धर्मनिरपेक्षता व राष्ट्राची एकसंधता यांच्या उच्च तत्त्वांवर स्पष्टपणे भर देण्यात आला. संसदेत या विधेयकावर चर्चा चालू असताना दोन्ही सदनांमध्ये 'समाजवादी' या शब्दाच्या घटनेच्या प्रस्तावनेतील समावेशाने, विशेषत: मालमत्तेचा हक्क अबाधित ठेवला असल्याने, काहीच फरक पडणार नाही म्हणून अशा समावेशावर बरीच टीका करण्यात आली होती हे विशेष लक्षात घेण्याजोगे आहे. या विधेयकात मालमत्तेचा हक्क घटनेच्या भाग ३ मधील मूलभूत हक्कांच्या यादीतून वगळण्याची तरतूद करण्यात आली नव्हती म्हणून अनेक सदस्यांनी यावर बरीच टीका केली होती. त्यांचे म्हणणे होते की मालमत्तेचा अधिकार हा घटनेच्या प्रस्तावनेत आता समविष्ट झालेल्या समाजवादाच्या संकल्पनेशी सुसंगत नसल्याने तो घटनेतून पूर्णपणे काढून टाकण्यात यावा (कश्यप १९९७: ९१-९२,९७). या *विधेयकाच्या चर्चेच्या प्रस्तावावर* मतदान घेतले असता, ३४६ होकारार्थी व २ नकारार्थी मते मिळाल्याने तो मान्य करण्यात आला. हे *विधेयक पारित करण्यासाठी* मतदान घेतले असता, ३६६ होकारार्थी व ४ नकारार्थी मतांची नोंद होऊन ते पारित झाल्याचे जाहीर करण्यात आले. यावरून सर्वच राजकीय पक्षांमधील लोकानुनयाची मानसिकता स्पष्ट दिसून येते.

सुप्रसिद्ध घटनातज्ज्ञ नानी पालखीवालांनी म्हटले आहे की, समाजवादी लोकशाहीमध्ये मालमत्तेचा अधिकार हा 'सर्वाधिक असमर्थनीय' म्हणून त्याच्याकडे तुच्छतेने पाहिले जाते आणि ती एक शिवीच मानली जाते. परंतु त्यांनी हे अधोरेखित केले आहे की जगातील सर्वच लोकशाही देशांमध्ये मालमत्तेचा हक्क घटनात्मक कायद्यात व प्रथांमध्येही मान्य करण्यात आला असून त्याचा आदर केला जातो. मॅग्ना कार्टामध्ये (१२१५) व मानवी हक्कांच्या फ्रान्सच्या जाहीरनाम्यातही (१७८९) त्याचा उल्लेख आहे. अमेरिका, ऑस्ट्रेलिया, जपान, पश्चिम जर्मनी, कॅनडा, नायजिरिया वगैरे देशांच्या राज्यघटनेतही त्याला मान्यता देण्यात आली आहे. मानवी हक्कांच्या जागतिक जाहीरनाम्यातही (१९४८)

खाजगी मालमत्तेचा अधिकार मानण्यात आला आहे. भारताने या जाहीरनाम्यावर सही केलेली आहे. भारतीय घटनाकारांनी मालमत्तेला मूलभूत अधिकारांच्या प्रकरणात स्थान देण्याइतके महत्त्वाचे मानले होते. हा अधिकार मूलभूत अधिकारांच्या प्रकरणातून काढून तो निराळ्या प्रकरणात मांडावा ही घटनासमितीतील काही सदस्यांची सूचना मान्य करण्यात आली नव्हती. हा अधिकार मूलभूत हक्कांमध्ये परत समाविष्ट केला जावा यासाठी पालखीवालांनी जोरदार मागणी केली आहे आणि ते योग्यच आहे (पालखीवाला १९७४: ३४–४०).

सर्वोच्च न्यायालयातील *केशवानंद भारती* प्रकरणातील आपल्या लांबलचक युक्तीवादात नानी पालखीवालांनी २५ व्या घटनादुरुस्तीचे वर्णन 'अतिशय धक्कादायक घटना' (मॉन्युमेंटल आउटरेज) असे केले आहे. या दुरुस्तीअन्वये कलम ३१क [काही मार्गदर्शक तत्त्वांना कायद्याचे स्वरुप देणे] राज्यघटनेत समाविष्ट करण्यात आले. पालखीवाला म्हणतात, 'हा एक मोठा ऑक्टोपस (वळवळणाऱ्या आठ अवयवांचा सागरी प्राणी), एक नवा राक्षस असून तो जमिनीशिवाय इतरही सर्व प्रकारची मालमत्ता आपल्या कवेत घेऊन गिळंकृत करू शकेल' (कामत २००७: १८०).

सर्वोच्च न्यायालयाचे माजी मुख्य न्यायमूर्ती एम. हिदायतुल्ला यांचे असे मत होते की मालमत्तेचा अधिकार मूलभूत अधिकारांच्या प्रकरणात घालणे व त्याची त्याप्रकारे अंमलबजावणी करणे हे चुकीचे होते (हिदायतुल्ला १९७९: vii). त्यांच्या मते मालमत्तेच्या अधिकाराला वेगळ्या प्रकारे संरक्षण देणे गरजेचे होते. इतर अनेक न्यायाधिशांनीही अशाच प्रकारचे मत व्यक्त केले होते.

एच. एम. सिरवाई यांनी मुद्दाम भर देऊन म्हटले होते की मालमत्तेचा अधिकार हा जर मूलभूत अधिकार मानला गेला नाही आणि सार्वजनिक उपयोगासाठी अधिग्रहित करण्यात आलेल्या मालमत्तेची नुकसानभरपाई देण्याची तरतूद करण्यात आली नाही, तर धर्मस्वातंत्र्यासारख्या इतर अनेक मूलभूत हक्कांवर त्याचा विपरीत परिणाम होईल (सिरवाई १९७८: १५०,१५४).

अतुल एम. सेटलवाड यांचे म्हणणे आहे की घटनेच्या 'मूलभूत ढाच्या'बाबत जरी एकमत नसले, तरी मालमत्तेचा मूलभूत अधिकार त्यापैकी एक नाही हे स्पष्ट आहे.

सेटलवाड यांनी भर देऊन म्हटले आहे की आजः

> भारतीय नागरिकाला मालमत्ता धारण करण्याचा काही एक अधिकार नाही आणि त्याची मालमत्ता विधिमंडळ कसलाही संकोच न करता काढून घेऊ शकते. १७ वी घटनादुरुस्ती मांडण्यात आली त्यावेळी कलम ३१अ ला एक अपवाद करण्यात आला होता की त्याकाळी अस्तित्वात असलेल्या कमाल जमीन धारणा कायद्याच्या मर्यादेअंतर्गत त्या जमिनीसाठी प्रचलित बाजारभावाने संपूर्ण किंमत दिल्याखेरीज सरकार ती जमीन अधिग्रहित करू शकणार नाही हे विशेष लक्षवेधी आहे. भारतातील कोणाही व्यक्तीला मालमत्ता धारण करण्याचा संरक्षित अधिकार नाही असे सर्वोच्च न्यायालयाने ज्यावेळी स्पष्टपणे जाहीर केले, त्यावेळी त्यांनी या मर्यादेकडेही दुर्लक्ष केले. मालमत्ता धारण करण्याचा अधिकार जगभरात मान्य झालेला आहे, आणि आतापर्यंत ज्या इतर मूलभूत अधिकारांवर बंधने घालण्यात आलेली नाहीत, ते या अधिकाराशिवाय उपभोगता येणार नाहीत.

या मुद्यावर एच.एम.सिरवाई, नानी पालखीवाला, व अतुल सेटलवाड यांच्यासारख्या प्रसिद्ध घटनातज्ज्ञांचे पूर्णपणे एकमत असल्याचे दिसून येते.

कोणत्याही धार्मिक सांप्रदायाला स्थावर व जंगम मालमत्ता मिळविण्याचा व धारण करण्याचा अधिकार कलम २६ द्वारे देण्यात आला आहे. तथापि, मालमत्तेचा अधिकार हा मूलभूत अधिकारांतून काढून टाकल्यानंतर व तो कलम ३००अ खाली सर्व व्यक्ती व संस्थांसाठी केवळ कायदेशीर अधिकार करण्यात आला. फक्त अल्पसंख्याकांच्या संस्थांसाठीच मालमत्ता मिळविणे व धारण करणे हा मूलभूत हक्क मानला जाण्याचा अपवाद केला गेला. अशा तऱ्हेने मालमत्तेचा अधिकार हा मूलभूत अधिकार असावा, की तो केवळ कायदेशीर अधिकार असावा हाच मुख्य प्रश्न आहे.

अतुल सेटलवाड यांनी म्हटले आहे की, 'संपूर्ण जगातून समाजवादाची फॅशन आता निघून गेल्यामुळे भारताचे सर्वोच्च न्यायालय याविषयीच्या त्यांच्या आधीच्या निर्णयाचा फेरविचार करेल अशी आपण केवळ आशाच करू शकतो... आणि *केशवानंद* प्रकरणात देण्यात आलेली लवचिकता, तात्त्विकदृष्ट्या जरी अनिष्ट असली तरी, त्याने भविष्यातील एखाद्या पीठाला, मालमत्तेच्या अधिकारासारख्या

एखाद्या बाबतीतील आपली भूमिका बदलण्याची संधी मिळू शकते' (सेटलवाड २००१: ७८–७९).

मालमत्तेचा अधिकार हा मूलभूत हक्क करण्यासाठी सरकारने घटनादुरुस्ती करावी. परकीय गुंतवणुकदारांना त्यांच्या गुंतवणूकीबाबत योग्य ती नुकसानी भरपाई न देता 'टेक ओव्हर', स्वामित्वहरण, राष्ट्रियीकरण वगैरे केले जाण्यापासून संरक्षण देण्याची हमी दिली जात असताना, किंवा करार करून संरक्षण देण्याची जबाबदारी घेतली जात असताना, तसेच परस्परांना मान्य होईल अशा लवादयंत्रणा उपलब्ध करून देण्याचे मान्य केले जात असताना, हे विशेष महत्त्वाचे ठरते. देशांतर्गत मालमत्ताधारकाला वेगळी वागणूक देण्याचे काहीच कारण नाही. 'समाजवादी' हा शब्दच आता संदर्भहीन झाल्याने घटनेच्या प्रस्तावनेतून तो शब्दही गाळला जावा. अर्थात, प्रस्तावना हा घटनेच्या मूलभूत ढाच्याचा भाग असल्याने हा दांभिकपणा सहन करावाच लागेल.

लॉबियिंगचे संकट

जागतिकीकरणाच्या नावाखाली आपण पाश्चिमात्य जगातील आणि वॉल स्ट्रीटवरील काही अतिशय वाईट प्रथांचे अनुकरण करीत आहोत. त्यापैकी एक आहे व्यापार, उद्योग समूह आणि सरकार यांच्यातील अभद्र युती. लॉबियिंग म्हणजे मध्यस्थी करणाऱ्या संस्थांची निर्मिती ही शासनाच्या नव्या संस्कृतीचा एक दृश्य परिणाम म्हणता येईल. संरक्षण, नागरी हवाई वाहतूक, पेट्रोलियम व नैसर्गिक वायु, खते वगैरे क्षेत्रातील सर्व मोठ्या खरेदी प्रकरणांत अशा मध्यस्थांनी महत्त्वाची भूमिका बजावली आहे. जलद गतीने वाढणाऱ्या या यादीत आता दूरसंचार या वेगाने वाढणाऱ्या क्षेत्राचीही भर पडली आहे. २जी घोटाळा हे अलीकडचे प्रकरण नीरा राडिया यांच्या ध्वनिफीत प्रकरणामुळे उघडकीस आले. यात तर विशिष्ट मंत्रालयांतील मंत्र्यांच्या नेमणुकांत देखील हितसंबंधितांच्या प्रभावाचा प्रयत्न दिसून आला होता. आपल्या खाजगी गोपनियतेचे रक्षण होण्यासाठी नीरा राडिया ध्वनिफितीचे प्रसारण करण्यास प्रसिद्धी माध्यमांना मनाई करयात यावी ही रतन टाटा यांनी सर्वोच्च न्यायालयात मांडलेली भूमिका धक्कादायक होती! पुढील परिच्छेदात उधृत केलेल्या सर्वोच्च न्यायालयाच्या

निरीक्षणाने हे अधोरेखित होईल. राडिया ध्वनिफितीच्या गुन्हेगारी स्वरुपाबद्दल केंद्रीय अन्वेषण ब्युरोने खात्री दिली असून या प्रकरणी चौकशी करण्याची त्यांनी तयारी दर्शविल्याचे सांगितले जाते. या संवादांमध्ये अनेक 'अस्वस्थ करणारे' विषय व 'धोक्याचे संकेत' होते हे न्यायालयाने मान्य केले आणि एक 'परिपूर्ण चौकशी' करण्याचे आदेश देण्याचे आश्वासन दिले. न्यायालयाने आदेश देईपर्यंत आयकर विभागाने या संवादांची लिखित प्रत का तयार केली नव्हती असे न्यायालयाने विचारले ते योग्यच होते. न्यायालयाने या ध्वनिफितींची लेखी प्रत तयार करण्याचे आदेश दिले नसते तर हे कधीच प्रकाशात आले नसते याबाबत न्यायालयाने चीड व्यक्त केली. आयकर विभागाने आपण होऊन हे का केले नाही? असा प्रश्नही न्यायालयाने विचारला (*इंडियन एक्स्प्रेस*, १ ऑगस्ट २०१३). यापुढील सुनावणीतही सर्वोच्च न्यायालयाने केंद्रीय अन्वेषण ब्युरोवर नीरा राडिया ध्वनिफितींच्या प्रकरणात कारवाई न करण्याबद्दल ताशेरे ओढताना म्हटले की या प्रकरणातून 'गंभीर विषयांवर' प्रकाश टाकला जात असून ते '२जी घोटाळा प्रकरणापेक्षाही मोठे असून' 'सरकारच्या बहुतेक सर्वच क्षेत्रांत' मध्यस्थांचा शिरकाव झाल्याचे यावरून दिसून येत आहे. या ध्वनिफितींमध्ये राजकारणी, उद्योगपती व पत्रकारांबरोबरच्या संवादांचा पुरावा आहे. 'ही अत्यंत गंभीर बाब असूनही २ जी प्रकरणावरच सर्व लक्ष केंद्रित करण्यात आले असून इतर सर्व विषय बाजूलाच सारण्यात आले' असेही मत खंडपीठाने नोंदविले आहे (*इंडियन एक्स्प्रेस*, ८ ऑगस्ट २०१३). राडिया टेप्सच्या आधारे केंद्रीय अन्वेषण ब्युरोने आता सर्वोच्च न्यायालयाला सांगितले आहे की उद्योगसमूह, माजी न्यायाधीश व राजकारण्यांची त्यांना चौकशी करावयाची आहे आणि टाटा, अंबानी, युनिटेक, माजी मुख्यमंत्री कोडा व द्रविड मुन्नेत्र कळघम पक्ष हे 'गुन्हेगारी किंवा अनियमित व्यवहार' यात गुंतले असल्याचा आरोपही त्यांनी केला आहे (*इंडियन एक्स्प्रेस*, १०ऑगस्ट २०१३). नोकरशाही, उद्योगसमूह, राजकारणी व गुन्हेगार यांच्यातील अभद्र संगनमताचे हे आणखी एक उदाहरण आहे, याची चर्चा मी स्वतंत्रपणे केली आहे. केंद्र सरकारने या टेप्स प्रकाशित करण्याविरुद्ध सर्वोच्च न्यायालयात घेतलेली भूमिकाही धक्कादायक आहे (*इंडियन एक्स्प्रेस*, २८ ऑगस्ट २०१३). सरकारने कारण नसताना गोपनियता बाळगणे हे तर वाईट होतेच, पण आता कायद्याचे राज्य व राष्ट्रीय

सुरक्षिततेवर विपरीत परिणाम होत असतानाही त्यांना खाजगी क्षेत्रातील गुप्त गोष्टींनाही संरक्षण द्यायचे आहे. भारतातील शासन व्यवस्थेला कसली तरी कीड लागली आहे हे स्पष्टच आहे.

अर्थात हे काही मोठे नाव असणाऱ्या मध्यस्थांचे पहिलेच उदाहरण नाही. जनता सर्व गोष्टी फारच लवकर विसरून जाते. पंतप्रधान अटल बिहारी वाजपेयी यांनी जगमोहन यांना दूरसंचार मंत्रालयाच्या मंत्रीपदावरून बदलून नगर विकास मंत्रालयाचे मंत्री नेमले होते याची येथे आठवण करून देणे अगत्याचे ठरते. या क्षेत्रात कार्यरत असणाऱ्या घटकांच्या समस्या सोडविण्यासाठी मंत्रीमहोदय पुरेसे लवचिक नव्हते असे या उद्योगातील मंडळींचे म्हणणे होते. लायसेन्स फी देणे हे करारानुसार बंधनकारक असून त्याऐवजी महसुलाचा हिस्सा देण्याच्या पद्धतीत रुपांतर करणे समर्थनीय नाही या आपल्या भूमिकेवर जगमोहन ठाम होते. महाधिवक्ता सोली सोराबजी यांनी असा सोयीस्कर सल्ला दिला होता की विद्यमान घटकांना महसूलातील हिस्सा देण्याची नवी पद्धत अंगिकारण्यास परवानगी द्यावी आणि 'सार्वजनिक हित व सार्वजनिक महसुल या दोन निराळ्या गोष्टी आहेत' (*टाइम्स ऑफ इंडिया*, २४ जून १९९९). सरकार दूरसंचार क्षेत्रातील मध्यस्थांच्या दबावाला बळी पडले असा विरोधी पक्षांनी यावेळी आरोप केला होता. मार्क्सवादी कम्युनिस्ट पक्षाच्या पॉलिटब्युरोने एका पत्रकात असे विधान केले की शक्तिशाली दूरसंचार कंपन्या सेल फोन व मूलभूत फोनची परवाना फी व मागील थकबाकी मिळून सरकारचे ४,५०० कोटी रुपये देणे लागतात. पंतप्रधान वाजपेयी यांनी 'आपल्या मर्जीतील लोकांचा फायदा करून देण्याच्या या उघड प्रयत्नामुळे आपली प्रतिमा मलिन करून घेतली आहे' असा आरोप करून राष्ट्रपतींनी यात हस्तक्षेप करावा अशी मागणी केली. काँग्रेस पक्षाचे म्हणणे होते की काळजीवाहू सरकारला दूरगामी धोरणात्मक निर्णय घेण्याचा अधिकारच नाही. अजित जोगी म्हणाले की दूरसंचार मंत्रालयाला सेल फोन कंपन्यांना मदत करता यावी म्हणूनच जगमोहन यांना मंत्रीपदावरून हटविले असावे असे दिसते. पंतप्रधान व त्यांचे जावई यांच्याशी जवळचे संबंध असणाऱ्या सेल फोन कंपन्यांच्या मध्यस्थांनीच जगमोहन यांना या महत्त्वाच्या मंत्रालयातून हटविले जाईल याची खात्री करून घेतली या त्यांच्या विधानावर ते ठाम होते. जनता दलाचे नेते एस. जयपाल रेड्डी म्हणाले की जगमोहन यांच्या हटविले जाण्याचे

गंभीर धोरणात्मक परिणाम होतील. पंतप्रधान कार्यालय काही उद्योग समूहांच्या दबावाखाली होते हे उघडच होते (*टाइम्स ऑफ इंडिया*, १० जून १९९९). युपीए २ च्या कारकिर्दीत एस. जयपाल रेड्डी यांनाही एका बड्या उद्योगसमूहाच्या तथाकथित दबावामुळे पेट्रोलियम व नैसर्गिक वायू मंत्रालयातून हटविण्यात आले ही एक स्वारस्यपूर्ण बाब आहे.

मध्यस्थांशी संबंधित सर्व प्रश्नांचा साकल्याने विचार करण्याची व त्यासाठी एक कायदा करून कोणत्या मर्यादेपर्यंत मध्यस्थी करण्यास परवानगी दिली जावी हे ठरविण्याची वेळ आता येऊन ठेपली आहे. या क्षेत्रात पारदर्शकता व सार्वजनिक उत्तरदायित्त्व आणणे हे याचे उद्दिष्ट असावे. मध्यस्थ व त्यांचे कार्य याविषयीची संपूर्ण माहिती पद्धतशीरपणे संकलित केली जावी. ही माहिती रास्त फी दिल्यावर जनतेसाठी सहजपणे उपलब्ध करून दिली जावी.

व्यावसायिक संघटना

गेल्या काही वर्षांत इंडियन मेडिकल कौन्सिल आणि टेक्निकल एज्युकेशन कौन्सिल यांसारख्या अनेक व्यावसायिक संघटनांमधील संशयास्पद व्यवहार उघडकीस आला आहे. संबंधित कायद्यांखाली सरकारने या संघटनांना स्वायत्तता दिली आहे. या व यांसारख्या इतर व्यावसायिक संघटना आपले व्यवहार कसोशीने, पारदर्शकतेने व जबाबदार पद्धतीने पार पाडतील अशी अपेक्षा होती. दुर्दैवाने, अनेक कारणांमुळे हे शक्य झालेले नाही. आपल्या चुकार सदस्यांविरुद्ध जरब बसेल अशी कारवाई वेळीच करण्यात त्यांना बहुतेक वेळा अपयश आले आहे. लोकांना आपल्या तक्रारींचे योग्य तऱ्हेने निरसन करून घेता येत नाही. बिगर सरकारी क्षेत्राचा वाढता प्रभाव व वाढती कार्यकक्षा पाहता हे अधिकच महत्त्वाचे होत चालले आहे. उच्च शिक्षणाचे व्यवसायीकरण हे याचे एक उदाहरण आहे.

क्रिकेटसारख्या खेळात भारतात नेहमीच पैशाच्या मोठाल्या उलाढाली होतात. इंडियन प्रिमियर लीग (आयपीएल) स्थापन झाल्यापासून आणि माध्यमांनी याच्या प्रसिद्धीचे भांडवल केल्यापासून केवळ खेळाडूच नव्हे, तर या खेळाशी संबंधित सर्वजण, यात सट्टेबाज, (फिक्सर्स) हे ही कोट्याधीश झाले आहेत.

आयपीएल सुरू होण्यापूर्वी देखील 'मॅच फिक्सिंग' चे प्रकार घडतच होते आणि खेळांच्या संघटना ते बहुश: दडवूनच ठेवीत होत्या. अनेकदा मागण्या करूनही सर्वोच्च न्यायालयाचे माजी न्यायमूर्ती वाय.व्ही. चंद्रचूड यांच्या अध्यक्षतेखाली १९९७ साली नेमलेल्या समितीचा अहवाल भारतीय क्रिकेट नियामक मंडळाने जाहीर केला नाही. भविष्यात अशा गोष्टी परत घडू नयेत यासाठी या अहवालानुसार मंडळाने काही उपाययोजना केली असल्यास ती कोणालाच समजली नाही.

अशा संघटनांच्या स्वायत्ततेच्या प्रश्नाचा नव्याने विचार करणे गरजेचे आहे हे स्पष्टच आहे. अर्थात यात सरकारची मोठी भूमिका असावी असा याचा अर्थ नाही कारण तेही हानीकारकच होईल. एक सुरुवात म्हणून दोन गोष्टी कराव्यात. पहिले म्हणजे या संघटनांना माहितीच्या अधिकाराचा कायदा लागू करावा. त्यांच्या कार्यात पारदर्शकता व उत्तरदायित्त्व येण्यासाठी आणि लोकांचे त्यावर बारीक लक्ष राहण्यासाठी हा एक परिणामकारक मार्ग ठरेल. त्याचबरोबर त्यांच्यात एक सामाजिक जबाबदारीची जाणीव निर्माण होऊ शकेल, याची फार दिवसांपासून आवश्यकता होती. दुसरे म्हणजे, व्यावसायिक संघटनांच्या गटासाठी एखाद्या ऑम्बुड्समानची म्हणजे लोकपालाची नियुक्ती करणे. यामुळे त्या खऱ्या अर्थाने उत्तरदायी बनतील. ऑम्बुड्समान म्हणून उच्च न्यायालयाच्या विद्यमान अथवा निवृत्त मुख्य न्यायमूर्तींची अथवा सर्वोच्च न्यायालयाच्या न्यायमूर्तींची नेमणूक केली जावी.

सार्वजनिक व खाजगी क्षेत्रातील भागीदारीचे प्रकल्प

सार्वजनिक व खाजगी क्षेत्रांच्या भागीदारातून साकारल्या जाणाऱ्या प्रकल्पांची वेगाने वाढणारी यादी हा आणखी एक काळजीचा विषय आहे. वित्तीय साधनसामग्रीच्या मर्यादेमुळे केंद्र व राज्य सरकारे अधिकाधिक प्रकल्प खाजगी क्षेत्राच्या भागीदारीतून उभारण्यावर भर देत आहेत. बहुतेक मोठे सोयीसुविधांचे प्रकल्प आजकाल या प्रकारात मोडताना दिसतात. काही वेळा असे प्रकल्प पूर्ण झाल्यावर ताबडतोब सरकारकडे वर्ग केले जातात, तर इतर काही वेळा प्रकल्प पूर्ण करणारी संस्था ते प्रकल्प चालविते व विशिष्ट कालमर्यादेनंतर ते सरकारकडे

सुपूर्द केले जातात. या सुविधेच्या वापराबाबत जनतेकडून कर किंवा टोलच्या स्वरुपात निधी गोळा केला जातो. दुर्दैवाने, या प्रकल्पांबाबतचे करार व कंत्राटे ही अपारदर्शक पद्धतीने दिली जातात आणि त्यात सार्वजनिक हिताकडे दुर्लक्ष होते. याचा परिणाम म्हणजे, प्रकल्पात केलेली गुंतवणूक व त्यावरील रास्त परतावा यांच्या रकमेपेक्षाही अधिक टोल जमा केला जातो. काही प्रकल्पांमध्ये कंत्राटदाराला अवाजवी सवलती देण्यात आल्याचे आढळून आले आहे. अलीकडील काही वर्षांत विमानतळावरील शुल्क व रस्त्यांवरील टोल बरेच वादग्रस्त ठरले आहेत. या सर्व प्रक्रियेबाबतचा जनतेचा राग व वैफल्य समजण्यासारखे आहे. अखेरचा उपाय म्हणून काही प्रकरणांमध्ये जनहित याचिका दाखल करण्यात आल्या आहेत. इतर अनेक प्रकरणांप्रमाणेच, सरकारकडून माहिती मागितल्यास त्याचे समाधानकारक उत्तर सामान्यत: मिळत नाही.

सार्वजनिक व खाजगी क्षेत्रांच्या भागीदारातून साकारल्या जाणाऱ्या प्रकल्पांचे वाढते महत्त्व लक्षात घेऊन व जनतेकडून त्यांचा स्वीकार व्हावा यासाठी नियंत्रक व महालेखापरीक्षकांकडून अशा प्रकल्पांचेही लेखा परीक्षण केले जावे. खनिज तेल उत्पादन आणि खाणीतून कोळसा काढण्यासाठी भाडेतत्त्वावर दिली जाणारी क्षेत्रे यांच्यासाठीही हेच तत्त्व लागू करावे. अलीकडेच *कृष्णा गोदावरी डीध* हे क्षेत्र यातील साठ्याच्या अवास्तव मूल्यमापनामुळे, प्रकल्पाची भांडवली गुंतवणूक मोठ्या प्रमाणावर फुगविल्यामुळे आणि परवानाधारकाने नैसर्गिक वायूची अवास्तव किंमत लावून हा खर्च भरून काढण्याचा प्रयत्न केल्याने बरेच वादग्रस्त झाले होते. अशा प्रकल्पांचे नियंत्रक व महालेखापरीक्षकांकडून तपशीलवार लेखापरीक्षण करून घेतल्यास जनतेला ते विश्वासार्ह वाटेल. नियंत्रक व महालेखापरीक्षकांनी केवळ वित्तीय लेखापरीक्षण करावे, कार्यक्षमता व रास्ततेचे परीक्षण करू नये असा परवानाधारकाने आग्रह धरल्याने हे लेखापरीक्षण थांबविण्यात आल्याचे दिसते. नियंत्रक व महालेखापरीक्षक ही एक घटनात्मक यंत्रणा आहे, तरीही रिलायन्स उद्योगसमूहाने एक विचित्र प्रस्ताव मांडून मागणी केली आहे की, त्यांनी त्यांच्याबरोबर एक गोपनियतेचा करार करून 'कोणतीही गोपनीय महिती प्रकाशित करणार नाही व कोणत्याही प्रकारे कोणालाही देणार नाही' असे आश्वासन द्यावे (*द संडे गार्डियन*, १० मार्च २०१३). अशा प्रकल्पांमध्ये खरे तर मालक असणाऱ्या सरकारची भूमिका कमी लेखली जाणे

अयोग्य ठरेल हा सर्वोच्च न्यायालयाचा सल्ला लक्षात घेता, अशा विचित्र अटी मान्य करणे व सुटकेसाठी पळवाटा राखून ठेवणे जनहिताच्या विरोधी होईल. प्रकल्पाची किंमत अखेर ग्राहकांकडूनच वसूल करावयाची असल्याने हे महत्त्वाचे आहे. एन्रॉन आणि कृष्णा गोदावरी खोऱ्यातील डी६ क्षेत्रातील नैसर्गिक वायु प्रकल्प यात ज्याप्रमाणे प्रकल्पाची किंमत फुगविण्यात आली होती, तसे करणे जनहिताच्या विरोधीच आहे. खर्चाचा पुरेपूर फायदा मिळत आहे याची दक्षता घेणाऱ्या लेखापरीक्षणाद्वारे ग्राहकांना विनाकारण तोशीष पडत नाही याची खात्री करून घेता येईल.

'विशेष आर्थिक क्षेत्रांचा' (एसईझेड) अध्यायही असाच वादग्रस्त ठरला आहे. या क्षेत्रांचा देशाच्या तिजोरीवर मोठाच बोजा पडला आहे. बरीचशी विशेष आर्थिक क्षेत्रे ही नागरी भागातील जमीन विकास प्रकल्पच ठरले आणि त्यांच्या पुरस्कर्त्यांनी यात अमाप फायदा कमावला. लोकांनी याला विरोध केल्यावर काही विशेष आर्थिक क्षेत्रे रद्द करण्यात आली आणि त्यातील जमिनी ज्यांच्याकडून अधिग्रहित करण्यात आल्या होत्या त्यांना परत करण्यात आल्या.

असे प्रकल्प माहितीच्या अधिकाराच्या कायद्याखाली आणणे हा त्यावरील एक उपाय होऊ शकतो. जनतेने त्याची वेळोवेळी पडताळणी करण्यानेच यात पारदर्शकता व उत्तरदायित्त्व येण्यास मदत होईल.

टीपा

१. न्यायाधीश किंवा न्यायदंडाधिकारी एखाद्या प्रकरणात, त्याचा ज्या व्यक्तीवर परिणाम होणार असेल त्या व्यक्तीलाही आपली बाजू मांडण्यास संधी देण्याची जबाबदारी घेऊन साक्षीदारांमार्फत सत्य पडताळून घेणे हे आपले कर्तव्य मानतात.

२. तपशीलवार चर्चेसाठी पहा, गोडबोले (२०११: २४२–७५).

३. अर्थव्यवस्थेतील 'कमांडिंग हाइट्स' हा वाक्प्रचार इंदिरा गांधींच्या समाजवादी उन्मादाच्या काळात वरचेवर वापरला जात असे, तो लेनिनने १९२२ साली आपल्या 'नव्या आर्थिक धोरणा'साठी प्रथम वापरला होता. त्याचे 'सहप्रवासी' आपला स्वतःचा नवा शब्दही शोधू शकले नाहीत!

६

लोकशाहीची खरी शक्ती म्हणजे तिच्या संस्था

मेणबत्ती एकदा पेटवली की रात्रीचा गडद काळोख
देखील ती विझवू शकत नाही
चिनी वाक्प्रचार

संस्थांचे चारित्र्य राखणे

संजोय बागचींनी लिहिले आहे, 'चीनमध्ये कार्य पार पाडू शकतील अशा संस्थांचा अभाव आहे, तर भारतात अशा संस्था असूनही त्यांच्याकडे दुर्लक्ष केल्यामुळे किंवा त्या भ्रष्ट झाल्यामुळे त्या निरुपयोगी ठरल्या आहेत किंवा त्यांनी कार्य करणेच थांबविले आहे' (बागची २०११: १६६).

लोकशाहीतील संस्था जितक्या शक्तिशाली असतील तितकीच लोकशाहीही बलवान असते. लोकशाही चैतन्यमय व परिणामकारक असण्यासाठी तिला बलवान संस्थात्मक पाठिंब्याची गरज असते. दुर्दैवाने, भारताच्या शासनासाठी महत्त्वाच्या असणाऱ्या संस्थांचे गंभीर व दूरगामी स्वरुपाचे खच्चीकरण करण्यात आले आहे. यात राज्यपाल, नियंत्रक व महालेखापरीक्षक, लोकसेवा आयोग, लोकायुक्त, केंद्रातील व राज्यांतील निवडणूक आयुक्त, वरिष्ठ सनदी सेवा, पोलिस व नियामक मंडळांचा समावेश होतो. गेल्या अनेक वर्षांपासून या संस्थांना मुद्दाम व प्रयत्नपूर्वक कमी लेखून त्यांना कमकुवत बनविण्यात आले आहे.

या प्रकारचे सर्वात खडतर उदाहरण आहे सोनिया गांधींच्या अध्यक्षतेखालील स्वयंसेवी संस्था आणि सामाजिक कार्यकर्त्यांचा समावेश असलेली 'राष्ट्रीय

सल्लागार परिषद' (एनएसी). धोरणे आखण्याचे आणि सरकारच्या निर्णयांवर प्रश्न उपस्थित करण्याचे त्यांचे कार्य तर मंत्रीमंडळाच्याही वरचढ असल्याप्रमाणे चालते. जबाबदारीशिवाय अधिकार चालविण्याचे हे उत्तम उदाहरण असून खरेतर लोकशाहीला त्याचे वावडे असावयास हवे.

राज्यपाल

ज्यांचा इतर कोठेही उपयोग करून घेता येत नाही अशा वयस्कर राजकारण्यांना किंवा एकनिष्ठ सनदी अधिकाऱ्यांना देण्यासारखे, काहीही काम नसलेले आणि आरामदायी पद अशा दृष्टीनेच जवाहरलाल नेहरू राज्यपाल पदाकडे पहात असत. गिरी उत्तरप्रदेशात गैरसोयीचे व अडचणीचे होत आहेत असे दिसून आल्यावर पंडित पंतांनी त्यांची तडकाफडकी तेथून बदली केली याकडे जी.के. रेड्डींनी लक्ष वेधले आहे. कोणतीही महत्त्वाच्या विषयावरील फाइल आपण राज्यपालांकडे साध्या मंजुरीसाठी देखील पाठवत नाही याचा महाराष्ट्राचे तत्कालिन मुख्यमंत्री मोरारजी देसाई यांना अभिमान वाटत असे. पट्टाभि सितारामय्या कडवटपणे अशी तक्रार करीत असत की त्यांच्या नावाने काढण्यात आलेल्या आदेशांची व अधिसूचनांची माहिती त्यांना सामान्यत: वृत्तपत्रातूनच मिळत असे (भाग्यलक्ष्मी १९९२: ९). पश्चिम बंगालचे माजी राज्यपाल धर्मवीर यांचे म्हणणे होते की राज्यपाल 'बहुतेक वेळा' 'वस्तुनिष्ठपणे' काम करतात, परंतु केंद्रातील सत्ताधाऱ्यांची इच्छा त्यांच्यासाठी मार्गदर्शक असते. 'त्यांचे पद हे केंद्रातील मंत्रीमंडळाच्या मर्जीवर अवलंबून असताना' राज्यपाल स्वतंत्रपणे कसे काय वागू शकतील असा त्यांनी प्रश्न विचारला आहे (ग्रॅनव्हिल १९९९: ६०७). काळाच्या ओघात ही पदे अधिक करून राजकीय बनली आहेत, परंतु भगवान सहाय यांच्या अध्यक्षतेखालील राज्यपालांच्या समितीने १९७१ मध्ये विधान केले होते की राज्यपाल हे राज्याचे स्वतंत्र राज्यप्रमुख असून त्यांना घटनेखाली अधिकार देण्यात आले आहेत, याची येथे आठवण करून देणे उचित ठरेल. राजकीय पक्षांशी त्यांचा काहीही संबंध नसून ते त्यापलीकडे आहेत आणि कोणत्याही प्रकारे ते केंद्र सरकारच्या हाताखाली येत नाहीत. तथापि केंद्र सरकारने दाखवून दिले केले आहे की अपवादातूनच ही कल्पना सिद्ध होते. कमीत कमी दोन राज्यपाल

तरी हवाला घोटाळ्यात गुंतले होते व त्यांना राजीनामे द्यावे लागले होते. आसाम, जम्मू व काश्मीर आणि गुजरातचे राज्यपालपद भूषविण्याचा अनुभव असणाऱ्या बी.के. नेहरूंनी आपल्या *नाइस गायीज फिनिश सेकंड* या पुस्तकात, राज्यपालपदाचे कसे राजकियीकरण झाले आहे आणि त्याचे महत्त्व कसे कमी करण्यात आले आहे याबद्दल लिहिले आहे. इंदिरा गांधींच्या मर्जीनुसार मुख्यमंत्री फारुक अब्दुल्ला यांना मुख्यमंत्रीपदावरून हटवून गुल शहा यांना त्यापदी बसविण्याचे नाकारल्यावरून, एखाद्या सनदी अधिकाऱ्याप्रमाणे त्यांची जम्मू व काश्मीरमधून कशी बदली करण्यात आली होती हे त्यांनी विशद केले आहे.[१] ते लिहितात:

पक्ष बदलण्यासाठी दाखविले जाणारे आमिष तेव्हा मोठेच असणार. दोन लाख रुपये रोख आणि मंत्रीपद हा ठरलेला दर होता; अर्थात मंत्रीपदामुळे पक्ष बदलणाऱ्याला, हे मंत्रीपद जरी अल्पकालीन ठरले तरीही, रोख रकमेचा मोठाच फायदा होत असे. *या रकमा काँग्रेसचे कट्टर समर्थक व कार्यकर्ते आणि माझे स्नेही तिरथ राम आमला यांनी पुरविल्या होत्या, त्या त्यांना दिल्लीतील काँग्रेस पक्षाच्या निधीतून देण्यात आल्या होत्या आणि गुप्त वार्ता विभागाच्या टपालाच्या बॅगांमधून त्या पाठविण्यात आल्या होत्या.* सरकारी यंत्रणेचा पक्ष कार्यासाठी वापर करणे हे इतके सर्वसामान्य बनले होते की त्याबाबत कोणी भुवई देखील उंचावत नसे (नेहरू १९९७: ६२०-२१, ६२६-२७). यात दिलेला भर दाखविण्यासाठी मी *तिरपा टाइप* वापरला आहे.

बी.के. नेहरूंनी आणखी भर देऊन लिहिले आहे:

राज्यपाल म्हणजे काय आणि त्याने काय करण्याची अपेक्षा होती याची संकल्पनाच आता पूर्णपणे बदलली आहे. मूळ कल्पना खालावत जाण्याची सुरुवात स्वातंत्र्य मिळाल्यानंतर लवकरच झाली. राज्यपालांच्या पाच वर्षांच्या कार्यकाळात त्यांची एका राज्यातून दुसऱ्या राज्यात 'बदली' होण्यापासूनच याची सुरुवात झाली, असे करणे घटनेतील तरतुदीत व घटनेच्या आशयातही बसत नाही. आता राज्यपालाचे स्थान हे निश्चितच स्वतंत्र अधिकाऱ्याचे नाही, ते केंद्र सरकारच्या आदेशानुसार असून,

> अधिकतर वेळा राज्यपाल हा केंद्रातील सत्ताधारी पक्षाचा कार्यकर्ता किंवा प्रतिनिधीच असतो... सिक्कीमचे राज्यपाल होमी तल्यारखान यांनी अभिमानाने मला सांगितले होते की त्यांनी सिक्कीममध्ये अशी कारवाई केली होती की त्यामुळे त्या राज्यात आता नेहमी काँग्रेस पक्षच सत्तेत राहील. मी देखील जम्मू व काश्मीरमध्ये तसेच करीत असेन अशी त्यांना आशा वाटत होती (नेहरू १९९७: ६१८).

केंद्र व राज्यांतील परस्पर संबंधांबाबतच्या सरकारिया आयोगाने (१९८८), राज्यघटनेच्या सुधारणा व कार्यपद्धतीबाबतच्या आयोगाने (२००२) व पुंछी आयोगाने (२०१०) राज्यपालांच्या निवडीसाठी व नेमणुकीसाठी सुचविलेली मार्गदर्शक तत्त्वे केंद्रात सत्तेवर आलेल्या सर्व सरकारांनी धुडकावूनच लावली. या आयोगांची शिफारस होती की राजकारणात सक्रिय असणाऱ्या व्यक्तीस राज्यपाल नेमू नये. त्याचप्रमाणे पद सोडल्यानंतरही त्यांनी राजकारणात सहभागी होऊ नये असेही सुचविण्यात आले होते.

प्रत्यक्ष परिस्थिती याहून उलटच आहे. एनडीएच्या राजवटीत भारतीय जनता पक्षाच्या अनेक एकनिष्ठ कार्यकर्त्यांना राज्यपाल नेमण्यात आले होते. यात के.आर. मलकानी (पाँडिचेरी), एस.एस.भंडारी (गुजरात), भाई महावीर (मध्य प्रदेश), विष्णुकांत शास्त्री (उत्तर प्रदेश), सुरज भान (हिमाचल प्रदेश), व केदारनाथ सहानी (सिक्कीम) यांचा समावेश होतो. काँग्रेस पक्षाने आपल्या नेत्यांना याप्रकारे पुरस्कार देण्याची पद्धत स्वातंत्र्य मिळाल्यापासूनच आचरणात आणली होती. राम नरेश यादव (मध्य प्रदेश) व अझिझ कुरेशी (उत्तराखंड) या किमान दोन तरी राज्यपालांनी त्यांच्या नेमणुकीबाबत काँग्रेस अध्यक्षा सोनिया गांधी यांच्याप्रती जाहीरपणे कृतज्ञता व्यक्त केली होती. सरकार विरुद्धच्या अविश्वासाच्या ठरावाची चर्चा करण्यासाठी विधिमंडळाचे अधिवेशन बोलवावे असे पत्र मुख्यमंत्र्यांना पाठवण्यापूर्वी राम नरेश यादव यांनी सोनिया गांधींचा सल्ला (?) घेण्यासाठी भेट घेतली होती (*इंडियन एक्स्प्रेस*, २९ जुलै २०१३). या कृतीच्या योग्यायोग्यतेबाबत प्रश्नचिन्ह तर उपस्थित होतेच, पण यातील धारिष्ट्य अधिक धक्कादायक आहे. कर्नाटकचे राज्यपाल एच.आर. भारद्वाज यांनी तर आपण प्रथम 'काँग्रेसमन' आहोत असे जाहीर करण्यापर्यंत मजल मारली. राज्यपाल व मंत्री या पदांची आता अदलाबदलही होऊ लागली आहे

(सुशीलकुमार शिंदे, जगमोहन, एस.एम. कृष्णा). राज्यपालांकडे राष्ट्रपतींचे प्रतिनिधी म्हणून न पाहता, केंद्र सरकारचे प्रतिनिधी म्हणूनच पाहिले जाते. बहुतेक राज्यपाल राज्य सरकारांशी उघडपणे पक्षपाती पद्धतीनेच वागतात. त्यांना केंद्रातील सत्ताधारी पक्षाचे हत्यारच मानले जाते. पी. वेंकटसुबय्या, रोमेश भंडारी व बुटा सिंग या अनुक्रमे कर्नाटक, उत्तर प्रदेश व बिहारच्या तत्कालिन राज्यपालांवर, दिल्लीच्या सांगण्यानुसार कृती केल्याबद्दल सर्वोच्च न्यायालयाने ताशेरे ओढले आणि त्यांना राजीनामे द्यावे लागले. भानु प्रताप सिंग या आणखी एका राज्यपालांना काढून टाकावे लागले. नियंत्रक व महालेखापरीक्षक यांच्या एका अहवालात म्हटले आहे की बिहारचे राज्यपाल देवानंद कोन्वार यांनी २०११-१२ या दरम्यान निरनिराळ्या ठिकाणी जाण्यासाठी ५३ विमानप्रवास केले होते, परंतु त्यांच्या कारणांची कोठेही अधिकृत नोंद नव्हती. बिहारचे तत्कालिन शिक्षणमंत्री पी.के. शाही यांनी असे विधान केले होते की काही एक रक्कम देऊन बिहारमध्ये कुलगुरूंची नेमणूक केली जाते हे मान्य करण्यास त्यांना शरम वाटते. वास्तविक, कुलगुरू व महाविद्यालयांच्या प्राचार्यांच्या नेमणुका या मासिक हप्त्याच्या रुपाने पैसे देऊनही केल्या जाऊ शकतात असे सुचविणारा एक चुटका बिहारमध्ये सर्वत्र प्रसारित झालेला होता. उपमुख्यमंत्री सुशील कुमार मोदी आणि मंत्रीमंडळातील त्यांच्या अनेक सहकाऱ्यांनी राज्यपालांविरुद्धच्या आरोपांची केंद्रीय अन्वेषण ब्युरोतर्फे चौकशी केली जावी अशी मागणी केली, हे आतापर्यंत कधीच घडले नव्हते (*आउटलुक*, २५ मार्च २०१३). सर्वोच्च न्यायालयाने जाहीर केले आहे की कुलपती या नात्याने कोन्वार यांनी केलेल्या नेमणुका केवळ 'बेकायदा'च नसून त्या 'तिरस्करणीय' होत्या. तीन अधिसूचनांद्वारे करण्यात आलेल्या नेमणुकांचा निर्णय राज्य सरकारशी सल्ला मसलत न करता आणि पाटणा उच्च न्यायालयाच्या आदेशांचे 'अपमानकारक उल्लंघन' करून घेण्यात आला होता याचीही न्यायालयाने नोंद घेतली होती. 'त्यांच्याविरुद्ध भारतीय दंडसंहिता, अनुसूचित जाती/जमाती कायदा यांच्याखाली व लाचलुचपत प्रतिबंधक कायद्याखाली खटले दाखल झालेले असतानाही कुलपतींनी दोन कुलगुरू व एक प्र-कुलगुरू यांची नेमणूक केली हे अत्यंत धक्कादायक आहे... इतर काही व्यक्तींविरुद्धही गैरमार्गाने प्रवासभत्ता व दैनिकभत्ता घेतल्याचे आरोप होते' असेही खंडपीठाने नमूद केले होते (*इंडियन*

एक्स्प्रेस, २० ऑगस्ट २०१३). कोन्वार यांची केवळ दुसऱ्या राज्यात राज्यपालपदी बदली करण्यात आली, त्यांना राजीनामा देण्यास सांगण्यात आले नाही. आंध्र प्रदेशचे राज्यपाल एन. डी. तिवारी यांच्या लैंगिक गैरवर्तनाबद्दल गंभीर आरोप करण्यात आल्यानंतर त्यांना राजीनामा द्यावा लागला. आरोप झाल्यामुळे ज्यांना राजीनामा द्यावा लागला अशा राज्यपालांच्या लांबलचक यादीत प्रभात कुमार, रोमेश भंडारी, शीला कौल, मोतीलाल व्होरा, भानु प्रताप सिंग, चेन्ना रेड्डी, जगमोहन, बळीराम भगत व कृष्ण पाल सिंग यांचा समवेश होतो.

घटनेच्या कलम ३५६ खाली राष्ट्रपती राजवट लागू करण्यासंदर्भातील राज्यपालांच्या पक्षपाती भूमिकेबद्दल प्रकरण ३ मध्ये चर्चा करण्यात आली आहे. बोम्मई प्रकरणात सर्वोच्च न्यायालयाने जाहीर केले की राष्ट्रपतींचा स्वेच्छाधिकार व त्यानुसार घेतलेल्या निर्णयाचाही न्यायालय फेरविचार करू शकते, त्या निर्णयानंतरच या पदाचा उघड गैरवापर कमी झाला. अशा पक्षपाती निर्णयांनंतर राज्यपालांना परत बोलावण्याची वा त्यांची बदली करण्याची मागणी केली जाते, घटनात्मक उच्च पदाला हे निश्चितच शोभादायक नाही.

१९९० साली व्ही.पी. सिंग सरकारने राजीव गांधींनी नेमलेल्या सर्व राज्यपालांना राजीनामे देण्यास सांगण्याचा निर्णय घेतला, तेव्हा याबाबतीतील सर्वात खालची पातळी गाठली गेली असे म्हणता येईल. काही राज्यपालांनी याचा प्रतिकार केला तर काहींनी यास विरोध केला. पंतप्रधानांचे तत्कालिन प्रमुख सचिव बी.जी. देशमुख यांनी लिहिले आहे की, दिल्लीचे नायब राज्यपाल रोमेश भंडारींनी राजीनामा देण्यास नकार दिला आणि 'पंतप्रधानांनी मला हटवूनच दखवावे असे आव्हान दिले. मी भंडारी यांना गैरसोयीच्या ठिकाणी हलविण्याचा नेहमीचा मध्यममार्गी प्रशासकीय सल्ला दिला व अशा तऱ्हेने त्यांची अंदमान व निकोबार बेटांच्या नायब राज्यपालपदी बदली करण्यात आली. त्यांना राजकीय महत्त्वाकांक्षा असल्याने दिल्लीपासून दूर जायचे नव्हते, त्यांनी राजीनामा दिला आणि आम्ही त्यांना पंतप्रधानांच्या मार्गातून दूर करण्यात यशस्वी झालो' (देशमुख २००४: २५३). राज्यपाल व सनदी अधिकाऱ्यांना एकाच पातळीवर आणण्याचे काम आता पूर्ण झाले!

लोकायुक्त

अशाच प्रकारे लोकायुक्तांचे पदही अनेक राज्यांमध्ये कमकुवत बनविण्यात आले आहे. काही मंत्र्यांविरुद्ध सुरू केलेली चौकशी थांबविली जावी म्हणून ओडिशा, पंजाब व हरयाणा या राज्यांतील लोकायुक्तांचे पदच तडकाफडकी अध्यादेश काढून रद्द करण्यात आले. सरकार बदलल्यानंतर ही पदे पुनर्जीवित करण्यात आली. नियुक्त करावयाच्या व्यक्तीबद्दल मुख्य मंत्री आणि विरोधी पक्षनेते यांच्यात मतभेद असल्याने गुजरातमधील लोकायुक्तांचे पद अनेक वर्षे रिक्तच होते. अखेर राज्यपालांनी विरोधी पक्षनेत्याने व उच्च न्यायालयाच्या मुख्य न्यायाधीशांनी शिफारस केलेल्या व्यक्तीची नेमणूक करून टाकली! या निर्णयाला राज्य सरकारने आव्हान दिले, पण ते उच्च न्यायालयात व सर्वोच्च न्यायालयात तसेच का पडून आहे याचे कारण समजत नाही. म्हणून असे म्हटले जाते की काही वेळा सर्वोच्च न्यायालयाचा निकाल अखेरचा मानला जातो कारण त्या निर्णयाविरुद्ध अपील करताच येत नाही! परंतु, राज्य सरकारच्या असहकारामुळे नव्या लोकायुक्तांचे स्थान इतके अडचणीचे झाले की त्यांनी पदाचा राजीनामा दिला.

वरिष्ठ न्यायसंस्था

इंदिरा गांधींनी १९७५ साली जाहीर केलेल्या आणीबाणीतील भयावह अनुभवाकडे मी प्रकरण ३ मध्ये लक्ष वेधले आहे. या काळात साध्य करण्यात आलेल्या गोष्टींबाबत वरवर कितीही बोलले गेले तरी, या काळात संसद, वरिष्ठ न्यायसंस्था, वरिष्ठ सनदी सेवा, प्रसिद्धी माध्यमे, परदेशी गुप्तवार्ता विभाग (रॉ), अंतर्गत गुप्तवार्ता विभाग (आयबी), केंद्रीय अन्वेषण ब्युरो या संवेदनशील सुरक्षा यंत्रणा, अंमलबजवणी संचालनालय, अशा सर्व महत्त्वाच्या संस्थांना कमी लेखून त्यांना कमकुवत बनविले गेले.[२] 'तुम्ही आमच्याबरोबर नसलात, तर आमच्याविरुद्ध आहात' हे तत्त्व म्हणजे संस्थांच्या स्वातंत्र्य व स्वायत्ततेची मृत्युघंटाच ठरेल. संसद, न्यायसंस्था आणि प्रसिद्धीमाध्यमे यांनी आपले पूर्वीचे स्थान जरी जवळ जवळ परत मिळविले असले, तरी इतर संस्था मात्र कायमच्या कमकुवत बनल्या असून त्यांचे मनोधैर्यही गमावून बसल्या आहेत. सर्वोच्च न्यायालयाने भविष्यात त्यांच्या स्वायत्ततेवर झालेल्या हल्ल्यांचा अनेक निर्णयांद्वारे यशस्वीरित्या प्रतिकार

केला आहे, त्यात उच्च न्यायालये व सर्वोच्च न्यायालयातील न्यायाधिशांच्या नेमणुकीचे अधिकार स्वत:कडे घेणे, आणि जनहित याचिकांची व्याप्ती वाढविणे यांचा उदाहरणादाखल उल्लेख करता येईल. तथापि, वरिष्ठ सनदी सेवा व पोलिस यांना मात्र राज्यकर्त्यांच्या मर्जीवरच अवलंबून रहावे लागत आहे आणि देशाला याची फार मोठी किंमत चुकवावी लागत आहे.

न्यायसंस्था व राज्ययंत्रणेचे इतर घटक यांच्यातील अंतर कमी करण्याचे प्रयत्न गेल्या अनेक वर्षांपासून करण्यात येत आहेत. पुढील काही उदाहरणे सहज नजरेसमोर येतात: मुंबई उच्च न्यायालयाचे मुख्य न्यायमूर्ती एम. सी. छागला यांनी काँग्रेस पक्षात प्रवेश केला व त्यानंतर ते खासदार, मंत्री आणि अखेर अमेरिकेत भारताचे राजदूतही बनले. सर्वोच्च न्यायालयाचे एक न्यायमूर्ती के.सी. हेगडे यांनी भारतीय जनता पक्षात प्रवेश करून खासदारपद मिळविले व नंतर ते लोकसभेचे सभापती झाले. सर्वोच्च न्यायालयाचे माजी मुख्य न्यायमूर्ती रंगनाथ मिश्रा काँग्रेसचे खासदार बनले. सर्वोच्च न्यायालयाचे माजी मुख्य न्यायमूर्ती एम. हिदायतुल्ला भारताचे उपराष्ट्रपती झाले.

मंत्रीमंडळ सचिव

हे देशातील सनदी अधिकाऱ्यांमधील सर्वात वरिष्ठ पद संपूर्ण प्रशासनयंत्रणेवर पकड ठेवील अशी अपेक्षा होती. पहिल्या प्रशासकीय सुधारणा आयोगाने म्हटले होते की, 'मंत्रीमंडळ सचिव हे केवळ पंतप्रधान व मंत्रीमंडळाचे प्रमुख सल्लागारच नसून ते संपूर्ण सनदी सेवांचे प्रमुख असून निरनिराळ्या मंत्रालयांमध्ये समन्वय साधणे ही देखील त्यांची जबाबदारी आहे. त्याचबरोबर, राजकारणी आणि शासन व नोकरशाही यंत्रणा यांच्यातील ते महत्त्वाचा दुवाही आहेत'. परंतु, गेल्या काही वर्षात या संस्थेचे स्वरूप ओळखता येणार नाही इतके खालावले आहे. प्रकरण १ मध्ये दर्शविल्याप्रमाणे पंतप्रधान कार्यालयाचा विस्तार, सबलीकरण व वर्चस्व यामुळे मंत्रीमंडळ सचिवालयाचे महत्त्व कमी करण्यात आले आहे.

आपण विचारपूर्वक स्वीकारलेल्या ब्रिटिश पद्धतीत सरकार बदलल्यावर मंत्रीमंडळ सचिवांना बदलण्याचा कोणी विचारही केला नसता. परंतु भारताने मात्र ते करून दाखविले आहे. आतापर्यंत दोनदा तरी, व्ही.पी. सिंग सरकार व युपीए १

च्या सरकारने आपल्या मर्जीतील अधिकाऱ्याला मंत्रीमंडळ सचिव नेमले व आधीच्या मंत्रीमंडळ सचिवांना हटवून त्यांना आंतरराज्य परिषदेच्या सचिव पदासारख्या कमी महत्त्वाच्या पदांवर नेमले. राजीव गांधींनी देखील मंत्रीमंडळ सचिव पी.के. कौल यांना अचानक हटविले, पण त्यांनी निदान त्यांना भारताचे राजदूत म्हणून अमेरिकेला पाठविण्याचे तरी सौजन्य दाखविले. पंतप्रधान मनमोहन सिंग यांनी 'तथाकथित' 'त्यांच्या पसंतीच्या व्यक्तीला' मंत्रीमंडळ सचिव नेमण्यासाठी जवळ जवळ दहा सचिवांची सेवाजेष्ठता डावलली. माजी केंद्रीय मंत्रीमंडळ सचिव व पंतप्रधानांचे माजी प्रमुख सचिव बी.जी. देशमुख यांनी लिहिले आहे:

> मंत्रीमंडळ सचिवाला राज्यकर्ते व कायमस्वरुपी नोकरशाही यांच्यातील नाजुक समतोल टिकवून ठेवावा लागतो. मंत्रीमंडळ व पंतप्रधान यांचा प्रमुख सल्लागार म्हणून विरोधी पक्ष व राज्यकर्ता पक्ष यांच्यातील राजकीयदृष्ट्या संवेदनशील विषय त्याला नि:पक्षपातीपणे हाताळावे लागतात. दुर्दैवाने, माझ्या नंतरचे दोन अधिकारी [बहुधा, टी.एन.शेषन व व्ही.सी. पांडे] या आमीषाला बळी पडले व त्यांनी मंत्रीमंडळ सचिव या संस्थेचे मोठेच नुकसान केले... आधीच्या बॅचमधील के.व्ही. रामनाथन यांच्यासह काही सचिवांची सेवाजेष्ठता डावलून १९८५ च्या सुरुवातीला पी.के. कौल मंत्रीमंडळ सचिव झाले होते. उत्तर प्रदेशातील काही प्रभावी मंत्र्यांच्या, विशेषत: अरुण नेहरूंच्या हस्तक्षेपामुळे हे घडले असल्याची त्यावेळी बरीच चर्चा होती. बहुधा, राजीव गांधींनी अरुण नेहरूंपासून दूर जाण्यास सुरुवात केली होती आणि कदाचित नेहरूंच्या पसंतीचे मंत्रीमंडळ सचिव त्यांना नको असतील... मी रोमा मजुमदार यांचे नाव मंत्रीमंडळ सचिवपदासाठी सुचविले... राजीव गांधींची प्रतिक्रिया सरळ व ठाम होती. ते म्हणाले, *'एका वर्षाच्या आत सार्वत्रिक निवडणुका आहेत, म्हणून व्यक्तिश: मला एकनिष्ठ असेल असा मंत्रीमंडळ सचिव मला हवा आहे. म्हणून मला तुमच्या जागी शेषन हवे आहेत'* (देशमुख २००४: १४२, २०४, २०६).

सनदी सेवांचे मनोधैर्य कायमस्वरुपी खच्ची करण्याचा उत्तम उपाय म्हणजे निवृत्तीनंतर अधिकाऱ्यांना मुदतवाढ देणे, यामुळे इतर अधिकाऱ्यांच्या बढतीच्या संधी कमी होतात, विशेषत: सनदी सेवेतील सर्वोच्च पदाचा प्रश्न येतो तेव्हा हे

अधिक महत्त्वाचे ठरते. तथापि, अलीकडील काळात प्रत्यक्षात प्रत्येक मंत्रीमंडळ सचिवाला मुदतवाढ देण्यात आली आहे. विशेषत: मंत्रीमंडळ सचिवाच्या बाबतीत हे अधिक गर्हणीय ठरते, कारण पंतप्रधानांना मोकळेपणाने व वस्तुनिष्ठपणे सल्ला देण्याचे त्याचे स्वातंत्र्य यामुळे हिरावले जाते. मंत्रीमंडळ सचिवपदाचे स्थान खालावत जाण्याचा आणखी एक घटक म्हणजे या पदावरील अनेक जणांनी बड्या कंपन्यांमध्ये सल्लागार या गोंडस नावाखाली आणि संचालक मंडळांवर नियुक्त्या स्वीकारल्या आहेत. निवृत्त झाल्यानंतर ज्यांच्याशी आपला अधिकारपदावरून संबंध आला असेल, अशा खाजगी कंपन्यांमध्ये किमान दोन वर्षे तरी नोकरी घेण्यास प्रतिबंध करण्याचा जो 'कूलिंग ऑफ' नियम आहे त्यालाही 'सल्लागार' पद स्वीकारून बगल दिली जाते.

निवडणूक आयोग

निवडणूक आयोगाच्या कामातही ढवळाढवळ करण्याचा व त्यांच्या कार्यावर दबाव टाकण्याचा प्रयत्न करण्यास सरकारने मागे पुढे पाहिले नाही. बी.जी. देशमुखांनी लिहिले आहे की, 'पेरी शास्त्री या कडक मुख्य निवडणुक आयुक्तांवर एक प्रकारचा तोडगा म्हणून सरकारने अचानक आपल्या मर्जीतील दोन अतिरिक्त निवडणूक आयुक्तांची नेमणूक केली' (देशमुख २००४: २१३). सर्वोच्च न्यायालयाने नंतर त्यांची नियुक्ती रद्द केली. नेहरू–गांधी कुटुंब व १० जनपथ यांच्याशी जवळीक असणाऱ्या एका निवडणूक आयुक्तांना ज्या प्रकारे नेमण्यात आले तो उद्दामपणा नजरेत भरण्याजोगा होता. सुदैवाने, त्याने फारशी हानी झाली नाही.

गुजरातचे मुख्यमंत्री नरेंद्र मोदी यांनी 'हिंदुद्वेषी' अशी केंद्रीय निवडणूक आयुक्तांची हेटाळणी केली होती, परंतु निवडणूक जिंकल्यानंतरही याबाबत माफी मागण्याचे सौजन्य त्यांनी दाखविले नाही. निवडणूक आयुक्त उच्च वर्णियांच्या बाजूचे आहेत असे बेजबाबदार विधान लालु यादव यांनी केले होते. पश्चिम बंगालमधील विधानसभेच्या निवडणुकीदरम्यान डाव्या पक्षांनीही निवडणूक आयुक्तांना छेडले होते. निवडणूक आयोगाच्या खर्चावर लक्ष ठेवले जावे अशीही त्यांची एक मागणी होती. *इंडियन एक्स्प्रेस*ने आपल्या संपादकीयात म्हटले होते:

डाव्यांचा निवडणूक आयोगावरील राग हा काँग्रेस व भारतीय जनता पक्षानंतरच्या

देशातील तिसऱ्या क्रमांकावरील [त्यावेळच्या परिस्थितीनुसार] राजकीय गटाला समतोल राखण्यासाठी संस्थात्मक पडताळणीची योजना (चेक्स अँड बॅलन्सेस) मान्य नसल्याचे प्रतिबिंब मानायचे का हा खरा महत्त्वाचा प्रश्न आहे. डाव्यांनी बंगालमध्ये संस्थांचे जे राजकीय स्वीकृतीकरण केले आहे तसेच ते भारतात सर्वांनी करावे असे त्यांना म्हणायचे आहे का? त्यांची जर भारतावर राज्य करण्याची इच्छा असेल [अशी कोणतीच शक्यता सध्या किंवा नजीकच्या भविष्यकाळातही दिसत नाही], तशी ती नक्कीच असणार, तर भारताची तशी इच्छा नाही हे ही त्यांना माहित असायला हवे (*इंडियन एक्स्प्रेस*, ३१ ऑगस्ट २००६).

निवडणूक आयोगाचे महत्त्व कमी करण्यासाठी युपीए राजकीय पक्षांसाठीच्या आदर्श आचारसंहितेचे रुपांतर कायद्यात करण्याचा विचार करीत आहे. हे जरी निरुपद्रवी दिसले तरी त्याचा निवडणूक आयोगाच्या कार्यावर मोठाच परिणाम होईल, कारण आचारसंहितेच्या उल्लंघनाची सर्व प्रकरणे आयोगाकडे न जाता न्यायालयासमोर जावी लागतील. माजी मुख्य निवडणूक आयुक्त टी.एस. कृष्णमूर्ती यांनी भर देऊन म्हटले आहे, 'आदर्श आचारसंहितेचे आताच्या स्वरुपातील श्रेष्ठत्व हेच आहे की तिच्या अंमलबजावणीचे अधिकार निवडणूक आयोगाकडे आहेत. त्यामुळे कोणीही गैरफायदा घेऊ शकणार नाही अशी एक नि:पक्षपाती यंत्रणा कार्यरत आहे असे मतदारांवर बिंबविले जाईल आणि त्यासाठी आवश्यक ती कारवाई निवडणूक आयोग तातडीने करू शकेल' (कृष्णमूर्ती २०१२: १०). निवडणूक प्रक्रियेची विश्वासार्हता टिकवावयाची असेल, तर आचारसंहितेचे रुपांतर कायद्यात करण्यात आले तरीही, त्याच्या अंमलबजावणीचे कायदेशीर अधिकार निवडणूक आयोगाकडेच ठेवले जावेत.

निवडणूक आयोगाच्या अधिकारांवरच प्रश्नचिन्ह उपस्थित करण्याकडे सलमान खुर्शिद यांच्यासारख्या काही केंद्रीय मंत्र्यांचा जो कल आहे त्यामुळे निरनिराळ्या क्षेत्रातील लोकांत अस्वस्थता निर्माण होत आहे. उत्तर प्रदेशातील विधानसभेच्या निवडणुकीदरम्यान फेब्रुवारी २०१२ मध्ये खुर्शिद यांनी मुद्दामहून केलेल्या आचारसंहिता भंगाबाबत निवडणूक आयोगाला, ताबडतोब व निर्णायक हस्तक्षेप करण्याची विनंती राष्ट्रपतींना करावी लागली होती. राष्ट्रपतींना पाठविलेल्या पत्रात

तत्कालिन मुख्य निवडणूक आयुक्त एस.वाय. कुरेशींनी लिहिले होते की मागासवर्गीय मुसलमानांना आरक्षण देण्याबाबतच्या त्यांच्या जाहीर निवेदनासंबंधी 'आयोगाने दिलेल्या कायदेशीर आदेशांबाबतचा केंद्रीय मंत्री खुर्शिद यांचा सूर व आव आम्हाला तुच्छतेचा व अपमानकारक वाटतो, आणि त्यांच्या या कृतीने निवडणुकीतील समतल क्षेत्रालाही बाधा पोचते' (*इंडियन एक्स्प्रेस*, १२ फेब्रुवारी २०१२). काँग्रेस पक्ष व पंतप्रधान यांनी समजावून देखील खुर्शिद यांना पश्चात्ताप वाटला नाही किंवा त्यांनी आपला आग्रहही सोडला नाही. खुर्शिद हे काही याप्रकारचे एकच उदाहरण नाही. इतर काही केंद्रीय मंत्र्यांनीही याचीच री ओढली. खुर्शिद यांच्या आव्हानात्मक पवित्र्याबद्दल त्यांना प्रतिष्ठेच्या परराष्ट्र व्यवहार मंत्रीपदाचा पुरस्कार देण्यात आला आणि त्यातून संस्थांचे पावित्र्य टिकविण्याबाबत सरकारचे काय मत आहे याचा संदेशही संबंधितांपर्यंत ठामपणे पोचविला गेला.

राज्यांतील निवडणूक आयोगही अशाच प्रकारे कमकुवत बनविण्यात आले आहेत. या घटनात्मक यंत्रणांकडे निवडणूक आयोगाच्या देखरेखीखाली संसद व राज्य विधानमंडळांच्या निवडणुकांमध्ये समन्वय साधण्याची व देखरेख करण्याची आणि आपल्या अखत्यारीत स्थानिक संस्थांच्या निवडणुका पार पाडण्याची जबाबदारी देण्यात आली आहे. यासाठी त्यांना उच्च न्यायालयाच्या न्यायाधीशांचा दर्जा व स्थान देण्यात आले आहे. बऱ्याच वेळा त्यांना हा दर्जा न देण्याचाच राज्य सरकारांचा प्रयत्न असतो. महाराष्ट्राचे तत्कालिन निवडणूक आयुक्त नंद लाल यांनी, घटनात्मक अधिकारी असल्याने त्यांच्या निर्णयावर प्रश्न विचारता येणार नाहीत, या कारणासाठी राज्य विधानमंडळाच्या एका समितीसमोर उपस्थित राहण्यास नकार दिला होता. या 'उद्दामपणाची' चीड येऊन राज्य विधानसभेने २७ मार्च २००८ रोजी अपमान केल्याबद्दल राज्य विधानसभेत पाचारण करून त्यांना दोन दिवसांच्या कैदेची शिक्षा फर्मावून नवाच इतिहास घडविला. एखाद्या सामान्य गुन्हेगाराप्रमाणे त्यांना मुंबईतील आर्थर रोड तुरुंगात ठेवण्यात आले होते. या अत्याचारी निर्णयात काँग्रेस–राष्ट्रवादी काँग्रेस प्रणीत सरकारचा सहभाग होता, तसेच विरोधी पक्षांचाही सहभाग होता कारण विरोधी पक्षांचे प्रतिनिधीही समाविष्ट असणाऱ्या विशेषाधिकार समितीने, नंदलाल यांना विशेषाधिकार भंग केल्याच्या आरोपाखाली दोषी ठरविण्याचा अहवाल एकमताने दिला होता. तथापि, नंदलाल

यांना दोषी ठरविल्यानंतर विधान परिषदेतील विरोधी पक्षनेते पांडुरंग फुंडकर म्हणाले की, 'या कृतीद्वारे राज्य सरकारने लोकशाहीचा गळा घोटला आहे' (*इंडियन एक्स्प्रेस*, २९ मार्च २००८). दुतोंडीपणालाही काही मर्यादा असावी. नंदलाल यांनी जाहीरपणे असा आरोप केला होता की तत्कालिन मुख्यमंत्री विलासराव देशमुख यांनी त्यांच्याविरुद्ध सूडबुद्धीने ही कारवाई केली होती, कारण बराच राजकीय दबाव येऊनही त्यांनी लातूरच्या लोकसभा मतदारसंघाचे आरक्षण उठविण्यास नकार दिला होता. नंदलाल यांनी उच्च न्यायालयात त्यांच्या दोषी ठरविले जाण्यास आव्हान दिल्यावर दुसऱ्या दिवशी त्यांची तुरुंगातून सुटका करण्यात आली. या प्रक्रियेत राज्य निवडणूक आयुक्तांच्या सार्वजनिक प्रतिमेची कायमची हानी झाली.

पश्चिम बंगालमधील राज्य निवडणूक आयुक्त मीरा पांडे यांना ग्रामपंचायत निवडणुकांबाबतच्या अनेक मुद्यांच्या कारणाने तृणमूल काँग्रेस सरकारकडून होणाऱ्या कडव्या व अवाजवी विरोधाला तोंड द्यावे लागत आहे. सरकारशी चाललेल्या या कायदेशीर लढाईत महाधिवक्ता बिमल चॅटर्जी यांनी असे विधान केल्याचे सांगितले जाते की निवडणूक आयुक्त 'एखाद्या सुंदरीने थयथयाट करावा' तशा तऱ्हेने वागत आहेत, यावरून हा विरोध कोणत्या हास्यास्पद थराला पोचला आहे हे दिसून येते (*इंडियन एक्स्प्रेस*, ११ जुलै २०१३).

नियंत्रक व महालेखापरीक्षक (सी अँड ए जी)

एनडीए सरकारने नियंत्रक व महालेखापरीक्षक असणाऱ्या टी.एन. चतुर्वेदींना प्रथम राज्यसभेवर नियुक्त केले व त्यानंतर त्यांना राज्यपाल नेमले तेव्हापासून या पदाचे राजकियीकरण झाले. तत्कालिन नियंत्रक व महालेखापरीक्षक विनोद राय यांनीही सरकारला त्यांच्या चुका दाखवून खडसावले. त्यांच्या विशेषत: २जी घोटाळा, कोळसा घोटाळा व राष्ट्रकुल क्रीडास्पर्धा विषयीच्या लेखा परीक्षणाच्या अहवालांनी सरकारला हादरा बसला. रिलायन्सच्या कृष्णा गोदावरी डी६ क्षेत्राच्या प्रकल्पाचेही लेखापरीक्षण नियंत्रक व महालेखापरीक्षक सुरू करणार होते. सत्ताधारी पक्षाने विनोद राय यांच्या 'राजकीय महत्त्वाकांक्षेबद्दल' कुत्सित विधाने केली आणि त्यांनी त्यांच्या घटनात्मक अधिकारांचा अधिक्षेप करू नये याबद्दल

त्यांना जाहीररित्या तंबी देण्यात आली. राय यांचा कार्यकाल जून २०१३ मध्ये संपुष्टात आला. नियंत्रक व महालेखापरीक्षक बहुसदस्यीय बनविण्याचा सरकारचा विचार असल्याच्या बातम्या मुद्दामहून खोडसाळपणे प्रसारित करण्यात आल्या. नव्या नियंत्रक व महालेखापरीक्षकांच्या नियुक्तीबाबत वाद निर्माण झाला व त्यांच्या नियुक्तीला आव्हान देणारी याचिका सर्वोच्च न्यायालयात दाखल करण्यात आली. न्यायालयाने ती याचिका दाखल करून घेण्यास नकार दिला व याचिकाकर्त्यांना दिल्ली उच्च न्यायालयाकडे जाण्यास सांगितले.

डॉ. आंबेडकरांनी घटनापरिषदेत असे विधान केले होते की 'नियंत्रक व महालेखापरीक्षक हे घटनेतील बहुधा सर्वाधिक महत्त्वाचे पद म्हणावे लागेल, कारण त्यांनी सरकारच्या कामकाजावर व खर्चावर बारकाईने लक्ष ठेवावे अशी अपेक्षा आहे', त्याची येथे आठवण करून देणे उचित ठरेल. तेथपासून आपण खूपच दूरवरचा पल्ला गाठला आहे. काँग्रेस पक्ष तत्कालिन नियंत्रक व महालेखापरीक्षक यांच्याविरुद्ध हक्कभंगाचा ठराव आणण्याच्या प्रश्नाचा विचार करीत असल्याचे वृत्त होते! (*इंडियन एक्स्प्रेस*, १६ जानेवारी २०११). दूरसंचारमंत्री कपिल सिबल यांनी २जी स्पेक्ट्रम वितरणाबाबतच्या नियंत्रक व महालेखापरीक्षक यांच्या अहवालावर केलेले तुच्छतादर्शक उद्‌गार ऐकल्यावर संसदेच्या सार्वजनिक लेखा समितीचे अध्यक्ष मुरली मनोहर जोशी यांनी सभापतींना एक पत्र पाठवून सिबल यांच्या कृतीने संसदीय योग्यायोग्यता व लोकशाही प्रथांचे कसे खच्चीकरण झाले होते हे विशद केले. अशा प्रकारची 'घटनात्मक अयोग्य वर्तणूक थांबविण्यासाठी' तातडीची पावले उचलण्याची त्यांनी सभापतींना विनंती केली.

नियंत्रक व महालेखापरीक्षकांच्या अहवालाचा रोख कोणाकडे आहे यावरून त्याचा वापर अथवा गैरवापर केला जातो. सैन्यासाठी शवपेटिका खरेदी करण्याच्या प्रकरणात नियंत्रक व महालेखापरीक्षकांनी अतिशय टीकात्मक अहवाल सादर केला होता आणि काँग्रेसच्या नेतृत्वाखाली विरोधी पक्षांनी संरक्षण मंत्री जॉर्ज फर्नांडिस यांना लक्ष्य केले होते याची आठवण करून देणे उचित ठरेल. त्यावेळचे कायदा मंत्री अरुण जेटली यांनी पत्रकार परिषदेत तुच्छतापूर्वक विधान केले होते की त्यांचा नियंत्रक व महालेखापरीक्षकांपेक्षा लष्करातील जनरल्सवर अधिक विश्वास होता! पंतप्रधान मनमोहन सिंग यांनी नियंत्रक व महालेखापरीक्षक विनोद

राय यांच्या कृतीशील कारभाराबद्दल प्रश्नचिन्ह उपस्थित करावे हे धक्कादायक होते. परंतु पंतप्रधानांसमोरही राय आपल्या भूमिकेबाबत ठाम राहिले हे दिलासा देणारे होते. अशा प्रकारे घटनात्मक महत्त्वाची पदे कमकुवत करून त्यांची विश्वासार्हता कमी करण्याचा प्रयत्न चालूच रहिला, तर भ्रष्टाचार व कुप्रशासनाविरुद्धची लढाई जिंकण्याची आशा आपल्याला सोडूनच द्यावी लागेल.

राज्य लोकसेवा आयोग

अनेक राज्यांत या घटनात्मक यंत्रणा त्यांच्या राजकियीकरणामुळे आणि संशयास्पद व्यक्तींच्या नियुक्त्यांमुळे कुप्रसिद्ध झाल्या आहेत. पंजाब लोकसेवा आयोगाचे माजी अध्यक्ष रविंदर पॉल सिंग सिद्धू २००२ सालच्या एका मोठ्या भ्रष्टाचाराच्या प्रकरणात गुंतले होते, त्यांना नुकतेच न्यायालयाने दोषी ठरवून सक्त मजुरीची शिक्षा ठोठावली. राष्ट्रपतींनी सल्ला मागितल्यावर सर्वोच्च न्यायालयाने केलेल्या चौकशीनंतर राम आश्रय यादव या बिहारच्या तत्कालिन लोकसेवा अयोगाच्या अध्यक्षांना निलंबित करण्यात आले (*टाइम्स ऑफ इंडिया*, २४ जानेवारी १९९७). महाराष्ट्र लोकसेवा आयोगही अनेक वेळा चुकीच्या कारणांसाठी चर्चेत आला आहे. शशिकांत कर्णिक यांना त्यांच्या मुंबई विद्यापीठातील वादग्रस्त कारकिर्दीनंतर शिवसेना– भारतीय जनता पक्षाच्या सरकारने महाराष्ट्र लोकसेवा आयोगाच्या अध्यक्षपदी नेमले याबाबत अनेक प्रश्न उपस्थित करण्यात आले होते. आयोगाच्या एक सदस्य सायली जोशी यांना अटक करण्यात येऊन नंतर सदस्यत्वावरून हटविण्यात आले होते. सर्वोच्च न्यायालयाकडे याविषयी विचारणा केली असता, त्यांनी म्हटले होते की:

> घटनेखाली लोकसेवा आयोगाला जे वरिष्ठ स्थान देण्यात आले आहे ते त्यांना टिकविता आले नाही यात काहीच शंका नाही. अशा प्रकारच्या घटनात्मक यंत्रणेतील घोटाळे एकामागून एक उघडकीस यावेत हे अतिशय अस्वस्थ करणारे आहे. घटनात्मक संस्थांनी आपल्या कर्तव्यात कसूर केली किंवा सन्मार्ग सोडला, तर घटनाकारांनी आपल्या देशाच्या भवितव्यासाठी दूरदृष्टीने निवडलेल्या आणि आपण अंगिकारलेल्या लोकशाही पद्धतीसाठी तो मोठाच धक्का ठरेल (बारुआ २००९: संपादकीय).

आसाम, कर्नाटक आणि हरयाणा या इतर काही राज्यांतील लोकसेवा आयोगांबाबतही अशाच प्रकारचे ताशेरे ओढण्यात आले होते. ही केवळ नमुन्यादाखल दिलेली काही उदाहरणे आहेत. हरयाणा लोकसेवा आयोगावर नेमलेल्या पाच सदस्यांपैकी एका सदस्यावर खुनाचा व खुनाचा प्रयत्न केल्याचा आरोप दाखल करण्यात आलेला आहे. इतर सदस्यांचेही राजकीय लागेबांधे असल्याचे सांगितले जाते. विशेष लक्षात घेण्याजोगी बाब म्हणजे पंजाब व हरयाणा उच्च न्यायालयाने ऑगस्ट २०११ मध्ये दोन्ही राज्य सरकारांना अशा नेमणुका करण्यासाठी पारदर्शी निकष बनविण्याचे आदेश दिले असता, हरयाणातील हूडा सरकारने सर्वोच्च न्यायालयाकडून उच्च न्यायालयाच्या आदेशांविरुद्ध आपल्या फायद्याचा निकाल मिळविला (*इंडियन एक्स्प्रेस*, २८ जुलै २०१३). संस्थांचे राजकियीकरण, अध्यक्ष व सदस्यांची नेमणूक ही निर्धारित करण्यात आलेल्या पात्रता डावलून केवळ राजकीय कारणांनुसार करण्यात येणे, सर्वत्र बोकाळलेला भ्रष्टाचार ही अशा खेदजनक व धक्कादायक स्थितीमागील महत्त्वाची कारणे आहेत. केवळ एखाद्या संस्थेला घटनात्मक दर्जा दिला म्हणजे तिचे काम व्यवस्थित पद्धतीने पार पाडले जाईल याची खात्री देता येत नाही हेच यावरून दिसून येते.

गुप्तवार्ता यंत्रणांच्या मनोधैर्याचे खच्चीकरण

आणीबाणीच्या काळात गुप्तवार्ता विभाग (आयबी), केंद्रीय अन्वेषण ब्युरो व इतर पोलिस यंत्रणांचा मोठ्या स्वरुपात गैरवापर करण्यात आला होता याकडे शहा चौकशी आयोगाने लक्ष वेधले होते, याचा मी यापूर्वी उल्लेख केला होता. संसदेतील एका प्रश्नाच्या उत्तरासाठी मारुती उद्योगाकडून माहिती गोळा करण्यासाठी गेलेल्या अधिकाऱ्यांचा केंद्रीय अन्वेषण ब्युरोच्या तत्कालिन संचालकांनी छळ केल्याबद्दल संसदेच्या विशेषाधिकार समितीने त्यांना जबाबदार धरले होते आणि इंदिरा गांधींसमवेत त्यांनाही तुरुंगवासाची शिक्षा ठोठावली होती. एकामागून एक आलेल्या सरकारांनी केंद्रीय अन्वेषण ब्युरोचा मोठ्या प्रमाणात गैरवापर केल्याबाबत उच्च न्यायालयांनी व सर्वोच्च न्यायालयानेही कडक ताशेरे ओढले आहेत.

इशरत जहान खोट्या एनकाउंटर प्रकरणातील केंद्रीय अन्वेषण ब्युरोची इतरांवर

कुरघोडी करण्याची वृत्ती आणि गुप्तवार्ता विभागाच्या एका वरिष्ठ अधिकाऱ्याचा यातील तथाकथित सहभाग याविषयी निर्माण झालेले सार्वजनिक वाद, हे संरक्षणविषयक संवेदनशील संस्थांचे देखील राजकियीकरण झाल्याचे अगदी अलीकडील उदाहरण आहे. राष्ट्रीय चौकशी यंत्रणेने (एनआयए) २०१० मध्ये डेव्हिड ए. हेडलीच्या प्रश्नोत्तरावरून तयार करण्यात आलेल्या अहवालात असा दावा करण्यात आला आहे की इशरत जहान ही लष्कर–ए–तैबाची कार्यकर्ती होती. 'इशरत जहानचा गट हा मुझम्मिलच्या फसलेल्या एका कारवाईचा भाग होता'. हेडलीने राष्ट्रीय चौकशी यंत्रणेच्या अधिकाऱ्यांना असे सांगितले असल्याचे वृत्त होते. इशरत जहान ही अतिरेकी गटाचा भाग नव्हती असे जे केंद्रीय अन्वेषण ब्युरो सातत्याने दावा करून सांगत होते त्याच्या हे पूर्णपणे उलट होते (*द संडे गार्डियन*, २३ जून २०१३). दिल्लीतील अमेरिकी दूतावासातील कायदाविषयक अधिकाऱ्याने लिहिलेल्या तथाकथित पत्रात इशरत जहान ही आत्मघातकी बॉम्बर होती असे लिहिले असल्याचे आणखी एका वृत्तानुसार समोर आले आहे (*इंडियन एक्स्प्रेस*, २९ ऑगस्ट २०१३). गृह मंत्रालयाने गुजरात उच्च न्यायालयात ऑगस्ट २००९ मध्ये दाखल केलेल्या एका शपथपत्रातही इशरत जहानला अतिरेकीच म्हटले आहे. या शपथपत्रात लष्कर–ए–तैबाने इशरतच्या मृत्युनंतर प्रसारित केलेल्या पत्रकातील एका विधानाचाही उल्लेख करण्यात आला आहे (*द संडे गार्डियन*, ७ जुलै २०१३). तथापि, गृह मंत्रालयाने आता अशी भूमिका घेतली आहे की हेडलीने एफबीआयला दिलेला कबुलीजबाब गोपनीय असल्याने तो जाहीर करता येत नाही. गृह मंत्रालयाच्या या परस्परविरोधी भूमिकेमुळे याबाबत राजकारण केले जात असावे अशा गंभीर शंका निर्माण होतात. गुप्तवार्ता विभागाचे माजी संचालक व्ही.जी. वैद्य म्हणतात:

उच्च न्यायालयाच्या देखरेखीखाली चौकशी करीत असताना आपल्या अहवालात काही त्रुटी राहू नयेत याची केंद्रीय अन्वेषण विभागाने विशेष काळजी घ्यावी हे समजण्यासारखे आहे... इतर काही जणांसोबत तथाकथित खोट्या एनकाउंटरमध्ये इशरतचा मृत्यु झाला यात गुप्तवार्ता विभाग जरुरीपेक्षा अधिक गुंतलेला होता व त्यांनी यात सहाय्य केले होते हे सिद्ध करण्यासाठी त्यांनी गुप्तवार्ता विभागाच्या अधिकाऱ्याचीही प्रश्न विचारून चौकशी केली. केंद्रीय अन्वेषण ब्युरोच्या या कारवाईला प्रसिद्धी माध्यमांनी

> बरीच प्रसिद्धी दिली (की द्यायला लावली!!) आणि देशातील या दोन महत्त्वाच्या सुरक्षा यंत्रणा एकमेकांसमोर उभ्या ठाकल्या (रिडिफ.कॉम).

इशरत जहान आणि तिचे सहकारी अतिरेकी होते की नाही हे प्रथम शोधून काढण्यावर केंद्रीय अन्वेषण ब्युरोने लक्ष केंद्रित करायला हवे होते. परंतु हा महत्त्वाचा मुद्दा मागेच पडलेला दिसतो. गुप्तवार्ता विभागाच्या वरिष्ठ क्षेत्रीय अधिकाऱ्यांच्या कार्यपद्धतीची केंद्रीय अन्वेषण ब्युरोने प्रथम माहिती करून घेणे गरजेचे होते. या पद्धतीनुसार कोणत्याही राजकीय पक्षाचे सरकार सत्तेत असले तरीही मुख्यमंत्री, गृहमंत्री व वरिष्ठ पोलिस व इतर अधिकाऱ्यांच्या संपर्कात राहणे त्यांच्यासाठी बंधनकारक असते. त्याचप्रमाणे हे ही लक्षात घेतले पाहिजे की गुप्तवार्ता विभागाला पोलिसांचे अधिकार नसतात अणि ते कोणालाही अटक करू शकत नाहीत. परंतु ९ वर्षांपूर्वी म्हणजे २००४ साली घडलेल्या एका एनकाउंटरबाबत २०१३ साली अचानक जो वाद सुरू झाला त्याने अर्थातच अनेक गैरसोयीचे प्रश्न उभे राहतात. सर्वोच्च न्यायालयाने केंद्रीय अन्वेषण ब्युरोला सरकारी इशाऱ्याने हवे ते सूर गाणारा पोपट म्हटले ते योग्यच आहे. काही काँग्रेस नेत्यांनी गुप्तवार्ता विभागाचे वर्णन कोंबडीचे पिल्लू (चिकन) असे केले आहे. या संस्थेची जनमानसातील प्रतिमा मलिन करण्याचाच जर यांचा उद्देश असेल, तर तो निश्चितच सफल झाला आहे.

राष्ट्रीय आपत्ती व्यवस्थापन यंत्रणा

सरकारच्या हातातील खेळणे बनलेल्या संस्थांच्या लांबलचक यादीतील सर्वात नवी संस्था म्हणजे राष्ट्रीय आपत्ती व्यवस्थापन यंत्रणा (एनडीएमए). काही 'हितचिंतक' मंडळींनी आपला फायदा करून घेण्यासाठी भारतात अशी यंत्रणा असावी अशी शिफारस केल्याने निर्माण झालेल्या संस्थेचे हे चमकदार उदाहरण आहे. आता या यंत्रणेचे प्रमुख आहेत आंध्र प्रदेशातील एक माजी आमदार. याआधी हे पद देशाच्या लष्करप्रमुखांनी भूषविले होते! स्थान व प्रतिष्ठेच्या खोट्या कल्पनांमुळे यातील सर्व विभागप्रमुखांना राज्यमंत्र्याचा दर्जा देण्यात आला असून यंत्रणेच्या प्रमुखांना मंत्रीमंडळातील मंत्र्याचा दर्जा देण्यात आला आहे! अलीकडच्या मानवनिर्मीत व नैसर्गिक आपत्तींच्या काळात या अत्यंत

महत्त्वाच्या संस्थेकडे दुर्लक्ष केल्याने देशाला मानवी जीवन, मालमत्ता व सोयीसुविधांच्या नुकसानीच्या स्वरुपात फार मोठी हानी सहन करावी लागली. अपेक्षेप्रमाणेच, नियंत्रक व महालेखापरीक्षकांनी या विभागाच्या कार्यपद्धतीवर अनेक महत्त्वाचे व योग्य प्रश्न उपस्थित केले आहेत. इतक्या विविध क्षेत्रांत अशा प्रकारचे कार्य केले असताना आपण सुशासनाचा दावा कसा काय करणार?

प्रत्येक पदाची एक किंमत असते

लोकसभेच्या सभापतींना राज्यपाल किंवा केंद्रीय मंत्री नेमण्याने सभापतींच्या पदाची किंमत कमी करण्यात आली आहे. अनंतशयनम व हुकम सिंग यांना अनुक्रमे बिहार व राजस्थानचे राज्यपाल नेमण्यात आले होते, जी.एस. धिलाँ, बलराम जाखड व शिवराज पाटील यांना केंद्रीय मंत्री नेमण्यात आले ही केवळ वानगीदाखल दिलेली काही उदाहरणे आहेत. दोन मुख्य निवडणूक आयुक्तांबाबतही असेच घडले होते. त्यापैकी एक (आर.के. त्रिवेदी) यांना राज्यपाल बनविण्यात आले, तर दुसरे (एम.एस. गिल) राज्यसभेचे सदस्य झाले आणि विश्वास बसणार नाही, पण नंतर ते केंद्रीय मंत्रीमंडळाच्या ७० मंत्र्यांपैकी एक राज्यमंत्रीही झाले! सर्वोच्च न्यायालयाच्या काही न्यायमूर्तींना व उच्च न्यायालयाच्या मुख्य न्यायाधीशांनाही राज्यपालपद देण्यात आले आहे. प्रत्येक घटनात्मक पदाची एक किंमत असते आणि त्यांना सोयीचे असे एखादे पद देऊ करून त्यांच्यावर दबाव टाकता येतो हेच सरकारला यातून स्पष्टपणे दाखवून द्यावयाचे आहे. अशा परिस्थितीत कोणत्याही यंत्रणेचे स्वातंत्र्य कसे काय अबाधित राखता येणार?

सल्लामसलतीचे नाटक

पी.जे. थॉमस यांच्याविरुद्ध एक फौजदारी खटला दाखल असताना, विरोधी पक्षनेत्यांचा आक्षेप डावलून त्यांची मुख्य दक्षता आयुक्त म्हणून नेमणूक करणे असमर्थनीय होते तरीही सरकारने विचित्र कारणे देऊन त्याचे समर्थन केले. आपल्या शपथपत्रात सरकारने असे मत नोंदविले की, 'थॉमस या पदासाठी

'पूर्णतया पात्र' होते आणि त्यांच्या योग्यायोग्यतेचा व चारित्र्याचा प्रश्न हा नेमणूक करणाऱ्या अधिकाऱ्यांच्या कार्यकक्षेत येतो, आणि तो सर्वोच्च न्यायालयाच्या न्यायिक प्रक्रियेच्या बाहेर आहे.' त्यांनी पुढे भर देऊन असेही म्हटले की नेमणुकीसाठी कायद्यानुसार एकमत होण्याची आवश्यकता नाही. सर्वोच्च न्यायालयाने ही नेमणूक न्यायिक फेरविचार व पात्रतेचा फेरविचार यातील फरक नमूद करून रद्द केली. असे करताना न्यायालयाने 'संस्थात्मक चारित्र्या'च्या संकल्पनेचे महत्त्व विशद करून म्हटले की, ज्याच्याविरुद्ध भ्रष्टाचाराचा आरोप प्रलंबित आहे, अशा व्यक्तीची नेमणूक सचोटीशी संबंधित अशा देशातील सर्वोच्च संस्थेच्या प्रमुखपदी केल्यास, त्या संस्थेची परिणामकारकता व संस्थात्मक सचोटी कमी होते. सर्वोच्च न्यायालयाचे माजी न्यायमूर्ती सायरॅक जोसेफ आणि राष्ट्रीय चौकशी यंत्रणेचे तत्कालिन प्रमुख एस.सी. सिन्हा यांची राष्ट्रीय मानवाधिकार आयोगावर २०१३ साली सदस्य म्हणून नेमणूक करतानाही लोकसभा व राज्यसभेतील विरोधी पक्षनेत्यांनी घेतलेला आक्षेप सरकारने धुडकावून लावला होता, त्यातही हाच उद्दामपणा दिसून आला.

महत्त्वाच्या पदांसाठी नेमणूका करताना त्यासाठीची निवड समिती अधिक व्यापक स्वरुपाची बनविण्यात आली आणि विरोधी पक्षनेत्यांशी याबाबत विचारविनिमय करून निर्णय घेण्याची पद्धत घालून देण्यात आली. त्यामागील मूळ उद्देश होता की त्यामुळे या पदांची विश्वासार्हता व स्वीकारार्हता वाढावी हे समजून घेणे आवश्यक आहे. प्रत्येक वेळी आक्षेप घेण्यात आले की त्यांना डावलणे आणि आपल्या बहुमताच्या जोरावर निर्णय घेणे याला काहीच अर्थ नाही कारण निवड समितीत सरकारचे नेहमीच बहुमत असणार.

यातून बाहेर पडण्याचा काही मार्ग आहे का?

संस्थांची मोडतोड करणे हा सरकारचा एक कलमी कार्यक्रम झाला आहे हे स्पष्टच दिसते. या पार्श्वभूमीवर घटनात्मक व वैधानिक पदांसंबंधी काही स्पष्ट मार्गदर्शक तत्त्वे घालून देणे गरजेचे आहे. **एक**, अशा पदांवर नेमणूक करणे ही जबाबदारी सर्वस्वी केवळ सरकारचीच नसावी. या नेमणुकांसाठीच्या निवडसमितीत उपराष्ट्रपती, पंतप्रधान, सर्वोच्च न्यायालयाचे मुख्य न्यायमूर्ती, लोकसभा व

राज्यसभेतील विरोधी पक्षनेते आणि संबंधित मंत्री यांचा समावेश असावा. **दोन**, विचारविनिमय ही केवळ औपचारिकता रहात नाही याची खात्री करून घेण्यासाठी प्रत्येक निर्णय एकमताने घेतलेला असावा. **तीन**, ही नेमणूक पाच वर्षांसाठी केलेली असावी. **चार**, विद्यमान व्यक्तीबद्दल गंभीर स्वरुपाच्या तक्रारी असल्यास, सर्वोच्च न्यायालयाच्या न्यायमूर्तींच्या समितीने पूर्णपणे चौकशी केल्यानंतरच राष्ट्रपतींनी त्यांना राजीनामा देण्यास सांगावे. **पाच**, अशा पदावरील व्यक्ती केंद्र सरकार किंवा राज्य सरकारमधील कोणत्याही नेमणुकीसाठी अपात्र मानली जावी व पदावरून निवृत्त झाल्यावर पाच वर्षांपर्यंत त्यांना कोणतीही निवडणूक लढविण्यास मनाई करण्यात यावी. अशी काळजी घेतल्यास, या पदांचे स्वातंत्र्य अबाधित राखण्यास व त्यांची विश्वासार्हता वाढण्यास मदत होईल, तसेच जनतेच्या मनात या पदांबाबत विश्वासाची भावना निर्माण होईल.

प्रशासकीय सुधारणा

इतर देशांतील प्रगती

सरकार व त्याचे कार्य यांचा जगभर आढावा घेतला जात आहे. कोणते कार्य सरकारने पार पाडायला हवे या प्रश्नाचीही सर्वत्र चर्चा होत आहे, अर्थात याबाबतीत देशा–देशांत फरक दिसून येतो. या प्रयत्नाचा एक भाग म्हणून अनेक देशांमध्ये सरकारचा आवाका कमी करण्याचे प्रयत्न हाती घेण्यात आले आणि त्याचे परिणाम निश्चितच कौतुकास्पद व छाप पाडणारे आहेत. इंग्लंडमध्ये जे उपक्रम सरकारी विभागांच्या बाहेरील मंडळांकडून/यंत्रणांकडून मंत्रालयांच्या सर्वसाधारण देखरेखीखाली राबविता येतील अशांचा एक आढावा घेण्यात आला. त्या 'पुढच्या पावला'च्या (नेक्स्ट स्टेप) अहवालात दोन मूलभूत बदल सुचविण्यात आले, त्यांच्या अंमलबजावणीतून नोकरशाहीच्या ढाच्याचे स्वरुप ठरविले जात आहे:

- धोरण आखणे व सेवा देणे या दोन्हीची फारकत केली जावी. याचा परिणाम म्हणजे कार्यकारी यंत्रणांना सेवा क्षेत्रात खरे अधिकार बहाल केले जातील, सनदी सेवांमधील ९५ टक्के कार्य अशा स्वरुपाचे असेल.

- अधिकाऱ्यांनी मंत्र्यांच्या नावे केलेल्या सर्व कामांची जबाबदारी मंत्र्यांवर येते ही संकल्पना सोडून देण्यात यावी.

सुरुवात जरी शंकास्पद वातावरणात झाली, तरी या शिफारशींची अंमलबजावणी १९८८-८९ पासून सुरू झाली. सरकारी विभागांना त्यांच्या कार्याचा आढावा घेऊन पाच शक्यतांचा विचार करावा लागला: नष्ट करणे, खाजगीकरण, करारावर करण्यास देणे, नवी यंत्रणा निर्माण करणे आणि आहे तीच परिस्थिती कायम ठेवणे.[३]

याचा परिणाम म्हणजे सनदी सेवांचा मोठा भाग मूळ संस्थेतून वेगळा काढण्यात आला असून त्यांना यंत्रणेचा दर्जा देण्यात आला आहे. मे २००२ पर्यंत इंग्लंडमध्ये १२७ यंत्रणा अस्तित्वात होत्या, त्यापैकी ९२ यंत्रणा व्हाइटहॉल मधील विभागांच्या अखत्यारीत कार्यरत होत्या व ७६ टक्के सनदी अधिकारी 'नेक्स्ट स्टेप' यंत्रणांमध्ये काम करीत होते. १९९८ मधील आकडेवारीनुसार ३०४ कार्यकारी यंत्रणा, ५६३ सल्लागार यंत्रणा, ६९ लवाद व तुरुंगासारख्या दंडविषयक व्यवस्थापनांना भेट देणारी १३७ मंडळे होती. यामुळे प्रशासकीय आराखडा खूपच गुंतागुंतीचा झाला आहे हे समजण्यासारखे आहे. 'न्यू पब्लिक मॅनेजमेंट'च्या तत्त्वांमध्ये पुढील बाबींचा समावेश होतो: 'सार्वजनिक क्षेत्रातील व्यावसायिक व्यवस्थापनाचा प्रत्यक्ष अनुभव; कार्यक्षमतेची पातळी; सेवांचे नियमन; प्रशासनाच्या मोठ्या ढाच्याचे विभाजन; सार्वजनिक क्षेत्रातील स्पर्धा; आणि मूलभूत स्रोतांचा शिस्तबद्ध वापर. या नव्या बदलांमुळे उत्तरदायित्व, न्यायिक फेरविचाराबाबतची संवेदनशीलता, आणि अशा नव्या यंत्रणांना लागू करावयाचे निकष व योग्य प्रक्रिया याबाबतच्या कायद्यांच्या संदर्भात नवी आव्हाने उभी राहतात' (क्रेग २००३: ९२-९५).

जगभरातील अँग्लो-सॅक्सन सरकारांतील प्रक्रियांमध्ये 'न्यू पब्लिक मॅनेजमेंट'मुळे झालेल्या क्रांतीकारी बदलांबद्दल सौविक चक्रवर्तींनी भाष्य केले आहे. सरकारच्या कोणत्याही सेवेबाबतच्या 'पुरवठादार' व 'निर्माता' या दोन भूमिकांची फारकत करणे हे यातील पहिले मूलभूत तत्त्व आहे. ही फारकत तीन प्रकारांनी होऊ शकते: खाजगीकरणामुळे पूर्ण फारकत होते, 'करारावर जबाबदारी देण्यामुळे' अस्थायी स्वरुपाची फारकत होते, आणि मूळ यंत्रणेची

निराळी यंत्रणा बनविण्याने अर्धवट फारकत होते. चक्रवर्तींनी चपखलपणे असा निष्कर्ष काढला आहे की, 'व्हाइटहॉलमधून [सचिवालयातून] जरी हंफ्रींचा प्रभाव ['येस मिनिस्टर' या सुप्रसिद्ध टेलिव्हिजन मालिकेतील] हटविण्यात आला असला तरी, भारतात मात्र आपण अद्याप ब्रिटिशांच्या राजवटीच्या काळातील 'बड्या साहेबां'चीच प्रथा चालवीत आहोत आणि त्यांच्या राजकीय वरिष्ठांची देखील' (चक्रवर्ती १९९७).

या सुधारणांचा आणखी एक पैलू म्हणजे सार्वजनिक क्षेत्रातील उद्योगांचे खाजगीकरण करण्यावर देण्यात येणारा भर. यासाठी त्यांना किफायतशीर बनविण्यासाठी आणि खाजगी व्यवसायिकांच्या दृष्टीने ते आकर्षक बनावेत यासाठी आजारी उद्योगांमध्येदेखील गुंतवणूक करण्यात येत आहे. याउलट भारतात स्कूटर इंडिया सारख्या गळती लागलेल्या बिनबुडाच्या उद्योगांत गुंतवणूक करण्यात येत आहे आणि केंद्रीय मंत्र्यांच्या व सोनिया गांधी व राहुल गांधींच्या मतदार संघांमध्ये सार्वजनिक क्षेत्रात नवे उद्योग सुरू केले जात आहेत.

अमेरिकी सरकारच्या १९९३ च्या कार्यक्षमता व परिणामकारकता कायद्यात (परफॉर्मन्स अँड रिझल्ट्स अॅक्ट–जीपीआरए) मध्यवर्ती सरकारमध्ये त्यांच्या कार्यक्रमांच्या खर्चात बचत होईल व अकार्यक्षमतेत घट होईल अशा प्रकारच्या धोरणात्मक योजना बनविण्याची व त्यांच्या कार्यक्षमतेच्या मूल्यमापनाचे निकष ठरविण्याची तरतूद करण्यात आली आहे, ज्यायोगे अमेरिकेतील जनतेचा सरकारवरील विश्वास वाढेल. यात परिणामांचे मूल्यमापन, कार्याचे मूल्यमापन, कार्यक्रमाचे उद्दिष्ट, कार्यक्रमाचा निर्देशक, कार्यक्रमाचे स्वरुप व त्याचे मूल्यमापन ठरविण्याचीही तरतूद करण्यात आली आहे. सिनेट आणि काँग्रेस या प्रतिनिधीगृहाच्या समितीसमोर केलेल्या एका विधानात डोनल्ड एफ. केट्ल यांनी 'काँग्रेस'ने जे प्रश्न सोडविणे गरजेचे आहे ते या कायद्याने कसे साध्य होईल याची दहा कारणे उधृत केली होती:

- कार्यक्षमता व अंदाजपत्रक या दोन्हीतील त्रुटींचा परामर्श घेणे आवश्यक आहे.
- दोन्ही त्रुटी कमी करण्यासाठी कार्यक्षमतेचे मूल्यमापन हा कळीचा मुद्दा आहे.
- यंत्रणेच्या धोरणात्मक निर्णयांबाबतची अतिशय महत्त्वाची माहिती काँग्रेसला कार्यक्षमतेच्या मूल्यमापनातून मिळेल.

- धोरणात्मक योजनेतून यशाचा मार्ग दर्शविला जाईल.
- कार्यक्षमतेचे मूल्यमापन, योजना व त्यांचे निकाल यांची सांगड घालते.
- कार्यक्षमतेचे मूल्यमापन केल्याने अधिकार प्रदान करण्याच्या प्रक्रियेत सुधारणा होईल.
- कार्यक्षमतेचे मूल्यमापन केल्याने विनियोग प्रक्रियेत सुधारणा होईल.
- कार्यक्षमतेचे मूल्यमापन ही काही जादूची कांडी नव्हे- पण याने जे करणे आवश्यक आहे ते करण्यास काँग्रेसला मदत होईल.
- कार्यक्षमतेचे मूल्यमापन करण्याने राष्ट्राध्यक्षांनी काँग्रेससमोर सादर करावयाच्या अंदाजपत्रकात बदल होईल.
- कार्यक्षमतेचे मूल्यमापन करण्याने काँग्रेसच्या धोरण बनविण्यात मोठीच सुधारणा होईल.

समारोप करताना केट्टल म्हणतात की जीपीआरए या कायद्याकडे तेच ध्येय असल्याप्रमाणे पाहिले जाऊ नये. काँग्रेस सदस्यांनी जे करणे आवश्यक आहे त्यासाठीचे एक साधन म्हणून याकडे पाहिले जावे आणि अस्तित्वातील इतर कोणत्याही साधनाने जे साध्य होणार नाही ते याने साध्य होऊ शकेल (केट्टल: १-११).

'ब्रिटिश कोलंबियाच्या सार्वजनिक क्षेत्रातील कार्यक्षमता व उत्तरदायित्व वाढविण्यासाठी' त्यांच्याकडील महालेखापरीक्षकांचे कार्यालय व उपमंत्र्यांच्या परिषदेने संयुक्तपणे बनविलेल्या अहवालाचा उल्लेख करणे अगत्याचे ठरेल. महालेखापरीक्षक जॉर्ज आय. मॉर्फिट म्हणाले की अशा तऱ्हेने संयुक्तरित्या असा अभ्यास हाती घेतलेले कॅनडातील एकही राज्य मला माहीत नाही. केवळ विधिमंडळ सदस्यांना सरकारच्या कार्याचे मूल्यमापन करण्यासाठीच नव्हे, परंतु जनतेच्या वतीने सरकार जे कार्यक्रम राबविते व सेवा प्रदान करते, त्यांच्या परिणामांसाठीही उत्तरदायित्व अतिशय महत्त्वाचे आहे यावर या अहवालात भर देण्यात आला आहे. उत्तरदायित्व- आपल्याला देण्यात आलेल्या जबाबदाऱ्या कशा पार पाडल्या हे सांगण्याचे बंधन- ही लोकशाहीतील एक मूलगामी संकल्पना आहे. या अहवालात विकसित करण्यात आलेल्या उत्तरदायित्वाच्या

ढाच्यात, 'कोण कोणाला व कशासाठी उत्तरदायी आहे; कोणती माहिती दिली जावी; कितपत माहिती दिली जावी; या माहितीचा दर्जा काय असावा; या माहितीची पडताळणी कशा प्रकारे केली जावी; उत्तरदायित्वासंबंधीची माहिती कशा प्रकारे दिली जावी; ती केव्हा दिली जावी; आणि हाती आलेल्या माहितीचा विधीमंडळाने कसा उपयोग करावा' इत्यादि गोष्टींचा समावेश करण्यात आला आहे (ऑडिटर जनरल ऑफ ब्रिटिश कोलंबिया विथ डेप्युटी मिनिस्टर्स कौन्सिल १९९५).

भारतात सर्वच पातळ्यांवर माहितीचा अतिरेक झालेला दिसून येतो. आंध्र प्रदेश सरकारने प्रस्तुत लेखकाच्या अध्यक्षतेखाली सुशासनासंदर्भात नेमलेल्या समितीच्या अहवालात अधोरेखित करण्यात आले होते की:

> सामान्यत: माहिती म्हणजे सत्ता असे मानले जाते. परंतु माहितीचा अतिरेक झाल्यास त्याचा व्यवस्थापनावर बोजा पडतो हे फारच थोड्या वेळा मान्य केले जाते. माहिती तंत्रज्ञानाच्या युगात हे विशेष महत्त्वाचे ठरते... याबाबतची दुसरी बाजूही तेवढीच महत्त्वाची आहे. ज्या पातळीवर तिचा खऱ्या अर्थाने काही उपयोग केला जाण्याची शक्यता नाही, अशा पातळीवर निष्कारण माहिती पाठवली जाऊ नये (आंध्र प्रदेश सरकार २०००: १९).

माहिती एकत्रित करण्याच्या गरजेचा कधी काळजीपूर्वक विचारच केला जात नाही. तसेच मिळालेली माहिती विशिष्ट कालमर्यादेत पडताळून तिचे योग्य ते संकलनही केले जात नाही. या दृष्टीकोनातून पाहता, कॅनडातील एका लहानशा राज्याने हाती घेतलेला उपक्रम किती महत्त्वाचा आहे हे लक्षात येईल. आपले कान व डोळे उघडे ठेवल्यास जगाच्या इतर भागात काय केले जात आहे यावरून कितीतरी शिकण्यासारखे आहे. आणि अर्थात काही करण्यासाठी राजकीय इच्छाशक्तीही हवी.

जून २०१३ मध्ये इंग्लंडच्या सरकारने त्यांचे सरकार हे जगातील सर्वाधिक खुले व पारदर्शक सरकार असावे या पंतप्रधानांच्या अपेक्षेला परत एकदा उजाळा देण्यासाठी इंग्लंडच्या, पारदर्शकता, खुली माहिती व खुले धोरण बनविणे या विषयीच्या 'नॅशनल ॲक्शन प्लॅन'वर जनतेची मते मागविली.[४] सरकारने सुजाण समाजातील संस्थांच्या समवेत इंग्लंड चा दुसरा 'खुल्या सरकारमधील भागीदारी'

(ओपन गव्हर्नमेंट पार्टनरशिप–ओजीपी) चा 'नॅशनल अॅक्शन प्लॅन' चा मसुदा जनतेच्या सूचनांसाठी प्रकाशित केला. 'खुल्या माहितीकडून खुल्या सरकारकडे' (फ्रॉम ओपन डेटा टु ओपन गव्हर्नमेंट) या योजनेच्या मसुद्यात सरकारची पुढील उद्दिष्टे मांडण्यात आली आहेत:

- उत्तरदायित्वात सुधारणा
- नागरिकांच्या सहभागात वाढ
- अधिक खुली माहिती उपलब्ध करणे
- जगभरात पारदर्शकता वाढविण्यासाठी आंतरराष्ट्रीय भागीदारी निर्माण करणे.

ऑक्टोबरमध्ये इंग्लंड आपली अंतिम योजना आंतरराष्ट्रीय 'खुल्या सरकार भागीदारी' ला सादर करील. सध्या याचे सहप्रमुखपद इंग्लंडकडे आहे. या संघटनेत ५९ राष्ट्रीय सरकारे व सुजाण समाज (सिव्हिल सोसायटी) संस्थांचा सहभाग आहे.

पारदर्शकता व खुली माहिती हे इंग्लंडच्या सुधारणांच्या कार्यक्रमात केंद्रस्थानी आहे. इंग्लंडच्या अध्यक्षतेखाली जी८ या गटातील देशांनी 'खुल्या माहितीचा जाहीरनामा' संमत केला. यात पाच धोरणात्मक तत्त्वे नमूद करण्यात आली, त्यात सर्व सरकारे आपण होऊन खुली माहिती प्रकाशित करतील, त्याचबरोबर त्याचा दर्जा, आवाका व प्रसारित केलेल्या माहितीचा पुनर्वापर याबाबतच्या अपेक्षाही व्यक्त करण्यात आल्या. जी८ गटाच्या सदस्यांनी त्यांच्याकडील आर्थिक क्षमता, पाठिंबा देण्याच्या नव्या पद्धती व वाढते उत्तरदायित्व सर्वांपर्यंत पोचविण्यासाठीची १४ महत्त्वाची क्षेत्रेही निर्देशित केली.

ड्र्यूरी व बुचर यांनी असे निदर्शनास आणले आहे की अमेरिकेत सरकारी अधिकाऱ्यांसाठीच्या नैतिक आचारसंहितेत त्यांना 'देशाप्रती व उच्च नैतिक मूल्यांप्रती असलेली बांधिलकी ही व्यक्ती, पक्ष किंवा सरकारी खाते यांच्याप्रती असलेल्या बांधिलकीपेक्षा वरचढ असल्याचे' सांगितले गेले आहे. शिवाय, १९७८ सालचा सनदी सेवा सुधारणा कायदा, जे अधिकारी 'गैरव्यवस्थापन, जनतेच्या पैशाची मोठ्या प्रमाणावरील हानी, अधिकाराचा गैरवापर किंवा सार्वजनिक आरोग्याला व सुरक्षेला विशिष्ट व मोठा धोका' असण्याच्या विश्वासाने (गोपनीय)

माहिती उघड करतील, त्यांना संरक्षण देतो (गॅव्हिन व बुचर १९८८: १७७).

आपली गोष्ट निराळी आहे

मार्क्सवादी व जागतिकीकरणावर भर देणारे भांडवलशाहीवादी यांच्यात एक समान सूत्र आहे. आणि ते आहे, सरकार नाहीसे व्हावे. यापैकी कोणत्याच पद्धतीत हे खरे होताना दिसत नाही. साम्यवादी पद्धतीत पक्ष व नोकरशाही सर्वात बलशाली बनतात. भांडवलशाही पद्धतीत, प्रमुख भांडवलशहांना संपूर्ण स्वातंत्र्य हवे असते, पण जगभरातील अनुभवावरून दिसून आले आहे की हे धोकादायक होऊ शकते. अमेरिकेतील व युरोपमधील अलीकडच्या आपत्तीजनक घटनांनी दाखवून दिले आहे की समतोल राखण्यासाठी योग्य ती नियंत्रणयंत्रणा नसणे आत्मघातकी ठरते. अलीकडील 'वॉल स्ट्रीटचा कब्जा घ्या' हे आंदोलन व 'आम्ही ९९% आहोत' ही त्यांची घोषणा यावरून जनतेची प्रतिक्रिया किती तीव्र असू शकते हे दिसून आले. म्हणून भारतात उदारीकरण, जागतिकीकरण व आर्थिक सुधारणा आल्यावर नोकरशाही कमी होईल अशी अपेक्षा ठेवणे समर्थनीय ठरत नाही. वास्तविक, अन्न सुरक्षा, ग्रामीण विकास, प्राथमिक व माध्यमिक शिक्षण व आरोग्यसेवा यांसारख्या सामाजिक क्षेत्रांवरील वाढता सरकारी खर्च याचा अर्थ नोकरशाहीची वाढ असाच होतो. या दृष्टीकोनातून पाहता, 'कर्मचाऱ्यांच्या पगारावरील व्यय हा महसुली खर्चातील अनुत्पादक खर्चच होय', यांसारख्या गैरसमजांकडे नव्याने पाहणे अगत्याचे ठरते. त्याचप्रमाणे सध्या 'योजनेवरील खर्च'व 'योजनेतर खर्च' असे जे वर्गीकरण केले जाते, ते ही रद्द करणे गरजेचे आहे, कारण यात सर्व योजनेतर खर्च अनुत्पादक आहे, म्हणून तो कमी करण्याची आवश्यकता आहे असे गृहित धरले जाते.

शासनाच्या सुधारणेच्या कार्यक्रमपत्रिकेवरील एक कायमचा विषय म्हणजे प्रशासकीय सुधारणा. एका अंदाजानुसार, स्वातंत्र्य मिळाल्यापासून निरनिराळ्या राज्यांत व केंद्रात ६०० पेक्षा अधिक समित्या व आयोगांनी प्रशासकीय सुधारणांचा अभ्यास केला आहे. या मालिकेतील शेवटच्या, दुसऱ्या प्रशासकीय सुधारणा आयोगाने, आपला १५ खंडांचा अहवाल केंद्र शासनाला सादर केला आहे. यातील काही अहवाल वाचायला फारच चांगले आहेत. यातील बरेचसे

विचारपूर्वक लिहिले असून ते विचारप्रवर्तकही आहेत. यापैकी अनेक अहवालांचा अभ्यास करून सुचविण्यात आलेल्या अनेक शिफारशी सरकारने मान्यही केल्या आहेत असे समजते. उदाहरणार्थ, कर्मचारी व प्रशिक्षण विभागाने आपल्या २०१०–११ सालच्या वार्षिक अहवालात नमूद केले आहे की दुसऱ्या प्रशासकीय सुधारणा आयोगाने, आपल्या 'प्रशासनातील नीतीमूल्ये' या अहवालात '१३४ शिफारशी केल्या आहेत, त्यापैकी ८५ शिफारशी मान्य करण्यात आल्या आहेत, २४ शिफारशी मान्य करण्यात आल्या नाहीत, ३ शिफारशींचा विचार चालू आहे व १८ शिफारशी इतर विभागांकडे पाठविण्यात आल्या आहेत' (भारत सरकार, वार्षिक अहवाल २०१०–११: १५४-५५).

अशा तऱ्हेच्या अर्थहीन विधानातून कोणाला काहीही बोध होत नाही कारण सरकारी विभागांच्या कार्यपद्धतीत काहीच फरक पडल्याचे दिसत नाही.

स्वातंत्र्यप्राप्तीच्या सुवर्णमहोत्सव प्रसंगी, १९९७ मध्ये लोकसभेचे तत्कालिन सभापती पी.ए. संगमा यांनी शेती, ग्रामीण विकास व क्रीडा आणि तरुणांच्या प्रश्नांविषयी केंद्र सरकारमध्ये मंत्रालये असण्याच्या गरजेवर प्रश्नचिन्ह उपस्थित केले होते. वास्तविक, जे विषय राज्यांच्या सूचीत आहेत, त्यांची मंत्रालये केंद्र सरकारमध्ये असण्याचे काहीच कारण नाही. परंतु मंत्रालये ही मंत्री व अधिकारी यांच्यासाठी हक्काच्या जागा मानल्या जातात. दुर्दैवाने, कोणताच राजकारणी हे सत्य स्पष्टपणे मान्य करण्यास तयार नाही!

बऱ्याच वेळा असा एक युक्तिवाद केला जातो की जागतिकीकरण वाढेल त्या प्रमाणात सरकारचा संकोच होत जाईल आणि सर्वसामान्य लोकांसाठी ते संदर्भहीनच ठरेल. प्रत्यक्षात हे सत्यापासून फारच दूर आहे. खरे तर, यापूर्वी म्हटल्याप्रमाणे, सामाजिक क्षेत्रातील सरकारचा वाढता खर्च व नियामक यंत्रणांची व्याप्ती पाहता, सरकारचा विस्तार वेगाने वाढत आहे. तसेच वाढत्या संगणकीकरणामुळे भ्रष्टाचार कमी होईल असाही एक सर्वसामान्य गैरसमज पसरलेला आहे. आंध्र प्रदेशात हाती घेतलेल्या एका अभ्यासावरून हे खरे नसल्याचे दिसून आले आहे. आपले काम सुरळितपणे व वेगाने व्हावे यासाठी व समोरच्याला खूष करण्यासाठी पैसे द्यावेच लागतात! उदाहरणार्थ, संगणकीकरणामुळे नोंदणी कार्यालयांतील कामात निश्चितच सुधारणा झाली

आहे, परंतु दस्तावेजांचे सुलभीकरण आणि त्यांची संख्या कमी करण्याचा प्रश्न शिल्लक राहतोच (कॅसली २००४: ११५१–५६).

दुर्दैवाने आपल्याकडे केंद्र सरकारने किंवा राज्य सरकारांनी या विषयाचा गंभीरपणे विचारच केलेला नाही. सरकारी क्षेत्रात नोकऱ्या उपलब्ध करून देणे हे सत्ताधारी पक्षाला आपले मूलभूत कर्तव्यच वाटते. पाचव्या वेतन आयोगाने सरकारचे आकारमान कमी करण्यावर महत्त्वाचा भर दिला होता. आयोगाने प्रस्तावित केलेली भरघोस पगारवाढ ही कर्मचाऱ्यांची संख्या सामान्यतः ३० टक्के कमी होईल या गृहीतकावर आधारित होती. यापूर्वी विशद केल्याप्रमाणे, सोयीस्कररित्या सरकारने केवळ वेतन व निवृत्तीवेतन याबाबतच्या शिफारशींवरच कारवाई केली आणि सरकारचे आकारमान कमी करण्याचे मात्र पूर्णपणे बाजूलाच ठेवले. या पार्श्वभूमीवर सहाव्या वेतन आयोगाने सरकारच्या आकारमानाबाबत काहीच शिफारस केली नाही. परंतु या विषयाकडे दुर्लक्ष करणे सरकारसाठी व पर्यायाने जनतेसाठीही हानीकारक आहे हे सत्य कोणी बदलू शकत नाही.

सनदी सेवांचे मोठ्या प्रमाणावरील राजकियीकरण ही एक गंभीर समस्या बनलेली आहे. बदल्यांचा बाजार ही प्रशासनाला लागलेली कीड आहे. अधिकारी व कर्मचारी उघडपणे आमदार, खासदार किंवा मंत्र्यांशी त्यांची किती जवळीक आहे याबद्दल फुशारक्या मारतात. अनेक घोटाळ्यांमध्ये राजकीय नेते व मंत्री यांच्या बरोबरीनेच अधिकाऱ्यांची नावेही गोवलेली दिसतात. ज्या अखिल भारतीय सेवांना पूर्वी अभिमानाने 'पोलादी चौकट' संबोधले जात असे, त्यांची प्रतिष्ठाही आता सरली आहे. खरे तर आता अशा अखिल भारतीय सेवांची गरज आहे का असा प्रश्न विचारण्याचीच वेळ आली आहे. घटनेने या सेवांना दिलेले संरक्षण केवळ कागदावरच राहिले आहे. अखिल भारतीय सेवांतील अधिकाऱ्यांच्या बदल्यांच्याच नव्हे, तर त्यांना निलंबित करण्याच्या अधिकारांचाही राज्य सरकारकडून उघडपणे गैरवापर होत आहे आणि केंद्र सरकार त्याकडे हताशपणे पहात बसले आहे. याचे अगदी अलीकडले उदाहरण म्हणजे हरयाणा काडरचे भारतीय प्रशासकीय सेवेतील अधिकारी अशोक खेमका– सोनिया गांधींचे शक्तिशाली जावई रॉबर्ट वद्रा यांच्या घोटाळेबाज जमीनव्यवहारांमध्ये त्यांनी अनेक अडथळे आणले म्हणून गेल्या काही महिन्यांत त्यांची अनेक वेळा बदली

करण्यात आली.[५] अशा प्रकरणांमध्ये दिलासा मिळण्यासाठी वरिष्ठ न्यायसंस्थेचीही फारशी मदत झालेली नाही.

यापूर्वी उल्लेख करण्यात आल्याप्रमाणे, कायदा आयोगाने आपल्या १६६व्या अहवालात भ्रष्ट लोकसेवकांची मालमत्ता जप्त करण्याबाबत कायदा करण्याची एक महत्त्वाची शिफारस केली होती. आयोगाने यासाठी एक विधेयकही तयार केले होते. परंतु या दोन्ही गोष्टी फेब्रुवारी १९९९ पासून सरकारकडे विचारार्थ पडूनच आहेत. तेव्हापासून एनडीए आणि युपीए१ व २ ही सरकारे सत्तेत येऊन गेली.

तसेच यापूर्वी उल्लेख केल्याप्रमाणे कायदा आयोगाने आपल्या ५७ व्या व १३० व्या अहवालात बेनामी व्यवहारांना मनाई करणारी व बेनामी मालमत्ता अधिग्रहित करणारी विधेयके पारित करण्याची शिफारस केली होती. 'बेनामी व्यवहार (मनाई) कायदा', १९८८, अन्वये एखाद्या व्यक्तीने दुसऱ्या व्यक्तीच्या नावे एखादी मालमत्ता मिळविली असल्यास, ती त्याला स्वतःची असल्याचा दावा करता येत नाही. कलम ३ अन्वये बेनामी व्यवहारांना मनाई करण्यात आली असून, कलम ४ द्वारे मिळकतदारास ती बेनामीदाराकडून परत मिळविता येत नाही. दुर्दैवाने, कायदा झाल्यापासून गेल्या २५ वर्षांत कलम ५ मधील उपविभाग (१) खालील नियमच सरकारने बनविले नाहीत, म्हणून खऱ्या मालकांनी बेनामीदारांच्या नावाने घेतलेल्या मालमत्ता सरकारला अधिग्रहित करता आल्या नाहीत. स्वारस्याची बाब म्हणजे या काळात युनायटेड फ्रंट, व्ही.पी. सिंग, चंद्रशेखर, काँग्रेस, एनडीए, आणि युपीए अशी सर्व पक्षांची निरनिराळी सरकारे सत्तेत येऊन देखील या विषयी काही कारवाई करण्यासाठी कोणाचीच बांधिलकी नव्हती!

'व्हिसल ब्लोअर'ना (कार्यरत असणाऱ्या ठिकाणी गैरव्यवहार होत असल्यास जनहिताच्या दृष्टीने त्याविषयीची माहिती उघड करणाऱ्यास 'व्हिसल ब्लोअर' म्हणतात) संरक्षण देणारे कायदे अमेरिका, ऑस्ट्रेलिया, इंग्लंड व न्यूझीलंडमध्ये अनेक वर्षांपासून अस्तित्वात आहेत. असा सर्वात पहिला कायदा अमेरिकेत १९८६ मध्ये पारित करण्यात आला. देशमुखांनी निदर्शनास आणून दिले आहे की अब्राहम लिंकनने १८६२ साली 'खोटे दावे कायदा' केला तेव्हापासून याची सुरुवात झाली (तो कायदा १९८६ साली सुधारण्यात आला). त्यानंतर १९८९ चा 'व्हिसल ब्लोअर संरक्षण कायदा' करण्यात आला (१९९४ मध्ये त्यात

सुधारणा करण्यात आली) आणि एन्रॉन व वर्ल्ड कॉम सारख्या कंपन्यांमध्ये महाघोटाळे झाल्यानंतर २००२ साली सारबान्स-ऑक्स्ली कायदा करण्यात आला. या कायद्यान्वये, 'व्हिसल ब्लोअर'संबंधीची धोरणे बनविणे हे कंपन्यांच्या संचालक मंडळांना बंधनकारक करण्यात आले आहे... भारतातील व ऑस्ट्रेलियातील 'व्हिसल ब्लोअर'च्या प्रकरणांचा अभ्यास करून अदिती दत्तांनी ३ फेब्रुवारी २००४ च्या *द हिंदु* या वृत्तपत्रात लिहिले होते की, :

> दोन्ही प्रकरणे 'व्हिसल ब्लोअर'ची नमुनेदार उदाहरणे आहेत. दोन्ही व्यक्ती जेथे कार्यरत होत्या तेथील भ्रष्टाचार व गैरव्यवहार माहीत झाल्यावर त्यांनी त्यावर प्रकाश टाकला- इतर कोणालाही हे करण्याचा धीर झाला नव्हता. त्यांची परिस्थितीही एकसारखीच होती... या दोन्ही 'व्हिसल ब्लोअर'ना जी वर्तणूक मिळाली व जे परिणाम भोगावे लागले, तेथेच त्यांच्यातील फरक दिसून येतो. भारतात सत्येंद्र दुबेंचा खून झाला. दोनच दिवसांनी ऑस्ट्रेलियातील अँड्र्यू विल्किन्सना 'व्हिसल ब्लोअर ऑफ द इयर' हा पुरस्कार देण्यात आला (देशमुख २०१२: २४).

दक्षिण आफ्रिका, ऑस्ट्रेलिया (पब्लिक इंटरेस्ट डिस्क्लोजर ॲक्ट, १९९४), इंग्लंड (पब्लिक इंटरेस्ट डिस्क्लोजर ॲक्ट, १९९८) व न्यूझीलंड (द प्रोटेक्टेड डिस्क्लोजर ॲक्ट, २०००) यांनीही अशाच प्रकारची पावले उचलली आहेत.[६] आपल्याकडे मात्र सर्वोच्च न्यायालयाने आदेश देऊनही केंद्र सरकारने अद्याप याबाबत काहीच केले नाही.

काही लहान लहान गोष्टी करूनही प्रशासन नागरिकस्नेही व त्यांच्या गरजांना प्रतिसाद देणारे बनविता येते. उदाहरणादाखल, नागरिकांना सरकारकडे वारंवार जावे लागण्याची गरज कमी करणे; मंत्री व अधिकारी यांचे स्वेच्छाधिकार कमी करणे व जेथे ते टाळण्याजोगे नसेल, तेथे ते कशाप्रकारे वापरले जावेत यासाठी स्पष्ट मार्गदर्शक तत्त्वे घालून देणे व अधिक महत्त्वाचे म्हणजे ही मार्गदर्शक तत्त्वे जाहीर करणे; विशिष्ट कालावधीने सरकारी कार्यालयातून बाहेर पडणाऱ्या व्यक्तींचे सर्वेक्षण करून कोणत्या प्रकारच्या कामांमध्ये भ्रष्टाचार होत आहे ते शोधून, कोणत्या प्रक्रिया सुलभ करता येतील, द्याव्या लागणाऱ्या कागदपत्रांची संख्या कमी करता येईल वगैरेचा विचार करणे; आणि जेथे 'फुटक्या खिडकीचे

लक्षण' (ब्रोकन विंडो सिंड्रोम- मोडकळीस आलेली, खालावलेली शासनव्यवस्था) दिसून येत असेल, तेथे ही प्रतिमा सुधारण्यासाठी कार्यक्षमता व कार्यालयाची टापटीप यात सुधारणा करणे, अशा गोष्टी करता येतील. या मुद्यांबाबतच्या कार्यवाहीची केवळ सुरुवात देखील करण्यात आलेली नाही. पाचव्या वेतन आयोगाने निर्देशित केले होते की, 'सध्या केंद्र सरकारमधील कर्मचाऱ्यांना वर्तणुकीच्या नियमांनुसार काही कर्तव्ये व जबाबदाऱ्या देण्यात आल्या आहेत. उत्तरदायित्वाच्या आधुनिक संकल्पनांनुसार ते सर्व नियम परत नव्याने बनविण्याची आता गरज आहे.' हे अनेक वर्षांपूर्वी म्हणजे १९९७ मध्ये सांगण्यात आले होते. यावर आतापर्यंत काहीच कारवाई करण्यात आलेली नाही. इतर लोकशाही देशांमध्ये सरकारी गोपनियतेचा कायदा रद्द तरी करण्यात आला आहे, किंवा त्यात सुधारणा करून त्याचे स्वरुप सौम्य करण्यात आले आहे, पण आपल्याकडे मात्र तो आहे तसाच टिकवून ठेवण्यात आला आहे. मंत्री व अधिकारी जेव्हा शपथपूर्वक पदग्रहण करतात त्यावेळी त्यांना जी गोपनियतेची शपथ घ्यावी लागते त्यात बदल करून गोपनियतेच्या नावाखाली जनतेपासून माहिती न लपविणे हे आता बंधनकारक करणे आवश्यक आहे, पण ते अद्याप करण्यात आलेले नाही.

विकास कार्यक्रमांत व विकासाच्या योजनांमध्ये देशात सर्वत्र व्यापक प्रमाणावर भ्रष्टाचार बोकाळला आहे आणि जनतेमध्ये दूरत्वाची भावना निर्माण होण्याचे हे एक महत्त्वाचे कारण आहे. लाभधारकांना त्यांच्या बँकेच्या खात्यामार्फत रकमा देणे हे या समस्येवरील उत्तर होऊ शकत नाही हे आपण कृषी कर्जमाफी योजनांच्या अनुभवावरून पाहिलेच आहे. त्याऐवजी, खर्च व त्याचा झालेला उपयोग याकडे त्याच परिसरातील प्रतिष्ठित, अ-राजकीय व वस्तुनिष्ठपणे आणि पारदर्शक पद्धतीने पाहू शकतील, अशा व्यक्तींकडून सामाजिक लेखापरीक्षण करून घेणे हा अधिक परिणामकारक उपाय होऊ शकेल. विशेषत: सामाजिक क्षेत्रातील योजनांसाठी नियंत्रक व महालेखापरीक्षकांच्या खर्चाच्या पावत्यांच्या लेखापरीक्षणापेक्षाही ते अधिक परिणामकारक होऊ शकेल. दुर्दैवाने, स्थानिक प्रशासनात क्रांतीकारी बदल घडवून आणू शकेल असे पाऊल कोणत्याच राजकीय पक्षाने सत्तेत असताना उचलले नाही.

बऱ्याच वेळा साहित्य व सेवा पुरविणे ही सरकारची मक्तेदारी असते. अनेक बाबी

सरकारने खाजगी क्षेत्रासाठी खुल्या करेपर्यंत हे अधिकच खरे होते. दूरसंचार क्षेत्रातील सरकारी कर्मचाऱ्यांची उद्धट वृत्ती हे याचे एक लक्षात घेण्याजोगे असामान्य उदाहरण आहे. खालावलेल्या सेवेबद्दल उच्च न्यायालयात दाखल करण्यात आलेल्या याचिकेला नागपूरच्या टेलिफोन विभागाने दिलेले उत्तर धक्कादायक होते. विभागाने आपल्या शपथपत्रात म्हटले होते की, त्यांनी त्यांच्या ग्राहकांना चांगल्या सेवेची कधीच हमी दिली नव्हती, आणि त्यांना मिळणाऱ्या सेवेबाबत ते असमाधानी असतील, तर त्यांनी त्यांचा टेलिफोन जरूर परत करावा! (*लोकसत्ता*, ८ एप्रिल १९९७). त्यावेळी खाजगी क्षेत्रातील टेलिफोन सेवा उपलब्ध नसल्याने बिचाऱ्या ग्राहकांना सरकारी खात्यांच्या या चेष्टा सहन करण्यावाचून गत्यंतरच नव्हते. ज्या क्षेत्रात स्पर्धा निर्माण झाली, त्यात आता चांगले क्रांतीकारी बदल घडून आले आहेत. दुसऱ्या प्रशासकीय सुधारणा आयोगाने या घटनेची दखल घेऊन स्पर्धा वाढविण्यासाठी पावले उचलली जावीत असे म्हटले आहे ते दिलासादायक आहे. ते म्हणतात, 'प्रत्येक विभाग/मंत्रालयाने अस्तित्वात असलेली 'मक्तेदारी पद्धत' कोणकोणत्या ठिकाणी स्पर्धा पद्धतीत कशी बदलता येईल याचा तातडीने मागोवा घ्यावा. राज्य सरकार व स्थानिक संस्थांनीही असा कार्यक्रम हाती घ्यावा' (भारत सरकार २००७: १८८).

या शिफारशीवर तातडीने कारवाई होणे गरजेचे आहे.

जागतिकीकरण व आर्थिक सुधारणांवर भर देताना सार्वजनिक सेवांमध्ये, काही विवादास्पद बाबींची सुरुवात करण्यात आली होती. सरकारी अधिकाऱ्यांना खाजगी क्षेत्रातील कंपन्यांमध्ये पाच वर्षांच्या काळापर्यंत प्रतिनियुक्तीवर जाण्यास परवानगी देणे व त्यानंतर त्यांनी सरकारी नोकरीत परत येणे ही अशीच एक बाब होती. सरकारी कर्मचाऱ्यांना अशा प्रकारे बड्या बांधकाम व्यावसायिकांकडे आणि टाटा, बिर्ला, अंबानींसारख्या उद्योगसमुहांकडे प्रतिनियुक्तीवर जाण्यास परवानगी देण्यामुळे असे सरकारी कर्मचारी व या कंपन्या यांच्यामध्ये एक अभद्र युती तयार होऊ शकते. आपल्या देशातील वातावरणाचा व परिस्थितीचा विचार न करता जपान व पाश्चिमात्य देशांतील प्रथांचे अंधानुकरण करण्याने आर्थिक सुधारणांचे पर्व निष्कारण वादग्रस्त बनते.

सर्व विकासयोजना व विकास कार्यक्रमांची अंमलबजावणी सरकारकडूनच होत असल्याने, प्रशासकीय सुधारणा राज्य सरकारांसाठी देखील अतिशय महत्त्वाच्या ठरतात हे लक्षात घेणेही आवश्यक आहे. लोकांशी जवळचा संबंध येणाऱ्या प्रशासकीय सेवांमध्ये सुधारणा होऊन सर्वसामान्य लोकांना त्यातून दिलासा मिळायचा असेल, तर राज्यसरकारांची याविषयीची बांधिलकीही आवश्यक ठरते. केवळ काही कायदे पारित करणे अथवा केंद्र सरकारने आपल्या कर्मचाऱ्यांसाठी काही सूचना प्रसारित करणे पुरेसे नाही. परंतु राज्यांना यासाठी कसे प्रेरित करायचे हेच खरे आव्हान आहे. आतापर्यंत बहुतेक सर्वच राजकीय पक्ष केंद्रात आणि राज्यांमध्ये सत्तेवर येऊन गेले आहेत पण कोणालाच प्रशासकीय सुधारणांमध्ये स्वारस्य नाही. हे वाचायला देखील उदासवाणे आहे, पण ते खरे आहे.

पोलिस खात्यातील सुधारणा

देशातील पोलिस यंत्रणांच्या कामकाजाची पद्धत व त्यांचा ढाचा याचाही येथे उल्लेख करणे अगत्याचे आहे. पोलिसांसाठी अद्याप १८६१ सालचा पोलिस कायदाच लागू होतो. या कायद्यातील तरतुदी ब्रिटिश राज्यकर्त्यांच्या हिताचे रक्षण करण्यासाठी करण्यात आल्या होत्या आणि सध्याच्या परिस्थितीच्या संदर्भातील मानवी हक्कांचे मोठ्या प्रमाणावरील उल्लंघन, एनकाउंटरमध्ये होणारी हत्या, कोठडीत असताना झालेले मृत्यू, कायदा आपल्या हातात घेण्याची पोलिसांची वृत्ती, त्यांच्या कामकाजात वरचेवर होणारी राजकीय ढवळाढवळ व त्यातून होणारे राजकियीकरण या सर्व गोष्टी हाताळण्यासाठी या तरतुदी पुरेशा नाहीत. कायद्याचे राज्य आता केवळ कागदावरच राहिले आहे आणि 'कायदा आपले काम करील' (लॉ विल टेक इट्स ओन कोर्स) या नेहमी उधृत करण्यात येणाऱ्या वचनावर आता कोणाचाच विश्वास नाही.

अनेक समित्या व आयोगांनी पोलिसांच्या कामकाजाचा अभ्यास केला असून, त्याविषयी काही अमूल्य सूचनाही केल्या आहेत. यापैकी सर्वात महत्त्वाचा आयोग म्हणजे धर्म वीर यांच्या अध्यक्षतेखाली नेमण्यात आलेला राष्ट्रीय पोलिस आयोग. त्यांनी आपला ८ खंडातील अहवाल १९७८-८१ च्या दरम्यान सादर केला.

१९८० साली इंदिरा गांधी परत सत्तेवर आल्यानंतर, त्यांच्या चर्चांचे सत्र ३१ मे १९८१ पर्यंत पूर्ण होण्यापूर्वीच, हा आयोग बरखास्त केला जावा असे आदेश त्यांनी दिले होते. त्यावेळी आयोगामध्ये दहशतवाद, गुप्तवार्ता संकलन, राज्यांमधील गुन्हेगारी चौकशी विभाग, फौजदारी न्याय व्यवस्था, आणि रेल्वे पोलिस अशा महत्त्वाच्या विषयांवर विचारविनिमय चालू होता (भारत सरकार १९८१: ३२). इंदिरा गांधींनी केंद्रीय मंत्रालयांतून पोलिस आयोगाचे अहवालही काढून घेतले. याचा परिणाम म्हणजे, अनेक वर्षे झाली तरी केंद्र सरकार किंवा राज्य सरकारांना या अहवालांवर काही कारवाई करण्याची इच्छाच राहिली नव्हती. अखेर, संयुक्त आघाडी (युनायटेड फ्रंट) सरकारच्या कारकिर्दीत या अहवालांवर कारवाई करावी असे गृह मंत्रालयाने राज्य सरकारांना लिहीले, पण त्यात पुढे काहीच प्रगती झाली नाही. अखेरचा उपाय म्हणून केंद्र व राज्य सरकारांनी याविषयी पाठपुरावा करावा म्हणून अनेक याचिका उच्च न्यायालयात व सर्वोच्च न्यायालयात दाखल करण्यात आल्या. यापैकी *प्रकाश सिंग व इतर* (डब्ल्यूपी (सिव्हिल) क्र. ३१० ऑफ १९९६) यांची याचिका ३० जुलै १९९६ रोजी दाखल करून घेण्यात आली. या याचिकेला काही मोठ्या राज्यांनी व केंद्र सरकारने कडवा विरोध केला. एका दशकानंतर, २२ सप्टेंबर २००६ रोजी दिलेल्या निकालात न्यायालयाने पोलिस यंत्रणांच्या पुनर्रचनेसाठी जे अनेक आदेश दिले त्यात त्यांच्या कामातील राजकीय ढवळाढवळ कमी केली जावी, अधिकाऱ्यांचा पदावरील किमान कार्यकाल निर्धारित केला जावा आदींचा समावेश होता. न्यायालयाने शिवाय असेही संगितले की सुयोग्य असा कायदा पारित केला जाईपर्यंत न्यायालयाने दिलेली मार्गदर्शक तत्त्वे अंमलात रहावीत. न्यायालयाच्या या निकालाची अंमलबजावणी ३१ डिसेंबर २००६ पूर्वी करावयाची होती.

निरनिराळ्या राजकीय पक्षांच्या १२ मुख्यमंत्र्यांनी असे आरोप केले की सर्वोच्च न्यायालयाच्या या आदेशांनी राज्यांच्या अधिकारांचे उल्लंघन होते, संघराज्याच्या व्यवस्थेला हानी पोचते व विधिमंडळाच्या अधिकारांना कमी लेखले जाते. काही मुख्यमंत्र्यांनी त्यांची नाराजी पंतप्रधानांकडे व्यक्त केली आणि त्यांना विनंती केली की केंद्र सरकारने या निकालाच्या पुनर्विचारासाठी याचिका (रिव्ह्यू पिटिशन) दाखल करावी किंवा मुख्यमंत्र्यांची एक बैठक बोलवावी. त्यानंतर काही राज्यांनी दाखल केलेली पुनर्विचाराची याचिका न्यायालयाने फेटाळून लावली.

न्यायालयाच्या आदेशांचा भर पुढीलप्रमाणे होता: पोलिस महासंचालकांची (डीजीपी) निवड तीन नावांमधून केली जावी व निवड समितीत केंद्रीय लोकसेवा अयोगाच्या अध्यक्षांचा समावेश असावा; पोलिस महासंचालक व इतर वरिष्ठ अधिकाऱ्यांना किमान २ वर्षांचा कार्यकाल दिला जावा; अधिकारी व कर्मचारी यांचे सर्व सेवाविषयक प्रश्न अधिकाऱ्यांच्या एका समितीकडे सोपवले जावेत व त्यांच्या विचारविनिमयात राजकीय किंवा इतर कोणत्याही प्रकारचा बाह्य हस्तक्षेप नसावा; महत्त्वाच्या पातळीवरील क्षेत्रीय अधिकाऱ्यांसाठी देखील दोन वर्षांचा किमान कार्यकाल निर्धारित केला जावा; राज्यातील पोलिसांच्या कामकाजावर देखरेख करण्यासाठी 'राज्य सुरक्षा आयोग' स्थापन केला जावा; आणि विरोधी पक्षनेता या आयोगाचा एक सदस्य असावा. थोडक्यात, पोलिसांच्या बदल्या व इतर सेवाविषयक प्रश्नांतून राजकीय हस्तक्षेप टाळता यावा आणि महत्त्वाच्या पदांसाठी दोन वर्षांचा निर्धारित कार्यकाळ असावा असा या आदेशांचा हेतू होता.

बहुतेक राज्यसरकारांनी याबाबत टाळाटाळ केल्याने न्यायालयाने याबाबत राज्यांमध्ये पाठपुरावा करण्यासाठी व न्यायालयाच्या आदेशांचे पालन का करण्यात आले नव्हते हे पाहण्यासाठी सर्वोच्च न्यायालयाचे माजी न्यायमूर्ती के. टी. थॉमस यांच्या नेतृत्वाखाली एक समिती नेमण्याचे एक असाधारण पाऊल उचलले. थॉमस समितीने 'पोलिसांच्या कार्यपद्धतीत सुधारणा करण्याविषयी राज्यांनी दर्शविलेल्या उदासिनतेबद्दल अस्वस्थता' व्यक्त केली. न्यायालयाच्या आदेशांची अंमलबजावणी न करण्याने न्यायालयाचा अवमान झाला असला तरी न्यायालयाने त्याची दखलही घेतली नाही. राज्यातील राजकीय हितसंबंधांना बाधा येऊ नये म्हणून सर्वोच्च न्यायालयाच्या आदेशांचाही आदर करण्यात आला नाही. केंद्र सरकारच्या सांगण्यावरून २००६ साली सोली सोराबजी समितीने तयार केलेला 'आदर्श पोलिस कायदा' (मॉडेल पोलिस ॲक्ट), राज्यांनी व (केंद्रशासित प्रदेशांसाठी) केंद्र सरकारनेही अद्याप पारित केला नाही. १४ राज्यांनी जरी नवे पोलिस कायदे पारित केले असले तरी, बहुतेक कायद्यांमध्ये सर्वोच्च न्यायालयाच्या आदेशांचा समावेश करण्यात आलेला नाही.

पोलिसांच्या स्वायत्ततेच्या मागणीबाबत दोन निरनिराळी मते असू शकतात. स्वायत्तता हे पोलिसांच्या कामकाजातील त्रुटीचे उत्तर आहे असे ठामपणे म्हणता येत नाही. केरळ पोलिसांना दिलेल्या स्वायत्ततेचा कितपत उपयोग झाला याचा

अभ्यास करण्यासाठी केरळ सरकारने न्यायमूर्ती के.टी. थॉमस यांच्या अध्यक्षतेखाली एक समिती नेमली होती. समितीचा अहवाल फारसा दिलासा देणारा नाही. कदाचित पोलिसांच्या कामकाजातील समाजाचा सहयोग अधिक महत्त्वाचा ठरू शकेल. त्याचप्रमाणे त्यांच्या कामातील राजकीय व इतर ढवळाढवळ कमी करता आली तर त्याचा बराच फायदा होऊ शकेल. एकच उदाहरण द्यायचे तर, १९९० च्या दशकात महाराष्ट्रात शिवसेना–भाजपचे सरकार असताना बाळासाहेब ठाकरे हे 'रिमोट कंट्रोल' होते, त्यावेळी मुंबईचे तत्कालिन पोलिस कमिशनर त्यांच्या पायाला हात लावून वंदन करीत असत. एकदा तसे करताना त्यांची टोपी खाली पडली. त्यांची ही लाचार वर्तणूक पाहून ठाकऱ्यांना देखील इतका धक्का बसला, की त्यांना लाथ मारून ते उद्गारले, 'निदान तुमच्या वर्दीची तरी शान ठेवाल की नाही?' ही चमचमीत गोष्ट ठाकऱ्यांच्या पोलिस सुरक्षा रक्षकानेच बाहेर सांगितली. शिवसेनेच्या कारकिर्दीत हे पोलिस कमिशनर 'पोलिस शाखा प्रमुख' म्हणूनच ओळखले जात असत! अशा प्रकारच्या संरजामशाही वागणुकीत महाराष्ट्र काही एकटा नव्हता. उत्तर प्रदेशच्या तत्कालिन मुख्यमंत्री मायावती यांचा एक वैयक्तिक सुरक्षा अधिकारी मायावतींच्या पादत्राणांवरील धूळ खाली वाकून आपल्या रुमालाने पुसत असताना कॅमेऱ्यात चित्रबद्ध झाला होता.

महाराष्ट्रासारख्या स्वयंघोषित प्रगतीशील राज्यात गृहमंत्री आर.आर. पाटील यांनी दुय्यम पोलिस अधिकाऱ्यांच्या बदलीचे व बढतीचे अधिकारही पोलिस महासंचालकांकडून काढून आपल्या स्वत:कडे घेऊन महासंचालकांना केवळ नामधारी प्रमुख बनविले होते. वरिष्ठ अधिकाऱ्यांनी व सर्वसामान्य जनतेनेही याला सतत विरोध दर्शविल्यानंतरच हे आदेश मागे घेण्यात आले. अण्णा हजारेंच्या आग्रहाने पारित करण्यात आलेला 'महाराष्ट्र अधिकाऱ्यांच्या बदलीचा कायदा' यावेळी गृहमंत्री पाटील यांना हे अधिकार आपल्याकडे घेण्यासाठी उपयोगी पडला. सरकारी कर्मचाऱ्यांच्या बदल्यांच्या नियमनासाठी सरकारने कायदा करावा या आग्रहासाठी अण्णा हजारेंनी उपोषण केले होते. या विधेयकाच्या मसुद्याबाबत जेव्हा मला सल्ला विचारण्यात आला होता, त्यावेळी हे विधेयक मान्य करू नये कारण त्यामुळे मंत्री व मुख्यमंत्री यांच्याकडील बदल्यांच्या अधिकारात वाढ होईल अशी धोक्याची सूचना मी हजारेंना दिली होती. परंतु हजारे फार भोळे होते आणि याच्या परिणामांचा त्यांनी काळजीपूर्वक विचार केला नव्हता.

महाराष्ट्राचे मुख्यमंत्री पृथ्वीराज चव्हाण यांनी परत एकदा जाहीरपणे सांगितले आहे की पोलिसांच्या बदल्यांचे अधिकार मंत्र्यांकडून काढून घ्यावेत या सर्वोच्च न्यायालयाच्या आदेशांचे पालन करणे शक्य होणार नाही (*इंडियन एक्स्प्रेस*, २९ ऑगस्ट २०१३).

अनेक कायदे करण्यात येऊनही देशात आपल्याला कायद्याचे राज्य आणता आले नाही ही खेदाची गोष्ट आहे. अनेक प्रकारच्या कायद्यांची अंमलबजावणी करण्यासाठी पोलिसांची संख्या पुरेशी नाही. समाज सुधारणेसाठी करण्यात आलेल्या काही कायद्यांची अंमलबजावणी करण्याचे काम पोलिसांकडून काढून ते संबंधित प्रशासकीय खात्याकडे म्हणजे समाज कल्याण खाते व त्यांच्याखालील दुय्यम कार्यालयांकडे देण्यात यावे. एखादे विधेयक संसदेत/राज्य विधिमंडळात सादर करतानाच त्याची उद्दिष्टे, कारणे व दुय्यम विधेयके (डेलिगेटेड लेजिस्लेशन) यांच्याबरोबरच त्याच्या अंमलबजावणीसाठी आवश्यक असणारा कर्मचारी वर्ग व निधीची तरतूद यांची माहिती सादर करणेही बंधनकारक केले जावे. जुगार, वेश्याव्यवसाय, दारूचे सेवन यांसारख्या बाबी गुन्हेगारी यादीतून वगळण्यात येणे गरजेचे आहे. उदाहरणार्थ, 'मॅच फिक्सिंग' आणि 'सट्टा लावणे' (बेटिंग) या दोन्हीत फरक करणे जरूरीचे आहे, कारण सट्टा लावणे हे 'लॉटरी' सारखेच आहे आणि लॉटरी वैध आहे. त्यामुळे सट्ट्याच्या विरोधात नवा कायदा करून काहीच उपयोग नाही. त्याऐवजी त्यावर कर बसवून महसूल वाढवावा.

या सर्व विषयांकडे नव्याने पाहण्याची आणि राज्यांना आवश्यक त्या सुधारणा घडवून आणण्यास प्रवृत्त करण्याची गरज आहे. परंतु मांजराच्या गळ्यात घंटा कोण बांधणार? दुर्दैवाने, अखिल भारतीय सेवांच्या संदर्भात केंद्राच्या शब्दाला राज्यांत फारसे स्थान नाही. सर्वोच्च न्यायालयाला यात हस्तक्षेप करण्यास सांगण्याचा अखेरचा मार्गही वापरून झाला आहे, पण त्याचाही काही उपयोग झाला नाही. देशभर मुत्सद्देगिरीचा जणू दुष्काळच आहे. त्याचा अर्थ, यातून काही मार्ग निघणारच नाही, असा होणार नाही अशी आपण आशा करूया. यावरून परत एकदा सुशासन हा मूलभूत अधिकार म्हणून मान्य केला जाण्याच्या आवश्यकतेवर प्रकाश पडतो. तसे झाल्यास, ही संकल्पना प्रत्यक्षात आणण्यासाठी पोलिस सुधारणा हा या धोरणाचाच एक भाग होईल.

संसदीय लोकशाही- सकारात्मकतेपेक्षा नकारात्मकताच अधिक[७]

संसदीय पद्धत आपण अंगिकारल्याला आता सहा दशकांहूनही अधिक काळ लोटला आहे. या संस्थांच्या कामाचे मूल्यमापन करण्यासाठी आता पुरेसा काळ गेला आहे.[८] सर्वप्रथम हे नमूद केलेच पाहिजे की ज्या काही थोड्या विकसनशील देशांमध्ये संसदीय लोकशाहीने ठामपणे मूळ धरले आहे, त्यापैकी भारत हा एक देश आहे. वेळेवर घेण्यात येणाऱ्या खुल्या व रास्त निवडणुका आणि प्रत्येक प्रसंगी जनादेशानुसार शांततेने होणारा सत्ताबदल या आपल्या महत्त्वाच्या कामगिऱ्यांचा उल्लेख करायला हवा. १९७५–७७ मधील आणीबाणीचा एकच अपवाद वगळता, आणि आपल्या निवडणूक कायद्यात अनेक त्रुटी असून देखील कोणीही संसदीय लोकशाही सोडून देण्याचा विचारही केला नाही. हे या पद्धतीच्या बलावरील व जनतेच्या स्वीकारावरील मोठे भाष्यच मानता येईल.

संसदेचे कामकाज सुधारण्यास अद्याप मोठा वाव असला,[९] तरी देशातील लोकशाहीचे सबलीकरण करण्यातील तिची भागीदारी आणि प्रशासनात पारदर्शकता व उत्तरदायित्व आणण्यातील तिचे योगदान यांची नोंद घ्यायलाच हवी. अलीकडच्या काही वर्षांत केंद्रात आणि राज्यांमध्येही युतीच्या राजकारणाची सुरुवात झाल्यापासून हे अधिकच खरे ठरले आहे. सरकारला संसदेला तोंड देणे अडचणीचे वाटते हा संसदेच्या परिणामकारकतेचा सबळ पुरावा आहे. प्रत्येक मोठ्या घोटाळ्यावर संसदेचे बारीक लक्ष आहे आणि त्यांचे कितीही ध्रुवीकरण झालेले असले, तरीही संसदेतील चर्चांमुळे जनतेमध्ये त्याविषयी सजगता आली व त्याने जनमत तयार झाले हा एक मोठाच फायदा आहे. काही विषयांवर सर्व राजकीय पक्षांतील खासदारांनी सरकारला धारेवर धरण्याने सरकारला बचावात्मक पवित्रा घ्यावा लागला आहे. जोरदार आवाज उठविणाऱ्या विरोधकांशिवाय सरकारला उत्तरदायी बनविता आले नसते.

न्यायसंस्था, नियंत्रक व महालेखापरीक्षक, निवडणूक आयोग या घटनात्मक संस्था आणि नव्याने स्थापन करण्यात आलेले राज्यस्तरीय व केंद्रीय माहिती आयोग या वैधानिक संस्था यांच्या खोलवरच्या अभ्यासामुळे आणि त्यांनी घेतलेल्या ठाम भूमिकांमुळे या प्रक्रियेला मोठीच मदत झाली आहे. या संस्थांना

राजकीय हस्तक्षेपाशिवाय आपले काम करता आले याचे श्रेयही या व्यवस्थेला दिले पाहिजे. प्रसिद्धीमाध्यमांची भूमिकाही अतिशय महत्त्वाची आहे. या संस्थांच्या महत्त्वाच्या सहभागाचा उल्लेख केल्याशिवाय संसदेच्या योगदानाची चर्चा पूर्ण होणार नाही.

देशाचे ऐक्य व एकसंधता वृद्धींगत करण्यातील संसदेची कामगिरी वाखाणण्याजोगीच आहे. राज्यांच्या सूचीत येणारे अनेक विषय बरेचदा संसदेत चर्चेसाठी घेतले जातात त्याद्वारे सरकारवर जनमताचा दबाव येतो. यात उदाहरणार्थ, कायदा व सुव्यवस्थेची परिस्थिती, नक्षलवादी हिंसाचार, सिंगूर आंदोलन, शेतकऱ्यांच्या आत्महत्या, मुंबईतील आदर्श गृहबांधणी प्रकल्प घोटाळा आणि गोध्रा दंगल यांचा उल्लेख करता येईल. चिंता वाटणाऱ्या अनेक विषयांची चर्चा करण्याचे संसद हे देशातील सर्वोच्च स्थान ठरले आहे.

संसदेकडे संपूर्ण दुर्लक्ष करून आपल्याच मनाप्रमाणे वागण्याची वृत्ती ही गंभीर चिंतेची बाब ठरू पहात आहे. युपीए सरकारने अडमुठेपणाने २ जी घोटाळा प्रकरणाच्या चौकशीसाठी संयुक्त संसदीय समिती नेमण्याची विरोधी पक्षांची मागणी नाकारून या वृत्तीचे दर्शन घडविले. याचा परिणाम संपूर्ण अधिवेशन वाया जाण्यात झाला. राष्ट्रीय शैक्षणिक संशोधन व प्रशिक्षण परिषदेने (एनसीईआरटी) तयार केलेल्या काही पाठ्यपुस्तकातील नेहरू व आंबेडकर यांच्यावरील विडंबन चित्रांवरून निर्माण झालेल्या वादांमध्ये संसदेने केलेला अयोग्य स्वरुपाचा हस्तक्षेप किंवा खासदारांच्या मतदारसंघ विकास निधीत दरसाल २ कोटींवरून ५ कोटींपर्यंत केलेली वाढ यासारख्या अलीकडच्या काही घटना अस्वस्थ करणाऱ्या आहेत. खासदार आपल्या वेतन व भत्त्यांमध्ये वेळोवेळी जी भरघोस वाढ करून घेतात ती देखील याच प्रकारात मोडते.

आता आपण संसदेच्या कामकाजाकडे वळूया, यातही सुधारणेला बराच वाव आहे. संसदेच्या स्थापनेला ६० वर्षांहून अधिक काळ उलटून गेला असला, तरीही याचे स्वतंत्रपणे मूल्यमापन करण्यात आलेले नाही. अशा अभ्यासातून तिच्या कामकाजातील त्रुटी व कमकुवत बाबी समोर आल्या असत्या. मी यापुढे त्यांची थोडक्यात चर्चा करणार आहे.

अधिवेशनांचा कमी कमी होत जाणारा कार्यकाळ ही सर्वाधिक चिंतेची बाब आहे.

स्वातंत्र्यानंतरच्या सुरुवातीच्या काळात संसदेची अधिवेशने वर्षातील १२० ते १३० दिवस चालत असत. गेल्या काही वर्षांत हा काळ झपाट्याने कमी होत असून आता तर संसदेची अधिवेशने वर्षातील जेमतेम ५०-६० दिवसच चालतात. याचा परिणाम म्हणजे सदनातील कामकाज घाईघाईने उरकावे लागते. यामुळे केवळ विरोधी पक्ष सदस्यच नव्हे, तर सत्ताधारी पक्षही अनेक महत्त्वाचे विषय सदनासमोर मांडण्याची संधी न मिळाल्याबद्दल असमाधानी असतात. अधिवेशनांच्या कार्यकाळाचा असा संकोच होण्याचे मूलभूत कारण म्हणजे विरोधकांकडून तसेच स्वपक्षीयांकडूनही अनेक मुद्यांवर संसदेत केल्या जाणाऱ्या घणाघाती टीकेला सामोरे जाण्याची सरकारची निरिच्छा व आत्मविश्वासाचा अभाव. आपल्याला राजकीयदृष्ट्या सोयीचे ठरेल अशा प्रकारे अधिवेशनाचा कालावधी कमी करणे हा अलीकडील काळातील आणखी एक वाईट पैलू आहे. सरकार ज्यावेळी लाभाच्या पदाबाबत अध्यादेश काढण्याच्या तयारीत होते, त्यावेळी ही बाब विशेषत्त्वाने दिसून आली. अधिवेशनाचा कालावधी अचानक कमी करण्यात आल्याने केंद्रीय अंदाजपत्रक हे संसदेच्या समित्यांकडून केल्या जाणाऱ्या पडताळणीशिवायच पारित करावे लागले ही अस्वस्थ करणारी घटना होती. अशा परिस्थितीत अधिवेशन बोलावण्याचे व चालू ठेवण्याचे सरकारचे अधिकार कमी करणे आवश्यक ठरते. संसदेचे अधिवेशन कमीत कमी किती काळ चालले पाहिजे याबद्दल एक कायदा करणे व त्याचे एक सर्वसाधारण स्वरुपाचे वेळापत्रक बनविणे हाच याबाबतचा एक खात्रीशीर मार्ग आहे. अशा कायद्यान्वये अधिवेशन बोलावण्यासाठी राष्ट्रपतींना सल्ला देण्याचे सध्या सरकारकडे असलेले अधिकार, सभापतींकडे सुपूर्द करण्यात यावेत. सभापतींनी राष्ट्रपतींना सल्ला देण्यापूर्वी सर्व राजकीय पक्षांच्या नेत्यांशी विचारविनिमय करावा असा नियम घालून देता येईल. या एका गोष्टीचाही देशातील संसदीय लोकशाही सुदृढ होण्यासाठी दूरगामी परिणाम होईल.

संसदेतील प्रश्नोत्तरांच्या तासात खासदारांना सरकारची बारकाईने उलटतपासणी करण्याची व त्यांना उत्तरदायी बनविण्याची संधी मिळते म्हणून हा तास अत्यंत महत्त्वाचा मानण्याची प्रथा होती. त्याचे कधीही उल्लंघन केले जाऊ नये असे मानले जात असे. कितीही महत्त्वाचे असले, तरी इतर कामकाजाचे प्रश्नोत्तराच्या तासावर अतिक्रमण होऊ दिले जात नसे, केवळ विशिष्ट आणि अपवादात्मक

परिस्थितीत सदनानेच जर हा तास प्रलंबित करण्याचा ठराव केला तरच प्रश्नोत्तराचा तास होत नसे. तथापि अलीकडच्या काळात प्रश्नोत्तराच्या तासाचे महत्त्व इतके कमी करण्यात आले आहे की याची आवश्यकता तरी आहे का असे प्रश्न विचारले जाऊ लागले आहेत. बऱ्याच वेळा ज्या सदस्यांनी प्रश्न विचारले आहेत, ते सभागृहात उपस्थितच नसतात. किंवा सदस्य क्वचितच काही पुरवणी प्रश्न विचारतात. काही क्वचित प्रसंगी प्रश्नोत्तराच्या तासासाठी तयार करण्यात आलेली प्रश्नांची यादी तास संण्यापूर्वीच संपुष्टात येते. सरकारचे संसदेप्रती असणारे उत्तरदायित्व सिद्ध करण्यासाठी असलेली ही महत्त्वाची तरतूद बोथट बनविली जात आहे. प्रश्नोत्तराच्या तासाचे महत्त्व पुनर्स्थापित करण्याचा प्रयत्न करण्यात आला नाही तर संसदीय लोकशाहीची मोठीच हानी होईल हे नि:संशय.

आजकाल संसदेची अधिवेशने सदस्यांच्या असंस्कृत व बेशिस्त वर्तनामुळेच अधिक लक्षात राहतात. बऱ्याच वेळा खासदारांना महत्त्वाचे वाटणारे विषय सदनासमोर मांडण्यासाठी गलबला होतो, परंतु सरकारी कामकाजाच्या रेट्यापुढे सरकारला ती मागणी मान्य करावयाची नसते. याने दिवसेंदिवस सदनात गोंधळाचे वातावरण फैलावते व त्याचे पर्यवसान सदन स्थगित होण्यात किंवा सभात्यागात होते. या प्रक्रियेत प्रत्येक अधिवेशनातील २० टक्क्याहून अधिक काळ काहीही कामकाज न होता वाया जातो. संसदेचा वेळ अधिक उत्पादक पद्धतीने वापरला जावा यासाठी काहीतरी उपाय शोधायला हवा. प्रत्येक अधिवेशनाच्या कालावधीची विभागणी सरकार व विरोधी पक्ष यांच्यात समन्यायी तत्त्वाने करणे हा यावरील एक उपाय असू शकतो. अशा तऱ्हेने वेळाचे वाटप केल्यानंतर सदनातील कामकाजात व्यत्यय आला किंवा कामकाज स्थगित करावे लागले, तर वाया गेलेला वेळ ज्यांच्यामुळे हा वेळ वाया गेला असेल, त्या पक्षांच्या वेळातून कमी केला जाऊन तो दुसऱ्या बाजूला दिला जावा असाही नियम करता येईल. त्यामुळे उपलब्ध वेळेचा उपयोग कामकाज सुरळितपणे पार पडावे यासाठी करण्यास राजकीय पक्षांना प्रोत्साहन मिळेल.

अखेर संसदेचे काम सुरळितपणे पार पडावे यासाठी जनमताचा रेटाच खऱ्या अर्थाने उपयोगी पडेल. यासाठी अनेक पावले उचलता येतील. एक, प्रत्येक सदस्याचे एक प्रगती पत्रक तयार करावे, त्यात त्याने किती तारांकित व बिगर तारांकित प्रश्न विचारले, अल्पकालीन चर्चांचे किती प्रस्ताव मांडले, निरनिराळ्या

विषयांवरील किती चर्चांमध्ये भाग घेतला, खाजगी सदस्यांनी पुरस्कार केलेली किती विधेयके मांडली यांसारख्या गोष्टींचा समावेश करता येईल. एखाद्या सदस्याने सदनाच्या कामकाजात आपल्या वर्तनाने व्यत्यय आणला असेल, किंवा सभात्याग केला असेल अथवा सभापतींच्या सूचनांचे उल्लंघन केले असेल, तर अशा बाबींचीही प्रगतीपत्रकात नोंद केली जावी. सदस्य सदनातून किती वेळा गैरहजर राहिला हा देखील प्रगतीपत्रकातील एक महत्त्वाचा घटक असावा. बऱ्याच वेळा असे दिसून आले आहे की प्रश्नोत्तरांच्या तासानंतर जेव्हा गंभीर चर्चा व वादविवाद होतात, तेव्हा सदस्य सदनात हजर रहात नाहीत. त्यांनी सादर केलेले तारांकित प्रश्न जेव्हा उत्तरासाठी येतात त्यावेळीही हे सदस्य सभागृहात हजर नसतात असे अनेक वेळा दिसून आले आहे. काही वेळा त्या प्रश्नावरील चर्चेमुळे ज्यांच्यावर विपरीत परिणाम होण्याची शक्यता असते, त्यांच्या दबावामुळे सभासद गैरहजर राहतात असेही घडते. ही परिस्थिती तर दुहेरी फायद्याची ठरते, प्रश्न विचारण्यासाठीही पैसे घेता येतात आणि नंतर ज्यावेळी उत्तर देण्याची वेळ येते, तेव्हा गैरहजर राहून परत कमाई करता येते. 'काम नाही तर दाम नाही' (नो वर्क, नो पे) अशा तत्त्वाचा अंगिकार करूनच ही पद्धत थांबविण्याचा प्रयत्न करता येईल. सदस्य जर चर्चेच्या वेळी अनुपस्थित असेल, तर त्याला त्या दिवसाचा भत्ता देण्यात येऊ नये. अनेक सभापतींनी राजकीय पक्षांच्या नेत्यांचे या तत्त्वावर एकमत घडवून आणण्याचा प्रयत्न केला आहे, पण अद्याप तरी त्याला यश आलेले नाही. देशासाठी कायदे बनविणाऱ्या सदस्यांची ही मानसिकता खेदकारक आहे.

अनेक वेळा देशाचे अंदाजपत्रक संसदेत काहीही चर्चा न होताच पारित झाले आहे ही लाजिरवाणी बाब आहे. एरवीही केवळ काही महत्त्वाच्या मोठ्या मंत्रालयांच्या निधीच्या मागण्यांविषयीच चर्चा होते आणि इतर सर्व चर्चेविनाच पारित केल्या जातात. आता ही परिस्थिती काही प्रमाणात सुधारली आहे कारण अंदाजपत्रकातील मागण्या आता संसदीय समित्यांकडे परीक्षणासाठी पाठविल्या जातात. तथापि, बहुतेक समित्यांचे अहवाल अगदी वरवरचे असतात आणि त्यांचा सरकारच्या कामकाजावर काहीच परिणाम होत नाही. अंदाजपत्रकातील प्रस्तावांचे स्वतंत्रपणे परीक्षण करण्यासाठी आवश्यक ते कौशल्य उपलब्ध नसते हे यामागचे एक कारण असू शकते. काही पाश्चिमात्य लोकशाही देशांमध्ये ही त्रुटी भरून काढण्यासाठी संसदेत एका स्वतंत्र अंदाजपत्रक कार्यालयाची निर्मिती

करण्यात आली असून त्यात संबंधित विषयातील तज्ज्ञांची भरती करण्यात आली आहे. आपल्या संसदेत देखील असे कार्यालय स्थापन करण्याची वेळ आली आहे.

सदस्यांची सदनातील गैरवर्तणूक ही बऱ्याच वेळा राजकीय पक्षांच्या सांगण्यावरून होत असते हे एक उघड गुपित आहे. असे सांगितले जाते की संबंधित राजकीय पक्षांचे नेते दिवसभरासाठी आपल्या सदस्यांची वर्तणूक कशी असावी त्याचा धोरणात्मक निर्णय घेतात आणि सभासदांना मग त्याप्रमाणेच वागावे लागते. संसदेतील कामकाजात सुधारणा व्हायची असेल, तर राजकीय पक्षांना त्यांच्या सदस्यांच्या गैरवर्तनाबाबत जबाबदार धरण्याची काहीतरी पद्धत शोधून काढावी लागेल. यातही जनमताचा दबावच हे काम करू शकेल. लोकसभा व राज्यसभेच्या सचिवालयांनी प्रत्येक अधिवेशनाच्या अखेरीस राजकीय पक्षातील सदस्यांच्या वर्तनाचे प्रगतीपत्रक प्रसिद्ध करायचे ठरविले तर हा हेतू साध्य होऊ शकेल. अशा प्रगती पत्रकांना निश्चितच व्यापक प्रसिद्धी मिळेल आणि वृत्तपत्रांत व इतर माध्यमांतही त्यांच्यावर भरपूर प्रतिक्रिया येतील.

कायदे करणे हे संसदेचे एक महत्त्वाचे कार्य आहे. दुर्दैवाने, कायदे करणारे सदस्य याकडे सर्वात कमी लक्ष देतात. अनेकदा विजेच्या वेगाने विधेयके पारित केली जातात आणि १०-१५ मिनिटांच्या अवधीत ८-१० विधेयके काहीही चर्चा न होता पारित केली जातात. आपल्याकडे 'सनसेट क्लॉज' म्हणजे एखादा कायदा किती वर्षांपर्यंत अस्तित्वात रहावा किंवा नेमक्या किती वर्षांनंतर त्याचा परत एकदा आढावा घेतला जावा, याविषयी काहीच तरतूद नसल्याने, असे पूर्ण विचार न करता केलेले कायदे अनेक वर्षे अस्तित्वात राहतात. याबाबत बऱ्याच वेळा असा एक युक्तिवाद केला जातो की संसदेच्या संबंधित समित्यांनी याचा काळजीपूर्वक अभ्यास केलेला असल्याने अशा प्रकारे विधेयक पारित करण्यात काहीच चुकीचे नाही. परंतु या युक्तिवादात अनेक कारणांसाठी तथ्य नाही. **एक,** सर्वच विधेयके संसदीय समित्यांकडे छाननीसाठी पाठविली जात नाहीत. निरनिराळ्या कारणाने समितीकडे न पाठवता सरकार काही विधेयके संसदेसमोरच मांडते. **दोन,** एखाद्या विधेयकाची समितीत छाननी झाली असली, तरीही त्याच्यात काही सुधारणा वा बदल करण्याची आवश्यकताच नाही असे गृहित धरता येत नाही. **तीन,** संसदीय समितीतील चर्चांमध्ये प्रसिद्धीमाध्यमे

उपस्थित नसतात आणि सदस्यांनी किंवा त्यांच्या पक्षांनी या विषयावर काय भूमिका घेतली आहे हे समजू शकत नाही. अशा परिस्थितीत समितीची भूमिका हे या विषयीचे योग्य मत आहे किंवा यात सदनाच्या मतांचे प्रतिबिंब आहे असे मानणे योग्य ठरत नाही. वास्तविक पाहता, समितीचा प्रत्येक अहवाल जाहीर झाल्यानंतर व ज्यांच्यावर त्यांचा परिणाम होणार आहे अशा सर्वांना आपली मते मांडण्याची संधी दिल्यानंतर सभागृहासमोर चर्चेसाठी यायला हवा. समितीने केलेली छाननी ही विधेयकावरील चर्चेच्या प्रक्रियेतील एक पायरी मानली जावी. संपूर्ण सदनासमोरील चर्चेच्या ऐवजी समितीतील चर्चा हा पर्याय होऊ शकत नाही.

प्रत्यक्षात समित्यांचे कामकाज आदर्श ठरण्यासाठी त्यात अनेक प्रकारच्या सुधारणा करता येतील. समितीतील चर्चा प्रसिद्धीमाध्यमे व जनतेसाठी खुली ठेवणे हा एक मार्ग आहे. या सूचनेविरुद्ध न पटणारा आणि ऐसपैस असा एक युक्तिवाद केला जातो की त्यामुळे समितीतील सदस्य सदनात घडते त्याप्रमाणेच लोकांना जे आवडेल तेच बोलून त्यांना खूष करण्याचा प्रयत्न करतील, आणि आपल्या पक्षाचीच भूमिका मांडतील. परंतु अनुभवाने असे दिसून आले आहे की बहुतेक वेळा समितीतील विचारविनिमय पक्षांच्या विचारधारेनुसार व त्यांच्या धोरणानुसारच होतो. त्याचप्रमाणे त्या त्या क्षेत्रातील तज्ज्ञ व माहितगार मंडळींचे सहाय्य समितीला मिळावे. यामुळे समितीचे काम अधिक उत्पादक व अर्थपूर्ण होईल. समितीतील चर्चेने जर सदनातील चर्चेची जागा घ्यावयाची असेल, तर अशा प्रकारे समितीच्या स्वरुपातच बराच बदल करावा लागेल. संसदेचे अधिवेशन वर्षातील निदान १३० दिवस तरी चालावे ही याआधी केलेली सूचना जर स्वीकारली, तर विधेयकांसंबधी तपशीलवर चर्चा करण्यास पुरेसा वेळ निश्चितच उपलब्ध होईल.

परस्परविरोधी हितसंबंध ही अलीकडे एक महत्त्वाची समस्या झाली आहे. आजकाल संसद हे एक कोट्याधीशांचे मंडळ झाले आहे आणि अपेक्षेप्रमाणेच यात विविध हितसंबंध गुंतलेले आहेत. अलीकडील आणखी एक घटना म्हणजे उद्योग व व्यवसायातील अनेक सुप्रसिद्ध व्यक्ती संसदसदस्य आहेत. संसद जर खरोखर प्रातिनिधिक व्हावयाची असेल, तर अर्थातच उद्योगपती आणि बडे व्यावसायिक खासदार असण्यास कोणीच आक्षेप घेऊ शकणार नाही. परंतु हितसंबंधांमुळे

सरकारची धोरणे वाकवली जात नाहीत याची मात्र काळजी घ्यायला हवी. गेल्या काही वर्षांत असे दिसून आले आहे की जे खासदार एखाद्या उद्योगाचे वा हितसंबंधाचे प्रतिनिधित्व करतात, त्यांना त्या विषयीच्या समितीचे सदस्य बनविण्यात आले आहे, ज्यायोगे ते त्या मंत्रालयाच्या कामावर प्रभाव पाडू शकतात. अशी परिस्थिती उद्भवू नये म्हणून कडक नियम करण्याची गरज आहे. या उद्देशाने लोकसभा व राज्यसभा सचिवालयांमध्ये एक 'स्वारस्याची नोंदणी' (रजिस्टर ऑफ इंटरेस्ट) ठेवली जावी. सदस्यांना त्यांच्या स्वतःविषयी व त्यांच्यावर अवलंबून असणाऱ्या व्यक्तींबाबत, कंपन्यांमधील त्यांची गुंतवणूक व समभाग, कंपन्यांचे संचालकपद वगैरेंविषयी माहिती देणे बंधनकारक करण्यात यावे. अनेक पाश्चिमात्य लोकशाही देशांत अशा प्रकारची नोंद ठेवली जाते परंतु आपल्याकडे मात्र या सूचनेला फारसा प्रतिसाद मिळालेला नाही. वास्तविक अशा प्रकारे एकत्रित करण्यात आलेली माहिती जनतेसाठी उपलब्ध असायला हवी आणि रास्त फी भरून ती कोणालाही दिली जावी. प्रत्येक खासदाराच्या कामाचे मूल्यमापन हे त्याच्या स्वारस्याच्या आधारे केले जावे आणि आपले हितसंबंध असणाऱ्या विषयांसंबंधीचे प्रश्न विचारण्यास, चर्चेत भाग घेण्यास किंवा सरकारवर प्रत्यक्ष वा अप्रत्यक्षरित्या दबाव आणण्यास त्यास मनाई करण्यात यावी.

खासदारांचे वेतन व भत्ते यात वारंवार व मनमानी पद्धतीने करण्यात येणारी वाढ ही एक चिंतेची बाब बनली आहे. खासदारांना वेळोवेळी त्यांच्या वेतन व भत्त्यांत रास्त प्रमाणात वाढ दिली जावी याला कोणीच आक्षेप घेणार नाही, परंतु यासाठी अवलंबिण्यात येणारी पद्धतही तितकीच महत्त्वाची आहे. सरकारी कर्मचाऱ्यांसाठी नेमण्यात येणाऱ्या वेतन आयोगाप्रमाणेच खासदारांच्या वेतन व भत्त्यांबाबतही या विषयातील तज्ज्ञांचा एक आयोग नेमणे ही आदर्श व्यवस्था ठरेल. अशा आयोगाचा अहवाल जाहीर केला जावा आणि जनतेला व ज्यांच्यावर याचा परिणाम होणार आहे त्या सर्वांना यावर मत मांडण्याची संधी देण्यात यावी. अशा छाननीनंतर वाढविषयक सरकारचा प्रस्ताव संसदेसमोर विचारासाठी ठेवला जावा. सध्या या विषयी केवळ खासदारांची एक समितीच विचारविनिमय करते आणि हे प्रस्ताव संसदेत, बहुधा चर्चेशिवायच, घाईघाईने पारित केले जातात. हे परस्परविरोधी हितसंबंधांचेच एक उदाहरण आहे. खासदारांचे वेतन व भत्ते अशा मनमानी पद्धतीने निर्धारित करणारा भारत हा बहुधा एकमेव लोकशाही देश

असावा. लोकसभेचे सभापती असताना सोमनाथ चॅटर्जी यांनी वेतनाचा पुनर्विचार करण्यासाठी एक तज्ज्ञ समिती नेमली जावी यासाठी कसोशीने प्रयत्न केला होता, परंतु राजकीय पक्षांच्या नेत्यांनी हा प्रस्ताव नाकारला. सरकारचीही याविषयी आग्रह धरण्याची इच्छा दिसत नाही.

संसदेसंबंधीच्या अनेक प्रथा व व्यवहार ब्रिटिश जमान्यापासून चालत आलेले आहेत. आपल्या राज्यघटनेतील बराचसा भाग हा भारत सरकार कायदा, १९३५, वर आधारित आहे. यातील एक प्रथा म्हणजे राष्ट्रपतींचे अभिभाषण. सुरुवातीच्या काही वर्षांत संसदेचे प्रत्येक अधिवेशन राष्ट्रपतींच्या अभिभाषणाने सुरू होत असे. सुदैवाने, अधिक समंजसपणा येऊन राष्ट्रपतींचे अभिभाषण केवळ वर्षातील पहिल्या अधिवेशनातच होऊ लागले. निरनिराळ्या मंत्रालयांनी लिहून पाठविलेले एकेक परिच्छेदांचे ठिगळे जोडलेले असेच हे भाषण असते आणि ते नीरस व कंटाळवाणेच होते. गेली अनेक वर्षे हीच परिस्थिती आहे. राष्ट्रपतींच्या या भाषणावरील चर्चेसाठी व सरकारच्या त्यावरील उत्तरासाठी असे दोन्ही सदनातील प्रत्येकी सुमारे २० तास खर्ची पडतात. राष्ट्रपतींचे भाषण रद्द केल्यास संसदेचा हा अमूल्य वेळ वाचू शकेल. ही सुधारणा खरे तर यापूर्वीच व्हायला हवी होती, पण सर्वच सरकारांचा याबाबतचा आळस आणि राजकीय इच्छाशक्तीचा अभाव हेच याचे एकमेव कारण असू शकते.

राज्यघटनेची निर्मिती करताना काही अतिशय महत्त्वाच्या क्षेत्रांमध्ये त्यांनी संसदेचे अधिकार बरेचसे कमी केले आहेत हे घटनाकारांच्या लक्षात आले नव्हते. आंतरराष्ट्रीय करार, ठराव व मान्यता यांना संसदेची मंजुरी घेतली जावी असे घटनेत नमूद करण्यात आलेले नाही. गेल्या काही वर्षांत अशा आंतरराष्ट्रीय संबंधांमध्ये मोठ्या प्रमाणावर वाढ झाली असून ते केवळ परराष्ट्र व्यवहार संबंधांच्या धोरणाशी निगडीत नाहीत. व्यापार, अर्थसहाय्य, पर्यावरण, मानवाधिकार आणि इतर व्यवहारांमुळे देखील सरकारची परदेशांशी बांधिलकी निर्माण होते. या सर्व बाबींमध्ये एक व्यापक राष्ट्रीय सहमती होण्याची गरज आहे, त्यामुळे सरकारच्या या क्षेत्रातील प्रयत्नांना बळ मिळू शकेल. अशी बांधिलकी केवळ सर्वोच्च राष्ट्रीय मंचाच्या मंजुरीनंतरच प्रत्यक्षात येऊ शकते. त्यामुळे सर्व आंतरराष्ट्रीय करार–मदार, मान्यता व मंजुऱ्या प्रत्यक्षात येण्यापूर्वी त्यांना संसदेची संमती मिळवली जावी असे नमूद करणारी घटनादुरुस्ती केली जाणे आवश्यक

आहे.

संसदेच्या आवाक्याबाहेर ठेवण्यात आलेली आणखी एक बाब म्हणजे गुप्तवार्ता विभाग व केंद्रीय अन्वेषण ब्युरो, अंमलबजावणी संचालनालय यांसारख्या चौकशी यंत्रणा. गुप्तवार्ता विभाग आणि परदेशी गुप्तवार्ता विभाग(रॉ) मुद्दाम संसदेच्या कक्षेबाहेर ठेवण्यात आले आहेत आणि सरकार यावरील आपले हक्क अबाधित राखण्याबाबत आग्रही आहे. तथापि, इंग्लंड, अमेरिका, ऑस्ट्रेलिया व न्यूझीलंड सारख्या अनेक पाश्चिमात्य लोकशाही देशांमध्ये आता हा कल व या प्रथा बदलल्या आहेत. या शक्तिशाली यंत्रणांवरील सरकारची निरंकुश सत्ता आता संसदेच्या देखरेखीबाहेर ठेवणे योग्य मानले जात नाही. या देशांमध्ये या यंत्रणांवर कशा प्रकारे देखरेख ठेवली जावी याबाबतचे काटेकोर नियम बनविण्यात आले आहेत. संसदेला चौकशी व बारीक नजर ठेवल्या जाणाऱ्या कोणत्याही विशिष्ट प्रकरणात लक्ष घालता येत नाही. संसदेचा सहभाग व्यापक धोरणापुरता व सर्वसाधारण प्रतिमा, कार्यक्षमता व त्यांचे योगदान यापुरता मर्यादित ठेवण्यात आला आहे.

केंद्र व राज्य सरकारांमधील संबंध अधिक गुंतागुंतीचे व संवेदनशील बनत चालले आहेत. राज्यांमध्ये अशी भावना आहे की कोणत्या ना कोणत्या कारणाने केंद्र सरकार राज्य सरकारांच्या अखत्यारीतील क्षेत्रांमध्ये घुसखोरी करीत आहे. राष्ट्रीय दहशतवादविरोधी केंद्र (एनसीटीसी), लोकपालांची स्थापना, लोकायुक्तांचे सबलीकरण, नक्षलवादी चळवळ, रेल्वे सुरक्षा दलाचे कार्यक्षेत्र यांसारख्या विषयांसंबंधी केंद्र सरकार व राज्य सरकारांमध्ये संवादच होत नाही अशा तक्रारी वाढत आहेत. अनेक महत्त्वाच्या क्षेत्रांमध्ये केंद्र सरकारने काही पुढाकार घेतल्यास राज्य सरकारांचा त्याला विरोध असतो यावरून त्यांचा केंद्र सरकारवरील वाढता अविश्वास स्पष्ट दिसून येतो. या संदर्भात, राज्यांची सभा असे आपल्या नावावरूनच निर्देशित करणाऱ्या राज्य सभेची भूमिका महत्त्वाची ठरते. राज्यांचे प्रतिनिधित्व करणारी सभा या दृष्टीनेच घटनाकारांनी राज्यसभेकडे पाहिले होते आणि राज्यांच्या हितसंबंधांच्या बाबतीत तिची मंजुरी घेणे म्हणूनच आवश्यक करण्यात आले होते. म्हणजे उदाहरणार्थ, एखादी नवीन अखिल भारतीय सेवा निर्माण करावयाची असल्यास, राज्यसभेची त्यासाठी मंजुरी घेणे आवश्यक आहे. राज्यांच्या सूचीतील एखाद्या विषयासंबंधी संसदेला कायदा

करावयाचा असल्यास राज्यसभेची संमती बंधनकारक आहे. घटनेने अंगिकारलेल्या संघराज्य या संकल्पनेचा राज्यसभा हा अविभाज्य भाग आहे. दुर्दैवाने, राज्यसभेवरील सदस्यांच्या निवडणुकीमध्ये या तत्त्वाची पायमल्ली करण्यात आली आहे आणि सर्वोच्च न्यायालयानेही त्यास अनुमती दर्शविली आहे. अगदी अलीकडेपर्यंत राज्य सभेची निवडणूक लढविण्यासाठी त्या राज्याचा रहिवासी असणे आवश्यक होते. ही अट पूर्ण करण्यासाठी अनेक प्रसिद्ध केंद्रीय नेते व मंत्री आपण संबंधित राज्यातील रहिवासी असल्याचा दावा करणारी खोटी शपथपत्रे दाखल करीत असत. राज्यसभेची निवडणूक लढविण्यासाठी ही अट काढून टाकण्याची घटनादुरुस्ती करण्याचा दोष एनडीए सरकारकडे जातो. सर्वोच्च न्यायालयात एका याचिकेद्वारे यास आव्हान देण्यात आले, परंतु आश्चर्य म्हणजे सर्वोच्च न्यायालयाने निर्णय दिला की हे विधेयक कायद्याला धरूनच (इंट्रा व्हायरस) असून कोणीही देशातील कोणत्याही ठिकाणाहून निवडणूक लढवू शकतो. सर्वोच्च न्यायालयाच्या मते रहिवासाची अट ही संघराज्य सिद्ध करण्यासाठी गरजेची नाही. एखादा युक्तिवाद पूर्णपणे उलटा फिरविण्याचाच हा प्रकार आहे, परंतु हा देशातील सर्वोच्च न्यायालयाचा निकाल असल्याने याबाबत केवळ कायद्यातच दुरुस्ती करणे याखेरीज दुसरे काहीच करता येत नाही. परंतु आपल्या मर्जीतील व्यक्तींना मागील दाराने राज्यसभेत आणण्यात सर्वच राजकीय पक्षांचे हितसंबंध गुंतलेले असल्याने ही घटनादुरुस्ती रद्द होण्याची काहीच शक्यता दिसत नाही. अशी परिस्थिती असताना लोकसभेची प्रतिकृती असणाऱ्या दुसऱ्या सदनाची गरजच काय असा प्रश्न सहजच उभा राहतो. सदस्यत्व, कामाचे स्वरुप, बेशिस्त, आरडाओरडा करणारे गट, सभात्याग या कोणत्याच बाबतीत राज्यसभा व लोकसभा या दोन्ही सदनांमध्ये आता काहीच फरक राहिलेला नाही. ज्या ठिकाणी विषयांची वस्तुनिष्ठपणे, विचारपूर्वक व खोलात जाऊन चर्चा केली जाते असे हे वरिष्ठांचे सभागृह आहे असे म्हणण्याचीही आता सोय राहिलेली नाही. म्हणून आता खरोखरच राज्यसभा व ज्या राज्यांमध्ये अद्याप विधान परिषदा ही दुसरी सदने अस्तित्वात आहेत ती बरखास्त करण्याची वेळ आलेली आहे. आतापर्यंतच्या अनुभवावरून असे म्हणणे पूर्णतया समर्थनीय आहे. खरे तर जवाहरलाल नेहरू व महात्मा गांधीही दुसरी सदने ठेवण्याच्या विचाराचे नव्हते. परंतु एक तडजोड म्हणून ती घटनेत राखून ठेवण्यात आली. तथापि, घटना

परिषदेत आंबेडकरांनी स्पष्ट केले होते की, केव्हाही दुसरी सदने गैरसोयीची वाटली किंवा त्यांची गरज नाही असे वाटल्यास ती बरखास्त करता येतील. ती वेळ आता आलेली दिसते.

राजीव गांधींच्या कारकिर्दीत पक्षांतरविरोधी कायदा बराच गाजावाजा करून पारित करण्यात आला. यात काही महत्त्वाच्या दुरुस्त्या करण्यासाठी याच्या आजवरच्या अनुभवाचा काळजीपूर्वक आढावा घेणे गरजेचे आहे. या कायद्यामुळे पक्षांतर खरोखर कमी झाले आहे का असा प्रश्न गंभीरपणे विचारता येईल. उदाहरणार्थ, कर्नाटकात याचा काहीच प्रभाव पडलेला दिसत नाही. पक्षांतराच्या प्रकरणांवर निर्णय घेण्याचे अधिकार पीठासीन अधिकाऱ्यांकडे देण्यात आले आहेत व त्याचा परिणाम उलटच झाला आहे. निर्णय घेतांना त्यांच्यावर राजकीय विचारांचाच पगडा दिसून येतो. काही वेळा सत्ताधारी राजकीय पक्षाच्या सोयीसाठी निकाल देणे विनाकारण बेमुदत लांबविले जाते. अनेक प्रकरणांमध्ये पीठासीन अधिकाऱ्यांचा निर्णय सर्वोच्च न्यायालयाने रद्द केला आहे. या विषयाचे महत्त्व लक्षात घेता, पक्षबदल प्रकरणांचे निर्णय घेण्याचे अधिकार निवडणूक आयोगाकडे सुपूर्द करण्याचा गांभीर्याने विचार करणे गरजेचे आहे. निवडणूक आयोगाच्या सल्यानुसार राष्ट्रपती/राज्यपाल यांना हा निर्णय घेण्याचा अधिकार देता येईल. यावर केवळ सर्वोच्च न्यायालयाकडेच अपील करण्याची तरतूद असावी.

दुसरी महत्त्वाची गरज आहे ती ‘पक्षांतर’ या शब्दाची व्याख्या करण्याची. सध्याच्या परिस्थितीत पक्षाच्या विचारधारेविरुद्ध मतदान केल्यास ते ‘पक्षांतर’ मानले जाते. परिणामी, सदस्यांना सदनात कोणत्याही विषयावर, पक्षाच्या विचारधारेहून निराळी असलेली आपली मते मांडण्याचे स्वातंत्र्यच राहत नाही. अशाने संपूर्ण व्यवस्थाच मृतप्राय बनते. आधुनिक लोकशाहीची जननी मानल्या जाणाऱ्या इंग्लंडमध्ये सत्ताधारी पक्षातील सदस्यांना कोणत्याही विषयावरील आपली मते मांडण्याचे, इतकेच नव्हे, तर सरकारच्या प्रस्तावांविरुद्ध मत देण्याचेही स्वातंत्र्य आहे ही विशेष लक्षात घेण्याजोगी बाब आहे. अगदी अलीकडेच, इंग्लंडमधील वरिष्ठ सभागृहाची (हाउस ऑफ लॉर्डस) पुनर्रचना करण्याचे विधेयक सत्ताधारी पक्षाला संसदेतील कडव्या विरोधामुळे– यात सत्ताधारी पक्षाच्या सदस्यांचाही समावेश होता– पुढे ढकलावे लागले, यावरून हे

स्पष्ट दिसून आले. राष्ट्रीय ओळखपत्रे देणे आणि देशातील लक्ष ठेवण्याच्या पद्धती यांच्याशी संबंधित विधेयकांच्या बाबतीतही असेच घडले. अलीकडच्या आणखी एका घटनेत, ऑगस्ट २०१३ मध्ये सीरियात हस्तक्षेप करण्याच्या सरकारच्या प्रस्तावाला सदनाच्या दोन्ही बाजूंकडून कडवा विरोध करण्यात आल्याने सरकारला तो घाईघाईने मागे घ्यावा लागला.

सदनासमोर येणाऱ्या विषयांवर आपल्या मनाप्रमाणे मतप्रदर्शन करण्याची संधी सदस्यांना न देणे हे लोकशाहीचे विडंबनच होईल. अंदाजपत्रकावरील एखाद्या महत्त्वाच्या विषयावर किंवा एखाद्या राष्ट्रीय महत्त्वाच्या प्रश्नाखेरीज, सरकारच्या इतर कोणत्याही विधेयकाचा संसदेत पराभव झाल्यास त्यासाठी सरकारने राजीनामा देण्याची गरज असू नये. वास्तविक अपवादात्मक परिस्थितीखेरीज राजकीय पक्षांनी इतर कोणत्याच बाबतीत सदस्यांना ठरावीक पद्धतीने मतदान करण्याचा आदेश (व्हिप) देऊ नये. पक्षांतर विरोधी कायद्यात अशा प्रकारच्या दुरुस्त्या करण्यात आल्या, तर संसदेच्या कामकाजाच्या गुणवत्तेत मोठाच फरक पडेल आणि तिच्या विश्वासार्हतेत व स्वीकारार्हतेतही खूपच सुधारणा होईल.

सरकारच्या कृती वा त्यांचा अभाव याबद्दल सरकारला उत्तरदायी बनविण्यासाठी संयुक्त संसदीय समिती हे एक महत्त्वाचे साधन आहे. दुर्दैवाने, आपल्याकडे या साधनाला अनेक कारणांनी बोथट बनविण्यात आले आहे. संयुक्त संसदीय समितीच्या अनेक अहवालांनी मुख्य विषयाला फाटा देऊन सरकारला उत्तरदायी बनविण्याची संधी गमावलीच आहे. बोफोर्स हे याचे एक उत्तम उदाहरण आहे. विरोधी पक्षांनी या संयुक्त संसदीय समितीवर बहिष्कार टाकणे चुकीचेच होते आणि त्यामुळे या संपूर्ण प्रकरणाची सारवासारव करणे सरकारसाठी सोपेच झाले. बँक घोटाळा प्रकरणी नेमण्यात आलेली संयुक्त संसदीय समितीही निराशाजनकच होती. २ जी घोटाळा प्रकरणी नेमलेल्या संयुक्त संसदीय समितीचा प्रवासही त्याच दिशेने होताना दिसत आहे. एकामागून एक अशा अनेक प्रकरणांमध्ये संयुक्त संसदीय समिती परिणामकारक ठरली नाही व तिची विश्वासार्हता नाहीशी झाली, तर ते दुर्दैवी ठरेल. अशा प्रकारच्या संसदीय चौकशीसाठी इतर देशात कोणत्या प्रथा अस्तित्वात आहेत त्याचा अभ्यास करून त्यांचा अंगिकार करायला हवा. इंग्लंडमध्ये पंतप्रधानांनाही साक्ष देण्यासाठी समितीसमोर बोलावले जाते व गरज वाटल्यास त्यांची कसून उलटतपासणीही केली जाते. यापासून आपल्याला बरेच

काही शिकण्यासारखे आहे.

संसदेच्या कर्मचाऱ्यांसाठी एक वेगळा कायदा केला जाईल अशी घटनाकारांची अपेक्षा होती. ऑस्ट्रेलिया व न्यूझीलंड मध्ये असे कायदे करण्यात आले असून त्यामुळे सरकारपासून संसदेचे स्वातंत्र्य अबाधित राहते आणि त्याचबरोबर मनमानी पद्धतीने निर्णयही केले जात नाहीत. संसद अस्तित्वात आल्याला सहा दशकांहून अधिक काळ लोटला असला, तरी अद्याप आपल्याकडे असा कायदा करण्यात आलेला नाही. स्वातंत्र्य व स्वायत्ततेच्या नावाखाली संसदेतील पीठासीन अधिकाऱ्यांनी मनमानी पद्धतीने निर्णय घेतले आहेत. अशी परिस्थिती चालू न ठेवणे हे सर्वांच्याच हिताचे होईल. असा कायदा करण्याने संसदेची स्वायत्तता व स्वातंत्र्य यांचा बळी न देता व्यवस्थेत आवश्यक अशा नियंत्रण व समतोल राखण्याच्या पद्धती अंमलात आणता येतील.

काही थोड्या खासदारांच्या गैरवर्तनामुळे संसदेची प्रतिमा डागळणार नाही हे पाहणेही महत्त्वाचे आहे. उदाहरणार्थ, २००८ साली काही खासदारांनी संसदेत प्रश्न विचारण्यासाठी मोठ्या रकमा स्वीकारल्या होत्या आणि हे प्रकरण बरेच वादग्रस्त झाले होते. सुदैवाने, संसदेने तातडीने संबंधित खासदारांचे सदस्यत्व रद्द करण्याची कारवाई केली. परंतु त्यांच्याविरुद्धचे फौजदारी खटले अद्याप प्रलंबित आहेत. या प्रकरणात त्यांना अटक करून त्यांची चौकशी का केली नाही असे सर्वोच्च न्यायालयाने दिल्ली पोलिसांना खडसावून विचारले आहे. न्यायालयाने असेही म्हटले आहे की, 'दिल्ली पोलिसांनी केलेल्या चौकशीबाबत आम्ही अजिबात समाधानी नाही. इतक्या गंभीर प्रकारचा गुन्हा सिद्ध करण्याचा हा मार्ग नव्हे' (*डेटा इंडिया*, १७ जून ते २३ जुलै २०११).

आतापर्यंत येथे करण्यात आलेली चर्चा राज्य विधिमंडळांच्या कामकाजालाही लागू होते. अनेक राज्यांमध्ये त्यांची कामगिरी संसदेपेक्षा वाईट आहे. अधिवेशनांच्या काळात बरीच कपात करण्यात आली आहे आणि बऱ्याच वेळा विधिमंडळाची अधिवेशने केवळ अंदाजपत्रकाला अथवा पुरवणी मागण्यांना मंजुरी घेण्यासाठी किंवा अध्यादेशांचे रुपांतर कायद्यात करून घेण्यासारख्या महत्त्वाच्या सरकारी कामकाजापुरतीच मर्यादित असतात. साहित्य, विज्ञान, कला, सहकारी चळवळ आणि समाजसेवा यांसारख्या क्षेत्रातील विशेष अनुभव व ज्ञान असणाऱ्या

व्यक्तींची विधानपरिषदेवर नियुक्ती करण्याची जी तरतूद घटनेत करण्यात आली आहे, तिचा पक्षपाती पद्धतीने महाराष्ट्रात कसा गैरवापर करण्यात आला आहे याचा येथे उल्लेख करणे इष्ट ठरेल. महाराष्ट्राचे तत्कालिन राज्यपाल पी.सी. अलेक्झांडर यांनी काहीही प्रश्न न विचारता, १२ सक्रिय राजकारण्यांना फेब्रुवारी २००२ मध्ये विधान परिषदेवर नियुक्त केले. महाराष्ट्राच्या राज्यपालांनी २००८ पर्यंतच्या ४८ वर्षांत ज्या ९९ व्यक्तींची विधानपरिषदेवर नियुक्ती केली होती, त्यापैकी ९० व्यक्ती सक्रिय राजकारणी होत्या (*महाराष्ट्र टाइम्स*, १६ मार्च २००८). याच संदर्भात राष्ट्रपती शंकर दयाल शर्मा यांनी कलम ८०(३) याखाली घालून देण्यात आलेले – काही विशिष्ट विषयातील विशेष ज्ञान अथवा अनुभव– हे पात्रतेचे निकष पूर्ण केले जात नाहीत या कारणासाठी त्या व्यक्तींची राज्यसभेवर नियुक्ती करण्याचा पंतप्रधानांचा सल्ला मानला नव्हता याचा उल्लेख करणे उचित ठरेल (नुराणी २०००: २६७).

शेवटी जाता जाता हे सांगणे आवश्यक आहे की आपली संसदीय लोकशाही आणखी एका निकषावर अयशस्वी ठरली आहे, ते म्हणजे तळागाळातील लोकशाहीला प्रोत्साहन देणे. भारतातील लोकशाही ही 'वारसा हक्काने व घराणेशाहीने चालणारी' लोकशाही आहे, यात सत्ताधारी कुटुंबांनी संसदीय संस्थांवरील त्यांचा ताबा अनेक वर्षे चालू ठेवला आहे. आता ही 'मानाची कुटुंबे' केवळ राष्ट्रीय पातळीवरच नव्हे, तर सर्वच पातळ्यांवर आढळतात. पंतप्रधान मनमोहन सिंग हे भारतीय आर्थिक सेवेतील माजी अधिकारी आहेत तर उपराष्ट्रपती हमीद अन्सारी व लोकसभेच्या सभापती मीरा कुमार हे भारतीय परदेशव्यवहार सेवेतील माजी अधिकारी आहेत!

संसदीय लोकशाहीच्या कामकाजाबाबतचा भ्रमनिरास प्रामुख्याने तिच्यातील त्रुटींमुळे झालेला आहे आणि तो नाहीसा करणे सहजपणे शक्य आहे मात्र त्यासाठी राजकीय इच्छाशक्तीची गरज आहे.

लोकपाल व लोकायुक्त

केंद्र सरकारमध्ये एक लोकपाल स्थापन करण्याच्या प्रश्नावरून गेल्या काही महिन्यांत बरीच सार्वजनिक खळबळ माजली आहे. लोकपालाची स्थापन गेल्या

४८ वर्षांपासून प्रलंबित आहे. लोकपालाची स्थापना करणाऱ्या विधेयकाबाबत निदान डझनभर तरी प्रयत्न करण्यात आले आहेत. त्याच्या अनेक प्रारुपांचा निरनिराळ्या संसदीय समित्यांनी विचार केला आहे. राज्यसभेने लोकपाल विधेयक आपल्या प्रवर समितीकडे पाठविले होते, त्यांनी एप्रिल २०१३ मध्ये सादर केलेला अहवाल सरकारच्या विचाराधीन आहे, हा याबाबतचा आतापर्यंतचा शेवटचा प्रयत्न म्हणता येईल. हे सुधारित विधेयक सरकार राज्यसभेत कधी सादर करणार आहे हे अद्याप स्पष्ट नाही. लोकपालाच्या परिणामकारकतेबाबतचे व कार्यक्षमतेबाबतचे प्रश्न अद्यापही अनुत्तरितच आहेत. बहुतेक राजकीय पक्ष वरकरणी जरी लोकपालाच्या स्थापनेला पाठिंबा देत असले, तरी तो परिणामकारक धोरणाचा भाग बनविण्यास मात्र त्यांचा विरोधच आहे. अनेक राजकीय पक्षांनी लोकपालाच्या स्थापनेबाबत संसदेत घेतलेल्या भूमिकेवरून व त्यांच्या लोकायुक्तांबाबतच्या डळमळीत वृत्तीवरून हे स्पष्ट झाले आहे.

आंतरराष्ट्रीय अनुभव

भ्रष्टाचाराच्या प्रतिबंधासाठी नेमण्यात आलेल्या संथानम समितीने (१९६३) स्वीडन व डेन्मार्क सारख्या ज्या देशात 'ऑम्बुड्समान' (लोकपाल) ही संस्था अस्तित्वात आहे, त्यांच्या रचनेचा या संदर्भात अभ्यास केला होता. भ्रष्ट हेतूने, आकसाने किंवा केवळ आळसाने वा अकार्यक्षमतेमुळे प्रशासनाच्या गैरकारभाराबाबत व पक्षपाती/अयोग्य कारवायांबाबतच्या तक्रारींची दखल घेणे ही 'ऑम्बुड्समान'ची जबाबदारी आहे. संथानम समितीने निदर्शनास आणून दिले आहे की न्यूझीलंडमध्ये एका कायद्यान्वये 'संसदीय आयुक्त' नावाचे एक नवे पद याच कारणासाठी स्थापन करण्यात आले आहे. प्रशासनाविरुद्धच्या तक्रारींची कमी खर्चात व तातडीने दखल घेतली जाऊन त्यावर उपाययोजना केली जावी यासाठी फ्रान्समध्ये 'प्रशासकीय न्यायालये' ही संस्था कार्यरत आहे. सोव्हिएट रशियात 'प्रोक्युरेटर जनरल' व त्यांचे विभागीय व क्षेत्रिय अधिकारी जनतेच्या प्रशासनाबाबतच्या तक्रारींचे निराकरण करण्यासाठी प्रशासन व जनता यांच्यातील मध्यस्थाची भूमिका बजावतात. तथापि, समितीने यापैकी कोणत्याच यंत्रणेची अजिबात नक्कल केली नाही. त्यांनी अस्तित्वात असलेल्या यंत्रणेचा

विस्तार करून विशिष्ट जबाबदार यंत्रणांमार्फत करण्यात आलेल्या जनतेच्या तक्रारींची चौकशी करण्यासाठी दक्षता आयोगात जनतेच्या तक्रारींसाठी एक संचालनालय निर्माण करण्यात यावे अशा एका सूचनेचा स्वीकार केला (भारत सरकार १९६३: २०६,२०८). तथापि, सरकारने या शिफारशीचा स्वीकार केला नाही आणि केंद्रीय दक्षता आयोगाने भ्रष्टाचार प्रतिबंध व सार्वजनिक जीवनातील सचोटीचे रक्षण करण्याचेच काम करावे असा निर्णय घेतला. तक्रारींचे निराकरण करण्याच्या यंत्रणेची स्थापना करण्याच्या प्रश्नाचे उत्तर देशाला गेल्या ५० वर्षांपासून मिळालेले नाही.

सेंटर फॉर पब्लिक इंटरेस्ट लिटिगेशन व एक वि. भारत सरकार व एक (रिट पिटिशन्स(सी) क्र. २०१० मधील ३४८) यावर ३ मार्च २०११ रोजी दिलेल्या निर्णयात सर्वोच्च न्यायालयाने विधान केले आहे की ऑस्ट्रेलिया, अमेरिका, इंग्लंड व कॅनडामध्ये संस्थांच्या सचोटीची संकल्पना अस्तित्वात आहे. हाँगकाँगमध्ये भ्रष्टाचाराच्या विरोधात एक स्वतंत्र आयोग अस्तित्वात आहे. पश्चिम ऑस्ट्रेलियात एक वैधानिक भ्रष्टाचार आयोग आहे. क्वीन्सलंडमध्ये गैरव्यवहार आयोग आहे. न्यू साउथ वेल्समध्ये पोलिस सचोटी आयोग आहे. या सर्व संस्था 'सचोटी आयोग' याच प्रकारात येतात. केंद्रीय दक्षता आयोग ही देखील एक सचोटीविषयक संस्थाच आहे असे मत न्यायालयाने व्यक्त केले.

'ऑम्बुड्समान' या संस्थेचा वापर किती व्यापक प्रमाणावर करण्यात आला आहे आणि अनेक देशांत त्याची निरनिराळी स्वरुपे कशी महत्त्वाची आहेत हे डोनाल्ड सी. रॉवॅट यांनी विशद केले आहे (रॉवॅट १९६५). 'ऑम्बुड्समान'च्या प्रत्यक्ष कामकाजाबद्दलच्या संपूर्ण व काटेकोर माहितीच्या अभावामुळे त्याचे अनेक चुकीचे अर्थ लावण्यात आले आहेत हे त्यांनी अधोरेखित केले आहे. उदाहरणार्थ, 'ऑम्बुड्समान' क्वचितच तोंडी सुनावणी घेतात, आणि जेव्हा ते अगर त्यांनी निर्देशित केलेले अधिकारी हे काम करतात, तेव्हा त्याचा इतिवृत्तांत प्रसारित केला जातो परंतु या सुनावण्या जनतेसाठी खुल्या नसतात. तक्रारदाराचे व त्या तक्रारीशी संबंधित अधिकाऱ्याचे नाव सहसा जाहीर केले जात नाही. ही संस्था आपल्या देशात आणायची असेल, तर हे पैलू लक्षात घेणे गरजेचे ठरेल.

लोकपाल

पहिला प्रशासकीय सुधारणा आयोग

स्वातंत्र्य मिळाल्यापासून सरकारच्या सर्व स्तरांमधील भ्रष्टाचाराच्या प्रकरणांची दखल घेण्यासाठी एक यंत्रणा असावी याविषयी अनेक वर्षे चर्चा चालू होती. प्रशासकीय सुधारणा आयोगाने आपल्या अंतरिम अहवालात नमूद केले होते की, भ्रष्टाचार प्रतिबंधक विधेयक (दुसरी दुरुस्ती), १९५२, फौजदारी कायदा दुरुस्ती विधेयक, १९५२, आणि भ्रष्टाचार प्रतिबंधक विधेयक (दुरुस्ती), १९५५, यांच्या संसदेतील चर्चेच्या प्रसंगी तीव्र भावना व्यक्त करण्यात आल्या होत्या. ३ एप्रिल १९६३ रोजी कायदा मंत्रालयाच्या अनुदानावरील चर्चेदरम्यान 'ऑम्बुड्समान' सारखी एखादी यंत्रणा निर्माण करण्याच्या गरजेवर भर देण्यात आला होता. राजस्थान प्रशासकीय सुधारणा आयोगाने सप्टेंबर १९६३ मध्ये सादर केलेल्या आपल्या अहवालात राज्यासाठी एक 'ऑम्बुड्समान' नेमण्याची शिफारस केली होती. अखिल भारतीय काँग्रेस समितीच्या जयपूर येथील अधिवेशनात बोलताना जवाहरलाल नेहरू म्हणाले होते की 'ऑम्बुड्समान' ही यंत्रणा त्यांना फारच चित्तवेधक वाटते, कारण 'ऑम्बुड्समान'ला सर्व स्तरावरील, अगदी पंतप्रधानांच्या विरुद्धच्या आरोपांची देखील चौकशी करून त्यावर निर्णय देण्याचे अधिकार आहेत आणि त्याबाबत सर्वांनाच आदर व विश्वास वाटतो. परंतु भारतासारख्या विशाल देशात अशी पद्धत सुरू करण्यात अनेक अडचणी आहेत असे त्यांचे मत होते. त्यांचे हे विचार किती सत्याला धरून होते हे पुढील चर्चेवरून लक्षात येईल.

ऑक्टोबर १९६६ मध्ये पहिल्या प्रशासकीय सुधारणा आयोगाने केंद्र व राज्य शासनांतील मंत्री व सचिव यांच्याविरुद्धच्या तक्रारींची चौकशी करण्यासाठी एक लोकपाल नेमण्याची शिफारस केली. आयोगाचे असे मत होते की मंत्री व सचिव यांच्या स्तरावर एकाची जबाबदारी कोठे संपली आणि दुसऱ्याची कोठे सुरू झाली हे ठरविणे बहुतेक वेळा कठिण असते. या दोघांमधील जबाबदारी व प्रभाव यांच्यातील लक्ष्मणरेषा फार पुसट असते; त्या दोघांमधील परस्पर संबंध व व्यक्तीमत्त्व यावर बरेच काही अवलंबून असते आणि बऱ्याच प्रकरणांमध्ये ही जबाबदारी दोघांचीही असते. प्रत्येक राज्यात व केंद्र शासनात नेमण्यात

यावयाच्या लोकायुक्ताने इतर यंत्रणांच्या प्रशासकीय कार्याची देखील दखल घ्यावी अशी अपेक्षा होती (भारत सरकार १९६६). या आयोगाने सरकारच्या कामकाजाच्या वाढत्या आवाक्याची नोंद घेतली होती; आधुनिक न्यायपद्धतीनुसार न्यायालयांत जाऊन न्याय मिळविणे सामान्यतः खर्चिक आणि वेळ लागणारे होते, परंतु सहसा लोकांना जलद व कमी खर्चात न्याय मिळावा अशी अपेक्षा असते; नागरिकांच्या हक्कांवर होणारे सरकारचे अतिक्रमण; प्रशासनाला स्वेच्छाधिकार असणाऱ्या बऱ्याच मोठ्या क्षेत्रात तक्रारींचे निराकरण करण्याची कोणतीच सोय उपलब्ध नसणे, इत्यादि बाबींचा त्यात समावेश होता.

आयोगाने नमूद केले आहे की स्कँडिनेव्हियन देश, न्यूझीलंड आणि इंग्लंड या देशांमध्ये या हेतूने स्थापन करण्यात आलेला 'ऑम्बुड्समान' जरी संसदसदस्य नसला आणि असूही शकत नसला, तरी खरेतर ही एक संसदीय संस्थाच मानावी लागेल. न्यायसंस्था, कार्यकारी अंग (सरकार) आणि विधिमंडळ यांच्यापेक्षा या संस्थेचे अस्तित्व स्वतंत्र आहे. संरक्षण विभागही याच्या कार्यकक्षेत येतात. त्याचे स्थान हे देशातील वरिष्ठ न्यायसंस्थेतील अधिकाऱ्यांप्रमाणेच आहे. चौकशी करण्याच्या पद्धती व यंत्रणा निवडण्यासाठी त्याला तुलनेने अधिक स्वातंत्र्य देण्यात आले होते. ही चौकशी अनौपचारिक पद्धतीची असते. त्याच्या कार्यालयावरील खर्चावर संसदेचे नियंत्रण होते.

इतर अनेक बाबींबरोबरच प्रशासकीय सुधारणा आयोगाने म्हटले होते की:

- स्वीडन, नॉर्वे, डेन्मार्क आणि न्यूझीलंड या क्षेत्रफळाने व लोकसंख्येच्या दृष्टीनेही तुलनेने लहान असणाऱ्या देशांचा अनुभव भारतासारख्या विशाल व मोठ्या लोकसंख्येच्या देशासाठी अनुकरण करण्याजोगा असेल असे नाही. या देशांच्या धर्तीवर 'ऑम्बुड्समान'ची निर्मिती करावयाचे ठरविल्यास त्यासाठी खूप मोठा कर्मचारी वर्ग नेमावा लागेल आणि या देशांतील महत्त्वाचा पैलू म्हणजे या यंत्रणेचे खाजगी व अनौपचारिक स्वरुप, तसेच राखणे आपल्याला शक्य होणार नाही.

- नॉर्वे, स्वीडन, डेन्मार्क, न्यूझीलंड व इंग्लंड या देशांमध्ये सरकार केंद्रीभूत आहे, तर भारतात त्याचे स्वरुप संघराज्यीय आहे आणि केंद्र सरकार व राज्य सरकारे यांच्यातील कामाची विभागणी ही विषयांची केंद्रीय सूची, राज्यांची

सूची व समवर्ती सूची यांच्या आधारे करण्यात आलेली आहे. यामुळे 'ऑम्बुड्समान'च्या निरनिराळ्या कार्यक्षेत्रांचा प्रश्न उपस्थित होईल आणि त्याला अनेक यंत्रणांच्या संपर्कात रहावे लागेल. संघराज्य पद्धतीचे सरकार असणाऱ्या कॅनडात अनेक प्रांतीय सरकारे असल्याने, 'ऑम्बुड्समान'ची निर्मिती मध्यवर्ती सरकारच्या कायद्याने केल्यास प्रांतीय सरकारे त्याच्या कार्यक्षेत्रात येणार नाहीत आणि प्रांतांसाठी त्यांचे स्वत:चे 'ऑम्बुड्समान' असावे लागतील असे लक्षात आले होते.

प्रशासनातील भ्रष्टाचाराबद्दल जनतेच्या मनात फार काळापासून असंतोष धुमसत होता याकडे प्रशासकीय सुधारणा आयोगाने लक्ष वेधले आहे. आयोगाने असे सुचविले होते की या यंत्रणेने अशा प्रकरणांकडेही लक्ष द्यावे, पण ज्या प्रकरणांतील फौजदारी आरोप किंवा गैरव्यवहार हा न्यायालयाने दखल घेण्याजोगा असेल, तेव्हा ती प्रकरणे पंतप्रधान अथवा मुख्य मंत्र्यांच्या नजरेस आणावीत. *सध्या जेथे दक्षता आयोगांची पद्धत कार्यरत असेल, ती मग अनावश्यक ठरेल आणि ही संस्था स्थापन केल्यानंतर ती रद्द करावी लागेल* असे मतही आयोगाने व्यक्त केले होते.

लोकपाल व लोकायुक्त यांचे आयोगाने नमूद केलेले महत्त्वाचे पैलू पुढीलप्रमाणे होते:

१. ते स्वतंत्र व नि:पक्षपाती आहेत हे दिसून यावे.

२. त्यांची चौकशी व चौकशीची प्रक्रिया प्रसिद्धी न देता केली जावी व त्याचे स्वरुप अनौपचारिक असावे.

३. त्यांच्या नेमणुका शक्यतो अ-राजकीय असाव्यात.

४. त्यांचा दर्जा देशातील सर्वोच्च न्यायसंस्थेतील अधिकाऱ्यांच्या बरोबरीचा असावा.

५. अन्याय, भ्रष्टाचार किंवा मर्जीतील लोकांच्या फायद्यासाठी स्वेच्छाधिकार वापरण्यात आलेली प्रकरणे त्यांनी हाताळावीत.

६. त्यांच्या चौकशी प्रक्रियेत न्यायालयांना ढवळाढवळ करता येऊ नये आणि त्यांच्या कामासंदर्भातील माहिती मिळवण्यासाठी त्यांना संपूर्ण स्वातंत्र्य व

अधिकार असावेत.

७. सरकारकडून कोणत्याही आर्थिक अथवा इतर लाभाची त्यांना अपेक्षा नसावी.

८. त्यांच्याकडे आलेल्या तक्रारींची चौकशी करण्याबरोबरच, प्रशासनातील अन्याय, गैरव्यवहार, एखाद्या व्यक्तीबाबतचा पक्षपातीपणा किंवा एखाद्या कारवाईची जबाबदारी असणाऱ्या व्यक्तीने स्वत:च्या लाभासाठी केलेल्या कृती वगैरेंची ते आपण होऊनही चौकशी करू शकतील.

९. एखाद्या निर्णयाविषयीची तक्रार निर्णयानंतर एका वर्षानंतर करण्यात आली असल्यास त्याची चौकशी केली जाणार नाही.

आपल्या शिफारशींसोबत आयोगाने याविषयीच्या विधेयकाचा एक मसुदाही जोडला होता. लोकपाल पूर्णपणे परिणामकारक होण्यासाठी आणि त्याला घटनेखालील इतर कोणत्याही अधिकाऱ्याशी/यंत्रणेशी संघर्ष करावा लागू नये म्हणून लोकपाल कार्यालयाला घटनात्मक दर्जा, अधिकार व कार्य वगैरे दिले जावे. तथापि, हे कार्यालय स्थापन करण्यासाठी या बाबींची पूर्तता होण्याची सरकारने वाट पाहू नये असे आयोगाचे मत होते. घटनादुरुस्ती व इतर संबंधित नियमांतील सुधारणा नंतरही होऊ शकेल. दरम्यानच्या काळात सरकारने लोकपाल व लोकायुक्तांची नेमणूक करावी आणि त्यांच्या कार्यालयांच्या स्थापनेच्या तयारीची कारवाई सुरू करावी अशी आयोगाची सूचना होती.

प्रशासकीय सुधारणा आयोगाची विचारसरणी योग्यच होती आणि त्यांच्या शिफारशी चांगला प्रभाव पाडू शकतील अशाच होत्या, परंतु, याविषयी पुढील कारवाई करण्याची 'सुयोग्य' वेळ जेव्हा केव्हा येईल, तेव्हा पुढील काही महत्त्वाच्या मुद्यांचा विचार करावा लागेल. **एक**, केंद्र व राज्य शासने यांच्यातील सध्याच्या संबंधांच्या संदर्भात व संघराज्याबाबतच्या राज्यांच्या चिंतेमुळे त्यांचे मुख्यमंत्री, मंत्री व सचिव हे लोकपाल कायद्याच्या कक्षेत येण्यास त्यांची संमती असण्याची शक्यता फारच कमी आहे. या बाबी राज्यांनीच हाताळाव्यात असा ते आग्रह धरतील. **दोन**, लोकपाल व लोकायुक्तांना घटनात्मक दर्जा देणे हे अत्यंत महत्त्वाचे आहे. परंतु, केंद्र सरकार याबाबत चालढकल करताना दिसते. लोकपालाची स्थापना करण्याच्या विधेयकासोबतच घटनादुरुस्ती विधेयकही

सादर न करण्याचे काहीच कारण नाही. **तीन**, लोकायुक्तांसाठी एक केंद्रीय कायदा करण्यात यावा अशी मागणी लोकायुक्तांच्या परिषदेनेही बऱ्याच काळापासून केली आहे, परंतु सरकारने हा विचार सोडूनच दिलेला दिसतो. राज्यांनी असा केंद्रीय कायदा स्वीकारावा यासाठी राजकीय स्तरावर गंभीर प्रयत्न होण्याची गरज आहे. लोकसभेच्या २०१४ सालच्या निवडणुकीनंतर तरी हे शक्य होईल अशी आपण आशा करुया. **चार**, केंद्रीय दक्षता आयोग रद्द करण्याची आयोगाची सूचना केवळ अव्यवहार्य व स्वीकार न करण्याजोगीच नव्हे, तर ते एक प्रतिगामी पाऊल ठरेल. केंद्रीय दक्षता आयोगाचे कार्यही लोकपालाकडूनच केले जाईल अशी समजूत करून घेण्याचे काहीच कारण नाही. **पाच**, लोकपालाने केलेल्या चौकशीचे वृत्त जाहीर केले जाऊ नये व त्याचे स्वरुप अनौपचारिक असावे या सूचनेशीही सहमत होणे कठिण आहे. प्रशासकीय सुधारणा आयोगाचा अहवाल १९६६ साली सादर झाला तेव्हापासून बरेच पाणी पुलाखालून वाहून गेले आहे. माहितीच्या अधिकाराच्या कायद्याची मुळे आता दृढ झाली असून न्यायालयातील कामकाज जसे खुल्या पद्धतीने चालते, तशीच लोकपालाकडून केली जाणारी चौकशीही खुलेपणाने व्हावी. **सहा**, आयोगाने सुचविले आहे की लोकपालाची नेमणूक शक्यतो अ-राजकीय असावी. खरे म्हणजे लोकपालाची निवड पारदर्शी पद्धतीनेच व्हावी आणि ही निवड अ-राजकीय तर असावीच, पण ती तशी असल्याचे दिसलेही पाहिजे. **सात**, प्रशासकीय सुधारणा आयोगाने तक्रारीची दखल घेतली जाण्यासाठी एका वर्षाची कालमर्यादा सुचविली आहे ती दहा वर्षे केली जावी. **आठ**, पंतप्रधान व मुख्यमंत्र्यांना लोकपालाच्या कार्यकक्षेबाहेर ठेवण्यात आले आहे, याची चर्चा स्वतंत्रपणे करण्यात आली आहे, त्याप्रमाणे असे करणे इष्ट ठरणार नाही. पंतप्रधान व मुख्यमंत्र्यांनाही अनुक्रमे लोकपाल व लोकायुक्तांच्या कार्यकक्षेत आणायला हवे. **नऊ**, आमदार व खासदारांनाही लोकपालाच्या आवाक्याबाहेरच ठेवण्यात आले आहे, त्याचेही समर्थन करता येत नाही. थोडक्यात सांगायचे तर, प्रशासकीय सुधारणा आयोगाची योजना काहीशी कालबाह्य झाली आहे आणि सध्याच्या वातावरणानुसार तिच्यात योग्य ते बदल करणे आवश्यक झाले आहे.

दुसरा प्रशासकीय सुधारणा आयोग

दुसऱ्या प्रशासकीय सुधारणा आयोगाने अशी शिफारस केली होती की लोकपालाची निर्मिती घटनादुरुस्ती करूनच करण्यात यावी आणि त्याचे कार्य व कार्यकक्षाही त्यात नमूद केल्या जाव्यात. (पंतप्रधान सोडून) केंद्रातील सर्व मंत्रालये, सर्व राज्यांचे मुख्यमंत्री, आणि केंद्रीय मंत्रीस्तरावरील वा खासदारांच्या पातळीवरील सार्वजनिक पदाधिकारीही लोकपालाच्या कार्यकक्षेत यावेत असे दुसऱ्या प्रशासकीय सुधारणा आयोगाने सुचविले होते. त्यांनी आणखी अशीही शिफारस केली होती की एखाद्या सार्वजनिक पदाधिकाऱ्याच्या चौकशीत जर इतर कोणा लोकसेवकाचा सहभाग असल्याचे सिद्ध झाल्यास लोकपालास त्याचीही चौकशी करण्याचे अधिकार असावेत. मात्र पंतप्रधानांना लोकपालाच्या आवाक्याबाहेर ठेवावे अशी आयोगाची शिफारस होती. सर्वोच्च न्यायालयाचे विद्यमान अथवा निवृत्त न्यायमूर्ती लोकपालाचे अध्यक्ष असावेत, एक प्रसिद्ध कायदेतज्ज्ञ सदस्य आसावेत व केंद्रीय दक्षता आयुक्त हे पदसिद्ध सदस्य असावेत. उपराष्ट्रपती, पंतप्रधान, विरोधी पक्षनेते, सभापती व सर्वोच्च न्यायालयाचे मुख्य न्यायमूर्ती यांची निवड समिती असावी. लोकपालाचे अध्यक्ष व सदस्य यांची नेमणूक तीन वर्षांच्या एकाच कार्यकालासाठी करण्यात यावी आणि त्यानंतर त्यांनी सर्वोच्च न्यायालयाचे मुख्य न्यायमूर्ती या पदाखेरीज सरकारमधील इतर कोणतेही पद स्वीकारू नये असेही सुचविण्यात आले होते. सार्वजनिक जीवनातील नीतीमूल्यांची पातळी सुधारण्याची जबाबदारी देखील लोकपालांकडे दिली जावी असेही आयोगाने म्हटले होते (भारत सरकार २००७: १८३–८४).

दुसऱ्या प्रशासकीय सुधारणा आयोगाच्या अहवालानेही काही महत्त्वाचे प्रश्न उपस्थित होतात. **एक**, अलीकडेच झालेल्या संघराज्य पद्धतीच्या चर्चेवरून मुख्यमंत्र्यांना लोकपालाच्या कार्यकक्षेत आणण्यास राज्यांची संमती असण्याची शक्यता फारच कमी आहे. आणि तसे करण्याची आवश्यकताही नाही. मुख्यमंत्र्यांसह राज्यांतील सर्व मंत्री लोकायुक्तांच्या कक्षेत असावेत. **दोन**, पंतप्रधानांना लोकपालाच्या कार्यकक्षेबाहेर ठेवण्याचे काहीच कारण नाही. मी इतरत्र उल्लेख केल्याप्रमाणे किमान तीन तरी पंतप्रधान (इंदिरा गांधी, राजीव गांधी व नरसिंह राव) भ्रष्टाचाराच्या गंभीर प्रकरणांमध्ये गुंतलेले होते. अलीकडच्या

घोटाळ्यातील सध्याचे पंतप्रधान मनमोहन सिंग यांच्या सहभागासंबंधीच्या वादांवरून पंतप्रधानांना त्यांच्या कृतींबाबत वा त्यांच्या अभावाबाबत उत्तरदायी धरायला हवे हेच अधोरेखित होते. **तीन**, संयुक्त सचिव व त्यावरील पातळीवरील सर्व अधिकारीही लोकपालाच्या कक्षेत आणणे आवश्यक आहे. नाहीतर भ्रष्टाचाराविरुद्धच्या या लढाईला काही अर्थच राहणार नाही. **चार**, केंद्रीय दक्षता आयुक्तांना पदसिद्ध सदस्य बनविण्याची काहीच गरज नाही. या कार्यालयाकडे आधीच भरपूर काम आहे. शिवाय, भ्रष्टाचाराच्या मोठ्या प्रकरणांसंबंधीच्या निर्णय प्रक्रियेत दक्षता आयुक्त अगोदरच गुंतलेले असल्याने, ते लोकपालही असल्यास त्यात परस्परविरोधी हितसंबंधांचा प्रश्न निर्माण होईल. त्याऐवजी एक किंवा अधिक पूर्णवेळ सदस्यांची नेमणूक केली जावी. **पाच**, या विषयाचे गुंतागुंतीचे स्वरुप व त्याचा परिचय होण्यासाठी लागणारा काळ लक्षात घेता, तीन वर्षांची प्रस्तावित कालमर्यादा फारच कमी आहे. त्याऐवजी पाच वर्षांची कालमर्यादा निर्धारित करणे इष्ट ठरेल. **सहा**, सार्वजनिक जीवनातील नीतीमूल्ये उच्च स्तरावर नेण्यासाठी मोहीम राबविण्यात लोकपालांचा सहभाग नसावा. घटनात्मक पदाधिकाऱ्याची ही जबाबदारी असू नये.

लोकपाल विधेयकांचे बदलते स्वरुप

गेल्या अनेक वर्षांतील लोकपालाच्या निरनिराळ्या विधेयकांचा विचार केला, तर त्यातील लोकपालाच्या स्वरुपात बराच बदल झालेला दिसून येतो. पहिल्या दोन विधेयकांमध्ये (१९६८ व १९७१) लोकपाल व लोकायुक्त अशा दोन स्वतंत्र संस्था प्रस्तावित करण्यात आल्या होत्या. यापैकी लोकपालाने मंत्री व सचिव यांची प्रकरणे हाताळावीत आणि लोकायुक्तांनी इतर कर्मचाऱ्यांच्या प्रकरणांचा परामर्श घ्यावयाचा होता. १९७७ सालच्या विधेयकाची योजना वस्तुतः निराळी होती. एक म्हणजे यात लोकायुक्तांचा उल्लेखच नव्हता. त्याऐवजी, प्रकरणांचा त्वरेने निकाल लावता यावा यासाठी विशेष लोकपालांच्या नेमणुकीची तरतूद करण्यात आली होती. दुसरे म्हणजे यात पंतप्रधानांचा समावेश लोकापालाच्या कक्षेत करण्यात आला होता. तिसरे, याआधीच्या दोन विधेयकांमध्ये गैरव्यवहाराचे आरोप आणि तक्रारी या दोन्हीचा समावेश होता, तर १९७७ च्या

विधेयकातून तक्रारींचा उल्लेख वगळण्यातच आला होता. चौथे, हे विधेयक सरकारी अधिकाऱ्यांना लागू होणार नव्हते, तर केवळ मंत्री व खासदारांनाच लागू होणार होते. पाचवे, लोकपालाच्या नेमणुकीसाठी विरोधी पक्षनेत्यांशी विचारविनिमयाची तरतूद यातून वगळण्यात आली होती, कारण बहुधा, ज्या जनता सरकारने हे विधेयक आणले होते, त्यांना त्यावेळी इंदिरा काँग्रेसशी काहीही संबंध ठेवायचा नसावा (राज्यसभा सचिवालय १९९६:२२–२५).

राजीव गांधी सरकारने १९८५ मध्ये आणलेले विधेयक अगदी निराळे होते, कारण याच्या आवाक्यातून पंतप्रधान व खासदार वगळण्यात आले होते. दुसरे, तक्रारींचा आवाका भ्रष्टाचार विरोधी कायदा व भारतीय दंडविधान संहिता यांच्या मर्यादेतच ठेवण्यात आला होता. तिसरे, त्याच आरोपासंदर्भातील फौजदारी चौकशी स्थगित करण्याचे अधिकार लोकपालाला देण्यात आले होते. चौथे, लोकपालाने एखादा आरोप सिद्ध झालेला नाही अथवा खोटा आहे असे म्हटल्यास त्याबाबत खटला चालविण्यास परवानगी नव्हती.

राष्ट्रीय आघाडी सरकारने १९८९ मध्ये सादर केलेल्या विधेयकात इतर काही विशेष पैलू होते. पहिले म्हणजे, यात पंतप्रधानांना परत एकदा लोकपालाच्या कार्यकक्षेत आणण्यात आले होते. दुसरे, पंतप्रधानांविरुद्ध करण्यात आलेले आरोप पूर्णपणे किंवा अंशत: सिद्ध झाल्यास लोकपालांचा अहवाल सभापतींकडे जावा लागेल आणि तो मिळाल्यापासून ९० दिवसांच्या आत तो सभागृहासमोर सादर करणे सभापतींवर बंधनकारक होते. याउलट, १९८५ च्या विधेयकात लोकपालांचा अशा प्रकरणांतील अहवाल पंतप्रधानांकडे पाठवायचा होता आणि तो लगोलग मंत्रीमंडळासमोर ठेवणे अत्यावश्यक होते. तीन, १९८५ च्या विधेयकात जी व्यक्ती सर्वोच्च न्यायालयाची न्यायाधीश होण्यास पात्र आहे, अशा व्यक्तीला लोकपाल म्हणून नियुक्त करण्याचे अधिकार राष्ट्रपतींना देण्यात आले होते. या निकषानुसार, दहा वर्षे वकिली केलेला कोणताही वकील लोकपाल होऊ शकेल. १९८९ च्या विधेयकात लोकपाल होण्यासाठी केवळ सर्वोच्च न्यायालयातील विद्यमान अथवा निवृत्त न्यायाधीशच पात्र मानले होते. चार, १९८९ च्या विधेयकातील एक अध्यक्ष व दोन सदस्य असलेला प्रस्तावित लोकपाल याआधीच्या विधेयकांपेक्षा निराळा होता.

अशा तऱ्हेने तक्रारींच्या निराकरणाऐवजी भ्रष्टाचाराचा प्रतिबंध करण्यावर यात भर देण्यात आला होता. याउलट, १९६८ व १९७१ च्या विधेयकांमध्ये कुप्रशासनाबाबतच्या 'तक्रारी' व 'गाऱ्हाणी' यांच्यावर भर होता, आणि १९७७, १९८५ व १९८९ च्या विधेयकांत हा रोख 'भ्रष्टाचाराच्या आरोपांकडे' वळविण्यात आला होता.

१९९८च्या लोकपाल विधेयकात असे प्रस्तावित करण्यात आले होते की लोकपाल ही त्रिसदस्यीय यंत्रणा असेल आणि तीनही सदस्य न्यायसंस्थेतील असतील; उपराष्ट्रपती हे निवड समितीचे अध्यक्ष असतील व पंतप्रधान, सभापती, गृहमंत्री आणि लोकसभा व राज्यसभेतील विरोधी पक्षनेते हे निवड समितीतील इतर सदस्य असतील; पंतप्रधान, इतर मंत्री व खासदारही लोकपालाच्या कार्यकक्षेत येतील; १९८८ सालच्या भ्रष्टाचार प्रतिबंधक कायद्याखाली शिक्षा होऊ शकणारी प्रकरणे लोकपाल हाताळतील; लोकपालाचा कार्यकाल तीन वर्षांचा असेल आणि त्यानंतर कोणतेही लाभाचे पद स्वीकारण्यास त्याला अपात्र मानले जाईल; प्रत्येक प्रकरणाची चौकशी सहा महिन्यात पूर्ण केली जाईल आणि प्रत्येक प्रकरणाची चौकशी तीनही सदस्य एकत्रितरित्या करतील.

या विधेयकाचा त्या विभागाशी संबंधित संसदीय स्थायी समितीने विचार केला होता (भारतीय संसद १९९९). खासदारांना या विधेयकाच्या आवाक्यात आणण्यासाठी झालेल्या चर्चेचा विशेष उल्लेख येथे उचित ठरेल. समितीतील सदस्यांनी याविषयी वेगवेगळ्या प्रकारची मते प्रदर्शित केली होती:

- सर्वोच्च न्यायालयाच्या निर्णयानुसार खासदार भ्रष्टाचार प्रतिबंधक कायद्याखालील लोकसेवक या व्याख्येत बसत असल्याने त्यांना परत लोकपालाच्या कार्यकक्षेत आणण्याची गरज नाही;

- खासदारांना संसदेच्या आवाक्याबाहेरील कोणत्याही शिस्तविषयक यंत्रणेच्या कार्यकक्षेत आणणे योग्य होणार नाही कारण त्याने संसदेच्या नीतीमूल्यविषयक समितीच्या मताशी संघर्ष होऊ शकेल आणि संसदेची ही समिती एक कायमस्वरुपी संस्था आहे;

- खासदारांना सदनाबाहेरील शिस्तविषयक यंत्रणेच्या आवाक्यात आणण्याने

संसदेच्या सर्वोच्चतेला बाधा पोचते;

- स्वातंत्र्यानंतर वरिष्ठ पातळीवरील भ्रष्टाचारात अनेक पटींनी वाढ झाली असल्याने लोकपालासारखी संस्था निर्माण करणे गरजेचे आहे व वरिष्ठ पदावरील व्यक्तींना त्याबद्दल शिक्षा होत नाही अशी भावना निर्माण झाली आहे; आणि
- लोकपाल ही संसदेचीच निर्मिती असेल, म्हणून त्यामुळे संसदेच्या वर्चस्वाला बाधा येण्याचे कारण नाही. उलट लोकपालाच्या स्थापनेने संसदेच्या वर्चस्वाला दुजोराच मिळेल.

या विधेयकाबाबत अधिक काही करण्यापूर्वी सरकारने या सर्व पैलूंचा विचार करावा अशी समितीने विनंती केली होती. समितीने सुचविलेल्या सुधारणांमध्ये एक सुधारणा अशीही होती की लोकपालाचे अध्यक्ष व सदस्य यांना त्यानंतर केंद्र व राज्य सरकारांतील लाभाचे पद धारण करण्यास मनाई करण्याबरोबरच त्यांना राज्यपालपद, राजनैतिक पद, केंद्रशासित प्रदेशांचे प्रशासक अशा पदांसाठीही अपात्र मानले जावे. दुसऱ्या शब्दांत सांगायचे तर, त्यांना केंद्र सरकारमधील कोणतेही पद धारण करता येऊ नये. दोन्ही सदनातील खासदारांना, त्यांनी आपली मालमत्ता व कर्जे याविषयीची संपूर्ण माहिती सादर करेपर्यंत सदनात उपस्थित राहण्यास वा मतदान करण्यास परवानगी नसावी या तरतुदीबाबतही समितीने साशंकता व्यक्त केली होती. सरकारने याबाबतची घटनात्मक वैधता पडताळून पाहणे गरजेचे होते आणि त्यासाठी सरकारने महान्यायप्रतिनिधींचे मत मागवावे असेही समितीने सुचविले होते. अर्जदाराची तक्रार क्षुल्लक असल्यास आणि ती वाईट हेतूने दाखल केली असल्यासच अर्जदारास शिक्षा फर्मावली जावी.

युपीए २ सरकारने २०१३ साली संसदेत सादर केलेले लोकायुक्त विधेयक, २०१३, हे यापूर्वीच्या अनेक सरकारांनी सादर केलेल्या विधेयकांपेक्षा गुणात्मकरित्या निराळे आहे. यात सरकारची स्वतःची अशी काही भूमिका नव्हती आणि अण्णा हजारेंच्या गटाचा त्यांच्यावर अनावश्यक असा प्रभाव होता हेच यातून दिसून आले. सरकार सार्वजनिक आंदोलनाच्या व प्रसिद्धी माध्यमांच्या अतिरेकी दबावाखाली आले होते. अनेक विषयांवर त्यांना तात्त्विक भूमिका घेता आलेली नव्हती. अनेक कारणांसाठी हे विधेयक प्रत्यक्षात वापरण्याजोगे नव्हते,

त्याची चर्चा पुढे करण्यात आली आहे.

लोकपालाच्या विधेयकात अनेक अत्यंत महत्त्वाचे विषय असून लोकपाल व लोकायुक्त विधेयक, २०१३, हे पहिल्या प्रशासकीय सुधारणा आयोगाने १९६६ साली प्रथम तयार केलेल्या लोकपाल विधेयकापेक्षा फारच निराळे आहे. यातील काही घटकांचा अधिक विचार करण्याची गरज आहे.

पंतप्रधानांना लोकपालाच्या कक्षेत आणावे की नाही याबाबतच्या भूमिकेत वेळोवेळी बदल घडत गेला आहे. परंतु याआधी उल्लेख करण्यात आलेल्या किमान तीन पंतप्रधानांची दयनीय परिस्थिती पाहता, पंतप्रधानांना या कायद्याच्या कक्षेत आणणे आवश्यक आहे. नेमक्या याच कारणासाठी जवाहरलाल नेहरूंना लोकपालाच्या कल्पनेने 'मंत्रमुग्ध' केले होते कारण लोकपाल पंतप्रधानांच्या विरुद्ध करण्यात आलेल्या आरोपांची देखील चौकशी करू शकणार होता, याची आठवण ठेवणे अगत्याचे आहे.

लोकपालाच्या कक्षेत आणले जाण्यास खासदारांचा विरोध आहे असे दिसते. ते लोकसेवक असल्याने, त्यांना लोकपालाच्या कक्षेत आणणे पूर्णपणे समर्थनीय आहे परंतु अखेर संसदेत हे विधेयक परित होताना काय घडते ते पहावे लागेल. याआधीच्या काही विधेयकांमध्ये खासदारांना लोकपालाच्या आवाक्याबाहेर ठेवण्यात आले होते हे आपल्याला आठवत असेलच. अलीकडेच काही खासदारांविरुद्ध फौजदारी स्वरुपाचे गंभीर आरोप करण्यात आले होते त्याचा येथे उल्लेख करणे उचित ठरेल. २२ जुलै २००८ रोजी मंत्रीमंडळावरील विश्वासदर्शक ठरावावरील चर्चेदरम्यान तीन खासदार दोन बॅगा घेऊन सभापतींसमोरील जागेत आले, त्यातून त्यांनी नोटांची पुडकी बाहेर काढून सभागृहाच्या टेबलावर ठेवली. या खासदारांनी असा आरोप केला की विश्वासदर्शक ठरावावर मतदान करण्यासाठी त्यांना या रकमा देऊ करण्यात आल्या होत्या. सभापतींनी याची पूर्ण चौकशी करण्यासाठी एक समिती नेमली. या समितीचा अहवाल लोकसभेत १५ डिसेंबर २००८ रोजी सादर करण्यात आला. हा अहवाल विषण्ण व अस्वस्थ करणारा होता. अमर सिंग व अहमद पटेल हे राज्यसभेचे सदस्य देखील या घटनेत सामील असल्याचे आरोप करण्यात आले होते, पण नियमानुसार तसे करता येत नसल्याचे कारण देऊन समितीने त्यांनी चौकशी केली नाही. एका

सदनातील सदस्याला दुसऱ्या सदनासमोर किंवा त्याच्या समितीसमोर हजर होण्यासाठी दुसऱ्या लोकसभेच्या विशेषाधिकार समितीने आपल्या सहाव्या अहवालात १९५८ साली शिफारस केलेल्या प्रक्रियेचा पुनर्विचार करण्याची गरज आहे, म्हणजे ते इंग्लंडमधील हाउस ऑफ लॉर्डस व हाउस ऑफ कॉमन्स या संसदेच्या दोन सदनांच्या सदस्यांनी एकमेकांच्या समित्यांसमोर, योग्य वाटल्यास, साक्षीदार म्हणून हजर राहण्यासाठी बनविण्यात आलेल्या नियमांशी सुसंगत बनवता येईल. दोन्ही सदनांतील कामकाजाचे नियम बदलून लोकसभा व राज्यसभेसाठी अशा प्रकारची तरतूद करण्याची वेळ आली आहे असे समितीचे मत होते. इतक्या संवेदनशील बाबीची चौकशी करीत असतानाच असा बदल करण्याची मागणी समिती करू शकली असती व तसा बदल करूनही घेता आला असता. अनेक महिने करदात्यांचे पैसे वाया घालावल्यानंतर समितीने केवळ शिफारस केली की, 'योग्य अशा चौकशी यंत्रणेकडून या बाबीची अधिक चौकशी केली जावी' (लोकसभा सचिवालय २००८: ५७). हा विषय सभागृहासमोर आल्याबरोबरच सभापती ही कारवाई करू शकले असते. खरे तर पोलिसांना याबाबत लोकसभेकडून मुद्दाम विचारणा होण्याची वाट पाहण्याची देखील गरज नव्हती कारण हा गुन्हा लोकसभेच्या आवाराबाहेर घडला होता. बराच काळ उलटून गेला असला तरी पोलिसांची चौकशी रेंगाळलेलीच आहे. दिल्ली उच्च न्यायालयाने चौकशीबाबतच्या या दिरंगाईबद्दल नाराजी व्यक्त केली आहे. या पार्श्वभूमीवर अशी प्रकरणे लोकपालांकडे न सोपविण्याचे काहीच कारण दिसत नाही. संसदेतील कामकाजविषयक प्रश्नच पीठासीन अधिकाऱ्यांच्या व संसदीय समित्यांच्या कक्षेत येतात. इतर सर्व बाबी या लोकपालांच्या कार्यक्षेत्रातीलच मानण्यात याव्यात.

केंद्रीय अन्वेषण ब्युरो लोकपालांकडे सोपविण्यात यावा का हा देखील एक वादग्रस्त मुद्दा बनला आहे. केंद्रीय अन्वेषण ब्युरो लोकपालांकडे सोपविला जाऊ नये. यापूर्वीच विशद करण्यात आलेल्या कारणांसाठी लोकपालांऐवजी केंद्रीय अन्वेषण ब्युरो केंद्रीय दक्षता आयोगाकडे वर्ग करण्यात यावा. केंद्रीय अन्वेषण ब्युरोचे स्वातंत्र्य व स्वायत्तता अबाधित राखण्यासाठी कोणती काळजी घेणे आवश्यक आहे ते प्रकरण ५ मध्ये सुचविण्यात आले आहे.

वरिष्ठ न्यायसंस्थेच्या बाबतीतील शिस्तविषयक कारवाई करण्याचा विषय

लोकपालाच्या कार्यकक्षेत आणावा अशीही मागणी केली जात आहे. यास माझा विरोध आहे. लोकपाल या संस्थेचे कार्य घटनेच्या चौकटीतच चालले पाहिजे आणि हजारे व त्यांच्या अनुयायांचा प्रयत्न चालला आहे त्याप्रमाणे, तिने घटनेतील इतर संस्थांची जागा घेता कामा नये हे विसरून चालणार नाही. वरिष्ठ न्यायसंस्थेतील सदस्यांच्या अनुचित व नियमाबाहेरील वर्तणुकीची प्रकरणे व तक्रारी हाताळण्यासाठी स्वतंत्र संस्थात्मक यंत्रणेचा विचार करावा लागेल. या बाबी लोकपालांकडे सोपविणे इष्ट ठरणार नाही.

अण्णा हजारेंच्या गटाच्या आग्रहाखातर सरकारने आपले क व ड वर्गातील सर्व कर्मचारी देखील लोकपालांच्या कार्यकक्षेत आणण्यास संमती दिली. यामुळे लोकपालांचे लक्ष प्रशासनाच्या वरिष्ठ स्तराऐवजी पिरॅमिडच्या पायथ्याकडेच केंद्रित केले जाईल. एवढ्या मोठ्या कामाचा डोलारा संभाळण्यासाठी लोकपालाला आपली फार मोठी नोकरशाही देशभरात सर्वत्र निर्माण करावी लागेल. हे मूळ हेतूच्या विरोधातच जाईल. सरकारचे मंत्री व सचिव यांच्यातील भ्रष्टाचाराची व गैरव्यवहाराची प्रकरणे हाताळणे हा लोकपाल निर्मितीचा मूळ उद्देश होता व त्यानंतर त्याचा विस्तार करून निर्वाचित प्रतिनिधींचा त्यात समावेश करण्यात आला.

विधेयकात नमूद करण्यात आलेल्या मूळ कल्पनेनुसार फक्त एकच लोकपाल असणार होता. २०१३ सालच्या विधेयकाचे पेलता न येण्याजोगे कार्यक्षेत्र पाहता लोकपालांची संख्या आता आठ करण्यात आली आहे. येत्या काही वर्षांत ही संख्या आणखी वाढवावी व त्यांच्या शाखा देशाच्या सर्व भागात स्थापन कराव्यात अशी मागणी होईल. अशा भ्रष्टाचारविरोधी डोइजड योजनेचा विपरीतच परिणाम होईल. शिवाय, क व ड वर्गातील कर्मचाऱ्यांच्या विरोधातील तक्रारींची चौकशी करण्यासाठी सर्वोच्च न्यायालयाच्या न्यायाधिशांच्या दर्जाच्या लोकपालांकडून चौकशी केली जाणे हे लहानशा प्राण्याच्या शिकारीसाठी तोफ डागण्यासारखे होईल.

प्रथमच लोकपालासारख्या वैधानिक यंत्रणेसाठी, त्याचे रुपांतर लवकरच घटनात्मक यंत्रणेत होईल अशी आपण आशा करूया, अनुसूचित जाती व जमाती आणि अल्पसंख्याकांसाठी आरक्षणही प्रस्तावित करण्यात आले आहे.

घटनात्मक व वैधानिक मंडळांवर नेमणुका करताना हा पैलू नेहमीच लक्षात घेतला जात असला, तरी इतर घटनात्मक व वैधानिक मंडळांसाठी अशी तरतूद नसल्याने तसे करणे योग्य ठरणार नाही.

राजकीय दबावाखाली सरकारने लष्करी दलांना लोकपालाच्या कक्षेबाहेर ठेवण्याचा निर्णय केला. लष्करी दलांतील मोठ्या प्रमाणावरील भ्रष्टाचार पाहता, तसे करण्याचे काहीच समर्थनीय कारण दिसत नाही. अशा अल्पकालीन तडजोडींनी सुशासनावर नेहमीच विपरीत परिणाम होत आला आहे.

अनेक देशांतील 'ऑंबुड्समान' योजनेत तक्रारदाराचे व ज्याच्याविरुद्ध तक्रार करण्यात आली आहे त्याचे नाव गुप्त ठेवणे बंधनकारक करण्यात आले आहे, परंतु 'नाव जाहीर केले जाण्याने शरम वाटावी' या जगमान्य तत्त्वाच्या ते विरुद्धच जाते. अलीकडच्या काही वर्षांत तर सचोटीबाबत ज्यांची चौकशी चालू आहे अशांची नावे दक्षता आयुक्तांनी आपल्या संकेतस्थळावरच घातली आहेत.

आपल्या देशात तोंडी चौकशी केली नाही किंवा तक्रारदाराला जर आपले म्हणणे मांडण्याची संधी मिळाली नाही, तर त्याचे समाधानच होणार नाही. लोकपालाच्या कामकाजाच्या इतर काही पैलूंबाबतही असेच म्हणता येईल.

या विधेयकातील इतर तरतुदींबाबतच्या वादांच्या नादात लोकपालाला (आणि लोकायुक्तांनाही) घटनात्मक दर्जा देण्याचा प्रश्न बाजूलाच पडला आहे. परंतु याकडे दुर्लक्ष होणार नाही व लोकपालाच्या अंतिम विधेयकासोबतच यासाठीच्या घटनादुरुस्तीचे विधेयकही मांडले जाईल अशी आपण आशा करूया.

लोकायुक्त

दुसऱ्या प्रशासकीय सुधारणा आयोगाने अशी शिफारस केली होती की लोकायुक्त ही संस्था निर्माण करून त्यांची रचना, अधिकार व कामकाज यासंबंधीची तत्त्वे निर्धारित करणे राज्य सरकारांवर बंधनकारक करण्यात यावे. आयोगाच्या मते लोकायुक्त हे बहुसदस्यीय मंडळ असावे व न्यायसंस्थेतील सदस्य तिचा अध्यक्ष असावा, एक प्रसिद्ध कायदेतज्ज्ञ, व एक प्रसिद्ध प्रशासक हे इतर सदस्य व राज्यातील दक्षता आयोगाचा प्रमुख पदसिद्ध सदस्य असावा. सर्वोच्च न्यायालयाचे

माजी न्यायमूर्ती किंवा उच्च न्यायालयाचे मुख्य न्यायमूर्ती हे अध्यक्ष असावेत. अध्यक्ष व अन्य सदस्यांची निवड करणारी समिती मुख्यमंत्री, उच्च न्यायालयाचे मुख्य न्यायमूर्ती, व विधिमंडळातील विरोधी पक्षनेते यांची असावी. उप लोकायुक्त असणे गरजेचे नाही.

लोकायुक्तांची कार्यकक्षा केवळ भ्रष्टाचाराच्या प्रकरणांपुरतीच मर्यादित असावी असेही दुसऱ्या प्रशासकीय सुधारणा आयोगाने सुचविले होते. जनतेच्या सर्वसाधारण तक्रारींची त्यांनी दखल घेऊ नये. लोकायुक्तांनी मंत्री व आमदारांच्या भ्रष्टाचाराची प्रकरणे हाताळावीत. लोकायुक्ताचे अध्यक्ष व सदस्य यांची नेमणूक स्पष्टपणे एका कार्यकालासाठीच केली जावी आणि त्यानंतर त्यांनी सरकारमधील कोणतेही सार्वजनिक पद धारण करू नये असेही आयोगाच्या शिफारशीत नमूद केले होते. लोकायुक्तांकडे स्वतःची स्वतंत्र चौकशी यंत्रणा असावी अशी आयोगाची शिफारस होती हे लक्षात घेणे महत्त्वाचे आहे. सुरुवातीला त्यांनी राज्य सरकारमधील अधिकारी प्रतिनियुक्तीवर घेण्यास हरकत नाही, परंतु पाच वर्षांच्या काळात त्यांनी नवी भरती करून त्यांच्या योग्य प्रशिक्षणासाठी पावले उचलावीत. भ्रष्टाचाराची सर्व प्रकरणे लोकपाल व लोकायुक्तांकडेच सोपविली जावीत आणि त्यासाठी चौकशी आयोग नेमू नये असेही आयोगाने सुचविले होते (भारत सरकार: १८४–८५).

लोकपालाप्रमाणेच लोकायुक्तांबाबतच्या दुसऱ्या प्रशासकीय सुधारणा आयोगाच्या शिफारशींमधून अनेक प्रश्न निर्माण होतात. **एक**, राज्य दक्षता आयोगाचा प्रमुख हा लोकायुक्ताचा पदसिद्ध सदस्य असावा ही शिफारस उचित नाही. **दोन**, सध्याच्या परिस्थितीनुसार लोकायुक्त केवळ भ्रष्टाचाराची प्रकरणेच नाही, तर जनतेच्या तक्रारींमध्येही लक्ष घालतात. सध्याची परिस्थितीच चालू ठेवणे हितावह ठरेल, कारण सर्व राज्यांमध्ये एवढ्या वरिष्ठ पातळीवरील यंत्रणेसाठी केवळ भ्रष्टाचाराच्या प्रकरणांमध्ये लक्ष घालण्याचे काम पुरेसे असणार नाही. **तीन**, परिणामकारकता वाढण्यासाठी लोकायुक्तांच्या कार्यकक्षेत सचिवालयातील व क्षेत्रीय कार्यालयांतील वरिष्ठ सनदी अधिकाऱ्यांचाही समावेश करण्यात यावा. **चार**, एकाच कार्यकालासाठी नेमणूक करण्याची आयोगाची शिफारस योग्यच आहे, परंतु हा कार्यकाल तीन वर्षांऐवजी पाच वर्षांचा असावा. **पाच**, अध्यक्ष व

सदस्यांच्या निवड समितीचे गठण सुयोग्यच आहे, परंतु गुजरातचा अनुभव पाहता, हा निर्णय एकमताचा असावा असे स्पष्टपणे नमूद करण्यात यावे. **सहा,** भ्रष्टाचाराच्या प्रकरणाच्या चौकशीसाठी चौकशी आयोग नेमला जाऊ नये व सर्व प्रकरणे लोकायुक्तांकडेच सोपविली जावीत ही सूचना हितावह आहे व त्यामुळे लोकायुक्त या संस्थेला बळकटी मिळेल.

राज्यांतील लोकायुक्तांच्या कामकाजाचा आजपर्यंतचा अनुभव काहीसा निराशाजनक आहे हे ही येथे अधोरेखित करणे गरजेचे आहे. ही कार्यालये सुमारे २० राज्यांमध्ये स्थापन करण्यात आली असून, त्यापैकी काही तर २५ वर्षांहून अधिक काळापासून कार्यरत आहेत, परंतु कर्नाटक व मध्य प्रदेशासारख्या काही राज्यांचा अपवाद वगळता, त्यांचा प्रभाव नगण्यच आहे. अनेक माजी लोकायुक्तांनी या संस्थेबाबतचा त्यांचा भ्रमनिरास स्वतःच व्यक्त केला आहे (उदाहरणार्थ, राजस्थान व मध्य प्रदेशचे माजी लोकायुक्त) आणि या संस्था चालू ठेवणे हा पैशाचा अपव्यय आहे आणि त्या बंद करण्यात याव्यात असे मत सार्वजनिकरित्या मांडले आहे. दिल्लीचे माजी लोकायुक्त न्यायमूर्ती शमीम यांनी तक्रार केली होती की सरकार या संस्थेवर दरसाल सुमारे १.२५ कोटी रुपये खर्च करीत असले, तरी दरवर्षी त्यांच्याकडे कारवाई करण्याजोगी केवळ पाचच प्रकरणे येत होती. याच्या कारणांचा काळजीपूर्वक विचार होणे आवश्यक आहे. यातून असेही दिसून येईल की निरनिराळ्या राज्यांतील तरतुदींमध्ये मुळीच एकवाक्यता नाही ही यातील एक त्रुटी आहे. लोकायुक्तांच्या अखिल भारतीय परिषदेने अनेक वेळा सुचविले आहे की संपूर्ण देशासाठी एकच कायदा केला जावा आणि राज्यघटनेत बदल करून त्यांना घटनात्मक दर्जा दिला जावा. लोकायुक्तांचे कामकाज अधिक परिणामकारक होण्यासाठी त्यांना काही महत्त्वाचे अधिकार दिले जावेत असेही परिषदेने सुचविले आहे. त्यात, आपण होऊन कारवाई सुरू करण्याचा अधिकार, छापे टाकून जप्ती आणण्याचे अधिकार, त्यांच्या कामासाठी ताब्यात देण्यात आलेली काही पोलिस पथके, लोकायुक्तांच्या शिफारशीनुसार राज्य सरकारने त्वरित कारवाई करणे, वित्तीय स्वायत्तता, या संस्थेवरील खर्च हा 'भारित खर्च' मानला जावा, वगैरेंचा समावेश होतो. १९९५ साली प्रसिद्ध करण्यात आलेल्या खंडामध्ये (नॉर्मन व सिंग १९९५) अनेक लोकायुक्तांनी आपल्या लेखांमध्ये याच मुद्द्यांवर भर दिला आहे. याबाबत सर्वांचेच एकमत आहे.

हरवलेले सुशासन

दुर्दैवाने, हे अधिकार लोकायुक्तांना देण्यात आलेले नाहीत.

महाराष्ट्रातील लोकायुक्तांच्या कामकाजाचा अनुभवही यापेक्षा फारसा चांगला नाही. मी महाराष्ट्र सरकारला दिलेल्या 'सुशासनाच्या एकसदस्यीय समिती'च्या अहवालातील (जुलै २००१) अनेक शिफारशींवर, दशकाहून अधिक काळ उलटून गेला, तरी काहीच कारवाई करण्यात आलेली नाही. यातील काही शिफारशी पुढीलप्रमाणे आहेत:

- राज्यातील दक्षताविषयक काम लोकायुक्तांकडे सोपविण्यात यावे ;

- महासंचालक (भ्रष्टाचार प्रतिबंध) यांनी लोकायुक्त यंत्रणेच्या अंतर्गत काम करावे ;

- कर्नाटक व मध्य प्रदेशाप्रमाणे पोलिस अधिकाऱ्यांचे एक विशेष चौकशी पथक लोकायुक्तांकडे वर्ग केले जावे ;

- वेळोवेळी लोकायुक्तांचे अहवाल सरकारला सादर केल्यानंतर लगेच ते जनतेसाठी खुले करणे ही लोकायुक्तांची जबाबदारी असावी ;

- लोकायुक्तांना वित्तीय स्वायत्तता दिली जावी व त्या कार्यालयाचा खर्च 'भारित खर्च' मानला जावा.

- लोकायुक्तांच्या शिफारशीनुसार खटला दाखल करणे बंधनकारक असावे ;

- महाराष्ट्र लोकायुक्त कायद्यातील कलम १०(२) अन्वये तक्रारदार व ज्या अधिकाऱ्याविरुद्ध तक्रार दखल करण्यात आली आहे, त्या दोघांची नावे गुप्त ठेवावी लागतात, ते कलम रद्द करण्यात यावे ;

- लोकसेवक पदावरून निवृत्त झाले तरी चालू करण्यात आलेली चौकशी थांबवू नये ;

- लोकायुक्तांचे कार्यक्षेत्र विस्तृत करण्यात यावे आणि त्यांचे अधिकार वाढविले जावेत यांसारख्या लोकायुक्त परिषदेच्या शिफारशींवर कारवाई करण्यात यावी ; आणि

- राज्यातील वीज व वाहतूक क्षेत्रातील सरकारी उद्योग लोकायुक्तांच्या आवाक्यात आणावेत.

लोकायुक्तांच्या परिषदेने सुमारे २० वर्षांपूर्वी अशी शिफारस केली होती की लोकायुक्तांना घटनात्मक दर्जा दिला जावा आणि सर्व राज्यांसाठीचा कायदा समान तत्त्वांवर आधारित असावा. सध्या निरनिराळ्या राज्यांतील लोकायुक्त कायद्यांमध्ये खूप मोठा फरक आहे. पंजाब, हरयाणा व ओडिशा या राज्यांमध्ये लोकायुक्तांनी राजकीय दृष्ट्या बलवान असणाऱ्या मंत्र्यांविरुद्ध किंवा संवेदनशील बाबींमध्ये चौकशी सुरू केल्यावर अचानक लोकायुक्तांचे पदच बरखास्त करण्यात आले ही विशेष लक्षात घेण्याजोगी गोष्ट आहे.

यापूर्वी उल्लेख केल्याप्रमाणे, गुजरातमध्ये लोकायुक्त म्हणून नेमावयाच्या व्यक्तीबाबत मुख्यमंत्री व विरोधी पक्षनेते यांच्यात मतभेद असल्याने लोकायुक्ताचे पद सात वर्षांहून अधिक काळ रिक्तच राहिले होते. अखेर, मुख्यमंत्र्यांनी शिफारस न केलेल्या परंतु उच्च न्यायालयाच्या मुख्य न्यायाधीशांना व विरोधी पक्षनेत्याला मान्य असणाऱ्या व्यक्तीची राज्यपालांनी लोकायुक्तपदी नियुक्ती केली. आश्चर्य म्हणजे राज्यपालांच्या या कृतीला उच्च न्यायालयाने व सर्वोच्च न्यायालयाने उचलून धरले. अशा तऱ्हेने राज्य सरकारला मान्य नसलेली व्यक्ती गुजरातमध्ये लोकायुक्त बनली. त्यांनी राजीनामा सादर केला आहे यात आश्चर्य वाटण्यासारखे काही नाही. घटनात्मक पदी अशा प्रकारे नियुक्त्या करण्यात आल्या, तर त्याची विश्वासार्हता आणि जनतेच्या दृष्टीने त्याची प्रतिष्ठाही कमी होते.

या सर्वांवरून या विषयी एक अखिल भारतीय कायदा असण्याचे व घटनात्मक दर्जा असण्याचे महत्त्व अधोरेखित होते. परंतु संघराज्याच्या नावाखाली पश्चिम बंगाल सारख्या राज्यांनी लोकपाल व लोकायुक्त विधेयक, २०१३, यातील लोकायुक्तांबाबतच्या आदर्श कायद्यासंबंधीच्या तरतुदी वगळल्या जाव्यात असा आग्रह धरला आहे. राज्यसभेच्या प्रवर समितीनेही अशाच अर्थाची शिफारस केली आहे. हे एक प्रतिगामी पाऊल ठरेल, परंतु लोकपालाचे विधेयक संसदेत पारित होण्यासाठी ते मान्य करण्यावाचून सरकारपुढे दुसरा पर्यायही दिसत नाही. हे विधेयक सादर करण्यापूर्वी केंद्र सरकारने सर्व राज्यांशी याविषयी सल्लामसलत करून त्यांनाही यातील तरतुदींबाबत राजी करून घेतले असते, तर हे साध्य होऊ शकले असते. लोकायुक्तांना घटनात्मक दर्जा देण्यासंबंधीही असेच म्हणता येईल. केंद्र सरकारने त्यांच्या अधिकारांवर अतिक्रमण करू नये हे काही राज्यांनी पुढे केलेले कारण हे निश्चितच गैरसमजुतीवर आधारित आणि खरेतर जी कारवाई

यापूर्वीच करणे आवश्यक होते, ती रोखण्यासाठीच आहे. केंद्राने अशा प्रकारच्या दबावाला बळी पडावे यावरून राजकीय इच्छाशक्तीचा अभावच दिसून येतो आणि भ्रष्टाचार निर्मूलनाविषयी योजावयाच्या उपायांबाबत सरकार गंभीर नाही हेच परत एकदा अधोरेखित होते.

स्थानिक स्वराज्य संस्थांसाठी ऑंबुड्समान

स्थानिक स्वराज्य संस्थांमधील अधिकाऱ्यांच्या/पदाधिकाऱ्यांच्या भ्रष्टाचाराच्या प्रकरणांची चौकशी करण्यासाठी जिल्ह्यांचा गट करून त्यांच्यासाठी ऑंबुड्समान स्थापन करण्यात यावा या शिफारशीसाठी दुसऱ्या प्रशासकीय सुधारणा आयोगाचे अभिनंदन करायला हवे. स्थानिक स्वराज्य संस्थांमधील भ्रष्टाचार व कुशासन यांच्या चौकशीचे अधिकार ऑंबुड्समानकडे दिले जावेत असे सुचविण्यात आले आहे. प्रकरण १ मध्ये मी नागरी स्थानिक संस्थांमधील कुशासनाच्या गंभीर समस्येचा उल्लेख केला आहे. ही परिस्थिती सुधारण्यासाठी ऑंबुड्समान सारखी एक स्वतंत्र, विश्वासार्ह व अ-राजकीय यंत्रणा मोठ्या महानगरपालिकांसाठी किंवा नागरी स्थानिक संस्थांच्या गटासाठी त्यांच्या आकारमानांच्या व गुंतागुंतीच्या स्वरुपाच्या आधारे नेमण्याची वेळ आली आहे. अशा ऑंबुड्समानची नेमणूक करणे राज्यांसाठी बंधनकारक करण्यासाठी घटनेत दुरुस्ती करावी लागेल. जनहित याचिका दाखल करण्यापेक्षा ते अधिक परिणामकारक ठरेल व त्याचे सर्वत्र स्वागतच होईल.

व्यावसायिक संघटनांसाठी ऑंबुड्समान

सर्व क्षेत्रातील स्वायत्त व स्वतंत्र संघटनांचे कार्य ऑंबुड्समानच्या कार्यक्षेत्रात आणणे आता आवश्यक बनले आहे. तक्रारींचे निराकरण करण्यासाठी ही सर्वाधिक परिणामकारक यंत्रणा ठरेल आणि त्याद्वारे धुमसणाऱ्या असंतोषाला वाट करून दिली जाईल. पारदर्शी पद्धतीचा कारभार व प्रत्येक प्रकरणासंबंधी स्पष्ट स्वरुपाचा आदेश ऑंबुड्समानकडून मिळाल्यास जनतेच्या सबलीकरणास त्याची मोठीच मदत होईल.

समारोप

लोकपाल व लोकायुक्त ही जणू जादुची कांडी असल्याचे जे भासविले जात आहे ते काही खरे नव्हे हे लक्षात ठेवणे गरजेचे आहे. भ्रष्टाचार व कुशासनाच्या आजारावरील हा एकच उपाय नव्हे. या पुस्तकात नमूद करण्यात आलेल्या धोक्यांना तोंड देण्यासाठी राबवावयाच्या धोरणाचा हा एक भाग किंवा एक साधन आहे.

के.सी. व्हिअर यांचे म्हणणे योग्यच आहे की, 'ज्या राजकीय व घटनात्मक समाजात ऑंबुड्समानची सर्वात कमी गरज आहे तेथेच तो सर्वाधिक यशस्वी ठरण्याची शक्यता आहे. ज्या ठिकाणी घटनात्मकतेच्या सवयी दृढ झालेल्या आहेत व लोकांचा त्यांच्यावर विश्वास आहे, अशाच ठिकाणी ही संस्था यशस्वी ठरेल. वाईट सरकार चांगले होण्यापेक्षा चांगले सरकार अधिक चांगले होण्यासाठीच याचा खरा उपयोग होईल'[१०]

सुशासन हा मूलभूत हक्क मानला जावा

या पुस्तकात चर्चा करण्यात आलेल्या परिस्थितीचा विचार करता, सुशासनाच्या महत्त्वाबद्दल निराळे सांगण्याची गरजच नाही. मी व माझे सहकारी इ.ए.एस. सर्मा यांनी २००४ साली सर्वोच्च न्यायालयात एक जनहित याचिका दाखल केली होती. त्यात अशी विनंती करण्यात आली होती की, ज्याप्रमाणे खाजगी बाबी गुप्त ठेवण्याचा अधिकार, माहितीचा अधिकार, आणि वृत्तपत्रस्वातंत्र्य हे न्यायालयाने मूलभूत हक्क मानले आहेत, त्याचप्रमाणे सुशासनाचा हक्क देखील नागरिकांचा मूलभूत हक्क असल्याचे मान्य करण्यात यावे (गोडबोले व सर्मा २००४: ४६–४८). जगातील अनेक पुढारलेल्या लोकशाही देशांमध्ये सुशासन हे प्राथमिक उद्दिष्ट मानले जाते हे अधोरेखित करण्यात आले होते. ऑस्ट्रेलिया, न्यूझीलंड, सिंगापूर, अमेरिका व इंग्लंड हे देश अशा प्रयत्नांमध्ये अग्रभागी आहेत. आम्ही असा युक्तिवाद केला होता की एकदा हे तत्त्व मान्य झाले, की सरकारला काही संस्थात्मक व घटनात्मक सुधारणा कराव्याच लागतील. आम्ही आणखी असेही म्हटले होते की सुशासनाचा मूलभूत हक्क प्रत्यक्षात मिळवून देण्यासाठी वरिष्ठ

सनदी सेवा हे मुख्य साधन आहे असे न्यायालयाने मान्य करावे आणि त्या अनुषंगाने सनदी सेवांचे कार्य सुधारण्यासाठी आम्ही अनेक शिफारशी सुचविल्या होत्या. घटनेच्या कार्यक्षमतेचा पुनर्विचार व सुधारणांसाठीच्या राष्ट्रीय आयोगाने ज्याला सरकारविषयीचा 'व्यापक भ्रमनिरास' म्हटले होते, त्यावर उपाय शोधायचा असेल, तर त्यासाठी जबाबदार असणाऱ्या सनदी सेवांमधील उणीवा दूर केल्याखेरीज सर्वोच्च न्यायालयाने संमत केलेले घटनेचे मूलभूत पैलू केवळ कागदावरच राहतील यावर आम्ही भर दिला होता. या याचिकेत इतर अनेक गोष्टींबरोबरच आम्ही पुढील बाबींची न्यायालयाला विनंती केली होती: सुशासन व अ-राजकीय स्वरुपाच्या कायमच्या सनदी सेवा या वास्तविक घटनेचा भाग असून त्या घटनेच्या मूलभूत ढाच्याचा भाग असल्याचे न्यायालयाने आदेश द्यावेत; सेवेत प्रवेश करताना अधिकारी जी घटनेप्रती बांधिलकीची शपथ घेतात, त्याबरोबरच त्यांनी सुशासनाच्या मूलभूत तत्त्वांचे पालन करण्याची व घटनेच्या मूलभूत तत्त्वांप्रती संपूर्ण बांधिलकी बाळगण्याचीही शपथ घ्यावी. या उद्दिष्टाला अनुसरून सरकारी अधिकाऱ्यांच्या वर्तणुकीचे नियम पूर्णतया नव्याने बनविले जावेत आणि ते उत्तरदायित्व वगैरेंच्या आधुनिक तत्त्वांशी सुसंगत असावेत. ही याचिका दाखल करून घेतल्यानंतर व तिच्या सुनावणी दरम्यान देशभरात यातील विषयांची देशव्यापी चर्चा व विचारविनिमय होईल आणि त्यातून जनमताचा रेटा तयार होईल अशी आम्हाला आशा होती. दुर्दैवाने, सर्वोच्च न्यायालयाने ही याचिका दाखल करून घेण्यास नकार दिला. कदाचित तिची वेळ तोपर्यंत आली नसेल!

देशभरातील विचारी लोकांना वरिष्ठ सनदी सेवांची दुर्दशा पाहून अस्वस्थ वाटते. अनेक केंद्रीय व अखिल भारतीय सेवांमधून अत्युच्च पदावरून निवृत्त झालेल्या ८४ अधिकाऱ्यांनी सर्वोच्च न्यायालयात आणखी एक याचिका दाखल केली आहे. या दोन याचिकांमधील सर्वात महत्त्वाचा फरक हा आहे की आमच्या याचिकेत आम्ही सुशासनाच्या संदर्भात वरिष्ठ सनदी सेवांसाठी संरक्षणाची याचना केली होती, तर दुसरी याचिका केवळ सेवाशर्ती व संरक्षण यासंबंधीच आहे. यातील विषय हे देशातील सुशासनाच्या दृष्टीने अत्यंत महत्त्वाचे असल्याने ही याचिका तरी आमच्या याचिकेपेक्षा अधिक भाग्यवान ठरेल अशी आशा करूया.

सुशासन व पारदर्शकतेचे निकष ठरविण्यात यावेत

अलीकडील एक स्वागतार्ह व दिलासादायक घटना म्हणजे सुशासन हे राजकीयदृष्ट्या फायद्याचे ठरू शकते हे सिद्ध झाले आहे. सत्तेत असलेल्या पक्षाबाबतची नाराजी व्यक्त करण्यासाठी विरोधी पक्षाला निवडून देण्याच्या संकल्पनेबद्दल बरेच बोलले जात असे, त्याला अनेक राज्यांत विकासाची चांगली कामे केलेल्या सरकारांनी परत निवडणूक जिंकून धक्का दिला आहे. बिहार, दिल्ली, गुजरात, मध्य प्रदेश आणि ओडिशा या राज्यांचा यात समावेश होतो. राज्ये आपला विकास दर, सुशासनासाठी उचललेली नवी पावले वगैरे बाबतीत एकमेकांशी स्पर्धा करताना पाहणे मोठे दिलासादायक आहे. बिहार व ओडिशा या राज्यांनी घेतलेल्या अशा काही पुढाकारांबाबत यापूर्वी उल्लेख करण्यात आला आहे. काही पुढारलेल्या राज्यांनाही त्यांनी मागे टाकले आहे. लोकसभेच्या २०१४ सालच्या निवडणुकीत सुशासन हा एक महत्त्वाचा विषय आहे हे समाधानकारक आहे. गुजरातचे मुख्य मंत्री नरेंद्र मोदी हे गुजरात हे देशातील सर्वोत्तम सरकार असल्याच्या आधारे भारतीय जनता पक्षातर्फे पंतप्रधानपदाचे दावेदार म्हणून ही निवडणूक लढवीत आहेत.

बऱ्याच वेळा राज्याराज्यांमधील तुलना राजकारणाच्या आधारे केली गेलेली दिसते. गोध्राच्या कुप्रसिद्ध जातीय संहाराचा ठपका असलेले नरेंद्र मोदी मुख्यमंत्री असल्याने, गुजरातच्या कामगिरीकडे तुच्छतेने पाहिले जाते. बिहारमधील नितीश कुमार सरकारच्या असामान्य कामगिरीबाबतही विरोधी सूर ऐकू येतात. देशातील सुशासनाचे महत्त्व लक्षात घेता, राज्यांमधील तुलना तसेच केंद्र सरकारचेही मूल्यमापन काही वस्तुनिष्ठ व वैज्ञानिक निकषांच्या आधारे माहिती एकत्रित करून दरवर्षी केले जाणे गरजेचे आहे.

सुशासनाची संकल्पना प्रत्यक्षात आणणे वाटते तेवढे सोपे नाही. त्यासाठी उच्च दर्जाची राजकीय व प्रशासकीय बांधिलकी नसेल, तर सुशासनाची उद्दिष्टे नजरेआडच होतील किंवा मुद्दामहून त्यांच्याकडे दुर्लक्ष केले जाईल. तसेच, जे अधिकारावर आहेत आणि सुशासनाबाबत उत्तरदायी आहेत, त्यांच्यावर जनमताचा दबाव कायम राखणे हे देखील महत्त्वाचे आहे. या हेतूने सुशासनाचे निकष निर्धारित करणे व त्यानुसार दरवर्षी त्याची सूची बनवून ती जाहीर करणे

आवश्यक आहे. या निकषांमध्ये कोणकोणत्या घटकांचा समावेश केला जावा याबाबत सुजाण नागरीक आणि ज्यांच्यावर याचा परिणाम होणार आहे अशा संस्था–संघटनांशी व्यापक स्तरावर विचारविनिमय करून ते निकष ठरविले जावेत. देशांतर्गत व परदेशी गुंतवणूक आकृष्ट करण्यासाठी राज्यांना व केंद्र सरकारलाही अशा सूचीचा महत्त्वाचा उपयोग होऊ शकेल. निरनिराळ्या राज्यांच्या कामगिरीचे तुलनात्मक मूल्यमापन करण्यासाठीही याचा वापर करता येईल. भविष्यात कधीतरी, माझ्या यापूर्वी उल्लेख करण्यात आलेल्या याचिकेतील मागणीप्रमाणे सुशासन हा प्रत्येक नागरिकाचा मूलभूत हक्क मानला गेला, तर या प्रयत्नांना अधिक बळ मिळेल. काही राज्यांतील विधानमंडळांच्या व लोकसभेच्या निवडणुकांमधून हे दिसून आले आहे की सुशासनामुळे राजकीय पक्ष/ आघाडी परत निवडून येऊ शकते आणि विद्यमान सरकारच्या विरोधात मतदान करण्याच्या प्रवृत्तीला याने खिळ बसू शकते. चांगले प्रशासन हे चांगले राजकारणही ठरू शकते.

राज्याच्या अंतर्गत उत्पादिताच्या वाढीचा दर, कमी झालेले गरिबीचे प्रमाण, सामाजिक क्षेत्रातील महत्त्वाच्या योजनांची कार्यवाही, बालमृत्यूदर, कन्या व मुलगे यांच्यातील जन्मदराचे प्रमाण, कुपोषण, शाळांतील गळतीचा दर, पोलिस कोठडीत किंवा इतरत्र सरकारच्या ताब्यात असताना झालेल्या मृत्यूचा दर (उदा. बालसुधारगृहे, शासकीय वसतिगृहे इत्यादि), जातीय दंगली, औद्योगिक शांतता, समाजातील कमकुवत घटकांविरुद्ध घडणारे गुन्हे, मानवी हक्कांच्या उल्लंघनांची प्रकरणे व जलद गती न्यायालयांचे निकाल अशा गोष्टींचा यात समावेश करता येईल. या सूचीत अंतर्भूत करावयाच्या घटकांबाबत व्यापक चर्चा व्हावी म्हणजे ते अधिक स्वीकारण्याजोगे, सर्वसमावेशक व शक्य तेवढे तुलनात्मक होऊ शकतील.

सुशासनाचा एक महत्त्वाचा पैलू आहे सरकारच्या कारभारातील पारदर्शकता. पारदर्शकतेची एक वार्षिक सूची बनवून सरकार किती खुले, उत्तरदायी आहे आणि त्याची निर्णयप्रक्रिया किती नियमांनुसार होते (म्हणून त्याचा आधीच अंदाज बांधता येतो) यावर प्रकाश पडेल.

सारांश

ज्याप्रमाणे युद्ध ही एक अतिशय गंभीर बाब असल्याने, तिची जबाबदारी केवळ सेनापतींवर टाकता येत नाही, त्याचप्रमाणे प्रशासनाची जबाबदारीही केवळ राज्यकर्ते व नोकरशाहीवर टाकून चालणार नाही. समाजाच्या सर्व क्षेत्रातील सर्व घटकांनी यावर बारकाईने लक्ष ठेवण्यात सक्रीय सहभाग घ्यायला हवा. जेव्हा लक्षावधी, भारताच्या संदर्भात कोट्यवधी, डोळे व कान यावर लक्ष ठेवण्याचे काम करीत असतील, तेव्हाच चांगला बदल घडून येईल.

टीपा

१. पंतप्रधानांच्या प्रमुख सचिवांनी बी.के. नेहरूंना जेव्हा श्रीनगरहून लवकरात लवकर निघा असे सांगण्यासाठी फोन केला, तेव्हा नेहरू त्यांच्यावर ओरडले की त्यांची निघण्याची तारीख अगोदरच निश्चित करण्यात आली आहे आणि ते काही मनात येईल त्याक्षणी काढून टाकण्यासारखे कोणी फालतु शिपाई नाहीत. पश्चिम बंगालचे राज्यपाल यांनी त्यांच्या वेळच्या मंत्रीमंडळ सचिवांशी बोलताना 'फालतु शिपाई' हेच शब्द वापरले होते (पहा, नेहरू १९९७: ६३९).

२. उदाहरणार्थ, न्यायाधिशांची सेवाजेष्ठता डावलली जाणे व सर्वोच्च न्यायालयाच्या मुख्य न्यायमूर्तींची नेमणूक या विषयावरील संसदेतील चर्चेत भाग घेताना, पंतप्रधान इंदिरा गांधींच्या नजीकचे सल्लागार असणाऱ्या केंद्रीय पोलाद मंत्री एम. कुमारमंगलम यांनी उद्धामपणे विधान केले होते की, 'सर्वोच्च न्यायालयाच्या मुख्य न्यायमूर्तीपदी एखाद्या व्यक्तीची नेमणूक करताना, ती व्यक्ती एका बाजूला सर्वोच्च न्यायालय आणि दुसऱ्या बाजूला कार्यकारी अंग व विधिमंडळ यांच्यात संघर्ष होणार नाही असे वातावरण निर्माण करेल हे पाहणे हे कोणतेही सरकार आपला स्वेच्छाधिकार वापरताना करू शकेल आणि ते करायलाच हवे. संसदेचे वर्चस्व मान्य करील व न्यायालयाचे नेतृत्व करू शकेल, आणि सर्वात महत्त्वाचे म्हणजे बदलत्या वातावरणाचा स्वीकार करू शकेल अशी ती व्यक्ती असायला हवी' (पहा, हेगडे १९७३: ४२). 'बांधिलकी असणारी न्यायसंस्था' या संकल्पनेचे याहून अधिक स्पष्ट

वर्णन कोठे मिळणार?

३. महाराष्ट्र सरकारने १९८० च्या दशकाच्या अखेरीस 'शून्याधारित अर्थसंकल्पाची' योजना राबविली होती, त्याचा उल्लेख यापूर्वी करण्यात आला आहे, ती १९८९ साली शरद पवार मुख्यमंत्री झाल्याबरोबर रद्द करण्यात आली होती, त्यासारखीच ही कल्पना आहे.

४. UK opens up its plans for transparency and open data for open government partnership (OGP), https://www.gov.uk/govt/news, dated 27 June 2013.

५. गेल्या काही दशकांत सत्तास्थानांजवळ जावई मंडळींचा उदय नजरेस आला आहे- सोनिया गांधींचे जावई रॉबर्ट वद्रा, अटल बिहारी बाजपेयींचे जावई रंजन भट्टाचार्य, बीसीसीआय चे अध्यक्ष एन. श्रीनिवासन यांचे जावई गुरुनाथ मैयप्पन, शरद पवार यांचे जावई सदानंद सुळे, कै. वाय.एस. राजशेखर रेड्डी यांचे जावई अनिल कुमार आणि एन.टी. रामा राव यांचे जावई चंद्राबाबू नायडू ही नमुन्यादाखल दिलेली काही उदाहरणे आहेत (पहा, *आउटलुक* २०१३: ४२-४५).

६. आर्थर अँडरसन कंपनीतील माजी लेखापाल शारॉन वॅटकिन्स यांनी १९९३ साली एन्रॉन कंपनीच्या सेवेत प्रवेश केला व नंतर जे मुख्य वित्तीय अधिकारी झाले, त्या अँडी फॅस्टो यांच्यासाठी काम केले. कंपनीचे मुख्य कार्यकारी अधिकारी केनेथ ले यांना त्यांनी टिप्पण्या पाठवून असे सुचविले की कंपनीने हिशेब ठेवण्याची पद्धत बदलावी व आपली मिळकत वेगळ्या पद्धतीने दाखवावी. तेव्हापासून त्या एन्रॉन मधील 'व्हिसल ब्लोअर' म्हणून ओळखल्या जाऊ लागल्या. आपल्या टिप्पणीत त्यांनी म्हटले होते, 'माहिती नसणाऱ्या सामान्य व्यक्तीला वाटेल की आपण आपल्या सहयोगी कंपनीतील तोटा दडवीत आहोत आणि भविष्यात एन्रॉन कंपनीचे समभाग देऊन त्यांना नुकसानभरपाई देणार आहोत. यातून लेखापरीक्षणाच्या मोठ्या घोटाळ्याची एक प्रचंड मोठी लाट येईल अशी मला अतिशय भीती वाटते.' त्यांनी एन्रॉन कंपनीच्या व्यवहारांची चौकशी करणाऱ्या काँग्रेस व सिनेट समित्यांपुढे फेब्रुवारी २००२ मध्ये साक्ष दिली आणि इतर काही जणांसोबत

टाइम या नियतकालिकाने त्यांना २००२ सालचे 'पर्सन्स ऑफ द इयर' हे नामांकन दिले (पहा, स्वॉर्टझ व वॉटकिन्स २००३).

७. (गोडबोले २०१२: ७३–८५).

८. हा भाग मुख्यत: लेखकाच्या पुस्तकावर आधारित आहे (गोडबोले २०११).

९. 'संसद' या मध्ये राज्य विधिमंडळांचाही समावेश होतो.

१०. सर केनेथ क्लिंटन व्हिअर हे ऑस्ट्रेलियन प्राध्यापक असून त्यांनी आपला बहुतेक कार्यकाळ इंग्लंडमधील ऑक्स्फर्ड विद्यापीठात व्यतीत केला. ब्रिटिश राष्ट्रकुलाच्या राज्यघटनेच्या इतिहासाचे ते तज्ज्ञ होते.

BIBLIOGRAPHY

Books and Reports

1. Ahrens J. et al, ed., *Good Governance in the 21st Century,* Edward Elgar Publishing Limited, U.K., 2011.

2. Auditor General of British Columbia with Deputy Ministers' Council, *Enhancing Accountability for Performance in the British Columbia Public Sector,* June 1995.

3. Austin Granville, *Working a Democratic Constitution: The Indian Experience,* OUP, New Delhi, 1999.

4. Basu Debashis, *Face Value--Creation and Destruction of Shareholder Value in India,* Ken Source Business Books, Mumbai, 2003.

5. Baxi Upendra, *The Crisis in the Indian Legal System,* Vikas Publishing House, New Delhi, 1982.

6. Baxi Upendra, *Liberty and Corruption: The Antulay Case and Beyond,* Eastern Book Company, Lucknow, 1989.

7. Baxi Upendra, *Inhuman Wrongs and Human Rights: Unconventional Essays,* Har-Anand Publications, New Delhi, 1994.

8. Bhagyalaxmi J., ed., *Capital Witness: Selected Writings of G.K. Reddy,* Allied Publishers, New Delhi, 1992.

9. Chandrachud Y.V., *The Basics of Indian Constitution: Its Search for Social Change and the Role of Judges,* Publications Division, Information and Broadcasting Ministry, New Delhi, 1989.

10. Chopra Pran, ed., *The Supreme Court versus The Constitution--A Challenge to Federalism,* Sage Publications, New Delhi, 2006.

11. Chopra S. K., ed., *Towards Good Governance,* Konark Publishers/India International Centre, Delhi, 1997.

12. Concerned Citizens Tribunal--Gujarat 2002, *Crime Against Humanity, An Inquiry into the Carnage in Gujarat: Findings and Recommendations,* 21 November 2002.

13. Craig P.G., *Administrative Law,* fifth edition, Thomson, Sweet and Maxwell, London, 2003.

14.   Desai A.R., ed., *Violations of Democratic Rights in India,* vol. I, Popular Prakashan, Bombay, 1986.

15.   Deshmukh B.G., *A Cabinet Secretary Looks Back: From Poona to the Prime Minister's Office,* HarperCollins Publishers India, New Delhi, 2004.

16.   Deshmukh Vikas, *Towards Better Corporate Governance-- Completing the Unfinished Agenda,* Pune International Centre, Pune, 2012.

17.   Dhagamwar Vasudha, *Criminal Justice or Chaos,* Har-Anand Publications, New Delhi, 1997.

18.   Dhaka Rajvir S., *RTI and Good Governance,* Concept Publishing, New Delhi, 2010.

19.   Dhar P.N., *Indira Gandhi, the 'Emergency' and Indian Democracy,* OUP, New Delhi, 2002.

20.   Drewry Gavin and Butcher Tony, *The Civil Service Today,* Basil Blackwell, U.K., 1988. p. 177.

21.   Gajendragadkar Justice P.B., *To the Best of My Memory,* Bharatiya Vidya Bhavan, Bombay, 1982.

22.   Gera Nalini, *Ram Jethmalani: The Authorised Biography,* Viking, New Delhi, 2002.

23.   Gill S.S., *The Dynasty--A Political Biography of the Premier Ruling Family of Modern India,* HarperCollins, India, 1996.

24.   Godbole Madhav, *Unfinished Innings--Recollections and Reflections of a Civil Servant,* Orient Longman, New Delhi, 1996.

25.   Godbole Madhav, *Public Accountability and Transparency:* The Imperatives of Good Governance, Orient Longman, New Delhi, 2003.

26.   Godbole Madhav, Sarma E.A.S., *A Quest for Good Governance,* Advocacy Perspectives, Working Paper Series No. 20, National Centre for Advocacy Studies, Pune, May 2004.

27.   Godbole Madhav, *The Holocaust of Indian Partition--An Inquest,* Rupa & Co., New Delhi, 2006.

28.   Godbole Madhav, *Electricity Regulatory Commissions in India: The*

Jury Is Still Out, The Tenth Dr. D.T. Lakdawala Memorial Lecture, Dr. D.T. Lakdawala Memorial Trust, Gujarat Institute of Development Research, Ahmedabad, May 2002.

29.   Godbole Madhav, *The Judiciary and Governance in India,* Rupa & Co., New Delhi, 2008.

30.   Godbole Madhav, *India's Parliamentary Democracy on Trial,* Rupa & Co., New Delhi, 2011.

31.   Goel S.L., *Right to Information and Good Governance,* Deep and Deep Publications, New Delhi, 2007.

32.   Gopal S. and Iyengar Uma, ed., *The Essential Writings of Jawaharlal Nehru,* vol. II, OUP, New Delhi, 2003.

33.   Government of Andhra Pradesh, *Report of the Task Force on Good Governance,* Hyderabad, 2000.

34.   Government of India, Cabinet Secretariat, Paul H. Appleby, *Public Administration in India: Report of a Survey,* New Delhi, May, 1953.

35.   Government of India, Cabinet Secretariat, *Re-examination of India's Administrative System with Special Reference to Administration of Government's Industrial and Commercial Enterprises by* Paul H. Appleby, New Delhi, 1959.

36.   Government of India, Ministry of Law, *Law Commission of India: Twenty-Fourth Report (The Commissions of Inquiry Act,* 1952), December 1962.

37.   Government of India, *Report of the Railway Accidents Committee,* 1962.

38.   Government of India, Ministry of Home Affairs, *Report of the Committee on Prevention of Corruption,* 1963.

39.   Government of India, Ministry of Home Affairs, *Interim Report of the Administrative Reforms Commission on Problems of Redress of Citizens' Grievances,* New Delhi, 1966.

40.   Government of India, *Report of the Railways Accidents Inquiry Committee,* 1968.

41.   Government of India, Ministry of Home Affairs, *Shah*

Commission of Inquiry, Interim Report I, March 1978.

42. Government of India, Ministry of Home Affairs, *Shah Commission of Inquiry, Interim Report II,* April 1978.

43. Government of India, Ministry of Home Affairs, *Shah Commission of Inquiry, Interim and Final Report,* August 1978.

44. Government of India, Ministry of Home Affairs, *P. Jaganmohan Reddy Commission of Inquiry Regarding Shri Bansi Lal,* 23 June 1978.

45. Government of India, Ministry of Home Affairs, *Report of the Commission of Inquiry on Maruti Affairs,* 31 May 1979.

46. Government of India, Ministry of Home Affairs, *The Justice Grover Commission of Inquiry, Second and Final Report,* 1979.

47. Government of India, Ministry of Home Affairs, *Second Report of the National Police Commission,* 1979.

48. Government of India, Ministry of Home Affairs, *Third Report of the National Police Commission,* January 1980.

49. Government of India, Ministry of Home Affairs, *Eighth and Concluding Report of the National Police Commission,* May 1981.

50. Government Of India, *Summary of Recommendations of the Commission on Centre-State Relations,* New Delhi, 1986.

51. Government of India, Ministry of Home Affairs, *Report of the Commission on Centre-State Relations,* Part I, 1988.

52. Government of India, Ministry of Law and Justice, Legislative Department, *Report of the Committee on Electoral Reforms (Goswami Committee),* May 1990.

53. Government of India, Ministry of Home Affairs, *Vohra Committee Report,* New Delhi, October 1993.

54. Government of India, *National Human Development Report,* 2001, New Delhi.

55. Government of India, *Report of the National Commission to Review the Working of the Constitution,* 2001.

56. Government of India, Cabinet Secretariat, *Recommendations of*

the Group of Ministers on Reforming the National Security System, February 2001.

57. Government of India, Ministry of Home Affairs, *Report of the Committee on Reforms of Criminal Justice System,* vol. I, March 2003.

58. Government of India, Planning Commission, *Mid-Term Appraisal of Tenth Five Year Plan 2002-07,* 2005.

59. Government of India, *Report of the National Commission for Enterprises in the Unorganised Sector,* New Delhi, 2005.

60. Government of India, Planning Commission, *Towards Faster and More inclusive Growth: An Approach to the 11th Five Year Plan,* New Delhi, June 2006.

61. Government of India, Second Administrative Reforms Commission, *Right to Information: Master Key to Good Governance,* First Report, June 2006.

62. Government of India, Second Administrative Reforms Commission, Fourth Report, *Ethics in Governance,* 2007.

63. Government of India, Second Administrative Reforms Commission, Fifth Report, *Public Order,* New Delhi, 2007.

64. Government of India, Planning Commission, *Report of the Expert Group on Development and Causes of Discontent, Unrest and Extremism,* vols. I and II, 2008.

65. Government of India, Ministry of Personnel and Administrative Reforms, Second Administrative Reforms Commission, *Organisational Structure of Government of India,* Thirteenth Report, New Delhi, April 2009.

66. Government of India, Department of Personnel and Training, *Annual Report* 2010-11.

67. Government of Maharashtra, *Report of the Lentin Commission of Inquiry,* Bombay, 1987.

68. Government of Maharashtra, *Report of the Srikrishna Commission Appointed for Inquiry into the Riots at Mumbai during December 1992 and January 1993,* August 1998.

69. Government of Maharashtra, *Memorandum of Action To Be*

Taken by Government on the Report of the Commission of Inquiry Appointed for Making Enquiries into the Incidents of Communal Riots Which Occurred in the Police Commissionerate of Mumbai During December 1992 and January 1993 and Serial Bomb Blasts Which Occurred on 12th March 1993

70.   Government of Maharashtra, *Report of the Energy Review Committee,* Part I, April 10, 2001.

71.   Hegde K.S., *Crisis in Indian Judiciary,* Sindhu Publications, Bombay, 1973.

72.   Hidayatullah M., *A Judge's Miscellany,* Second Series, N.M. Tripathi, Bombay, 1979.

73.   Hidayatullah M., *Right to Property and the Indian Constitution,* Arnold Heinemann, Calcutta, 1983.

74.   *India Today,* 6 April 2009, quoted in Government of India, Ministry of Personnel and Administrative Reforms, Second Administrative Reforms Commission, *Organisational Structure of Government of India,* Thirteenth Report, New Delhi, April 2009.

75.   Indian Law Institute, *Annual Survey of Indian Law, 1994,* reprint.

76.   Jain J.K., The Judiciary: Courts in Crisis, in Jain C.K., ed., *Constitution of India--In Precept and Practice,* CBS Publishers and Distributors, New Delhi, 1992.

77.   Jawaharlal Nehru Memorial Fund, *Selected Works of Jawaharlal Nehru,* second series, vol. 15, New Delhi, 1993.

78.   Jawaharlal Nehru Memorial Fund, *Selected Works of Jawaharlal Nehru,* vol. 16, New Delhi, 1994.

79.   Jawaharlal Nehru Memorial Fund, *Selected Works of Jawaharlal Nehru,* second series, vol. 19, New Delhi, 1996.

80.   Jawaharlal Nehru Memorial Fund, *Selected Works of Jawaharlal Nehru,* vol. 23, New Delhi, 1998.

81.   Jawaharlal Nehru Memorial Fund, *Selected Works of Jawaharlal Nehru,* second series, vol. 29, New Delhi, 2001.

82.   Jawaharlal Nehru Memorial Fund, *Selected Works of Jawaharlal*

Nehru, vol. 30, New Delhi, 2002.

83.   Jawaharlal Nehru Memorial Fund, *Selected Works of Jawaharlal Nehru,* second series, vol. 31, New Delhi, 2002.

84.   Jawaharlal Nehru Memorial Fund, *Selected Works of Jawaharlal Nehru,* second series, vol. 32, New Delhi, 2003.

85.   Jayakar Pupul, *Indira Gandhi--A Biography,* Vikings, New Delhi, 1988.

86.   Kamath M.V., *Nani A Palkhivala--A Life,* Hay House, India, 2007.

87.   Kashyap Subhash C., *The Political System and Institution Building Under Jawaharlal Nehru,* National Publishing House, New Delhi, 1990.

88.   Kashyap Subhash C., *Reforming the Constitution,* UBS Publishers Distributors Limited, New Delhi, 1992.

89.   Kashyap Subhash C., *Delinking Religion and Politics,* Vimot Publishers, New Delhi, 1993.

90.   Kashyap Subhash C., *History of the Parliament of India,* vol. III, Shipra Publications, Delhi, 1996.

91.   Kashyap Subhash C., *History of the Parliament of India,* vol. IV, Shipra Publications, Delhi, 1997.

92.   Kashyap Subhash C., ed., *100 Best Parliamentary Speeches 1947-1997,* HarperCollins Publishers India, New Delhi, 1998.

93.   Kashyap Subhash C., *History of the Parliament of India,* vol. V, Shipra Publications, Delhi, 1998.

94.   Kashyap Subhash C., *Blueprint of Political Reforms,* Shipra Publications, Delhi, 2003.

95.   Kettl Donald F., *Implementation of the Government Performance and Results Act of 1993,* Congressional Testimony, The Brookings Institution, Washington D.C.

96.   Khanna H.R., *Neither Roses Nor Thorns,* Eastern Book Company, Lucknow, 1986.

97.   Klitgaard Robert, Cleaning up and invigorating the civil

service, *Public Administration and Development,* vol. 17, John Wiley & Sons, USA, 1997.

98. Kripalani J.B., *My Times: An Autobiography,* Rupa & Co., New Delhi, 2004.

99. Kumar B.B., ed., *Illegal Migration from Bangladesh,* Astha Bharati, Delhi, with Concept Publishing Company, New Delhi, 2006.

100. Lall B.R., *Free the CBI--Power Games in Bhopal and Other Cases,* Manas Publications, New Delhi, 2011.

101. Laxminath A., *Basic Structure and Constitutional Amendments--Limitations and Justiciability,* Deep & Deep Publications, New Delhi, 2002.

102. Lewis Norman and Singh S.S., ed., *Ombudsmen: India and the World Community,* Indian Institute of Public Administration and British Council Division of the British High Commission, New Delhi, 1995.

103. Limaye Madhu, *Cabinet Government in India,* Radiant Publishers, Delhi, 1989.

104. Limaye Madhu, *Janata Party Experiment: An Insider's Account of Opposition Politics 1977-1980,* vol. II, B.R. Publishing Corporation, Delhi, 1994.

105. Lok Sabha Secretariat, *Constituent Assembly Debates,* volume I, New Delhi, volume I, 1985.

106. Lok Sabha Secretariat, *Report of the Joint Committee to Enquire Into Bofors Contract,* Eighth Lok Sabha, April 1988.

107. Lok Sabha Secretariat, *Report of Joint Committee to Enquire into Irregularities in Securities and Banking Transactions,* vol. I, New Delhi, December 1993.

108. Lok Sabha Secretariat, Extracts From The Fourth Report Of The Committee Of Privileges, Lok Sabha, Regarding Codification of Parliamentary Privileges, *Privileges Digest,* vol. XL, December 1995.

109. Lok Sabha secretariat, *The Journal of Parliamentary Information,* vol. XLII, No.2, June 1996, p. 187.

110. Lok Sabha Secretariat, *Report of the Committee to Inquire into the Complaint by Some Members Regarding Alleged Offer of Money to Them in Connection with Voting on the Motion of Confidence (Fourteenth Lok Sabha),* New Delhi, December 2008.

111. Lok Sabha Secretariat, *The Constitution (One Hundred and Eighth Amendment)* Bill, 2008.

112. Malhotra Inder, *India: Trapped in Uncertainty,* New Delhi, 1991.

113. Malik P. L., *The Commissions of Inquiry Act, 1952,* Eastern Book Company, Lucknow, 1995.

114. Mahajan Justice Mehr Chand, *Looking Back,* Asia Publishing House, Bombay, 1963.

115. Mimi Swartz with Sharon Watkins, *Power Failure--The Inside Story of the Collapse of Enron,* Doubleday, NY, 2003.

116. Mishra Sudhansu Sekher et al, *Right to Information (RTI) and Rural Development in India,* New Century Publications, New Delhi, 2009.

117. Mullik B.N., *My Years With Nehru 1948-1964,* Allied Publishers, New Delhi, 1972.

118. Murthy R.C., *The Fall of Angels,* HarperCollins, India, New Delhi, 1995.

119. Narasimha Rao P. V., *Ayodhya 6 December 1992,* Penguin India, 2006.

120. Nehru B.K., *Nice Guys Finish Second,* Viking, New Delhi, 1997.

121. Nicholas Mansergh (editor-in-chief), The Transfer of Power 1942-7 (TOP), *Her Majesty's Stationary Office,* London, Vol. IX.

122. Noorani A.G., *Ministers' Misconduct,* Vikas Publishing House, Delhi, 1973.

123. Noorani A.G., *Constitutional Questions in India--The President, Parliament and the States,* OUP, New Delhi, 2000.

124. Palakhiwala N.A., *Our Constitution: Defaced and Defiled,* Macmillan, Delhi, 1974.

125. Palkhivala N.A., *We, The Nation: The Lost Decade,* USB

Publisher, New Delhi, 1994.

126. Parliament of India, Rajya Sabha, Department-Related Parliamentary Standing Committee of the Ministry of Home Affairs, *12th Report on the Lokpal Bill, 1998,* February 1999.

127. Parliament of India, Rajya Sabha, *85th Report of Department-Related Parliamentary Committee on Home Affairs on Law's Delays: Arrears in Courts,* December 2001.

128. Prayas, *A Good Beginning but Challenges Galore--A Survey Based Study of Resources, Transparency, and Public Participation in Electricity Regulatory Commissions in India,* Prayas Energy Group, Pune, 2003.

129. Provisional Parliament Debates, *The Constitution (First Amendment) Bill, 1951,* 16-18 May 1951, cols. 8814-9089.

130. Rajya Sabha Secretariat, *Lokpal in India,* New Delhi, 1996.

131. Rowat Donald C., ed., *The Ombudsman: Citizen's Defender,* George Allen & Unwin, London, 1965.

132. Rudrangshu Mukherjee, ed., *Great Speeches of Modern India,* Random House, New Delhi, 2007.

133. *Sachar Committee Report on Social, Economic and Educational Status of Muslim Community of India,* 2008.

134. SarDesai D.R. and Anand Mohan, ed., *The Legacy of Nehru: A Centennial Assessment,* Promilla & Co. Publishers, New Delhi, 1992.

135. Seervai H.M., *The Emergency, Future Safeguards and the Habeas Corpus Case: A Criticism,* N.M. Tripathi Private Limited, Bombay, 1978.

136. Shah Justice J.C., *The Rule of Law and the Indian Constitution,* N.M. Tripathi, Bombay, 1972.

137. Sharma Mool Chand, *Justice P.N. Bhagwati: Court, Constitution and Human Rights,* Universal Book Traders, Delhi, 1995.

138. Shourie Arun, *Institutions in the Janata Phase,* Popular Prakashan, Bombay, 1980.

139. Shourie Arun, *Mrs. Gandhi's Second Term,* Vikas Publishing

House, New Delhi, 1983.

140.   Shourie Arun, *Religion in Politics,* Roli Books International, New Delhi, 1987.

141.   Shourie Arun, *Indian Controversies--Essays on Religion in Politics,* ASA Publications, New Delhi, 1993.

142.   Subba Rao K., *Social Justice and Law,* Institute of Constitutional and Parliamentary Studies, New Delhi, 1974.

143.   Subba Rao K. et al, *Judiciary and Social Change,* C.L.S.--E..C.C., Bengaluru, 1973

144.   Subramanian T.S.R., *Journeys Through Babudom and Netaland--Governance in India,* Rupa & Co., New Delhi, 2004.

145.   Subramanian Swami, *2G Spectrum Scam,* Har-Anand Publications, New Delhi, 2011.

146.   Tandon B.N., *PMO Diary I: Prelude to the Emergency,* Konark Publishers, New Delhi, 2003.

147.   Tandon B.N., *PMO Diary II, The Emergency,* Konark Publishers, New Delhi, 2006.

148.   Tiwari Ramesh Kumar, *Human Rights--Bonded Labour in India,* Foundation Books, Delhi, 2011.

149.   Transparency International, *Global Corruption Report 2003,* Profile Books Limited, London, 2003.

150.   UNDP, *Tackling Corruption, Transforming Laws: Accelerating Human Development in Asia and the Pacific,* Macmillan, Delhi, 2008.

151.   Vibhute K.I., ed., *Criminal Justice,* Eastern Book Company, Lucknow, 2004.

152.   Visvanathan Shiv and Sethi Harsh, ed., *Foul Play--Chronicles of Corruption 1947-97,* Banyan Books, New Delhi, 1998.

153.   Vivekanandan B., ed., *Echoes in Parliament--Madhu Dandavate's Speeches in Parliament (1971-1990),* Allied Publishers, New Delhi, 1995.

154.   World Bank, *World Development Report 2002: Building Institutions*

for Markets, New York: OUP.

155.Zail Singh, *Memoirs of Zail Singh, The Seventh President of India,* Har-Anand Publications Private Limited, New Delhi, 1997.

Articles

1. Antony M.J., Mushrooming Illegalities, *Business Standard,* 6 April 2005.

2. Apartheid, by any other name, *The Lawyers Collective,* April 2005.

3. Arundhati Roy, Corporate money has no nationality. They just run India, *Outlook,* 22 April 2013.

4. Bagchi Sanjoy, The China Syndrome, *Dialogue Quarterly,* New Delhi, January-March 2011.

5. Bajaj J.K, Religious Demography of the North-Eastern States of India: Trends to Look for in the Census 2011, *Dialogue Quarterly,* vo. 12, No.3, January-March 2011.

6. Baruah T.L., What Ails Public Service Commissions, editorial, *The Assam Tribune,* Guwahati, 14 January 2009.

7. Bhandare Murlidhar C., MP's immunity: Amend the statute, *Times Of India,* 30 April 1998.

8. Chakravarti Sauvik, NPM: The hollow state, *The Economic Times,* 13 August 1997.

9. Dalrymple William, What Happened to India's Economic Miracle?, *The New Statesman,* July 2013.

10. Dharmadhikari, Justice C.S., Criminal Justice System and Tribes in India, *All India Reporter* (Jour) 1988.

11. Don't delay further, editorial, *The Economic Times,* 28 February 2000.

12. Editorial, Blind Justice: The Law Is Not A Family Business, *Economic Times,* 30 July 2003.

13. Editorial, Taslima as litmus test, *Indian Express,* 30 November

2007.

14. Gadgil Madhav, Opinion, The Goa Dossier: Ghats of Perdition--Lopsided development can kill a fragile mountain ecosystem, *Outlook,* 10 June 2013.

15. Godbole Madhav, The Sham War on Corruption, The Hindu, 30 September 1997, in Godbole Madhav, *The Changing Times, A Commentary on Current Affairs,* Orient Longman, New Delhi, 2000.

16. Godbole Madhav, Serving the Master, Indian Express, 25 August 1995, in Madhav Godbole, *The Changing Times: A Commentary on Current Affairs,* New Delhi, Orient Longman, 2000.

17. Godbole Madhav, Report of Constitution Review Commission--Some Reflections, *Economic and Political Weekly,* 28 September 2002.

18. Godbole Madhav, Criminal Justice System in India--Bane of Human Rights, in K.I. Vibhute, ed., *Criminal Justice,* Eastern Book Company, Lucknow, 2004.

19. Godbole Madhav, Sarma E.A.S., Aftershocks of Dabhol Power Project, *Economic and Political Weekly,* 26 August 2006.

20. Godbole Madhav, Ayodhya and India's Mahabharat: Constitutional Issues and Proprieties, *Economic and Political Weekly,* 27 May 2006.

21. Godbole Madhav, Judicial Activism and Good Governance in India, *South Asian Journal,* October-December 2010, Lahore, Pakistan.

22. Godbole Madhav, Ignominy of Being a Civil Servant, *Dialogue Quarterly,* vol. 13, No. 2, New Delhi, October-December 2011.

23. Godbole Madhav, Parliamentary Democracy--More Negatives than Positives, *Dialogue Quarterly,* July-September 2012.

24. Gupta Shubhra, Power Games--Why the banned film *Kissa Kursi Ka* still speaks to us in these craven times, eye, *Indian Express,* 28 April-4 May 2013.

25.   Jawaharlal Nehru Papers, Nehru Memorial Museum and Library, New Delhi, quoted in *Muslim India,* August 2008.

26.   Jha Anumeha, Changing the Mindset of the Bureaucracy-- Facilitating Easier access to Information, *Common Cause,* vol. xxx, No.1, January-March 2011.

27.   Jha Prem Shankar, The Public War chest, *Outlook,* 14 June 2004.

28.   Jodhka Surinder S., Perceptions and Receptions: Sachar Committee and the Secular Left, *Econimic and Political Weekly,* 21 July 2007.

29.   Jonathan Caselly, Public Sector Reform and Corruption: CARD Facade in Andhra Pradesh, *Economic and Political Weekly,* 13 March 2004.

30.   Kalyan Chaudhuri and Chetan Krishnaswamy, Pressing for freer trade-- Major urges India to accelerate reforms, *Frontline,* 7 February 1997.

31.   Khanna, Justice H.R., Supreme Court Judgment on Article 356, *All India Reporter* (Jour) 1994.

32.   Krishnamurthy T.S., Don't break the code, *Indian Express,* 23 February 2012.

33.   Lakshaminath A., The Power of the Supreme Court to Transfer Criminal Cases-- A Critical Appraisal of A.R. Antulay v. R.S. Nayak, *All India Reporter* (Jour), 1991.

34.   Lall B.R., The King Can Do No Wrong, *gfiles,* vol.5, Issue 10, January 2012.

35.   Lele Uma et al, Good Governance for Food, Water and Energy Security, SciVerse ScienceDirect, Stockholm, Sweden, *www.sciencedirect.com.*

36.   Manohar Justice Sujata, Human Rights and the Judiciary, *Dialogue Quarterly,* vol. 14, No. 4, April-June 2013.

37.   Markandey Katju, India, in transition and corrupt, *The Indian Express,* 8 August 2012.

38.   Mukhim Patricia, Time to pay income tax, *Dialogue Quarterly,*

vol. 14, No. 3, January-March 2013.

39. Mustafa Seema, Off Limits, Return of the ghost of Bofors, *The Sunday Guardian,* 9 January 2011.

40. Nariman Fali S., Fifty Years of the Supreme Court: A Balance Sheet of Performance, *The Indian Advocate,* vol. 29, 1999-2000.

41. Nasrin Taslima, India has no courage, *Outlook,* 15 July 2013.

42. Noorani A.G., Ninth Schedule and the Supreme Court, *Economic and Political Weekly,* 3 March 2007.

43. Noorani A.G., "Objection, Milord", *Outlook,* 8 September 2008,

44. *Oil & Natural Gas,* vol. 18, No. 15, 10 November 2011, New Delhi.

45. Pai Panandiker D.H., Can reforms wait any longer? *Hindustan Times,* 6 January 1997.

46. Public Affairs Centre, *Public Eye,* Bengaluru, January-March 2001.

47. Post SC judgment in JMM case: Is bribery legal now? Perspective, *Economic Times,* 28 April 1998, p.11.

48. Rao T.N.R., A Wellhead of Blunders, *Outlook,* 15 July 2013.

49. Ruma Pal, Primary Education and the Law, *IIC Quarterly,* August 2006.

50. Sarma E.A.S., *Economic Development and Energy Planning: The Myths and the Reality,* Girish Sant Memorial Annual Lecture, 2013, Prayas, Pune, 2013.

51. Sarma E.A.S., The KG basin price hike socialises costs and privatises profits, *Business Standard,* New Delhi, 3 June 2013.

52. Sarma E.A.S., Natural Gas Price Hike--Subsidising Producers' Profits?, *Economic and Political Weekly,* 13 July 2013.

53. Setalvad Atul M., India's Higher Judiciary: Some Significant Failures, in Venkat Iyer, ed., *Constitutional Perspectives--Essays in Honour and Memory of H.M. Seervai,* Universal Law Publishing Company, Delhi, 2001.

54.   Sethi Surya P., Making a mockery of domestic gas pricing, *The Hindu,* 18 January 2013.

55.   Shahina K.K., The underfed and the unscrupulous, *"Agenda, Infochange News & Features,* Centre for Communication and Development studies, Pune, Issue 24, 2012.

56.   Shourie Arun, *Governance and the Sclerosis That Has Set In,* Rupa & Co., New Delhi, 2004.

57.   Shukla Srawan, Criminal Intimidation, *Tehelka,* 6 September 2008.

58.   Singh Baldev, Ninth Schedule to Constitution of India: A Study, *Journal of Indian Law Institute,* Vol. 37, 1995.

59.   Slums hold key to Delhi throne, *gfiles,* July 2013.

60.   Sorabjee Soli J., With Utmost Respect, Mr. Speaker, *Indian Express,* 2 May 2007.

61.   Sorabjee Soli J., Freedom of Expression and the Indian Constitution, in Venkat Iyer, ed. *Constitutional Perspectives--Essays in Honour and Memory of H.M. Seervai,* Universal Law Publishing Company, Delhi, 2001.

62.   Sorabjee Soli J., An Overdue Cleansing Has Begun, *Indian Express,* 12 July 2013.

63.   Somnath Chatterjee, 'Activism of any institution has to be first directed to the due discharge of its own duties', excerpt from the Dr. Kailash Nath Katju Memorial Lecture on Separation of Powers under the Constitution and Judicial Activism, New Delhi, 26 April 2007, *Indian Express,* 28 April 2007.

64.   Sorabjee Soli J., Indian Democracy: Reality or Myth? We Have Pledges to Fulfil, First V.M. Tarkunde Memorial Lecture, *Radical Humanist,* New Delhi.

65.   Srinivas Alam, Telescams cheaper by the dozen, *gfiles,* vol. 5, issue 10, January 2012.

66.   Subrahmanyam K., Politicised Civil Services, *Common Cause,* vol. XXI No.1.

67.   Subrahmanyam K., Blocked channels, *Economic Times,* 27

December 1994.

68.   Thatcher Margaret, The political economy of freedom, speech at the Rajiv Gandhi jubilee memorial lecture on 21 August 1995, *Economic Times,* 26 August 1995.

69.   Tulzapurkar Justice, V.D.   Uniform Civil Code, *All India Reporter* (Jour), 1987.

70.   Vineet Narain & Others vs. Union of India & Another, 1997 (7) *SCALE.*

71.   Vineeta Rai, Administration & Governance--2nd A.R.C. Perspective, *Dialogue Quarterly,* vol. 13, No.2, New Delhi, October-December 2011.

72.   Virendra Kapoor, No Holds Barred, *The Sunday Guardian,* 28 April 2013.

Newspapers and Periodicals

Asian Age

Assam Tribune

Business Standard

Covert

Dialogue Quarterly

Data India

Economic and Political Weekly

Economic Times

Financial Express

Frontline

gfiles

Hindustan Times

Indian Advocate

Indian Express

Loksatta

Maharashtra Times

Muslim India

OtherSide

Outlook

Newsweek

Radical Humanist

Sakal

Statesman

Sunday

Sunday Guardian

Tehelka

Times of India

The Radical Humanist

www.ingramcontent.com/pod-product-compliance
Lightning Source LLC
Chambersburg PA
CBHW030747030726
47497CB00001B/177
9789383572410